VIẾT VỀ NƯỚC MỸ

NĂM THỨ XXIV-XXV / 2024-2025

Wrting On AmericaVolume XXIV-XXV
Việt Báo Awards Collection
Available from Amazon.com and other retail outlets - $26US

ISBN: 979-8-8692-6006-2

Viết Về Nước Mỹ

Ngày xưa, lịch sử là chuyện các triều đại vua chúa.
Viết sử là công việc của sử quan.
Ngày nay, thời của bọn mình, bao nhiêu biến cố.
Vua chúa nào bây giờ? Sử quan nào bây giờ?
Bộ chúng ta không có lịch sử hả?

Vì vậy, loạt bài này có thể gọi là
"Lịch Sử Ngàn Người Viết." *

NGUYÊN SA
(1932-1998)

*Lời nhà thơ, nhà báo, nhà giáo Nguyên Sa giải thíchvề tựa đề ông đặt cho loạt bài sự thật "30 tháng Tư"

Giải Thưởng Việt Báo
Năm Thứ XXIV-XXV
Tuyển Tập 2024-2025

Việt Báo Foundation
Giải Thưởng Việt Báo
Viết Về Nước Mỹ

Trưởng Ban Tuyển Chọn Chung Kết
Sơn Điền Nguyễn Viết Khánh (2000-2002)
Nguyễn Xuân Nghĩa (2003-2016)
Trương Ngọc Bảo Xuân (từ 2017)

Ban Tuyển Chọn Chung Kết 2024-2025:
Trương Ngọc Bảo Xuân; Nhã Ca; Phạm Quyến;
Trịnh Y Thư; Hòa Bình Lê; Lê Tường Vi;
Trần Nguyên Đán; Nguyễn Viết Tân;
Khôi An; Anne Khánh Vân; Phan Tấn Hải

Tư vấn: Trần Dạ Từ - Nguyễn Xuân Nghĩa

Trị sự: Hằng Nguyễn
Biên tập: Hòa Bình; Quyên Trần
Trình bày: Quyên Trần
Xuất bản: Việt Báo Foundation

VIẾT VỀ NƯỚC MỸ 2025

Tuyển Tập 48 Tác Giả

Họp mặt Viết Về Nước Mỹ 2001 tại Việt Báo

Từ trái: Nhã Ca, Trần Dạ Từ,

Giám khảo Vũ Văn Lộc về từ San Jose,

Chánh chủ khảo Sơn Điền Nguyễn Viết Khánh,

Kiều Chinh, Bảo Xuân, anh Phạm Xuân Nam và Phạm Quyến.

Tác giả Trương Ngọc Bảo Xuân vừa thắng giải chung kết 2001.

Năm 2007 bà trở thành một thành viên của ban tuyển chọn.

2017, bà là chủ khảo Viết Về Nước Mỹ.

Hình bìa: Tượng Thần Tự Do năm 2000
Photo by Kiều Chinh
Mẫu bìa, trình bày: Huy Nguyễn
Kỹ thuật: Nina Lê
Phát hành: Việt Báo Foundation

Viết Về Nước Mỹ 2025

50 Năm Cộng Đồng 25 Năm Ghi Chép

Cộng đồng người Việt khắp nơi đang đánh dấu năm thứ năm mươi sinh sống ở hải ngoại. Nửa thế kỷ – một chặng đường đủ dài để lớp người lưu vong trưởng thành, đủ lâu để một nền văn hoá vừa tiếp thu cái mới mà vẫn giữ vững căn cước nguồn cội.

Chính từ sự giao hòa giữa quá khứ và hiện tại, giữa truyền thống Việt và văn hóa nơi xứ người, giữa gian truân và thành tựu, giải thưởng Viết Về Nước Mỹ ra đời như một nhịp cầu kết nối các thế hệ, một hành trình nhân văn bảo tồn tiếng Việt, lưu giữ ký ức, chia sẻ kinh nghiệm hội nhập và hướng đến tương lai vững vàng.

Khởi sự ¼ thế kỷ trước, đúng ngày 30 tháng 4 năm 2000 – kỷ niệm 25 năm người Việt miền Nam bỏ xứ ra đi – giải thưởng Viết Về Nước Mỹ nhanh chóng trở thành diễn đàn gửi gắm tâm tư, tình cảm và kinh nghiệm hội nhập thực tế.

Chỉ hai ngày sau, ngày 9 tháng 5, cụ Nguyễn Gia Mai từ nhà ở Garden Grove, đi bộ mang tới tòa báo bài viết tay đầu tiên, tựa đề: “Năm Nay Tôi 89 Tuổi.” Bài kể lại hành trình tháng Tư 1975, tới việc cụ bất ngờ đóng phim Heaven and Earth của đạo diễn Oliver Stone. Đây là bài mở đầu cho Giải Thưởng Việt Báo Viết Về Nước Mỹ – và mở đầu cho hành trình ghi chép của cả một cộng đồng.

Từ đó đến nay, đã có gần 7,000 bài viết gửi về từ khắp nơi trên thế giới. Mỗi bài là một mảnh ký ức cộng đồng, phản ánh sống động cuộc sống của người Việt hải ngoại, thu hút hơn 800 triệu lượt đọc trực tuyến, với hơn 16,000 trang sách và hơn 9,000 trang báo. Một thành tựu chưa từng có về văn chương, về lịch sử, và về sức mạnh bền bỉ của ngôn ngữ Việt xa quê nhà.

Những người đặt nền móng cho giải thưởng là các nhà thơ, nhà văn, nhà báo kỳ cựu như Trần Dạ Từ, Nhã Ca, Nguyên Sa, Sơn Điền Nguyễn Viết Khánh, Giao Chỉ Vũ Văn Lộc… Họ đã xác lập tôn chỉ: Viết Về Nước Mỹ là ghi chép chân thật những trải nghiệm sống, góp phần bảo tồn ngôn ngữ, văn hóa Việt như một di sản tinh thần cho thế hệ mai sau.

Nhà thơ Nguyên Sa từng nói, thời đại chúng ta sẽ có một thứ lịch sử do cả ngàn người cùng viết. Đúng như lời ông, các tác giả Viết Về Nước Mỹ không chỉ kể về hành trình ly hương, mà còn viết về tình thân, nghề nghiệp, tuổi trẻ, tuổi già, khát vọng và buồn vui thường nhật – tất cả hợp thành một ký sử đa dạng của người Việt tại Hoa Kỳ. Và theo thời gian, "Viết Về Nước Mỹ" chỉ là cái cớ. Cái thật là viết về tâm tư người Việt.

Mỗi năm, Hội Đồng Tuyển Chọn làm việc cẩn trọng và trao giải dựa trên các tiêu chí rõ ràng: đề tài-nội dung, khả năng viết, sức lan tỏa và giá trị nhân văn. Các bài thắng giải cùng bài tuyển chọn sẽ được in vào sách Viết Về Nước Mỹ, mỗi tập dày 640 trang, lưu trữ tại Thư Viện Quốc Gia Hoa Kỳ và được sử dụng như một phần tư liệu lịch sử của cộng đồng.

Nhiều tác giả thắng giải chung kết như Bồ Tùng Ma, Trần Nguyên Đán, Nguyễn Viết Tân, Lê Tường Vi, Khôi An, Anne Khánh Vân đã cùng nhóm sáng lập tiếp tục tham gia Ban Tuyển Chọn. Trưởng Ban hiện nay là tác giả quán quân Trương Ngọc Bảo Xuân, người đã đồng hành với chương trình từ những ngày đầu, bền bỉ suốt ¼ thế kỷ.

Với tổng giá trị giải thưởng lên tới $35,000 mỗi năm, Viết Về Nước Mỹ không chỉ là một cuộc thi văn chương, mà là một cuộc vận động văn hóa sâu rộng – nơi cộng đồng nhìn lại chính mình, tự ghi chép lấy lịch sử của mình.

Chương trình cũng được sự công nhận từ nhiều giới chức Hoa Kỳ. Ngày 27 tháng 7 năm 2010, tại Quốc Hội Hoa Kỳ, Dân biểu Loretta Sanchez đọc văn bản vinh danh 10 năm Viết Về Nước Mỹ: "Những trang viết này không chỉ là sự tổng hợp các giá trị tinh thần tập thể, mà còn là phương tiện để bảo tồn các giá trị lịch sử."

Thượng nghị sĩ Jim Webb gọi đây là "chương trình văn học có ý nghĩa đặc biệt với cộng đồng người Việt tại Mỹ." Dân biểu Lou Correa ghi nhận đây là "công trình quý báu, góp phần lưu giữ lịch sử và văn hóa người Việt cho các thế hệ tương lai."

Đặc biệt, toàn bộ bộ sách Viết Về Nước Mỹ đã được dân biểu Alan Lowenthal đưa vào Thư viện Quốc gia Hoa Kỳ – đánh dấu sự hiện diện chính thức của một cộng đồng lưu vong, bằng chính những trang viết của mình.

Bước vào năm thứ năm mươi cộng đồng người Việt lớn mạnh tại Hoa Kỳ, Ban Tuyển Chọn Viết Về Nước Mỹ chân thành tri ân từng tác giả, từng độc giả, mỗi thân hữu, các nhà bảo trợ và thiện nguyện viên đã góp phần giữ gìn ngọn lửa chung.

Mời quý bạn tiếp tục đọc, tiếp tục viết, để từng trang Viết Về Nước Mỹ sẽ mãi mãi là chứng nhân sống động, là nhịp nối cộng đồng, là phương tiện bảo tồn văn hóa, ngôn ngữ và là cách chính chúng ta nhắc nhau nhớ rõ: mình là ai – từ đâu đến – và vì sao chúng ta có mặt nơi này.

Ban Tuyển Chọn VVNM 2025

Hình lưu niệm Lễ Trao Giải Viết Về Nước Mỹ năm thứ 23,
tháng 11, năm 2023, Garden Grove CA.

Giám khảo Bồ Tùng Ma, Giám Khảo Trương Ngọc Bảo Xuân,
Giám Khảo Lê Tường Vi đang chấm điểm
các em thiếu nhi đọc báo tiếng Việt
trong Lễ Phát Giải Bé Viết Văn Việt 2010.

50 Năm, Sài Gòn – Hoa Kỳ

TRƯƠNG NGỌC BẢO XUÂN

50 Năm Nhìn Lại

Tác giả - Giám khảo Trương Ngọc Bảo Xuân nhận giải Chung Kết Viết Về Nước Mỹ năm 2001 với bài viết "32 Năm Người Mỹ Và Tôi" và tiếp tục góp bài liên tục vào bộ sách VVNM. Sau nhiều năm tham gia ban tuyển chọn, năm 2018, tác giả Trương Ngọc Bảo Xuân chính thức trở thành Trưởng Ban Tuyển Chọn Viết Về Nước Mỹ. Bà vẫn viết bài hàng năm đóng góp vào tủ sách Viết Về Nước Mỹ.

1975.

Tháng Tư, thị trấn Sparks, tiểu bang Nevada.

Ba chị em ngồi dán mắt trước cái tivi đài Mỹ đang chiếu

tin tức thời sự. Màn hình hiện lên bản đồ hình chữ S có tên của ba thủ đô Hà Nội - Huế - Sài Gòn. Đường vĩ tuyến 17, chia cắt hai miền Bắc Nam rõ rệt.

Bắt đầu từ Tháng Hai năm 1975 tôi đã theo dõi tin tức Việt Nam nhiều hơn, khi chiến trận giữa Bắc Nam ngày càng sôi động, cũng nhờ mấy bài báo cắt ra do Ngọc Anh em tôi gởi qua. Họ đưa hình bản đồ chữ S lên, Miền Bắc sơn màu đỏ, rồi màu đỏ vượt khỏi vĩ tuyến 17 tràn xuống Miền Nam.

Màu đỏ lan xuống tới đâu, tôi rớt nước mắt tới đó.

Tin tức nói hàng ngày, các chiến hạm Hoa Kỳ đang di chuyển ngoài khơi, ai ra được họ sẽ vớt.

Gia đình bên chồng chị tôi và chồng tôi cùng làm giấy tờ bảo lãnh có sự bảo đảm việc làm của hãng may cho Má và bốn đứa em còn lại để qua Mỹ, kèm thêm điện tín, biểu ráng làm sao tìm đường ra biển để thoát khỏi Việt Nam vì nghe nói mà chiếm được Sài Gòn thì họ sẽ thẳng tay sát hại những ai có liên hệ với Mỹ.

Những Ngày Cuối Ở Việt Nam

Tôi theo chồng qua Mỹ lần đầu vào cuối năm 1970. Tháng Hai năm 1973, sau khi hiệp ước đình chiến được ký kết giữa bốn bên là Việt Nam Cộng Hòa, Giải Phóng Miền Nam, Bắc Việt và Hoa Kỳ, chúng tôi bay về Việt Nam liền.

Đại gia đình sống trong vui vẻ sum họp khi chồng tôi làm việc tại căn cứ Hải Quân ở Vịnh Cam Ranh. Cuối năm 1974 chúng tôi phải trở lại Mỹ, đem theo hai đứa em gái là Hoàng Thư và Thúy Phương.

50 năm sau, nhỏ em Kim Loan kể lại phần này:

“Má nhận được điện tín và giấy tờ bảo lãnh mà làm sao ra biển được, may sao, một buổi chiều, anh Ngà bạn Ngọc Anh là lính Không Quân làm việc ở phi trường Tân Sơn Nhứt ghé thăm. Ảnh nói hiện nay mỗi ngày có xe buýt lớn tới liên tục trước tòa đại sứ Mỹ để rước người Mỹ và thân nhân, hoặc nhân viên làm việc cho sở Mỹ, vô phi trường TSN để làm thủ tục đi qua Mỹ bằng đường hàng không, nếu gia đình mình muốn đi thì sáng sớm ra đó sắp hàng theo người ta vô phi trường. Má nghe vậy quyết định tức khắc. Má gom hết tiền thủ để dành, chia cho mỗi đứa một ít để rủi ro có lạc nhau thì có tiền mà ăn. Mà lạc nhau thiệt. Tiền đã chia, má dặn mỗi đứa soạn một túi xách tay đem theo hai bộ quần áo, vài giấy tờ quan trọng như căn cước, khai sanh, vài vật dụng cá nhân, hình ảnh vv… Má chạy qua nhà chị họ kế bên là chế T., nhờ săn sóc con chó đừng để người ta bắt làm thịt tội nghiệp.

5 giờ sáng hôm sau mấy mẹ con ra đường kêu chiếc xích lô máy chở hết năm người. Buồn đứt ruột nhứt là con chó thương yêu chạy theo chiếc xích lô một khoảng đường xa mới mất hút.

Ra tới tòa Đại Sứ thấy một hàng dài người xếp hàng để đợi xe buýt. Người Mỹ với vợ Việt và thân nhân thì ít mà đa số người Việt làm cho sở Mỹ thì nhiều. Mấy mẹ con đi theo người ta. Ba đứa được lên trước nhưng tới Má với Phượng thì lại bị một người Mỹ to con đứng chận nguyên cánh tay cho thân nhân ổng lên hết là hết chỗ, má với Phượng bị lọt lại.

Tui, NA và Long leo lên xe trước, quá lo lắng vì vụ Má bị kẹt lại này.

Vô phi trường rồi, mấy chị em đi lòng vòng mới thấy một khu vực có nhiều người đứng đợi, thì ra chỗ này có máy nước người ta đang giặt giũ, tắm rửa… Có lẽ chỗ này lúc trước là khu vực trống để rửa xe? May mắn cho những người đã tới đây vài ngày trước cần nước để xài và tiếp tục chờ. Nhìn qua lại xa hơn chút lại thấy thiên hạ lu bu ngay hàng rào kẽm gai, kẻ trong người ngoài, người ở ngoài đưa đồ ăn vô bán cho người ở trong, nào là bánh mì, xôi, đa số là bánh mì ổ dài. Đang còn lẩn quẩn nhìn thì tình cờ thấy có một lỗ hổng ngay gần đó có thể một người nhỏ nhỏ chui ra chui vô được. Chắc có ai đó cắt chút hàng rào để ra vô buôn bán? Mừng quá nói với NA là tui sẽ ra bằng lỗ này và cũng chui trở vô bằng chỗ này. Tui hẹn gặp nhau tại chỗ người ta đang tụ tập xài nước. Vậy là NA và Long phải canh chừng cả tui và má với Phượng.

Chà cái lỗ này nhỏ hơi vướng víu quần áo nhe, nhưng coi như qua lọt cái vù. Vừa ra khỏi thì nghe tiếng anh xe ôm hỏi "Đi xe hông cô?" Tui nhìn anh ta thấy hơi sợ gì gì đó vì chưa bao giờ đi xe ôm. Rồi ôm ở đâu ta? Dự tính là sẽ kiếm xe xích lô đi nhưng nhìn anh thấy anh mời tội nghiệp nên tui mới nói "Anh chở tui tới đó rồi anh đợi tui chạy vô chút tui trở ra anh chở tui trở lại đây nha."

Tới nơi chạy cái vù vô nhà thấy Dượng Bảy ngồi đó tui mới giải thích cho dượng biết chuyện đã xảy ra. Dượng hơi suy nghĩ chút rồi nói "Con trở vô đó liền, nếu đi được thì cứ đi chừng nào má con có trở về thì tính tiếp." Chạy trở ra anh xe ôm còn ngồi đợi. Tui lại chui lọt trở vô cái lỗ cũ thì hay tin Má vô được trong phi trường rồi. Mừng hết lớn! "

Má kể:

- Bị lọt lại, Má hồi hộp quá không biết có còn chuyến nào nữa không hay kẹt luôn rồi. May mắn có chuyến kế, Má với Phượng tới được phi trường nhưng lúc đó họ đóng cổng không cho ai vô ra nữa, Má sợ quá cứ đứng đó chưa biết tính sao thì không ngờ dịp may lại tới lần nữa, thấy chiếc xe hơi lớn màu đen ngừng ngay cổng chỗ má đứng, bà tài xế quay cửa xuống hỏi Má làm gì đây? Thì ra là bác

Cúc gái hàng xóm. Bác là tài xế lái xe cho sở Mỹ nhiều năm nay, bác chở mấy người sếp Mỹ đi làm ra vô TSN mỗi ngày cho nên thấy xe là họ mở cổng. Bác nói hai mẹ con lên xe bác chở vô. Vậy là tất cả đều vào được trong phi trường rất đông người.

Sau cả ngày hai chị em cầm xấp hồ sơ sắp hàng nhiều lần không đúng chỗ, rồi hỏi han người xung quanh cuối cùng mới biết phòng này là chỗ cuối cùng để xin ghi tên vô chuyến bay. Ngoài trời tối lắm mà chỉ có hai chị em ngồi trên băng gỗ đợi. Đây là cửa sau của phòng đó, hy vọng cuối cùng rồi. Không biết đợi bao lâu trong đầu cứ nghĩ có đợi tới sáng cũng vẫn đợi mặc dù cả ngày quá mệt mỏi nhưng mắt vẫn canh chừng. Phía trong phòng đèn còn sáng trưng nghĩa là người ta vẫn còn đang làm việc. Nghe người ta nói lúc này họ làm việc 24/24.

Gần như thất vọng hoàn toàn thì tự nhiên thấy cửa mở có người Mỹ bước ra. Y mặc áo thun trắng sát nách mặt đầy mồ hôi, hình như muốn ra hít thở không khí bên ngoài. Thấy hai đứa con gái ngồi đợi, y hỏi vài câu mình không biết trả lời, chỉ đưa xấp hồ sơ, y kêu hai đứa theo vô văn phòng. Coi giấy tờ xong y hỏi bao nhiêu người đi, tui nói năm người rồi chỉ tên 5 người trên hồ sơ, y ghi gì đó trên xấp giấy tờ. Số hồ sơ là 193, rồi ghi lên miếng giấy nhỏ dặn dò ngày mai đứng xếp hàng chỗ đó đó với tờ giấy nhỏ này có giờ xếp hàng lên máy bay, từ 8 tới 10 giờ sáng. Mừng hết biết, chạy về cho Má hay. Má nói liền - Ba con phù hộ mẹ con mình đó!

Tới bây giờ tui vẫn nghĩ sao lúc đó lại ngồi đợi ở cửa sau? Tại sao không biết kiếm cửa trước mà đợi? Chắc nhờ vậy mà gặp hên hay đúng là Ba khiến ta?

Sáng sớm hôm sau đoàn người xếp hàng một dọc ngoài trời nắng, có hai hàng lính Thủy Quân Lục Chiến Mỹ bồng súng đứng canh. Chiếc máy bay đậu đàng kia. Sau này mới biết đó là loại máy bay C-130.

Hơn hai tiếng đồng hồ. Đang đợi thì có một chiếc xe jeep chạy ào tới, người lính Mỹ lái xe jeep. Hai bên nói chuyện qua lại lâu lắm, giống như đang điều đình gì đó. Nghe nói, mới biết, người trên xe jeep muốn mấy người thanh niên tuổi lính phải ở lại để chống giặc. Như vậy có nghĩa là thằng em mình không được đi. Ai nấy lo sợ run muốn chết. Nhưng sau đó, điều đình xong, họ cho hết lên phi cơ.

Người lên đầy là họ đóng cửa bay liền. Họ cho lên lẹ lắm. Thủy Quân Lục Chiến bồng súng chĩa ra ngoài. Mấy mẹ con ngồi dưới sàn, sau cùng, sát cửa. Vừa sợ vừa mừng, mà mừng nhiều hơn vì chiều tối hôm đó phi trường bị Việt cộng pháo kích quá trời luôn.

Từ Việt Nam bay qua Phi, đáp xuống phi trường quân sự Subic Bay. Ở đó vài tiếng để chích ngừa xong mới vô nước Mỹ là Hawaii.

Từ Hawaii bay thẳng qua đảo Wake Island (hình như là đảo quân sự).

Ở hai ngày đêm, mới bay qua California. Chỗ này, lên bay một chút thì bay ngược trở lại ngừng sửa vì trục trặc gì đó làm ai cũng lo sợ muốn chết! Đến nơi rồi xe buýt chở tới Camp Pendleton.

Chỉ hai ngày trên đảo đã thấy lòng tử tế và sự chăm sóc chu đáo của những người lính Mỹ, từ giường gối khăn mền cho tới cái băng vệ sinh cho phụ nữ."

Ôi, những con người văn minh đáng kính.

Má với mấy em bước vô phi trường TSN sáng ngày 25 tháng Tư, bay khỏi trưa ngày 27 tháng Tư năm 1975.

Một số trục trặc nhỏ trên đường có là gì, so với những thảm cảnh và mất mát của bao nhiêu vạn người đã gặp trên đường vượt biên, thuyền nhân hay đường bộ, những năm dài sau đó.

Trên đất nước Hoa Kỳ.

Khi gần như tuyệt vọng sẽ không bao giờ gặp nhau nữa, vào nửa đêm 29 Tháng Tư chúng tôi nhận được điện thoại của em Long cho hay gia đình được cầu không vận Hoa Kỳ bốc đi, đang đợi làm giấy tờ ở Hawaii, rồi chưa biết đi đâu.

Sau khi chồng tôi liên lạc hỏi tin, biết chắc nhóm người đó sẽ tới Camp Pendleton, chúng tôi tới đón Má và bốn đứa em về Sparks, tiểu bang Nevada.

Nightmare trail leads from Saigon to Sparks

From Saigon to Sparks was a nightmarish trail complete with missile shellings, chaos and fear for five Vietnamese refugees now residing in Sparks.

[illegible] Thi Bong and her four children waited in limbo for two days at Saigon's Tan Son Nhut airport before they were evacuated on April 27, said son in law Dean Abbott of Sparks.

Viet Cong shelling of the airport had already started, and Vietnam was to fall three days later.

Now, four members of the family are working for Western Curtain Manufacturing Company in Sparks. The youngest child is going to attend high school.

One simple letter, after years of frustration and red tape was responsible for the evacuation, Abbott, 27, said. If the letter had arrived much later, the family would now be dead, he added.

Western Curtain sent a letter guaranteeing work for Mrs. Bong, [illegible], and her four children — Ngoc Anh Truong, [illegible], Kim Loan Truong, [illegible], Tan Long Truong, 17, and Kim Phuong Truong, 13.

The letter came as a virtual passport of freedom after all other efforts of evacuating the family failed.

"We had been trying since [illegible] to get them out," Abbott said. "There was no way though because my wife (Xuan Abbott) and her sister, who is married to a navy man, were not citizens."

When the situation in Vietnam became extremely serious, Western Curtain offered to guarantee them work, Abbott said. The letter, written April 21, was immediately wired to Mrs. Bong.

Abbott then explained how his wife's family had to live through chaos and fear before they could bring the letter to the attention of the American authorities.

Mrs. Bong and her family rushed to the American Embassy, but could not gain entrance. They waited for two days at Tan Son Nhut Airport without food or drink, hoping to get a place on a plane out of Saigon.

"Some of them were crying," Abbott said. "They did not know if they were going to get out.

"It's hard to explain, but like, have you ever been shelled with missiles?"

Finally Mrs. Bong and her four children got through to the American authorities at the airport, and showed them the letter. The officials immediately placed them on an evacuation flight.

Even then, the family's escape was not certain.

"The Vietnamese grabbed the son as he went through the airport," Abbott remarked. "They said they were going to draft him into the army, but the Americans grabbed him away."

"They were some of the last to get out," Abbott said of the evacuation of his relatives.

"Without the letter, they could not have done it." Abbott thinks the consequences would have been most severe if they had not escaped Saigon.

"The Viet Cong would probably have eliminated them," he said.

Abbott had been stationed in Vietnam while in the Navy and later acted as an adviser for the Vietnamese Navy until December of 1974.

"Having a son-in-law as an adviser to the South Vietnamese military would have clinched it," Abbott said of the chances of survival for his wife's family.

The Viet Cong had already killed the family's father, a South Vietnamese policeman, in 1968, Abbott said.

Abbott and his wife lived in suspense, not knowing whether their last second efforts had been successful, until a phone call came through from Hawaii on April 28.

The family was safe.

Abbott picked up his relatives at Camp Pendleton two days later.

"The Marines treated them real well on the airplane flight and at Camp Pendleton," Abbott said.

Sparks has not been a difficult adjustment for them so far, Abbott said.

"All of them are very happy," he said. "They are not frightened."

Mrs. Bong and her family seem to be the only persons to appreciate Northern Nevada's fickle weather.

"They have never seen snow before, and they loved seeing that," Abbott said of last Sunday's storm.

Western Curtain has helped in easing the Vietnamese family in to American life.

The company has transferred Abbott and his wife (another company employe) to the same working shift as their relatives.

Not all the problems are solved though.

Abbott, his wife and his four children have taken their relatives into their house at [illegible] Prater Way.

"That makes 11 in all," he said.

Abbott said his immediate plans are to find a bigger house.

Figure 1Bản tin tháng 5/1975 trên báo Reno Newspaper

Hai hôm sau, tháng Năm, có đài truyền hình Eyewitness News tới quay phim phỏng vấn, giống như một cách báo cho dân bản xứ biết về gia đình Má và mấy em là gia đình

Việt Nam tị nạn cộng sản, đầu tiên, tới thành phố này. Báo chí cũng đưa tin, tôi còn giữ mẫu tin đó, tiếc quá, lúc đó đâu biết cách để xin copy của đoạn phim họ quay cảnh cái nhà chỉ có một phòng ngủ mà chứa tới 11 người.

Tuần sau nữa, họ tới tận hãng may để chụp hình quay phim Má tôi ngồi may, đưa vô tin tức, cho dân chúng biết, những người tị nạn mới sang đã có việc làm.

Thiệt là nhớ thời gian đó sao mà vui mừng hạnh phúc quá. Nhà có 6 người cùng làm chung một hãng, có khi làm từ sáng tới chiều, có khi làm thêm giờ, thì tới tối hù, ghé chợ mua hai con gà giá 99 cents mỗi con bự tổ chảng, rau cải, về luộc ăn mà sao ngon hết biết. Đó là thời gian ra khỏi nhà khi trời còn tối, về nhà thì trời cũng đã tối rồi, không thấy cái nhà mình ở sơn màu gì nữa.

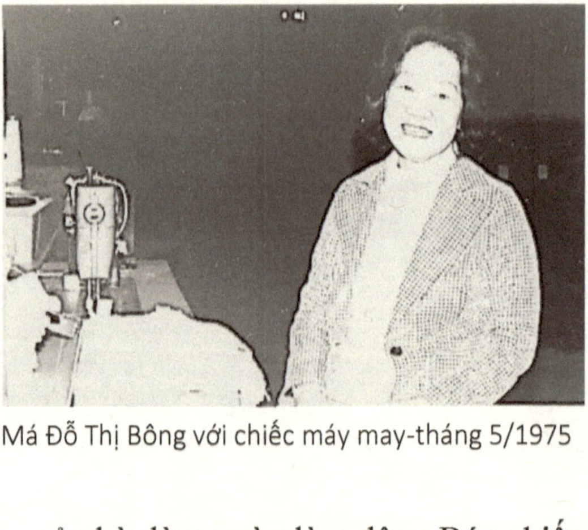

Má Đỗ Thị Bông với chiếc máy may-tháng 5/1975

Năm đầu, cả nhà, làm ngày làm đêm. Bán chiếc Pontiac "bù ệt" hai cửa bốn chỗ ngồi, mua chiếc xe van cũ, mới chở hết mọi người. Má và ba đứa em lớn đi làm, Phượng, Thư, Thúy còn nhỏ thì đi học, con tôi, mướn bà Mỹ tới nhà giữ trẻ. Tôi nhớ bà lắm, người rất hiền lành, thương con nít.

Năm 1976, tôi sanh đứa thứ ba. Mười hai người sống chung một nhà. Sau vài tháng, làm được bao nhiêu thì hùn vô, đổi chiếc xe van, mua hai chiếc xe hơi Chevy Oldsmobile mới tinh, thêm chiếc Honda cho em trai tôi, nó sơn lá cờ vàng ba sọc đỏ trên mui xe. Đi tới đâu thiên hạ dòm theo tới đó. Mấy đứa em biết lái xe, tự tin hơn.

Nhiều năm sau, qua vài tiểu bang, đổi vài chỗ làm việc, thay chỗ ở mười một lần.

Tôi đã nhìn thấy sự thăng trầm của nước Mỹ: - từ hồi lương căn bản chưa tới 2 đô la một giờ, ngồi may kiểu "ăn miếng"cả ngày; "ăn miếng" nghĩa là sau khi may đủ số ấn định, nếu may thêm miếng nào được trả tiền thêm miếng đó. Kim Loan và Ngọc Anh, may giỏi nhứt hãng, lúc nào lương cũng cao hơn người ta - tới năm nay, 2025, là từ 20 tới 25 đô la một giờ, tùy việc tùy công ty hãng xưởng.

Tôi đã từng làm nhân công dọn dẹp ở motel, làm thợ may, làm trợ lý văn phòng cho chồng tôi, đi học nghề, làm giảng viên trường thẩm mỹ và sau cùng làm giám khảo chấm thi cho Hội Đồng Thẩm Mỹ, tiểu bang California, 25 năm.

Tôi có bạn đồng nghiệp, có những học viên, đến từ nhiều nước trên thế giới.

Tôi chứng kiến đời sống của dân bản xứ, nghèo giàu như thế nào, sự thành kiến, óc kỳ thị, màu da, chính trị, tôn giáo, ra sao.

Tôi đã thấy người có mái nhà để chui ra chui vô, cũng có những thân phận thiếu may mắn, sống tạm bợ trong mấy cái lều rách, hay nằm ngồi vật vạ trên lề đường, dưới gầm cầu.

Ngày xưa dân Da Đỏ dựng lều "Tippy" để sống là theo phong tục tập quán, ngày nay cái lều tạm bợ vá víu là vì không có cái nhà để ở, nay, dân vô gia cư vì bao nhiêu lý do, thất thế, mất việc, rượu chè, ma túy, hay tâm thần?

Tôi đã từng sống trong khu nhà lợi tức thấp, thiếu thốn tiện nghi, đôi khi không có gì ăn. Và cũng đã sống trong ngôi nhà khang trang vững chắc.

Nhà cửa thời 1975, ở Reno, Nevada, một căn nhà có sân trước sân sau rộng rãi, 3 phòng ngủ hai nhà tắm như nhà tôi mua trong một khu tương đối an toàn dễ hòa nhập, chỉ trên 35 ngàn đô la thôi. Bây giờ nghe nói căn nhà đó cả triệu rồi.

Tôi đã chứng kiến cảnh "biển dâu" tại California. Chúng ta đã biến những khu vườn cam rẫy dâu trở thành một Tiểu Sài Gòn trù phú. Trên dưới hai triệu dân tị nạn đem quê hương thứ nhứt trồng vào quê hương thứ hai.

Tôi đã từng phất cao lá cờ vàng ba sọc đỏ, biểu tình chống cộng. Và cũng rửa mắt, nhìn từng đàn người cộng sản nhởn nhơ trên phố.

Chúng tôi rất biết ơn, nước Mỹ và nhiều quốc gia trên thế giới tự do, đã bao dung, nhân đạo, mở rộng vòng tay ra cứu vớt, "thuyền nhân" lúc đó như những dề lục bình dập dình trên biển cả hãi hùng. Họ đón số người di dân tiên phong, bằng đường biển hay đường bộ, thoát chế độ cộng sản, và cũng đau buồn khi hàng trăm ngàn người, bằng cách này cách khác, đã vùi thây trên con đường tị nạn.

Thời còn trẻ của chúng tôi, từ giữa thập niên 70, 80, 90, 2000, sức làm việc, lòng nhiệt huyết muốn thay đổi đời sống cho khá hơn, rất cao. Sống trên đất người, muốn bằng người bản xứ thì chúng tôi phải làm việc như gấp đôi. Chúng ta xử dụng máy móc đi đôi với sức con người. Dùng sức lực điều khiển cơ khí nhưng không lệ thuộc. Luôn kiên nhẫn học hỏi, giỏi đáp ứng, từ trong gia đình ra ngoài xã hội, bằng trí óc quân bình, từ trường học hay trường đời.

Tôi đã thấy bao thất bại và thành công trên mọi phương diện. Mà cũng thấy, đã có bao nhiêu nhân tài đóng góp cho nước Mỹ, tạo nên một thành phần ưu tú trong đủ mọi ngành nghề.

Vậy mà, có thành công được sự nể phục, có thất bại gây nhiều tai tiếng.

Thế hệ trẻ ngày nay, nhân trí rất cao, giỏi, nhưng, hình như lệ thuộc vô khoa học, kỹ nghệ tân tiến nhiều hơn.

Con cháu chúng ta được sống trong nước Mỹ, thế giới tự do, chế độ đa đảng.

Có khi, hai người ở hai đầu con sông Tương. Ở giữa, làm sao để chiếc cầu không gãy nhịp?

Từ Việt Nam sang đến Hoa Kỳ. Mong mỏi có người tài đức, đứng mũi chịu sào, đẩy lui cái đám người xảo quyệt gian manh.

Khi muốn sửa sang một cái nhà cũ, hư hại, thì phải xem xét, thay thế những mục nát bằng những lành lặn. Vẫn biết những sự thay đổi bây giờ là chuyện khó như lấp biển vá trời nhưng, nếu không cố gắng khởi sự bây giờ thì thế hệ con cháu chúng ta, suốt ngày cắm đầu vô cái điện thoại, không đứng lên chống đối, ngại ra sức lao động để làm việc, rồi sẽ bị lệ thuộc dưới sự thống trị của quân tham gian cuồng bạo, là điều hiển nhiên.

Sài Gòn mất, cũng gần như lần lần mất đi sự trong sáng của chữ Việt, tiếng Việt.

Hy vọng giữ gìn tiếng Việt của thời Việt Nam Cộng Hòa, Giải Thưởng Viết Về Nước Mỹ do tờ Việt Báo thành lập từ năm 2000, được sự hưởng ứng mạnh mẽ của công chúng.

Nhiều năm trôi qua, từ xã hội tới gia đình, theo luật Sinh

Lão Bịnh Tử, có nhiều mất mát đau lòng.

Chúng tôi đã mất ba vị, nhà văn/ giám khảo Thảo Trường, nhà văn/nhà báo/giám khảo Sơn Điền Nguyễn Viết Khánh, nhà văn Bồ Tùng Ma và ba tác giả cao tuổi, người đầu tiên tham dự Viết Về Nước Mỹ là cụ Nguyễn Gia Mai, bà Trùng Quang và Má tôi, Đỗ Thị Bông.

Năm 98 tuổi, Má tôi đã đi tìm Ba dưới đáy Biển Đông.

Em trai tôi tới miền hư vô khi tuổi chưa già, còn có thể làm bao nhiêu chuyện.

Tôi mất chồng. Phu thê giống như cái nồi vừa với cái nắp, nồi mất nắp thì nấu gì cho ngon? Như đũa có đôi, mất một chiếc thì lùa cơm cả ngày chưa hết chén.

Còn chúng ta, cũng đang kẻ trước người sau, tới trạm cuối cùng.

Và mặt trời vẫn mọc ban ngày, trăng sao vẫn sáng ban đêm.

2025 - Đánh dấu nửa thế kỷ từ khi Miền Nam Việt Nam bị cưỡng chiếm.

Tôi cám ơn, ngày xưa em Ngà đã cho tin, cám ơn bác Cúc đã chở Má và các em tôi qua cổng phi trường, cùng quyết định dũng cảm chớp nhoáng của Má tôi, đem con qua Mỹ dù không biết một tiếng Anh, tương lai mịt mù, hồi cuối Tháng Tư năm 1975.

Và, 50 năm dài đằng đẵng trôi qua, vẫn còn có những người đang khóc mà lệ không rơi ra khỏi trái tim mình./.

Trương Ngọc Bảo Xuân
Ngày 27 Tháng 4 Năm 2025

Chỉ Là Cái Tên Thôi

TRƯƠNG NGỌC BẢO XUÂN

Tiếp nối câu chuyện về David, người chồng thân yêu đã khuất, nỗi nhớ thương còn day dứt hơn qua những sinh hoạt đời thường như đổi tên trên hóa đơn điện thoại... chỉ là cái tên thôi...

Hoa tím trước nhà.

Tui coi cái hóa đơn điện thoại. Chaaa… sao mà cao quá.

Nghe nói rồi đây thuế má tăng lên. A… cần phải thu vén, bớt được chỗ nào đỡ chỗ đó. Gọi người bạn cũng xài cùng hãng điện thoại với tui, hỏi, bạn nói, cũng có xài wifi (mạng) và một cái cell phone (điện thoại cầm tay) mà chỉ trả mấy chục mỗi tháng. Còn tui, sao tới hơn 150 đô lận?

Tui thì xài "mạng" và cái điện thoại bàn (landline), còn cái điện thoại cầm tay thì tui ít cầm, ít xài, cho dù khỏi tốn tiền vì là của con dâu cho. À, nội cái điện thoại bàn cũng gần 60 đô mỗi tháng rồi. Mấy đứa em ưa nói, -Bà có điện thoại cầm tay sao hổng tập xài, có đủ thứ, tiện lợi, y như cái computer vậy đó, bỏ bớt cái kia cho rồi.

Hồi còn đi làm, sở bắt buộc nhà phải có điện thoại bàn, bây giờ nghỉ hưu rồi, ngoài những hãng xưởng hoặc người chào hàng quảng cáo thì chẳng ai gọi mình mà mình cũng ít gọi ra. Vậy thì lần này bỏ, rồi tập thói quen xài cái điện thoại cầm tay cho gọn, để đám em khỏi chê mình "nhà quê, đi ngược thế kỷ."

Nghĩ là làm liền. Tui gọi hãng điện thoại. Đợi gần 20 phút mới có người nói chuyện với mình. Sau khi biết tui muốn bỏ điện thoại bàn, chỉ giữ cái mạng thôi, cổ hỏi bà có vô mạng được không thì tự làm trong đó. Tui nói thôi tui không quen cách làm trong mạng, nhờ cô giúp. Cổ hỏi ai đứng tên khi mở đường dây điện thoại, tui nói là chỉ có tên chồng thôi, mà y đã mất rồi. Sau khi lịch sự chia buồn, cô hỏi vậy chớ số bảo mật (code) của account (trương mục) là gì? Tui nào biết. Cổ nói để tìm cách khác, bà có biết chồng bà đã điền trong đơn, tên trường hay tên thú cưng, hay chuyện gì đó ổng thích hay không, tui nào biết y đã khai cái gì. Vậy thì không có số bảo mật cổ không thể mở trương mục ra để giúp được, tui cần phải đem giấy khai tử của chồng tới tiệm của hãng điện thoại thì mới làm được.

Thiệt tình, thời đại này, cái giống gì cũng làm trên mạng, mà mình thì không rành, thôi thì phải tốn chút xăng, đi tới nơi. Mặt đối mặt dễ hơn.

Nhắc tới vụ mạng này, hầu như mọi nơi người ta đều áp dụng. Vô nhà hàng, có tiệm không thấy cái thực đơn, chỉ có cái bảng nhỏ trên bàn với cái mộc hình vuông, ngoằn ngoèo đường nét, bồi bàn kêu mình áp điện thoại cầm tay vô thì cái thực đơn hiện ra. Có khi vô tiệm mua gì đó, trên quầy chưng lẻ tẻ vài ba món, muốn tìm món mình thích thì làm ơn, vô mạng hay về nhà "go online", "order online" chớ trong tiệm chỉ chưng tượng trưng vài ba món thôi.

Thiệt tình, đi tới đâu cũng thấy trường hợp này, giống như là tiệm sắp đóng cửa vậy đó. Hôm trước mấy chị em rủ nhau vô Mall coi đồ. Trời ơi, thấy tiện quán gì mà vắng hoe, ế nhệ. Nhớ lại thời huy hoàng của mấy cái Mall mà buồn hết sức. Hồi đó mỗi lần vô Mall là lội tới lội lui lên xuống mấy từng lầu, mê mẩn, hớn hở trong lòng, nhứt là dịp lễ lớn, như Lễ Giáng Sinh, đèn đuốc sáng trưng biện bày rực rỡ nhạc ồn ào người ta qua lại nườm nượp. Vui lắm, dầu có khi chỉ đi chơi thôi, có mua món gì đâu, mà vui muốn chết. Bây giờ, thê thảm quá.

Tui đã tập mua hàng online. Sau nhiều thắc mắc rắc rối bực mình, tui cũng phải tìm món gì đó, mua. Lựa lựa nhắm chừng mua đại, khi hàng về, không vừa không thích muốn trả muốn đổi cũng nhiêu khê! Hỏi con cái chỉ dẫn cách làm thì đầu óc mình chậm hiểu, hoặc hôm nay hiểu làm được thì ngày mai quên rồi. Hỏi hoài tụi nó nóng ruột, mất kiên nhẫn nên nó làm luôn cho lẹ. Riết rồi, chẳng lẽ mượn hoài sao? Phải tự mày mò. Sau cùng cũng làm được. Bây giờ kể như tui đã biết "order online", biết trả đồ bằng cách chụp hình cái mộc hình vuông vẽ ngoằn ngoèo đó từ mạng rồi đem đồ ra tiệm USP để trả, không lệ phí gì hết nếu làm đúng.

Nhưng, mỗi khi vô mấy cái mạng của chính phủ thì mịt mù. Đôi khi không hiểu rõ nên tốn tiền thêm. Thí dụ, kỳ đó tui muốn renew passport (làm sổ thông hành mới). Vô mạng tìm ra cái văn phòng, bấm vô thì thấy hiện ra một dọc địa chỉ, bấm đại vô một cái vì thấy chữ "renew passport" có chỉ dẫn tận tình cách điền đơn, nghĩ bụng, chaaa, tử tế quá. Xong, nó biểu gởi trả tiền. Tui tưởng là lệ phí, chẳng dè, đó chỉ là hãng tư nhân, điền đơn tính tiền, còn thông hành thì mình phải kèm thêm lệ phí, mới xong. Về sau rút kinh nghiệm, tui biết đọc cho kỹ, phân biệt địa chỉ, cái nào là của cơ quan chính phủ, cái nào là của tư nhân.

Còn vụ điện thoại này, điều bắt buộc, bữa nay chịu khó lái xe, mặt đối mặt với nhân viên họ giúp cho. Tới nơi, thì ra là một tiệm bán điện thoại của hãng. Nhân viên bán hàng là một người đàn bà bản xứ, tên Rosa, vui vẻ nhanh nhẹn. Cổ nói cách duy nhứt là phải khóa trương mục cũ, rồi mở trương mục mới với tên của mình. Xong chuyện, cổ biểu về đợi, có thể vài ngày, trước khi khóa, họ sẽ email (điện thư) cho mình hay, khi có hộp mới, cổ sẽ gởi thợ tới gắn vô cho mình.

Về nhà, chiều hôm đó là thấy mất wifi. Không xài được internet, điện thoại, cảm thấy bức rức, thiếu thốn. Mình đã quen, dựa quá nhiều vô kỹ thuật mất rồi. Họ đóng trương mục cũ mà đâu có gởi điện thư báo trước cho mình biết. Thiệt tình! Làm ăn bê bối.

Tui nhớ hồi xưa, dọn nhà hoài, trong vòng hơn nửa thế kỷ, tụi tui đổi địa chỉ mười mấy lần. Mỗi lần dọn nhà, mở cái gì cũng chồng tui làm mình ên cho gọn vì tui cũng bận đi làm đâu nghỉ được, nghỉ một đứa thôi chớ, vì vậy, ngoại trừ trương mục nhà băng, những cái khác cũng chỉ đứng tên chồng mà thôi.

Cũng may, hồi đó y dặn, "Em cần phải mở một credit card (thẻ tín dụng) có tên của mình, rồi phải xài để có "lịch sử trả góp" lỡ anh có chết thì mình có credit, nếu không thì sau này khi mua xe cộ hay gì đó cần số tiền lớn thì khó mượn tiền nhà băng lắm. Họ chỉ theo tên của người đứng tên trong hồ sơ mà thôi"

Xứ sở này hầu như ai cũng cần mua đồ trả góp, càng có quá trình trả góp đều đặn mỗi tháng, càng có nợ trả góp đàng hoàng thì credit của mình càng tốt, nhà băng tin tưởng, vay mượn gì cũng dễ hơn là trả tiền mặt nên không có credit gì hết.

Lạ chưa. Có nợ thì mới mượn được nợ dễ dàng. Mà đúng. Nghe lời chồng, tui cũng có thẻ credit mang tên tui. Y mất gần ba năm, mấy hóa đơn điện thoại, gas, nước, này nọ, không có tên tui, bây giờ muốn thay đổi gì thì gặp rắc rối mất công như vầy.

Sống trên nước Mỹ lâu tui hiểu ra, tại sao cha mẹ dạy con cái tự lập từ nhỏ, chuyện gì cũng phải biết làm bất kể trai gái, vợ chồng cũng cần phải có gì đó mình đứng tên.

Hôm nay, làm xong vụ khóa cái cũ làm cái mới. Nay mai, còn trương mục tiền gas, tiền điện, tất cả, đều sẽ không còn tên anh nữa. Gần ba năm, mỗi tháng thấy hóa đơn với tên anh, tui cảm tưởng như anh đi đâu đó chưa về, thấy đỡ khổ. Bây giờ tới cái tên mà cũng không thể giữ được nữa.

Tui ngó lên trời. Bầu trời bữa nay xám xịt một màu u mê.

Ôi! Thân người bằng xương bằng thịt biết thương biết yêu, thấy đó rồi mất đó.

Nhưng, dầu thân thể có trở thành tro bụi, mà nỗi nhớ thương hằn lên từng sớ thịt, thì bỏ cái tên ra, có nhằm nhò gì đâu?

Vậy mà sao đau lòng muốn chết.

Anh đi trước, em phải chạy theo thời gian, một mình. Mệt quá mình ơi./.

Trương Ngọc Bảo Xuân

Dân Biểu Janet Nguyễn vinh danh Tác Giả-Chủ Khảo
Trương Ngọc Bảo Xuân tại Lễ Trao Giải VVNM 2023, Garden Grove, CA.

Biến Cố 1975: Cơ Hội và Thử Thách của Người Việt Di Dân

NGUYỄN TRUNG TÂY

Tác giả Nguyễn Trung Tây cùng các trẻ em thiếu nhi bản xứ trong một thôn làng.

Tác giả đã nhận giải Chung Kết Viết Về Nước Mỹ năm 2010. Ông là một Linh mục Dòng Truyền Giáo Ngôi Lời thuộc tỉnh dòng Chicago. Nhiều năm qua, ông lãnh việc truyền giáo tại Alice Springs, Northern Territory, vùng sa mạc đất đỏ Úc Châu. Từ 2016, nhiệm sở truyền giáo mới của Linh mục là một thành phố vùng cao nguyên Tagaytay, Philippinnes.

Lịch sử Việt Nam là một dòng lịch sử của những cuộc di dân, khởi đầu từ giai đoạn lập quốc cho đến thời hiện đại. Trong dòng lịch sử ấy, làn sóng di dân sau biến cố năm 1975 đánh dấu một chương sách đặc biệt. Hàng trăm ngàn người Việt Nam sau ngày 30 tháng 4 rời bỏ quê hương, vượt đại dương hay băng rừng vượt núi trong sợ hãi, với khát vọng tự do, và niềm hy vọng vào một tương lai. Tại những bãi thuyền ở Việt Nam, họ đối diện với cầm tù nếu bị bắt. Trên biển hoặc đường bộ, họ bị hải tặc hoặc thổ phỉ tấn công. Tại những quốc gia vùng Đông Nam Á, họ biết thuyền gỗ có thể sẽ bị đẩy ra khỏi đất liền. Tại những trại tỵ nạn, họ kiên nhẫn đợi chờ ngày được phỏng vấn, lên đường tái định cư.

Trên những vùng đất mới, họ đối diện với ngôn ngữ mới, hội nhập văn hóa, khủng hoảng căn tính, và ám ảnh quá khứ. Thế nhưng, chính trong gian nan thử thách vừa liệt kê, người Việt đã gặt hái những thành quả lớn lao. Họ tái lập cuộc sống trên vùng đất mới, nhanh chóng hòa nhập vào văn hóa địa phương. Họ chung tay với người dân bản xứ đóng góp xây dựng vững mạnh nền kinh tế địa phương, thí dụ, cộng đồng Việt tại thung lũng điện tử San Jose trong vai trò phát triển công nghệ điện tử. Cạnh đó, người Việt di dân cũng không ngừng giới thiệu văn hóa Việt tới người dân bản xứ qua những nhà hàng Việt, thương xá Việt, và văn hóa Tết. Bánh mì, chả giò, Phở và nhiều nét Việt khác, qua cộng đồng di dân 75, đã được nhiều sắc dân trên thế giới biết đến.

Cuộc di dân 75 là biến cố lớn trong lịch sử hiện đại của Việt Nam. Nhưng đây cũng chính là một bước ngoặt đưa người Việt rời bỏ khu vực quen thuộc, vượt đường biên, bước vào hành trình toàn cầu. 50 năm hành trình di dân đã trôi qua, từ con số không tại các trại tị nạn Đông Nam Á, người Việt di dân đã dần định hình nên một cộng đồng hải ngoại đông đảo, gắn bó và năng động tại những thành phố lớn ở Hoa Kỳ, Canada, Úc, và Pháp.

Tuy nhiên, nếu đặt làn sóng di dân năm 1975 vào bức

tranh tổng thể, độc giả nhận thấy di dân 75 không phải một hiện tượng cá biệt. Khởi đầu từ thần thoại Lạc Long Quân-Âu Cơ, dẫn đến hành trình Nam tiến thời nhà Trần và Chúa Nguyễn, cho đến hiện tượng di dân biến cố 75, lịch sử di dân Việt Nam luôn đi kèm với những cơ hội mở mang và những thử thách sống còn.

Bài tiểu luận "Biến Cố 75: Cơ Hội và Thử Thách của Người Việt Di Dân" sẽ khảo sát tiến trình lịch sử di dân của người Việt Nam qua ba thời kỳ vừa nhắc đến, với trọng tâm là làn sóng di dân sau năm 1975. Qua đó, tác giả sẽ phân tích những cơ hội và thử thách mà người Việt đã trải qua, từ quá khứ đến hiện tại, để làm rõ tính linh hoạt và khả năng hội nhập của một dân tộc gắn bó với hành trình di dân để tìm sự sống mới và tương lai.

I. Di dân trong dòng lịch sử dân tộc

A. Di dân Lạc Long-Âu Cơ

Lịch sử Việt Nam mở đầu bằng huyền thoại Lạc Long Quân, Âu Cơ. Truyền thuyết kể rằng, tổ mẫu Âu Cơ sinh ra một bọc trăm trứng, nở thành một trăm người con, tượng trưng cho nguồn gốc chung của dân tộc. Sau đó, vì khác biệt căn tính, một bên thuộc về núi rừng, một bên gắn với biển cả, Lạc Long Quân và Âu Cơ chia tay. Mỗi người dẫn theo năm mươi người con, một nửa lên núi, một nửa xuống biển.

Nhìn dưới lăng kính di dân, truyền thuyết Lạc Long-Âu Cơ phản ảnh một thực tại mang tính sinh tồn trong đời sống con người, một quy luật tự nhiên mang tính phổ quát. Đó là, con người rời bỏ nhà cửa khi môi trường sống trở nên khắc nghiệt và không còn cơ hội để phát triển. Khi khí hậu thay đổi theo hướng cực đoan, hạn hán, lũ lụt, băng giá hoặc nhiệt độ tăng cao. Hoặc khi dân số gia tăng nhanh chóng dẫn đến khan hiếm đất đai và lương thực, con người buộc phải di dân. Hành trình "lên núi" hay "xuống biển" trong truyền thuyết trăm con chính là hình ảnh biểu tượng cho hai hướng dịch chuyển chiến lược. Một bên tiến về miền cao để tránh thiên tai, khai phá núi rừng. Bên kia mở đường ra biển, hướng đến không gian sống rộng lớn hơn và tiếp cận nguồn tài nguyên mới.

Nhìn dưới lăng kính nhân học và xã hội học, truyền thuyết Lạc Long Quân, Âu Cơ phản ảnh động lực cốt lõi của mọi cuộc di dân xuyên suốt lịch sử nhân loại. Đó là, khát vọng tìm kiếm một cuộc sống tốt hơn, an toàn hơn, và tự do hơn. Các cộng đồng cổ đại tại vùng Lưỡng Hà, Canaan và Ai Cập đã sớm hình thành các phong trào di dân liên khu vực từ khoảng năm 2000 TCN, góp phần tạo nên những nền văn minh rực rỡ đầu tiên. Trong khi đó, người Polynesia, với kỹ năng đi biển vượt trội, đã mở rộng phạm vi sinh sống khắp Thái Bình Dương, từ quần đảo Samoa, Hawaii, cho đến Aotearoa (New Zealand), đỉnh điểm của cuộc di cư vào khoảng thế kỷ 13. Gần đây hơn, từ cuối thế kỷ 15, các đoàn thám hiểm châu Âu của Christopher Columbus năm 1492 và Vasco da Gama năm 1498 đã mở ra kỷ nguyên khám phá và thuộc địa hóa, tái định hình trật tự thế giới qua các luồng di dân cưỡng bức đến từ Phi Châu. Tất cả đều xuất phát từ nhu cầu sinh tồn và khát vọng mở mang không gian sống. Truyền thuyết Việt Nam về nguồn gốc dân tộc, vì thế, không đứng ngoài bối cảnh chung của nhân loại, mà hòa nhập trong dòng di dân của con người từ những ngày đầu tiên.

Nhìn dưới lăng kính văn hóa, truyền thuyết chia đôi đàn con cũng phản ảnh một chiều kích văn hóa quan trọng của hiện tượng di dân. Đó là sự phân tán về địa lý nhưng không làm đứt gãy căn tính. Dù chia lìa, những người con của Lạc Long Quân, Âu Cơ vẫn cùng một gốc, một lòng hướng về cội nguồn. Câu dặn dò: "Hễ hữu sự thì báo cho nhau biết"[1] trước khi chia tay không chỉ là lời nhắn nhủ mang nét gia tộc, mà còn là thông điệp về sự đoàn kết dân tộc vượt qua không gian và thời gian.

Truyền thuyết này, do đó, có thể được hiểu như một tuyên ngôn nền tảng về bản sắc di dân của người Việt, một dân tộc luôn sẵn sàng nếu phải lên đường. Từ việc mở cõi vào miền Trung, vượt Trường Sơn vào Nam, đến những cuộc vượt biên sau năm 1975, người Việt đã nhiều lần rời bỏ quê hương để sống còn, để làm lại từ đầu. Tinh thần di dân ấy đã được khẳng định ngay trong truyền thuyết khởi nguyên.

Ngày nay, khi di dân đã trở thành một thực thể toàn cầu, truyền thuyết Lạc Long Quân, Âu Cơ càng cho thấy chiều sâu nhân văn vượt thời gian. Nó khẳng định rằng: di dân không phải là sự thất bại, mà là một hành vi can đảm, một cách đáp lại lời mọi gọi của sự sống trong hiện tại và cả tương lai. Thần thoại Lạc Long-Âu Cơ là lời tuyên ngôn đầu tiên của một dân tộc đã từng, đang và sẽ tiếp tục hiện diện trên những hành trình hội nhập mà vẫn giữ được những nét căn bản Việt.

B. Di dân thời Trần, Lê, và Chúa Nguyễn

Tiến trình lịch sử Việt Nam sau thời kỳ khởi nguyên đã tiếp tục chứng kiến nhiều đợt di dân quy mô lớn, đặc biệt trong giai đoạn Nam tiến, một quá trình kéo dài hàng thế kỷ, bắt đầu từ thời Trần và đạt đỉnh vào thời Chúa Nguyễn. Nam tiến là một hành trình di dân định hình lại môi trường sinh tồn và cấu trúc địa lý quốc gia.

---

[1] Trần Thế Pháp, *Lĩnh Nam Chích Quái* (Nhà Xuất Bản Hồng Bàng, 2017), 23.

1. Di dân Việt

Một cột mốc tiêu biểu trong tiến trình này là sự kiện năm 1306, khi công chúa Huyền Trân, con gái vua Trần Nhân Tông, được gả cho vua Chiêm Thành Chế Mân để đổi lấy hai châu Ô và Rí, vùng đất nay thuộc miền Trung Việt Nam. Dù mang hình thức của một cuộc hôn nhân chính trị, sự kiện này đã tạo điều kiện cho làn sóng người Việt từ miền Bắc di dân. Những người di cư không chỉ mang theo lương thực, nông cụ mà còn đem theo cả phong tục, ngôn ngữ, tín ngưỡng và lối sống của Bắc bộ. Trên vùng đất mới của những nền văn hóa mới, di dân Việt với sắc thái Bắc bộ hội nhập vào nền văn hóa đầy đa dạng và sinh động của cư dân bản địa, bao gồm người Chăm và các sắc tộc thiểu số khác.

Trong tiến trình mở rộng lãnh thổ về phía nam, các triều đại Việt Nam như nhà Trần (1225–1400) và nhà Hậu Lê (1428–1527) đã ban hành nhiều chính sách khuyến khích di dân nội địa nhằm khai khẩn đất hoang và thiết lập các đơn vị hành chính mới. Dưới triều Trần, đặc biệt vào thời vua Trần Anh Tôn (1293–1314), nhà nước đã tổ chức nhiều đợt di dân từ vùng đồng bằng sông Hồng vào các khu vực trung du và thượng du nhằm tăng cường kiểm soát lãnh thổ và phát triển sản xuất nông nghiệp.

Đến thời Hậu Lê, đặc biệt dưới triều đại Lê Thánh Tôn (1460–1497), chính sách di dân trở nên hệ thống hóa hơn với các biện pháp như cấp đất, miễn thuế trong ba năm, và phong chức cho những người có công khai hoang lập ấp. Bởi thế, di dân Việt tiếp tục di dân xuống vùng đất mới Trung phần. Tới thời Chúa Nguyễn, người Việt di dân sâu hơn nữa xuống phương Nam. Họ khai phá các vùng đất mới từ Nam Trung Bộ đến đồng bằng Cửu Long. Những vùng đất hoang vu, rừng rậm hoặc ít người sinh sống dần biến thành những xóm làng trù phú, ruộng đồng phì nhiêu, tạo nền tảng cho sự phát triển kinh tế, xã hội ổn định về sau.

Tương tự như bất cứ cuộc di dân nào, quá trình Nam tiến không chỉ mang lại cơ hội mà còn tiềm ẩn nhiều thử thách nghiêm trọng. Nơi vùng đất mới, di dân Việt phải đối mặt với khí hậu khắc nghiệt, thiên nhiên hiểm trở, thú dữ, bệnh tật, xung đột với cư dân bản địa. Nhà văn Bình Nguyên Lộc trong truyện ngắn Rừng Mắm diễn tả lại những thử thách mà di dân Việt thời đó đã trải qua. Nhưng vượt qua những trở ngại, người Việt vẫn kiên cường bám trụ, tạo dựng cộng đồng Việt. Họ xây chùa, lập đình, hình thành hệ thống quản lý địa phương, và từng bước Việt hóa các vùng đất mới. Chính những dòng người lặng lẽ ấy đã góp phần biến vùng đất phương Nam trở thành một phần định hình nên một quốc gia mới và linh hồn dân tộc Việt mới.

2. Di dân ngoại quốc

Không chỉ có di dân Việt Nam từ Bắc bộ di dân xuống miền Trung và miền Nam. Vào thời Trịnh Nguyễn phân tranh, chính sách ngoại giao và thương mại của triều đình đã có nhiều bước mở rộng quan trọng, đặc biệt là trong quan hệ với các nước láng giềng và phương Tây. Bởi thế, thương buôn từ các nước trong vùng và Tây phương di dân vào Việt Nam. Họ lập nên những khu vực di dân đặc thù. Tục ngữ "Thứ nhất Kinh Kỳ, thứ nhì Phố Hiến" nhắc đến Phố Hiến ở Hưng Yên, một thương cảng di dân buôn bán nhộn nhịp vào thế kỷ 17, 18 với nhiều thương nhân đến từ Trung Hoa, Nhật Bản, Bồ Đào Nha, Hà Lan.

Trong cùng một hoàn cảnh, những cảng biển như Hội An đã trở thành trung tâm giao thương sầm uất, nơi hàng hóa, kỹ thuật, tôn giáo và con người từ nhiều quốc gia đổ về. Trong đó, tương tự như Phố Hiến, Hội An nổi bật như một hình mẫu đô thị cảng quốc tế thời đó. Nơi đây, người Hoa, người Nhật, người Bồ Đào Nha, người Hà Lan sinh sống và buôn bán cùng người Việt bản địa, tạo nên một xã hội đa sắc tộc. Di dân ngoại quốc không chỉ định cư tạm thời tại Hội An, mà còn gắn bó lâu dài, góp phần hình thành nên các khu phố riêng biệt như phố Nhật, phố Hoa, cùng các công trình kiến trúc đặc sắc như Chùa Cầu Nhật bản, Hội quán Phúc Kiến, Miếu Quan Công.

Những chuyển động di dân gắn liền với thương mại, chính trị và hành chính này không chỉ giới hạn ở tầng lớp thượng lưu, mà còn bao gồm nhiều lớp dân cư bình dân, từ nông dân đi khai hoang, thợ thủ công di cư tìm cơ hội làm ăn, đến các nhóm người Hoa chạy nạn sau biến loạn thời nhà Minh. Các dòng người ấy đã để lại dấu ấn sâu đậm trong đời sống văn hóa và xã hội tại các vùng đất họ đặt chân đến, đặc biệt trong cấu trúc dân cư đô thị và nông thôn Nam Bộ.

3. Phát triển văn hóa

Chính qua những đợt di dân, bản sắc văn hóa vùng miền của người Việt dần dần hình thành một cách rõ nét. Miền Bắc, vùng đất gốc của người Việt, lưu giữ tính cách thâm trầm, gắn bó với truyền thống qua các hình thức nghệ thuật dân gian như Chèo, Quan họ, Ca trù, phản ảnh một xã hội có cấu trúc lễ nghi, nề nếp và tính cộng đồng cao. Miền Trung, vốn là không gian giao thoa giữa văn hóa Việt và văn hóa Chăm, lại mang trong mình vẻ sâu lắng, thể hiện qua những làn hò Huế, Nam Ai, Nam Bình. Trong khi đó, miền Nam, vùng đất mới của các cư dân di cư, được hình thành từ sự đa dạng văn hóa và sự pha trộn văn hóa, lại nổi bật với tinh thần phóng khoáng, thực tế, năng động. Nghệ thuật Cải lương, Hát bội, cùng các loại hình sinh hoạt dân gian như đờn ca tài tử, chợ nổi, lễ hội đình làng đã làm nên một miền Nam sống động, cởi mở và đầy tính thích ứng.

Chính nhờ những cuộc di dân liên tục, cả tự nhiên lẫn chính trị, cả trong nước lẫn xuyên biên giới, mà văn hóa Việt nhận được nhiều cơ hội làm mới, thử thách, và phát triển. Sự phong phú và tính giao thoa ấy không chỉ giúp người Việt thích nghi với thời đại biến động, mà còn là một tiến trình mở rộng không gian sinh tồn, giao thoa văn hóa, và khẳng định khả năng thích ứng của người Việt trước thử thách của tự nhiên và lịch sử. Những cuộc di dân trong dòng lịch sử đã tạo ra, định hình một bản sắc Việt, giúp người Việt có khả năng vươn xa và hội nhập vào trong thế giới của ngôi làng toàn cầu ngày hôm nay.

II. Biến cố 1975

A. Thử thách: Hành trình di dân đau thương

Di dân sau năm 1975 là một hành trình di dân chính trị trong lịch sử Việt Nam. Hàng trăm ngàn người đã liều mình băng qua Campuchia, tìm đường đi vào Thái Lan. Hoặc họ vượt biển bằng những con thuyền gỗ mong manh, không bản đồ, không lương thực đầy đủ, không phương tiện liên lạc hiện đại. Họ được gọi là "bộ nhân" và "thuyền nhân," hai cụm từ đã trở thành biểu tượng của một giai đoạn lịch sử của Việt Nam và của cả thế giới.

Đặc biệt trên biển cả mênh mông, thuyền nhân di dân phải đối mặt với bão tố dữ dội, nạn đói, và đặc biệt là hải tặc, vốn không chỉ cướp của mà còn hành hạ, giết người, xâm hại phụ nữ. Theo ước tính từ các tổ chức quốc tế, có

Indonesia, Panat Nikhom của Thái Lan. Tại đây, họ tiếp tục phải đối mặt với cuộc sống thiếu thốn, bất định, và chen chúc trong các lều trại tỵ nạn tạm bợ. Tương lai dường như đóng băng tại các trại tỵ nạn, bởi thời gian chờ đợi để được xét duyệt hồ sơ tái định cư tại các nước thứ ba (Mỹ, Canada, Úc, Pháp, Đức) có thể kéo dài từ vài tháng đến nhiều năm.

Ngay cả sau khi đã đặt chân đến những quốc gia tái định cư, thử thách vẫn chưa kết thúc với người di dân. Trên vùng đất mới, người Việt tị nạn phải bắt đầu lại từ con số không. Họ học ngôn ngữ mới, thích nghi với nền văn hóa mới, hiểu biết về luật pháp mới, hệ thống giáo dục mới. Với người trẻ tuổi, học đường và hòa nhập tương đối nhanh chóng. Nhưng với người lớn tuổi, rào cản ngôn ngữ và kỹ năng nghề nghiệp khiến họ rơi vào tình trạng bị hạn chế, và cú sốc văn hóa. Nhiều người chấp nhận làm những công việc nặng nhọc, lương thấp, trong khi vẫn phải cáng đáng vai trò trụ cột trong gia đình.

Quá trình tái định cư, vốn dĩ đã là một thử thách lớn, lại càng trở nên khó khăn hơn khi người tị nạn phải đối diện với sự đứt gãy văn hóa, rào cản ngôn ngữ, và sự xa lạ về lối sống, giá trị, cũng như thiếu vắng những hỗ trợ xã hội phù hợp. Sự thiếu vắng môi trường quen thuộc, mạng lưới cộng đồng đồng hương, và sự hiểu biết hoặc đồng cảm từ phía người bản xứ đã khiến họ cảm thấy lạc lõng, bị cô lập trong chính nơi mình đang sống. Đối với các cựu quân nhân Việt Nam Cộng Hòa, tình trạng này còn trầm trọng hơn. Nhiều người trong số họ không chỉ mang theo vết thương thể xác từ chiến trường mà còn phải gánh chịu những tổn thương tinh thần sâu sắc do thất trận, mất nước, và cảm giác bị bỏ rơi. Khi đến được bến bờ tự do, họ thường kỳ vọng sẽ tìm thấy sự bình an và phục hồi, nhưng thực tế lại là chuỗi ngày đối mặt với thất nghiệp, mất địa vị xã hội, và cảm giác vô nghĩa trong một xã hội xa lạ. Những yếu tố này khiến họ dễ rơi vào trạng thái trầm cảm.

B. Cơ hội: Tái thiết cuộc đời, khẳng định cộng đồng

Từ những trại tị nạn chật chội và cuộc sống khó khăn ban đầu trên vùng đất mới, nhiều người Việt đã không ngừng vươn lên bằng chính nghị lực, lòng kiên trì, trên tất cả, tinh thần hiếu học vốn là truyền thống lâu đời của dân tộc.

1. Giáo dục: Cánh cửa vươn lên và chuyển hóa số phận

Trong số các lĩnh vực mở ra cơ hội đổi đời cho di dân Việt tại hải ngoại sau biến cố 75, giáo dục chính là con đường then chốt giúp nhiều gia đình vượt qua cảnh nghèo khó và hội nhập thành công. Nhiều người trẻ tuổi cả nam lẫn nữ, sau khi đặt chân tới các quốc gia thứ ba đã cắp sách đến trường cao đẳng hoặc đại học để trau dồi kiến thức, chuẩn bị cho những cơ hội thăng tiến trong những vị thế tại các hãng xưởng. Đặc biệt nhất, thế hệ thứ hai, những người sinh ra hoặc lớn lên tại Mỹ, Canada, Úc, Pháp, đã nhanh chóng thích nghi với hệ thống giáo dục hiện đại và phát huy tối đa khả năng trong môi trường học đường tự do và khai phóng.

Nhiều học sinh gốc Việt đã trở thành thủ khoa các trường trung học, nhận học bổng danh giá, và được tuyển vào các đại học hàng đầu như Harvard, Stanford, MIT, Oxford, hoặc Melbourne University.

Từ khởi đầu khiêm tốn của tỵ nạn nghèo khó, di dân Việt vươn lên trở thành bác sĩ, kỹ sư, giáo sư, luật sư, doanh nhân, chính trị gia. Những người tỵ nạn 75 cùng nhau xây dựng một cộng đồng Việt vững mạnh tại hải ngoại đóng góp tích cực vào xã hội địa phương. Đại tá Cao Hùng mới đây được chính phủ Hoa Kỳ phê chuẩn lên vị trí Thứ trưởng Bộ Hải Quân Hoa Kỳ.

Điều đáng quý là, dù sinh sống ở nước ngoài, nhiều người trong số họ vẫn giữ gìn cội nguồn văn hóa Việt. Người Việt, đặc biệt tuổi trẻ, tích cực tham gia các hoạt động cộng đồng, dạy tiếng Việt cho thế hệ tiếp nối. Những lớp Việt ngữ cuối tuần được xây dựng tại những thành phố có đông người tỵ nạn tái định cư. Thí dụ, trường Việt ngữ Văn Lang tại San Jose, California. Ngoài ra, các lớp Việt ngữ do các tôn giáo, Phật giáo và Kitô giáo, đứng ra tổ chức cũng không thiếu. Bởi thế, thành công của cộng đồng di dân Việt sau biến cố 75 không chỉ là thành tựu cá nhân nhưng là của cả một cộng đồng.

2. Cơ hội nghề nghiệp và kinh doanh

Không chỉ có giáo dục, lĩnh vực nghề nghiệp và kinh doanh cũng là những mảnh đất màu mỡ giúp người Việt di dân phát huy năng lực và tích lũy thành tựu đáng kể. Ban đầu, nhiều người phải bắt đầu từ những công việc lao động giản đơn, thậm chí chấp nhận mức lương thấp và điều kiện làm việc khắc nghiệt trong giai đoạn hội nhập đầu tiên. Tuy nhiên, với ý chí kiên trì, tinh thần chịu khó và khả năng học hỏi nhanh, họ đã từng bước thăng tiến trong công việc hoặc tự đứng ra khởi nghiệp, xây dựng sự nghiệp vững chắc. Các khu thương mại người Việt như chợ, nhà hàng, cửa hàng dịch vụ, và các doanh nghiệp do người Việt di dân đã lần lượt xuất hiện ở khắp các thành phố trên thế giới, như Quận Cam, San Jose, Toronto, Sydney, Paris... Những khu vực này không chỉ là trung tâm kinh tế mà còn trở thành không gian sinh hoạt văn hóa đặc trưng của cộng đồng, góp phần duy trì và phát huy bản sắc truyền thống.

Nhiều doanh nhân gốc Việt đã phát triển quy mô kinh doanh từ nhỏ đến lớn, trở thành những nhân tố kinh tế có tầm ảnh hưởng trong xã hội sở tại. Họ góp phần đa dạng hóa thị trường, tạo công ăn việc làm cho cộng đồng người Việt và người bản xứ, đồng thời thúc đẩy giao lưu văn hóa giữa Việt Nam hải ngoại với các quốc gia trên thế giới. Chuỗi tiệm Bánh mì Ba Lẹ hoặc Phở Hòa là một trong những thương hiệu thành công của cộng đồng di dân. Ngoài Hoa Kỳ, Phở Hòa xuất hiện tại nhiều quốc gia trên thế giới, Canada, Taiwan, South Korea, Philippines, Malaysia. Những đóng góp này không chỉ giúp nâng cao vị thế của dân tộc Việt Nam trong cộng đồng quốc tế mà còn góp phần khẳng định hình ảnh một Việt Nam sáng tạo và năng động.

3. Phụ nữ Việt trên vùng đất mới

Tại Việt Nam, phụ nữ thường được xem là "nội tướng," người giữ gìn và xây dựng nền tảng gia đình. Họ đảm nhận vai trò chăm sóc, nuôi dạy con cái, và tổ chức đời sống sinh hoạt hàng ngày. Mâm cơm Việt Nam bởi thế không chỉ là nơi sum họp gia đình, mà còn là lớp học hằng ngày. Nơi đây, người mẹ dạy dỗ con cái những giá trị cốt lõi Việt Nam như nhân ái, trung thực, và hiếu nghĩa.

Khi đặt chân đến những quốc gia chịu ảnh hưởng văn hóa Tây phương, người phụ nữ Việt nhanh chóng thích nghi với môi trường mới. Họ vẫn tiếp tục giữ vai trò nền tảng trong gia đình. Nhưng họ cũng bước ra ngoài xã hội để cùng chồng gánh vác trách nhiệm kinh tế. Trong hoàn cảnh di dân đầy biến động như đã diễn tả ở trên, phụ nữ Việt di dân thường trở thành điểm tựa vững chắc trong việc gìn giữ hạnh phúc gia đình, nuôi dạy con cái thành đạt, và truyền lại các giá trị văn hóa truyền thống giữa bối cảnh xã hội địa phương mới.

Đặc biệt hơn nữa, nhiều phụ nữ Việt di dân đã vượt qua rào cản ngôn ngữ, văn hóa và kinh tế để hội nhập và phát triển nhanh chóng tại quê hương thứ hai. Với căn tính Việt đặc thù, họ dành nhiều thời gian và nỗ lực để học hành và nâng cao tri thức như một con đường tiến thân. Nhờ đức tính kiên trì, chăm chỉ và tinh thần ham học, phụ nữ Việt ở hải ngoại đã đạt được nhiều thành công ấn tượng. Phụ nữ Việt di dân hiện diện trong các vai trò như bác sĩ, giáo viên, nghệ sĩ, doanh nhân, và nhà hoạt động xã hội, thí dụ, khoa học gia Dương Nguyệt Ánh.[2]

Là một hình mẫu về nghị lực, sự khéo léo và lòng kiên trì, phụ nữ Việt di dân trở thành tiếng nói tích cực và mạnh mẽ trong các tổ chức xã hội, các phong trào bảo vệ quyền lợi người di cư, và thúc đẩy công bằng xã hội. Họ là những nhân tố không thể thiếu trong quá trình xây dựng một tương lai bền vững cho thế hệ mai sau tại quê hương thứ hai của cộng đồng Việt di dân bởi biến cố 75.

4. Hình thành bản sắc văn hóa mới

Quá trình di cư và định cư đã góp phần tạo nên một bản sắc văn hóa đa chiều và độc đáo trong cộng đồng người Việt hải ngoại. Bản sắc này không chỉ là sự bảo tồn và phát huy các giá trị truyền thống của dân tộc Việt Nam mà còn là sự hòa quyện và thích nghi với môi trường văn hóa mới, tạo nên một diện mạo đa văn hóa, giàu sức sống và năng động.

Cộng đồng người Việt hải ngoại đã xây dựng nên các không gian sinh hoạt đặc trưng như các lễ hội truyền thống, nhà thờ, chùa chiền, các trường học tiếng Việt tại quốc gia tái định cư. Những hoạt động này không chỉ giúp giữ gìn ngôn ngữ và phong tục tập quán, mà còn tạo nên sự gắn kết cộng đồng, giúp các thế hệ trẻ hiểu và trân trọng cội nguồn của mình trong bối cảnh toàn cầu hóa.

Bên cạnh đó, bản sắc văn hóa mới còn thể hiện qua sự giao thoa, tiếp thu các yếu tố văn hóa của nước sở tại, tạo

---

[2] Lê Ngọc Châu, *Khoa Học Gia Dương Nguyệt Ánh Là Ai?* (24.02.2011), https://vietbao.com/a167619/khoa-hoc-gia-duong-nguyet-anh-la-ai?utm_source=chatgpt.com (accessed June 23, 2025)

nên một nền văn hóa đa sắc màu, đa tầng lớp. Thế hệ trẻ người Việt sinh ra và lớn lên ở nước ngoài không chỉ mang trong mình di sản văn hóa Việt mà còn mang đậm dấu ấn của xã hội đa văn hóa, từ đó phát triển một cảm thức dân tộc mới, thí dụ, Việt-Mỹ, Việt-Úc. Thế hệ gạch nối (-) này vừa giữ gìn truyền thống, vừa hòa nhập sáng tạo. Đoàn trống La San San Jose bao gồm nhiều thành viên của thế hệ gạch nối, với những chương trình văn hóa tổ chức hằng năm. Tết Nguyên Đán do thế hệ gạch nối tổ chức mỗi dịp xuân về trở thành sự kiện lớn tại Quận Cam, San Jose, thu hút hàng chục ngàn người mỗi năm, không chỉ người Việt mà cả bạn bè quốc tế.

Cộng đồng người Việt hải ngoại bởi thế không chỉ là cầu nối văn hóa giữa Việt Nam và các quốc gia trên thế giới mà còn là minh chứng sống động cho sức sống bền bỉ, sự năng động và khả năng thích nghi của người Việt trong hành trình di dân đầy thử thách.

5. Tới cộng đồng thiểu số và thế giới toàn cầu

Một đặc điểm nổi bật của người Việt di dân là họ không dừng bước chân sau khi định cư tại Mỹ, Canada, Úc hay các nước châu Âu. Sau khi đã ổn định cuộc sống và gặt hái được những thành công nhất định tại quê hương thứ hai, nhiều người Việt tiếp tục "di dân." Họ lên đường đi tới các cộng đồng thiểu số tại quốc gia sở tại. Có người thậm chí còn rời bỏ quốc gia tái định cư để đến các quốc gia vùng ngoại biên. Nơi vùng đất "di dân mới," họ phục vụ và sẻ chia tri thức, kinh nghiệm, và các giá trị đã tích lũy được trên vùng đất di dân.

Về trường hợp thứ nhất, quốc gia sở tại, nhiều di dân Việt Nam, sau khi đạt được những cột mốc về học vấn và sự nghiệp, đã rời bỏ vùng an toàn để sống và phục vụ người thiểu số tại Hoa Kỳ. Thí dụ, cộng đồng người Mỹ gốc Phi Châu tại tiểu bang Illinois, Indiana, New Orleans,

Lousiana. Đặc biệt tại tiểu bang California, nơi có mật độ người gốc Mễ và Nam Mỹ cao, nhiều linh mục, tu sĩ gốc Việt di dân Dòng Ngôi Lời (SVD), đang âm thầm hoạt động mục vụ người nghèo tại các giáo xứ nói tiếng Tây Ban Nha.

Không chỉ dừng lại ở biên giới quốc gia thứ hai, nhiều người Việt di dân còn tham gia vào các tổ chức quốc tế như Peace Corps. Họ tình nguyện đến các vùng ngoại biên ở châu Phi để sinh hoạt trong lãnh vực giáo dục, y tế hoặc phát triển cộng đồng. Nhiều di dân Việt rời bỏ Hoa Kỳ để đấu tranh cho quyền lợi của cô dâu và công nhân Việt tại Đài Loan, hoặc công nhân Việt tại Thái Lan. Một số di dân Việt khác dấn thân trong các hoạt động mục vụ với Thổ dân tại Úc, những người bị mất căn tính ngay trên quê hương hơn 40 ngàn năm. Hoặc đảm trách vai trò giáo dục đào tạo tại Papua New Guinea, một nơi hệ thống giáo dục và xã hội vẫn đang cần được xây dựng và củng cố.

Sự hiện diện và đóng góp của di dân Việt ở khu vực ngoại biên, tại quốc gia sở tại hoặc nước thứ ba trên thế giới, thể hiện chiều sâu của tinh thần "vượt thoát," "tri ân," và "ban tặng," của một cộng đồng di dân từng trải qua đau thương, nhưng vẫn không ngừng dấn thân phục vụ nhân loại.

Với tinh thần ấy, cộng đồng người Việt di dân không chỉ đang tái định nghĩa khái niệm "thành công," mà còn góp phần tích cực trong việc cổ võ nét nhân bản giữa lòng thế giới đa văn hóa. Di dân Việt Nam trở thành cầu nối giữa các nền văn hóa. Họ là minh chứng sống động cho khả năng vươn lên, thích ứng, và sẻ chia của con người Việt Nam trong thế kỷ 21. Những nỗ lực ấy cho thấy tinh thần trách nhiệm và cái nhìn toàn cầu của người Việt di dân. Họ không chỉ hướng về lợi ích cá nhân mà còn sẵn sàng đóng góp cho sự phát triển chung của thế giới ngôi làng toàn cầu.

6. Nền tảng cho di dân Việt Nam trong tương lai

Phân tích sâu hơn, có thể thấy rằng cộng đồng người Việt tại Mỹ, Úc, Canada và các quốc gia Tây phương hình thành sau biến cố 75 đã không chỉ dừng lại ở việc định cư sinh tồn, mà còn đóng vai trò như những nền tảng vững chắc cho các làn sóng di dân từ Việt Nam trong những thập niên tiếp theo.

Những người Việt di dân bởi biến cố 75 đã phải bắt đầu từ con số không: ngôn ngữ, văn hóa, tài chính và chỗ đứng xã hội. Tuy nhiên, với nỗ lực vượt bậc và tinh thần đoàn kết, họ đã từng bước xây dựng được những cộng đồng ổn định, có bản sắc, và có tiếng nói trong xã hội sở tại. Chính những cộng đồng này, với các nhà thờ, chùa, siêu thị, trường Việt ngữ, tổ chức hội đoàn, và doanh nghiệp do người Việt điều hành, đã trở thành nền móng quý báu cho các thế hệ di dân Việt Nam đến sau. Những nền tảng này không chỉ giúp người Việt mới đến thích nghi dễ dàng hơn, mà còn tạo điều kiện để họ đóng góp vào xã hội mới một cách hiệu quả và bền vững. Thay vì phải xây dựng lại mọi thứ từ đầu, người Việt đến sau có thể bước vào một cấu trúc xã hội đã được thế hệ di dân năm 75 hình thành. Trên nền tảng này, di dân tới sau dễ dàng tiếp cận dịch vụ, tìm việc làm, kết nối cộng đồng, đồng thời gìn giữ bản sắc dân tộc.

Bởi thế, những khu vực như Little Saigon ở Quận Cam và Vietnam Town ở California,Cabramatta ở Sydney, hoặc khu Côte-des-Neiges ở Montreal không chỉ là "khu Việt Nam" với ý nghĩa địa lý, mà đã trở thành biểu tượng của sự sống còn và hội nhập.

Những "Vietnamese Towns" này không ngừng phát triển về quy mô và chiều sâu. Từ nơi ở của người tị nạn, chúng đã trở thành trung tâm sinh hoạt kinh tế, văn hóa và chính trị của cộng đồng người Việt hải ngoại. Đồng thời, chúng đóng vai trò cơ sở cho thế hệ Việt Nam di dân tiếp theo.

Như vậy, hành trình của người Việt sau năm 1975 không chỉ là lịch sử của một cuộc ra đi, mà còn là lịch sử của việc xây dựng nền tảng cho tương lai, một tương lai mà người Việt khắp năm châu có thể tiếp tục đồng hành, nâng đỡ và phát triển trong tinh thần "đồng bào" của truyền thuyết chung một bào thai của trăm trứng.

V. Kết luận

Di dân không phải là điều xa lạ đối với người Việt. Tuy nhiên, làn sóng di dân sau biến cố 1975 đã viết nên một chương đặc biệt trong lịch sử hiện đại của Việt Nam. Họ là di dân chính trị bởi những thay đổi về thể chế chính trị sau ngày 30 tháng 4 năm 75, biến cố đã buộc nhiều người Việt phải rời bỏ quê hương để tìm kiếm sự sống và tự do. Dù phải đối mặt với muôn vàn khó khăn, từ hành trình vượt biển đầy hiểm nguy đến những thử thách tại vùng đất mới như rào cản ngôn ngữ, sự khác biệt văn hóa, nỗi cô đơn và tâm thức ly hương, những người Việt di dân vẫn vươn lên mạnh mẽ. Họ nổi bật với nét vừa giữ gìn bản sắc văn hóa dân tộc, vừa hòa nhập vào xã hội mới, đóng góp tích cực trong các lĩnh vực kinh tế, giáo dục, y tế, khoa học, và văn hóa. Họ thể hiện một cách rõ nét tinh thần bất khuất, lòng nhân ái và khát vọng vươn lên, những giá trị cốt lõi làm nên sức sống bền bỉ của dân tộc Việt Nam.

Biến cố 75 không chỉ đánh dấu một cuộc chuyển dịch dân cư quy mô lớn. Di dân 75 còn mở ra một bước ngoặt lịch sử, thời kỳ bước ra khỏi lũy tre thôn làng, để hội nhập vào thế giới toàn cầu. Hành trình tỵ nạn di dân chất chứa những thử thách cam go lẫn những cơ hội đổi đời. Chính nét song hành ấy đã tiếp tục tôi luyện nên bản lĩnh, nét linh hoạt và năng động cùng tinh thần không ngừng vươn lên của cộng đồng Việt di dân trên khắp năm châu. Người Việt di dân biến cố 1975 là một minh chứng sống động cho tinh thần vượt khó và khát vọng vươn xa, khởi nguồn từ tổ phụ tổ mẫu Lạc Long-Âu Cơ, của dân tộc Việt Nam.

Nguyễn Trung Tây

Tác giả Nguyễn Gia Mai lãnh giải từ dân biểu Trần Thái Văn tại Lễ Trao Giải VVNM 2000.

lẻ loi...

PHAN

Tác giả Phan - đoạt giải Khôi Nguyên VVNM 2018

Tác giả là nhà báo quen biết trong nhóm chủ biên một số tuần báo, tạp chí tại Dallas. Ông dự Viết Về Nước Mỹ từ 2006, đã nhận Giải Danh Dự, thêm Giải Á Khôi, Vinh Danh Tác Giả VVNM 2016, và chính thức nhận giải Chung Kết Tác Giả Tác Phẩm 2018.

Khi một mình trong tứ bề hiu quạnh nên tự thân cảm thấy lẻ loi. Đó là cảm nhận riêng tôi khi ngồi đợi xe đò ở vùng kinh tế mới. Thời ấy không mấy ai có cái đồng hồ đeo tay để biết giờ giấc, chỉ biết giấc sáng sớm khi mặt trời chưa mọc sẽ có chuyến xe đò duy nhất trong ngày về Sài gòn, là xe ngày hôm qua từ Sài gòn lên.

Nhớ những hôm sương mù bao phủ núi rừng nên tầm nhìn hạn chế càng cô độc vì cô quạnh, cảm giác lẻ loi len lỏi vào tâm khảm hay từ trong tâm khảm lan toả ra núi rừng âm u, sự lẻ loi và bất lực cho đến khi có ánh đèn vàng mờ đục xuất hiện trong màn sương mù đặc như nước vo gạo là mừng rỡ hôm nay được về nhà vì nhiều hôm ngồi đợi tới mặt trời mọc cũng không có xe vì xe hư xe hỏng gì đó, người ta không chạy. Thời quá độ xe xăng dầu trước hoà bình chuyển đổi thành xe than sau hoà bình thì trời biết đất biết chứ không ai biết được việc đón xe đò thì cứ đón nhưng xe có chạy được hay không? Tóm lại là muốn về Sài gòn thì phải đi ngủ sớm rồi giật mình tỉnh giấc cũng chả biết đã mấy giờ, lê thân ra lề đường ngủ ngồi đợi xe vì mỗi ngày chỉ có một chuyến, trễ xe là hôm sau đợi tiếp chứ không có cách khác. Còn lại gì với thời quá độ ấy ngoài cảm giác lẻ loi, cô độc ngay trên quê hương mình.

Đến thời đi dạy học ở vùng biển cũng vậy, mỗi hai giờ đêm có chuyến đò về thành phố. Nếu ngủ trong trường tới nghe tiếng còi tàu mới ra bến đò thì không kịp nên định ngày mai về Sài gòn thì tối nay đi chơi, đi nhậu tới xóm biển không còn ai thức thì ra cầu đò ngủ luôn cho kịp đò. Cảm giác lẻ loi ở cầu đò cũng không khác nơi núi rừng kinh tế mới, khác chăng nơi núi rừng âm u và nơi sông nước mênh mông chỉ là ngoại cảnh, tâm trạng không khác gì với sự cô lẻ trong tâm.

Nhưng qua Mỹ mới biết sự lẻ loi không bình thường với nơi hoang vắng như ở quê nhà. Một hôm cuối năm, đang làm thì tuyết rơi ngoài khung cửa nên ai muốn về sớm thì về. Tôi về với ý muốn đi mua quà giáng sinh cho hai đứa con nhỏ chứ không sợ tuyết vì tuyết miền nam không đến nỗi bão tuyết như ở miền bắc. Lang thang một mình trong rừng người xa lạ ở khu thương mại sầm uất gần nhà một lát, tôi đứng nghỉ chân chỗ hai cái thang cuộn, nhìn hai dòng người một lên một xuống, người tay xách nách mang, người nói cười thoả thích… Người đâu mà đông như trẩy hội, nhưng cảm giác lẻ loi nơi núi rừng, nơi sông nước xa xưa hiện về bởi giữa rừng người mắt xanh tóc vàng, kẻ đầu đen mũi tẹt không ngửi được mùi đồng bào trong mùi đồng loại. Đứng tho ló nhìn hai dòng người lên xuống thang cuốn như những con sóng bất tận ở biển quê nhà… Đó là cảm giác lẻ loi của người xa xứ khi năm hết tết đến. Người ta đông như kiến cỏ nhưng không ai nói tiếng Việt cả, chỉ thoáng thấy cái nón lá ở cầu thang cuộn đã mừng như gặp lại quê hương, nhưng người đội nón lá tan biến vào đám đông và mất dạng. Niềm vui thơm phức chưa kịp ngửi đã thành nỗi buồn thiu.

Nhớ cái không khí náo nhiệt, ơi ới ở chợ Sài gòn những ngày giáp tết đâu ai thích hoà mình vào cuộc chín người mười ý ngoài chợ ấy, nhưng khi lẻ loi ở hải ngoại lại chợt thèm nghe tiếng mời chào của người bán, tiếng trả giá của người mua; tiếng rao hàng mang âm vực địa phương về đặc sản quê người bán, tiếng mấy đứa nhỏ xe kéo bắt khách cứ nhặng xị lên ồn ả tới nhức đầu nhưng trong lòng không cô độc, không có sự cô quạnh bên trong.

Cố quên đi thoáng lòng hoài hương của người xa xứ, cuối cùng tôi cũng mua được cái máy nghe nhạc nhỏ nhỏ của người đi bộ thể dục thường dùng về làm quà cho thằng lớn đợi xe bus học trò, mua được cái xe đua đồ chơi điện tử, dùng *remote control* cho thằng nhỏ làm quà Giáng sinh. Không mua nên không trả lại được sự lẻ loi chỗ đông người ở Mỹ của người di dân khi năm cùng tháng tận.

Lẻ loi là một hiện tượng tâm lý hoàn toàn, nhưng tâm sinh lý trong con người lại không tách biệt ra được nên tâm lý vui thì sinh lý cơ thể cũng kháng kiện hơn người ủ rũ mãi thể lực cũng hao mòn tới suy tàn. Trong đời sống tôi quan sát được cứ một cặp vợ chồng già, không cần biết ông hay bà đi trước, nhưng điều có thể biết trước được là người còn sẽ không sống lâu đâu, chỉ vài năm sau khi người phối ngẫu qua đời thì người còn ở lại cũng đi luôn vì lẻ loi. Điều tôi quan sát thấy nhưng không có bằng chứng vì không ghi chép lại những trường hợp cụ thể để chứng minh thì nay ngẫu nhiên như bằng chứng xác thực.

Hồi xưa tôi đi câu đập Texoma bên Oklahoma thường lắm vì muốn ăn cá striper nướng hay nấu canh chua thơm ăn với bún là hết sảy thì lên đó mới có, hồ Lavon gần nhà chỉ có cá white bass chiên giòn cuốn bánh tráng thôi. Nhưng bây giờ ngại lái xe đường xa nên có người bạn câu còn trẻ ở gần nhà, thỉnh thoảng anh ấy chở tôi đi câu xa những hôm tôi khoẻ.

Trên Lake Texoma thì nhiều bãi câu, tôi thích câu đập, nước cuồn cuộn mới có cá lớn, vui nhất là hàng người cần câu vác vai, móc mồi câu sẵn sàng nhưng phải tới lượt mình thì ném câu ngay trên đỉnh đập rồi từ từ dời xuống cuối đập cho người khác tiếp tục. Luật bất thành văn nơi bãi câu nhưng ai không tuân thủ sẽ gặp rắc rối, có thể bị đập tại trận với những người đi câu nóng tính. Rất vui khi một người dính cá thì cả đập rần rần hô vang “fish on”, cứ như ngoài trận người ta hô “xung phong” vậy, mọi người nhường lối cho người dính cá vì cá lớn cắn câu nó chạy dữ lắm. Gặp cá lớn quá thì giúp nhau vô điều kiện, không phân biệt màu da, tiếng nói… miễn bắt được con cá lên bờ, không phải của mình nhưng không biết sao trong lòng vẫn vui như mình câu được.

Nhưng bạn tôi đây là đứa trẻ qua Mỹ hồi mấy tuổi, anh ta ngại đông người trên đập vì ghét nghe tiếng chửi thề của người Việt nam nên anh ta thường câu bãi vắng, càng ít người càng tốt. Thế là anh giới thiệu cho ông bà bạn của anh đã nhiều năm, hai ông bà Mỹ trắng đã già nhưng họ mạnh khoẻ, vui vẻ và không hề kỳ thị.

Nói tới hòa đồng thì đầu đen tôi có kinh nghiệm khi đi câu: Nếu muốn câu chỗ đã có người câu thì nên hỏi họ trước, "tôi có thể câu ở đây với bạn được không?" Khi nào họ đồng ý thì hãy câu, đừng xồng xộc đến không chào đi không nói với cái vô văn hoá mặc áo tự do, dân chủ, hồ là nơi công cộng, ai muốn câu đâu thì câu, cớ gì phải xin phép? Người Mỹ họ ghét những kẻ bất lịch sự, gặp người Mỹ kỳ thị nhưng hiền thì họ lặng lẽ rời đi nơi khác, họ không cho phép họ đứng câu cùng người vô văn hoá chứ chẳng phải họ sợ mình đâu. Người không hiền sẽ để lại đôi lời, cái nhìn vô cảm khi họ nói với con chó của họ dắt theo, "thôi đi chỗ khác câu, heo Trung quốc đến rồi!" Gặp kẻ dữ thì họ chửi thẳng vào mặt người đến sau bất nhã rồi mới bỏ đi; kẻ dữ hơn nữa là đuổi người đến sau đi chỗ khác, họ văng tục chửi thề, sẵn sàng đánh lộn… và người châu Á nói chung là không ngại làm điều không nên với người khác, không ngại bất nhã hay ăn hiếp người khác, nhưng gặp kẻ khác người thì như chó cụp đuôi lỏn lẻn bỏ đi, chửi thầm là chửi mình nhưng là sở trường của người châu Á.

Nhờ có kinh nghiệm nên tôi cũng quý mến ông bà Mỹ trắng bạn của bạn tôi lắm. Ông tên Robert và bà tên Dayna, hai ông bà ra hồ mỗi ngày vì về hưu rồi thì làm gì cho hết thời gian, họ tung tăng bên nhau trong không khí trong lành, có lợi cho sức khoẻ là chính, câu cá là phụ. Ông câu cá rất chuyên nghiệp, người đam mê câu nên ông giàu kinh nghiệm, nhìn nước, nhìn gió mà ông đoán được bầy cá đang ở đâu, cá gì ông cũng biết luôn. Ông dạy chúng tôi nhiều kinh nghiệm quý giá như cách xác định bầy cá đang di chuyển hay tụ lại, nhưng còn tùy thời tiết, tùy sáng hay chiều hay đêm, trời đang mưa, trời muốn mưa, hay trời mới dứt mưa, trời nắng gắt hay nắng mây… phải câu mồi nổi hay mồi chìm, mồi lửng không chìm không nổi… Câu mồi thật hay mồi giả, mồi thật thì chịu có mồi gì câu mồi nấy, nhưng mồi giả thì đa dạng, phong phú như kệ nước sơn trong tiệm nail, phải rành cá thích gì chiều nấy mới có thu hoạch.

Còn bà thì đi chơi theo ông, bà cũng vui tính và tử tế, người yêu thiên nhiên nên bà hay nhặt rác ngoài bãi câu, chẳng bao giờ phiền hà người xả rác. Có lẽ người Mỹ làm chủ đất nước to lớn của họ bằng hành động nhỏ như nhặt rác cho bãi câu sạch đẹp, hồ câu không bị ô nhiễm nước, họ không biết làm chủ đất nước nhỏ bé bằng những tấm khẩu hiệu to ngoài đầu ngõ những con hẻm ngập rác như: "Khu phố văn hóa"; "Hẻm văn hóa"… Sự khác biệt trong mắt người di dân thật xin lỗi sự thật.

Hai ông bà thích mấy anh em Việt Nam chúng tôi vì chúng tôi hiền, không gấu ó với nhau, hoà nhã với mọi người, không uống bia ngoài bãi câu rồi ném lon, vỏ chai bia lung tung… Chúng tôi câu đêm thì nấu mì gói, mì ly ngoài bãi câu, mời ông bà ăn chung cho vui. Hai ông bà tham gia nhiệt tình, nên còn mì gói, mì ly trên xe, chúng tôi cho hai ông bà đem về nhà ăn luôn vì họ thích. Chúng tôi cũng có một trao đổi không thoả đáng chút nào với ông bà là một cá striper có giá trị bằng năm con cá *catfish* cùng trọng lượng, nhưng ông bà chỉ ăn catfish mà không ăn striper. Nên chúng tôi câu được *catfish* thì cho ông bà vì ông bà câu được cá *striper* thì cho chúng tôi, không kể mắc rẻ, lớn nhỏ, nhiều hay ít gì hết.

Hầu như lần nào tôi đi câu với bạn câu trẻ gần nhà cũng gặp ông bà vì tôi bây giờ thỉnh thoảng mới đi câu xa. Anh bạn trẻ những hôm ghiền câu thì ra làm là đi câu luôn, không về nhà nên không đón tôi đi cùng được. Có hôm tôi đã đi ngủ thì anh mới về, gọi tôi mở cửa ra lấy cá striper của ông Robert gởi cho anh. Thương quá đi ông già Mỹ thích mì chua cay của Việt nam, bà vợ Dayna thích mì Hảo Hảo dễ ăn như há cảo, dumlings bà đã ăn ở nhà hàng Tàu, nhà hàng Việt… Nên tôi mua sẵn mì chua cay, ghi luôn bên ngoài thùng mì "tặng Mr. Robert, mua thùng mì Hảo Hảo đề tặng bà Dayna. Hễ tôi đi Oklahoma là nhà có sẵn để mang theo tặng ông bà…

Nhưng đầu mùa câu năm nay, trời tháng Ba còn lạnh, ngoài hồ lạnh hơn trong thành phố chừng mười tới mười lăm độ nữa tùy gió nên tôi cắm câu rồi vô xe ngồi, sợ cảm lạnh. Xa xa, dáng người giống ông Robert nhưng sao không thấy bà vợ Dayna. Tôi nói người bạn trẻ, rồi chúng tôi ngưng câu, đến hỏi thăm ông. Rất buồn, bà Dayna đã được Chúa gọi hôm cuối năm nên giờ trên bãi câu thân quen đã vắng hình bóng bà tới mênh mông nỗi nhớ. Ông già Robert với cây cần câu bạc màu mưa nắng lẻ loi tới mủi lòng người quen biết ông bà.

Hôm ấy, ông câu được *striper* nên đem đến cho chúng tôi, chúng tôi câu được catfish đem đến cho ông thì ông không lấy. Sự thật không ngờ là ông không ăn cá, bà ăn catfish chiên bột nên ông đem về nhà làm cho bà ăn chứ ông không ăn. Giờ bà không còn thì ông đem catfish về nhà làm gì nữa… Bỗng nỗi buồn xâm chiếm cả hồn tôi, nhớ những món bà xã không ăn nhưng vẫn làm cho tôi ăn, những món tôi cũng không ăn nhưng hai đứa con lại thích thì mẹ chúng vẫn làm cho chúng ăn; tôi như đại biểu của đàn ông đương đại chỉ giỏi cái miệng nói sống cho, sống vì người khác, nhưng đàn bà lại thường làm những việc không nói ra. Trong đàn ông nhiều như rác thải dạt vô bờ hồ bây giờ không biết còn được mấy ông Robert?

Còn nhớ hôm ấy gặp ông, tôi cố nén xúc động trước tin buồn bà đã qua đời. Cố không tin cảm nhận về ông trông xuống sắc, già sọp hẳn đi so với nét già vui vẻ, khoẻ mạnh của ông trước đó. Hôm nay nghỉ lễ Chiến sĩ trận vong, tôi với anh bạn trẻ đi thăm ông Robert hơn là đi câu xa nhà. Chúng tôi dự định đến bãi câu không gặp thì đến nhà ông vì lần trước gặp ông đã cho chúng tôi địa chỉ nhà, ông còn dặn chúng tôi muốn câu qua đêm hay muốn nghỉ đêm để sáng câu sớm thì cứ nghé nhà ông ngủ qua đêm, nhà bây giờ còn mỗi mình ông nên rộng lắm. Nhưng tờ mờ sáng ngày Chiến sĩ trận vong, bóng người trong sương mờ ngoài hồ không ai khác chính là ông Robert. Ông đứng thẳng người như đang làm lễ truy điệu, lễ tưởng niệm, hai tay khoanh trước ngực và nhìn ra sóng hồ lăn tăn trong buổi tờ mờ sáng sóng yên gió lặng… không có cây cần câu bên ông.

Không gian tĩnh lặng của buổi sớm ngoài hồ thêm u tịch thì phải vì trời nhiều mây đen dù dự báo thời tiết hôm nay không mưa nguyên ngày, tới tám giờ tối trời mới mưa giông, gió mạnh. Tôi nhìn ông không khỏi xót xa cho dáng vẻ tôi từng biết ông là ông già vui tính, mạnh khoẻ, bộ râu quai nón bạc trắng nhưng rất đẹp của ông thật xót xa như bông lau tháng Mười lưa thưa, xơ xác, ông gầy đi nhiều và lão rõ với sống lưng khòm xuống. Ông không còn là ông già trong mơ ước của tôi khi mình già ước được như ông, nay ông là ông lão gần đất xa trời, râu tóc không thèm cắt tỉa, chải chuốt gì nữa cho hợp với đôi mắt lạc thần, giọng nói hết sang sảng như ông già Robert mà tôi từng ái mộ…

Chia tay ông, trên đường về bạn tôi hỏi sao hôm nay anh không nói chuyện… Tôi nói nổi nữa sao khi tin tưởng vào những gì tôi đã quan sát thấy cả đời, vợ chồng già không cần biết ai đi trước thì người kia cũng đi theo mau chóng thôi vì cuộc sống đâu còn ý nghĩa gì nữa mà thiết tha. Tôi tìm được trên điện thoại và đọc cho anh bạn trẻ nghe bài thơ “đôi dép”.

Bài thơ đầu anh viết tặng cho em

Là bài thơ anh kể về đôi dép

Khi nỗi nhớ ở trong lòng da diết
Những vật tầm thường cũng viết thành thơ
Hai chiếc dép kia gặp gỡ tự bao giờ
Có yêu nhau đâu mà chẳng rời nửa bước
Cùng gánh vác những nẻo đường xuôi ngược
Lên thảm nhung, xuống cát bụi, cùng nhau
Cùng bước, cùng mòn, không kẻ thấp người cao
Cùng chia sẻ sức người đời chà đạp
Dẫu vinh, nhục không đi cùng người khác
Số phận chiếc này phụ thuộc ở chiếc kia.
Nếu ngày nào một chiếc dép mất đi
Mọi thay thế đều trở nên khập khiễng
Giống nhau lắm nhưng người đi sẽ biết
Hai chiếc này chẳng phải một đôi đâu
Cũng như mình trong những lúc vắng nhau
Bước hụt hẫng cứ nghiêng về một phía
Dẫu bên cạnh đã có người thay thế
Mà trong lòng nỗi nhớ cứ chênh vênh
Đôi dép vô tri khăng khít bước song hành
Chẳng thề nguyện mà không hề giả dối
Chẳng hứa hẹn mà không hề phản bội
Lối đi nào cũng có mặt cả đôi.
Không thể thiếu nhau trên những bước đường đời
Dẫu mỗi chiếc ở một bên phải – trái
Như tôi yêu em ở những điều ngược lại
Gắn bó đời nhau vì một lối đi chung.
Hai mảnh đời thầm lặng bước song song

Sẽ dừng lại khi chỉ còn một chiếc
Chỉ còn một là không còn gì hết
Nếu không tìm được chiếc thứ hai kia.

Anh bạn trẻ rành tiếng Anh hơn tiếng Việt nhưng trong máu có chất nước mắm nên cảm thụ được bài thơ Việt ngữ, anh nói tôi gởi link cho em để về nhà cho vợ em đọc. Vợ chồng em lớn lên bên đây, học trường Mỹ, nói tiếng Mỹ, ăn fastfood, không biết về Việt nam nhiều… vợ em bây giờ còn nói và đọc tiếng Việt giỏi hơn em vì có bà ngoại trò chuyện mỗi ngày, trong khi em một mình bao năm qua tới quên tiếng Việt luôn rồi, nhiều khi nói chuyện với anh em cứ phải dùng kèm tiếng Anh vì đâu nhớ tiếng Việt nói sao…

Em cũng cố gắng nói tiếng Việt với con em, nhưng nói sai hơn cả tụi nó vì tụi nó nói tiếng Việt với bà ngoại nhiều hơn em. Anh còn nhớ hôm tuần trước, hai anh em mình đi câu không được con cá nào hết. Hôm đó em rủ anh đi vì em đi làm về thì thằng con nhỏ của em nói nó muốn ăn cá bạ chiên, nhưng câu không có cá nên trên đường về, em gọi cho nó có anh nghe rõ trong xe, em nói ba câu không có cá để chiên cho con ăn. Ba chở bác về rồi ghé mua gà chiên cho con ăn được không? Rõ ràng là nó nói được, còn dặn không mua thịt đùi, dai lắm, nó không ăn đâu… nhưng em mua gà chiên về nhà thì nó không ăn, đòi ăn mì gói. Em nói hồi sáng con nói với ba là ăn gà chiên mà…? Nó hơi suy nghĩ rồi chơi em một vố đau thiệt! Nó không thèm nói gì tới gà chiên nữa mà nói với em, "Ba nói sai rồi! Ba phải nói là hồi nãy chứ không phải hồi sáng! Hồi sáng là lúc mình ngủ dậy, ăn *breakfast*. Hồi trưa là mình ăn *lunch*. Hồi chiều là mẹ kêu đi tắm. Hồi tối là ba kêu đi ngủ. Hồi nãy… là mới tức thì. Bà ngoại nói là mới hồi nãy, mới tức thì… bà ngoại để cây kẹo *chocolate* ở đây mà. Không biết con mèo con chuột nào tha mất rồi… Hì hì, là con đó! Hồi nãy là *some minutes ago*, không phải là hồi sáng như ba nói." Em quê thiệt. Con mới bảy tuổi mà rành tiếng Việt hơn em vì nó nói tiếng Việt với bà ngoại thường. Em bây giờ nói buổi sáng, buổi chiều, hồi nãy, hồi nào… tiếng Anh quen miệng nên quên tiếng Việt…

Về ngồi nhà ngày nghỉ lễ nhưng trong lòng không quên đi hình ảnh ông Robert được, chiếc dép lẻ loi bên đời hiu quạnh lay lắt nắng mưa cũng tới ngày tan biến vào hư vô, nhưng ai lại đi cầu cho người khác sớm lên thiên đàng, nhất là người bạn mà mình thương mến. Nhưng linh cảm gặp ông lần này không có lần sau vì một cần thủ lão luyện, lão làng như ông mà ra hồ không đem theo cần câu thì coi như rửa tay, gác kiếm rồi còn gì. Chỉ còn biết cầu nguyện cho ông còn sức khoẻ cho tới hôm cuối ông ra hồ tìm dấu chân bà trên cát…

Phan

Cõi Sương Mù…

PHAN

Sương mù sáng nay khiến bầu trời như bầu sữa mênh mông. Tôi gọi người bạn trẻ đi câu cá, anh ấy trả lời mù mịt như sương, "Trời này ở nhà cho nó lành đi đại ca…" Anh bạn trẻ nói rồi cười hì hì. Tôi không quen ép người khác nên đi ra đi vào garage và cõi sương mù ngoài sân trước nhà.

Nghĩ đến cuộc sống Mỹ là mơ ước của vạn người trên hành tinh, nói cụ thể hơn về giấc mơ Mỹ của vài năm trước, có năm trăm ngàn đô la đầu tư vào nước Mỹ là có thể đi Mỹ định cư, có thẻ xanh cho cả gia đình. Nhưng bây giờ lên năm triệu với cái thẻ vàng thời Trump-dát-vàng. Nói cách khác bây giờ là triệu phú đô la hãy nói tới chuyện nhập cư Mỹ, cách nhập cư lậu đã lỗi thời.

Nhưng người ở Mỹ lâu có cảm giác đời sống Mỹ, cuộc sống Mỹ tự do trong hạn chế. Nghĩa là cho người dân được tự do, nhưng tự do trong hạn chế của chính phủ. Người dân muốn mua bao nhiêu bia rượu thì mua, nhưng qua Cali thì những người bạn bên đó không dám uống nửa lon bia vì sợ cảnh sát quay đèn là tiêu đời. Bên xứ cao bồi này hễ thời tiết xấu một chút thôi là người ta nghỉ làm một ngày cho nó lành, ngừng hết mọi sinh hoạt ngoài trời như đi câu cá vì sợ đủ thứ hơn cần thiết.

Tự do ở Mỹ quá rộng nên người ta phải hạn chế tự nguyện như bạn tôi tự nguyện ở nhà dù không ai cấm ra đường, đi câu cá trong thời tiết sương mù. Viết ra như nói nhắn với bạn bè cho rằng Mỹ là Cộng sản cao cấp - tự do trong hạn chế. Không như thế đâu, ở Trung cộng, Bắc hàn, Nga… tự do bầu cử người lãnh đạo tối cao của đất nước nhưng hạn chế ứng cử viên chỉ có một. Đó là tự do trong hạn chế kiểu cộng sản, độc tài. Ở Mỹ tự do chọn người lãnh đạo đất nước nhưng không hạn chế ứng cử viên, ai sinh ra ở Mỹ và trên 35 tuổi đều có quyền tranh cử tổng thống. Vấn đề tự giác, hạn chế mình có cửa để thắng không, hay nộp đơn tranh cử làm trò cười cho thiên hạ.

Cuối cùng tôi quyết định đi câu một mình vì mấy khi được đi mà không thấy phía trước, không bận tâm phía sau vì có thấy gì đâu. Hồi còn trẻ trời trong mắt sáng nhưng đã đi vào cõi u mê hết nửa đời trước, sao không thử đi vào cõi sương mù nửa đời sau, biết đâu sáng mắt ra, bớt u mê phần nào sau quãng đời an phận với đường đi làm đã quá quen với bao nhiêu ngọn đèn xanh đèn đỏ, những mặt người hối hả như nhau.

Kể ra cơm áo gạo tiền thời lạm phát đã khổ, thêm thế sự Hoa Kỳ rối như tơ nên không ít thì nhiều cũng ảnh hường đến ngu dân. Nhưng với cõi sương mù mọi chuyện khác hẳn, người lái xe đường quen, mỗi ngày trên đường đi làm sẽ không nghĩ gì với ngôi nhà nổi bật bên dường, sẽ không có suy nghĩ chắc ông chủ nhà tuổi chim bồ câu nên ông sơn nhà lắm màu như cái chuồng chim bồ câu; rồi gốc cổ thụ ở cua đường cùi chỏ kia, không biết có từ bao giờ mà như thần chết cầm lưỡi hái, người lái xe ôm cua khó nên tập trung lái, rồi bất thần thấy gốc cây cổ thụ đen xì, hình thù quái dị như lão thần chết ốm nhách, cao nhòng, trùm đầu bí hiểm, nhánh cây to đưa ra lộ như cánh tay lăm lăm lưỡi hái… Coi vậy chứ thỉnh thoảng lão cũng tóm được một người lái xe yếu bóng vía, không rõ vụ việc xảy ra hồi nào, chỉ thấy cây thánh giá với vòng hoa còn tươi nguyên dưới gốc cây là biết lão thần chết vừa gặt cổ một người không biết nơi sinh nhưng biết chỗ chết của người đó. Trong cõi ta bà này, chuyện sinh tử như trò đùa của tạo hoá. Ai chả từng ngỡ ngàng với tin dữ: "Ông ấy chết rồi hả?"; "Bà ấy chết rồi hả?" Nhưng phút ngỡ ngàng chóng qua đi vì người hỏi phải sống tiếp cho đến khi người khác ngỡ ngàng hỏi về mình tương tự…

Lái xe trong cõi sương mù sẽ không có những liên tưởng với cảnh vật bên đường, như kẹt xe bên ngọn đồi mà mười năm trước không có một ngôi nhà dưới chân đồi thì bây giờ cả khu thương mại sầm uất làn cho kẹt xe; Rồi cánh đồng cỏ, là nơi trẻ nhỏ tập trung dự lễ lượm trứng với hết cỡ hân hoan của tuổi thơ mùa Phục sinh, những đứa trẻ bây giờ nơi đâu, đã lấy bằng đại học hay đang chiến đấu bên Trung đông, hay vùi đầu vào sa đoạ, nghiện ngập… Tóm lại khi có cơ hội lái xe trong cõi sương mù sẽ hiểu biết thêm về cảm giác không có phía sau, không thấy phía trước, tâm trí hoàn toàn tập trung vào vô biên của hiện tại nên tôi đã lái quá ngã ba đường nhỏ quẹo vào hồ vì nó bên đây cây cầu cao trong khi tôi đã lái lên cầu. Nhưng không sao, tôi rành đường khu vực này nên cứ tà tà tới ngã tư tới, rẽ trái vào hồ cũng được trong cuộc sống đích đến là quan trọng còn việc đi đường nào để đến đích là tùy người. Đó là cõi sương mù không thấy được trong cuộc sống có ánh mặt trời nhưng mọi người thường mất phương hướng như đi trong sương mù.

Cuối cùng tôi cũng đến nơi, từ chỗ đậu xe phải đi bộ nửa dặm mới tới bãi câu. Con đường nhựa quanh co trong công viên đẹp lạ với sương mù làm cho những cây cổ thụ trụi lá đẹp hơn hình ảnh chúng trơ cành trụi lá trong những ngày nắng đông nhợt nhạt. Đích thực đến nơi câu cá càng đẹp với sương mù đặc quánh tới không thấy mặt nước hồ. Đống lửa của người câu đêm còn âm ỉ làn khói mỏng, chợt hiểu ra từ "sương khói" vì khói bốc lên, hoà vào sương thì chỉ còn trời biết đâu là sương, đâu là khói? Tôi chỉ cảm thấy hơi lạnh nên đi nhặt ít cành khô ném vào đống tro tàn. Từ đống tro tàn bùng lên ngọn lửa, phải như những người chấp nhận buông tay nhìn thấy cảnh này thì họ sẽ có thêm động lực để làm lại từ đầu.

Tôi ngồi bên đống lửa với ly trà nóng trên tay, uống trà như thói quen mỗi ngày, nhưng khi có thời gian ngồi ngửi mùi trà trước khi uống, ly trà ngon hơn. Nhớ ông triết gia nào đó bên Pháp từng nói, "người ta làm ra rượu là để ngửi…" Nhưng cõi tục chỉ có những kẻ nốc rượu tì tì như gã tục trà ngồi bên đống lửa chỉ biết uống thời gian còn lại một cách vô vị gọi là trà.

Cảm ơn cõi sương mù không cho thấy phía trước, không thấy gì sau lưng nên thấy lòng tĩnh lại, đầu óc bớt u mê trong cõi sương mù chăng? Sương từ đâu đến, rồi sương đi đâu? Ôi những sáng sương mù mùa giáp tết ở quê xa và xưa nữa, sao nhớ quá đi thôi con đường đến trường làng sương mù bao phủ những hàng tre, bờ sông sương phủ bến đò chèo... Rồi cơn mưa hạ, đứng dưới đầu máng xối hồi nhỏ đã đi đâu? Những cơn mưa giông ngoài biển dữ dội tan biến về đâu? Những người bạn đánh cá, bạn vượt biên đã chìm sâu yên phận, nhưng những người không gặp lại đã đi đâu? Những cơn mưa dầm trên miền núi rừng kinh tế mới còn ai để giận hờn? Mưa học trò hẹn nhau nơi góc phố đã qua tự bao giờ hay chưa từng đến? Trời mưa đi phát báo ở hải ngoại nhớ hồi nhỏ theo mấy thằng bạn bụi đời đi bán báo, đánh giày, bán thuốc lá lẻ… Sài gòn Chợ lớn đã đời lưu manh như thơ Bùi Giáng, có trải nghiệm mới có kỷ niệm, có kỷ niệm mới có hoài niệm để thương nhau ngày mưa...

Sáng nay mới hỏi mưa là ai trong cõi sương mù, mưa là

ai mà làm mưa làm gió cả đời người? Mưa là mưa, không rõ từ đâu đến; mưa là mưa, không rõ về đâu! Đầy trời hạt nước gọi là mưa, mưa cùng lúc với gió lớn là mưa giông; mưa với gió mùa là mưa hạ, mưa cuốn lá vàng trôi là mưa thu, mưa đem rét buốt về là mưa đông; mưa không hẹn mà đến là mưa xuân… Mưa hạt nhỏ là mưa phùn, hạt nhỏ đến mắt thường khó thấy nên gọi là mưa bụi. Có câu thơ, "*ngoài trời mưa bụi bay*" trong bài thơ "Ông Đồ Già" của Vũ Đình Liên. Và, hạt nước nhỏ hơn mưa bụi nữa thì không còn gọi là mưa mà gọi là sương. Bóng người đi trong mưa vậy chứ thấy được còn bóng người đi trong sương dày lại không nhìn thấy được nên gọi là sương mù.

Trong cõi sương mù không thấy được gì ngoài lòng mình, những gì không hiểu lúc minh quang bỗng rõ ràng trong sương mù vì không thấy là thấy rõ, thấy rõ là không thấy gì. Trời nắng, nước trong, mặt hồ sóng gợn, không hiểu sóng gợn vì gió hay gió hiu hiu thổi là vì sóng gợn? Giờ nhìn vào cõi sương mù, không có ranh giới mặt nước với không khí, bầu trời không có nắng, không có sóng gió gì hết mới biết sóng không tự có nên không biết dạt về đâu, gió không tự đến nên thổi về đâu không tự gió quyết định…

Người đi câu biết nhìn nước, nhìn gió đoán đàn cá đang di chuyển hay tụ lại được kể là có kinh nghiệm, người đi câu cá dưới nước mà mắt cứ trông theo đàn chim bay trên trời để xác định đàn cá dưới nước vì chim không dư hơi bay chơi, chúng bay theo đàn cá để mưu sinh. Và trong cõi sương mù này không chim không cá nên người câu mới có thời gian suy nghĩ vì sao cá chạy theo mồi trôi nổi trong những dòng hải lưu thay đổi theo nước lớn nước ròng, chim bay theo cá, người dõi theo chim nhưng để bắt cá. Trong cõi sương mù thấy được trời đất trong lòng người vô thủy vô chung, vạn vật vô ngã. Đừng hỏi sao cá theo mồi, chim theo cá, người theo cả hai? Chẳng con gì theo con gì trong trời đất này, chẳng qua là tự nhiên nhiên nhiên trong tự nhiên luân vũ.

Nếu sáng nay không sương mù thì cá theo mồi, chim theo cá, người theo cả hai để câu cá. Nhưng sương mù thì cá ngủ trong ổ, chim ngủ trong tổ, người ngủ ở nhà; người đi tìm mình trong sương không muốn hay muốn đến không do sương đem đến, không do người mang theo; vạn vật theo tự nhiên biến mất vô cớ, xuất hiện tình cờ.

Thuận theo trời đất sẽ không phiền não, khổ tâm như những phút giây trong cõi sương mù như chạm tới được vô ngã mà Đức Phật thường nói, cõi vô vi của Lão Tử cũng tự khởi tự diệt theo tự nhiên, sương không tự sa xuống mặt hồ, nắng không tự chiếu rọi khi mặt trời lên làm sương tan. Vạn vật vô ngã trong vũ trụ vô vi, những sinh linh bồng bềnh sương khói trong cõi sương mù…

Phan

TNS Tom Umberg phát biểu tại Lễ Trao Giải VVNM 2023.

Bên Bờ Sinh Tử

VĨNH CHÁNH

Tác giả Vĩnh Chánh (thứ 3 từ trái) nhận giải Chung Kết VVNM 2019.

Vĩnh Chánh đã nhận giải danh dự Viết Về Nước Mỹ 2013. Năm 2019, tác giả nhận thêm giải quán quân Chung Kết Vinh Danh Tác Giả Tác Phẩm Viết Về Nước Mỹ hay còn gọi là giải Hoa Hậu. Tốt nghiệp Y Khoa Huế, thời chiến tranh, bác sĩ Vĩnh Chánh đã là Y Sĩ Trưởng binh chủng Nhảy Dù.

Phải chăng khi ta viết về một người chết là ta giúp cho người chết không bị thời gian lãng quên?! Là cho phép người chết sống lại, cho dù trên trang giấy trừu tượng, để cảm nhận người chết đang hiện hữu với ta, gần gũi với ta trong thương nhớ mà đôi khi lúc còn sống ta lại phần nào hững hờ vì không gian và thời gian không cho phép.

Tuy chết là hết, nhưng có những cái chết bi hùng, chết "đẹp" đáng ngưỡng mộ. Là những cái chết khác lạ trong đời thường. Như của Harakiri, *coup de grâce*/phát súng ân huệ ngoài chiến trường, tự vận của những tướng quân hay tự sát tập thể với trái lựu đạn nổ giữa niềm uất hận không muốn buông súng. Nhiều cái chết rất bình thường xảy ra trong giấc ngủ hay đột ngột do tai nạn, và thường nhất là cái chết do các bệnh nan y, đến từ từ, với nỗi sợ hãi và đau đớn cả thể xác lẫn tinh thần, cho người bệnh và thân nhân.

Bên cạnh, có những cái chết vô lý đáng trách, luôn để lại những câu hỏi khó có lời giải thích. Như cái chết của một nhóm 39 tín hữu của giáo phái Heaven Gate đồng loạt rủ nhau chết tại San Diego, đúng khi chùm sao chổi Hall Bopp xuất hiện tháng 3, năm 1977, vì tin tưởng họ sẽ được làm thần dân của một Utopia Galaxy nào đó; hoặc đi xa hơn là tự cho mình có quyền kết liễu mạng sống để chấm dứt sự đau đớn của người bệnh, trong cái gọi là Mercy Killing, và bệnh hoạn hơn nữa là trước khi tự tử vẫn cố sát hại thêm một hai người thân trong gia đình, trong những vụ murder suicides.

Một người bạn của tôi đã chọn cho mình một cái chết thoải mái và trang trọng. Một cái chết vào thời điểm thích hợp, trong bình an, với một tâm tư nhàn nhã an lạc. Chỉ trong một vài phút anh khép đôi mắt, từ từ an nghỉ trong giấc ngủ ngàn thu. Anh đã chiến thắng sự sợ hãi của chính mình để tìm đến chốn vĩnh hằng, như một samurai tuốt kiếm xông vào nơi chốn dữ để dành cho mình một cái chết trong danh dự.

Cái chết của bạn tôi không là một cái chết "hồn nhiên"

theo kiểu Lê Uyên Phương, nhưng cũng không là cái chết vội vàng, chết cong queo theo kiểu của Trịnh Công Sơn, nhưng là một cái chết được bạn tôi cho là tốt đẹp nhất, nhanh nhất, êm ả nhất, nằm chết trong giấc ngủ khi ánh sao băng vừa chợt tắt-bên cạnh những người thân. Như một chuyến bay viễn không vô tận về nhà, ở hẳn với mẹ cha.

Mai tôi đi chắc trời giăng mưa lũ

Mưa thì mưa chắc tôi không bước vội

Nhưng chậm thế nào, thì cũng sẽ xa nhau.

*Nguyên Sa

Anh và tôi thân quen từ thuở còn sinh viên. Anh nhỏ hơn tôi chừng 3 tuổi, và theo học ngành sư phạm. Người anh đầu, Trần Đình Ái, và chị kế của anh, Trần Thị Bích Thụy, là những đồng môn gần gũi của tôi trong trường Y khoa (YK) Huế. Anh luôn có mặt trong những lần du ngoạn vào cuối tuần, xa thành phố, với nhóm bạn YK chúng tôi, gồm cả trai lẫn gái cùng lứa tuổi thanh xuân, thân ái và vui đùa dưới vòm trời tự do.

Lần đi chơi ngoạn mục nhất là chuyến anh dẫn đầu nhóm sáu bạn YK của tôi kéo nhau bay đến Đà Lạt một tuần. Bảy chúng tôi ở miễn phí trong khách sạn Palace sang trọng, vì ông quản lý khách sạn vốn là một đàn em trước đây của ba anh. Nhóm chúng tôi được tiếp đãi đàng hoàng như những khách quý khác. Không đủ tiền chơi sang, nhưng lại muốn giữ thể diện cho bạn mình, nên chúng tôi tuần tự thay phiên nhau, từng cặp một, vào ăn sáng tại nhà hàng của khách sạn, với anh và một người trong nhóm.

Chút tiền còn lại dẫn nhau đi ăn những nơi rẻ tiền nhất ở Đà Lạt, như ăn bánh xèo ở chợ Hòa Bình, theo kiểu Phở Cao Vân Saigon lấy công làm lời - mua ăn 1 cái bánh xèo nhưng xin thêm nhiều rau sống và sà lách cho đủ no - mua bánh mì nóng ăn với fromage và paté hộp, đi cà phê Tùng, nghe nhạc…cho đến tối mịt mới rón rén về phòng khách sạn ngủ chung, trong 1 phòng lớn có 2 giường, 6 đứa chia nhau 2 giường lớn, một đứa nằm ở sofa. Vì sợ hết nước nóng, nên một nửa tắm ban đêm, nửa kia tắm buổi sáng.

Khoảng năm 1972, bạn tôi tốt nghiệp đại học Sư Phạm,

vào Hội An dạy ở trường Trần Quý Cáp. Trong cùng thời gian, tôi miệt mài ở luôn trong bệnh viện, nên chúng tôi mất dần liên lạc. Mùa Hè Đỏ Lửa qua, rồi tôi tốt nghiệp YK, trưng tập vào Quân Y Nhảy Dù, biến cố tháng 4, 75, tù cải tạo, vượt biên, định cư, cuộc sống mới. Tưởng như không bao giờ gặp lại nhau, thế nhưng tôi nghe tin anh được chị anh, là Bs. Trần T. Bích Thụy, bảo lãnh qua Montreal trong giữa thập niên 80.

Từ đó, tôi gặp anh được năm lần. Lần đầu tiên khi anh đến thăm một loạt bạn bè của anh, trong đó có tôi, tại Nam Cali; 4 lần còn tại Montreal khi vợ chồng chúng tôi đến du lịch xứ lạnh tình nồng. Thật xúc động khi chúng tôi gặp lại nhau, nhất là sau khi anh may mắn sống sót qua một cơn mổ não vì đột quỵ vào giữa năm 2010 - mà anh rất may mắn được cứu sống khi một vị giáo sư Y khoa danh tiếng từ Pháp mới đến Montreal đã mỗ não anh bằng thủ thuật mới cerebrovascular surgery, rồi tiếp liền sau đó là cuộc giải phẫu động mạch tim bị nghẽn. Nghe kể, khi anh mở mắt sau cuộc giải phẫu thành công, câu đầu tiên anh nói với chị của anh là "Je veux vivre" – Em muốn sống –

Lần cuối chúng tôi gặp anh vào tháng 9, 2017, tại nhà con trai duy nhất của anh chị, bấy giờ tốt nghiệp bác sĩ và hành nghề Y Khoa Cấp Cứu khá xa Montreal. Đường vào thị xã nhà anh chị rất thơ mộng và êm đềm, có nhiều cánh đồng trồng toàn cây apple và một dòng sông nhỏ chạy dọc bên cạnh con đường làng – như con sông An Cựu của Huế, nhưng nước trong và sạnh hơn. Anh chị chào đón chúng tôi với nhiều tình cảm và gắn bó. Anh lấy ra một bao thuốc dấu kín trong ngăn đá tủ lạnh, kéo tôi ra ngồi sân sau, vừa hút thuốc vừa kể bao kỷ niệm xưa cũ, vừa ngắm các cụm rừng phong xanh tươi xung quanh nhà. Chúng tôi đắc chí cười vang khi nhắc đến chuyến du lịch Đà Lạt và khách sạn Palace thuở sinh viên bụi đời.

Qua câu chuyện từ bạn bè và do anh kể, tôi được biết trong năm 1977, anh bị công an đến tận trường học còng tay, sau đó anh bị kết án, và ở tù chính trị trong vùng núi gần Đà nẵng. Anh bị chính quyền Cộng sản tình nghi chống chế độ trong một phong trào "phản động" mà người cầm đầu là giáo sư Nguyễn Nhuận của phân khoa Khoa Học tại Đại Học Huế. Về sau, GS. Nguyễn Nhuận bị tuyên án tử hình và bị xử bắn tại sân vận động Huế. Trong tù, một bác sĩ quân y đàn anh của trường YK Huế khuyến dụ anh giả làm điên. Thật là quá tài tình khi anh đóng giả vai điên rất khéo cho đến nỗi mẹ anh vào thăm anh, các bạn tù sinh hoạt hàng ngày với anh và ngay cả công an trại tù, đều nghĩ anh bị điên thật. Nên thay vì bị tù chung thân, năm 1984 anh được thả về dưới sự quản lý chặt chẽ của công an địa phương. Anh lại may mắn được một bác sĩ dân sự, tốt nghiệp cùng lớp với chị của anh và với tôi, ký cho anh 1 giấy chứng nhận anh bị bệnh tâm thần nặng. Với tờ giấy đó, vợ anh đem anh vào Saigon, như để tìm cách chữa trị bệnh cho chồng, và cuối cùng vợ chồng anh cùng đứa con trai liều mạng vượt biên, may mắn thành công, đến Montreal vào năm 1986.

Bạn tôi có giấy tờ chính thức cho phép cá nhân anh được an tử trong cái chết được trợ tử bởi các nhân viên y tế, sau khi hội đồng y khoa họp giám định nhiều lần trước khi đưa đến quyết định tối hậu, cực đoan này. Anh làm đơn xin được an tử, ngay sau khi anh phát hiện mình bị ung thư ruột già vào cuối năm 2021, trước cả dự định giải phẫu, hóa trị/xạ trị. Có nghĩa là ung thư đó chưa hẳn ở giai đoạn cuối, cũng chưa đem đến những cái đau thể xác ghê gớm.

Nhưng theo tầm hiểu của tôi, ung thư chỉ là một cái cớ, một lý do ẩn ở đằng sau một suy sụp tinh thần nặng nề, một nỗi trầm cảm triền miên trong những năm gần cuối đời; anh càng co rúm và tự nhốt mình trong cô đơn, với nhận thức mình như con nợ vì bản thân mình chả đóng góp được gì cho xã hội. Có phải anh không còn thiết tha với những những đam mê từng có; những khát vọng và hoài bão cũng dần biến mất theo với tuổi xế chiều?! Có phải đời anh dần trở thành vô vị khi không tìm thấy lạc thú trong cuộc sống, là kết quả tiềm tàng từ những năm sống nhẫn nhục trong nhà tù nhỏ và nhà tù lớn tại quê hương?! Có phải chấn thương không chảy máu đã làm anh tê liệt?! Phải chăng hiện tượng giả điên trong suốt thời gian 6-7 năm tù đã là mầm bệnh gây ảnh hưởng nặng nề trên tâm lý anh, dù anh đã đến được một chân trời mới, rộng lương đầy tình người, và có gia đình êm ấm, có con thành đạt và 3 cháu nội?

Phải chăng anh sợ hãi đối diện với cuộc sống mới?! Nhìn đâu cũng thấy khung cửa hẹp đen tối, có cựa quậy gì rồi cũng thế thôi?! Nên từ đó anh mang cảm giác luôn ở bên lề cuộc sống! Tất cả đã đưa đẩy anh dứt khoát phải chấm dứt mạng sống của mình khi mình vẫn còn đầy đủ lý trí và sáng suốt để tự quyết định. Với cá tính bất khuất, nay lại bị đe dọa trực tiếp bởi căn bệnh nan y, anh không tìm cách trốn chạy mà can cường trực diện chọn cái chết cho bản thân. Kéo dài sự sống thêm ngày nào, với anh, cũng chỉ đưa anh vào bóng tối của vô vọng không lối thoát.

Bài viết này không có tham vọng luận bàn về giáo điều thần học của An Tử hay Trợ Tử, vì vấn đề này còn là đề tài gây tranh cãi trong nhiều quốc gia và cộng đồng tôn giáo. Bài viết này chỉ tập trung vào những trường hợp cá biệt của An Tử hay Trợ Tử. Trước tiên ta nên tìm hiểu thế nào là An Tử và Trợ Tử.

Dựa trên Từ Điển Việt Ngữ Phổ Thông của nhị vị Bs. Lê Văn Thu và Ds.Nguyễn Hiền, **An** bao gồm những nghĩa như sau: yên bình, yên ổn, bình an, an lành, an lạc, an thân, an tĩnh (yên ổn và bình lặng), an toàn, an ủi, an thần, an bài (sắp xếp trước đâu vào đó), thoải mái, an nhàn (nhàn nhã thoải mái), an lạc (hạnh phúc), an lòng (không lo lắng), an nghỉ/an giấc (ngủ yên ngàn thu), an táng, an phận (bằng lòng), an tọa (ngồi yên một chỗ), an ủi (làm dịu nỗi buồn). **Trợ** có những nghĩa sau đây: giúp đỡ, tiếp tay, phụ giúp, trợ lực, trợ lý, trợ y, trợ tá. Và **trợ tử** = giúp cho người không muốn sống nữa (vì bệnh nan y, bệnh gây đau đớn mà không thể cứu chữa được) **được chết** một cách thoải mái và trang trọng qua thỏa thuận.

Trong tháng 6, 2024, một cặp vợ chồng sống tại Hòa Lan được chuẩn cho An Tử một lúc với nhau. Ông Jan, 70 tuổi và vợ, bà Els, 71 tuổi, từng quen nhau từ thuở tiểu học, và sống hạnh phúc trong gần 50 năm. Nhưng những năm sau này, bà bị bệnh Alzeihmer càng lúc càng lú lẫn, còn ông bị đau cột sống càng ngày càng đau đớn dù đã trải qua giải phẫu, không thể chăm sóc cho vợ mình. Trước viễn tượng không thể kéo dài cuộc sống không còn phẩm chất mà y khoa cũng bó tay, ông Jan tuyên bố "*để chống đau, tôi cần uống rất nhiều thuốc, và điều này khiến tôi sống như một xác ma. Vì vậy, với cái đau của tôi, với căn bệnh của Els, tôi nghĩ chúng tôi nên chấm dứt*". Chấm dứt trong câu nói của ông Jan có nghĩa là chấm dứt sự sống – là chọn cái chết với nhau. Ông bà Jan và Els xin cho được An Tử. Và họ được An Tử bên cạnh nhau, trong cùng một nơi, cùng một ngày và cùng một lúc.

Cũng tại Hòa Lan, và trong đầu tháng 6, 2024, cô Zoraya Ter Beak, 28 tuổi, quyết định xin được chết một cách hợp pháp và được chấp thuận cho An Tử, vì cô mang chứng bệnh trầm cảm nặng, kèm theo với bệnh tự kỷ và rối loạn nhân cách, mà thuốc men cùng các phương pháp trị liệu tâm lý đã không thể nào chữa lành cho cô.

Và gần đây nhất, nam tài tử Alain Delon, một thời nổi tiếng trên màn bạc Pháp và toàn thế giới trong những thập niên 60 và 70 của thiên niên kỷ trước, cũng đã chọn chết An Tử tại Thụy Sĩ, ngày 18 tháng 7, 2024, thọ 88 tuổi, sau khi bị một loạt chứng bệnh tim mạch, đột quỵ, ung thư máu…không thể đảo ngược, phục hồi được. Ông ta từng phát biểu *"An Tử có tính cách hợp lý và tự nhiên (?), nhất là khi người ta đạt đến một tuổi nào đó và đang sống trong trạng thái và điều kiện không còn nhân tính, thì An Tử giúp cho họ cái quyền được chấm dứt cuộc sống trong danh dự, thanh thản, bình an"*.

Thông thường, người ta nghĩ các bác sĩ lo chuyện an tử cho bệnh nhân chỉ là những nhà hoạt động giúp bệnh nhân có cái chết êm dịu. Theo Bs. Hourmann, một bác sĩ trong ngành Giải Phẫu và Cấp Cứu, trong cuộc phỏng vấn của Medscape, nói rằng: *"thật sự các nhà hoạt động đó là những nhà hoạt động cho sự sống. Trong tình trạng cực đoan, hành động của chúng tôi là hành động của con người, một khi y khoa không còn có thể cung cấp thêm được điều gì, và điều duy nhất còn lại là chấm dứt những đau khổ không cần thiết, và tất nhiên theo lời yêu cầu của bệnh nhân. Trong cuộc sống, tôi đã học được rằng sự đau khổ của con người có giới hạn, và bạn không cần phải là bác sĩ mới hiểu được điều đó.*

Liệu cái chết êm dịu có thực sự mâu thuẫn với mệnh lệnh y tế là "bảo vệ sự sống" cho đến phút cuối cùng, theo đúng với nguyên lý đạo đức của Lời Thề Hippocrates không?? Bs. Hourmann không tin như vậy. "Lời Thề Hippocrates là một nghĩa vụ luân lý và đạo đức mà bác sĩ phải thực hiện đối với công việc của mình và trách nhiệm về ý nghĩa của việc chăm sóc bệnh nhân. Rõ ràng điều này sẽ thay đổi theo thời gian. Cá nhân tôi suy nghĩ về điều này hằng ngày và tôi luôn tuân theo các nguyên lý của nó. Khi tôi tiến hành chữa trị, tôi luôn nghĩ đến việc làm những gì tốt đẹp nhất cho bệnh nhân. Để cuối cùng, khi tất cả điều trị đều thất bại, nỗ lực tối đa mà tôi nghĩ đến trong những trường hợp cực đoan là cố gắng giúp cho người bệnh chết một cách xứng đáng.

Nếu chúng ta cho rằng cái chết êm dịu ngụ ý là một hành động gây tổn hại hoặc có chủ ý gây ra cái chết thì điều hợp lý là sẽ có sự phản kháng trong cộng đồng y tế."

Đồng thời, Bs. Hourmann lưu ý như sau "Trình bày như vậy thì không ai muốn làm cả. Nhưng tôi không thấy như vậy. An tử là một hình thức khác để kết liễu mạng sống của bệnh nhân khi không có giải pháp y tế hay khoa học khả thi nào và có yêu cầu rõ ràng bởi bệnh nhân rằng sự đau khổ cản trở họ tiếp tục sống. Đó là cách tôi hiểu đó là một khái niệm về cuộc sống Và mặc dù có vẻ như chúng trái ngược nhau, cái chết êm dịu và Lời thề Hippocrates luôn song hành với nhau".

Trong "Tự truyện Về Những Giờ Cận Tử" của bác sĩ Võ văn Tùng, vào đầu năm 2015, Bs. Tùng rơi vào hôn mê suốt 5 ngày đêm, và tiếp tục sống kề cận với cái chết trong 17 ngày sau đó. Ông đã diễn tả những điều mắt thấy tai nghe, những cảnh đẹp, những vong hồn bên cạnh những tiếng cầu kinh, những lời nói yêu thương của người thân. Cuối cùng Ông thoát bệnh, xuất viện và bình an về nhà. Vì, Ông viết "*Người ta có hai phần là Tâm và Thân. Cái Tâm mới là cái thật của con người. Tâm thì vô hình vô tướng, nhỏ thì không có vật gì nhỏ hơn mà lớn thì cũng không có gì lớn hơn. Thân và Tâm cùng ở với nhau. Niệm còn thì Thân còn. Niệm dừng thì Thân và Tâm lìa nhau để*

Tâm có cái thân mới. Tâm của tôi luôn luôn ở trong Thân của tôi, chưa bỏ tôi, nên tôi chưa chết".

Có một điều đa số chúng ta, khi còn sống hay khi kề cận cái chết, đều ước mong mình được chết "hiền", bình an, "thấy bóng thiên đường cuối trời thênh thang. Tôi từng đọc câu "chết không hẵn là đã tắt thở". Vì đôi khi, chết không chỉ đơn giản là ngưng thở. Nó có thể ám chỉ việc mất đi một phần của bản thân, mất đi hy vọng, niềm tin, hay mất đi mối quan hệ giữa con người và xã hội. Chúng ta đôi khi vẫn sống trong sự tĩnh lặng, nhưng tinh thần và trái tim – vốn là nhựa sống tươi mát, cần thiết – đã lụi tàn. Đến lúc này, "sống đôi khi cũng đồng nghĩa là chết mòn".

Sau đây là danh sách các nước trên trên thế giới đã chấp thuận An Tử:

Switzerland, Belgium, Luxembourg, Netherlands, Spain, Austria, New Zealand, Canada, Columbia, và Ecuador.

Và tại Hoa Kỳ, các tiểu bang:

Oregon, Washington, Hawaii, Montana, California, New Jersey, Vermont, New Mexico, Maine, Colorado, cũng đã có luật chấp nhận An Tử.

Vài tháng trước ngày chết, các anh chị em trong gia đình bạn tôi bỏ rất nhiều thì giờ, có người phải bay từ xa đến, để khuyên nhủ, ân cần dịu dàng, ngay cả dùng nước mắt, cố gắng tìm mọi cách để Lộc thôi nghĩ đến An Tử. Nhưng tất cả đều thất bại, kể cả vợ và con trai của Lộc. Nhiều lần, Bs Bích Thụy kêu nói chuyện với tôi trong tiếng khóc nức nở. Nhất là khi nhắc lại lời nói của Lộc năm nào "Je veux vivre" nhưng bây giờ lại đổi thành "Je veux mourir. Ngay cả anh đầu, Bs. Trần Đình Ái, từ Seattle bay sang Montreal, cũng điện thoại khóc với tôi. Thật quá xúc động. Bạn tôi vẫn cương quyết giữa lập trường, còn nói "*cấm tất cả mọi người khóc khi Lộc chết. Vì Lộc đã chọn được chết trong sự thoải mái và an lạc*".

Tôi được cho biết trước trưa Chủ Nhật, ngày 22 tháng 5, 2022, các bạn học cùng lứa với tôi trong trường Y Khoa, Bs. Hoàng Ngọc Vinh, và Bs. Lê Quang Tiến đến thăm Lộc lần cuối. Vì ngày mai, Lộc sẽ được chính thức ra đi. Tôi cũng *facetime* nói chuyện với Lộc cùng thời gian.

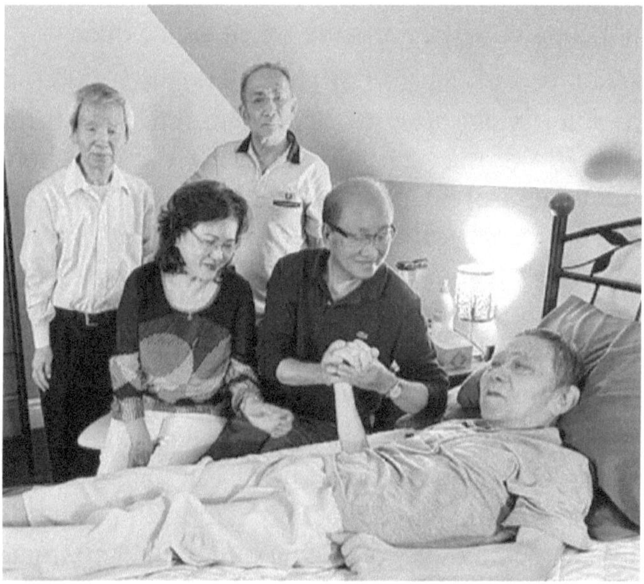

Đứng sau, từ trái qua phải: Bs. Đỗ Doãn Trang, Bs. Lê Quang Tiến. Ngồi cạnh giường: vợ chồng Bs. Hoàng Ngọc Vinh. Nằm trên giường: Bạn Trần Đình Lộc

Trước đó, tôi chờ đón để nhìn thấy một thân hình gầy gò, kiệt quệ, nhưng tôi hết sức ngỡ ngàng thấy bạn mình vẫn còn có da thịt, thần sắc bình thản, và có vẻ vui khi trực tiếp *facetime* với nhau. Vì trước đó, bà xã tôi căn dặn tránh nói chuyện buồn, nên tôi và Lộc nói toàn chuyện xưa, nhắc lại vài mẫu kỷ niệm vui của nhau. Và nhất là để nghe Lộc vẫn kêu tôi là "cụ mi, cụ mi" trong từng câu nói, như trong bao lần trước đây. Trước khi dứt *face time* và chúc bạn mình thanh thản ra đi ngày mai, tôi cho Lộc biết ngay sau đây tôi sẽ ra phía sau nhà, hút vài điếu thuốc để nhớ đến bạn mình. Thật không ngờ, chỉ sau chừng mươi phút, chị Bích Thụy gởi liền cho tôi tấm hình Lộc ngồi trên xe lăn, đang phì phèo điếu thuốc lá ở *viranda* trước nhà. Một hình ảnh cuối cùng của bạn mình mà tôi chẳng hề quên.

Ngày bạn tôi an tử, thứ Hai, 23 tháng 5, 2022, thời tiết gần cuối Xuân bỗng trở lạnh hẳn, mới tuần trước trong vòng 70 độ, mà nay thấp xuống 57 độ, tuy không mưa, nhưng mặt trời hoàn toàn khuất lấp sau mây xám dày đặc, rừng cây bên ngoài thấp thoáng mờ ảo- *Mai tôi đi xin đừng nhìn theo - Xin đừng đợi chờ - Đời trăm muôn góc phố - Con đường dài thật dài – Thẳng mãi có bao nhiêu? Thẳng mãi có bao nhiêu?*

Tôi hình dung trong tờ mờ sáng hôm ấy, chị Lộc đẩy xe lăn đưa chồng đi một đoạn ngắn trên con đường vợ chồng thường dẫn nhau đi dạo - không cần phải nói thêm lời gì với nhau vì im lặng là một chứng thực cho cảm thông trân quý của yêu thương. Tôi cũng hình dung con trai anh Lộc thế mẹ đẩy cha đi thêm một vòng nhỏ, cũng trên con đường ấy; lần này anh Lộc có vài lời căn dặn con trai mình trông nom mẹ, chớ để mẹ buồn tủi, và nhớ giải thích về sau cho ba đứa con mình khi chúng trong tuổi hiểu biết về lý do vì sao ông nội xin được ra đi sớm. Tôi cũng mường tượng cảnh Lộc ôm hôn các cháu nội, khẽ căn dặn các cháu luôn nghe lời cha mẹ và gắng học giỏi. Trong giờ cuối, anh chị em cùng con cháu trong gia đình xúm xít trong nhà, bên nhau, nhìn nhau, nhìn em/anh của mình mà lòng ứa lệ.

Sau khi chụp tấm hình Bên Giờ Cận Tử của Lộc với vợ

mình, Lộc bước lên lầu, nhận thủ thuật cho An Tử, trong khi tất cả mọi người niệm Phật ở tầng dưới, và cháu nội của Lộc đàn piano "Ce N'est Qu'un Au revoir", rồi "Như Một Lời Chia Tay". Sau đó hoàn toàn im lặng trong cầu nguyện.

Khi nghe con trai mình, cũng là một bác sĩ, trên lầu bước xuống và nói "Cậu Lộc đi rồi, Mẹ ơi", chị Bích Thụy xỉu tại chỗ. Trước đây Lộc cấm không ai được khóc, nhưng nay ai cũng ôm nhau khóc nức nở. Xác của Lộc được hỏa thiêu hai ngày sau đó. Một tuần sau, tro được đem rải trên dòng sông Saint Laurent, theo đúng nguyện ước của người chết: không linh vị thờ cúng, nếu nhớ Lộc hãy nhìn lên trời xanh mây trắng là có Lộc trong đó.

Tuy không cổ vũ, nhưng cá nhân tôi khâm phục bạn mình dứt khoát chọn cho mình một cái chết tự trọng, đầy nhân phẩm của con người. Có chăng giấc ngủ ngàn thu sẽ đưa bạn tôi đến một miền tươi sáng hơn, một thế giới huyền ảo không còn hận thù mà ở đó chỉ có tình thương và bình an vĩnh cửu?! Và phải chăng chiến thắng chính mình và khắc phục nỗi sợ hãi sẽ cho mình một cái chết lành.

Theo nghĩa trên, bạn tôi, Trần Đình Lộc, đã được chết lành.

Xin lấy vài đoạn trong bài thơ "Chết" của nhạc sĩ Lê Tín Hương tặng cho bạn mình:

"Sao sầu muộn khi nói về cái chết
Chết là về nơi chốn của yêu thương
Chết là vui khi rũ hết bụi đường
Hòa nhập với muôn hồn bao năm trước...
Đường đời thăng trầm bước đời muôn lối
Có dốc cao vực thẳm có êm đềm
Con đường đời nhờ thế ý nghĩa thêm

Để hoàn tất bức tranh đời tuyệt hảo
Nên khi chết không còn chi phiền não
Những bước đời hư ảo đã trôi qua
Cát bụi trần gian rồi cũng xóa nhòa
Muôn hồn sẽ cùng ca, bài ca vô tận…"

Xin ghi nhận nơi đây lòng biết ơn chân thành của tôi đến anh chị Bs. Đỗ Doãn Trang và Bs. Trần Thị Bích Thụy, không những đã cho phép tôi ghi lại câu chuyện thật, mà còn cung cấp hình ảnh và dữ kiện khiến bài viết thêm trung thực.

Viết để tưởng nhớ đến bạn mình khi mùa lá rụng về cội đang đến.

Vĩnh Chánh - Mùa Thu, 2024

Làm Hòa Với Tên Trộm

NGUYỄN VĂN TỚI

Tác giả Nguyễn Văn Tới (đứng thứ 3 từ phải) trong lễ trao giải VVNM 2023.

Tác giả nhận giải Danh Dự Viết Về Nước Mỹ 2018, giải vinh danh Tác Phẩm 2019 và giải vinh danh Tác giả, Tác phẩm 2021. Là một cựu tù cải tạo vượt ngục và là người lái tầu vượt biển, ông định cư tại Mỹ từ 1990, từng tình nguyện tới chiến trường Trung Đông và Châu Phi.

Người Việt Nam mình hay nói "ông này có số sướng", bà kia "có số hưởng" v…v… Riêng tôi, tôi có số … gặp trộm, nói nôm na là tôi chạm trán với mấy ông đệ tử của thần Đạo Chích lần này là lần thứ hai từ ngày sống trên đất Mỹ. Ở đời, có nhiều chuyện dở khóc dở cười xảy ra mà chính các nhân vật trong truyện cũng phân vân không biết phải ứng xử như thế nào.

Trường hợp này xảy ra cho chính bản thân tôi ngay trên nước Mỹ văn minh và giàu có: nhà tôi bị trộm viếng, tôi bắt được ngay tại trận, chạm mặt với nó, và rượt đuổi nó. Sau khi nó chạy thoát, tôi phải cất công đi làm "thám tử" điều tra coi tên trộm từ đâu đến, để rồi khi kiếm ra, chính tôi phải kiếm đến tận nhà để làm hòa và tha thứ cho "ngài đệ tử" của thần Đạo Chích này.

Trong kinh thánh Tân Ước, chúa Giê Su khi đi rao giảng tin mừng, Ngài có nói: nếu ngươi đang dâng của lễ nơi bàn thờ mà sực nhớ người anh em đang có điều bất bình với ngươi, thì hãy để của lễ lại trước bàn thờ, đi làm hòa với người anh em của ngươi trước đã, rồi hãy trở lại dâng của lễ. Hãy liệu làm hoà với kẻ thù ngay lúc còn đi dọc đường với nó, kẻo kẻ thù sẽ đưa ngươi ra trước mặt quan tòa, quan tòa lại trao ngươi cho tên lính canh và ngươi sẽ bị tống ngục. Ta bảo thật cho các ngươi biết: ngươi sẽ không thoát khỏi nơi ấy cho đến khi trả hết đồng bạc cuối cùng! (Matthew 5, 20-26.)

Thật ra, tôi không phải là con chiên ngoan đạo, thực hành lời Chúa triệt để, nhưng tôi có lý do riêng của tôi là muốn cho tên trộm biết người Việt Nam, tuy nổi tiếng trong quá khứ là một dân tộc sống trong chiến tranh, hận thù, tàn bạo, và chết chóc, nhưng là một dân tộc có lòng nhân ái, biết tha thứ và sống chung hòa bình. Vì vậy, tôi mở ra cho tên trộm một lối trở về, một cơ hội; thêm nữa, bản chất người Việt Nam luôn đậm tình làng xóm, biết bán anh em xa, mua láng giềng gần.

Số là tôi vừa lấy lại một căn nhà cho thuê ở thành phố Mesa, Arizona, cách nơi tôi đang sống khoảng 200 dặm và muốn tân trang lại mới hoàn toàn để gia đình tôi dọn vào ở. Tôi hẹn với thợ vào sáng hôm sau, nên hôm trước, tôi chở theo ít đồ nghề và vài đồ đạc cá nhân, dự định sẽ ở lại vài ngày để chỉ dẫn cho thợ phải sửa và thay những thứ gì. Căn nhà trống, không có đồ đạc, không có cả giường ngủ. Tôi kéo cái ghế bố quân đội ra để ngủ tạm. Tên trộm đột nhập vào nhà lúc nửa đêm về sáng tính chuyện đem đồ đạc của tôi về làm của cải nhà hắn hay sao đó.

Tôi rượt nó chạy vắt giò lên cổ. Nó cao to và trẻ tuổi, sức lực tràn trề nên khi bị rượt sát nút, nó bèn thi triển tuyệt đỉnh công phu "lăng ba vi bộ", phi thân một cái, đứng lên đỉnh bức tường gạch cao 6.2 feet, nhảy ra ngoài vườn và "chạy mất dép", bỏ tôi đứng lại một mình, ngẩn tò te vì tôi không nhảy qua nổi bức tường cao như thế.

Tên trộm cũng biết lựa giờ khi đột nhập vào nhà lúc 02:45, giờ mà mọi người đang ngủ ngon nhất. Tôi thuộc loại người chỉ ngủ bằng một mắt và một lỗ tai, hoặc do phản xạ tự nhiên được lặp đi lặp lại trong một thời gian dài khi tôi còn đi làm trong trại lính vùng Trung Đông. Tuy đang say giấc nồng, nằm trên chiếc ghế bố, tôi vẫn nghe được tiếng bước chân lạo xạo trên sỏi, rồi ánh sáng nhấp nháy, chập chờn trong vườn sau, phía hồ bơi.

Tôi choàng dậy, chụp lấy cái head-light đeo lên đầu, nhét cái phone vào túi quần, và chạy ra mở cửa sau, tính ăn thua đủ với hắn mà quên rằng trong tay không có lấy một vũ khí tự vệ hay thậm chí một cây gậy. Cái đèn mang trên đầu tôi là loại quân đội Mỹ hay xài, nó rất sáng, khiến tên trộm bị lóa mắt, không thấy được tôi, còn tôi thấy rõ được mặt hắn. Nó còn rất trẻ, khoảng 25-30 tuổi, mặc toàn đồ đen, da trắng, tướng tá dễ coi và cao lớn, ít ra cũng trên 6 feet. Khuôn mặt hắn thất thần, mắt mở to, miệng lắp bắp không thành tiếng khi tôi hét lớn "who the f … are you?"

Tiếng hét của tôi chắc không thua gì tiếng hét Kiai của một võ sĩ Aikido trước khi dùng sống bàn tay chém một cú Atemi hạ đo ván đối thủ. Hồn vía lên mây, nó quay người bỏ chạy, có lẽ nó không ngờ có người trong căn nhà trống này. Sực nhớ mình tay không, tôi trở ngược vô nhà, chụp lấy thanh gỗ chặn cánh cửa kéo (sliding door) làm vũ khí vì tên trộm quá cao to so với vóc dáng nhỏ bé của một ông già như tôi. Diễn tả thì chậm, nhưng hành động thì nhanh như chớp, tôi quay lại, rượt hắn chạy về phía khoảng sân bên hông nhà. Nhưng không kịp nữa rồi, chỉ vài giây ngắn ngủi nhưng đủ để nó bỏ lại "*tôi với trời bơ vơ*". Xin lỗi nhạc sĩ Tùng Giang, vì tôi đứng sững giữa sân một mình, nhảy theo không được, chỉ biết bơ vơ đứng nhìn trời.

Khi hắn nhảy được lên nóc bức tường, nhìn xuống đất trong đêm tối, có lẽ độ cao khiến hắn sợ hãi bị gãy chân nên hắn chần chừ; trong phút chốc ngắn ngủi đó, tôi móc phone ra và chụp được hình của hắn. Ánh chớp của cái phone làm hắn hoảng sợ, nhảy đại ra ngoài sân trước và chạy thật nhanh biến vào bóng đêm. Tôi bị kẹt bên trong cổng bị khóa nên phải chạy ngược vô trong nhà để mở cửa chính, tiếp tục truy đuổi hắn ta. Hắn đã biến mất trong ánh sáng mờ ảo của đèn đường trong bóng đêm. Tôi gọi cảnh sát. Họ đến thật nhanh trong vòng 5 phút. Cả hai viên cảnh sát cùng tôi đi quan sát hiện trường, họ làm bản tường trình những gì họ thấy theo lời kể của tôi.

Tôi gởi bức hình qua cái phone của viên cảnh sát. Họ hoàn thành biên bản và "text" lại cho tôi "case number" gồm nội dung và cả tấm hình của tên trộm mà tôi gởi cho họ. Họ chào tôi, ra về, không quên căn dặn tôi đừng liều lĩnh đuổi theo tên trộm vì nó có thể mang theo vũ khí và vì nó to lớn hơn ông rất nhiều. Nghĩ lại, tôi thấy mình cũng liều khi trực diện với tên trộm cao lớn và sức vóc hơn mình nhiều lần.

Ngay hôm sau, tôi đi chào hàng xóm mới, trước nhất muốn làm quen với họ, tiện dịp kể họ nghe câu chuyện đêm qua để họ đề phòng. Tôi đưa bức hình coi họ có nhận ra ai trong xóm này không? Không ai biết. Tôi ghé qua làm quen với gia đình hàng xóm sát nhà bên trái. Cả hai ông bà có vẻ hiền lành, dễ mến. Họ tiếp đón tôi rất vui vẻ, mời vào nhà hỏi thăm ân cần. Hai ông bà cho hay ông bà nội cũng là di dân từ Thụy Điển đến nước Mỹ trước đệ nhị thế chiến. Tôi cũng tự giới thiệu mình là người Việt Nam, phải bỏ nước ra đi lánh nạn Cộng sản.

Hai ông bà rất vui khi có một người Á Châu dọn đến trong xóm, mà lại là người Việt Nam. Xưa nay họ chỉ biết đến Việt Nam qua cuộc chiến gây tranh cãi nhất ở nước Mỹ. Một cuộc chiến dài đăng đẳng với chết chóc, tàn phá, và hận thù, nơi mà hơn 50 ngàn lính Mỹ đã hy sinh, để lại những vết thương lòng không hàn gắn nổi cho đến bây giờ.

Trước khi ra về, tôi kể họ nghe chuyện đêm qua và đưa bức hình tên trộm, hỏi ông bà có biết người này không. Cả hai nhìn chăm chú vào cái *phone* của tôi, ánh mắt họ thoáng chút bối rối, rồi hỏi tôi sao có bức hình này. Tôi hiểu ngay rằng họ biết tên trộm này là ai. Bà xin phép mượn cái *phone* của tôi và bước vào nhà sau, nói chuyện với đứa con trai khác của ông bà. Khi trở ra, bà mời tôi ở lại thêm một chút nữa để bà nói chuyện.

Hai ông bà cho biết đây là đứa con riêng của bà với chồng trước. Nó tên là S., không sống chung với ông bà, nhưng thỉnh thoảng ghé qua ăn bữa cơm. Nó mới bị cho nghỉ việc ở một hãng xưởng trong thành phố. Ông bà cho hay sẽ nói chuyện với nó vì nó nợ tôi một lời xin lỗi rất lớn. Ông bà cũng thành thật cám ơn tôi đã cho hay và xin tôi cứ tự nhiên báo cảnh sát để bắt đứa con hư hỏng này.

Tôi cho họ hay cảnh sát đã có bức hình và biên bản về vụ trộm tối hôm qua. Tôi bắt tay ông bà, không hứa hẹn điều gì, và ra về trong một tâm trạng không biết nên vui hay buồn. Tôi có thể cảm nhận được sự chân thành trong lời nói của ông bà. Tôi nghĩ rằng S. không có việc làm nên đói ăn vụng, túng làm liều, chứ nó không phải là một tên trộm chuyên nghiệp: khi đụng độ với tôi, nó đã khiếp sợ và quay đầu bỏ chạy. Có lẽ khi về thăm gia đình, nó thấy căn nhà không có người ở cả tháng nên tò mò và đánh liều vô coi có gì không.

Tôi quyết định sẽ gặp S. và ngồi xuống nói chuyện với nó. Tôi điện thoại hỏi ông bà hàng xóm khi nào nó về, cho tôi hay.

Một buổi trưa, S. lái xe về thăm cha mẹ. Tôi bước qua nhà. S. bước ra bắt tay, vẻ mặt bối rối, đầu cúi xuống, thái độ luống cuống và xấu hổ; lời đầu tiên nó xin lỗi và thú thực là tối đó đi uống rượu về, tò mò muốn biết coi nhà kế bên có gì không. Sau một hồi chuyện trò, tôi hứa với nó là sẽ không truy tố nó ra tòa theo yêu cầu của cảnh sát. Tôi sẵn lòng bỏ qua, coi như chưa có gì xảy ra. S. ôm tôi thật chặt và hứa sẽ không bao giờ làm điều gì sai trái. Nó bịn rịn tiễn tôi ra cửa. Ba má nó theo sau, bắt tay và cảm ơn không ngớt, trên gương mặt dãn ra vẻ vui mừng.

Tôi nghĩ rằng với sự rộng lượng, nhân ái của mình, có thể giúp S. tìm lại con đường đúng đắn trong cuộc sống. Anh ta sẽ phải nhìn lại bản thân mình và suy nghĩ về thái độ tha thứ của ông hàng xóm. Cha mẹ của S. tỏ ra rất khâm phục cách ứng xử của tôi. Tôi muốn cho họ thấy người Việt Nam mình, tuy trải qua một cuộc chiến khốc liệt triền miên, nhưng chúng tôi, người miền Nam là một dân tộc hiếu hòa. Văn hóa chúng tôi là bán anh em xa, mua láng giềng gần. Bản thân tôi thấy nên cho S. một cơ hội để hối cải, mở một con đường cho S. đi, để nó thấy được trên đời này mất việc không phải là ngõ cụt cuối con đường. Tôi biết từ rày trở đi, S. nhìn tôi, nhìn một người Việt Nam với một ánh mắt khâm phục.

Quả thật, từ đó trở đi, gia đình ông bà hàng xóm đối xử với tôi rất nồng ấm. Họ luôn chào hỏi vui vẻ, thỉnh thoảng mời tôi qua thăm khu vườn xanh um của bà, hoặc qua bên nhà tôi thăm hỏi ân cần, nếu cần gì họ sẽ giúp. Tình láng giềng giữa chúng tôi rất vui vẻ, chan hòa.

Mỗi một biến cố là một bài học và một kinh nghiệm sống, dạy tôi biết phải phản ứng ra sao cho hợp thời để không phải hối tiếc về sau. Hơn thế nữa, tôi muốn người bản xứ thấy rõ, qua cách hành xử của mình là một minh chứng cho sức mạnh của lòng nhân từ và niềm tin vào sự thay đổi của con người, nhất là người đó lại là người hàng xóm của mình.

Nguyễn Văn Tới
Tháng 10/2024

Dân Biểu Liên Bang Lowenthal phát biểu
tại Lễ Trao Giải VVNM 2023

Kết Nối - Yêu Thương - Chữa Lành

ANNE KHÁNH VÂN

Tác giả Anne Khánh Vân nhận giải Việt Bút VVNM 2021.

Anne-Khánh Vân sinh năm 1974 tại Saigon, tốt nghiệp kinh tế tại Pháp, hiện sống và làm việc tại miền Đông Hoa Kỳ. Tham gia VVNM từ những năm đầu của giải thưởng, tác giả nhận giải Chung Kết Viết Về Nước Mỹ 2007 với tự truyện "Duyên Nợ Với Nước Mỹ". Tháng 12, 2021, tác giả nhận giải Việt Bút Trùng Quang VVNM 2021. 2023 tác giả tham gia vào ban tuyển chọn VVNM.

* Má Hai khóc với Tày nhe…

Hồi tuần trước, cuối ngày làm việc, cháu trai của Khánh Vân là Huy Khang (HK), tên nhà là Tày, gọi điện thoại xin FaceTime. Khi hai màn hình video vừa hiện lên và nhìn thấy mặt nhau thì HK liền hỏi "Má Hai khóc với Tày được không?" Tôi nghe xong vừa ngạc nhiên vừa thương quá chừng quá đỗi. Huy Khang là một bé trai hoạt bát, rất có tình và rất biết để ý đến mọi người và mọi thứ xung quanh.

Tuy nhiên, trong mười hai năm qua, từng năm tháng lớn lên, có lẽ đây là lần đầu tiên tôi nghe HK hỏi một câu bất ngờ như vậy.

Tôi hỏi lại HK, "Ủa, con có chuyện gì mà muốn má Hai khóc với con?" Lúc đó trên màn hình, nhìn mặt bạn ấy như rươm rướm nước mắt, HK trả lời, "Hôm nay Tày đi chích ngừa và chích tới ba mũi một lúc!" Lúc đó em dâu của tôi kể thêm chi tiết, "...trong khi chích thì tỉnh queo, nhưng khi vừa xong và cô y tá hỏi, "are you OK?" lúc đó mới khóc." Nghe xong tôi thấy thông cảm với tâm trạng của HK và nói phụ cháu "… thì chắc lúc đó cái đau của mấy mũi chích mới thấm, mới thấy đau, nên mới khóc phải không con?"

Huy Khang kể tiếp, "… má Hai, Tày đau và khóc mà ba Thắng không bồng Tày…" – Tôi lại thêm một lần ngạc nhiên và thấy thương quá trời. Rất tiếc hai má con đang cách xa nhau và phải nói chuyện qua FaceTime, nếu không chắc tôi cũng muốn ôm cháu một chút. Tôi tiếp lời, "Ồ, phải rồi, đáng lẽ ba Thắng đã phải bồng và an ủi con một chút lúc đó ha. Chắc tại ba Thắng lu bu lo công việc với y tá nên không kịp bồng con chứ gì?"

"Má Hai nhớ lúc con 3-4 tuổi, cũng đi chích ngừa ba bốn mũi. Má Hai đưa con đi hôm đó và chứng kiến con gồng lên khi cô y tá chích và con đã không khóc. Khi xong, cô y tá nhìn con và nói, 'Wow, you are a super boy. You didn't cry!' Quả thật hôm đó con đã làm mọi người ngạc nhiên."

Tôi tiếp tục, "… nhưng không sao hết, Huy Khang, khi con cảm thấy cần khóc, con cứ khóc tự nhiên. Ông Trời sinh ra con người có cảm xúc và cho mình khả năng khóc là vì ông Trời biết sẽ có những lúc mình cần khóc mà. Cho nên không có gì sai hết khi mình muốn khóc con nhé."

Chuyện của Huy Khang hôm đó làm tôi phải nhớ lại những ngày tháng ấu thơ của mình bốn mươi mấy năm về trước. Tôi không nhớ mình đã từng có những buổi chuyện trò tự nhiên thân thiện như vậy với ba má hay một người lớn nào. Những năm tháng khó khăn đó, có lẽ ngày nào ai cũng cần nói câu nói của Huy Khang…, không riêng trẻ con. Nhưng mỗi người đã tự mình luyện phải mạnh mẽ, mạnh mẽ cho phần mình và cho cả những người thân xung quanh. Không thể khóc! Và vì vậy, sự cố gắng và đè nén cảm xúc này đã thành thói quen. Dường như tôi lớn lên rất ít khóc và rất không-thích chuyện khóc lóc. Tôi cho khóc là yếu mềm, để rồi dần dà cứ đóng vai một người mạnh mẽ lúc nào không hay. Mỗi ngày khoác lên mình cái vỏ cứng cáp vô hình. Mạnh mẽ trở thành một thứ bản năng. Làm chủ được cả việc chặn dòng nước mắt! Không bao giờ muốn mình là mối bận tâm của bất kỳ ai. Và thế là, mọi người mặc định cho tôi là giỏi giang, không cần quan tâm lo lắng thương yêu, không cần hỏi han ủi an vỗ về… Cọp mà!

* Vượt Qua Quá Khứ

Tôi có một người đồng nghiệp tương đối thân. Chúng tôi thân nhau cái kiểu người ta hay nói có thể cho nhau mượn bờ vai để khóc. Hoặc nếu đi mua thức ăn trưa về và ghé ngang bàn làm việc của nhau mà thấy đứa kia còn ngồi làm việc ráng, chưa ăn trưa dù đã trễ… thì sẽ tự động qua phòng bếp cắt một nửa ổ bánh mì, hoặc lấy dĩa sớt một nửa phần cơm vừa mua về, mang đến cho nhau… Và rồi chỉ cùng ăn trong hạnh phúc, không hề khách sáo từ chối.

Lúc mới vào công ty làm việc và được đưa đi vòng quanh giới thiệu, tôi để ý ánh mắt nhìn và nụ cười hiền hòa đặc biệt của anh Pao (tạm phiên âm tên anh như vậy). Anh có nét mềm mại nhẹ nhàng của một phụ nữ. Tôi đoán anh người Mông Cổ, nhưng sau đó chuyện trò thêm thì được biết anh người Kazakhstan.

Cũng nhờ mười mấy năm trước khi làm việc cho AECOM International Development tôi đã có cơ hội để ý Kazakhstan nằm ở đâu trên bản đồ vì AECOM có thầu với chính phủ Mỹ và Liên Hợp Quốc nên có công trình khắp nơi, nhất là những nước đang phát triển. Từ văn phòng trung ương bên Mỹ phải biết địa lý và múi giờ của từng nơi để canh giờ làm việc với nhân viên địa phương.

Tôi và anh Pao gần tuổi nhau nên rất dễ chuyện trò. Ngoài công việc chuyên môn, chúng tôi cũng thường nói chuyện gia đình lẫn thời sự. Năm ngoái, anh và chồng quyết định về vùng San Francisco Bay Area để gần gia đình vì chồng anh Pao vừa khám phá bị ung thư. Không còn làm việc chung công ty nữa nhưng chúng tôi vẫn giữ liên lạc và thường xuyên hỏi thăm nhau.

Mới đây tôi có sang vùng Bay Area và thăm anh Pao. Chúng tôi đi dạo và chuyện trò. Tôi đã có dịp khám phá tuổi thơ của anh Pao và của tôi có nhiều điểm giống nhau. Anh Pao cũng có những ngày thơ ấu rất thiếu thốn và hay bị bạo hành. Nghe đến đó, tôi quay sang nhìn anh Pao và nói, "Ô, vậy sao, tôi cứ tưởng chỉ những trẻ nhỏ Việt Nam thời của tôi mới trải qua những chuyện như vậy thôi chứ!"

"Không, Anne ơi, những đứa trẻ thời của tôi, ở nước của tôi cũng vậy thôi. Kazakhstan và Việt Nam ít nhiều có những điểm giống nhau trong lịch sử: cũng chiến tranh, cũng đói khổ, người dân cũng bị cướp đoạt tài sản gia súc, một phần ba dân số chết trong nạn đói 1930-1932, rất nhiều những điều khủng khiếp đã diễn ra. Chúng ta là nạn nhân của những hung bạo. Ngày nào tôi cũng bị cha đánh đập, riết thành thói quen. Chẳng còn thấy nó là bất thường! Gia đình nào cũng bị ảnh hưởng. Sẽ phải mất nhiều thế hệ chữa lành để trở lại bình thường!"

Chúng tôi quay sang nhìn nhau, cảm thông!

Anh Pao nói tiếp, "...mà sao ngày đó tôi không hề biết khóc, Anne nhe. Tôi che giấu cảm xúc của mình rất giỏi. Chẳng biết nó là thứ sức mạnh gì. Đến mãi gần đây, khi chồng tôi bị ung thư, tôi không còn giữ được cảm xúc trong lòng nữa. Thuốc men và những gì chồng tôi đã trải qua khiến anh ta thay đổi tính cách. Tôi đi tắm ra, anh ta trách tôi tắm lâu và cằn nhằn. Trong khi tôi dành hết tất cả thời gian và tình yêu thương để chăm sóc anh ta thật chu đáo mấy năm qua và gần như mỗi ngày chỉ dành cho mình 15 phút. Hôm đó, tôi hết chịu nổi, lái xe ra công viên khóc hết nước mắt rồi về lại nhà!" "...Tôi khóc như một đứa trẻ, Anne ạ!"

Tôi đi chậm lại và nhìn sang anh Pao. Anh Pao kể chuyện khóc mà cười tươi như được trút bầu tâm sự. Tôi muốn thấy nụ cười ấy kéo dài lâu hơn. Chúng tôi như nói chuyện của kiếp trước mà mình đã thoát khỏi, không còn chút ảnh hưởng hay sợ sệt. Tôi pha trò, nửa đùa, nửa thật:

"Ôi, anh Pao, có phải thời gian đó anh cũng đi vào tuổi 50 không? Có phải anh cũng cảm giác đã chấp nhận, hy sinh quá nhiều và bao dồn nén của 50 năm qua đến lúc phải được thoát ra ngoài, cần được tự do, cần được đền bù?" Tôi nói tiếp, "hình như một số người nói về sự kiện này là 'midlife crisis' – khủng hoảng tuổi trung niên, ai cũng trải qua, và như ông sếp của tôi, ông ta đã quyết định đi mua cho mình một chiếc xe mới!" Tôi cười.

Anh Pao ngừng lại, đếm nhẩm và nói, "Đúng rồi, hồi năm kia, lúc tôi sang tuổi 50, và tôi cũng có mua một chiếc xe mới!" Anh Pao nhìn tôi cười toe và tiếp tục, "... đừng nói,

Anne cũng đang trải qua những chuyện khóc cười này và cũng mua cho mình một chiếc xe mới nhé." Chúng tôi cùng nhau cười to.

Tôi đã có dịp thú thật chuyện của những tháng qua mà chỉ chim chóc ếch nhái xung quanh nhà tôi thấy và biết. Tôi đã đặt nhiều câu hỏi về ý nghĩa của cuộc sống, về sứ mệnh, về sự hiện diện và vị trí của mỗi người trong đời nhau… Tôi cũng đã khóc bù cho 50 năm qua!

Càng nói chuyện, chúng tôi càng thấy thật cảm thông cho nhau. Chúng tôi hiểu ra gốc rễ của những nỗi đau. Những đứa trẻ (nay đã bắt đầu "rà") của những thời đại bị nhiều tổn thương nhưng bằng cách này cách kia, chúng tôi đã luôn cố gắng vượt lên chính mình, vượt lên mọi hoàn cảnh, vượt ra khỏi bóng tối trầm cảm… để chuyển hóa và biến những vết thương, những vết thẹo trên thân và tâm của mình thành những bông hoa.

Chúng tôi tiếp tục những bước đi thảnh thơi dưới những hàng cây cổ thụ. Vừa đi vừa lột bỏ lại sau lưng những mảnh áo giáp, những mặt nạ cứng ngắt mỗi ngày đã phải đeo vào… bao lâu nay. Buông bỏ, xả ly… chúng tôi đang cho mình thụt lùi thời gian, trở về với con người thật, bé nhỏ xa xưa…và lớn lên lại một cách lành lặn, đúng nghĩa: Sống thật với cảm xúc và mạnh dạn chia sẻ. Trong sáng, tự nhiên, chân thành, tin tưởng!

* Tình Yêu Thương từ Ukraine…

Những năm tháng làm việc ở AECOM, tôi có nhiều bạn ở nhiều vùng trên thế giới. Alexandra và Yana là người Ukraine. Ngoài công việc chuyên môn, hầu như bạn gái Ukraine nào cũng được mẹ và bà dạy đan nên họ đan khăn, nón, và áo rất khéo. Họ cũng rất sáng tạo và có mắt mỹ thuật.

Khi chiến tranh ở Ukraine bắt đầu, gần như ngày nào chúng tôi cũng nhắn tin cho nhau. Có những lần, nhiều ngày liền không có tin, khi liên lạc lại được, Alexandra và Yana báo vừa bị bỏ bom; người thân tử trận; tối tăm, giá rét, đổ nát... phủ trùm. Sau nhiều ngày mất điện, từng vùng thay phiên nhau có điện vài giờ trong ngày. Phải tranh thủ làm hết những gì cần thiết trong vài giờ đó trước khi trở lại với bóng đêm và giá lạnh.

Có nào ngờ... thế hệ sinh ra trong hòa bình như Huy Khang, Khánh An, Bảo Ngân, Duy Thiện... vẫn còn đang lớn lên; những vết thương chiến tranh của nhiều thế kỷ trước hằn trên cha mẹ chúng mà tôi và anh Pao vừa nói chuyện vẫn còn đau nhức, vẫn còn cần nhiều thế hệ để chữa lành; trầm cảm vẫn chưa tan... thì rồi, lại mọc thêm những cái mới!

Một hôm Alexandra nói với tôi, "Anne, chúng tôi có một số đồ len đã móc hoàn tất. Thật sự là chúng tôi ở đây chỉ sống từng giờ, từng phút, không biết giờ sau, phút sau ra sao. Mọi thứ có thể trở thành tro bụi trong tíc-tắc. Tôi muốn gửi những đồ len này sang tặng cho Anne. Anne chỉ cần trả tiền gửi. Tuy nhiên sẽ phải đợi hai ba tuần vì nhiều thứ bị ngưng trệ."

Nghe bạn nói xong tôi không khỏi ngạc nhiên và xúc động. Trong khi đất nước đang trong cơn tan tác, khẩn trương vì cuộc chiến, cứ ngỡ các bạn tôi cần tình yêu thương từ khắp nơi gửi đến, nhưng không. Họ lại gửi ra ngoài này bao nhiêu yêu thương.

Các bạn Ukraine này quả thật đặc biệt! Tinh thần thật mãnh liệt. Trong hoàn cảnh như vậy mà tình yêu thương của họ vẫn đong đầy, và có thể còn nhiều hơn thường lệ. Có lẽ họ nhận ra sự vô thường, giá trị của sự sống... Và vì vậy, càng nên yêu thương ngay giây phút hiện tại. Có lần tôi đã hỏi gia đình Alexandra có muốn sang Mỹ tị nạn thì không một chút do dự, Alexandra trả lời rằng các chị em phụ nữ họ đã quyết định sẽ không chạy đi đâu mà chỉ ở lại để hỗ trợ cho cha, chú, chồng, anh em... của họ.

Tôi nghĩ ra cách giúp các bạn mình vượt qua sự chờ đợi trong thời gian khó khăn này. Tôi gửi số đo, gửi kiểu và nhờ Alexandra móc thêm cho tôi áo và nón. Tôi chuyển tiền sang cho Alexandra mua len, kim móc có đèn dùng bằng pin... Tôi giới thiệu với các bạn bên Mỹ xem ai có muốn đồ đan thì đặt Alexandra để tạo thêm công việc cho Alexandra và những phụ nữ trong gia đình. Tôi có xin được thêm từ một số bạn bè người thân và gửi thêm một ít hỗ trợ sang cho các bạn Ukraine.

Sau hai ba tuần, những món đồ xinh xắn đã vượt bom đạn, khói lửa, đại dương... từ Ukraine đến Mỹ, và đến trước cửa nhà tôi.

Lạ một điều, mỗi lần có dịp mặc những chiếc áo len đó thì tôi luôn được nhận rất nhiều lời khen; và hễ tôi chỉ vừa nói rằng một người bạn ở Ukraine đã đan cho tôi thì họ liền nói trước khi tôi kịp kể chi tiết: "bạn của Anne đã đan với thật nhiều tình yêu thương…"

Dường như tình yêu thương của các bạn toát ra và hiện lên trên từng mũi đan và lấp lánh trên từng sợi len, sáng lên trong đêm tối, không đèn.

Chúng ta thường nghe nói tình yêu thương không biên giới... Và nó có vẻ lý thuyết! Tôi đã có dịp chứng nghiệm. Quả thật, tình yêu thương không có giới hạn màu da, hay địa lý. Nó có thể đi xuyên không gian, thời gian.

Và những đứa trẻ này, Pao, Alexandra, Yana hay Anne KV, kể cả Huy Khang… dù khác màu da, khác dòng máu, khác thời đại… đều có cùng khát khao yêu thương. Họ có thể trở nên thân thương và quan tâm đến nhau một cách diệu lạ. Họ cũng có nhiều điểm rất chung: Biết yêu thương – tha thứ.

Những nỗi đau cũng có nhiều điểm chung. Chúng không giới hạn trong một gia đình hay một quốc gia. Chúng là những nỗi đau chung của nhân loại mà sức ảnh hưởng sẽ kéo dài qua nhiều đời.

* Sống Thật – Yêu Thật!

Anh Pao chia sẻ với tôi rằng anh đã mất nhiều năm để có thể thoát khỏi trầm cảm và tha thứ cho cha anh. Anh Pao đạo Công Giáo. Hôm nói chuyện, chúng tôi nhớ đến hình ảnh Chúa Giêsu khi bị đóng đinh trên thánh giá và những lời Ngài dạy, "Hãy yêu thương kẻ thù và cầu nguyện cho những kẻ ngược đãi anh em," Chúa cũng đã cầu xin Đức Chúa Cha: "xin tha cho họ, vì họ không biết việc họ làm..." Và một ngày nọ, suy nghĩ đó đã giúp anh Pao tha thứ cho cha anh, cho những bạo hành mà anh đã lãnh chịu suốt thời niên thiếu, cho những mạnh mẽ, những cái đàn ông mà anh đã bị tước mất đi…

"Nếu cha tôi biết hậu quả và mức độ ảnh hưởng của những việc ông làm, nếu cha của chúng ta biết họ đã làm chúng ta khổ đau biết bao lâu nay... thì chắc họ đã không làm như vậy!"

Hình như chúng ta có khuynh hướng phạm lỗi lầm vì chúng ta không tin luật nhân quả; chúng ta cũng không thấy ra sớm đủ rằng một việc làm tàn bạo hay sai trái hôm nay, có khi phải trả quả báo qua bao nhiêu kiếp vẫn chưa xong. Chúng ta chọn giấu giếm cảm xúc và chọn sống giả để được ngợi khen, để cứ mãi bị cuốn vào những ảo tưởng xung quanh; hay là chúng ta chọn sống thật với chính mình dù nó có như thế nào?

Tôi đã mừng khi thấy con cháu mình dám sống thật với những cảm xúc và mạnh dạn chia sẻ suy nghĩ với ông bà, cha mẹ, cô dì chú bác... Điều mà ít nhất là thế hệ của tôi đã không dám sống, không được sống... và vẫn còn tập tành. Có lẽ do mình đã biết yêu thương hơn và biết cách cho thế hệ con cháu mình thêm niềm tin dám chia sẻ, dám khóc thật, dám cười thật! Để sống hạnh phúc... thật!

Hôm đó tôi đã nói với Huy Khang, "Luôn tiện má Hai muốn dặn con: má Hai mong con sẽ không phải khóc nhiều lần trong đời, và nếu vì bất cứ lý do nào, bất cứ lúc nào từ nay về sau, khi con có chuyện gì muốn chia sẻ và cần khóc và nếu không có ai khóc với con, con hãy gọi má Hai, má Hai sẽ khóc với con nhe, Huy Khang. Luôn nhớ như vậy!"

"Dạ! má Hai…"

Anne Khánh Vân
29 Tháng Tư, 2024

Xích Lô

SAPY NGUYỄN VĂN HƯỞNG

Tác giả Sapy Nguyễn Văn Hưởng trong một buổi lễ trao giải Viết Về Nước Mỹ.

Tác giả là cư dân San Diego, đã hai lần thắng giải Viết Về Nước Mỹ. Năm 2001, với bài "Hoa Ve Chai", ông nhận giải danh dự. Ba năm sau, với bài viết "Giọt Nước Mắt," kể về Đài Tưởng Niệm Chiến Tranh Việt Nam tại tiểu bang New Jersey do một kiến trúc sư Việt Nam vẽ kiểu, ông nhận giải chung kết Viết Về Nước Mỹ 2004. Ông tiếp tục viết bài và tham gia sinh hoạt giải thưởng VVNM hàng năm.

Tôi chẳng rõ hình ảnh chiếc Xích Lô len vào tâm trí tự hồi nào; lại khiến lòng tôi xao xuyến trong lần đầu nhìn loại xe đạp ba bánh này trưng bày bên ngoài một cửa hàng chuyên bán nước mía, trong khu thương mại khá sầm uất tại Little Saigon quận Cam, sau bao năm sống xa đất nước.

Sau này tôi thấy ở nhiều nơi khác nữa, như ở khu mua sắm Hong Kong, trên đường Bellaire, tên Việt là đại lộ Saigon bên Houston Texas. Nơi đây có tới hai chiếc Xích Lô đặt trang trọng trước một siêu thị thật lớn, người đi qua đi lại thường dừng bước nhìn ngắm, hay chụp vài tấm ảnh. Rồi còn bao nhiêu chiếc Xích Lô sáng loáng, nhỏ nhắn xinh xinh được trưng bày ngày một nhiều thêm nơi phòng khách trong các ngôi nhà bạn hữu tôi từng có dịp ghé thăm. Tôi cảm thấy Xích Lô giống một thứ gì thân thương của người Việt Nam như lũy tre làng, con trâu, luống cày, chiếc xuồng ba lá …

Tôi bâng khuâng nhớ lại một thời hễ bước ra khỏi ngõ thường gặp Xích Lô. Có thể lúc đó nghề nghiệp này tương đối dễ kiếm sống, nhiều gia đình có đến mấy thế hệ chuyên đạp Xích Lô. Vì vậy hình ảnh chiếc Xích Lô thong dong trên đường nằm sâu trong tâm trí, tự dưng bừng dậy mỗi khi tôi nghĩ đến quê hương. Riêng vợ tôi, lòng cũng ngập tràn hình ảnh chiếc Xích Lô. Bởi ngày còn bé, được bà cô Út em ông ngoại, đem từ Tân Lộc Cà Mau lên Mỹ Tho nuôi nấng. Suốt hai năm học tại trường Dòng Thánh Phaolô, mỗi ngày đều được một chú Xích Lô quen tới nhà đưa đón.

Mỗi chuyến về nước, tới nơi nào có Xích Lô tôi vẫn thường hay đón đi. Ở Sài Gòn tôi đi để tìm về quá khứ, chớ không chỉ ngắm cảnh như phần nhiều du khách nước ngoài. Vì vậy tôi hay chọn những chú lái có tuổi hoặc chiếc xe nào dáng vẻ tiều tụy đáng thương, để dễ dàng cùng ôn chuyện ngày xưa, chỉ cho nhau thấy những gì vẫn còn hay đã mất. Vài chục năm nay Xích Lô bị cấm chạy trong trung tâm Sài Gòn, nghe đâu nhà nước đổ thừa cho nó làm xấu xí đi bộ mặt thành phố.

Xích Lô Sài Gòn giờ đã có nghiệp đoàn, coi như chỉ phục vụ khách du lịch, đồng nghĩa với việc chấm dứt một phương tiện vận chuyển hành khách lẫn hàng hóa. Vào nghiệp đoàn phải mặc đồng phục, xe phải sơn sửa giống nhau, phải trả chi phí điều hành,... Đủ mọi thứ hao tốn, ràng buộc, rốt cuộc đồng tiền kiếm được cũng chẳng bao nhiêu! Vì vậy nhiều Xích Lô vẫn "dù" chạy quanh Nhà Thờ Đức Bà, trước Nhà Hát Thành Phố,... Họ vẫn biết có thể bị phạt, bị tịch thu xe bất cứ lúc nào!

Những năm cuối thế kỷ trước, khi đến Nha Trang, Huế, Hà Nội,... mấy nơi có khá nhiều khách du lịch nước ngoài, tôi vẫn thấy Xích Lô đón khách ở bến xe đò, ga xe lửa hay trên đường phố,... Giờ đây tôi chẳng rõ việc hành nghề Xích Lô có giống Sài Gòn không? Khi thấy khá nhiều Xích Lô bóng loáng, người đạp ăn mặc áo quần tươm tất. Nhưng tôi vẫn gặp trên đường nhiều chiếc tuềnh toàng chở theo ghế bàn giường tủ,... mọi vật dụng, lẫn người đạp, khách ngồi đều cũ kĩ theo thời gian. Nhìn họ khiến tôi liên tưởng đến thành phố nơi tôi hiện sống.

Dọc con đường đi bộ ven theo vịnh San Diego, hay ngay như tại New York, trên những đường phố đông đúc khách bộ hành dạo chơi hoặc bên trong Công Viên Trung Tâm (Central Park), nằm trong khu Manhattan, thủ phủ tài chính thế giới, cũng có khá nhiều Xích Lô. Thật ra phải gọi Xe Lôi mới đúng vì người đạp ngồi đằng trước, chở theo khách phía sau. Chẳng khác với mọi nơi, tất cả đều dùng sức người để đưa đón khách dạo chơi. Nhưng tôi không nhận ra sự bần hàn, nét lam lũ của người đạp. Họ luôn tươi cười niềm nở như đang đồng hành dạo chơi cùng du khách, hay đang tập thể dục theo những vòng xe quay, hoặc nhún nhảy theo điệu nhạc văng vẳng bên tai, qua mấy chiếc loa bluetooth gắn trên mui. Tôi chưa bao giờ dám gọi đón xe đi, bởi nghe đâu giá cả lên tới gần trăm đô la cho mỗi giờ ngồi Xích Lô ngắm cảnh.

Với bản tính tò mò thích tìm hiểu vốn sẵn có, lại sống trong thời đại internet bùng phát, tôi đã hỏi Google và được "chị" cho biết: Xích Lô có gốc gác từ chữ Cyclo trong tiếng Pháp, có mặt tại nước ta từ năm 1939 của thế kỷ trước. Là dân gốc Bắc, sinh ra ở nhà quê, nên ký ức về Xích Lô trong tôi bắt đầu từ thủ đô Sài Gòn, sau ngày theo bố mẹ di cư vào Nam. Tôi nhớ những lần được cùng mẹ ngồi trên Xích Lô êm ái, len lỏi qua ngõ ngách các nẻo đường. Cũng nhớ luôn nỗi sợ hãi khi phải ngồi Xích Lô Máy, phóng như tên bay trên mấy con đường đông đúc cả người lẫn xe cộ. Lục tìm trong ký ức những nơi tôi từng đi qua, tôi thấy vùng đồng bằng sông Cửu Long dường như chỉ riêng Mỹ Tho mới có Xích Lô, các tỉnh thành khác toàn loại Xe Lôi hay Xe Kéo.

Lần về Việt Nam cuối năm Mậu Tuất 2018, tôi ở Sài Gòn được mấy hôm, vì muốn tạm lánh xa chốn náo nhiệt, hễ bước ra đường liền bị choáng ngợp bởi dòng xe cộ mạnh ai nấy phóng, lạng lách tùy tiện,... Tôi đón xe đò xuống Mỹ Tho, nơi trước ngày ly hương tôi từng sống ở đó.

Về với nơi chốn yên bình bên bờ Tiền Giang này, tôi "tận hưởng" cái thú ham thích tản bộ của riêng mình. Rời khách sạn, cứ thế tôi lang thang trên đường Trưng Trắc, từ đầu dốc Cầu Quay đi dọc ven bờ sông Bảo Định, dẫn tới vườn hoa Lạc Hồng. Đoạn đường nhỏ hẹp, một chiều xe ngắn ngủn này, tôi chấm nó đẹp đẽ lẫn thơ mộng tiêu biểu cho thành phố Mỹ Tho.

Mỗi lúc đi ngang tấm biển hiệu "Cinema Định Tường", tôi thường dừng chân ngước nhìn cái rạp hát nằm tại đó, chắc đã hơn cái tuổi quá bảy mươi của tôi. Trong trí nhớ vẫn ẩn hiện mấy chữ "có gắn máy lạnh", như để chứng tỏ nơi đây sang chảnh hơn rạp Vĩnh Lợi chuyên chiếu phim Ấn Độ bên hông chợ Mỹ, hay rạp Viễn Trường dành riêng cho Cải lương hoặc Đại nhạc hội. Cinema Định Tường còn lưu trong tôi với bao lần vào ngồi xem mấy phim Âu Mỹ cũng như phim Tàu. Nào Romeo Và Juliet, nào Đường Sơn Đại Huynh với những cú đá thần tốc, những cú đánh liên hồi đầy mãnh lực của Lý Tiểu Long,…

Tôi cũng nhớ tới bao chốn cũ giờ không còn nữa, nào nhà thuốc tây Lê Văn Phan của ông dượng chồng bà cô Út vợ tôi. Nơi đây bào chế thuốc chớ không chỉ bán các loại thuốc làm sẵn như phần đông những tiệm thuốc hiện giờ. Tiệm chụp hình Thiện Ký, nơi hàng năm vợ tôi được bà cô cho phép sang chụp vài ba kiểu ảnh. Tiệm may Văn Minh, nơi tôi được đo cắt cẩn thận, để may bộ đồ vét đầu đời mặc trong ngày đám cưới. Rồi cả kem Duyên Thắm nữa. Tôi không nhớ rõ đây có phải tiệm kem duy nhất ở Mỹ Tho không? Mà chỉ nắm chắc một điều, đó là nơi các em tôi đứa nào cũng thích.

Lúc vừa dợm bước đi tiếp, tôi thoáng thấy một người đàn ông, ngồi trên chiếc Xích Lô đậu bên kia ngã ba đường, đối diện bến phà Tân Long đưa tay lên vẫy. Tôi khoát tay từ chối, cứ thế tiếp tục rảo bước. Vài phút sau tôi quay đầu nhìn lại đoạn đường vừa đi qua. Người phu xe thoáng nom thấy, lầm tưởng tôi đổi ý, liền đứng ngay dậy, vội đẩy chiếc xe xuống dưới lòng đường đón khách.

Nhìn chiếc Xích Lô sứt càng gãy gọng, cũ đến độ không thể nào cũ hơn thế nữa! Chỗ dành cho khách ngồi và nơi gác chân được lắp ghép, chắp vá bằng mấy miếng ván trơ hẳn màu gỗ bạc thếch. Bốn góc cạnh cái nệm màu huyết dụ đều te tua, mòn rách, phơi ra lớp sốp vàng úa bên trong. Phần cái mui che nắng che mưa, giờ chỉ dùng làm chỗ tay vịn, bởi lớp vải bọc bên ngoài hoàn toàn biến mất, trơ lại khung sắt rỉ sét, lốm đốm đen,… Chiếc Xích Lô này nếu đem bán cho mấy nơi mua phế liệu, chắc cũng chẳng ai chịu nhận. Nhưng giá trị đích thực của nó sẽ cao lắm, nếu một nhà khảo cổ hay một bảo tàng viện nào trên thế giới nhận ra chân giá trị.

Chiếc Xích Lô của ông Thông dịch viên

Mua về trưng bày cho người đời thấy rõ sự tàn tạ của thời gian lẫn sự biến đổi của một đất nước sau bao nhiêu năm chấm dứt chiến tranh.

Trong lúc tôi lo sợ cái thân hình ngoài tám mươi ký lô có thể đè bẹp chiếc xe, thì người đạp mừng khấp khởi, rối rít nói:

- Cám ơn anh đã mở hàng cho em.

Nhìn bóng mấy dãy nhà cao đã ngã xuống đường, thật quả tội cho ông, đến giờ mới chạy được cuốc đầu tiên. Thấy ông tuổi khá cao, tôi vội lên tiếng hỏi:

- Anh năm nay bao nhiêu rồi?

- Dạ, thưa em bảy mươi tám.

Lòng tôi chùng xuống khi nghe một người lớn tuổi hơn lại xưng em với mình. Tôi nói tuổi tôi cho ông biết, ông vẫn không chịu đổi cách xưng hô! Ông hỏi tôi muốn đi đâu? Tôi bảo chở đi đâu cũng được. Trò chuyện một hồi tôi mới biết, ông với tôi cùng dân Bắc di cư vào Nam hồi 1954, đều là lính bên thua cuộc. Trước kia ông làm thông dịch viên. Tôi bảo ông nói vài câu tiếng Anh. Ông nói giọng Mỹ khá chuẩn. Tôi hỏi vì sao ông không tìm một công việc khác, chẳng hạn như hướng dẫn viên du lịch, hay dạy Anh ngữ cho đỡ cực khổ. Ông bảo, làm nghề đạp Xích Lô mạt hạng, ai cũng chê bai này còn gặp khó khăn, huống chi làm mấy nghề khác! Tôi chỉ biết buồn theo lời ông kể, chớ làm sao thấu hiểu hết nỗi niềm sâu kín riêng trong ông.

Chở tôi đi loanh quanh, ông chỉ cho tôi thấy sự đổi thay của từng tên đường góc phố, mỗi ngôi trường học, luôn cả những dinh thự bề thế để lại từ thời Pháp thuộc. Nhờ vậy Mỹ Tho trong ký ức tôi như sáng sủa hơn lên. Tôi xin ông số điện thoại để dễ dàng tìm gặp. Ông bảo ông không có điện thoại riêng, muốn tìm ông cứ đi dọc theo con đường Trưng Trắc, nơi hàng ngày ông vẫn đậu Xích Lô chờ đón khách.

Qua hôm sau, tôi thức giấc từ tờ mờ sáng. Theo lời chỉ dẫn của nhân viên khách sạn, tôi thả bộ dọc theo bờ con sông Tiền. Đoạn sông từ bến bắc cũ cho đến chân cầu Rạch Miễu mới làm xong bờ kè, trồng cây lát gạch trông như một công viên. Tôi cứ thế đi thẳng tới cây cầu dây nối hai bờ Mỹ Tho - Bến Tre. Phía trước tôi, hai người đàn ông tóc hoa râm, vừa đi vừa trò chuyện. Tôi lẳng lặng bước theo sau, nghe rõ lời một ông căn dặn người đi cùng:

- Tui nghe nói cái công trình bờ kè này ngốn tới cả bốn trăm tỷ lận! Vậy mà chỉ có hơn một năm đã lở lói tùm lum tà la hết trơn hết trọi rồi! Ông đi phải thiệt cẩn thận, coi chừng bị sụp lỗ hay vấp mấy cục gạch phồng lên là mệt lắm đó.

Nhờ mấy lời nghe lỏm, tôi luôn dòm chừng từng bước chân đi. Đến lúc quay về lại đường Trưng Trắc, tôi định tìm ông đạp Xích Lô mới quen nhờ chở đi kiếm quán ăn sáng. Nhưng đi tới đi lui bốn năm bận mấy con đường gần bến phà Tân Long, vẫn chẳng thấy bóng dáng ông đâu. Cứ thế tôi thả bộ ra chợ Mỹ Tho.

Bất chợt mắt tôi dừng lại bên một chiếc Xích Lô đậu trên lề đường Lê Lợi. Con đường rợp lá me bay này đối với riêng tôi, đẹp đẽ sang trọng chẳng khác gì đại lộ Lê Lợi Sài Gòn. Cũng toàn những dãy phố khang trang, đầy rẫy các cửa hàng buôn bán san sát bên nhau. Tiếc thay từ lúc Trung Tâm Thương Mại Dịch Vụ Mỹ Tho trở thành một "thây ma" vĩ đại, lại chôn không được, cứ nằm chình ình ra đó, làm nhem nhuốc bộ mặt phố phường. Tôi chỉ biết buồn, xót xa cho một nơi chốn tôi yêu thương, luôn muốn quay trở về để tìm lại cảm xúc xưa cũ.

Người đàn ông thân hình nhỏ bé ngồi lọt thỏm vào nơi khách ngồi, chỉ nhô lên cái đầu lưa thưa vài sợi tóc trắng nhiều hơn đen. Tôi bước đến đứng sát bên ông lên tiếng hỏi:

- Anh có chạy xe không?

Tiếng tôi khiến ông giật mình, nhổm người dậy, vội vã bước xuống đứng trên lề đường, cười tươi đưa hàm răng bị mất nhiều hơn còn, giọng hơi khàn:

- Dạ, tui chạy chứ! Ông anh muốn đi đâu?

Nhìn dáng hình liêu xiêu, khẳng khiu, khoác trên người chiếc sơ mi bạc thếch, chẳng nhận rõ màu sắc gì ngoài màu thời gian. Tôi ước chừng đem ông lên bàn cân, chắc chỉ độ bốn mươi ký! Tôi không hiểu sức lực đâu để ông hành nghề đạp Xích Lô. Ngần ngại một lúc tôi lên tiếng tiếp:

- Anh chở tôi đi tìm cái quán nào bán đồ ăn sáng được không?

Ông lại cười:

- Dạ, được chứ.

So với chiếc xe của ông thông dịch viên, chiếc này khá hơn chút đỉnh, chỉ có người đạp thảm não tiều tụy hơn thôi. Tôi hỏi tiếp:

- Anh bao nhiêu tuổi rồi?

- Dạ, tám mươi mốt.

Tiếng trời ơi tự dưng thoát khỏi miệng tôi. Tôi đứng tần ngần do dự, chẳng lẽ lại để một ông cụ ngoài tám mươi, nói không ra hơi còng lưng đạp chở mình đi sao? Nhưng nếu không ngồi lên, lấy cớ gì để trao tiền cho ông cụ! Đặng chẳng đừng, tôi điều đình:

- Anh chở tôi đi với điều kiện anh phải ăn sáng luôn với tôi nghen.

Ông tình thật đáp:

- Cám ơn ông, tui đã ăn rồi, giờ mỗi sáng tui chỉ ăn hết một chén cháo với muối hột thôi, chớ đâu còn ăn được nhiều nữa!

Mời ăn không được, tôi xuống nước:

- Như vậy thì anh ngồi uống cà phê với tôi nghen.

Ông miễn cưỡng gật đầu, dắt xe xuống đường leo lên yên đạp chở tôi đi. Ngồi phía trước, tôi không thể thấy nỗi nhọc nhằn nơi ông. Giọng ông đứt quãng, nói gần hết ra hơi, phải cố gắng lắm tôi mới hiểu được đôi phần. Ông bảo, vì "bị bắt quân dịch", ông phải đi lính cho "ngụy". Ngày trước ông làm lính Truyền tin Sư Đoàn 7 Bộ Binh, đóng tại căn cứ Đồng Tâm suốt mười mấy năm, lên tới lon thượng sĩ. Tôi cũng là lính Truyền tin. Chúng tôi hỏi han nhau về mấy người cả hai vẫn nhớ tên, nhớ cấp bậc. Tôi hơi buồn vì ông quá ít nói, với lại tiếng xe cộ cũng ồn, nên trò chuyện chẳng được nhiều. Trước lúc chia tay, tôi chỉ biết khuyên ông đừng tự nhận mình là ngụy nữa. Bởi người gán cho bên thua cuộc tiếng ngụy ấy, giờ họ cũng đã đổi thay.

Lại thêm một tình cờ nữa khi tôi đến George Town. Nơi được ví von là trái tim tiểu bang Penang của Mã Lai, đất nước từng cưu mang gần ba trăm ngàn thuyền nhân, tức khoảng một phần ba con số người Việt Nam liều chết vượt biển. Tại thành phố cổ nằm bên bờ Ấn Độ Dương này, lưu lại khá nhiều dấu tích trong thời kỳ Mã Lai còn là thuộc địa nước Anh. Mắt tôi sáng lên khi vừa thấy một chiếc Xích Lô, giống hệt như loại chạy ở Hà Nội, bởi bề ngang rộng đủ chỗ cho hai người ngồi thoải mái. Hỏi thăm mới biết, họ không gọi Xích Lô mà là Trishaw. Trishaw nơi đây được sơn đủ loại màu sặc sỡ, cài hoa, che dù,… làm vơi hẳn đi sự nhọc nhằn của một phương tiện chuyên chở cần đến nhiều sức lực.

Ngày hôm ấy vợ chồng tôi đón được chiếc Trishaw của một chú lái da ngăm ngăm, màu của dân bản địa Mã Lai. Chú nói tiếng Anh kha khá, nếu đem so với ông chạy Xích Lô gốc thông dịch viên tôi gặp ở Mỹ Tho thì chắc không bằng. Chú chở vợ chồng tôi dạo loanh quanh nơi tập trung nhiều di sản văn hóa như Tòa thị chính Penang, thánh đường Hồi giáo Kapitan Keling, chùa Tàu,… Không hiểu có phải khi chú hỏi tôi người nước nào, tôi trả lời là người Việt Nam, chú mới kể tới việc giành lại độc lập của xứ sở chú. Tôi cảm nhận được sự hãnh diện qua giọng nói, khi nhắc tới việc tiền nhân mình dành lại được nền tự chủ từ tay người Anh, đã không phải đổ máu, không phải hy sinh một mạng sống nào. Tôi khâm phục lẫn ngưỡng mộ những nhà lãnh đạo đất nước Mã Lai vào thời buổi đó, đã không để chiến tranh xảy ra. Nghe chuyện quá khứ, ngắm nhìn sự hòa hợp về kiến trúc, lối sống lẫn phong tục tập quán của ba sắc dân Mã Lai, Trung Hoa và Ấn Độ, tạo thành quốc gia này, quả là điều lý thú để suy tư, nghiền ngẫm.

Lúc trò chuyện cùng chú đạp Trishaw, tôi nhớ nhiều đến hai ông đạp Xích Lô tôi gặp ở Mỹ Tho cách đó chưa bao lâu. Chú đạp Trishaw chở vợ chồng tôi mới năm mươi sáu tuổi. Khi nghe tôi hỏi nơi thành phố du lịch này có người nào bảy mươi tám tuổi vẫn đạp Trishaw không? Chú lắc đầu cười bảo: "Tới tuổi đó mà còn đạp Trishaw chở khách, chắc chắn tên tuổi sẽ được ghi danh vào sách kỷ lục của thế giới". Nghe vậy tôi chẳng muốn nói gì thêm.

Từng cuốc xe chở khách ở George Town đều được ngã giá theo giờ. Mỗi giờ bốn mươi Ringgits, tức gần chục đô la Mỹ. Quả đây là một con số quá lớn, không một người đạp Xích Lô ở Mỹ Tho nào dám mơ tưởng được nhận sau mỗi cuốc xe. Cùng một ngành nghề, cùng một loại xe, nhưng Trishaw và Xích Lô khác nhau một trời một vực, khác biệt như nếp sống của người dân Mã Lai và người dân Việt Nam hiện giờ.

Sau chuyến về nước lần đó, cứ nghĩ đến Mỹ Tho, hình ảnh hai chiếc Xích Lô cũ kĩ cùng hai ông lão đạp xe thường hiện lên theo. Rồi dịch bệnh Covid lan tràn, ngăn trở lối quay về. Tôi không thể nôn nóng, bởi ghê sợ biện pháp cách ly bắt ở chung phòng với nhiều người. Nhưng có lẽ điều khiến tôi sợ nhất là bị thọt lỗ mũi! Nên tôi phải chờ mãi đến gần cuối năm 2022, khi cánh cổng phi trường Tân Sơn Nhất mở toang, không đòi hỏi phải trình báo giấy tờ xét nghiệm này nọ, tôi mới mua vé bay trở về nước.

Đặt chân xuống Sài Gòn, sau vài ngày nghỉ ngơi cho quen giờ giấc, tôi đón xe đò về Mỹ Tho. Cho dù những bốn năm dài xa cách, nhưng hình ảnh Mỹ Tho luôn được cập nhật trong tôi qua kênh youtube "anh thanh niên vào bếp", của một bạn trẻ luôn nhỏ nhẹ tự giới thiệu: "mình là Lộc". Mỗi lúc nhớ Mỹ Tho, tôi lại mở kênh của anh Lộc lên, cùng anh đồng hành lang thang lúc dạo quanh Giếng Nước Nhỏ, Giếng Nước Lớn, lúc leo dốc Cầu Quay, hay sang bên kia cồn Rồng,… Tôi cũng dương mắt dòm chừng mỗi khi ống kính lướt trên đường Trưng Trắc, hay phía cổng sau ngôi trường Nguyễn Đình Chiểu. Mong sao có thể nhìn thấy hai chiếc Xích Lô cùng dáng hình hai người đàn ông khốn khó thường ngày ra đó ngồi chờ khách.

Nhận phòng khách sạn xong, tôi đi thẳng một mạch tới bến phà Tân Long. Con phà vẫn xuôi ngược bình thường, còn chiếc Xích Lô lẫn ông lái tôi quen năm xưa chẳng thấy đâu. Tôi quanh quẩn tới cả chục lần, cảm thấy khung cảnh vắng lặng, cho dù cả người lẫn xe cộ vẫn nhộn nhịp trên đường. Thế rồi tôi lững thững đi tìm một ông đạp Xích Lô khác. Nhìn bãi "tha ma" còn nguyên, nhưng trên lề đường Lê Lợi cạnh đấy, cũng không thấy bóng dáng chiếc Xích Lô nào. Lòng buồn thiu lúc rảo bước về lại khách sạn. Trọn ngày hôm ấy, cả tô hủ tiếu Mỹ Tho, lẫn đĩa cơm tấm bì thịt nướng,… đều mất hết hương vị.

Qua hôm sau, ngày cuối cùng lưu lại Mỹ Tho, tôi rời khách sạn sớm, vẫn một mình lang thang thả bộ. Tuy lòng không nôn nao trông ngóng, tôi lại đi cùng một lối với hôm qua. Khi bước gần tới rạp Định Tường, chiếc Xích Lô bệ rạc đã lọt vào mắt, tôi cũng vừa nhận ra dáng người tôi muốn tìm. Lẳng lặng bước tới đứng bên cạnh, ông ta ngẩng lên nhìn tôi chẳng nói một lời. Tôi không rõ thời gian bốn năm trôi qua đã làm ông quên mất người khách là tôi, hay bởi tuổi tác khiến trí óc ông hao mòn.

Tôi hỏi ông bằng tiếng Anh:

- Anh có khỏe không?

Ông đáp lại cũng bằng tiếng Anh:

- Tôi khỏe, cám ơn ông. Còn ông thì sao?

Tôi đổi sang tiếng Việt, hỏi cùng một câu ông đã cám ơn tôi bốn năm về trước:

- Bữa nay có ai mở hàng cho anh chưa?

Ông dương to đôi mắt nhìn tôi, bất chợt reo lên:

- Ồ! Anh về hồi nào vậy? Anh chị có khỏe không?

- Tôi về tới trưa hôm qua! Tôi đi loanh quanh đây cả chục bận mà không thấy anh.

- Dạ, trưa hôm qua em bận sắp hàng lãnh tiền nhà nước trợ cấp cho người già trên tám mươi tuổi.

Tôi hỏi:

- Anh lãnh được bao nhiêu?

- Dạ, ba trăm sáu mươi ngàn.

Tôi đùa:

- Vậy thì anh giàu to rồi! Anh mời tôi ăn sáng với uống cà phê bữa nay được không?

Nụ cười hiền từ nở trên môi đi kèm với cái gật đầu. Tôi hỏi tiếp:

- Ngày hôm qua tôi đi tới cổng sau trường Nguyễn Đình

Chiều, cũng không thấy ông bạn lính Truyền tin của tôi đâu nữa!

- Dạ, ông ấy cũng sắp hàng lãnh tiền trợ cấp người già cùng với em hôm qua.

Lòng tôi vui hẳn lên bởi mọi âu lo về hai cụ đạp Xích Lô tôi quen hoàn toàn biến mất. Ngồi trên xe cho ông chở tới đường Lê Lợi lần này, tôi không lo sợ nó sẽ bị thân hình tôi đè bẹp như mấy năm trước, bởi tôi giảm được hơn cả chục ký lô. Giọng ông thông dịch viên vẫn rộn ràng, huyên thuyên với bao câu chuyện cũ mới. Ngay khi xe gần tới ngã tư Lê Đại Hành, tôi đã nhìn thấy ông cụ muốn tìm. Người lính già nhận ra tôi, nở nụ cười tươi chào đón. Tôi thấy dường như hàm răng ông mất thêm vài cái nữa!

Tôi nghe lòng lâng lâng chút niềm vui, khi thuật lại cho bà vợ nghe cuộc gặp gỡ bất ngờ lẫn tình cờ trong buổi sáng hôm đó, rồi dặn dò:

- Khoảng bốn giờ chiều nay, anh đã hẹn với hai ông Xích Lô tới đón tụi mình, chở chạy vòng vòng Mỹ Tho một lát, rồi anh mời hai ông ấy ăn tối luôn với tụi mình ở quán cơm Chí Thành.

Nhà tôi ngần ngừ:

- Ngồi cho hai cụ già đạp chở đi em ngại lắm!

Tôi liền giải bày:

- Em có biết hầu hết khách quen, đều thương hoàn cảnh già cả của hai ông ấy, đi chỉ muốn giúp đỡ thôi! Nhờ vậy mà hai ông vẫn còn việc làm để sống cho đến giờ. Không chịu ngồi lên xe thì em lấy cớ gì để giúp hai ông ấy đây?

Tôi còn khơi lại chuyện cũ:

- Em nhớ hồi tụi mình ghé Mã Lai chơi, khi anh hỏi chú lái xe ở George Town xem có người nào đến tuổi bảy mươi tám rồi mà vẫn đạp Trishaw không?

Vợ tôi gật đầu:

- Em nhớ chứ.

Tôi nói tiếp:

- Bây giờ cái mà bốn năm về trước, chú đạp Trishaw cho là kỷ lục thế giới, đã bị phá bởi hai người tuổi tám mươi hai với tám mươi sáu ở Mỹ Tho. Hai cụ vẫn tiếp tục hành nghề Xích Lô chở khách để nuôi bản thân lẫn gia đình. Bữa nay anh sẽ chỉ cho em thấy thêm một chiếc Xích Lô cũ kỹ, bệ rạc nhất vẫn tiếp tục chạy trên đường phố Mỹ Tho.

So với các tỉnh thành toàn miền Nam trước đây, sự phồn vinh của Mỹ Tho nhượng có mỗi Sài Gòn. Đến nay điều này chỉ còn trong quá khứ. Bởi mọi sự nổi tiếng khi xưa như vương quốc trái cây, cái nôi đờn ca tài tử, hủ tiếu Mỹ Tho,… chỉ hấp dẫn để đón du khách ngoại quốc đến rồi đi nội trong ngày. Như vậy trước sau gì cả Xích Lô lẫn người đạp tại Mỹ Tho sẽ lần hồi mai một theo thời gian cùng tuổi tác. Riêng tôi chẳng biết trở về Mỹ Tho được bao nhiêu lần nữa! Để có dịp tìm gặp và trò chuyện cùng hai ông đạp Xích Lô, ngày ngày vẫn ngồi chờ khách nơi bến đò Tân Long và trên lề đường Lê Lợi.

Nguyễn Văn Hưởng

Ông Chủ

SAPY NGUYỄN VĂN HƯỞNG

Hễ nhắc đến bao sự khó khăn của thủa ban đầu lập lại cuộc đời trên miền đất mới, nhiều người thường ví von, chẳng hạn họ như bắt đầu bằng con số không to tướng hoặc với hai bàn tay trắng. Riêng tôi chẳng những hơn họ hẳn tới ba con số không, lại thêm con số năm to tướng đứng đằng trước. Nghĩa là tôi bắt đầu cuộc sống trên đất Mỹ với món nợ trên năm ngàn đô la. Bởi tôi phải ký giấy nợ tiền vé máy bay đưa ba người trong gia đình nhỏ bé của tôi từ bên trại tị nạn Mã Lai đi định cư, cộng với mọi chi phí nhà thương lúc sinh đứa con trai thứ hai, sau đúng bốn ngày đến Mỹ. Vì chúng tôi đã rời Worthington, một thành phố nhỏ nằm phía cực Nam bang Minnesota, nơi tôi được bảo trợ vào nước Mỹ, để dọn về San Diego, nên không thể xin chính quyền duyệt xét lại được. Tuy nhận lãnh tới hai món nợ quá lớn, tôi lại cảm thấy nhẹ tênh, bởi chỉ phải trả góp tổng cộng hai mươi đô la một tháng. Giống như cắt bớt đi một phần nhỏ số tiền chính phủ trợ cấp cho gia đình tôi sinh sống.

Tôi chẳng rõ các nơi khác sự trợ giúp người tị nạn ra sao,

riêng tại San Diego vào thời điểm năm 1977, gia đình tôi ngoài việc được cấp phát đầy đủ tiền bạc để sinh sống, còn nhận thêm trợ giúp tiền mua thực phẩm, bảo hiểm y tế, thuê nhà giá rẻ... Riêng việc học tiếng Anh, vào lớp chẳng những không phải trả cắc bạc nào, tôi may mắn theo học một khóa ba tháng. Học tám tiếng mỗi ngày, năm ngày một tuần, được lãnh mỗi giờ hai đô la rưỡi, ngang với mức lương tối thiểu tại California. Cái tên tiểu bang dài lòng thòng, được người Việt cắt bớt chỉ còn hai chữ Cali, vừa dễ gọi vừa đáng yêu, đỡ phải cong môi uốn lưỡi. Vài ngày trước khi mãn khóa học, bỗng dưng anh bạn ngồi cạnh tôi vắng mặt. Đến buổi học chiều, thấy anh trở lại lớp, tôi gạn hỏi:

– Sao anh nghỉ học sáng nay vậy?

Anh đáp:

– Ồ! Nhà trường gởi tôi đi xin việc.

Tôi hỏi tiếp:

– Công việc gì vậy anh?

– Đan vợt racquetball.

Hai tiếng "đan vợt" khiến mắt tôi sáng lên. Bởi vài hôm trước, nhân lúc ngồi tán gẫu cùng bè bạn, hỏi han nhau về công ăn việc làm tại San Diego, tôi nghe một người huyên thuyên nhắc đến racquetball, một môn chơi trong gian phòng chữ nhật. Người chơi dùng một loại vợt cán ngắn, khung nhỏ hơn vợt tennis chút đỉnh, thi nhau đánh mạnh quả bóng vào tường cho văng ra chạm xuống sàn. Ai để quả bóng nảy trên sàn quá một lần sẽ bị thua một điểm. Đây là môn thể thao với mục đích vận động thân thể hơn là tranh tài cao thấp cho khán giả xem. Nhưng điều khiến tôi chú ý và ao ước tìm được công việc này, bởi có thể làm tại nhà, như vậy điều lo lắng nhất của tôi là phải giao tiếp bằng tiếng Anh không trở ngại chi nữa!

Tôi nôn nóng hỏi:

– Anh có xin được công việc đó không?

Anh bạn lắc đầu:

– Họ chỉ nhận người có kinh nghiệm thôi.

Tôi buột miệng hỏi tiếp:

– Anh có thể chỉ tôi đường đi, để tôi tới đó xin thử xem có may mắn hơn anh không?

Anh lấy từ túi áo ra đưa cho tôi mảnh giấy ghi địa chỉ. Thấy cách nhà tôi độ chục dặm đường, thế là sau giờ tan học, tôi lái xe tìm tới đó ngay. Đến nơi mới biết, đây chẳng phải một hãng xưởng, mà là một ngôi nhà nằm trong khu dân cư.

Tôi nghe rõ tiếng chuông binh bong vừa bấm, rồi một người đàn ông da trắng kém tôi vài tuổi, thân hình rắn rỏi, bước ra mở cánh cửa cái. Đứng bên ngoài khung cửa lưới, dù đã nhẩm đi nhẩm lại khá nhiều lần, tôi vẫn phải cố hết sức mới bập bẹ thành lời:

– Thưa ông… tôi đến đây… xin việc làm.

Ông nhìn tôi vừa lắc đầu vừa đáp:

– Tôi không cần người làm nữa!

Tôi nghe và hiểu trọn vẹn câu này, nhưng vẫn đứng nguyên một chỗ giương mắt bối rối nhìn ông. Tôi nhớ rõ lắm, tạng người tôi lúc đó cao hơn một thước bảy, mặc quần size hai mươi bảy, cân nặng dưới bốn mươi bảy ký lô… Ông nhìn tôi chằm chằm một lúc, có lẽ thương hại một người đàn ông da vàng mũi tẹt ốm yếu, mới lên tiếng hỏi:

– Anh có kinh nghiệm đan vợt không?

Vì không muốn đánh mất cơ hội tốt này, tôi đành phóng đại:

– Tôi… tôi… đã có chút kinh nghiệm… đan vợt ở Việt Nam.

Thế là ông mở rộng cánh cửa lưới cho tôi bước vào nhà. Ông đến đứng bên một khung sắt đen, cao hơn một thước tây chút đỉnh. Tôi đoán đây chắc là dụng cụ đan vợt. Ông chỉ tay vào đó, lên tiếng hỏi:

– Anh từng sử dụng công cụ đan vợt này chưa?

Lần này câu tôi trả lời thật hơn một chút:

– Thưa ông chưa…. có lẽ… có lẽ… dụng cụ đan vợt bên Việt Nam… cũ hơn ở đây. Nhưng… nhưng… tôi tin là nếu… nếu… tôi thấy cách ông đan… chắc chắn tôi sẽ làm được.

Lắng nghe tôi cố gắng diễn đạt vừa dứt, ông cầm một cây vợt màu đen tuyền lên, vừa gắn vào máy vừa dẫn giải từng động tác một. Lần trò chuyện ấy tôi hiểu ông bằng đôi mắt nhiều hơn giọng nói.

Qua những động tác liên tục biến đổi tôi biết, khi đặt cây vợt vào máy đan cần vặn thật chặt, để khung vợt không bị lực dây kéo làm thay đổi hình dạng. Sau mỗi lần căng dây, ông đều dùng cái kẹp kẹp chặt sợi dây lại, giữ cho dây luôn căng đều cùng một lực. Đan xong bề dọc, ông hướng dẫn tôi đan chiều ngang. Ông cẩn thật chỉ vẽ cách đặt hai ngón tay trỏ phía trên và phía dưới đường dây dọc, cứ thế nhịp nhàng đẩy sợi dây nằm giữa hai ngón tay, sao cho dễ dàng luồn lên luồn xuống. Bàn tay ông hơi to nhưng nhịp nhàng đưa đẩy đều đặn, nhìn chẳng khác gì người lực sĩ đang bơi bướm trồi lên hụp xuống lấy hơi trên mặt nước. Đôi bàn tay ấy cũng đóng mở hai cái kẹp liên tục, để luôn giữ cho đồng đều sức căng mỗi đường dây. Ông liên tục mở kẹp, đóng kẹp, luồn lách ngón tay mỗi lần căng thêm dây. Ông làm điêu luyện, thuần thục, mất chưa tới mươi phút đã đan xong một cây.

Lấy cây vợt ra khỏi máy xong, ông đập nhè nhẹ lên đầu gối như để cảm nhận độ căng của dây, rồi lên tiếng hỏi:

– Anh có thể đan được như vậy không?

Tôi suy nghĩ tìm câu chữ một lúc mới cố diễn đạt:

– Xin ông vui lòng… cho tôi mượn một mảnh giấy… với một cây bút… để tôi ghi chép lại… từng động tác ông làm.

Nhìn ông đi vào một căn phòng, tôi mừng thầm biết ông hiểu đúng điều tôi muốn. Vài phút sau bước trở ra ông trao cho tôi quyển sổ với một cây bút. Sau đó ông lấy cây vợt khác đặt lên máy, tiếp tục đan. Giống như lần trước, vừa làm ông vừa luôn miệng dẫn giải. Tôi chỉ lặng thinh giương mắt quan sát thật kỹ và ghi ra giấy. Đan xong cây vợt nữa, ông lại hỏi:

– Anh có thể đan được chưa?

Lúc đó đầu óc tôi quá căng thẳng vì vừa nghĩ tiếng Việt vừa phải dịch sang tiếng Anh. Phần phải chú tâm vừa nghe, vừa nhìn vừa ghi ghi chép chép. Giọng tôi vẫn ấp úng:

– Xin ông vui lòng… đan thêm một cây nữa… để tôi kiểm soát kỹ lại… những gì tôi vừa ghi trong quyển sổ này.

Sau khi ông đan xong cây vợt thứ ba. Đến phiên tôi tự tay vặn chặt cây vợt vào chiếc máy. Việc căng dây theo chiều dọc khá dễ dàng, tôi không gặp trở ngại nào. Đến chừng đan bề ngang, mỗi lúc thấy tôi ngập ngừng hay đan sai, ông lại chỉ ngón tay vào quyển sổ. Tôi với ông hiểu nhau vẫn bằng cử chỉ hơn lời nói. Cuối cùng sau cả giờ đồng hồ tôi mới đan xong cây vợt racquetball đầu tiên.

Nhìn ông đưa cây vợt lên ngắm nghía với nụ cười trên môi, tôi mừng vô hạn. Trong lúc vẫn chưa biết phải làm gì tiếp, ông đã lên tiếng:

– Bây giờ tôi bận chút công chuyện phải đi ra ngoài khoảng hai giờ đồng hồ. Anh có thể ra về hoặc ở đây tiếp tục đan cho tới khi tôi quay trở lại.

Ông nói thật chậm, giúp tôi hiểu trọn vẹn lời ông. Tôi mừng quá đỗi, gật đầu nói nhanh, giọng vẫn ấp úng:

– Tôi… tôi sẽ ở lại đây đan… cho… cho tới lúc ông trở về.

Cánh cửa vừa khép lại, tôi ngồi xuống chiếc sofa êm ái, như để trút bỏ hết mọi nỗi căng thẳng suốt gần hai giờ qua. Tôi đảo mắt khắp gian phòng khách ngăn nắp, đẹp đẽ chẳng khác gì cảnh trong phim ảnh. Từ cái bàn cà phê hình trái xoan với mấy tờ tạp chí Times, Sports, nhật báo San Diego Union đặt bên trên, từ cái tủ tivi bóng lộn màu gỗ nâu, cho đến cái lò sưởi như toát ra vẻ thanh lịch, ấm cúng. Nhìn ra bên ngoài hàng hiên phía sau ngôi nhà, cả một khu vườn xanh lá cùng vài khóm hoa hồng, y như một công viên nho nhỏ. Tiếc là tôi không thể ngắm lâu, vì phải bắt tay ngay vào công việc.

Đan cây vợt thứ hai này tôi cảm thấy nhanh hơn cây đầu tiên khá nhiều. Nhưng than ôi khi kiểm soát lại tôi nhận ra đã mắc một sai lầm, để một đoạn dây đan ngang không tròng chéo theo đúng thứ tự! Cả hai đều nằm phía trên, thay vì phải sợi trên sợi dưới liên tục đều nhau. Tôi phải đau lòng cắt bỏ đan lại. Nhìn bao cọng dây vàng ươm vứt bừa bãi trong thùng rác, tôi đâm lo sẽ bị ông phát hiện, mới vội vàng nhặt hết từng cọng lên nhét vào hai túi quần để phi tang.

Đến chừng ông trở lại, tôi cũng đan vừa xong cây vợt thứ tư. Ông nhìn thật kỹ ba cây vợt tôi vừa đan, gật gù nói:

– Tôi sẽ trả cho anh bảy mươi xu một cây vợt.

Thấy tôi nhìn ông cười thật tươi, ông nói giọng vui đùa:

– Vậy là hôm nay anh làm được hai đô la tám mươi xu rồi đó.

Tôi càng mừng hơn khi nghe rõ từng câu ông hỏi:

– Ngày mai anh muốn tới đây đan vợt nữa không?

Tôi chỉ biết gật đầu lia lịa, cố gắng giải thích để ông hiểu, mãi đến cuối tuần này tôi mới mãn khóa học. Tôi xin ông cho tôi tiếp tục lại nhà ông đan vợt sau giờ tan lớp. Ông vui vẻ gật đầu. Tôi cười thật tươi lúc bắt tay từ giã, hân hoan mở toang cánh cửa bước đi, đối nghịch hoàn toàn với tâm trạng nặng trĩu suy tư lúc lái xe đến đây.

Kể từ sau ngày mãn khóa học tiếng Anh có nhận lương, mỗi ngày tôi đều đến nhà ông, làm liên tục suốt từ sáng cho đến khi trời tối mịt. Đúng hai tuần sau ngày tôi đặt chân vào ngôi nhà này. Ông chờ đến khi tôi dọn dẹp lại chỗ làm việc chuẩn bị ra về, mới từ trong buồng bước ra, bảo tôi ngồi xuống sofa, còn ông ngồi trên chiếc ghế đối diện. Ông đưa cho tôi một tờ giấy trắng, vẫn với giọng thật chậm rãi:

– Anh viết rõ tên họ, số an sinh xã hội, số bằng lái xe, số điện thoại và địa chỉ nơi anh đang ở vào mảnh giấy này cho tôi.

Nhìn phớt qua tờ giấy tôi vừa trao, ông tự giới thiệu mình:

– Tên tôi là Brant, B R A N T. Họ của tôi là Bauder, B A U D E R.

Ông nói rõ ràng, còn đánh vần từng chữ một. Ông bảo tôi lập đi lập lại cho tới khi phát âm đúng. Ông cũng đọc và đánh vần tên họ tôi. Quả không ngờ giọng ông khá chính xác, khi phát âm hai dấu hỏi, dấu ngã có trong tên tôi.

Chiều hôm đó ông ký tấm ngân phiếu đầu tiên trao cho tôi rồi nói:

– Hôm nay tôi cho anh đem cái máy đan này về nhà cùng với một thùng vợt ba mươi cây. Đan xong anh mang tới đây cho tôi rồi nhận thêm vợt mới để đan tiếp.

Tôi vừa nghe được câu nói hằng mong đợi từ ngày đầu đến đây. Lòng tôi như reo vui lúc khiêng cái máy đan vợt đặt vào trong thùng xe. Về đến nhà niềm hân hoan liền lan tỏa sang cho bà vợ. Tôi líu lo tuôn ra hết những điều vừa học được suốt thời gian qua. Mấy ngày trước tôi là đứa học trò tập tành làm quen từ cách cột chặt sợi dây, cho đến việc xoay trở chiếc máy… Giờ tôi nghiễm nhiên trở thành một ông thầy chỉ vẽ cho bà vợ mọi việc cần làm. Giống hệt như lần đầu Brant giải thích rõ từng động tác cầm kềm, cắt chéo đầu dây thành mũi nhọn,… Vợ tôi cũng giương to đôi mắt nhìn từ ngón tay đến bàn tay tôi nhịp nhàng di chuyển, luồn lách như múa may cùng cây vợt, cái kẹp và luôn cả mấy cọng dây.

Để giúp nhà tôi có thể thực tập ngay, tôi nghĩ ra một sáng kiến. Cho bà vợ đan bề dọc, phần dễ dàng nhất trẻ con cũng làm được, tôi sẽ đan tiếp bề ngang sau. Nhìn vợ tôi tươi cười cúi mặt chăm chú đan, xem ra có vẻ nể nang tôi lắm! Tôi nhẩm tính trong đầu theo lối suy nghĩ đậm chất Việt Nam, rồi từ tốn phân tích về cái tương lai sáng rỡ của hai vợ chồng:

– Hiện giờ mỗi tiếng đồng hồ anh có thể đan khoảng năm sáu cây vợt. Nếu anh chỉ đứng đan mười tiếng một ngày thôi! Ôi như vậy mỗi tháng mình kiếm được bạc ngàn dễ như chơi.

Vợ chồng tôi cứ thế "phấn khởi hồ hởi" vừa làm vừa huyên thuyên dệt mộng. Ba chục cây vợt mang từ nhà Brant về lúc ban chiều, nhờ sáng kiến độc đáo vừa phát sinh, chúng tôi thanh toán chớp nhoáng, mắt chưa buồn ngủ mọi việc đã xong xuôi.

Qua sáng sớm hôm sau tôi điện thoại cho Brant hẹn giờ giao vợt. Tôi quả bất ngờ nhìn gương mặt Brant nhăn nhúm lại lúc rút một cây vợt lên xem. Brant còn đổ hết cả thùng vợt bày đầy ra thảm. Với gương mặt giận dữ, đôi mắt láo liên, Brant tìm kiếm trong đống vợt một lúc, bước tới nhặt lên hai cây, đưa ra trước mặt tôi, gằn giọng hỏi:

– Anh có làm đúng như tôi đã hướng dẫn không?

Tôi mạnh dạn đáp:

– Dạ… dạ… rất đúng… rất đúng thưa ông.

Giọng Brant quả quyết:

– Không, anh chỉ đan đúng có mỗi một cây thôi, hai mươi chín cây kia hoàn toàn sai bét hết!

Tôi lẳng lặng cầm hai cây vợt Brant vừa trao, một cây như hình trái xoan, còn cây kia tròn vo, chẳng khác chi khuôn trăng rằm. Tôi nhận ra cái lỗi của mình. Bởi khi để vợ tôi đan bề dọc trước, nên lúc tháo cây vợt ra khỏi máy, sức căng dây đã làm biến dạng khung vợt. Tôi như một tội đồ, đau đớn, câm nín đứng nhìn bàn tay Brant lần lượt cắt hết dây hai mươi chín cây vợt, sau đó phải cố uốn, cố nắn từng cái khung cho trở lại hình dáng cũ. Cả giờ đồng hồ sau, Brant trao lại thùng vợt và cuộn dây đan mới cho tôi, nghiêm mặt nói:

– Anh mà không làm đúng như lời tôi chỉ dạy, tôi sẽ lấy cái máy đan lại và không nhận anh làm việc cho tôi nữa! Anh hiểu rõ lời tôi nói không?

Tôi gật đầu lia lịa, miệng chỉ biết lí nhí lặp đi lặp lại mấy câu xin lỗi. Tôi cũng muốn bồi thường cho sự thiệt hại lớn lao này, nhưng tôi không đủ trình độ tiếng Anh để hỏi Brant xem giá cả hai mươi chín sợi dây anh phải cắt bỏ là bao nhiêu? Sau tai nạn thảm sầu đó, sự việc đần độn ấy không xảy ra nữa. Việc đan vợt của vợ chồng tôi mỗi ngày mỗi tiến bộ hơn. Vài tháng sau Brant giao cho tôi tất cả bốn cái máy đan vợt ông hiện có. Thế là cả bố mẹ lẫn các em tôi đều trở thành người làm công cho Brant.

Brant và tôi ngày một hiểu nhau tăng dần theo số vốn liếng tiếng Anh tôi học hỏi thêm được. Tôi còn xem Brant là một vị thầy dạy tiếng Anh cho tôi. Bởi Brant biết tôi thường phạm lỗi khi trả lời tiếng "phải" (yes) hay "không" (no) trong các câu hỏi ở thể phủ định. Có lần Brant hỏi tôi:

– Anh không phải đến lớp học chiều nay sao?

Tôi gật đầu đáp:

– Phải, phải… thưa ông chiều nay tôi không có lớp.

Brant liền dạy tôi sửa lại:

– Một khi trả lời "phải", anh phải nói là: Phải, chiều nay tôi có lớp. Một khi trả lời "không", anh phải nói là: "Không", chiều nay tôi không có lớp. Vậy anh cho tôi biết, chiều nay anh có đến lớp học không?

Tôi mạnh dạn đáp:

– Không… không chiều nay tôi không có lớp.

Mỗi khi nghe tôi phát âm sai, Brant cũng kiên nhẫn chỉ tôi nói đi nói lại nhiều lần cho thật đúng. Ngoài việc chỉ dạy thêm tiếng Anh, Brant giúp tôi chấn chỉnh lại đôi chút về cung cách làm việc hơi cẩu thả, cố tình che dấu sự sai phạm của mình. Bởi tôi biết mỗi lần kiểm soát, Brant chỉ rút mỗi thùng vài ba cây vợt lên xem xét thôi, nên đôi lần tôi dấu nhét mấy cây vợt đan không đúng độ căng vào thùng. Một lần Brant bắt gặp những bốn cây kém chất lượng. Chẳng những Brant không tức giận, trách phiền, mà chỉ ôn tồn hỏi tôi:

– Anh biết vì sao nhiều người trên thế giới ưa chuộng các sản phẩm mang nhãn hiệu Hoa Kỳ không?

Tôi đáp:

– Vì bền bỉ và chất lượng cao.

Brant gật đầu nói tiếp:

– Để đạt được điều đó người Mỹ luôn cẩn trọng trong mọi công việc sản xuất. Tôi khuyên anh, khi đan xong cây vợt nào, anh hãy tự đặt câu hỏi: Nếu anh là người mua, anh có chọn cây vợt anh vừa đan không? Trả lời thông suốt câu hỏi đó, tức là anh đã góp phần vào việc bảo vệ cho thương hiệu của Mỹ rồi! Anh dư biết, nếu số vợt tôi đem giao cho hãng bị trả lại nhiều, họ sẽ không tiếp tục giao vợt cho tôi nữa, chắc chắn sự việc này sẽ ảnh hưởng đến mọi người trong gia đình anh.

Lời Brant phân tích chỉ dạy đó giúp tôi nhìn lại hành động chính bản thân mình để tự sửa đổi, nhờ thế công việc mỗi ngày càng ít trở ngại hơn.

Có lần Brant mang đến nhà tôi cả mấy ngàn cây vợt, rồi hỏi:

– Cho tôi biết chừng nào nhóm của anh đan xong số vợt này?

Tôi hỏi ngược lại:

– Ông muốn tôi giao vợt lại cho ông trong vòng mấy hôm?

– Độ một tuần lễ có thể xong không?

Tôi nhẩm tính một lúc rồi bảo Brant:

– Chỉ bốn hoặc năm ngày thôi, thưa ông.

Và cũng kể từ lần đó Brant hiểu thêm về sự siêng năng, cần cù của người Việt Nam. Vì vậy mỗi lần giao việc cho tôi, Brant thường bảo cứ thong thả làm, nhưng đâu một ai trong đại gia đình tôi chịu thong thả! Hễ có vợt là bố mẹ tôi, vợ chồng tôi, các em tôi chỉ ngừng đan lúc ăn cơm hay cần vào nhà vệ sinh. Đôi khi không thể chờ tôi tới nhà nhận vợt, Brant thường dấu chìa khóa cửa trên kèo nhà, nơi chỉ riêng tôi với Brant biết.

Bởi công việc được trả dựa vào con số vợt trao và nhận, tuy sự nhầm lẫn hiếm khi xảy ra, nhưng vẫn có. Lần đó tôi thấy hai con số khác biệt, liền báo cho Brant:

– Tuần này ông đã trả cho tôi thiếu ba cây vợt.

Brant kiểm soát lại sổ sách, lắc đầu xác quyết:

– Tôi không sai. Tôi chỉ trả cho anh đúng theo con số tôi ghi cẩn thận trong quyển sổ của tôi thôi.

Thấy sự sai biệt chẳng nhằm nhò gì, tôi liền nhún vai:

– Tốt thôi, không sao hết.

Đến một lần khác, con số vợt Brant trả nhiều hơn con số tôi ghi. Tôi cũng báo cho Brant biết:

– Ông trả cho tôi dư đúng một chục cây vợt.

Vẫn như lần trước, Brant xem lại sổ sách rồi quả quyết:

– Anh sai chớ tôi không sai.

Brant nghênh mặt lên nói tiếp:

– Ở đây tôi là chủ! Anh phải nhận đủ số tiền Ông Chủ trả cho anh.

Tôi cũng chỉ biết nhún vai, bỏ tấm ngân phiếu vào túi. Và kể từ đó hai tiếng "Ông Chủ" luôn ở trên cửa miệng tôi mỗi khi nhắc đến Brant.

Ông Chủ chẳng những chỉ quan tâm đến công việc đan vợt mà còn nghĩ đến tương lai những người làm công cho ông. Một lần Brant khuyên tôi:

– Nghề đan vợt này chỉ giúp gia đình anh có được cuộc sống tạm đủ thôi. Tôi khuyên anh với các em của anh nên ghi tên học một ngành nghề nào khác ở mấy đại học cộng đồng hay một trường dạy nghề nào đó, để có thể tìm được một công việc làm tốt, thì tương lai gia đình các anh mới vững vàng hơn.

Nhờ lời khuyên chân thành đó, tôi ghi tên học vài lớp tại trường cao đẳng Cộng đồng San Diego. Tôi được thu nhận theo một khóa học nghề thợ tiện. Học và thực tập trong vòng ba tháng, được nhận lãnh ngang bằng mức lương tôi theo học khóa tiếng Anh. Có cấp bằng rồi, nhà trường còn giới thiệu học viên đến các công ty lớn trong quận hạt San Diego xin việc. Thêm một lần nữa tôi may mắn được nhận vào làm cho hãng Rohr ở Chula Vista. Đây là một công ty chuyên sản xuất các cơ phận thuộc ngành hàng không và không gian. Tôi làm ở đó mãi cho đến khi xin nghỉ hưu.

Tuy tìm được một việc làm vững chắc, lương cao, nhưng chính công việc đan vợt giúp tôi có được một cuộc sống gia đình chẳng mấy khác nề nếp khi xưa. Nghĩa là ông chồng ra bên ngoài kiếm sống, bà vợ ở nhà chăm sóc gia đình, con cái. Nhờ vậy cha con tôi luôn có người lo cho từ bữa cơm đến giấc ngủ, cho dù bà vợ tôi luôn bận bịu với công việc đan vợt hàng ngày.

Cả gia đình lớn của tôi làm việc cho Ông Chủ gần chục năm trời. Làm mãi cho đến hôm Brant đến tận nhà báo tin, Brant sẽ bỏ hẳn nghề đan vợt. Dù vậy Brant giới thiệu tôi với mấy người bạn vẫn theo đuổi nghề nghiệp này. Brant tặng tôi luôn cái máy đan làm kỷ niệm. Tôi bùi ngùi khi biết Brant cũng sẽ rời bỏ căn nhà ở San Diego, và chẳng rõ sắp lưu lạc nơi phương trời nào!

Những tháng ngày sau đó, mỗi năm một lần tôi mới biết tin Brant qua tấm thiệp Giáng Sinh. Thiệp Brant gởi tới nhà chẳng những đặc biệt còn riêng biệt nữa. Mỗi tấm thiệp tuy khác nhau, nhưng chỉ nhìn phớt qua hình ảnh vui tươi dí dỏm, chưa cần thấy nét chữ, tôi biết ngay đó là của Brant.

Góp nhặt lại bao lời trong những tấm thiệp, tôi biết Brant đã trở thành một phi công của hãng American Airlines. Brant kể về bao chuyến phi hành đầy lý thú. Nào Brant vinh dự được tham gia phi hành đoàn đầu tiên bay đến Venice, một thành phố nổi tiếng với nhiều kinh đào dọc ngang của nước Ý, trên chiếc Boeing 787. Nào vào một ngày Hè rực nắng, Brant lái chuyến bay sang Hồng Kông, lưu lại đó cả tuần lễ, rong chơi trong Disneyland và lang thang khắp các nẻo phố phường. Vào đêm cuối cùng Brant cùng bạn hữu dùng bữa tối trên tầng thứ một trăm mười sáu của tòa nhà cao nhất Hồng Kông. Brant kể thêm, trước khi nghỉ làm việc cho American Airlines. Brant được bay chuyến cuối với Randy Taylor, viên phi công trưởng tuyệt vời, để cùng đến Thượng Hải rồi quay trở về Los Angeles. Sau ngày đó Brant bay chiếc Cessna Citation X hùng dũng, một loại máy bay dân sự nhanh nhất hành tinh của hãng NetJets.

Brant cũng báo cho tôi biết khi lập gia đình với một nữ văn sĩ. Tuy tôi không tham dự lễ cưới, nhưng hình ảnh và tình yêu thương chan hòa của đôi lứa, cũng ngập tràn qua những gì Brant gởi kèm theo thiệp Giáng Sinh. Rồi vợ Brant qua đời đột ngột, không có lấy một đứa con! Tôi cảm nhận được nỗi mất mát to lớn ấy cũng chỉ qua những cánh thiệp. Brant dần lấy lại thăng bằng trong cuộc sống qua cách san sẻ tình yêu thương cho hai con chó cưng. Loại chó Brant nuôi cũng cao to, mạnh mẽ nhưng hiền lành giống chủ.

Rồi Brant bước thêm bước nữa cùng một bà mẹ đơn thân. Tôi cảm nhận tình yêu thương nồng nàn đầy tràn hạnh phúc của một gia đình mới. Từng câu chữ Brant viết trong thiệp Giáng Sinh tiếp tục lay động lòng tôi. Tôi ghi ra đây mấy lời thân thương từng nhận được:

Hưởng và Dĩ thân yêu nhất.

Hy vọng hai bạn có một Giáng Sinh vui vẻ và một năm mới tuyệt vời!

Đã quá lâu rồi tôi mới có thời gian để gởi thiệp Giáng Sinh, nhưng xin hãy tin nơi tôi khi tôi nói rằng, tôi thường xuyên chân thành nghĩ về hai bạn. Gần đây cuộc sống tôi bận rộn lắm, nhưng rốt cuộc chúng tôi cũng tìm được thời gian để cùng với gia đình nghỉ ngơi ở Hawaii. Hy vọng mọi người trong gia đình bạn đều khỏe và cuộc sống về hưu của hai bạn luôn tuyệt vời.

Luôn yêu thương thật nhiều.

Adam, Amelia và Brant.

Sang một năm khác, vẫn bao nhiêu lời lẽ chân thành ngắn gọn ấy.

Hưởng và Dĩ thân yêu nhất.

Tôi luôn nghĩ về hai bạn, thường kể cho bạn bè tôi nghe câu chuyện của gia đình hai bạn nữa. Tha lỗi cho tôi vì tôi không thể gặp bạn thường xuyên như trước đây. Nhưng cuộc sống là như vậy đó! Tôi chúc cả hai bạn một mùa Giáng Sinh và một năm mới hạnh phúc.

Luôn yêu thương thật nhiều.

Adam, Amelia và Brant.

Còn đây, chữ nghĩa của Brant viết trong tấm thiệp Giáng Sinh năm 2022.

Hưởng và Dĩ,

Có thể hai bạn không biết điều này. Đó là một trong những niềm vui lớn nhất trong cuộc đời tôi là nhận được thiệp Giáng Sinh của hai bạn hàng năm. Qua đó tôi biết được tình hình gia đình hai bạn như thế nào. Hưởng, Dĩ, và từng người thân của hai bạn là tất cả những gì mà "Giấc Mơ Mỹ Quốc" hướng tới và tôi rất vui khi được trở thành một phần trong Giấc Mơ Mỹ Quốc đó. Hy vọng bạn có một năm tuyệt vời và tốt nhất hơn bao giờ hết.

Luôn yêu thương thật nhiều.

Adam, Amelia và Brant.

Quả đúng những gì Brant viết. Ngày tôi trốn tù cải tạo đưa cả đại gia đình mười bốn người gồm ba thế hệ vượt biển, chúng tôi ra đi chỉ với mục đích tìm tự do, để được sống đúng với phẩm cách một con người. Chúng tôi đến đất Mỹ với thân phận người tị nạn, xem đây là chốn tạm dung. Nhưng không, lần hồi thời gian giúp tôi nhận nơi đây chính là quê hương thứ hai. Cho dù đầu óc tôi chưa hề dệt "Giấc Mơ Mỹ Quốc". Nhưng con người và đất nước này cũng ban cho tôi và gia đình tôi mọi điều thật tốt lành mà nếu có ước mơ cũng không thể nào đẹp đến như vậy. Brant đã viết: Brant là một phần trong giấc mơ đó. Với riêng tôi tuy Brant chỉ là một phần, lại là phần quan trọng nhất. Nhờ Brant giao cho tôi công việc đan vợt, mà mỗi gia đình nhỏ trong gia đình lớn của tôi đều mua trả góp được một mái ấm riêng, chỉ hơn một năm sau ngày định cư trên đất Mỹ.

Sự thân thiết giữa chủ và thợ lan sang cả các con tôi. Tôi từng thấy đôi mắt Brant trìu mến nhìn con tôi bò lê bò la dưới sàn nhà, cạnh chiếc máy đan vợt quanh chân mẹ. Tôi cảm nhận được vòng tay thân ái lúc Brant ôm các con tôi vào lòng, hay nhét vào tay cho chúng bọc kẹo cùng mấy món đồ chơi nho nhỏ hình người nhện hay siêu nhân. Qua việc vợ tôi lưu lại mọi tấm thiệp Brant gởi đến, như cất giữ cẩn thận những gì thân thương nhất. Qua việc con cháu tôi học hành thành đạt, tôi thấy rõ mọi thứ tôi có hiện giờ đều thấp thoáng hình bóng Brant trong đó.

Với cuộc sống đã qua đi hơn ba phần tư thế kỷ, tôi có thể xác quyết Brant là Ông Chủ duy nhất và vĩnh viễn nằm sâu trong tâm khảm tôi. Ngày tôi rời mái trường lên đường nhập ngũ, Ông Chủ tôi chính là quê hương đất nước Việt Nam, chớ không phải ông tá hay ông tướng nào chỉ huy tôi. Từ ngày đặt chân đến quê hương thứ hai, tôi làm việc với toàn những ông giám sát, trưởng phòng hay giám đốc, không ai là Ông Chủ tôi hết. Bởi họ chỉ giao phó công việc mà không trực tiếp phát lương cho tôi, bằng chính đồng tiền trong túi hay trong ngân hàng của họ.

Đời tôi trải qua nhiều khúc quanh cũng như trạm dừng chân. Nếu ngày hôm ấy tôi không rẽ vào một khúc quanh rồi đến bấm chuông nhà Brant, tôi không biết cuộc sống gia đình tôi sẽ đi theo chiều hướng nào? Dù sao chăng nữa, tôi luôn trân quý tất cả, từ tâm tình cho đến con người gởi thiệp chúc mừng đến gia đình tôi liên tục, đều đặn không bỏ sót một Giáng Sinh nào suốt gần năm mươi năm qua. Những cánh thiệp cứ đến gần mùa của hy vọng, của tràn đầy tình yêu thương, vợ chồng tôi luôn mong đợi và háo hức mỗi khi mở ra đọc nhất.

Sapy Nguyễn Văn Hưởng

Con Đành Buông Tay

LÊ XUÂN MỸ

Tác giả Lê Xuân Mỹ đoạt giải Vinh Danh Tác Giả Tác Phẩm 2023 - phát biểu.

Là con của một sĩ quan tù cải tạo, tác giả Lê Xuân Mỹ đã góp vào giải VVNM những bài viết xúc động từ năm 2019. Ông nhận Giải Đặc Biệt VVNM 2019 và giải Vinh Danh Tác Phẩm 2021. Ông đoạt giải Chung Kết VVNM 2023.

Mẹ ơi, con đành buông tay cho Mẹ về bên Ba!

Là con trai trưởng trong một gia đình có chín anh em, tôi sống với Mẹ trong hầu hết bảy mươi bốn năm đời mình. Chỉ có hai lần tôi phải xa Mẹ lâu nhất, mỗi lần tám năm, đều liên quan đến nước Mỹ và Mẹ.

Lần thứ nhất từ năm 1991 khi Mẹ đi tỵ nạn Hoa Kỳ theo diện H.O. Tôi kẹt lại quê nhà cho đến cuối năm 1998 mới đi đoàn tụ gia đình theo diện ODP. Đi hay ở, một quyêt định không phải dể dàng với tôi lúc bấy giờ. Những năm chín mươi sau những tháng năm sống vất vả, cay đắng và tủi nhục để kiếm sống và tồn tại, đứa con một sĩ quan tù cải tạo, nhờ thời kỳ mở cửa, các công ty nước ngoài lần lượt vào Việt Nam, tôi được làm việc cho văn phòng đại diện công ty Hoa Kỳ AMP tại Việt Nam. Mức lương 700 USD của một giám đốc kỹ thuật hồi đó là một con số rất lớn nếu so với đồng lương 50 USD của một kỹ sư mới ra trường. Văn phòng tại Việt Nam chỉ có một ông trưởng đại diện người nước ngoài, mỗi tháng qua Việt Nam một lần, còn lại nguyên văn phòng to đùng ở đường Võ Văn Tần trung tâm Quận 3 Sài Gòn chỉ mình tôi với một cô thư ký, một phụ tá, một tài xế, một nấu ăn và một bảo vệ.

Công việc nhẹ nhàng, lương cao, nên khi nhận giấy chấp thuận qua Mỹ định cư, tôi đã do dự xin hoãn hai lần. Cũng khó trách tôi vì lúc đó đã gần năm mươi, con cái đứa đang học đại học, đứa lớp tám, cuộc sống ổn định. Qua Mỹ, một vợ ba con phải làm lại từ đầu ở cái tuổi mà bạn bè qua trước sắp sửa về hưu, một quyết định không phải dễ dàng. Nhưng rồi cuối cùng tôi vẫn ra đi bỏ lại Ba nằm đơn độc trên mảnh đất nhỏ quê Ngoại. Đi vì vết thương mất Ba không bao giờ nguôi ngoai và đi vì nhớ Mẹ, người tôi mãi thương yêu và là người yêu thương, che chở tôi suốt đời. Chưa một lần hối tiếc dù nếu phải quay lại thời gian, vẫn cũng sẽ như ngày xưa, cùng vợ con bỏ nhà xa xứ.

Lần thứ hai xa Mẹ cũng tám năm dài đằng đẵng. Từ năm 2000 đến năm 2008. Lần này cũng liên quan đến nước Mỹ vì tôi rời Mẹ để đến California lập nghiệp. Cũng là một quyết định không dễ dàng khi mà sau gần hai năm định cư tại thành phố Tulsa bang Oklahoma, gia đình tôi đã có một cuộc sống ổn định và an bình. Thành phố đất rộng người thưa, dân chúng hiền hoà. Có nhà riêng, có việc làm, con cái đều đã đi học. Không giàu có nhưng cả gia đình đang dần hòa nhập vào cuộc sống trên miền đất mới. Cộng đồng người Việt không nhiều bằng ở Cali hay Texas nhưng cũng không phải ít. Chợ, nhà thờ, chùa, tiệm ăn... người Việt đều có đủ. Vì vậy khi bàn về chuyện di chuyển về San Jose, hỏi mười người hết chín người cản ngăn. Vật giá, nhà cửa, mọi thứ nơi đó đều đắt đỏ thuộc loại nhất nhì nước Mỹ.

Nhưng ưu tư nhất của tôi vẫn là Mẹ. Mới đoàn tụ được chưa bao lâu lại tính chuyện chia tay. Tôi cứ mãi ray rức, cứ chần chừ nửa ở nửa đi. Chưa đi mà Mẹ cứ hễ gặp là khóc, là thở vắn than dài: "Cứ tưởng qua đây là sum vầy, giờ bây lại bỏ đi, Mẹ sống sao đây?" Mỗi lần gặp, nghe Mẹ nói là thắt cả ruột gan. Nhiều khi cũng muốn buông, an phận để sống đời bình yên bên Mẹ. Nhưng rồi nỗi khao khát được làm việc, được cống hiến đúng với khả năng và mộng ước của mình, tôi đành phải cắn răng, gạt lệ xa Mẹ. Lần đầu tiên trong đời tôi cảm thấy mình là một đứa con vô cùng bất hiếu.

Nhưng thời gian xa Mẹ cũng vừa đúng tám năm. Tám năm với thật nhiều đổi thay. Mẹ bị bệnh lãng trí người già Alzheimer. Mẹ thay đổi tính tình, hay bỏ nhà ra đi, thế là Mẹ lên San Jose sống với tôi. Hy vọng với khí trời ấm áp, người Việt đông đảo, thức ăn quen thuộc, Mẹ sẽ đỡ nhớ nhà, bệnh sẽ khá hơn. Đúng lúc tôi nằm nhà dưỡng bệnh do một tai nạn lao động tại hãng làm. Cái rủi, cái may cứ quyện vào nhau. Nhờ được ở nhà nhưng vẫn có tiền sinhsống do bảo hiểm workercomp trả , tôi có thời gian ở bên Mẹ, nếu không, không biết Mẹ ở nhà một mình, ai lo.

Cứ thế ba thế hệ chúng tôi đã sống cùng nhau vất vả nhưng hạnh phúc trong một căn nhà nhỏ ở thành phố Milpitas. Bà một phòng, con một phòng, cháu gái một phòng, hai thằng cháu trai hai sofa phòng khách. Nhà chật nhưng ấm cúng. Mẹ lúc đó mới bắt đầu quên quên nhớ nhớ nhưng vẫn chưa nặng lắm, nên chuyện chăm sóc Mẹ cũng còn dễ. Lúc quên Mẹ lặng lẽ một mình, lúc tỉnh táo, Mẹ hay ngồi nhắc chuyện xưa. Ngày tháng hiện tại thì mơ hồ lãng đãng nhưng chuyện ngày xa lắc xa lơ Mẹ nhớ như in. Mẹ vẫn còn nhớ cái thời làm chim xanh cho hai bà chị, thậm chí còn nhắc đúng tên ông Ngoại Bà Ngoại, cả tên người anh chết thời Việt Minh mấy chục năm về trước. Và nhất là luôn nhớ đến Ba. Bà vẫn còn khóc, vẫn còn có thể suốt ngày kể chuyện lúc hai mẹ con ngồi vuốt mắt Ba lần sau cùng trong căn nhà tranh ẩm ướt tại trại tù Vĩnh Phú. Cái ngày mà tôi tưởng trong cơn điên loạn, Mẹ đã định bỏ tôi để chết theo Ba.

Có quá nhiều kỷ niệm với Mẹ, từ những tháng năm hạnh phúc vui vẻ trước 1975, đến những gian khổ, cay đắng nhọc nhằn sau mất nước và rồi những ngày lưu lạc trên quê người. Kỷ niệm quá nhiều phải không Mẹ. Hai mẹ con mình đã bên nhau qua suốt một chiều dài theo vận nước nỗi trôi. Không biết là may mắn hay bất hạnh mà cả hai chúng tôi đều cùng nhau trải qua từ những tận cùng của hạnh phúc đến những tận cùng của khổ đau. Đã cùng chứng kiến giây phút Ba lìa đời. Đã cùng ngồi rửa từng lóng xương chưa khô trong cái giá lạnh của đêm khuya nơi tận cùng biên giới. Thời gian bên nhau quá nhiều nên con thương Mẹ và Mẹ cũng thương thằng "Cu Mỹ" này nhất cũng là phải thôi.

Nhớ đến Mẹ càng thương Mẹ người đã ở bên tôi từ hồi còn đỏ hỏn, theo Ba xuôi Nam. Cho đến khi tuổi già sức yếu, khi nhớ khi quên, Mẹ vẫn là người đem đến cho tôi những khởi đầu trên con đường viết văn. Không nhờ có những kỷ niệm cùng Mẹ chắc tôi sẽ không có ngày tham gia Viết Về Nước Mỹ của Việt Báo.

Thật ra tôi biết đến Việt Báo và mục Viết Về Nước Mỹ từ năm hai ngàn, năm đầu tiên tôi mới chân ướt chân ráo từ Tulsa qua San Jose làm việc cho hãng KLA-TENCOR. Dân *tech* Việt Nam chúng tôi thường ít ăn trưa của nhà hàng trong công ty. Một phần vì thức ăn không hợp khẩu vị một phần vì đắt đỏ. *Healthy* thì chắc là *healthy* nhưng nhạt nhẽo, khó ăn và không chắc bụng tí nào. Chúng tôi thường đem theo đồ ăn trưa và mỗi thứ Sáu cuối tuần cùng nhau đi ăn bên ngoài.

Hồi đó có phở Nam, *food to go* thì Hương Lan hoặc Dakao Sandwich. Trước tiệm phở có đặt mấy thùng đựng báo nhưng tôi cũng không để ý lắm. Chỉ có một lần như lệ thường ăn xong tụi tôi ra trước cửa tiệm. Đứa hút thuốc, thằng xỉa răng. Tự nhiên xuất hiện một ông homeless mình trần trùng trục, đạp chiếc xe cũ xì, xẹt đến đậu cái cụp trước thùng báo. Tay bỏ đồng xu, tay mở cửa lấy ra nguyên một xấp báo dày cộm bỏ trên nắp thùng. Tưởng sao, ông này chỉ rút ra đúng một tờ rồi lên xe chạy mất. Đúng là đồ điên. Tò mò tiện tay tôi với lấy một tờ. Đó là tờ Việt Báo đầu tiên tôi đọc trên đất Mỹ. Kể mà đến bây giờ vẫn còn thấy ốt dột, đọc ké mà không trả đồng xu nào.

Đã lâu chưa đọc lại báo tiếng Việt, đem về nhà hai vợ chồng lướt một lèo hết nguyên tờ báo. Và tôi biết đến mục Viết Về Nước Mỹ từ ngày đó. Thế là mỗi khi có báo mới tôi đều, dĩ nhiên phải bỏ tiền mở thùng báo, lấy ra đúng một tờ. Mục đầu tiên tôi đọc vẫn là Viết Về Nước Mỹ. Không phải để dự thi (hồi đó có viết gì mà thi với thơ). Đọc chỉ vì thấy những câu chuyện thật gần gũi và quen quen. Đọc để tìm thấy một phần đời của mình trong đó, phần đời của những đứa con xa quê hương. Đọc chỉ là đọc vậy thôi chứ không nghĩ có ngày mình sẽ viết, sẽ gửi bài đăng báo. Dân ban B mà, giỏi toán giỏi tech thì có chứ văn thì thôi xin bái. Thời đi học ráng làm vài bài thơ con cóc gửi nàng còn bị vất sọt rác, huống chi bàn đến văn với chương, chữ với nghĩa.

Nhưng rồi chuyện Viết Về Nước Mỹ tình cờ lại đến cũng vì liên quan đến Mẹ tôi. Một lần lúc đưa bà đi bộ qua thăm đứa cháu bên kia đường, bỗng nhiên Mẹ vấp chân quỵ xuống. Cú ngã tưởng chừng như vô hại lại làm bà gãy xương đầu gối. Thế là Mẹ được đem vào bệnh viện Regional mổ nối xương. Đó lần đầu tiên Mẹ nằm bệnh viện tại San Jose. Mỗi ngày tôi vào bệnh viện ở với bà đến chiều tối. Đúng như cổ nhân thường nói, rảnh rỗi sinh nông nổi, ngồi không không biết làm gì, đem laptop ra gõ. Định viết nhật ký cho qua thời gian. Cứ thấy gì viết đó. Chuyện của Mẹ trong bệnh viện thì kể hoài không hết. Ở có mấy ngày mà từ mấy cô y tá, y công đến bác sĩ ai cũng biết đến cái bà người Huế nhỏ nhắn nhưng *"trouble maker"* này. Bác sĩ nói chưa bao giờ thấy một bệnh nhân tám chín chục tuổi mà cứng cỏi và ngang bướng như bà.

Ai đời mới mổ nối bốn mảnh xương đầu gối buổi chiều, thường bệnh nhân phải mất rất lâu mới cử động vì rất đau, thế mà buổi tối bà đã bước xuống giường đòi đi vệ sinh. Cản mấy cũng không được. Bảo nằm tiêu tiểu trên giường nhưng Mẹ đâu có nghe. Hình như căn bệnh Alzheimer làm bà không biết đau là gì. Thế là cứ thích là rục rịch bước xuống, y tá lại chạy qua cản lại. Biểu cần gì cứ bấm chuông nhưng bà có nhớ gì đâu mà bấm. Thế là nửa đêm phải dời giường bà qua phòng ngay trước cửa phòng trực cho dễ theo dõi. Cũng không xong chi, đêm sau sợ bà té, cử luôn một y tá ngồi cạnh giám sát, cho chắc ăn. Cứ vậy năm sáu ngày trong bệnh viện tôi chứng kiến biết bao nhiêu chuyện liên quan đến Mẹ. Thế là viết bài" Mẹ Tôi Nằm Viện ở Mỹ". Viết xong gửi cho bạn bè trong nhóm cùng lớp thời trung học. Cô bạn từng có bài đăng trên mục VVNM bảo, ông viết cảm động quá, gửi cho Việt Báo đi, biết đâu ông được mười ngàn tha hồ khao bạn bè.

Không biết vì ngây thơ nghe lời xúi dại của người bạn, hay ảo tưởng về ngày được lên bục nhận giải, tôi hì hà hì hục đọc đi đọc lại, bới lông tìm… lỗi chính tả , sửa đi sửa lại cả chục lần rồi gửi cho cô Hằng Nguyễn mục VVNM. Gửi đi rồi chờ đợi. Có báo mới ra là đem về hồi hộp mở ngay trang VVNM, rồi thất vọng, rồi lại tự mình an ủi, hy vọng lần sau. Chờ đợi đến mỏi mòn, cuối cùng cái ngày trọng đại của thời tập tễnh viết văn cũng đến. Bài xuất hiện trên tờ báo ngày mười một tháng Năm năm hai không mười chín.

Đầu xuôi đuôi lọt. Thì ra viết cũng không đến nỗi khó quá như mình nghĩ. Viết như nhà văn nhà thơ Nhã Ca, Trần Dạ Từ mới khó chứ viết kiểu Viết Về Nước Mỹ cũng đơn giản thôi. Cứ người thật chuyện thật, thấy gì viết đó. Khóc thì cứ khóc, cười thì thoải mái cười. Viết kiểu này hình như hợp với dân toán của tụi tôi. Cứ như một với một là hai, đừng mơ mộng biến thành ba bốn là được. Đừng như mấy ông văn sĩ, cả đời chưa từng yêu ai mà cứ suốt ngày anh, anh, em, em rồi thất tình thương, thương, nhớ, nhớ.

Kể xong về Mẹ, nhìn chung quanh thấy mấy đứa cháu ngoại sao đáng yêu quá, viết ngay " Bật Mí Chuyện Vui Ông Ngoại", thấy vợ suốt ngày vất vả, viết tiếp "Chỉ Vì Yêu Anh". Hết viết về Vợ, nhớ Cha thì viết về Ba "Ba Tôi Và Trại Tù Vĩnh Phú". Sau Cha viết tiếp về con. Cứ lần lượt như thế đem những kỷ niệm của gia đình dàn hết lên trang giấy. Càng nhớ, cảm xúc càng dâng trào, kèm luôn nước mắt. Hết chuyện gia đình lại viết về bạn bè, Thầy Cô. Đôi lúc ngồi một mình trong góc vườn tịch mịch giữa đêm khuya, lại nhớ về một thời thơ ấu, nhớ về một quê hương ngàn đời yêu dấu đã mất, cảm xúc dâng trào và "Những tháng ngày đen tối", "Đi Hốt Cốt Cha Từ Trại Tù"… ra đời.

Nhưng có đi loanh quanh với những chuyện liên quan đến gia đình, bạn bè và nước Mỹ cuối cùng đề tài cũng quay về với Mẹ. Người Mẹ vĩ đại của tôi. Những chuyện về Mẹ muôn đời không kể hết. "Alzheimer Với Mẹ Cũng Là Một May Mắn", " Mẹ Tôi, tuổi Canh Ngọ" ra đời trong những ngày một đứa bé "thất thập cổ lai hy" sống với Mẹ già U100 nhớ nhớ quên quên. Viết về Mẹ trở thành một nhu cầu như ăn như uống. Mỗi lần viết là một lần tôi sống lại một thời bên Mẹ. Lúc nào cũng xúc động bồi hồi không cầm được nước mắt vì tôi biết mỗi ngày trôi qua, bệnh Mẹ sẽ nặng thêm, quãng đời chúng tôi bên nhau sẽ càng ngắn lại.

Mẹ càng lúc càng chìm đắm trong cái quá khứ sâu thăm thẳm của Mẹ. Có những đêm Mẹ thức dậy trong bóng tối, một mình nói chuyện với tấm ảnh của Ba của Ngoại trên bàn thờ. Không ít những lần Mẹ trở thành một người thật khác lạ, kéo nguyên một tấm nệm để chắn cửa phòng vì sợ có người vô giết mình. Bệnh hoang tưởng của Mẹ mỗi ngày một nặng thêm. Tôi biết ngày tôi mất Mẹ đã không còn xa. Biết nhưng không làm gì được, chỉ còn mong thời gian qua thật chậm. Nhưng dù có chậm đến bao nhiêu thì cũng đến ngày tôi đành phải buông tay cho Mẹ về bên Ba. Đến cái thời khắc mà đáng lẽ không vì chín đứa con còn nhỏ dại Mẹ đã theo Ba bốn mươi bảy năm trước.

Mẹ của tác giả Lê Xuân Mỹ

Từ lúc Ba rời xa Mẹ đã không một ngày sống cho riêng mình. Nén chặt nỗi đau quá khứ và những giọt lệ cay, Mẹ đã kiên cường thay Ba đem trọn đàn con chín đứa đến bến bờ tự do.

Thôi thì Mẹ ơi, bây giờ đã đến lúc Mẹ sống cuộc đời của Mẹ. Ở lại trần gian chúng con sẽ sống tốt. Cứ yên lòng ra đi và xin đừng ngoảnh lại. Nếu không, con sẽ không đành lòng buông tay, Mẹ ơi!

Lê Xuân Mỹ
San Jose ngày xa Mẹ 2/5/2025

Tết Tây Và Tết Ta - Người Mỹ Không Nhà Vui Quà Tết

PHƯƠNG HOA

TG Phương Hoa (đứng giữa) nhận giải Chung Kết VVNM 2014 từ nhà thơ Du Tử Lê và Giám khảo Trương Ngọc Bảo Xuân.

Định cư tại Mỹ từ 1994, Phương Hoa vừa làm nail vừa học. Năm 2012, bà tốt nghiệp ngành dạy trẻ tại Chapman University khi đã 62 tuổi và trở thành bà giáo tại Marrysville, thành phố cổ vùng Bắc Calif. Với loạt bài về Vietnam Museum, "Bảo Tàng Cho Những Người Lính Bị Bỏ Quên," tác giả đã nhận giải chung kết 2014, giải Trùng Quang 2018 và vẫn tiếp tục gắn bó với Viết Về Nước Mỹ.

Hôm Mồng Hai Tết Dương Lịch 2025, tại thành phố San Jose Bắc Cali, có một sự kiện vô cùng cảm động, vô cùng đẹp đẽ, do một người Mỹ gốc Việt tổ chức, làm cho những

Anh Lê Văn Hải và các thiện nguyện viên
trong bữa trưa cuối năm đãi người Homeless.

người "Homeless" tức là những kẻ không nhà, thật vui và hạnh phúc.

Người đó là chàng cựu Không Quân VNCH Lê Văn Hải, đương kim Chủ Tịch Văn Thơ Lạc Việt (VTLV), và anh còn là...nhiều, rất nhiều "Chủ" khác...của nhiều Hội Đoàn và cơ quan truyền thông báo chí, Hội này Nhóm kia... Người dân San Jose và các vùng phụ cận hầu hết đều biết đến anh. Từ Trưởng ban Tổ Chức các cuộc họp mặt VTLV, đến điều hành Chương Trình Tuổi Trẻ Hải Ngoại, rồi thì Hội Cựu Không Quân VNCH, lại là "ông Bí Đỏ Halloween" trong ngày Lễ Ma, đến "Ông Gà Tây" của Lễ Tạ Ơn, rồi "Ông Già Noel" trong Lễ Giáng Sinh, và đến cuối năm Tết ta thì là "Ông Đồ" VN với áo dài khăn đóng đi phát quà lì xì...Ôi! Đếm gần xây xẩm cũng không hết "Job" của chàng! Anh nổi danh là người có "ba đầu sáu tay" đi chỗ nào cũng "đụng" cái khuôn mặt hiền từ và cái giọng nói chầm chậm nhưng hát rất hay đó cả!

Anh Hải nói với tôi mấy ngày trước, bữa cơm Từ Thiện Mõ Nhân Ái của nhóm anh sẽ bắt đầu vào lúc 9 giờ sáng. Cho nên từ Vùng Đông Vịnh tôi lái xe xuống San Jose sớm hơn, và 8 giờ rưỡi thì đã tới nơi. Vừa quẹo xe vào trước bãi đậu xe của thư viện Tully thành phố San Jose, tôi đã nghe tiếng nhạc rộn ràng vang cả một vùng trời.

Bãi đậu xe của thư viện Tully rộng thênh thang, nhưng xe đã đậu gần hết chỗ. Người ra người vào nhộn nhịp, nhiều chiếc xe VAN lớn mở cốp sau lên và đồ đạc được bưng ra tới tấp, sắp lên một dãy bàn dài phía bên trong.

Gần lối vào là một ban nhạc rất quy mô, với đầy đủ trống, kèn, đàn, nhạc cụ các loại. Những người nhạc công lớp đứng lớp ngồi đang trỗi nhạc, và hát những bản Thánh Ca rất là vui tươi, nhộn nhịp. Nhiều chiếc bàn ăn cùng ghế được sắp ngay ngắn dọc theo gần ban nhạc, nhìn rất sạch sẽ trang trọng. Có lẽ theo thói quen trước giờ, những người "khách không nhà" đã lục tục kéo đến, tỉnh bơ vô ngồi một cách đường hoàng tại bàn như là khách đi dự tiệc, thưởng thức nhạc trong khi chờ đợi ban tổ chức chuẩn bị bữa trưa.

Phía dãy bàn bên phải là nồi, xoong, thùng lớn, khay, bao bì, đựng đầy thức ăn. Súp, mì, rau, và thịt... từng túi lớn, và từng chồng hộp giấy loại nhiều ngăn, nằm sẵn bên cạnh những món ăn còn bốc khói. Nguyên một dãy bàn dài chất đống những món quà tặng, rượu, mì gói, trà xanh loại tốt organic, và nhiều chồng lịch mới 2025.

Lúc này ngay cổng vào nhiều người đã đứng xếp hàng ngay ngắn trật tự. Ai nấy đều gọn gàng sạch sẽ tươm tất. Nhìn quanh, có thể thấy hiện diện đủ sắc dân, da trắng có, da đen, da vàng, và nhiều sắc dân khác... nhưng khó phân biệt đâu là người Việt hay người gốc Á Châu vùng nào.

Anh Lê Văn Hải đang đứng tại bàn thức ăn, ôm một chiếc túi lớn và tay kia là một mớ thật nhiều phong bì đỏ lì xì. Anh cùng mọi người đang gắn phong bì đỏ vào chồng tập lịch mới 2025 chờ sẵn để tặng cho những người đến dự bữa cơm trưa. Bắt đầu, ai tới lượt mình đều được nhận 1 hộp thức ăn với đầy đủ các món, và được tặng kèm một tập lịch Năm Mới có phong bì đỏ, còn kèm thêm một bì đỏ khác lớn hơn. Anh Hải còn đích thân trao cho một chai rượu nho, hộp trà xanh, bánh ngọt, mì gói, xà phòng, kem... các thứ, nói chung là nhu yếu phẩm cần thiết cho cuộc sống hằng ngày của mỗi người, và nhiều vật dụng cá nhân khác nữa. Quần áo giày dép mền gối thì tự chọn tự lấy. Mọi người "tay xách nách mang", vẻ mặt ai nấy đều vui hớn hở.

Sau khi nhận hộp thức ăn và quà thực khách mang trở lại bàn, hoặc ra dưới gốc cây ngoài bãi đậu xe, ngồi ăn một cách thật là chăm chú, có thể thấy thức ăn ngon và hợp khẩu vị mọi người. Ăn xong rồi còn đến lấy một ly chè tráng miệng, thật là đúng...bài bản. Từ lúc đến, vì thấy anh Hải bận rộn nên tôi chỉ đi chụp hình và quay phim vòng vòng bên ngoài, chưa dám lại nói chuyện sợ làm gián đoạn việc của anh. Nhưng khi anh ra xe mở cốp lên lấy thêm lịch và phong bì đỏ, thì anh nhìn thấy tôi. Anh vội kêu tôi qua chỗ anh.

- Lại đây! Lại đây! Anh giới thiệu với tôi một vị mạnh thường quân trong nhóm Mõ Nhân Ái đang lăng xăng tới lui để chuẩn bị phân phát cho mọi người. Tôi cũng định phỏng vấn anh vài câu nhưng chưa có dịp. - Giới thiệu với chị, cậu em rất dễ thương của nhóm Mõ Nhân Ái... Anh vừa nói vừa chỉ vào anh ta. - Đây là...

Anh Hải chưa kịp nói hết câu, anh ta nhìn vào cái điện thoại đang mở trên tay tôi, và vội vã xua tay lia lịa, chạy núp ra phía sau lưng anh Hải:

- Không! Không! Đừng có quay phim hay chụp hình!

Anh Hải bật cười:

- Cậu em này là vậy đó! Hiền lành nhút nhát nhưng dễ thương lắm! Làm việc rất tận tâm.

Tôi cũng cười:

- Chắc anh ấy ...mắc cỡ.

Và tôi hỏi anh Hải:

- Anh Hải ơi! Mình quay phim chụp hình những người này họ có "mind" có phiền gì không anh?

- Không sao đâu! Cứ tự nhiên thoải mái, họ không có phiền đâu! Tôi chụp đưa lên tin tức hoài mà. Anh Hải nói.

Nhưng sau đó khi tôi quay phim vòng quanh khu vực cho bài tường thuật - dù tôi cũng rất ý tứ -chỉ quay chung chung chứ không cho ai rõ mặt hết, thì anh ta chạy lại xua đuổi, thiếu điều muốn...rượt tôi chạy!

- Không được quay phim ở đây! Không ai được quay phim cả!

Tôi cười cười, chỉ về phía "chàng Không Quân":

- Nhưng anh Hải đã cho phép tôi quay đấy!

- Anh Hải thì cũng ...kệ anh ấy! Anh ta hét lớn.

Thấy anh ta muốn nổi cáu, tôi tức cười, không ghẹo anh ta nữa, mà tắt máy rồi đi quan sát một lúc.

Người ta càng lúc đến càng đông. Anh Hải phát hết lịch và bao lì xì liền ra xe bê thêm một túi nữa. VTLV chúng tôi đều biết trước giờ, cái cốp xe của anh Hải là...không đáy! Cho nên lấy hoài, lấy mãi, không bao giờ cạn tới đáy cả, nơi đó cứ "nhả" ra hết thứ này đến thứ khác. Đi đến đâu anh Hải chỉ cần mở cốp xe là có quà, có rượu, có trà, có tranh ảnh, bánh kẹo, có bao bì đỏ lì xì... Bốn mùa tám tiết, Halloween thì có mặt nạ bí đỏ, Thanksgiving thì có ảnh gà Tây, Giáng Sinh có mũ Ông Già Noel, và đặc biệt Tết Nguyên Đán thì cốp xe anh càng nhiều rượu, lịch, và bao lì xì đỏ!

Ôm trên tay một mớ tập lịch 2025 có gắn phong bì đỏ và tay kia xách một giỏ phong bì đỏ rời mới vừa lấy thêm, anh Hải gọi tôi lại gần. Anh đưa cho tôi một phong bì đỏ và một tập lịch cùng hộp đồ uống có gas.

- Oh no! Sao "người có nhà" lại đi "hưởng ké" quà của người "Homeless"? Tôi kêu lên.

- Không phải! Chúc Mừng Năm Mới! Anh Hải nói. – Đây là quà New Year, chị giữ làm kỷ niệm.

Thật cảm động vô cùng. Đúng là anh Hải rất có ý và có lòng, dù đang lu bu anh vẫn nhớ tặng quà Tết Tây cho người từ xa tới. New Year vừa mới đến, Giao Thừa vừa bước qua tối hôm qua. Vậy là đầu năm mới 2025 tôi đã gặp hên, có được quà quý từ một vị rất từ tâm, một người có trái tim Bồ Tát, người luôn mang niềm vui đến cho mọi người. Chắc trong Năm Mới này tôi sẽ may mắn hơn năm cũ.

Tôi cảm ơn anh Hải rồi hỏi:

- Anh có thể tính được mỗi lần phát thức ăn và quà như vậy là bao nhiêu khách không anh?

- Từ khoảng 90 cho đến 100, cũng khá đông.

- Xem ra mọi người ai nấy cũng đều sạch sẽ tươm tất hết, chứng tỏ họ cũng không phải là những kẻ không nhà... rất thảm hại, phải không anh Hải?

Anh Hải cười: - Đúng vậy! Nhìn chung ai cũng đàng hoàng tử tế hết. Trong này cũng có số người thất nghiệp, có người quá nghèo, chứ không hẳn toàn là người "Homeless" ở bờ ở bụi. Chúng tôi thực hiện việc tặng bữa ăn trưa để gửi chút tấm lòng tới những kẻ không nhà, và để biết ơn nước Mỹ đã cho mình cơ hội, còn thực khách thì bất cứ ai muốn đến cứ đến.

- Công việc phát thức ăn bữa trưa như thế này thường xuyên xảy ra không? Hay là bao lâu một lần, và anh đã bắt đầu khi nào thưa anh? Tôi hỏi.

- Mỗi tuần một lần, và phụ thêm trong các dịp Lễ Tết. Trước đây thì hai lần một tuần, cũng đã hơn chục năm rồi. Bây giờ thiếu người thiện nguyện nên công việc phải giảm lại. Hơn nữa, làm việc này cũng rất khó khăn, Sở Y Tế địa phương họ tới khám xét thức ăn kỹ càng lắm. Nếu mình nấu nướng không hợp vệ sinh thì sẽ bị đóng cửa, không được hoạt động đâu. Vì vậy cho nên mọi người làm việc cũng phải rất là kỹ càng. Đúng ra, thì còn có một chỗ khác nữa chúng tôi cũng tham gia cùng với bác Giao Chỉ Vũ Văn Lộc. Anh Hải nói tiếp. - Chỗ của Bác Lộc thì lớn hơn, có đông người tham gia hơn, vì chỗ bác Lộc có quỹ của chính phủ trợ cấp cho nên họ làm lớn hơn.

- Vậy thì ở đây nhóm anh lấy nguồn tài chính từ đâu ra? Có xin được quỹ của chính phủ không?

- Không có gì cả, ở đây mọi người tự lập hết, tự bỏ tiền túi ra làm. Anh Hải nói.

- Vậy thì nhóm có nhận "donation" từ người khác không?

- Cũng có, nhưng ít lắm, vì chúng tôi không kêu gọi. Anh Hải nói. - Phần lớn là mình tự bỏ tiền ra, và những thiện nguyện viên ở đây, họ vừa làm thiện nguyện mà vừa bỏ tiền để mua sắm các thứ. Anh chỉ tay về phía nhóm người đứng bên bàn đang phân phát quà. – Họ toàn là những người tốt!

- Wow! Cả anh Hải và những người ở đây đều là những Thiên thần! Tôi trầm trồ, và rồi sợ anh vội bỏ đi, tôi hỏi tiếp một hơi. – Vậy còn ban nhạc kia thì sao anh? Họ từ đâu tới? Nhìn họ trình diễn thật bài bản, thật hay, có vẻ là một ban nhạc chuyên nghiệp.

- Ban nhạc đó là của nhà thờ. Họ tới đây giúp vui cũng được mấy năm rồi, liên tục không bao giờ vắng mặt một ngày, chơi nhạc để mọi người vừa ăn uống vừa nghe nhạc giải trí cho thoải mái. Anh Hải chỉ về phía dãy bàn ăn. - Chị coi kìa, bàn ghế sắp đặt cho mọi người ngồi ăn đàng hoàng tử tế chứ đâu phải chuyện chơi.

Sau đó anh Hải kêu tôi qua chứng kiến cảnh chúc mừng Năm Mới 2025 tới khách không nhà và chụp hình toàn ban phụng sự Bữa Cơm Nhân Ái. Mỗi người cầm một tấm bảng có số, ráp lại thành "2025" và đồng thanh nói "Happy New Year" làm cho thực khách xung quanh vui vẻ reo lên và vỗ tay rôm rả.

Tôi đi vòng vòng một lúc thì khu vực bắt đầu thưa người. Nhìn qua phía ban nhạc, họ đang lục tục dọn dẹp. Thấy một vị trong ban nhạc có vẻ là người chỉ huy, tôi bước lại chào và xin phép được hỏi mấy câu. Ông ấy vui vẻ cho biết ông tên là "See Hon" (không biết tôi viết có đúng chính tả hay không). Khi tôi hỏi ông có phải là Mục Sư hay không thì ông nói không phải. Ông là một viên chức của nhà thờ. Tôi hỏi lý do nào mà ban nhạc của nhà thờ đã đến đây giúp vui.

- Vì đây là một hoạt động từ thiện rất tốt, đầy ý nghĩa. Ông See Hon trả lời. – Những người thực hiện chương trình bữa ăn trưa này đã cho những kẻ không nhà cái cảm giác ấm áp, có tình gia đình, để họ biết rằng xã hội còn có nơi nhớ đến họ. Ông nhấn mạnh: - Giống như là họ "có nhà để về", cho nên chúng tôi cảm phục hoạt động này và mang lời ca tiếng hát đến phụ giúp vui.

- Đúng vậy, đây là ban nhạc của nhà thờ chuyên đi giúp vui phục vụ thiện nguyện cho những nơi như thế này.

Chúng tôi thuộc về nhà thờ ở vùng ngoại ô, cách hơi xa thành phố một chút. (Ông có nói tên nhà thờ, nhưng vì điện thoại hết pin nên đoạn sau bị mất tác giả không quay vào video kịp) Và ngoài chỗ của nhóm này, thì ban nhạc chúng tôi còn đi giúp vui nhiều nơi trong thành phố San Jose và những vùng phụ cận khác nữa.

Thấy ban nhạc dọn dẹp sắp xong, tôi cảm ơn và chào ông See Hon, rồi đi ra bãi đậu xe. Thấy một cô gái hình như người da trắng, ăn xong rồi lại nhận quà, ôm lỉnh kỉnh trên tay, bước ra với vẻ mặt vui tươi, tôi bước lại hỏi bằng tiếng Anh:

- Xin lỗi, tôi có thể hỏi cô vài câu không?

- Vâng. Cô muốn hỏi gì ạ? Cô ta trả lời bằng tiếng Việt.

- Oh! Tôi kêu lên. – Cô là người Việt hả? Sao giống Mỹ quá vậy?

- Dạ con là Mỹ lai mà cô. Cô ta nói và cười. - Ai gặp cũng nói con là Mỹ Trắng cả.

Tôi cũng cười, đưa điện thoại lên hỏi cô, có thể nói chuyện và ghi hình cô được không, thì cô nói "Ok, không vấn đề" và tôi bắt đầu hỏi:

- Cô đã nhận được những gì mà trông cô vui thế? Và cô có thể cho biết cảm tưởng về bữa trưa Từ Thiện của Mõ Nhân Ái chỗ anh Hải này không?

- Dạ quá *good* cô! Con nhận được đủ thứ quà hết, vui lắm. Cô cười toét miệng rồi đưa cao lên trước mặt khoe: - Mấy đôi vớ nè, mấy bộ găng tay, nón len, cái gối....và 2 bao lì xì nữa.

- Thức ăn thì sao? Cô đã ăn trưa chưa?

- Dạ con ăn rồi. Thức ăn thì quá ngon, có món còn nóng hổi, và ly chè tráng miệng nữa.

- Tuần nào con cũng tới đây cả, khi nào có ăn trưa, phát quà, thì con có mặt.

- Cô thấy mọi người khách ở đây ra sao, họ có thích không? Và khách ở đây là dân nào? Có nhiều người Mỹ và có người Việt không?

- Dạ ai cũng thích hết! Cô mau mắn đáp nhanh. - Mọi người đều vui vẻ cả; vì con tới đây thường xuyên nên con biết. Người Mỹ nhiều, và các sắc dân khác nữa, người Việt cũng có một số.

À ra vậy, tôi nghĩ thầm, cũng có người Việt, hèn chi cái anh chàng thiện nguyện kia "làm dữ" không cho tôi quay phim chụp hình! Kể ra anh có lòng với bà con đồng hương nên tôi không trách.

- Cô có lời gì muốn nhắn gửi cho anh Hải và nhóm Bữa Cơm Nhân Ái không?

- Dạ con muốn cảm ơn chương trình thật nhiều. Tuần nào con cũng mong cho mau tới ngày ra đây.

Cô này rất cởi mở nên nói chuyện huyên thuyên vui vẻ, làm tôi đứng nói với cô một hồi lâu, khi quay lại thì anh Hải đã đi mất tiêu, không kịp chào từ giã anh gì hết. Mọi người cũng lục tục ra về. Tôi bước ra xe thì gặp một anh chàng Mỹ Trắng nhìn rất bảnh bao, khoảng trên bốn chục, một tay ôm túi giấy, tay kia thì cầm tập lịch và mấy cái bì lì xì đỏ bước ra. Tôi chào và hỏi có phải anh làm việc với Bữa Cơm Nhân Ái không. Anh lắc đầu cười đáp:

- No, không phải. Tôi đến đây để thưởng thức các món ăn của họ. (*I come to try their food.*)

Tôi chợt thấy trong lòng có một nỗi xốn xang, lẫn tội nghiệp. Người Mỹ thật thà quá, có sao nói vậy không tự ti mặc cảm gì cả. Anh chàng này nhìn không giống "*Homeless*" chút nào. Nhưng cũng cảm thấy hãnh diện thầm, vì nhóm người Việt tị nạn này đã đưa tay ra giúp đỡ những người Mỹ cơ nhỡ ngay trên quê hương của họ.

Và tôi lờ đi câu trả lời của anh, không hỏi thêm chi tiết về việc ăn uống quà cáp như với cái cô Mỹ lai khi nãy. Tôi chỉ nói bâng quơ những chuyện xã giao như về ban nhạc và hỏi anh ta có phải ở vùng này không.

- Yes! Tôi ở gần đây thôi. Anh ta chỉ vào cái building phía bên kia đường. *"I walked here". Tôi đi bộ qua đây, mấy phút thôi.*

Hình như lúc nãy anh ta có thấy tôi đứng nói chuyện với anh Hải khá lâu, anh nghĩ tôi cũng là người thuộc trong nhóm Mõ chăng? Vì anh ta đứng lại và nói chuyện với vẻ khá thân thiện. Qua trao đổi, tôi chợt nhận ra anh ta nói tiếng Anh phát âm hơi cao, nên hỏi anh ta đến từ nước nào.

- Haiti. Anh ta trả lời.

- Oh! Tôi kêu lên. – Haiti? Đó là quê hương một người bạn rất thân của tôi. Tôi nói một hơi. - Tôi có một người bạn thân hồi học đại học, cô ấy cũng đến từ Haiti. Hèn chi anh nói tiếng Anh có âm hưởng giọng Pháp. Bạn tôi Kistna còn gia đình ở thủ đô Port-au-Prince, Haiti. Cô theo chồng về Mỹ từ năm 2010, sau cuộc động đất kinh hoàng năm đó. Và cô thường kể tôi nghe về quê hương nói tiếng Pháp của cô, về Thủ Đô xinh đẹp Port-au-Prince.

- Really? Thật vậy sao?

Anh ta cũng vui vẻ và sôi nổi hơn. Thế là anh ta đứng lại nói chuyện với tôi một lúc, làm như gặp được... đồng hương vậy. Tôi cũng vui, và trổ nghề "tò mò của nàng" là thường bắt chuyện để tìm hiểu mỗi khi gặp người nước khác. Tôi bèn vận dụng hết trí nhớ về những gì Kistna bạn tôi thường kể về Haiti lúc trước ra nói chuyện với anh ta. Anh ta tên là John, một kỹ sư làm việc hơn 5 năm cho 1 hãng điện tử tại San Jose, vừa mới bị thất nghiệp cách đây vài tháng. Anh sang Mỹ diện bảo lãnh, bố anh là người Mỹ, làm việc cho quân đội Hoa Kỳ trước kia, mẹ anh người Haiti, hiện còn đang sống ở bên quê nhà.

-Thực ra lúc đầu tôi ra đây chỉ để ngồi nghe nhạc cho vui, vì tôi thích Thánh Ca. Sau cùng, John đã "tự khai" về chuyện đến đây ăn cơm từ thiện và nhận quà chung với những người *homless*, mà vì tế nhị tôi không hề nhắc đến khi trò chuyện với anh. – Nhưng rồi thấy mọi người ở đây ai cũng đều tử tế thân thiện vui vẻ, và nhất là thức ăn khá ngon, họ làm rất là chu đáo sạch sẽ, hợp vệ sinh, tôi thử một lần rồi thấy thích, nên thỉnh thoảng khi nghe tiếng nhạc trỗi lên thì tôi đi bộ qua đây.

- Thế sao, vui nhỉ! Vậy anh tham gia chương trình này được bao lâu rồi?

- Cũng mới vài lần gần đây thôi. Trước kia tôi bận đi làm.

Theo lời Kistna bạn tôi, thì đất nước Haiti nghèo lắm. Nên ở Mỹ cô luôn tìm cách kiếm tiền gửi về cho gia đình. Những năm đó mới qua Mỹ, cô ấy học ra là vội vã chạy đi làm nhà hàng, cũng vất vả lo cho người còn ở lại quê nghèo, giống như người Việt chúng tôi. Tôi bỗng thấy tội nghiệp John, không chừng anh ta bị thất nghiệp nên phải tiết kiệm dành dụm gửi về quê cho mẹ trong dịp Tết Tây, mới đi ăn cơm từ thiện thế này.

Khi tôi nói xin phép chụp hình anh nếu anh không phiền, thì anh ta lắc đầu cười:

- No way! Không! Không được đâu! Bộ chị là nhà báo hả?

Tôi nói không phải, tôi chỉ là thành viên của hội văn thơ do anh Hải Lê làm *Boss.* Tôi chỉ muốn viết một chút về công việc này để ủng hộ những thiện nguyện viên nhóm anh Hải, hầu chia sẻ cùng cộng đồng, may ra có nhiều người sẽ cùng tham gia đóng góp để những bữa trưa miễn phí như thế này có thể mở mang rộng lớn và kéo dài hơn.

- À tốt quá! John nói.– Tôi không muốn chụp hình, nhưng tôi có thể chia sẻ một chút với chị để vinh danh những người này. "*I can say that they are truly kind-hearted people" - Tôi có thể nói, họ là những người có trái tim rất thiện lành.*

Đột nhiên tôi nghĩ đến mẹ anh nên hỏi:

- Sao anh không bảo lãnh mẹ anh qua Mỹ theo diện đoàn tụ?

- Việc đó rất nhiêu khê, sẽ tốn thời gian lâu lắm. Với lại mẹ tôi không thích rời bỏ quê hương, cho nên tôi chỉ có thể giúp bà từ Mỹ. Thỉnh thoảng gửi chút tiền cho bà là được rồi.

Tôi thật sự xúc động, vì tình cảnh mẹ John cũng giống như những người Việt đồng hương của tôi. Rất nhiều người có cơ hội được gia đình bảo lãnh đi Mỹ nhưng họ lại không chịu đi, đành ở lại sống vất vả nơi quê nhà, chứ không muốn lìa xa nơi chôn nhau cắt rốn. Còn những người ở bên này dù khổ cực vẫn cố đi làm thêm kiếm chút tiền dư để gửi về những món tiền, những thùng quà cho người bên đó. Thật là thú vị khi nhận ra, đã là con người thì dù cho sắc dân nào, đất nước nào, màu da nào, cũng đều có trái tim với nhiều tình cảm dành cho gia đình và quê hương đất nước.

Mãi mê trò chuyện, coi lại thấy trời đã quá trưa. Nhìn xung quanh bãi đậu xe vắng hoe không còn một chiếc xe nào. Tôi vội vã chào John.

- Thật vui khi nói chuyện với anh, John. Chúc may mắn! Tôi nói trước khi lên xe.

Trên đường chạy về nhà lòng tôi cứ mãi lâng lâng xúc động, nghĩ đến những gì tôi tận mắt chứng kiến sáng hôm nay. Nhóm Mõ Nhân Ái và anh Lê Văn Hải quả là đã làm một việc thật cảm động lòng người. Trong dịp Lễ Tết như thế này, một bữa ăn, một vài món quà nhỏ, và một chút tiền lẻ, cũng đã đem lại niềm hạnh phúc cho hàng trăm kẻ không nhà trên đất Mỹ. Quan trọng hơn, các anh chị đã khiến cho người bản xứ có cái nhìn quý trọng đối với người dân Mỹ gốc Việt chúng ta.

*Viết thêm:

Bài viết xong, tôi bận việc nên chưa kịp chỉnh sửa và gửi đi, thì đã tới tuần lễ Mõ Nhân Ái của anh Hải đãi cơm trưa mừng Tết Âm Lịch Ất Tỵ. Đây là một bữa ăn đặc biệt hơn, khác lạ hơn những bữa cơm trong năm nay đối với người Mỹ. Nhóm chuẩn bị nhiều thức ăn hơn, và quà Tết cũng "trang trọng" hơn cho đúng với phong tục Mừng Năm Mới của người Việt. Anh Lê Văn Hải trong bộ lễ phục cổ truyền theo văn hóa Việt Nam với áo dài khăn đóng, trân trọng trao tặng những món quà Tết đúng nghĩa Việt Nam: Bánh Tết trong hộp đỏ rồng phụng, hoa mai, rượu trái cây nhẹ, kèm thêm nhiều quà bánh khác nữa, và đặc biệt bao lì xì đỏ thì...nặng hơn lần trước anh tặng Tết Tây.

Anh Lê Văn Hải kể, "Trong mục đích đưa không khí Lễ Tết, nhất là Tết Nguyên Đán của người Việt, nhằm giới thiệu và mang chút niềm vui an ủi, đến với "Khách Không Nhà", những người sa cơ lỡ bước trên đường đời, giờ không có một chỗ trú ngụ, không thân nhân, cô đơn lạnh giá trong những ngày Lễ cuối năm và đầu năm, quý Anh Chị Em thiện nguyện trong Nhóm Mõ Nhân Ái, đã có những sinh hoạt Đón Mừng Năm Mới với họ, qua tiết mục vui ngày Tết, qua bao Lì Xì mà ai cũng có! Phong bao đỏ, có chút tiền mặt, "nặng ký" gấp đôi những buổi lễ khác!

Lấy hên cho Năm Mới Âm Lịch, Tết Ất Tỵ 2025! Ai ai cũng vui vẻ, tươi cười chúc nhau Năm Mới tốt đẹp như ý! "Happy New year!" Vài người ngoại quốc, cũng biết tí tiếng Việt, tươi cười: "Chuc Mung Nam Moi!" Anh Hải còn nói:

- Buổi cơm hôm nay, đánh dấu năm thứ 31, mà Nhóm Mõ đã đeo đuổi trong công tác nhân đạo này. Sống chết, vui buồn, với những mảnh đời, bị gạt ra khỏi bên lề xã hội! Hy vọng Năm Mới, May Mắn hơn năm cũ, thay đổi cuộc đời tốt hơn, đến với những mảnh đời khốn khổ! Không Nhà! (Homeless!)

Quả là những việc làm cảm động lòng Trời. Và nhất là, rất cảm động đối với Khách Không Nhà tại thành phố San Jose và các vùng phụ cận. Họ thích thú, họ trông ngóng từng ngày cho đến ngày dự bữa trưa từ Nhóm anh Lê Văn Hải. Cầu chúc cho Nhóm luôn đứng vững để mang đến niềm vui cho những người bất hạnh này.

God Bless You! Mõ Nhân Ái! Cầu Thượng Đế phù hộ cho các anh chị.

Phương Hoa
Xuân Ất Tỵ 2025.

Chủ Khảo Sơn Điền Nguyễn Viết Khánh phát biểu tại Lễ Trao Giải VVNM ở Nixon Library.

Ngộ Nhận

ĐOÀN THỊ

TG Đoàn Thị, chồng, và nhà văn Nhã Ca
trong lễ trao giải VVNM 2019

Đoàn Thị là một cây bút quen thuộc dí dỏm, được độc giả VVNM yêu mến. Tác giả tham gia Viết Về Nước Mỹ từ tháng Ba 2010, khi còn ở Pháp. Họp mặt giải thưởng năm 2011, bà đã bay từ Paris sang California để nhận giải Vinh Danh Tác Giả - thường được gọi đùa là giải Á Hậu. Tác giả đã dời sang California an cư cùng gia đình.

Định cư hơn hai mươi năm, nàng chọn xóm Bolsa, thủ phủ tỵ nạn có đồng hương đông vui làm quê quán cuối đời.

Thuở trước nàng có đến mấy cuộc tình đẹp, một đời chồng qua bạn bè mát tay giới thiệu, chú rể giữa đường gãy gánh đồng cảnh ngộ, chàng nàng hăng hái mơ chuyến này thần tình ái đón chào hai đứa mình.

Sau vài năm chung sống cá tính của hai người không còn thích hợp, mỗi người tự động cất gánh ra đi không kèn trống khác hẳn "ngày hợp hôn" bạn bè đông đủ chúc mừng trăm năm hạnh phúc.

Để chấm dứt cảnh lanh thang đi tìm mái ấm nương náu cuối đời, nàng quyết quay trở lại tình trường tuy nhiều chông gai, nhưng ai biết được giờ thứ 25 nàng trúng lô độc đắc.

Chuyến này nàng khôn ngoan chọn bô lão trên sáu bó cho chắn ăn, bà mai quen thuộc cũng là bạn của nàng nên việc tuyển chọn phò mã không khó, đây rồi một bác bảnh bao từ vóc dáng cho đến hầu bao rủng rỉnh đô la.

Ngày ra mắt chàng quần tây áo sơ mi thẳng nếp, nàng thong thả trong chiếc áo đầm đơn sơ tại quán cà phê, điểm hẹn quen thuộc của nhóm các bà cô đơn của bà mai chị cả đầu têu.

Tuy lớn hơn nàng mười mấy tuổi nhưng chàng còn phong độ chán, dân chơi tennis cao ráo, thong thả, tiền hưu vài ngàn đô một tháng, con cái có gia đình đã ra riêng, rứa là vài năm nay chàng neo đơn dữ dội.

Bà mai bảo mối này bảnh, good deal, nàng cũng thấy vậy, tuy nhiên tính nết của hai người là một ẩn số, thôi thì trước lạ sau quen, chuyện yêu đương phải có thời gian "ủ mầm" để khám phá một nửa kia.

Lần đầu mời nàng đến nhà dùng cơm trưa, chàng cố tình để trên bàn salon mớ tạp chí "Salut les Copains", truyện tranh Tintin…, chàng tự xưng cựu học sinh Taberd Sàigòn thập niên năm mươi.

Nàng cũng dân trường Tây dẫu học sinh Taberd tuy không bằng JJ Rousseau Sàigòn, vẫn là điểm cộng trên thang điểm của chàng.

Trên sáu bó chàng không có bệnh nan y, chủ một căn nhà trên nửa triệu đô, tiền hưu cao hơn cả lương tháng của nàng, trình độ học vấn không cao hơn nàng, một lợi thế nàng có thể làm giá.

Xe Lexus, quần tây, sơ mi, áo khoác, cà vạt, nước hoa…chàng xài hàng Pháp, Ý…, thức ăn chàng chuộng cơm phở, đặc biệt món thịt kho trứng một nồi chà bá ăn cả tuần mới hết, ngon, rẻ, bổ cho túi tiền.

Tính từ đầu đến chân, chàng được xếp vào hàng cao thủ tuy chưa đạt tới tột đỉnh đụng trần nhà nhưng bảnh hơn khối bô lão sau khi ly dị xách ba lô đi bụi đời vặt.

Tiêu chuẩn của chàng dư sức tìm một em mới đến từ VN, trẻ, xinh có cả rổ tiền tươi, muốn làm ăn kiểu gì chả được, mấy mợ sồn sồn cán cộng, vợ cũ của cán cuốc, tư sản đỏ vốn liếng vài triệu đô là chuyện nhỏ.

Chàng không ưa vixi, ngại cảnh đồng sàn dị mộng, đêm khuya mợ cán đỏ lên cơn mộng du cùng bác đảng xách dao đòi phanh thây bọn Mỹ ngụy rửa là chàng tàn đời "zia già".

Ta về ta tắm ao ta cho chắc ăn, mà nàng trông cũng được, tính hơi khù khờ, cả tin như ri chàng tha hồ, chồng xướng vợ tùy, trên bảo dưới vâng lời, hiểu theo nghĩa nào cũng đúng.

Trước đám cưới chàng hứa hẹn sẽ cho nàng đứng tên chung căn nhà, lỡ một mai chàng qui tiên nàng có nơi nương náu tuổi già, tình nghĩa nặng cả trăm ngàn đô la bảo sao nàng không nhắm mắt đưa chân bước vào lâu đài "tình óa" đang được chàng chào mời.

Sau hai tháng lui tới, chàng ký giấy hôn thú đúng mùa Noël, Giáng Sinh năm nay chúng mình hết cô đơn, con của chàng mừng húm có người nâng khăn chùi mũi lúc chàng sụt sùi ấm đầu cảm mạo.

Sẵn đà đầu năm họ tổ chức đám cưới cho xôm tụ, thiên hạ ăn New Year, hai đứa mình ăn New Love, mỗi năm cả thế giới cùng hai đứa mình mừng kỷ niệm ngày cưới, tuyệt chiêu.

Tội nghiệp chị Hai của nàng từ tiểu bang lạnh khăn gói đi ăn cưới lần thứ ba cô em út, chị hy vọng nhất quá tam, nàng sẽ neo bến này đến cuối đời.

Lần đầu giáp mặt em rể lớn hơn mình chục tuổi, miệng lưỡi ngọt như mía lùi, ngọt mật khiến con ruồi mù loà em chị chết chắc chuyến này, chết ngộp trong hạnh phúc hay chết lần mòn vì thất vọng, trời biết.

Chị chợt rùng mình, mơ hồ thấy viễn cảnh không mấy sáng lạn sắp tới nhưng nói năng chi bi chừ cũng thừa, ván đã đóng thuyền mất rồi.

Một mái nhà House sạch bóng làm hai quả tim bắt đầu va chạm, chàng có bệnh ở sạch, nhất cử nhất động chàng lau chùi liền tay, sáng ra vừa đánh răng xong chàng lau sạch, lau khô ngay lavabo.

Ly tách ăn sáng vừa úp lên sóng chén chàng chùi cái sink bóng lộn, cầu tiêu nhà tắm đều đúng quy trình như rửa khiến nàng ngại vào WC trước khi đi làm đành nín đi vệ sinh, vào sở tính tiếp, sự nín chịu đầu tiên của nàng dưới mái nhà lý tưởng khiến nàng bắt đầu suy tư.

Cơm canh của chàng thật đơn giản, thịt ba rọi, trứng gà làm một nồi kho tổ chảng ăn cả tuần, rau rợ ra vườn hái ăn, hết thịt kho ăn cơm trứng chiên, mì gói … tiền chợ mỗi tuần trên dưới chục đô.

Hôm nào chán cơm, nàng mua phở, bún bò Huế, hủ tíu mì… tô xe lửa mang về nhà hai đứa húp, nước lèo dư hôm sau chàng trụng thêm bánh phở khô, hủ tíu khô ăn tiếp.

Theo đúng cách sống Mỹ, hai đứa chung nhà sẽ mở một "account" chung để lương em, tiền hưu của anh mỗi tháng rót hết vào đây, chung gạo thổi cơm, công chồng của vợ ấy mà.

Sau vài tháng góp gạo, chàng đề nghị nàng rút vài chục ngàn trong Account riêng và lấy thêm vài chục nữa bên 401k của nàng bỏ vào Account riêng của chàng, tích tiểu thành đại để chàng trả bớt nợ nhà, sau đó chàng sẽ đưa tên nàng vào danh sách thừa kế căn nhà.

Nàng gom gần hết gia sản rót vào căn nhà tương lai nàng ngỡ có phần đóng góp của mình, chàng cũng rút vài chục ngàn trong 401K riêng của mình cho đủ trăm ngàn trả bớt nợ nhà.

Thủ tục rút tiền, trả nợ ngân hàng đợt đầu hoàn thành nhanh chóng nhưng việc ghi tên nàng vào giấy chủ quyền căn nhà chàng lắc đầu bảo "not now", nàng mơ hồ nhận ra chân tướng của chàng.

Để ăn mừng phi vụ đầu tiên thành công như dự tính, trả bớt nợ nhà nhưng chỉ riêng chàng sở hữu căn nhà thôi, chàng mời bạn bè đến nhà ăn cơm, một kiểu Potluck quen thuộc của dân mình, chàng mua gà vịt quay bánh mì, khỏi nấu dơ cái *sink*.

Bạn bè mừng cho nàng tuổi già có nơi nương tựa, không phải thuê phòng như dạo trước, mai này chàng có khuất bóng nàng cũng có nhà ở, có tiền sống tới chết.

Thúy bạn thân của nàng khen:

- Mi tốt số thật, hậu vận có chồng bảnh bao, nhà cửa đàng hoàng, ở xóm Bolsa đầy cám dỗ này mà hắn không xiêu lòng trước đám phụ nữ độc thân láng mướt, hắn thuộc loại khôn ngoan đấy.

Nàng cười không trả lời, chua chát cho mớ tài sản nàng vừa chung đủ cho chàng trả bớt nợ nhà mà vẫn hoang mang cho thân phận ăn nhờ ở đậu của mình nhưng đành im lặng cho yên nhà ấm cửa.

Nàng ăn sang như Tây dù nàng không ăn diện đồ Pháp như chàng, kem, chocolat, phô mai nàng quen mua ở Trader Joe's, bánh gâteau mua ở tiệm Đại Hàn.

Chàng ăn mắm hút giòi, mua bánh Tây ở tiệm bánh Ta, gâteau, bánh kem, kem tráng miệng… giá không quá năm đô, mua bánh mì thịt lựa tiệm bán hai tặng một, ba ổ bánh mì ăn cả ngày thế cơm, đói ăn thêm mì gói.

Nàng đi làm, chàng đi chợ mua đủ thứ rẻ tiền cho hai đứa ăn, nàng ăn không vô cũng ráng nuốt mấy tháng liền, hột cơm chín hẳn hoi mà nàng vẫn nghe sượng ngang cổ họng.

Một hôm nàng bỗng giựt mình tự hỏi, ô hay mình lấy chồng hay lấy "ông nội" phải vâng phục cho hết kiếp, câu hỏi này một lần nữa làm nàng suy tư dữ dội.

Sau này cuối tuần nàng giành đi chợ mua thức ăn đắt tiền nhưng ngon nên hai người ăn hết sạch, đầu tuần hai đứa ăn tiếp đồ ăn cũ chàng nấu tuần trước.

Nuốt không trôi cơm thịt kho rệu rạo của chàng, tan sở thỉnh thoảng nàng ghé nhà hàng ăn no nê về nhà ăn qua loa cho qua ngày đoạn tháng.

Từ ngày lấy chồng, nàng tiếp tục sống như Mỹ, sắm áo quần, bóp ví, giầy cao gót, cuối tuần đi ăn nhà hàng, mùa hè nàng đòi đi du lịch, mùa đông ra đảo Hawaïi tắm nắng.

Nàng nghĩ có làm có hưởng khiến chàng chóng mặt, ăn để sống chàng còn không dám liều ăn uống đàng hoàng, nói gì đến chuyện ăn mặc, du sơn du thủy như ri chàng chịu sao thấu.

Chàng nghĩ sống kiểu này lương tháng nàng mang về sẽ bị thâm thủng, tiền lương thặng dư của nàng sẽ teo dần, nói gì cũng là tiền của nàng, cấm cản làm sao được.

Sau bao đêm trăn trở tìm cách thu hồi khoảng chi tiêu xa hoa của nàng, nói gì thì bản chất tính toán hơn thiệt của chàng muôn năm y vẫn như cũ.

Một sáng Chủ Nnhật chàng thức sớm chạy ra tiệm bánh của ông Tây gốc Việt phố Bolsa, mua bánh sừng trâu (croissant) đãi nàng.

Bên bàn cà phê, chàng đẩy dĩa sừng trâu trước mặt nàng mời mọc:

- Bánh nóng hổi anh mua ở tiệm ông Tây gốc Mít, em ăn đi.

Nàng hơi ngạc nhiên trước vẻ galant xuất hiện đã biến mất sau ngày cưới, sáng nay tính hào sảng bỗng nổi lên lều bều như bèo, rứa là có chuyện đây, hư thực làm răng hãy kiên nhẫn nào.

Giọng chàng cắt đứt suy nghĩ của nàng:

- Anh thấy em thích mua sắm cũng đúng, phụ nữ phải ăn diện là chuyện thường, tuy nhiên để tiền lương của em không bị hao hụt mỗi tháng em nên làm thêm (over time) bù vào khoảng chi tiêu kia.

Chàng dứt lời nàng chóng mặt vì không ngờ chàng bắt nàng hoàn lại khoản tiền nàng mua sắm linh tinh trong tháng.

Thở thật sâu, nàng nhỏ nhẹ:

- Anh à, em nghĩ em có mua sắm ăn tiêu gì cũng chưa xài hết tiền lương của em mang về mỗi tháng, và chắc chắn không lẹm vào lương hưu của anh, anh lo chi chuyện "con bò trắng răng".

Buổi ăn sáng kết thúc với nửa chiếc bánh sừng trâu đang nghẹn trong họng của nàng, rửa nàng là con bò để chàng vắt sữa, ôi công chúa ngủ quên trong lâu đài tình óa bỗng trở thành con bò hồi mô mà phải đợi chàng lên tiếng nàng mới giật mình nhận ra mình ngu ngơ đến tội nghiệp.

Từ đó nàng ít mua sắm để chàng bớt lo âu nhưng nàng lại thấy phiền lòng, suy tư tự hỏi răng nàng phải chịu sự kiểm soát chỉ bảo của thằng "ông nội", chồng là tình nhân, là cha, là ông cố nội, câu này nghe quen quen.

Danh hiệu Lady First của xứ Mẽo từng hạ đo ván đàn ông, chàng là dân Mít Đặc làm răng chấp nhận kiểu văn minh quá trớn của Mỹ, đàn ông không gia trưởng đâu phải là đấng trượng phu, Đông Tây choảng nhau ở chỗ ni.

Tiền lương em mang về là tiền của anh, đồng nghĩa em không nên tiêu dùng cho riêng em, cú sốc đó còn nằm ngang cổ họng khiến nàng khó thở.

Mấy tháng sau nàng phát giác tiền dư của hai đứa trong Account chung từ dạo chúng mình góp gạo thổi cơm bị thổi bay mất tiêu.

Làm con tính rợ, tiền lương của nàng trừ chi phí mỗi tháng dư trên một ngàn đô, mười mấy tháng chung sống số tiền thặng dư của nàng không cánh mà bay một cái vèo, dĩ nhiên vài chục ngàn tiền hưu của chàng cũng được di dời về nơi mô nàng phải hỏi cho ra lẽ.

Chiều hôm đó sau bữa cơm tối, tưởng chàng sẽ e ngại khi nàng hạch sách, chàng trả lời chắc nịch:

- Anh rút tiền dư trong account chung đưa qua account riêng của anh coi như tiền tiết kiệm, nếu để chung với tiền chi tiêu mỗi tháng khó kiểm soát.

Nàng thất kinh hồn vía vừa nhận ra chân tướng… cướp, nàng nín thở hỏi một câu ngớ ngẩn:

- Nếu em muốn rút một ít tiền trong đó thì sao?

Chàng nói như đùa:

- Dễ ợt, anh sẽ rút tiền đưa lại cho em, hiện nay tiền lương mỗi tháng của em còn dư trong Account chung, em cần gì đến số tiền thặng dư kia, đã bảo là tiết kiệm thì chớ có đụng vào.

Thôi rồi nàng gặp phải dân chơi thứ thiệt, tiền đã vào tay chàng là tiền của anh, tiền mất tình chưa đủ lớn để nàng vượt qua con sóng dữ, nàng dại dột chui vào hang cọp, không bị xơi tái mới lạ.

Mang tiếng là vợ chủ nhà nhưng nàng chỉ là người ở trọ dù phải nộp gần hết gia sản cho chàng, lương tháng cũng bị chặt đẹp, cơm canh ăn để sống qua ngày chứ không phải ăn ngon mặc đẹp, chơi bời du lịch du liếc quên đi em.

Đời bỗng nàng lọt thõm vào ngõ hẹp, hẹp đến khó thở, giời ạ vợ chồng son mới cưới vừa qua “thôi nôi” vài tháng, mối tình mong manh vừa chập chững biết đi đã ngã quỵ, nàng rơi vào cơn trầm cảm sâu thâm thẩm.

Bạn bè cố vấn nàng phải đòi lại số tiền bị tịch thu, nàng suy đi nghĩ lại, không đòi thì nàng mất ăn mất ngủ, mà đòi chàng trả tiền thì khác gì tuyên chiến với chàng.

Đụng phải du đãng thứ thiệt núp bóng “gentleman” liệu nàng có sức cầm cự nổi những ngày sắp tới.

Sau bao đêm trăn trở và được Thúy vấn ý, nàng gom hết can đảm đem nỗi lòng rối rắm giải bày với chàng:

- Anh à, anh có thể giải thích cho em hiểu tại sao anh tự tiện chuyển tiền dư từ account chung đưa vào account riêng của anh?

Vụ này chàng nghi ngại có ngày nàng sẽ hỏi, không ngờ

nó đến sớm hơn dự đoán của chàng, không sao chỉ là chuyện nhỏ thôi.

Chàng từng cươm gọn tiền của hai bà vợ cũ một cách tài tình, nàng là con nai tơ cũng sẽ cùng số phận như họ thôi, chàng là dân cao thủ dư sức xỏ mũi nàng.

Chàng thở dài, chậm rãi:

- Em khéo lo, anh lấy số tiền đó đưa vào account riêng của anh để sau này tiện trả tiếp nợ nhà.

Nàng thở ngắn, hỏi ngay:

- Anh đã lấy tiền tiết kiệm của em trả bớt nợ nhà, bây giờ anh lấy thêm tiền lương của em tích lũy trả dứt nợ trong khi em vẫn chưa được đứng tên chủ quyền nhà, anh không thấy mình quá đáng à.

Chàng tỏ vẻ khó chịu:

- Em khéo lo, anh chỉ trả dần nợ chứ đã dứt nợ đâu, khi sạch nợ anh sẽ làm giấy thừa kế cho em ngay.

Thôi rồi lượm ơi, giấc mộng ban đầu chỉ là cơn mộng ảo, chuyện chúng mình đang bước vào ngõ cụt, tình nghĩa đôi ta chàng quyết định.

Nàng rơi vào cơn rối loạn tâm thần, tự dằn vặt đến tuổi này còn nhìn nhầm người, cả tin tình không mua không bán nên lọt bẫy kẻ bán linh hồn cho thần tiền.

Tiền của nàng đang có bỗng chui tọt vào túi chàng mang cho chàng niềm vui vô tận, nàng vật vờ như đứa vô hồn vì tiền mất mà tình chàng bán gía trên trời mới chua.

Ai bảo nàng tự mãn đến mù lòa nghĩ mình học thức hơn chàng, trẻ hơn chàng một con giáp nên không nhận diện chàng chả giống con giáp nào cả.

Chàng sinh dưới ngôi sao đôla, tiền là Tiên là Phật, dù nàng có trẻ, có giỏi cách mấy mà không mang cho chàng nhiều tiền làm răng hớp hồn chàng được.

Đoạn cuối cuộc tình bèo nhèo là buổi hẹn ngoài tòa ly dị, hơn hai mươi tháng chung sống, ông tòa gõ vào búa một cái cụp trả tự do cho hai kẻ nhìn nhau với ánh mắt hình viên đạn.

Hú hồn nàng vừa thu lại mấy chục ngàn bị giam trong Account của anh chồng cũ, nàng thề chuyến này không thèm lấy chồng, chỉ tìm bạn tâm giao uống cà phê, du lịch… cho vui tuổi hạc.

Lạ thật, làm gì có bô lão chịu kết bạn tâm giao như ri, họ cần một tấm lòng, một bàn tay chăm sóc những ngày trở trời đau yếu, nàng chưa bao giờ là vợ hiền, vợ đảm đang, bảo sao nàng không NGỘ NHẬN dài dài.

Đoàn Thị

Hai vị cao niên cùng vui đọc cuốn sách
Viết Về Nước Mỹ đầu tiên vào năm 2000.

À Ơi, Con Ngủ Cho Ngoan…

BIỂN CÁT

Từ trái:

Chủ khảo Trương Ngọc Bảo Xuân cùng các tác giả Kim Loan, Biển Cát và Lê Xuân Mỹ trong lễ trao giải VVNM 2023.

Tác giả tên thật là Trần Hương Thủy hiện sống tại South Carolina. Tác giả là một cây bút được yêu mến và đọc nhiều trong giải thưởng VVNM. Bà vừa nhận giải Vinh Danh Tác Phẩm 2023.

Mẹ còn có mỗi lời ru,

Buồn như ngọn gió mùa thu thoảng về… (BC)

Ngôi nhà của họ nằm trên một làng nhỏ ven biển, nơi quanh năm chỉ có nắng và gió. Cuộc sống họ thật đơn sơ, bình yên như tiếng sóng biển rì rào bên ghềnh đá lở; ngày hai lần anh Hai vác tấm lưới cũ trên vai giong thuyền ra khơi vào sớm tinh mơ, rồi trở về lúc chiều tà với tôm cá nhảy lách tách trong thúng. Chị Hai ở nhà loay hoay với mớ hải sản khô, canh chừng thời tiết mưa nắng bất thường của ông trời. Chỉ cần sơ sẩy một chút là bao nhiêu công cán của hai vợ chồng bỏ sông bỏ bể. Cái ăn của con người ở đây luôn khó khăn vì phải phụ thuộc vào thiên nhiên, mà thiên nhiên nơi vùng biển khô cằn này đa phần là khắc nghiệt.

Chiều chiều, chị lại theo những người phụ nữ ra bờ biển ngóng đợi chồng về. Đây là phút giây thư thả nhất trong ngày của những người đàn bà làng chài. Biển hào phóng cho họ đầy gió căng lồng ngực và lời ru êm ái, mà không giai điệu nào có thể so sánh được. Câu chuyện giòn giã có thể dừng lại bất cứ lúc nào, khi đoàn ghe thuyền trở về cập bến. Những người đàn ông của họ đã về.

Chị Hai luôn là người đứng dậy đầu tiên và cũng là người đầu tiên chạy xuống. Ống quần xắn cao quá gối, chị lội nước bươn bã đến bên chồng. Hai vợ chồng lụi hụi khiêng tôm cá lên bãi trong tiếng cười nói không dứt.

Rồi chị Hai mang bầu. Làm sao nói được niềm vui vô cùng của họ. Lần đầu tiên áp mặt vào bụng vợ, nghe tiếng con cựa quậy, anh Hai đã chảy nước mắt. Giọt nước mắt của người đàn ông dạn dày sương gió, nóng hổi, bồi hồi. Chín tháng mười ngày con ra đời, hai vợ chồng run rẩy nhận con từ tay cô đỡ, rồi chuyền tay nhau ấp ủ yêu thương. Chị gật đầu rưng rưng khi anh nói:

- Mình đặt tên con là Nhật Minh, nghe. Con là một ngày mới tinh khôi, sáng ngời.

Họ đổi cách xưng hô bằng những từ "Cha, Mạ".

- Cha Minh ơi!

- Mạ Minh nè!

Chao ôi, mỗi lần nghe là ấm cả lòng. Xóm giềng cũng gọi họ là "Cha thằng Minh", "Mạ thằng Minh".

- Cha thằng Minh nè, mang ít hàu này về nấu cháo vợ ăn cho có sữa.

- Đàn bà mới sanh đẻ phải kiêng cử, đừng có dễ ngươi nghe mạ thằng Minh.

Minh lớn lên từng ngày trong tình làng nghĩa xóm của làng chài nghèo ven biển, trong hương cá khô hòa quyện muối mặn ướp đằm hơi thở, trong lời ru êm đềm của mạ theo nhịp võng đong đưa:

"À *ơi, con ngủ cho ngoan*

Để mạ gánh nước rửa bành cho voi

Muốn coi lên núi mà coi

Có Bà Triệu Ẩu cưỡi voi đánh cồng…"

Mạ ngồi vá tấm lưới rách lỗ chỗ, vừa đưa võng cho con. Tiếng mạ ru à ơi âm điệu miền Trung nghe thân thương mà cũng nghe buồn não nuột. Thỉnh thoảng, mạ dừng tay, trìu mến nhìn con ngoan giấc ngủ. Này mái tóc tơ như mây phơ phất. Này chiếc mũi xinh xinh, chiếc miệng rộng tạc như cha. Mạ yêu tất cả những gì thuộc về con, cả tiếng cười dòn tan, tiếng khóc dỗi hờn. Vừa thoát con ngoài tầm mắt là tim mạ đã hoảng loạn. Mạ cảm ơn cuộc đời đã cho cha mạ món quà quý giá, thiêng liêng vô cùng - đó là sự hiện diện của con.

Nắng bên ngoài đã lên cao. Mạ buông tấm lưới, tất tả ra sân đảo lại mớ cá khô trên giàn. Tay mạ thoăn thoắt lướt đều trên những giàn tre. Chỉ cần thêm một vài nắng nữa là có thể bán được lứa cá này và sắm sửa ít đồ cho con. Mùa lạnh sắp tới rồi, con cần thêm áo ấm và tấm chăn dày. Nghĩ đến đó, lòng mạ bỗng vui chi lạ.

Cha không có thói quen tụ tập, đàn đúm, chén chú chén

anh như những người đàn ông khác. Sau bữa ăn tối, cha thắp cây đèn dầu đặt trên bàn ăn. Trong lúc thằng Minh soạn tập vở, cha lụi hụi hun khói đuổi muỗi cho con. Muỗi vùng này con nào con nấy to đụi, chích mũi nào là sưng tấy mũi đó. Dường như chưa yên tâm, thỉnh thoảng cha còn phe phẩy chiếc quạt trên tay quanh người con. Mạ ngồi cạnh đó, mở chiếc hộp thiếc ra, vuốt thẳng từng tờ tiền giấy nồng mùi tôm cá, đếm tới đếm lui rồi cất lại vào góc tủ. Số tiền này hai vợ chồng bắt đầu dành dụm từ ngày mạ mang thai, dự định cho con chút vốn liếng sau này.

Chợt mạ nhìn cha, hỏi:

- Ủa, sao mấy bữa nay không thấy cha Minh hút thuốc nữa. Cha mệt à?

Cha lắc đầu:

- Thuốc rê thì cũng là tiền. Bỏ đi, ky cóp cho con có ích hơn.

Chợt có chiếc bóng lấp ló ngoài cửa:

- Minh ơi, Minh.

Cha rướn người nhìn ra:

- Ai đó, bây?

- Dạ, thằng Ân đó cha.

Minh đáp lời cha rồi quay ra cửa:

- Ân, vô đi mậy.

Chỉ chờ thế, thằng Ân chạy tót vào nhà, cúi đầu chào hai người lớn, và nói:

- Nhà con hết dầu. Cô chú cho con qua đây học ké với thằng Minh nghe.

Cha dễ dãi:

- Ừ, con ngồi học bài cùng Minh đi.

Mạ xuống bếp bưng rổ khoai lên, mời:

- Cha Minh với hai đứa nhỏ ăn đi, mạ vừa luộc chín tới đó.

Nhìn thằng Ân nhồm nhoàm củ khoai, mạ thương cảm quá. Nhà mình đã nghèo, nhà nó còn tội hơn. Mạ nó bệnh rề rề quanh năm, một mình cha nó bươn chải không đủ sống, cảnh nhà thiếu trước hụt sau với trăm gánh lo.

Minh sà xuống bên mạ:

- Mạ ơi, bài hò của mạ có bà Triệu cỡi voi đánh cồng trên núi là sao vậy mạ?

- À, bà Triệu tập trận để đánh đuổi giặc Ngô xâm lược nước ta đó con.

- Mai mốt con lớn, con sẽ cỡi voi ra trận mạ nghe.

Cả nhà bật cười. Thằng Ân cười lớn phun cả miếng khoai đang ăn:

- Bây giờ ai mà cỡi voi nữa, ngố.

Cha xoa đầu Minh:

- Con mau lớn rồi học làm thầy giáo, về đây dạy cho bà con mình chữ nghĩa nghen. Đời cha mạ dốt nát, chỉ mong con thành đạt, không phải tất bật kiếm cái ăn khổ cực.

Mạ cười mà mắt long lanh:

- Lúc đó mọi người sẽ gọi cha mạ là cha mạ ông giáo Minh. Chỉ nghĩ thôi, đã nghe mát cả ruột gan.

Minh dạ thật ngoan:

- Dạ, con sẽ học thật giỏi để làm thầy giáo nghe cha mạ.

Thằng Ân cũng chen vào:

- Con nữa. Con cũng học làm thầy giáo chung với thằng Minh nữa.

Niềm vui của mạ bây giờ là chiều muộn cùng cha ra ngõ đợi con về. Mắt mạ sáng rực khi thấy thấp thoáng bóng con từ xa xa. Trên chiếc xe đạp cũ cha mạ chắt bóp mua cho từ lúc con vào trung học trên thị xã, con và thằng Ân chở nhau ngày hai buổi đi về. Khoảng đường hơn hai mươi cây số mỗi ngày tụi con gò lưng đạp, từ lúc còn chống chân chưa tới, đến lúc chân tay dài lòng khòng. Hôm nào có bảng điểm hoặc bài làm cao điểm, con đã vẫy tờ giấy từ xa như nôn nóng muốn khoe với cha mạ thành quả của mình. Cha mạ cũng vẫy tay cao, hồi hộp chờ con phóng xe như bay trên con dốc gập ghềnh.

Những hôm nghỉ học, con theo cha ra biển bắt cá. Chiều lại, mạ ra bãi ngóng thuyền về. Nhiều lần, mạ lặng người khi nhìn bóng con bên cha. Hai chiếc bóng cao to, vững chải. Hai người đàn ông yêu thương của cuộc đời mạ.

Ân rủ Minh lên dốc đá. Từ nơi này, hai đứa có thể nhìn bao quát khắp ngôi làng. Những chiếc thuyền chài cũ nát, những thuyền thúng xộc xệch nằm phơi trên bãi vắng. Chỉ toàn là cát, đến cỏ cũng xác xơ, có mỗi rau muống biển và phi lao tràn lan khắp chốn. Nhưng thật lạ lùng, màu xanh của biển vẫn lóng lánh trải đến tận chân trời, sóng vẫn nhấp nhô từng lượn vờn quanh bờ đá , đẹp tuyệt vời trong hoang sơ và cằn cỗi.

Những lúc buồn hai đứa vẫn thường ra đây, ngồi nhìn biển, thở hít không khí nồng nàn mùi cá khô, mùi muối mặn, nói vài ba câu chuyện tếu táo là trôi hết muộn phiền.

Minh yên lặng, chờ thằng bạn. Khác với mọi lần, Ân lầm lì cả buổi. Minh nóng lòng, giục mấy lần, nó mới nói:

- Thi tốt nghiệp xong, tau sẽ nghỉ học.

Minh bàng hoàng:

- Mày không thi đại học à?

- Không, mày biết hoàn cảnh nhà tau rồi đó.

Ân nhìn xa xăm:

- Mạ tau thì yếu. Cha tau một mình làm sao lo cho cả mạ và tau. Nếu tau vào đại học, sẽ trở thành gánh nặng của gia đình.

Một khoảng lặng giữa hai đứa bạn thân. Minh muốn an ủi thằng Ân, nhưng biết nói gì bây giờ. Vì mở miệng ra, chạm vào đâu cũng va phải vết đau.

Hoàng hôn mùa này sụp xuống thật nhanh. Bóng tối giúp người ta dễ che giấu tâm trạng hơn. Ân lên tiếng phá tan sự im lặng:

- Có tau phụ thêm, chắc hai cha con tau sẽ kiếm được thêm ít tiền, đủ lo thuốc men cho mạ tau, rồi dành dụm mua chiếc thuyền mới. Chừng mày về, chắc tau đã sắm được thuyền mới rồi. Mình sẽ ra khơi bắt tôm cá đãi mày ăn đã đời luôn.

Minh ậm ừ thả cái nhìn vào bóng tối. Ân quay sang vỗ vai Minh:

- Mày nữa. Ráng ôn bài vở, rồi ráng đậu vào Đại học Sư phạm cho cha mạ mày vui. Còn thầy cô nữa đó. Tau đã dang dở việc học rồi, thì mày phải cố, đừng phụ lòng thầy cô mình nghe. Đậu rồi, lên thành phố học, rảnh rỗi nhớ biên thơ cho tau nghe. Chụp hình cho tau coi với. Chắc thành phố đẹp lắm.

Những câu nói rời rạc, đứt quãng từng khúc, tưởng chừng như thằng Ân cứ phải dừng lại để nuốt tiếng thở dài. Lần đầu tiên câu chuyện của hai đứa càng lúc càng thêm buồn.

Vậy đó, mà thằng Ân chết. Nó chết một cách oan ức, tức tưởi. Một phát súng phá tan lồng ngực nó khi đang đi câu tôm buổi tối. Máu từ thân thể nó thấm vào cát ẩm, hòa tan vào sóng nước mênh mông.

Cũng trong đêm, những tờ truyền đơn dán cờ xanh đỏ sao vàng với dòng chữ in "Mặt trận giải phóng đã có mặt nơi đây, sát cánh cùng đồng bào chiến đấu giành tự do, độc lập", tung rải rác khắp làng chài.

Lúc Minh vừa bước vào, mạ Ân đang phủ phục bên quan tài. Minh quỳ cạnh bà. Bà ngước lên níu tay Minh van vỉ:

- Con nhìn kỹ giùm bác đi. Không phải là thằng Ân đâu, không phải nó đâu. Nó đang ở bên nhà con học bài mà. Đúng không con?

Minh cũng muốn gào lên thật to:

- Ừ. Không phải là mày đâu. Ân ơi, không phải là mày đâu mà.

Gió lùa thông thốc từ biển vào sân, ùa vào nhà, rít lên từng tiếng buốt lòng luôn qua những hàng phi lao nghiêng ngã.

Nghẹn ngào, những tiếng khóc uất nghẹn vang lên trong tang tóc.

Thầy đã gặp Minh sau giờ học, sau khi nhận lại tờ đơn thi đại học trống những thông tin. Thầy không nói một lời nào, chỉ nhìn Mình như chờ đợi. Giá mà thầy la hét, chắc Minh sẽ thấy nhẹ lòng hơn. Thầy đã bỏ bao nhiêu công sức, đặt bao nhiêu kỳ vọng vào học trò mình. Vậy mà, Minh đã phụ công thầy.

Mãi rồi Minh mới ngước đôi mắt đỏ au lên:

- Em xin lỗi thầy.

- Thầy chỉ muốn hỏi vì sao em lại quyết định như thế này. Cha mạ, thầy cô và bạn bè đã kỳ vọng vào em biết bao nhiêu.

Giọng thầy thất vọng lẫn bất lực. Có thể thầy nghĩ lứa tuổi này, học sinh của thầy thường hay ương bướng.

Minh nghẹn lời. Không, thầy ơi, em muốn vào đại học lắm. Đó là kỳ vọng của những người thân yêu và cũng là ước mong suốt bao năm em miệt mài đèn sách. Nhưng mà, chiến tranh đã đến làng quê của mình rồi. Thằng bạn thân của em đã chết. Nhiều người trong làng và những làng bên cũng chết vì lạc đạn, dẫm mìn. Những cái chết oan ức đó rồi sẽ còn tiếp diễn.

Câu hò mạ ru từ ngày nằm võng, em vẫn thuộc nằm lòng. Bây giờ em dừng lại việc học, nhưng hết chiến tranh rồi em sẽ lại về và tiếp tục ước mơ của mình nghe thầy.

Hai thầy trò nói chuyện thật lâu. Khi chia tay, thầy xiết chặt vai Minh. Ánh mắt thầy cũng cũng đỏ hoe. Học trò của thầy trưởng thành, lý tưởng hơn thầy nghĩ. Thầy hạnh phúc vì cuộc đời mình đã không phí công chèo chống những chuyến đò.

Thật khó khăn để Minh nói cho cha mạ nghe quyết định của mình. Mạ thở dài:

- Chừng nào cho hết chiến tranh, con ơi.

Tưởng tượng con sẽ xông ra giữa làn tên mũi đạn, nước mắt mạ đã chảy dài, ruột gan mạ đã xoắn từng cơn.

Cha chỉ ngồi yên trầm ngâm. Cha biết tính tình con giống cha ở chỗ rất kiên định. Hẳn con cũng đã suy nghĩ rất kỹ rồi. Cha không muốn dùng tình cảm hay quyền lực để ngăn cản quyết định của con, vì như thế sẽ làm con thêm khó xử.

Bàn tay thô ráp của cha vỗ nhè nhẹ lên mái tóc con, cứ

chỉ yêu thương cha vẫn thường làm thay cho lời nói. Lần đầu tiên cha cảm nhận được con đã thật sự trưởng thành.

Trong một thoáng, cha nghe lòng mình yếu đuối và mâu thuẫn, khi muốn thời gian quay trở lại, để con cứ hoài bé dại, cứ lũn cũn chạy theo cha, cứ mãi ở trong vòng tay cha bao bọc, chở che.

Những ngày cuối cùng còn ở nhà, Minh làm việc không ngơi tay.Minh chặt cũi, bó lại. Kéo gàu đổ nước đầy hàng lu bên hiên. Giậm lại mái tranh… Mỗi khi ngẩng nhìn lên, Minh nghe tim mình thắt lại khi thấy mạ thẫn thờ kéo vạt áo chậm nước mắt, cha ngồi rít điếu thuốc rê dõi mắt buồn hiu. Lâu lắm rồi Minh mới thấy cha cầm lại điếu thuốc. Chắc hẳn cha đau khổ lắm.

Minh rời đi vào buổi sớm tinh sương. Hôm đó cha không ra khơi dù trời rất trong, biển rất yên bình. Bàn tay cha mạ núm níu không nỡ buông rời con. Dù bước thật nhanh không một lần nhìn lại, nhưng Minh biết sau lưng, cha mạ đang đứng lặng như hóa đá hút mắt nhìn theo. Biển tĩnh lặng sao lòng Minh dấy lên từng cơn sóng bổ ầm ào tựa như những ngày đầy giông bão.

Minh chọn binh chủng Thủy Quân Lục Chiến vì đây là đơn vị tác chiến đổ bộ từ đường thủy. Biển cả đã nuôi anh khôn lớn, hòa tan vào dòng máu và hơi thở của anh. Bây giờ đã đến lúc anh mang tuổi trẻ mình trả món nợ ân tình ấy.

Hết chiến tranh con sẽ trở về nhà mình với cha mạ nghe.

Thư nào Minh cũng ghi câu đó, như một lời hứa chắc chắn cho tương lai. Cha đọc tới đọc lui những bức thư của con cho mạ nghe dưới ngọn đèn dầu tù mù mỗi đêm, bên chỗ con ngồi học ngày xưa.

Rổ khoai thỉnh thoảng mạ luộc lên để chỏng chơ từ lúc khói còn nghi ngút đến lúc lạnh tanh. Hết cha, đến mạ, bốc khoai lên tay rồi thẫn thờ đặt xuống. Những bữa cơm cha mạ chống đũa nhớ tiếng nói quen thuộc của con. Sao bây giờ ngôi nhà bốn bề quạnh vắng.

Mạ thường giật mình với những giấc mơ hoảng loạn. Tỉnh dậy, mạ sờ thấy chỗ bên cạnh mình lạnh tanh. Cha ngồi ở bậc cửa, rít từng đốm thuốc lập lòe tự lúc nào. Có tiếng pháo vang ầm ì trong đêm vắng, dập dồn gõ vào tim mạ những nhịp âu lo.

Chiến tranh càng lúc càng khốc liệt. Tin tức của con thưa dần.

Rồi một ngày tang thương bao trùm ngôi nhà nhỏ của gia đình mình. Con trở về trong poncho trùm kín, trong chiếc quan tài phủ lá cờ tổ quốc. Tiểu đội của con đã tử thủ cho đến giây phút cuối cùng.

Trên mảnh đất cao gần nhà, cha mạ ngậm ngùi làm người đầu bạc lập ngôi mộ cho kẻ đầu xanh. Không biết bao nhiêu lần mạ ngồi đó ôm di ảnh con khóc ngất. Còn cha chết lặng trong đau đớn nhìn trân trân vào nấm mồ chưa xanh cỏ. Sinh ly tử biệt. Nỗi đau cứ từng ngày cứa vào tim cha mạ những vết cắt xót xa.

Chiến tranh rồi chấm dứt. Nhưng không có nghĩa là cuộc sống trở lại sự yên bình vốn có của nó từ xưa. Làng quê đã thay đổi nhiều lắm. Thêm nhiều nấm mộ của những người già, của những người chết vì bom đạn chiến tranh. Có những người mới đến ngụ cư và những người cũ bỏ làng vượt biển. Cuộc sống khó khăn, xô bồ hơn.

Cha vẫn vác lưới ra khơi. Mạ lầm lũi ở nhà với mớ cá khô trên giàn lủng lẳng. Tiếng sóng vẫn rì rào ngày đêm bên ghềnh đá. Nhưng tiếng cười của con đã bặt từ lâu.

Năm tháng tiếp tục trôi qua. Dù biết con đã mất, nhưng từ sâu thẳm nơi đáy lòng, cha mạ vẫn không thể chấp nhận được sự thật tàn nhẫn này. Nhìn đâu mạ cũng thấy thấp thoáng dáng con. Con thả gàu vào giếng múc nước đổ đầy lu cho mạ. Con đạp xe thả dốc về nhà. Con ngồi nơi bàn học bài… Nếu không có chiến tranh, giờ này chắc con đã ra trường, trở về đây làm thầy giáo dạy dám con nít làng mình…

Cha mạ núm níu không nỡ rời xa làng vì nơi này có một phần máu thịt của con. Cho đến một ngày, cha nắm lấy bàn tay mạ, nghẹn ngào:

- Chuyến cuối rồi, vợ chồng mình đi thôi mạ Minh.

- Mình đi rồi bỏ mộ con ở lại lấy ai nhang khói. Mạ rưng rưng.

Cha nói trong nước mắt:

- Con mất rồi thì mình đi đâu, hồn con theo đó.

Lệ cha đã rơi lả chả khi thắp hương khấn con, rồi cha lấy một nắm đất nơi mộ, gói lại mang theo người.

Tối đó, cha mạ cùng những người làng cũ còn lại lên tàu. Đêm cuối tháng trời mù mù, mưa rơi lất phất. Mạ lả người trên vai cha như xác không hồn. Cha ghìm từng cơn nấc nghẹn chực trào ngược ra khỏi lồng ngực.

Chiếc tàu lặng lẽ ra khơi. Ngôi làng lùi xa, lùi xa và chìm trong cơn mưa tầm tã.

Bao nhiêu năm đã trôi qua rồi, mạ cũng không nhớ được.

Thời gian không làm nguôi ngoai nỗi đau thương

trong lòng mạ, mà chỉ nhuộm màu sương trên mái tóc xác xơ. Đôi khi lẩn thẩn mạ ngoái ra sau, dớn dác gọi Minh ơi! rồi ngẩn ngơ bật khóc.

Chiều nay, như một thói quen từ lúc nào, mạ lại ra ngồi bên thềm nhà cho chút nắng hiếm hoi cuối mùa hong trái tim khô quắt. Ánh mắt mạ dõi phía ánh dương đang lịm về cuối chân trời, nơi chốn xa xôi mà mạ tin rằng đó là hướng quê nhà. Làng chài nghèo ven biển nằm nơi ấy. Mộ con cũng nằm nơi ấy, quạnh quẽ không chút khói nhang.

Qua làn mây mù của đôi mắt già hấp háy, mạ chỉ thấy một màn tối chườm xuống, bao trùm dần khoảng sân chung quanh mạ. Trong quên nhớ mênh mang, vô thức mạ đưa tay như đẩy đưa nhịp võng. Ngủ đi, ngủ đi con. Ừ, để mạ ru con nhé.

"À ơi, con ngủ cho ngoan

Để mạ gánh nước rửa bành cho voi

Muốn coi lên núi mà coi

Có Bà Triệu Ẩu cưỡi voi đánh cồng..."

Cuộc chiến tranh ngày ấy đã trôi qua lâu lắm rồi. Bây giờ, có mấy ai còn nhớ đến. Chỉ còn lời thầm thì của gió, thoảng trong lời ru của mạ mãi mãi không bao giờ phai nhạt theo năm tháng.

Biển Cát
Tháng 4-2025

Ba Mươi Tết

BIỂN CÁT

Một cái móc sắt quăng mạnh vào thành tàu. Con tàu chòng chành như muốn chìm vì những cú nhảy liên tiếp từ con tàu lớn qua của bọn người hung hãn.

Tiếng la thất thanh vang lên:

- Trời ơi, cướp biển!

- Cướp biển!

Không để những người vượt biên kịp định thần, bọn hải tặc đã hung hăng quơ vũ khí lên, lùa tất cả vào một góc, lục soát vàng bạc. Chưa dừng ở đó, chúng còn bắt từng người há miệng ra để kiểm tra, và đấm mạnh vào miệng những ai bọc răng vàng hay cố tình dấu tài sản. Máu phún ra từ miệng người.

Sau khi thu tóm của cải, bọn hải tặc dồn phụ nữ vào cuối tàu. Tiếng kêu khóc lúc này càng hoảng loạn hơn. Những lưỡi dao, gậy gộc... vung lên hung bạo không thương tiếc, đàn áp sự chống cự của những người chồng, người thân.

Máu nhuộm đỏ cả con tàu...

- Đừng, đừng giết chồng tôi. Anh ơi! ...

Chị thét lên hãi hùng trong cơn hoảng loạn. Chung quanh chị máu chảy lênh láng. Mùi máu tanh nồng xộc lên tận óc. Bao nhiêu năm rồi giấc mơ vẫn còn mãi ám ảnh.

Chị ngồi bó gối, nhìn trừng trừng vào bóng tối. Bóng tối bao trùm mênh mang, như nỗi đau đớn ngợp cả phận người.

Có tiếng con trở mình, chị như chợt tỉnh, quay sang kéo lại mền cho con. Thằng bé là người thân cuối cùng còn lại của chị, và cũng là động lực để chị tiếp tục cuộc sống nơi đất nước xa lạ này.

Bao nhiêu lần chị đã định tự tử. Còn có gì để chị thiết tha cuộc sống. Nhưng nghĩ đến con, chị chùn lại. Con đã không còn cha, giờ không có mẹ, thì con sẽ sống thế nào đây? Anh chị ra đi vì hạnh phúc gia đình và tương lai của con. Bọn cướp biển tàn ác đã hủy hoại hạnh phúc của gia đình chị. Giờ chị đành lòng cướp đi tương lai của con sao? Ngần ấy bất hạnh đổ lên con chưa đủ sao? Không. Bằng mọi giá, chị phải lo cho con. Chị còn phải sống thay phần anh để lo cho con nữa.

Chị ngồi lặng ngắt như pho tượng. Mà, giá chị được vô tri như pho tượng thì chắc sẽ đỡ khổ hơn nhiều. Chút ánh sáng bắt đầu le lói ngoài khung cửa sổ. Đã bắt đầu một ngày mới. Chị gạt nước mắt, đứng lên. Khi lấy kem đánh răng vào bàn chải, chị khựng lại nhìn bóng mình trong gương. Một gương mặt héo hắt với hai hốc mắt lõm sâu.

- Dậy đi con, sáng rồi. Chị đánh thức con dậy.

Thằng bé dụi mắt bằng một tay, còn tay kia nắm lấy tay mẹ. Chị kéo tay con ngồi lên, mắng yêu:

- Lớn lắm rồi mà còn nhõng nhẽo nữa.

Trong lúc chờ con vệ sinh, chị lấy một hộp thức ăn ra hâm lại. Còn một hộp chị để phần chiều cho con ăn. Đây là phần ăn trưa và tối của chị ở tiệm, nhưng chị thường chỉ ăn qua quýt một chút vào buổi trưa cho có lệ, rồi gói tất cả về.

Tuấn phụ mẹ lấy chén đũa. Em vừa ngồi xuống đã tíu tít:

- Mẹ ơi, tháng này con được "Student of the month" đó.

- Là… là gì vậy con? Chị dừng đũa hỏi.

Tuấn cười toe toét:

- Con là học sinh giỏi tháng này đó mẹ.

- Con trai mẹ giỏi quá. Chị nhìn con đầy tự hào.

Sực nhớ, Tuấn buông đũa, mở ba lô lấy tờ giấy đưa cho mẹ:

- Đây là thư mời phụ huynh những học sinh giỏi của khối lớp sáu đến trường ăn sáng với các thầy cô. Mẹ đi đến trường con, nhé mẹ!

Chị loay hoay nhìn bức thư, ngại ngùng:

- Chừng nào vậy con? Mà, mẹ có biết tiếng Anh đâu mà nói chuyện với người ta.

Tuấn nài nỉ:

- Đầu tuần sau ạ. Con sẽ ngồi cạnh mẹ mà. Đi đi, mẹ nhé!

Ánh mắt con lúc đó long lanh và giống cha đến lạ lùng. Chị ngỡ như anh đang nói với mình:

- Đi cùng con, nhé em.

Chị cười vui mà mắt rưng rưng:

- Ừ, nhất định mẹ sẽ đến trường con.

Chờ con lên 'school bus' xong, chị lui cui dọn dẹp lại căn phòng thuê của hai mẹ con, rồi vội vã thay đồ chuẩn bị đi làm.

Nhà hàng Tàu, nơi chị làm việc, mở cửa lúc 11 giờ. Nhưng chị phải đi từ sớm vì lội bộ qua ba dãy phố mới đến trạm xe buýt; rồi thêm hai lần chuyển xe nữa, mới đến chỗ làm. Con đường dài đăng đẳng.

Mùa đông gió lạnh cắt da. Bầu trời xám xịt như trĩu đầy nước. Những ngày như thế này dễ khiến tâm trạng cảm thấy u ám hơn, những bước chân nặng nề hơn, ngỡ như có cái gì đó đè lên ngực, kéo ghì đôi chân lại. Chị đã trải qua bao nhiêu buổi sáng thế này. Nhưng mỗi buổi sáng, cảm giác cô đơn buốt giá vẫn lặp lại như những vết dao cứa vào từng thớ thịt.

Gió bất chợt thổi mạnh, cuốn theo những đám mây đen kéo rợp cả trời. Mưa bắt đầu lắc rắc hạt. Chị trùm nón lên đầu, kéo ghì chiếc áo choàng cũ kỹ quanh thân hình gầy gò và ôm chặt chiếc ví sờn trước ngực. Lúp xúp, chị cố rảo bước ngược chiều gió, lầm thầm mong mỏi kịp đến trạm xe trước khi cơn mưa lớn đổ về.

Đến khi ngồi vào chỗ, chị mới cảm thấy cái lạnh đang thấm dần vào cơ thể. Nước mưa ướt đẫm tóc và quần áo chị. Mắt chị cũng ướt đẫm. Chị nhìn ra cửa kính. Chung quanh chỉ dày đặc một màn mưa.

Chị đã đến đất nước xa lạ này, đánh đổi bằng nhiều mất mát, tổn thương. Một thân một mình chị bươn chải, vò võ như con cò lặn lội bờ ao ở quê nhà. Nhưng cuộc sống khó khăn quá. Không có thời gian để học hỏi, cũng không có thời gian để ước mơ. Tất cả đều quá xa xỉ cho một di dân cùng khổ như chị.

Mỗi ngày là một cuộc chiến đấu sinh tồn. Chỉ có một động lực để chị tiếp bước, là vì đứa con trai nhỏ. Trên đôi môi tím tái của chị chợt nở nụ cười khi nghĩ đến giờ này, trong lớp học ấm áp, con đang ngồi bên bạn bè, thầy cô.

Một mai con sẽ lớn, sẽ hòa nhập vào đời sống, thành công và hạnh phúc như người bản xứ.

Những chuyến xe buýt kéo dài theo suốt cơn mưa. Khi đến nhà hàng, bàn tay chị tê cóng vì lạnh. Lúc thay đồng phục, chị cảm thấy cơ thể nhức nhối và hắt hơi liên tục. Chị nhủ thầm: "Không. Mình không thể nào bị bệnh được." Chị còn phải làm việc kiếm tiền nuôi con nữa.

Còn hơn nửa tiếng là đến giờ nhà hàng mở cửa. Mọi người hối hả chuẩn bị. Chị châm thêm gia vị, kiểm tra lại giấy ăn, sắp xếp bàn ghế… rồi lui vào nhà bếp. Nơi đây là công việc chính của chị.

Bắt đầu một ngày bận rộn. Chị lăng xăng dọn dẹp, lau chùi, làm những việc lặt vặt khi đầu bếp sai bảo, rửa chồng bát đĩa dơ… Ngần ấy việc không tên làm chị bở hơi tai.

Hình như hôm nay nhà hàng đông khách hơn. Chị đoán thế, vì nghe tiếng cửa mở liên tục bên ngoài, tiếng chào mời khách của tiếp tân lẫn tiếng nói cười rộn rã của thực khách. Còn nữa, ông quản lý Chen hối hả chạy ra chạy vô hối thúc nhà bếp, quát tháo bồi bàn và hét bên tai chị:

- *Hurry, hurry*, Lin. Vừa nói, ông vừa ra dấu hối thúc.

Liên là tên chị. Nhưng ông này không bao giờ phát âm đúng. Chị quýnh quáng gật gật đầu. Chồng bát trên tay chị lắc lư suýt đổ xuống đất. Mồ hôi tươm đầy trán chị. Cảm giác mệt lả làm mặt chị tái xanh.

Từ sáng tới giờ chị làm không ngơi tay. Mà không chỉ

riêng chị, mọi người đều bận rộn, cả thời gian ăn cũng không có. Lảo đảo, chị đến bên bàn, rót một tách nước nóng uống vài ngụm cho ấm rồi trở lại tiếp tục vục tay vào chồng bát đĩa dơ còn đầy ngợp.

Nhà bếp nhộn nhịp hơn thường ngày. Tiếng dao thớt khua lộp cộp, tiếng dầu mỡ lèo xèo reo trên chảo, tiếng nồi nước sôi sùng sục trên bếp lò... Không khí dày đặc với mùi thức ăn trộn lẫn mùi nước tương, gừng, hành tỏi...

Giờ khắc trôi qua chậm chạp. Chân chị tê cứng không còn cảm giác. Lưng chị đau nhói. Mọi vật hoa đi trước mắt chị. Chị hầu như không nhìn rõ những gương mặt chung quanh, chỉ loáng thoáng nghe họ nói cười bằng tiếng Quan thoại, thứ tiếng xa lạ mà chị không hiểu một chút gì. Cảm giác thật lẻ loi. Ở đây công việc của chị là phục vụ, dọn dẹp, chuẩn bị. Không ai hỏi chị như thế nào, không ai quan tâm nếu chị đói hay mệt. Từ lâu rồi, chị đã học biết một điều là chẳng kỳ vọng điều gì lẫn bất cứ ai trong cuộc sống này. Cứ cắm cúi mà làm qua từng ngày, nhủ với mình rằng hãy vì con mà gắng gượng.

Cuối cùng nhà hàng cũng đóng cửa. Những người khách cuối cùng rời đi mang theo những âm thanh rộn rã tiếng nói cười. Họ như ở một thế giới nào khác mà chị chẳng thể nào chạm tới.

Khi gỡ tạp dề ra, chị tưởng chừng tay chân mình rời rã từng khúc. Chị thay lại bộ đồ ban sáng. Bộ đồ vẫn còn ẩm ướt làm chị rùng mình vì lạnh. Nhưng chị không bận tâm đến điều đó, mà vội vàng lấy phần ăn để dành định mang về. Hôm nay nhà hàng đóng cửa muộn, chắc con đang trông chị lắm.

Nhưng một điều bất ngờ đã xảy ra... Mọi người đang chờ chị ở sảnh.

- Lin, *come here*.

Giọng quản lý Chen ồm ồm như ra lệnh. Chị rụt rè bước đến quầy. Quản lý Cheng cười vui vẻ, khác hẳn với gương mặt cau có suốt ngày. Ông đưa cho chị phong bì đỏ. Chị ngạc nhiên cầm lấy phong bao. Tiền gì đây? Chưa đến ngày lĩnh lương mà.

Nhìn vẻ ngơ ngác của chị, quản lý Chen gãi gãi đầu, như cố nhớ ra điều gì đó. Rồi ông chợt "À!" lên một tiếng:

- Ah! "Happy Giao thừa."

Câu này ông đã học được từ người bạn Việt gốc Hoa hôm qua.

Âm thanh quen thuộc của hai tiếng "giao thừa" gợi cho chị cảm giác bồi hồi. Vô thức, nước mắt chị chảy xuống thành dòng. Không khí chợt lắng xuống. Quản lý Chen đằng hắng nén xúc động, vỗ nhẹ vào vai chị.

Cô Húa nhẹ nhàng lấy ra chiếc khăn quàng màu xanh, rất dày và ấm choàng quanh cổ chị. Anh bếp Lee đưa cho chị một hộp canh và một hộp gà quay. Cô Mei đại diện cho nhóm tiếp tân tặng chị chiếc ví mới. Chú Bĩn đại diện cho tổ bồi bàn trích quỹ tiền tips trong ngày tặng chị.

Chị sửng sốt nhìn mọi người, không tin được đây là sự thật. Đôi tay chị run run đón lấy từng phần quà mà không biết nói gì.

Sáu tháng làm việc ở đây, chị cứ lùi lũi như chiếc bóng, im lặng không nói với ai một câu nào, vì không biết tiếng. Co ro trong chiếc vỏ ốc của mình, chị nghĩ rằng không ai quan tâm đến một người cơ hàn như chị.

Để phút giây này, sự cảm động vỡ òa trong chị như cơn sóng đổ. Thì ra trên đất nước xa lạ này vẫn có những tấm lòng, chỉ là chị không biết đến hay chưa biết đến mà thôi.

Chị cúi đầu cảm ơn tất cả. Đôi vai chị co từng nhịp theo tiếng nấc. Cô Húa nắm lấy tay chị, ra dấu sẽ đưa chị về , vì đã khuya rồi. Chị đi ra xe cùng cô Húa sau khi cúi chào mọi người. Nụ cười trên môi chị còn vương nước mắt.

Không hẹn mà tất cả cùng vẫy tay chào chị và nói lớn bằng giọng Quan Thoại lơ lớ:

- Happy Giao thừa, Lin.

Mưa vẫn còn rỉ rả. Những ngọn đèn loang loáng bóng nước không đủ thắp sáng suốt những con đường. Bóng tối chập chờn chườm trong giá lạnh của mùa đông.

Một chiếc xe cũ chạy với tốc độ khá nhanh như muốn thu ngắn đoạn đường về sau ngày làm việc mệt nhọc. Ngồi nép trên chiếc ghế cạnh người lái, có một người đàn bà gầy guộc, cổ khoác chiếc khăn choàng xanh và tay ôm chặt những gói quà. Hình như đó là những món đồ quý giá lắm, vì trên gương mặt héo hắt của chị đã thấp thoáng nụ cười. Lâu lắm rồi chị mới tìm thấy niềm vui như thế này. Chị vuốt ve từng món trên tay, cảm thấy cuộc đời mình có ý nghĩa hơn, không chỉ quẩn quanh với sự chiến đấu sống còn mỗi ngày vắt kiệt thể xác lẫn tâm hồn. Ở một nơi không phải là quê hương mình, chị đã tìm thấy chút ủi an của tình người. Dù chỉ một chút thôi, nhưng ngần ấy cũng đủ cho chị niềm tin mà bước tới.

Một thân một bóng giữa nơi xa lạ, như chiếc lá lìa cành lay lắt, cố lội ngược dòng sông . Chị biết, còn rất nhiều gian khó chập chùng. Nhưng dù khó khăn bao nhiêu, chị tin mình cũng sẽ vượt qua.

Chị trìu mến nhìn cô người Hoa bên cạnh, thầm cảm ơn cô và những người bạn tốt đã cho chị một ngày ba mươi Tết thật ấm lòng nơi đất khách.

Mưa vẫn không ngơi.

Người đàn bà nhìn hun hút vào bóng đêm. Hai hàng cây bên đường lùi dần lại. Xa xa, đã thấp thoáng căn phòng nhỏ với ngọn đèn vàng từng đêm vẫn thắp sáng chờ đợi chị.

Biển Cát

Viết Văn Ở Mỹ

DUY NHÂN

Tác giả Duy Nhân và vợ
trong buổi lễ trao giải VVNM 2023.

Tác giả Duy Nhân tên thật Nguyễn Đức Đạo hiện ở tại Chicago, tiểu bang Illinois. Tác giả đã đóng góp nhiều bài Viết Về Nước Mỹ và lãnh nhiều giải từ năm 2001. Tác giả nay đã 80 tuổi, về hưu từ nhiều năm qua. Ông mới bay về Cali lãnh giải Danh Dự VVNM 2023.

Hắn mỉm cười một mình. Hắn vừa nghĩ tới hai chữ "vu vơ" mà một tác giả dùng làm tựa đề cho loạt bài viết về văn chương trong một website văn học có uy tín. Lý do là vì hắn cũng đang vu vơ về việc viết văn. Bản thân hắn không quan trọng nên những gì thuộc về hắn cũng không quan trọng. Tất cả chỉ là...vu vơ.

Hắn thường nói thế. Dù sao hắn cũng không vu vơ về những việc xảy ra ở tiền kiếp, hay những việc có thể xảy ra vào thời điểm mấy trăm năm sau, nghĩa là chỉ có trong tưởng tượng. Điều hắn vu vơ rất là "serious", rất nghiêm chỉnh: Văn chương giữa cuộc đời, chính xác hơn là giữa nước Mỹ mà hắn đang sống.

Văn chương đến với hắn như là định mệnh. Định mệnh xui khiến hắn ở tù sau cái ngày ba mươi tháng tư năm bảy lăm. Để giải thoát ngục tù, dĩ nhiên là trong tâm tưởng, hắn viết cho người yêu, là bà xã hắn bây giờ:

Hoa ngạo nghễ thời gian

Thơ đánh tan ngục tù

Trăng kia, trăng khuyết lại đầy

Núi kia mãi mãi vẫn là núi non

Núi có mòn...

Sông có cạn...

Sương có pha mái tóc

Mưa có nhạt làn môi

Ngày tháng nào điểm tô cho thương nhớ

Xa cách nào chia cắt được lòng ta

Hoa, thơ luôn vẫn giao hòa

Em anh mãi mãi vẫn là của anh

Dòng đời lặng lẽ trôi nhanh

Trong đoạn thơ ngắn đó, hắn tâm đắc nhất là câu cuối cùng. Câu cuối không phải là câu có chữ mà là câu hình thành với những dấu chấm. Dòng đời lặng lẽ trôi nhanh là một thực tế khách quan của trời đất, của thiên nhiên, nó còn là tâm trạng rất chủ quan, rất riêng của người làm thơ. Đó là sự bình thản, hững hờ, là sự nôn nóng, mong chờ, là một gợi mở cho một tiếp nối khác có thể rất lãng mạn, cũng có thể rất dữ dội, hào hùng, là tiếp tục cuộc chiến đấu nửa chừng bị gãy súng...

Văn chương đến với hắn từ hơn bốn mươi năm trước trong hoàn cảnh nghiệt ngã như vậy. Bây giờ thì hắn thong dong bên khung cửa sổ nơi Thành Phố Gió nhìn ra ngoài:

Mùa Thu đang tới.

Trời giăng nhiều mây xám.

Lạnh!

Và ảm đạm như mùa Đông.

Những cơn giông

Nổi lên...

Như từng đợt sóng.

Có những chiếc lá...

Cố bay lên

Muốn thoát ra khỏi định mệnh

Không được!

Lại xoay tít

Rồi chìm xuống

Như những chiếc thuyền con,

Những thân phận...

Khi đến được nước Mỹ hắn viết ngay cho một người bạn đã chết trong tù, gửi cho một tờ báo lớn ở Cali và có ngay tiếng vang. Từ đó văn chương cứ tự do và đĩnh đạc đến với hắn. Bài hắn viết đã xuất hiện trên nhiều tờ báo điện tử. Có một lần hắn đọc trên internet từ Việt Nam một bài thơ hay. Hắn thích quá, bèn viết bài bình phẩm, và mang đến một tờ báo địa phương, dĩ nhiên là báo quảng cáo, báo lá cải. Người ta đồng ý đăng với điều kiện là phải bỏ đi phần giới thiệu xuất xứ, nghĩa là bỏ đi hai chữ VIỆT NAM. Hắn đem bài thơ về cất cho tới bây giờ. Người ta đã lẫn lộn giữa văn học và chánh trị, một thứ chánh trị không vì quê hương!

Sống ở Mỹ đã nhiều năm, hắn nhận thấy đất nước này có người gọi là thiên đường, cũng có người gọi là địa ngục, có nhiều điều để nói và để viết quá. Nếu không viết, mai này chết đi thì rất uổng…

Thế là ngoài thời gian cầm kìm, cầm búa ở xí nghiệp, khi về nhà hắn liền đến bên chiếc máy vi tính. Hắn ngồi trước bàn phím hàng giờ để suy nghĩ về đề tài mà hắn quan tâm. Hắn cảm thấy hoàn toàn tự do, một sự tự do với trách nhiệm thật cao cả. Hắn chăm chút từng lời, từng chữ, từng dấu chấm, dấu phẩy. Trước khi đưa tay gõ từng con chữ thì biết bao là động não, suy tư, chiêm nghiệm, nhìn lại mình, nhìn lại đời, nhìn lại mối quan hệ giữa thân phận một cá nhân và thân phận đất nước, giữa cái riêng và cái chung, giữa cá nhân và cộng đồng, giữa những người đang sống lưu vong và đồng bào trong nước.

Đang sống ở Mỹ, viết về nước Mỹ mà không có bài viết nào là không gắn với quê hương Việt Nam. Quê hương vẫn cứ chập chờn hiện ra trong từng miếng ăn, giấc ngủ, khi đi đứng, nằm ngồi, lúc lất phất mưa bay hay mịt mùng bão tuyết. Như vậy, đối tượng mà hắn viết cho gồm cả đồng bào hải ngoại và đồng bào trong nước. Đó là sự lựa chọn một giải đáp cho câu hỏi thường được nêu ra cho người cầm bút: Viết cho ai? Người ta nói hắn đã lựa chọn cho mình một con đường đầy chông gai và hiểm trở.

Đâu có nhiều người có năng khiếu thẩm mỹ hay cái nhìn thuần túy văn học khi đọc một tác phẩm. Hoàn cảnh lịch sử đã ngăn cách người Việt ở hai bờ đại dương với tư tưởng khác biệt. Có nhiều thứ bên này đồng ý thì bên kia không đồng ý và ngược lại. Nói đâu xa, ngay tại nước Mỹ này, ngay tại địa phương hắn đang sống, trong cộng đồng người Việt lưu vong, thường được gọi là người Việt tị nạn, tâm lý đã phức tạp rồi. Cách thể hiện, cách suy nghĩ không giống người cũng có thể bị người phê phán, chụp mũ nọ kia mà dễ nhất là chụp cái nón cối lên đầu người khác.

Cá nhân hắn cũng không ngoại lệ, cũng bị chụp mũ. Tuy nhiên, hắn không bận tâm mấy về điều này. Hắn nói đó là cách biểu hiện của những người tự do ở một xứ tự do. Tự do nào mà không quá trớn, cũng như độc tài nào mà không quá trớn! Viết ra được điều mình tâm nguyện, điều mình suy nghĩ là hạnh phúc rồi. Hắn thường nhắc nhở hai đứa con hắn hãy cố gắng sống như loài hoa hướng dương lúc nào cũng hướng về ánh mặt trời hay một loài dây leo không tên nhưng lúc nào cũng vươn lên cao và cao mãi, mặc cho đám cỏ dại tầm thường dưới đất.

Mãi trầm tư bên cửa sổ với những chiếc lá vàng, bà xã đến bên cạnh lúc nào hắn cũng không hay. Khi hắn quay lại, bà nói:

- Lúc này em thấy tóc anh bạc nhiều quá.

Hai vợ chồng đã lớn tuổi mà vẫn anh anh, em em ngọt xớt. Hắn âu yếm nhìn bà xã mà không nói gì. Bà lại tiếp tục:

- Hay là em lấy thuốc nhuộm tóc cho anh nhé.

Hắn cười lơ đễnh:

- Chi vậy em?

- Thì để cho anh trẻ ra một chút vậy mà.

Câu nói của bà xã làm hắn nhớ lại lúc còn ở tù. Lần nào bà vào thăm hắn cũng lén gửi ra những bài thơ. Khi hắn ra tù thì bà đã chép được đầy quyển tập một trăm trang. Bà là động lực giúp hắn tồn tại và đứng vững trong lúc khó khăn nhất, đồng thời là nguồn cảm hứng tuyệt vời cho "sự nghiệp văn chương" của hắn. Hắn thường nói đùa với bà như vậy…

Bây giờ thỉnh thoảng hắn cũng có làm thơ nhưng không bao giờ đăng báo. Hắn chỉ làm thơ cho bà xã, chỉ bà được đọc mà thôi. Lớn tuổi rồi, bà để ý chăm sóc cho hắn từng miếng ăn, giấc ngủ, từng sợi tóc, mặc dầu hắn sống rất đơn giản, ngủ không nhiều. Ăn chỉ cần tô canh rau dền, bù ngót hoặc mùng tơi với tôm khô giã ra là được.

Còn mặc thì hắn vẫn dùng những thứ từ Việt Nam mang sang. Một đôi khi đến nhà thờ lựa những chiếc áo mới chưa ai mặc, để đó dùng sau này. Hắn nói bây giờ hắn không có nhu cầu nào cả ngoài chuyện đọc và viết. Thực ra hắn đã hạn chế nhu cầu xuống mức tối thiểu, giống như Nguyễn Công Trứ ngày xưa: "Tri túc, tiện túc đãi túc hà thời túc". Chợt nhớ ra là chưa trả lời câu hỏi của vợ, hắn nói:

- Theo anh thì trẻ ở ý chí, ở tâm hồn vẫn quan trọng hơn là ở hình thức bên ngoài. Vả lại anh không muốn đánh lừa mình và đánh lừa mọi người. Anh không cần nhuộm tóc đâu em. Chắc em còn nhớ, không biết bao nhiêu lần anh đi Washington tham dự biểu tình trước tòa nhà trắng về vấn đề nhân quyền cho Việt Nam. Tính ra vừa đi vừa về anh ngồi xe suốt hai mươi mấy tiếng đồng hồ không nghỉ. Vậy là anh vẫn còn trẻ và khỏe lắm. Phải không em?

- Nhưng anh đừng có ỷ y như thuở ba mươi năm về trước. Vả lại đó không phải là công việc của anh. Nhiều lần anh nói với em là công việc của anh nó nằm ở ngòi bút...

Hiểu ý vợ, hắn nói ngay:

- Khi cần thiết mình cũng phải bày tỏ lập trường, thái độ, chớ em. Dầu sao anh cũng cám ơn em đã nhắc nhở. Anh chỉ muốn lâu lâu làm một chuyến đi xa để kiểm tra lại sức khỏe của mình thôi mà.

Bà không trả lời mà siết chặt tay chồng. Hai người cùng nhìn nhau. Hắn nghe hạnh phúc dâng trào. Nhiều lần hắn nói với bà xã:

- Cuộc đời thật là muôn màu muôn vẻ với đầy đủ đắng cay, chua chát, mặn nồng. Dòng đời có những lúc êm như suối mơ, có những lúc dữ dội sóng cuồn, lại có những lúc éo le gay cấn, bất ngờ và lý thú hơn cả những gì nhà văn có thể tưởng tượng được. Do đó nhiều lúc ngồi vào bàn phím mà tư tưởng cứ ập đến, tuôn trào như sóng biển, từng đợt, từng đợt khiến cho mười ngón tay gõ nhịp không kịp.

Để bổ túc thêm ý của chồng, bà nói:

- Nhưng anh cũng có viết tiểu thuyết nữa mà!

Ý bà muốn nói hắn cũng có hư cấu, tưởng tượng chớ đâu phải chỉ mô tả. Nhận xét của bà quả thật tinh tường. Bà đã không bỏ sót một sáng tác nào của chồng. Ngoài nhật ký, tùy bút truyện ngắn hắn cũng có viết truyện dài. Trong sáng tác hắn luôn luôn dùng những sự kiện xảy ra trong đời sống hàng ngày làm chất liệu, biến những mảnh đời, những số phận thành tác phẩm văn chương. Hình tượng nhân vật hắn xây dựng nếu không là chính hắn thì cũng là anh em, con cháu, người thân, bạn bè, đồng ngũ của hắn ngày xưa hoặc đồng hương của hắn bây giờ. Nếu không thì cũng là một nhân vật tiêu biểu, có thật giữa cuộc đời. Muốn cho bà xã hiểu rõ hơn về trách nhiệm của người cầm bút, hắn nói:

- Cuộc đời thì giống như anh đã nói. Nhưng sự thật nhiều khi cũng rất đau lòng, đắng cay và tàn nhẫn lắm em à. Biết bao người có lý tưởng cao cả, không sợ tù đày, đứng lên chống bạo quyền, áp b ức, bất công. Biết bao người đã dũng cảm hy sinh.

Bằng giọng ngậm ngùi, bà xã cắt ngang:

- Như vậy thì phải làm sao, anh?

- Đó là nhiệm vụ của xã hội.

- Còn các anh không có trách nhiệm gì sao?

- Ý anh không phải như vậy. Như bất cứ mọi người, nhà văn cũng có trách nhiệm với xã hội, nhiều khi còn cao hơn. Anh quan niệm người cầm bút mà quay mặt đi, quay lưng lại trước cuộc sống, trước thực tế, trước tội ác, trước nỗi lầm than, thống khổ của đồng loại mình là có tội. Chức năng của người cầm bút trước hết là mô tả cuộc đời, viết ra sự thật, Đó là CHÂN. Hơn thế nữa, họ có thể mượn tiểu thuyết hay hình thức nào đó để nói lên ước vọng của mình mà cũng là của mọi người, cho mọi người niềm tin và hy vọng về một tương lai sáng sủa hơn, tốt đẹp hơn theo hướng THIỆN và MỸ là mục tiêu tối thương của đời sống mà cũng là của văn học. Không biết quan điểm của anh có cổ hủ lắm không? Bây giờ người ta viết văn theo lối hiện đại, tân hiện đại và hậu hiện đại nữa em à.

- Cái đó chỉ là vấn đề kỹ thuật, là hình thức thể hiện, nó luôn luôn thay đổi. Đến một lúc nó sẽ trở về khởi điểm, như tà áo dài của các cô khi thì ở trên đầu gối, khi thì buông xuống tận gót chân, rồi lại trở lên đầu gối. Còn anh thì nặng về nội dung hơn hình thức. Anh chắt lọc những gì tinh túy nhất, thiêng liêng nhất, sâu thẳm nhất trong tâm hồn, trong cuộc đời để cho ra tác phẩm. Hơi đâu mà chạy theo cái tà áo dài, hơi đâu mà than mây khóc gió, làm trò ảo thuật với con chữ của mình.

Nhìn vào mắt bà xã, hắn khẽ gật đầu:

- Em nói đúng. Vả lại đôi khi anh cũng thấy mình hụt hơi, quỹ thời gian cứ cạn dần mà mình chưa làm được điều gì cả.

Có một chuyện vui. Khi ra mắt cuốn tiểu thuyết đầu tay SÂN KHẤU CUỘC ĐỜI, hắn đưa cho một người bạn khá thân đọc và nhờ góp ý. Anh ta phán một câu- "Quyển này đáng lẽ không nên in". Hắn hỏi tại sao, người bạn không trả lời mà chất vấn lại: "Tại sao lại cho con trai của một cựu sĩ quan VNCH đang tị nạn tại Hoa Kỳ kết hôn với con gái của một thành ủy viên đảng bộ Cộng sản Sài Gòn?" Câu nói của bạn đã xô hắn xuống vực thẳm của bất ngờ và kinh ngạc. Hắn không biết phải trả lời như thế nào nữa.

Người bạn đã dựa trên cái quan điểm chánh trị của riêng mình mà phê phán, thật ra là lên án cuốn tiểu thuyết của hắn. Thật ra đâu phải chỉ có một người lên án mà rất nhiều người xúm lại ném đá đứa con tinh thần của hắn khi mới chào đời. Nếu tranh luận về chánh trị thì rất phức tạp, không khéo có thể làm mất đi tình bạn. Nếu đem luận điểm văn học ra giải thích thì chưa chắc họ đã hiểu. Do đó, hắn đành im lặng và mong một cơ hội nào đó người ta sẽ hiểu và đánh giá được tác phẩm của hắn. Có thể một hai năm, hoặc năm mười năm cũng không sao, không thế hệ này thì thế hệ kế tiếp. Đại thi hào Nguyễn Du còn phải nói " Bất tri tam bách dư niên hậu. Thiên hạ hà nhân khấp Tố Như" kia mà, hắn thì nhằm nhò gì.

Ít lâu sau có một sự kiện được báo chí đăng tải và khai thác rầm rộ, làm khuấy động dư luận một thời. Đó là việc con gái của ông Thủ Tướng Việt Nam Nguyễn Tấn Dũng khi sang Mỹ du học thì lấy con của một Việt kiều tị nạn. Dư luận chia làm hai phe. Đa số người Việt tị nạn cho rằng trước đây nhà cầm quyền Cộng sản xem Việt kiều hải ngoại, nhất là Việt kiều Mỹ là kẻ thù, là cặn bã xã hội là tay sai ôm chân đế quốc. Bây giờ người Cộng sản nhận ra chánh nghĩa của người Việt Quốc Gia nên chấp nhận cho con họ kết hôn với Việt kiều và gọi đó là "khúc ruột ngàn dặm". Vậy là họ đã "hồi chánh" về với chúng ta và ta đã thắng. Phe thiểu số có quan điểm khác biệt thì nói từ lâu nhà cầm quyền Cộng sản luôn kêu gọi hòa hợp hòa giải nhưng đều bị người Việt tị nạn bác bỏ, nay lại cho con họ kết hôn với con của Thủ Tướng Việt Nam là chấp nhận thua họ, chẳng khác nào đầu hàng lần thứ hai.

Hắn đem chuyện này bàn với bà xã thì bà nói:

- Chuyện chánh trị sao mà phức tạp quá. Rốt cuộc rồi không biết ai ai thắng, ai thua, ai đúng ai sai, vì ai cũng có cái lý của mình hết.

Bây giờ hắn mới ôn tồn nói lên ý nghĩ của mình:

- Nếu đứng ở vị trí riêng lẽ của từng cá nhân hay từng phe nhóm thì nhất định ta thắng, đối phương thua. Nhưng nếu chúng ta vượt lên được chính mình, đứng trên lập trường quốc gia, dân tộc thì không có ai thắng ai thua cả. Cố Thủ Tướng Việt Nam Võ văn Kiệt từng nói một câu rất chính xác: "Cuộc chiến có một triệu người vui thì cũng có một triệu người buồn". Huống hồ gì nó đã qua đi nhiều năm rồi. Bên chiến thắng chính là quê hương, dân tộc nếu như hận thù đôi bên thật sự được hòa giải, tội lỗi được sám hối, sai lầm được sửa chữa... Chỉ mới nghĩ như vậy thôi đã thấy một tương lai đầy hy vọng.

Ở những câu cuối cùng thì giọng hắn chùng xuống, nghẹn ngào, làm bà xã xúc động:

- Có phải anh lấy cái tâm của người cầm bút, sứ mệnh của văn học làm nền tảng cho nhận định của mình ?

- Vâng, một nền văn học tự do và nhân bản.

Tới đây thì cả hai cùng yên lặng nhìn ra ngoài: Chiều xuống mênh mang với từng cơn gió nhẹ Có những chiếc lá rơi trên thềm, có chiếc bay vào cửa sổ. Bất ngờ hắn lên tiếng:

- Em có thấy trong tiểu thuyết anh chỉ mới cho con trai của một cựu sĩ quan VNCH kết hôn với con gái của một thành ủy viên đảng Cộng sản. Vậy mà ngoài đời nó đã lấy con của ông Thủ Tướng Việt Nam rồi.

- Ý anh muốn nói những gì anh viết vẫn chưa bắt kịp được nhịp sống thời đại ?

- Đúng vậy- Hắn trả lời rất khẽ - Không phải riêng anh mà tất cả mọi người trong và ngoài nước, bên này cũng như bên kia đều không theo kịp bước tiến quá nhanh của thời đại. Như em biết, trước đây phía bên kia xem Mỹ là là kẻ thù, là đế quốc xâm lược thì mới đây trong một tuyên bố giữa Tổng Thống Joe Biden và Tổng Bí Thư Nguyễn Phú Trọng tại Sàigòn, hai bên đã nâng cấp quan hệ ngoại giao lên tầm "đối tác chiến lược toàn diện". Điều này cũng vì hòa bình, hợp tác và phát triển, vì lợi ích của cả hai nước và lợi ích quốc tế thôi.

Thật là dịu dàng, bà đến gần, cầm tay chồng:

- Cho tới bây giờ em mới hiểu thật sâu sắc điều mà anh đã nói với em: " Cuộc đời vốn muôn màu muôn vẻ, với đầy đủ đắng cay, chua chát, mặn nồng, có nhiều gay cấn, bất ngờ và lý thú hơn cả những gì mà nhà văn có thể tưởng tượng được. Em chỉ muốn nhắc anh một điều là những gì anh viết ra có người thích cũng có người không thích. Anh đã từng bị ném đá đó. Viết văn ở Mỹ khó lắm chớ không dễ đâu.

Hắn âu yếm nhìn vào mắt bà xã:

- Mình phải kiên trì và cố gắng thôi em. Anh viết về nước Mỹ từ năm 2001 đến nay đã là 24 năm chớ có ít đâu. Năm rồi anh đưa em và con về Cali nhận giải Danh dự do Việt Báo tổ chức rất trọng thể. Đó là phần thưởng và khích lệ có ý nghĩa, là một kỷ niệm tuyệt vời, là động lực giúp anh tiếp tục cầm bút như là cái nghiệp, là số kiếp của một con tằm vậy thôi:

Trót mang số kiếp con tằm

Nhả ra chữ nghĩa âm thầm dệt tơ…

Duy Nhân

Tình Người Viễn Xứ

DUY NHÂN

Cơn hồng thủy ngày ba mươi tháng Tư năm một chín bảy lăm đã xô đẩy hàng triệu người Việt ra khỏi quê hương và trôi dạt khắp nơi trên thế giới mà đông nhất là ở Hoa Kỳ. Thời đó, hễ thấy ai đầu đen thì người ta chạy riết lại nhìn mặt xem có phải là người Việt không. Nếu phải thì người ta ôm chầm lấy nhau. Có người nước mắt ràn rụa, giọt ngắn giọt dài, vừa mừng vừa tủi vì "tha hương ngộ cố tri" mà.

Dần dà số người Việt định cư ở Mỹ ngày càng đông thì hình ảnh thân thương kia cũng phai nhạt dần khi người ta đã trở thành công dân Mỹ, hội nhập vào đời sống xã hội Mỹ, lúc nào cũng gấp gáp lo chuyện cơm áo, gạo tiền, không còn thì giờ để quan tâm, dòm ngó tới hàng xóm láng giềng, kể cả bà con thân thuộc, nhất là những người ở xa. Hình ảnh một người Mỹ ngồi trên xe bus đi đến chỗ làm, vừa uống tách cà phê, vừa đọc báo cho thấy là thì giờ ở Mỹ rất hiếm hoi và quý báu.

Có ý kiến cho rằng người Mỹ rất lạnh lùng, đèn nhà ai nấy sáng. Điều này không đúng. Giá trị Mỹ nằm ngay ở chính tên gọi của nó: Hiệp Chủng Quốc Hoa Kỳ, đất nước hình thành bởi nhiều chủng tộc, sắc dân trên thế giới. Chính quyền và người dân Mỹ sẵn sàng dang tay đón nhận, giúp đỡ, tạo mọi thuận lợi cho những ai đủ điều kiện muốn đến Mỹ sinh sống dầu là để tị nạn hay mưu tìm một cuộc sống tốt đẹp hơn. Các chính sách về lương thực, thực phẩm, y tế, xã hội, giáo dục cho người mới tới, ai khó khăn về nhà ở thì có chế độ housing. Từ sau biến cố 30/4/1975 rất nhiều người Việt được các gia đình Mỹ bảo trợ, tiếp nhận, rước vào nhà, sống chung với họ như người trong một gia đình.

Thế hệ thứ nhất qua Mỹ hầu hết đã lớn tuổi. Tuổi già rất dễ rơi vào cảnh cô đơn và buồn chán, nhiều khi còn thấy mình vô dụng nếu như thì giờ nhàn rỗi không biết dùng vào việc gì. Ở Chicago ngoài sinh hoạt hội đoàn, chúng tôi tập họp nhau lại thành một nhóm nhỏ để cùng sinh hoạt, vui chơi với nhau không điều kiện và đặt cho nó một cái tên để gọi là Hoàng Gia. Hoàng Gia không phải là một hội đoàn có tổ chức, có qui chế, nó không có liên hệ, họ hàng gì với gia đình vua chúa, quý tộc, nó chỉ là Già Hoang nói lái. Già thì có còn hoang đàng chi địa thì không mà nó rất lành mạnh và vui nhộn. Phương châm hoạt động của nhóm là "*một nụ cười bằng mười thang thuốc bổ*".

Thường thì mỗi tháng chúng tôi gặp nhau một lần để mừng sinh nhật cho một thành viên trong nhóm. Mỗi lần tụ tập với nhau thì tha hồ kể cho nhau nghe một thời của quá khứ, kinh nghiệm đã trải qua, đem khoe một tấm ảnh mới chụp, một bức tranh mới vẽ, một bản nhạc mới sáng tác, một truyện ngắn, một bài thơ mới làm rồi bình phẩm, khen chê, vui đáo để. Lâu lâu lại tổ chức đi du lịch với nhau nữa.

Nhà thơ Thanh Ngọc 92 tuổi là người cao tuổi nhất nhóm, có nguyện vọng muốn tập họp thơ của mình lại, in thành một tập để trình làng trước khi anh nhắm mắt mà không có điều kiện. Thế là cả nhóm xúm lại giúp đỡ và anh đã được toại nguyện. Phải gặp nhau thường xuyên mới biết ai còn, ai mất, ai có bệnh hoạn đau yếu gì không để kịp thời viếng thăm, giúp đỡ. Đó là chủ trương của nhóm. Anh Thanh Ngọc sống một mình giống như anh Nguyễn Thắng Thương, cách phòng anh Thương vài căn, được anh Thương giúp khi đau yếu bệnh hoạn cho đến khi mất.

Anh Nguyễn Thắng Thương sinh năm 1942, không vợ không con, sống một mình trên tầng 14 của một cao ốc dành cho những người có khó khăn về nhà ở. Bà con thân nhân không ai ở gần nên anh xem Hoàng Gia như một gia đình và sinh hoạt với nhau trên mười năm nay.

Năm 2012 anh Thương bị bệnh ung thư hạch, trong người có ba cục bướu. Lúc đó anh chỉ còn là một bộ xương và không có hy vọng sống còn. May mà nhờ có cháu Linh Nguyễn biết anh Thương từ trước, giúp đỡ. Cháu Linh Nguyễn sinh năm 1971, cùng ba mẹ đến Mỹ năm 1992 theo diện HO-10. Sau khi học Y Tá bốn năm, cháu ra trường làm việc ở bệnh viện Rush North Shore, các trung tâm phục hồi sức khỏe (rehab) như Buckingham, Lincolnwood Place từ năm 2001.

Linh liên lạc với bác sĩ, bệnh viện và chở anh Thương đi cấp cứu, làm hóa trị, mỗi lần làm từ 7 đến 8 tiếng, về nhà còn phải theo dõi 2 tiếng nữa. Linh tự nguyện và âm thầm giúp anh Thương cho tới năm 2017 bệnh anh Thương trở nặng thì một công ty chuyên về chăm sóc bệnh nhân mới giới thiệu Linh đến chăm sóc cho anh Thương tại nhà theo qui định hai lần một tuần, mỗi lần một giờ với giá 50 $/giờ. Thực tế cháu phải phục vụ anh Thương từ bảy đến tám tiếng một ngày mà chỉ được trả có một giờ nên thiệt thòi rất nhiều.

Sau một ca mổ anh Thương được cho về nhà thì tình trạng trở nên ngày càng xấu. Cháu Linh phát hiện trong người anh Thương còn 21 cái "staples" (kim bấm) sau khi phẫu thuật bác sĩ và những người có trách nhiệm quên theo dõi, không hẹn ngày tái khám để lấy những cái "stapples" ra. Linh lại phải đem anh Thương vào lại bệnh viện để phẫu thuật lại và anh Thương được cứu sống.

Linh nói đây là "malpractice", nếu thưa kiện thì các cá nhân liên hệ có thể bị rút giấy phép hành nghề. Từ năm 2001 cháu Linh đã bị bệnh tim phù động mạch chủ và suy thận giai đoạn cuối, tỷ lệ sống còn là 20% vậy mà vẫn đi làm, trong mười năm chờ đợi mới được đưa vào danh sách 1500 người chờ ghép thận mà Linh đứng cuối bảng.

Bất ngờ vào năm 2020 ở Buckingham có một bà Mỹ trắng mà cháu Linh phục vụ đã viết một bài báo ngắn về trường hợp của cháu đang cần một trái thận. Bài báo được phổ biến ở nhà thờ. Một người bạn của Linh thấy vậy mới đưa lên FaceBook. Một bà Mỹ trắng ở Naperville tên là Louise Porter biết được mới liên lạc với cháu. Sau khi tìm, hiểu bà và chồng đồng ý hiến một quả thận của mình cho cháu. Cuộc ghép thận được thực hiện thành công ở bệnh viện Northwestern Chicago như một phép mầu. Chỉ hai tiếng sau khi ghép thận thì cháu đi tiểu được mà 4 năm trước cháu không thể. Cháu nói phải lọc thận một tuần 3 lần, mỗi lần 4 tiếng. Chi phí lần ghép thận này lên đến một triệu đồng mà cháu Linh khỏi phải trả đồng nào vì có bảo hiểm và chế độ medicare thanh toán.

Linh cho biết vào năm 2009 mặc dầu đang bệnh nặng và tài chánh khó khăn nhưng Linh và gia đình đã chi 3,000 USD, tương đương 60 triệu đồng VN giúp một bệnh nhân tên Lý Mạnh Hà ở Sa đéc, Đồng Tháp Việt Nam cần phẫu thuật mổ tim gấp mà không có tiền và ở trong tình trạng sống còn chỉ là 20%. Nhờ cháu Linh mà một bệnh nhân được cứu sống. Linh cứu giúp người vô điều kiện nên Linh cũng được người cứu giúp. Có phải chăng đó là vấn đề tâm linh hay là định luật của Thượng Đế, là nguyên tắc của cuộc đời: Gieo nhân nào thì gặt quả đó, gieo duyên lành tất sẽ được ân phước.

Cùng năm đó cháu Linh được Lincoln Wood Place, một tổ chức điều hành các nursing home toàn tiểu bang Illinois chọn trong số 120 y tá xuất sắc ở các nursing home được đề cử để trao bằng Heart of Caring, phần thưởng cao quí cho người tận tâm phục vụ bệnh nhân. Một vinh dự cho Linh Nguyễn, một niềm hãnh diện cho người Việt Nam.

Trở lại trường hợp của anh Thương. Cháu Linh chăm sóc cho anh từ năm 2012. Vì bệnh thận trở nặng, sức khỏe kiệt quệ và bác sĩ không cho phép tiếp xúc với bệnh nhân nên Linh phải nghỉ ở nhà và không tiếp xúc với anh Thương từ năm 2019. Từ năm đó Linh cũng đã nghỉ hưu.

Vào một đêm tháng 9 năm 2022, Linh nhận được điện thoại từ bệnh viện Saint Francis yêu cầu đến gấp vì anh Thương đang hôn mê, cần vô máu, phải có sự đồng ý với chữ ký của người nhà vì bệnh viện thấy có tên cháu Linh trong hồ sơ bệnh án của anh Thương. Trước đó bệnh viện có cố gắng gọi người cậu và em của anh Thương mà không liên lạc được. Từ đó cháu Linh trở lại giúp anh Thương sau bốn năm gián đoạn.

Lúc này bệnh anh Thương tái phát trở lại và nặng hơn. Trong thời gian này anh được đưa cấp cứu ở bệnh viện ba lần vì bị ngất và té ngã trong nhà. Anh Thương được đưa qua, đưa lại từ bệnh viện đến nursing home nhiều lần. Anh Thương cho biết ở nursing home như là "địa ngục trần gian". Do vậy cháu Linh phải vào nursing home mỗi ngày để chăm sóc cho anh, tắm rửa và làm vệ sinh cho anh. Lần thứ nhất vào tháng 9 năm 2022 như Linh đã kể.

Tháng 2, 2023, tôi và một số anh em trong nhóm đến thăm anh. Lúc này trông anh xanh và ốm nhiều, đi đứng phải nhờ vào "wheelchair", cháu Linh cũng có mặt. Tôi lấy điện thoại chụp vội một tấm hình cho hai người. Anh Thương nói: "Tôi nói chuyện với các anh đây là từ cõi âm vì tôi coi như đã chết từ lâu, nếu không có Linh. Linh là vị bồ tát, tiền kiếp là cha tôi, nay tái sinh để chăm sóc tôi, hy sinh vì tôi, cực khổ vì tôi, bởi vì chỉ có cha mới thương con như vậy mà thôi và Linh còn hơn thế nữa ..."

Trước khi ra về chúng tôi ngỏ ý trao cho anh một số tiền do anh em gửi. Anh từ chối và nói tiền thì tôi có, lúc này tiền để mà làm gì. Tình bạn như các anh mới là quý. lần thứ hai vào tháng 3 năm 2023 Thương lại phải nhập viện Saint Francis, sau đó người ta đưa anh vào nursing home. Tháng 4 năm 2023 anh được đưa đi cấp cứu ở bệnh viện Weiss trong tình trạng nhiễm trùng đường tiểu, bệnh đã di căn tới xương, tủy, hồng huyết cầu tụt chỉ còn 7 so với bình thường là từ 10 đến 12, anh lại vướng Covid 19 nữa.

Anh được chăm sóc mười ngày ở bệnh viện rồi sau đó được cho về nursing home. Một ngày sau nursing home chuyển anh đến bệnh viện North shore Evanston, sau đó lại chuyển về nursing home. Hai ngày sau ở đây lại chuyển anh đến bệnh viện North Shore ở Skokie.

Ngày 30/4/2023 lúc 12 giờ trưa trong khi đang dự lễ tưởng niệm ngày Quốc Hận ở một tổ chức của cộng đồng, cháu Linh nhận được điện thoại từ bệnh viện cho biết anh Thương sẽ ra đi trong vài giờ tới. Linh lập tức đến bệnh viện thì thấy anh Thương bị hôn mê, huyết áp và hồng huyết cầu đang tuột dần, và xuất huyết nội, máu tràn bao tử được hút ra toàn một màu đen. Khi cháu Linh đến thì hai dòng nước mắt anh Thương ứa ra, lăn dài trên má.

Cháu Linh đã kịp thời nói những lời cuối cùng và vuốt mắt cho anh. Khi đó mắt anh mới khép lại, kim đồng hồ chỉ đúng 7 giờ 30 tối. Một an ủi cho anh Thương là có sự hiện diện đúng lúc của một cô bạn gái trong lúc anh trút những hơi thở cuối cùng.

Tang lễ anh Thương được nhóm Hoàng Gia và cháu Linhtổ chức ở nhà quàn Midtown, Chicago ngày 5/5/2023 theo nghi thức Phật Giáo với sự có mặt của vài thân nhân của anh ở tiểu bang xa về. Ngày hôm sau 6/5/2023 cháu Linh liên lạc với chùa Liên Hoa và được chấp thuận của thày trụ trì, mang tro cốt và di ảnh anh Thương ký gửi ở chùa. Ngày 7/5/2023 cũng một mình Linh đến chùa làm lễ cúng thất đầu tiên cho anh Thương. Có một điều ít người biết là cháu Linh và gia đình đều là tín đồ Thiên Chúa Giáo còn anh Thương thì theo Phật Giáo. Nguyện vọng sau cùng của anh Thương là sau khi mất được để một tấm ảnh nhỏ trên một góc bàn thờ của gia đình cháu Linh và Linh hứa là sẽ thực hiện. Anh Thương mất đi có để lại số tiền 39,000 USD được trao đầy đủ cho một cô em của anh ở California.

Lời kết: Bài viết này không nhằm quảng bá hay đề cao một tập thể hay cá nhân nào, cho dầu cá nhân đó rất xứng đáng. Tác giả chỉ mô tả, kể lại một sự kiện của đời thường khiến chúng ta xúc động và suy tư vì chính sự kiện đó, giá trị của sự kiện đó chớ không phải vì cá nhân. Ở đây tác giả đã nói rõ khi đặt tên cho bài viết của mình, đó là TÌNH NGƯỜI VIỄN XỨ.

Viễn xứ là xứ ở xa, Hoa Kỳ cách Việt Nam đến nửa vòng trái đất với nhiều sắc dân từ các châu lục khác nhau mà người ta cư xử với nhau thật là tình nghĩa, cho dầu không có họ hàng, bà con thân thiết gì với nhau. Có người đã hiến một phần thân thể của mình cho người xa lạ như bà Mỹ trắng kia đã hiến một trái thận của mình cho cháu Linh và cháu Linh đã giúp đỡ tài chánh để cứu người ở Việt Nam, đã hy sinh phục vụ không điều kiện để chăm sóc cho anh Nguyễn Thắng Thương.

Điều gì đã khiến người ta làm như vậy? Tùy vào tín ngưỡng và góc nhìn, mỗi người sẽ có cách lý giải khác nhau. Từ đó chúng ta rút ra được bài học để tin rằng giữa cảnh đời bon chen và phức tạp này còn có những gì thiêng liêng cao quí. Cuộc đời này vẫn rất tốt đẹp và đáng sống biết bao!

Duy Nhân

Giải Thưởng Mang Tên

Bà Trùng Quang

Thành lập vào tháng 8, 2013

Bà Trùng Quang là bậc nữ lưu tiền phong của thế kỷ 20, nhà hoạt động xã hội, bảo vệ nữ quyền và là nhà giáo, nhà báo, nhà thơ sống gắn bó lâu bền nhất với tiếng Việt, chữ Việt, văn hoá lịch sử Việt. Bà sinh ngày 1 tháng Một 1912 tại Việt Nam, mất ngày 6 tháng Chín, 2012 tại Hoa Kỳ, sống hơn 101 năm. Nhờ hưởng đại thọ, Bà là người duy nhất trong lịch sử quốc ngữ trên trăm tuổi vẫn làm thơ viết văn.

Vượt biển sang Pháp rồi sang Mỹ từ 1979, Bà định cư tại San Jose, Bắc California. Ở tuổi 80, Bà trở lại đại học Mỹ và tiếp tục sáng tác. Vào tuổi 90, năm 2001, với bài viết "Tôi Đi Tìm Tự Do Dân Chủ", Bà kể chuyện vượt biển, định cư, hội nhập và kêu gọi mọi người cùng viết về nước Mỹ, để gìn giữ cho con cháu mai sau những trang sử sống của cộng đồng gốc Việt.

Trước lúc lâm chung, Bà đã tự sắp xếp dặn dò mọi việc hậu sự và con cháu tuyệt đối vâng theo. Tang lễ được tổ chức riêng tư trong gia đình thân tộc. Tháng Sáu 2013, vị trưởng nam của Bà là Ông Đỗ Doãn Quế - nguyên Luật Sư Toà Thượng Thẩm Sàigòn trước 1975, hiện là Dược sĩ tại San Jose - thông báo là trong số ngân khoản giới hạn Bà để lại, có 10,000 mỹ kim dành tặng cho giải thưởng Việt Báo.

Với lòng biết ơn và tưởng nhớ vị tác giả trưởng thượng, Giải Thưởng Việt Báo quyết định thành lập thêm giải viết văn mang tên Bà Trùng Quang vào năm 2013, cùng tiến hành với giải thưởng Việt Báo. Tôn chỉ Giải Trùng Quang thể hiện tâm huyết mà Bà hằng sống và nhắc nhở, là gìn giữ tiếng Việt, chữ Việt, văn hoá Việt trong đời sống của người Việt hải ngoại.

Dịch Vụ Khách Hàng

HOÀNG ĐÌNH MINH LONG

Tác giả Hoàng Đình Minh Long

Tác giả cùng gia đình đoàn tụ tại Mỹ từ 1991, hiện là cư dân Huntington Beach; là kỹ sư - Northrop Grumman Corporation; Tham gia VVNM từ 2002 với 4 bài viết tươi tắn, tử tế. Sau 15 năm bặt tin, ông xuất hiện trở lại với nhịp viết mạnh mẽ và đã nhận giải Danh Dự Viết Về Nước Mỹ 2017, năm thứ 18.

Người Mỹ có câu "Customer is the king" (tạm dịch "Khách hàng là vua") trong khi Việt Nam có câu "Vui lòng khách đến, vừa lòng khách đi" để nói lên sự quan trọng của dịch vụ khách hàng. Nếu cơ sở thương mại nào có dịch vụ khách hàng tốt thì cơ hội khách hàng trở lại trong tương lai sẽ cao hơn. Người Mỹ có thói quen cho tiền *tip* cho người phục vụ mình như người hầu bàn hoặc tài xế xe taxi hay nhân viên dọn phòng khách sạn. Phục vụ càng tốt thì tiền *tip* càng cao. Tuy người Việt Nam đã ở Mỹ gần nửa thế kỷ nhưng hình như chúng ta chưa ý thức được sự quan trọng của dịch vụ khách hàng.

Cách đây gần hai mươi năm, sau khi lập gia đình, vợ chồng hắn mua một căn nhà ngay giữa trung tâm Little Sàigòn. Sau khi sửa chữa ngôi nhà cho tươm tất, hắn được vợ giao cho nhiệm vụ đi mua TV. Vì vừa mới bỏ ra một số tiền lớn để mua và sửa nhà, hắn dè dặt trong việc mua TV. Hắn quyết định ra một tiệm buôn bán đồ điện tử của người Việt Nam với hy vọng sẽ tiết kiệm được ngân sách. Sau gần một tiếng ngắm nghía mọi loại TV trong tiệm, cái TV trưng bày giữa tiệm với bảng giá 50% off có vẻ hấp dẫn nhất với hắn. Người nhân viên bán hàng và cũng là con của chủ tiệm mời chào:

- Cái này là TV cuối cùng tụi em còn của năm nay. Vì là hàng trưng bày (floor model), tụi em giảm giá 50%.

Hắn lưỡng lự:

- Tôi nghe nói mỗi cái đèn của TV bây giờ chỉ tồn tại khoảng 5000 giờ. Nếu là floor model mà ngày nào cũng mở 10 tiếng hay hơn thì mua về sợ mau hư.

Người bán hàng thuyết phục:

- Mỗi ngày tụi em chỉ mở cái TV này 2-3 tiếng thôi cho nên còn tốt lắm. Nếu anh quyết định mua, em để cho anh 60% off.

Thấy giá rẻ quá, hắn làm liều gật đầu đồng ý mua. Làm giấy tờ xong, người bán hàng nói:

- Vì đây là hàng mẫu và tụi em giảm giá mạnh cho anh, TV này mua rồi không trả lại được anh nhé.

Dù câu nói của người bán hàng làm hắn áy náy trong lòng, hắn đã lỡ phóng lao nên theo lao, gật đầu đồng ý. Người bán hàng cười tươi rói:

- Ngày mai em sẽ cho nhân viên chở TV tới nhà và setup cho anh nhé. Hắn gật đầu và bắt tay người bán hàng ra về.

Đúng như giao hẹn, hai ngày sau một chiếc xe truck của tiệm bán đồ điện tử kia đậu trước nhà hắn. Hắn mở cửa cho hai người nhân viên của tiệm khiêng cái TV to lớn vào nhà. Sau khoảng 15 phút cắm dây, anh nhân viên mở TV lên cho hắn và vợ xem thử. Chương trình TV đang chiếu phim do Brad Pitt đóng. Thấy hình ảnh của thần tượng, vợ hắn tru tréo một cách thảm thiết:

- Trời ơi! Sao kỳ vậy? Brad Pitt đẹp trai phong độ sao hôm nay lưng còng 90 độ?

Anh nhân viên lắp bắp:

- Dạ nhiều khi do vận chuyển nên TV bị nhiễu sóng. Để em báo cho bà chủ gởi chú chuyên viên kỹ thuật đến chỉnh lại.

Đúng hai ngày sau, chú nhân viên kỹ thuật đến. Mở TV lên, chú lấy trong túi đồ nghề ra một cái vòng sắt và giải thích:

- Cái vòng này có từ trường rất mạnh, dùng để kéo hình ảnh TV thẳng lại.

Thấy hình ảnh Brad Pitt lưng vẫn còng 90 độ về phía bên phải của TV, mặt của vợ hắn nhăn nhúm đau khổ. Chú sửa TV đưa cái vòng từ trường sát với nơi có hình Brad Pitt và từ từ kéo về phía bên trái. Chú kéo tới đâu thì Brad Pitt đứng thẳng tới đó. Lưng Brad Pitt thẳng tới đâu thì mặt vợ hắn bớt nhăn nhúm tới đó. Mặt vợ hắn bớt nhăn nhúm tới đâu thì đầu gối của hắn bớt run rẩy tới đó. Khi chú nhân viên kéo vòng từ trường tới mép trái ngoài cùng của TV thì Brad Pitt hết bị còng lưng. Mặt vợ hắn từ nhăn nhúm như bà cụ 81 tuổi nay tươi căng như gái còn trinh 18. Hắn thở phào nhẹ nhõm. Chú nhân viên kỹ thuật cất vòng từ trường vào túi. Căn bệnh còng lưng của Brad Pitt lại tái phát. Khuôn mặt tươi căng của vợ hắn lại nhăn nhúm như cái giẻ lau nhà. Hai đầu gối của hắn lại bắt đầu run rẩy. Chú nhân viên kỹ thuật lại rút vòng từ trường ra để sửa lưng cho Brad Pitt. Brad Pitt lại đứng thẳng, mặt vợ hắn lại căng, hắn hết run rẩy. Chú sửa TV cất vòng từ trường, Brad Pitt lại còng lưng, mặt vợ hắn lại nhăn, hắn lại run rẩy. Cái vòng lẩn quẩn cứ lặp đi lặp lại mà cái bệnh còng lưng của Brad Pitt, bệnh nhăn mặt của vợ hắn và bệnh run đầu gối của hắn vẫn tái phát. Đến lần thứ năm, vợ hắn gằn giọng:

- Sửa gì mà chẳng thấy kết quả? Thôi đổi TV khác!

Chú nhân viên TV hỏi lại:

- Sao không có kết quả? Lúc tôi mới tới, Brad Pitt cong lưng 90 độ. Bây giờ chỉ còn cong 60 độ.

Vậy là có kết quả. Giống như khi bị bệnh, bệnh nhân phải gặp bác sĩ và uống thuốc nhiều lần. Những người bị tai biến mạch máu, họ phải vật lý trị liệu nhiều lần mới phục hồi chứ bộ.

Hắn đưa tay ra dấu cho vợ hắn hãy kiên nhẫn để bác sĩ TV chữa bệnh cho cả nhà. Vợ hắn nóng máu lắm rồi do nghĩ rằng thần tượng Brad Pitt của mình vì cái TV này mà mắc phải cái bệnh cong lưng nhưng vì nghe bác sĩ TV giải thích bùi tai cho nên cố mím môi ngồi chờ. Sau hơn một tiếng đồng hồ và gần một trăm lần vật lý trị liệu cho Brad Pitt, thần tượng đẹp trai của vợ hắn xem ra không thể hồi phục hoàn toàn. Lưng của anh vẫn cong khoảng 30 độ. Bác sĩ TV vuốt mồ hôi trán:

- Tôi đã cố gắng hết sức nhưng chắc chúng ta phải chấp nhận độ cong 30 độ.

Vợ hắn tru tréo một cách giận dữ:

- Không thể được. Anh Brad Pitt phải hùng dũng hiên

ngang, không cong lưng dù chỉ vài độ.

Vợ hắn gằn giọng bắt ông bác sĩ TV phải sửa cho bằng được. Bây giờ đến lượt bác sĩ TV run rẩy.

Thấy tình hình căng thẳng và chú sửa TV đã cố gắng hết sức, hắn lễ phép:

- Thôi em, chú đã cố gắng hết sức rồi, có kéo nữa lưng của Brad Pitt cũng không thể thẳng hơn.

Vợ hắn nấc lên từng cơn. Hắn tiếp tục:

- Để anh ra ngoài tiệm nói chuyện với anh bán TV.

Chú sửa TV nhanh tay cất đồ về và bước ra khỏi cửa như bị ma đuổi. Mặt vợ hắn lúc này sưng to như bị ngã từ lầu hai xuống đất. Hắn nhanh chân ra xe để chạy ra tiệm bán TV kia. Bước vào cửa tiệm, hắn thấy chú sửa TV đang nói chuyện với anh hôm nọ bán TV cho hắn. Khác với thái độ vui vẻ, ân cần hôm nọ, anh bán TV mặt lạnh lùng nhìn hắn. Hắn chưa kịp mở miệng, anh bán TV phán ngay:

- Hôm nọ anh đồng ý mua TV trưng bày vì giá rẻ và tôi cũng đã nói với anh rằng hàng trưng bày mua rồi không được trả lại.

Hắn nhăn nhó:

- Thì tôi đồng ý chuyện đó nhưng hôm đó hình ảnh trên TV thẳng thớm, không có vấn đề.

Nhân viên bán hàng nghiêm nghị:

- Anh muốn giá rẻ, mua hàng trưng bày thì phải chịu rủi ro. Chúng tôi bán rẻ cho anh không có lời. Hôm nay chú sửa TV phải tốn cả tiếng đồng hồ ở nhà anh, chúng tôi phải trả tiền cho nhân viên. Mà chú ấy nói sửa có kết quả hơn 50% rồi, còn đòi hỏi gì nữa.

Hắn phân bua:

- Tôi bỏ ra gần hai ngàn đô mua cái TV đó mà về coi hình

ảnh méo mó như vậy thì quả là vô lý. Anh cho tôi trả lại.

Nhân viên bán hàng lạnh lùng:

- Trên hợp đồng mua bán đã có điều khoản là hàng trưng bày mua rồi không trả lại.

- Nhưng mà khi giao tới nhà, hình ảnh của TV không giống như khi tôi mua tại tiệm.

Hai bên cứ như thế cãi tới cãi lui cũng không tới đâu. Giọng của cả hai càng lớn dần khi cuộc cãi vã càng kéo dài. Khi cuộc cãi vã đi vào ngõ cụt, một người đàn bà bước vào tiệm từ cửa sau và hất hàm hỏi anh bán hàng:

- Chuyện gì mà phải to tiếng vậy?

- Anh này mua cái TV trưng bày cách đây ba hôm bây giờ đòi trả lại.

- Con đi ăn trưa đi để má giải quyết cho.

Hắn mừng thầm trong bụng khi biết người đàn bà kia là chủ tiệm và hy vọng bà sẽ cho hắn trả lại cái TV chết tiệt kia. Hắn ra vẻ lễ phép:

- Cô ơi, hôm cháu ra đây mua thì hình ảnh TV rất đẹp và rõ ràng. Hôm qua khi nhận TV tại nhà thì hình ảnh cong cong quẹo quẹo, xem không được. Cô cho cháu trả lại TV nhé.

Hồi nãy con bà chủ tiệm lạnh như tiền, bà chủ tiệm bây giờ mặt lạnh như nước đá:

- Ở Mỹ cái gì cũng có giấy tờ, hôm nọ cậu đã ký giấy chấp nhận mua TV trưng bày vì muốn giá rẻ, đâu có ai bắt cậu mua. Tiền đã trao, cháo đã múc, bây giờ đâu có đổi ý được.

- Đúng là cháu đồng ý mua TV trưng bày nhưng bỏ ra gần hai ngàn đô mà mua TV về xem không được thì không công bằng cho cháu.

Bà chủ tiệm nhìn ra cửa ra vẻ hắn không xứng đáng để bà nhìn mặt nói chuyện:

- Nhưng mà nếu tôi nhận lại hàng đã mua thì không công bằng cho tôi. Tiền nào của đó mà cậu.

Trước thái độ cứng rắn của bà chủ, hắn tìm cách khác để thương lượng:

- Nếu cô nói tiền nào của đó thì bây giờ cháu sẵn sàng bỏ ra thêm tiền để mua một cái TV mới còn trong thùng, miễn sao hình ảnh đừng cong cong quẹo quẹo là được.

- Hàng trưng bày rất khó bán. Cậu đã đem về nhà mà bây giờ tôi nhận lại thì càng khó bán hơn. Tôi không thể mất một số tiền lớn như vậy. Cậu thông cảm nhé.

Thấy năn nỉ không đi tới đâu, hắn đổi chiến thuật:

- Đúng là cháu vì ham của rẻ nên mua hàng trưng bày và trong hợp đồng nói là người mua chấp nhận những rủi ro của chuyện này. Tuy nhiên, khi ký giấy tờ, hình ảnh TV thẳng thớm rõ ràng. Khi TV giao đến nhà, hình ảnh cong queo, không giống như khi ký giấy.

Bà chủ cắt ngang:

- Thì đó là rủi của mua hàng trưng bày.

Hắn gằn giọng:

- Nói tới nói lui chẳng đi đến đâu. Vậy hẹn nhau giải quyết ở tòa án.

Hắn quay chân bước ra cửa. Vừa bước đi ba bước, bà chủ gọi hắn bằng một giọng rất thân mật:

- Con à, mình là đồng hương với nhau. Có gì nhỏ nhẹ bảo nhau. Đâu cần phải kéo nhau ra tòa con.

Vẫn còn giận, hắn ném cho bà chủ một cái nhìn hậm hực và không nói gì. Bà chủ nở một nụ cười tươi và đưa tay vẫy:

- Con quay lại đây. Cô sẽ cho nhân viên chiều nay đến lấy cái TV đó lại. Chỉ là hiểu lầm thôi mà. Con bớt giận. Vào đây con!

Đúng là miệng lưỡi không xương. Mới một phút trước đây bà chủ mặt thì lạnh hơn nước đá, giọng nói thì trịch thượng. Vậy mà bây giờ bà chủ vồn vã như người thân trong nhà.

Sau lần mua TV đó, hắn tự thề với lòng mình là sẽ không bao giờ ham rẻ mua đồ trưng bày. Hắn cũng tự thề là sẽ không bao giờ mua đồ từ các tiệm Việt Nam nữa vì hắn suy luận rằng tuy các tiệm Mỹ bán giá mắc hơn nhưng nếu cần trả lại thì mọi việc sẽ dễ dãi hơn.

Tuy thề thốt như thế, hắn cũng chỉ giữ lời thề trong vòng vài năm vì tính tự ái dân tộc cao. Hắn luôn nghĩ người Việt Nam nên dựa vào nhau để cùng vươn lên sánh vai với các sắc dân khác. Đằng nào cũng bỏ tiền ra thì tại sao không mua của người Việt Nam. Hôm đó, khi xe của hắn đến lúc cần phải làm smog check. Hắn đưa xe ra một tiệm của một người Việt Nam. Hắn ngạc nhiên quá đỗi về sự đón tiếp của anh chủ tiệm. Anh này rất vui vẻ, vừa làm việc vừa thăm hỏi hắn đủ điều. Khi xong việc, hắn móc thẻ ra đưa cho anh chủ tiệm để trả tiền. Anh chủ tiệm nhìn cái thẻ tín dụng, lắc đầu:

- Anh thông cảm. Tiệm em chỉ nhận tiền mặt hay chi phiếu.

Hắn nhăn nhó:

- Trong bóp chỉ còn $10.

- Không sao anh! Hôm nào rảnh có dịp đi qua đây anh trả cũng được.

Trong đời của hắn chưa bao giờ hắn thấy ai tử tế như anh này. Hắn hỏi lại vì không tin vào tai mình:

- Lỡ mình ra đi không bao giờ trở lại thì sao?

- Hai năm nữa khi cần smog check, anh cứ mang xe ra đây rồi trả luôn không sao. Mà nếu anh ra đi không bao giờ trở lại cũng không sao.

- Thôi để mình chạy ra nhà băng Wells Fargo trên đường Bolsa rút tiền. Mình sẽ trở lại trong vòng 10 phút.

Anh chủ tiệm vẫn vui vẻ và không hề tỏ ra khó chịu với hắn. Sau khi lấy tiền, hắn quay lại trả tiền cho anh chủ tiệm. Vì quá hài lòng với anh chủ tiệm smog check, hắn hỏi thăm thêm:

- Anh biết chỗ nào sửa xe đáng tin cậy không?

- Anh cần sửa gì?

- Xe mình đến lúc cần thay cái *timing belt.*

- Anh hỏi tiệm cuối phố.

Anh làm smog check dễ thương bao nhiêu thì chủ tiệm sửa xe lạnh lùng bấy nhiêu. Tôi phải mở lời trước:

- Tôi cần thay cái *timing belt.*

- Ừ, chờ chút - anh chủ tiệm trả lời nhát gừng.

Nhìn cái mặt lạnh lùng và rất khó ưa của anh chủ tiệm sửa xe, hắn tự hỏi là mình làm gì sai mà anh ta lại đối xử với mình như thế. Rõ ràng là khi mình đưa xe cho anh ta sửa có nghĩa là mình mang tiền đến cho anh ấy. Hắn là khách hàng chứ đâu phải là ăn mày đâu mà anh chủ tiệm xe phải mặt nặng mặt nhẹ với hắn. Chờ chán chê, hắn đang định bỏ đi về thì anh chủ tiệm xe bước lại, đưa tay ra, mặt vẫn có vẻ bực bội:

- Chìa khóa đâu?

Hắn bị sốc trước cách tiếp khách của anh chủ tiệm nhưng nghĩ đã lỡ chờ khá lâu cho nên hắn miễn cưỡng đưa chìa khóa cho anh sửa xe. Anh sửa xe cầm chìa khóa, không thèm nhìn hắn và nói:

-Tiền công $40, tiền part $50, tổng cộng là $95. Tốn khoảng một tiếng.

Chẳng chờ cho hắn trả lời có đồng ý làm hay không, anh chủ tiệm chui vào xe hắn và lái xe vào trong shop.

So với dealer thì $95 coi như rẻ hơn nửa giá. Dù không thích cách giao tiếp của chủ tiệm, hắn đành cắn răng nhịn nhục để cho anh chủ tiệm sửa. Mà với cung cách xem khách hàng như ăn mày của anh chủ tiệm Việt Nam này, nếu hắn vì tự ái mà quyết định không sửa ở đây chưa chắc anh chủ tiệm chịu trả lại chìa khóa cho hắn.

Để đỡ bực bội trước cách đối xử tệ bạc của tiệm sửa xe, hắn quyết định đi bộ qua thương xá Phước Lộc Thọ để kiếm mua những CD nhạc xưa. Hàng hóa trong tiệm rất bề bộn cho nên hắn phải cúi xuống, lật từng cuốn băng để tìm kiếm. Bà chủ tiệm cứ liếc nhìn hắn như thể hắn là một tên ăn cắp. Để cho bà chủ không nghi ngờ, hắn hỏi:

- Tiệm mình có CD hay DVD ca nhạc từ thập niên 1980 và 1990 không ạ?

- Tiệm nhiều hàng lắm, tôi không thể nhớ.

Tưởng rằng bà chủ đồng ý cho hắn đi săn lùng hàng mình muốn mua, hắn kiên nhẫn lật từng cuốn băng đĩa để kiếm tìm. Bà chủ tiếp tục liếc nhìn theo dõi hắn. Khi hắn đi vào các góc khuất, bả chủ bước theo, mắt dán vào hắn. Hắn đi tìm săn lùng mua băng nhạc cũ vì đam mê chứ chẳng có ý định đen tối nào cả. Cách đối xử của bà chủ làm hắn bị cảm thấy xúc phạm cho nên quyết định rời tiệm.

Cứ cho rằng những tiệm Việt Nam kể trên là những con buôn cho nên nhiều khi họ không để ý tới sự tế nhị trong giao tiếp với khách hàng. Tuy nhiên, ngay cả các dịch vụ thuộc loại cao cấp như văn phòng bác sĩ cũng chẳng khá hơn bao nhiêu. Khi mới đi làm, có bảo hiểm sức khỏe, năm nào hắn cũng chịu khó đi khám định kỳ. Hắn lựa một văn phòng bác sĩ Việt Nam gần nhà trên khu Los Angeles. Mỗi lần đi khám bệnh hắn luôn gọi điện thoại để lấy hẹn. Tuy nhiên, có hẹn mà như không có. Lần nào hắn cũng phải ngồi chờ hơn một tiếng mới được vào. Hắn bực bội khi thấy có nhiều bệnh nhân không lấy hẹn mà vẫn được y tá cho vào trước. Lúc đầu hắn cố bỏ qua. Sau vài lần, hắn chịu không nổi nên hỏi cô y tá:

- Sao em thấy có vài bác bệnh nhân tới sau mà vẫn cho vào trước trong khi em có hẹn mà vẫn phải chờ hơn một tiếng?

- Em thông cảm, họ là bệnh nhân lâu năm và có nhiều bệnh nên được ưu tiên vào trước.

Hắn nghe trả lời của y tá xong lẩm bẩm trong đầu: kỳ này về sống buông thả để có nhiều bệnh và sẽ được ưu tiên vào khám bệnh, không phải chờ đợi.

Có một lần vì trong hãng có việc gấp, hắn phải gọi cho văn phòng bác sĩ để hủy cuộc hẹn chiều hôm đó. Cô nhân viên văn phòng báo cho hắn biết:

- Vì anh không hủy cuộc hẹn trước ba ngày, văn phòng sẽ gởi cho anh một cái bill $25 nhé.

Hắn bực mình:

- Đây là việc khẩn cấp chứ tôi đâu muốn. Vậy những lần văn phòng trễ nải, tôi phải tốn gần hai tiếng đồng hồ chờ đợi, văn phòng có trả tiền cho tôi không?

- Văn phòng bác sĩ phải lo cho nhiều bệnh nhân cho nên nhiều khi phải trễ, ngoài ý muốn. Còn anh là bệnh nhân thì phải giữ hẹn.

Sau ba năm cảnh có hẹn như đùa, hắn chịu đựng hết nổi nên quyết định đổi sang văn phòng bác sĩ Mỹ. Thật ra, vì còn trẻ, bệnh tật không có cho nên hắn chỉ phải đi khám bệnh một năm một lần. Vì vậy, chuyện phải chờ đợi hắn cũng chịu đựng được. Tuy nhiên, trong một lần ngồi chờ bác sĩ, sau khi y tá đã đo huyết áp, lấy nhiệt độ, đong đo chiều cao và cân nặng, hắn nghe vị bác sĩ bên phòng khám bệnh la mắng một bệnh nhân khá lớn tuổi như là con của mình. Hắn không nghe được bác bệnh nhân nói gì nhưng vị bác sĩ la mắng quá lớn cho nên hắn nghe rõ từng chữ:

- Tôi kê toa thuốc này cho rất nhiều bệnh nhân, chẳng thấy ai đòi đổi thuốc khác.

Không biết bác bệnh nhân phân trần cái gì, vị bác sĩ quát tháo càng lớn hơn:

- Các bệnh nhân của tôi từ thanh niên cho đến cao niên 80 hay 90 uống thuốc này đều ok hết.

Chẳng ai than phiền xót ruột hay đau cơ bắp gì cả. Bác đừng đòi hỏi lôi thôi. Tôi kinh nghiệm hành nghề bác sĩ gần 30 năm và hiểu biết rất nhiều.

Hắn bất mãn với cách vị bác sĩ đối xử với bác bệnh nhân kia. Bị bệnh đã là điều đau khổ lại còn bị bác sĩ la rầy một cách thậm tệ như vậy, chắc bác ấy buồn lắm. Sự việc này như giọt nước làm tràn ly. Hắn quyết định không đi khám bệnh tại văn phòng bác sĩ đó nữa. Hắn xin bảo hiểm sức khỏe cho đổi qua một bác sĩ người Mỹ.

Khi điền đơn là hồ sơ cho bệnh nhân mới, văn phòng bác sĩ Mỹ khuyến khích hắn nộp hồ sơ khám bệnh từ văn phòng bác sĩ cũ để bác sĩ mới biết tiền sử bệnh của hắn. Khi hắn gọi điện thoại ra văn phòng bác sĩ Việt Nam, cô thư ký nói:

- Để em báo cho bác sĩ và bác sĩ sẽ gọi lại cho anh.

Chiều hôm đó, bác sĩ Việt Nam gọi lại:

- Anh cần hồ sơ bệnh nhân làm gì?

- Dạ, cháu chuyển qua văn phòng bác sĩ mới và họ nói nếu có hồ sơ bệnh trước đây thì sẽ giúp bác sĩ mới khám bệnh tốt hơn.

- Anh chê tôi dở cho nên đổi văn phòng à? Tôi là bác sĩ đắt khách vùng này.

Hắn bất ngờ trước câu hỏi của bác sĩ nhưng nhanh trí nói dối:

- Dạ không ạ. Cháu chuyển nhà đi xa cho nên chọn văn phòng bác sĩ mới gần chỗ ở mới cho tiện.

Vị bác sĩ lạnh lùng báo cho hắn biết:

- Văn phòng tôi chỉ giữ hồ sơ bệnh trong vòng một năm. Nếu tôi không khám bệnh cho anh trong vòng một năm thì chúng tôi hủy hồ sơ bệnh.

Hắn biết rằng vị bác sĩ kia nói không đúng vì luật pháp bắt buộc bác sĩ phải lưu giữ hồ sơ bệnh ít nhất hai năm và phải cung cấp copy cho bệnh nhân khi bệnh nhân yêu cầu. Dù biết bác sĩ làm không đúng nhưng hắn nghĩ mình cũng chẳng có bệnh tật gì cho nên quyết định bỏ qua.

Hắn rất hài lòng với văn phòng bác sĩ Mỹ vì hầu như lần nào đi khám bệnh hắn đều được gặp bác sĩ đúng giờ hẹn. Lâu lâu vì những lý do khác nhau, bác sĩ bị trễ nhưng nhiều nhất cũng chỉ là 15 phút.

Nói về dịch vụ mà không nhắc đến nhà hàng sẽ là một thiếu sót. Có một thời gian hắn hay ghé một tiệm bán bánh mì mỗi buổi sáng trước khi đi làm để mua một ly cà phê và hai ổ bánh mì. Tuy tiệm có số thứ tự nhưng hầu như lần nào hắn cũng phải chờ rất lâu. Một hôm trong lúc đứng chờ, hắn thấy một người khách vào sau hắn nhưng lại được lấy bánh mì trước. Hắn thắc mắc với nhân viên bán hàng thì cô nhân viên giải thích:

- Ồ, chú đó chỉ mua có một ổ bánh mì trong khi em mua hai ổ và một ly cà phê.

Sau đó một người khách khác bước vào và cũng được

giao hàng trước hắn. Hắn lại thắc mắc và nhân viên tính tiền giải thích:

- Ồ, cô đó mua hai chục ổ để đem vào hãng cho đồng nghiệp nên nhà hàng ưu tiên trước.

Nghe đến đây, hắn chịu hết nổi nên đành lên tiếng:

- Ồ, vậy chị cho em hủy order và xin lại tiền.

Từ đó hắn không bao giờ trở lại tiệm bánh mì đó nữa.

Đã lâu lắm rồi hắn không còn giao dịch với đồng hương nữa vì những kinh nghiệm đau thương kể trên. Dù rất muốn mua bán giao dịch với người Việt Nam để cùng giúp nhau giàu mạnh nhưng cách cư xử của đồng hương làm hắn thất vọng.

Hoàng Đình Minh Long
10 tháng 3 năm 2024

Bể Nước Ngầm Houston

HUỲNH THANH TÚ

Huỳnh Thanh Tú là giáo viên tiểu học trước khi cùng gia đình định cư sang Mỹ năm 2001. Bà từng làm việc cho học khu tại Houston, Texas, trước khi về hưu và dành toàn bộ thời gian làm vườn, chăm sóc các cháu, du lịch và tham gia các chuyến du lịch của cộng đồng người hưu trí tại địa phương.

Nước là một nhu cầu cần thiết trong đời sống của mọi sinh vật trên trái đất. Đối với nhân loại thì nhu cầu này rất quan trọng, nguồn nước uống phải sạch, được khử trùng bằng nhiều phương pháp để bảo đảm sức khỏe cho người tiêu dùng. Nước được tích chứa tại các hồ và phải qua nhiều công đoạn làm sạch trước khi đến với người dùng.

Theo Wekipedia thì Thành phố Houston nằm trên bờ sông Buffalo Bayou và thấp hơn mặt nước biển 100 ft, trước đây đã từng dựa vào mạch nước ngầm để cung cấp nước sạch theo nhu cầu, nhưng hiện tượng lún đất buộc thành phố phải sử dụng các nguồn nước từ các hồ chứa nước trên mặt đất. Buffalo Bayou được xem như là một con sông hình thành cách đây 18,000 năm,và bắt nguồn từ thảo nguyên Katy, nó nhận nước từ các hồ chứa Addicks, Barker, các suối tự nhiên, một số nhánh sông quan trọng như Oak Bayou, Greens Bayou, và Brays Bayou trước khi chảy ra Vinh Galveston.

Buffalo Bayou Cistern là một bể nước ngầm của thành phố Houston. Năm 1926, thành phố đã quyết định xây dựng bể nước ngầm này để cung cấp lượng nước sạch đầy đủ nhằm đáp ứng nhu cầu cho dân số càng ngày càng gia tăng của thành phố.

Kỹ sư WR Holway, một người rất trẻ, đã được thuê mướn làm tư vấn cho công trình xây dựng. Nằm sâu dưới mặt đất, với diện tích 75,000 sqft (tương đương 1,5 sân đá banh), bể có thể chứa 15 triệu gallon nước, là nguồn cung cấp nước dự phòng cho toàn thành phố. Lượng nước này được bơm lên từ các giếng nước nằm sâu hàng 100ft trong lòng đất.

Dự án đã đúc 6,000 mét khối bê tông và dùng 800,000-pound thép để xây tường (dày 8 inches), trần (8 inches) và nền (18 inches). Ngoài ra còn phải đúc 221 cột bê tông cốt sắt, mỗi cột cao 25 feet để nâng đỡ trần của bể nước.Phải mất 95 ngày làm việc thì công trình mới xong và đưa vào sử dụng.

Bể chứa nước mà kỹ sư WR Holway thực hiện là phương pháp phổ biến được dùng để lưu trữ nước với lượng bốc hơi tối thiểu. Nước sẽ được bơm lên thủy cục, và sau đó được phân phối đến người tiêu dung. Bể nước ngầm Buffalo Bayou đã cung cấp nước uống cho thành phố Houston trong suốt 80 năm dài cho đến lúc xuất hiện một vết nứt, nước bị rò rỉ ra ngoài không thể sửa được. Cuối cùng bể phải ngưng hoạt động năm 2007.

Vài năm sau đó, thành phố đã có kế hoạch tháo dỡ để làm bãi đậu xe cho Buffalo Bayou Park. Tuy nhiên trong thời gian chờ đợi tìm kiếm đội thi công, các thành viên của Buffalo Bayou Partneship đã phát hiện không gian tuyệt vời này, nhận thức được đây là một công trình lịch sử với những kiến trúc siêu đẳng, nên thay vì phá dỡ, họ quyết định giữ lại để chỉnh sửa, phục hồi và tái thiết thành một trung tâm du lịch cho đến ngày hôm nay.

Buffalo Bayou Partnership đã phải thuê mướn công ty kiến trúc và kỹ thuật tại Houston để thực hiện công trình chỉnh sửa này:

- Làm một lối đi chung quanh dọc theo bốn bức tường rộng 6 ft với lan can sắt bên ngoài.

- Xây thêm đường hầm đi vào bể chứa.

- Lắp đặt thêm một số đèn chiếu sáng lối đi.

Riêng bể chứa thì không có gì thay đổi vì họ muốn giữ lại kiến trúc ban đầu. Một vài inches nước vẫn còn phủ kín đáy bể.

Sau 6 năm sửa chữa,năm 2016 thì Cistern được chính thức mở cửa để đón du khách, có hướng dẫn viên từ Thứ Năm đến Chủ nhật hàng tuần.

Tôi đã đến đây và được hướng dẫn xuống bể nước ngầm, tận mắt nhìn những kiến trúc tuyệt vời của bể. Nằm ở góc đường Memorial và Sabine, Buffalo Bayou Park là một công viên rộng lớn đẹp nhất của thành phố Houston, có đủ mọi phương tiện sinh hoạt ngoài trời như đi bộ, trượt ván, đi xe đạp, hòa nhạc, … Thoạt nhìn thì không ai có thể nghĩ rằng bên dưới lại có một bể nước ngầm đã được xây dựng từ gần một thế kỷ nay.

Theo chân người hướng dẫn, tôi đi vào bể chứa nước. Phải qua một cánh cửa sắt dày, đặt khuất trên một mô đất cao mới đi xuống được bể. Với một diện tích rông lớn bao bọc bỡi 4 vách tường dày, những hàng cột trụ màu trắng cao vút chống đỡ trần, xếp dài dưới ánh điện mờ ảo, tôi có cảm nhận như đang đi lạc vào một thế giới chìm bí ẩn, xa lạ.

Tiếp đến là phần biểu diễn âm thanh và ánh sáng. Hướng dẫn viên chiếu một chùm ánh sáng duy nhất bằng đèn pin từ trần xuống xuyên qua 2 inches nước còn phủ trên sàn bể chứa. Đột nhiên mặt sàn trở thành một lối vào một chiều không gian khác.

Tôi thấy những trụ cột xi măng dường như kéo dài hàng trăm feet và sâu thẳm. Nhờ thủ thuật của ánh sáng và mức nước cạn nên mặt bể nước đã biến thành một tấm gương phản chiếu khổng lồ. Tất cả đã trở nên một không gian huyền ảo đẹp vô cùng. Đang chiêm ngưỡng những cảnh quan lạ lùng này thì bỗng nghe hướng dẫn viên yêu cầu mọi người giữ im lặng, sau đó cô hét to lên một tiếng. Sau tiếng hét là một chuỗi âm thanh dội lại (echo) từ các bức tường trong suốt 17 giây. Chúng tôi gồm 30 người trong toán, cũng được thử nghiệm cùng đồng loạt hét lên một lần, tiếng echo lại vang vọng và lang thang trong cái không gian sâu thẳm kỳ bí kéo dài gần 20 giây.

Sau cùng cô hướng dẫn viên Rosemarie Croll đã hát tặng cho chúng tôi nhạc phẩm “The Cistern Is” do cô sáng tác. Giọng hát của cô như trôi nổi, chập chờn vang vọng trong bể nước mênh mông.

Được biết với sự góp sức và hợp tác của Bảo tàng Mỹ thuật Houston, một số lớn các ban nhạc, nghệ sĩ khắp nơi trên thế giới cũng đã đến đây (Bayou Cistern) để dùng những kỹ thuật âm thanh ánh sáng độc đáo và tuyệt vời này làm nền cho những tác phẩm nghệ thuật của họ.

Rời khỏi Cistern nhưng tôi có cảm giác những âm thanh

dội lại (echo) vẫn còn vẳng bên tai. Đây là những điều thật mới lạ đối với tôi và tự hỏi không hiểu tại sao người ta có khả năng và phương tiện để xây dựng những công trình độc đáo và tuyệt vời như thế này cách đây cả 100 năm.

Houston là một thành phố biển, khí hậu tương đối dễ chịu, có nhiều cảnh đẹp, những kiến trúc tân kỳ và nhất là những bảo tàng viện nổi tiếng như Holocaust Museum, Natonal Museum, Museum of Fine Art... Ngoài ra phải kể đến Trung Tâm NASA rộng lớn, nơi lưu trữ các dữ kiện không gian và cuộc sống của các phi hành gia khi bay trong vũ tru. Có thể nói thành phố Houston là nơi du lịch lý tưởng.

Tôi yêu thành phố Houston, yêu những con người năng động và tôi rất tự hào là cư dân của Houston, Texas.

Huỳnh Thanh Tú
Houston ngày 17-11-2024

Ngàn Lời Tạ Ơn

KIM LOAN

TG Kim Loan nhận giải Vinh Danh Tác Giả VVNM 2023.

Tác giả tên thật là Nguyễn Thị Kim Loan, sinh năm 1966, là cô giáo tiểu học khi còn ở Việt Nam. Vượt biên và sống ở trại tỵ nạn Thailand từ 1989-1993. Định cư tại Canada từ 1994 đến nay. Tác giả nhận giải đặc biệt VVNM 2021 và mới nhận Giải Vinh Danh Tác Giả năm 2023.

Hòa thức dậy lúc 5 giờ sáng sau giấc ngủ ngắn từ giữa khuya, căn phòng bệnh viện màu trắng ngà dưới ánh đèn vàng vọt buồn thiu, bên ngoài kia trời còn phảng phất lạnh lẽo của đầu mùa đông, dù mùa đông Seattle không nhiều tuyết tái tê như những nơi miền Đông Bắc nước Mỹ.

Hòa vẫn thường ngủ ít và dậy sớm, có lẽ bệnh nhân nào cũng thế, nằm trong bệnh viện khắc khoải lo âu bệnh hoạn, lại thêm y tá nhân viên thường xuyên ra vào cả ngày lẫn đêm ai mà ngủ ngon cho được. Hòa rời khỏi giường, đi ra phía cửa, rồi đi dạo khu hành lang cho đầu óc khỏi suy nghĩ rồi lại buồn lại khóc. Các phòng bệnh đều đóng kín, mỗi bệnh nhân là một thế giới riêng, đau buồn riêng. Cuối hành lang xa xa thỉnh thoảng có bóng dáng vài cô y tá tất bật qua lại, ghé vào phòng nào đó thăm bệnh, lấy máu, đo huyết áp, đưa thuốc... nói chung là đủ thứ của công việc y tá.

Hòa dừng lại nơi bức tường giữa hành lang, ngắm nghía một bức tranh phong cảnh thật to, màu sắc không rực rỡ mà cũng chẳng ảm đạm, nhưng toát lên một sự an bình. Phải chăng những người bệnh, nhất là bệnh nan y như trong khoa "Cancer" này, cần lắm một sự tĩnh lặng an nhiên trong tâm hồn? Hòa say sưa nghĩ suy cho mình quên nỗi buồn để tận hưởng từng chi tiết của bức tranh, thầm cám ơn người họa sĩ, rồi rút chiếc điện thoại từ trong túi áo để chụp lại bức tranh, chút nữa sẽ để lên "facebook" cho những người thân, bạn bè xem, là cách thông báo tình hình sức khỏe, cho mọi người biết rằng Hòa vẫn mạnh mẽ đối diện với bệnh hoạn và cũng là cách Hòa giết thì giờ buồn tẻ nằm trên giường bệnh.

Chụp xong tấm hình bức tranh, Hòa nghĩ ngay đến Hải, giờ này có lẽ anh đã thức dậy, chuẩn bị bữa sáng cho ba bố con, (dù hai đứa con trai đã lớn: Ben đã vào Đại Học, còn Bi cũng vừa tốt nghiệp lớp 12), rồi sau đó anh chuẩn bị đi làm. Nghĩ tới đó, Hòa không muốn gọi phôn làm phiền chồng, dù chỉ là để nói "good morning" như bao lâu nay hai vợ chồng vẫn dành cho nhau trước khi mỗi người rời nhà đi làm hai hướng khác nhau. Một chút chạnh lòng tủi thân, hai vợ chồng bỗng ngăn chia khoảng cách, cảnh đời thường kia, chồng con kia, giờ đây không có Hòa bên cạnh.

Chiếc điện thoại cầm trong tay e dè lặng lẽ bỗng báo có tin nhắn. Hòa giật mình, sao lại thần giao cách cảm đến thế này, đó là những dòng nhắn của Hải: “Em ơi, chắc là em đã thức rồi, vì mấy bữa nay nghe em nói không ngủ được nhiều? Đêm qua em ngủ có ngon không? Anh đang chiên trứng, còn Ben và Bi đang nướng bánh mì, pha cà phê. Em nhớ phải ăn uống đầy đủ các thức ăn của bệnh viện nhé, chiều nay tan sở anh sẽ đến, chúng ta lại cùng cầu nguyện sớm có tin tốt đẹp, nhiều hy vọng, em nhỉ!”

Hòa đọc đoạn *text* đến mấy lần, buổi sáng bận rộn chồng vẫn nghĩ đến mình, Hòa mỉm cười đi bộ về lại phòng, rồi nhắn Hải: “Good morning chồng của em! Anh đi làm vui nhé, hẹn gặp anh”. Xong Hòa tự nhắn nhủ mình: "Ta hãy vui vì còn tình yêu của chồng và của hai con".

Trời tháng Mười Một còn mờ tối, Hòa nằm xuống giường, không ngủ tiếp được, lại nghĩ về Hải, về quãng thời gian đã qua, hơn 30 năm rồi, kể từ ngày hai đứa được định mệnh cho gặp nhau.

Năm 1989, ở tuổi 16, Hòa từ Chu Lai, Quảng Nam lặn lội vào Cà Mau để lên tàu vượt biên đến Thái Lan, còn Hải, tuổi 19, cũng thời gian đó, từ Bến Tre đi ra Đà Nẵng, qua Lào và chèo xuồng qua sông để vào Thái Lan.

Hai đứa, hai miền khác nhau, đi hai con đường ngược chiều nhau, để rồi cùng gặp nhau tại lô F, trại tỵ nạn Panatnikhom, Thái Lan.

Ở tuổi thanh xuân vui tươi, cùng sinh hoạt trong nhóm Hướng Đạo của trại, với những gặp gỡ hàng ngày, Hòa và Hải nảy sinh tình yêu giống như những tình yêu của những đôi khác ở trại. Hai mảnh đời tỵ nạn, hai trái tim rung động, hòa nhịp và lớn lên từng ngày theo thời gian ở đất tạm dung.

Lúc này, việc định cư ở trại rất khó khăn vì trại đã chính thức đóng cửa theo quyết định của Cao Ủy Tỵ Nạn ngày 14/3/1989, nên những ai đến trại sau ngày này sẽ bị ở trại cấm, không được công nhận tư cách tỵ nạn, cho đến khi phải vượt qua được cuộc Thanh Lọc bởi nước chủ nhà Thailand. Những người rớt Thanh Lọc sẽ được khuyến khích hồi hương về Việt Nam. Khó khăn từ vật chất đến tinh thần, nhưng tình yêu vẫn nảy nở, gắn kết mãnh liệt.

Hải có ba ở Mỹ, nhưng vì chờ giấy tờ bảo lãnh quá lâu nên gia đình nóng ruột cho Hải đi vượt biên. Đến khi ở trại được 3 năm, khi kết quả Thanh Lọc không may mắn, Hải được văn phòng Cao Ủy ở trại gọi lên, thông báo rằng giấy tờ ODP của gia đình Hải ở Việt Nam đã được phái đoàn Mỹ phỏng vấn, và khuyên Hải nên về đi với gia đình. Hải bàn với Hòa, rủ Hòa cùng về Việt Nam vì khả năng đậu tái Thanh Lọc rất khó, và Hải hứa sẽ đi Mỹ để sau đó quay về cưới Hòa.

Tin vào tình yêu, Hòa và Hải lên đường hồi hương vào tháng 10 năm 1992, Hòa về quê Quảng Nam, trong khi Hải ở Bến Tre. Qua đầu Xuân năm 1993, Hải ra nhà Hòa để xin phép được chính thức cho hai đứa quen nhau. Đến tháng 10 năm 1993 Hải lên máy bay đi Mỹ, và giữ lời hứa, tám tháng sau, tức là tháng 6 năm 1994, quay về Việt Nam làm đám cưới với Hòa.

Đám cưới xong, Hải bay qua Mỹ, Hòa từ Quảng Nam về Bến Tre làm dâu, ở chung với mẹ của Hải (Ba của Hải đi Mỹ từ ngày 30/4/1975, và sau đó có gia đình mới, nên chỉ bảo lãnh các anh chị em của Hải, còn Mẹ ở lại Việt Nam, sau này khi có quốc tịch, Hải cũng đã bảo lãnh mẹ qua). Gần 5 năm đợi chờ, ngần ấy năm làm dâu vắng bóng chồng, rồi cũng đến ngày Hòa đoàn tụ chồng, thỏa niềm khát khao đến Mỹ cuối năm 1999.

Hai vợ chồng bắt đầu cuộc sống trên đất mới, dù Hải qua Mỹ từ 1993 nhưng chỉ đến khi có Hòa bên cạnh, thì mới đúng là một gia đình thật sự. Lúc mới chân ướt chân ráo định cư ở Mỹ, Hải làm cho một hãng bánh mì, vài năm sau được vào làm cho một một hãng bánh lớn, nổi tiếng ở Seattle là Franz Bakery, rồi lại chuyển qua làm "manager" của một tiệm "Car Wash" kiêm luôn thợ điện, cộng thêm mày mò tự học về điện, cuối cùng Hải vào làm cho hãng điện tử Jamco-America với vai trò một "mechanic" về điện tử lắp ráp và là "vendors" tại hãng Boeing, chuyên về điện cho bếp và phòng vệ sinh trên máy bay.

Còn Hòa, lúc mới qua, có làm cho hãng điện tử Mackie Design chuyện sản xuất Speakers, Amplifier về nhạc cụ, sau đó nghỉ làm vì sinh con, rồi học và mở tiệm làm Nails.

Cuộc sống trôi qua, dẫu không phải lúc nào cũng êm ả, nhưng Hòa Hải hạnh phúc với những gì mình có, công việc ổn định, hai con trai bước vào tuổi trưởng thành, cứ ngỡ những ngày sắp đến là những bận bịu vui sướng khi các con ra trường, lập gia đình, hai vợ chồng về hưu an hưởng tuổi già, du lịch khắp 50 tiểu bang nước Mỹ và đất nước Canada bên cạnh.

Nhưng bỗng vào giữa tháng Năm năm 2022, Hòa cảm thấy cơ thể rất mệt mỏi, lúc nào cũng buồn ngủ, miệng bị lở loét, chẳng muốn ăn uống gì. Tuy nhiên, Hòa không sốt, ho, không đau cổ đau họng, và cũng không bị sụt cân bất thường. Hòa lấy hẹn bác sĩ gia đình nhưng phải đợi hơn 2 tuần mới có hẹn. Không muốn chờ lâu, Hòa đi vô Virginia Mason Clinic, họ thử Covid, có khám bệnh nhưng không đưa ra kết luận nào. Qua một tuần, các triệu chứng đó biến mất, tất cả trở lại bình thường, rồi đến ngày hẹn bác sĩ, qua một số xét nghiệm máu, Hòa nhận kết quả bị Ung Thư Bạch Huyết Cầu (Leukemia).

Trở về nhà từ văn phòng bác sĩ, Hòa như người mất hồn, không muốn điện thoại kể cho Hải vì Hòa biết Hải yếu đuối, dễ cảm xúc và cũng chưa muốn kể cho bất cứ người thân nào. Hòa vào phòng, gọi điện cho cô bạn thân nhất ở Texas để tâm sự, kể hết mọi diễn tiến bệnh, vừa dứt phôn thì Hải chạy vào phòng, run rẩy:

- Em bị Leukemia thật sao, hôm nay anh cảm thấy bồn chồn, anh xin nghỉ làm về sớm, đã nghe em nói tất cả, có đúng không em, có thật không em?

Hòa lặng người, khẽ gật đầu, Hải bật khóc, Hòa cũng òa khóc theo, cứ thế hai vợ chồng ôm nhau khóc suốt buổi chiều. Sau những giọt nước mắt, Hòa Hải lấy lại tinh thần, cùng bảo nhau cố gắng vượt qua cơn hoạn nạn này. Hai con trai, gia đình anh chị em hai bên ở Seattle và các tiểu bang khác cũng được báo tin, mọi người ủi an và khuyến khích Hòa rất nhiều.

Bác sĩ gia đình của Hòa là nữ, người Việt Nam, rất giỏi, làm tại bệnh viện Swedish tại Edmonds, đã gửi Hòa tới chuyên khoa ung thư trong bệnh viện Swedish ở Seattle. Theo phác đồ điều trị của bác sĩ, Hòa sẽ phải hóa trị, xạ trị, rồi sẽ ghép tủy khi tìm được tủy phù hợp. Hòa bắt đầu được hóa trị từ tháng 6/2022, tóc rụng xác xơ, may mắn cơ thể Hòa không bị phản ứng mạnh, tuy có mệt mỏi chút ít. Thời gian này Hòa là *outpatient*, được trở về nhà và đến bệnh viện hóa trị theo lịch hẹn.

Được rời khỏi căn phòng buồn chán của bệnh viện hàng ngày y tá và bác sĩ vào ra, được trở về căn nhà của mình dù chỉ là tạm thời, dù căn bệnh vẫn ở trong người mà Hòa đã vui mừng lắm, những ngày này Hòa được ở bên chồng con, sống cuộc đời thường, mới thấy những điều bình thường quý giá biết bao.

Hòa đã nấu các món ngon mà chồng con yêu thích với tất cả chăm chút yêu thương. Hòa đội tóc giả đi chợ, theo chồng ra phố, cuộc sống đẹp làm sao. Hòa tận hưởng những giây phút bên chồng con như trong một giấc mơ, nhưng có lúc trở về thực tế Hòa nghĩ cuộc sống đẹp thế kia rồi đây sẽ không có Hòa. Nghĩ thế Hòa lại đau đớn khóc thầm. Sau mấy đợt hóa trị theo hẹn, Hòa phải giã từ chồng con trở vào bệnh viện.

Việc hóa trị sau sáu tháng đã hoàn tất tốt đẹp, bác sĩ bảo Hòa không cần phải xạ trị, và bắt đầu tiến hành tìm tủy thích hợp để ghép tủy. Các anh chị ruột của Hòa đều sẵn sàng hiến tủy để cứu em mình, dù cuộc ghép tủy có thành công hay không đều là những thử thách gay go, Hòa vẫn vui mừng chờ đợi. Nhưng khi thử nghiệm xét tủy có lẽ một phần do các anh chị đều lớn tuổi, nên mức độ tủy thích ứng khá thấp, thế là giấc mộng ghép tủy của các anh chị không thành, đành phải đợi các mẫu tủy của những người hiến tặng. Hòa thất vọng nhiều, xong Hòa lại cầu nguyện Thiên Chúa để thêm sức mạnh thêm niềm tin và hi vọng đợi chờ vào tấm lòng tha nhân.

Cô y tá bước đến bên giường Hòa, vui vẻ:

- Good morning, cô đang mơ mộng gì thế, tôi vào mà cô cũng không biết.

Hòa mỉm cười đáp lại:

- Oh, tôi xin lỗi! Cô biết rồi đấy, nằm ở bệnh viện dài lâu thế này, thời gian bao la, nên tôi hay nhớ về quá khứ, những kỷ niệm thật đẹp từ tuổi thanh xuân, như lời khuyên của bác sĩ.

- Vậy hôm nay cô đang hồi tưởng đến đoạn nào?

- Tôi vừa ôn lại con đường tình yêu của vợ chồng tôi, cũng lên thác xuống ghềnh như các mối tình khác, nhưng cuối cùng chúng tôi vẫn bên nhau, yêu thương nhau hơn bao giờ hết.

Cô y tá lấy máu, đo huyết áp, vừa xong thì cô y tá khác mang vào khay breakfast. Hòa đón lấy, ăn thật ngon, rồi cơn buồn ngủ ập đến, có lẽ do sáng nay đã thức dậy sớm. Hòa tỉnh giấc khi nghe tiếng nói của Hải trong phòng, đang dặn dò con trai điều gì đó qua phone, Hòa ngạc nhiên, ngơ ngác:

- Ủa, sao anh lại đến thăm em giờ này?

- Có việc quan trọng lắm em ơi!

Hải không giấu được niềm vui trên khuôn mặt, hớn hở tiếp:

- Bệnh viện vừa báo tin, đã tìm được tủy cho em rồi, anh đến đây làm thủ tục, em sẽ được ghép tủy vào tháng 1/2023 tại University of Washington Medical Hospital. Không ngờ lại có tin vui nhanh chóng thế.

Hòa reo lên sung sướng mà nước mắt lăn trào ra:

- Tạ ơn Chúa, tạ ơn người hiến tủy. Em tưởng mình đang mơ.

Hải âu yếm nói với vợ:

- Ngẫu nhiên mùa Tạ Ơn đang đến. Đây là món quà mùa Thanksgiving cho em đó.

Rồi Hòa bị hôn mê sâu mấy ngày đúng dịp Lễ Tạ Ơn. Hôm ấy mở mắt ra Hòa ngạc nhiên thấy các bác sĩ, y tá, và Hải cùng vỗ tay reo mừng. Sau khi được kiểm tra mọi thứ, các bác sĩ, y tá, ra khỏi phòng để hai vợ chồng trò chuyện. Hải nói trong nước mắt:

- Mừng quá, em đã tỉnh lại, sau cơn hôn mê sâu.

- Thật ư? Nào em có biết!

- Mấy bữa đó, anh và hai con chỉ biết ngắm nhìn em qua ô cửa kính, em nằm bất động trên giường, toàn thân phủ kín mít bởi bộ đồ vô trùng. Em biết không, trong lúc tuyệt vọng, anh đã xin Chúa và Mẹ Maria, cho em tỉnh lại để còn được ghép tủy, anh nguyện sẽ rửa tội theo Đạo như em hằng ước mong.

Cảm nhận được tình yêu vô bờ của chồng, Hòa khóc lặng lẽ, nắm chặt tay Hải như lời cảm ơn. Gia đình Hòa có đạo Công Giáo, còn Hải không có Đạo, lúc hai người từ trại tỵ nạn trở về Việt Nam, rồi Hải lo giấy tờ đi định cư ODP theo ba, rồi quay về cưới Hòa, mọi thứ diễn ra gấp gáp nên Hải chưa vào đạo. Sau này Hòa qua Mỹ đoàn tụ, lại có hàng trăm lý do khác để điều ấy chưa xảy ra, có khi Hải còn nói:

- Em ơi, đạo nào cũng tốt, phải không em, gia đình chúng ta vẫn sống tốt đẹp và hạnh phúc đấy thôi!

Giờ đây, giữa cơn sinh tử của vợ, Hải đã mở lòng xin được làm con Thiên Chúa, đặt hết niềm tin và hy vọng nơi Ngài, chẳng phải ước mơ của Hòa đã thành sự thật rồi sao?

Hòa nhìn chồng, dịu dàng:

- Chúa đã nhận lời nài van của anh rồi đấy, vậy là hai vợ chồng mình đều được Ơn của mùa Tạ Ơn này. Bây giờ chúng ta tiếp tục phó thác, cầu nguyện thêm nữa, cho em ghép tủy được may mắn, rồi sẽ khỏe hơn để còn dự lễ Rửa Tội của anh cùng Lễ Hôn Phối Công Giáo chính thức của chúng ta nữa chứ.

Cuộc ghép tủy thành công, nhưng ba tháng tiếp theo sau ca ghép tủy là thời gian có lúc Hòa ngỡ như mình "chết còn sướng hơn". Tháng đầu tiên, các triệu chứng "side effects" ập đến trong kinh hoàng. Hòa bị tiêu chảy trầm trọng, liên tục, kiệt sức, không lết nổi vào washroom, các y tá phải mang tã cho Hòa, và để sẵn cái "bô" ngay dưới gầm giường. Còn nữa, miệng Hòa lại bị lở lói, uống nước còn không được chớ nói gì ăn, và bác sĩ cho thông ống vào thực quản để tiếp thức ăn vào cơ thể Hòa. Hai tháng sau, tình hình từ từ khả quan hơn, các triệu chứng bớt dần, sức khỏe Hòa hồi phục nhanh chóng, được trở về nhà cùng chồng con.

Mới đây, bệnh viện nơi Hòa thay tủy có cho biết thông tin của người hiến tủy. Đó là một chàng trai, họ Yang, 29 tuổi, người Mỹ gốc Đài Loan, sinh ra lớn lên và học Đại Học ở Michigan, yêu thích thể thao nhất là chạy *marathon*, hiện nay đang sống và làm việc ở Chicago. Vợ chồng Hòa nao nức mừng rỡ, liên lạc với Yang qua email. Khi đọc thư của Hòa, biết tủy của mình đã cứu sống Hòa vượt qua căn bệnh hiểm nghèo, Yang đã email trả lời đầy phấn khích, thật sự chung vui với Hòa.

Sau đây là phần nói chuyện qua "Facetime" giữa Hòa Hải và Yang:

- Yang ơi, anh còn trẻ, sao lại có ý tưởng hiến tủy cho người bệnh, và điều đó xảy ra từ khi nào?

- Khi tôi còn học ở Đại Học Michigan, lúc ấy năm 2011, tôi cũng ... ham vui, ghi danh vào nhóm "sẵn sàng hiến máu, hiến tủy" theo phong trào kêu gọi của trường Đại Học.

- Rồi sao nữa?

- Rồi tôi được gọi lên làm các xét nghiệm, máu, tủy, DNA... đủ thứ, để họ lưu trữ trong hồ sơ. Thời gian trôi qua, đôi lúc tôi cũng quên chuyện mình đã ghi danh hiến máu, tủy. Rồi đến một ngày gần cuối năm 2022, tôi được một cú điện thoại từ bệnh viện, cho biết rằng, có một phụ nữ ở Seattle đang bị Leukemia, có tủy trùng hợp với tôi, vậy tôi có còn muốn tặng tủy không?

- Trời đất! Vậy là hơn 10 năm sau mới tìm được người

phù hợp cao nhất để anh hiến tủy, và anh vẫn còn... ham vui, mặc dù anh vẫn có thể đổi ý không hiến tặng chứ?

Yang cười lớn:

- Thú thật với cô, ai cũng có một thời tuổi trẻ hăng say, sôi nổi, ham vui, có phải? Nhưng nay tôi đã... già hơn xưa rồi nhé. Dĩ nhiên, chẳng có một cam kết nào cả, nhưng tôi không thấy có lý do gì để "say No" khi mà có người đang rất cần mình, trong khả năng của mình.

- Yang ơi, tôi không biết nói gì hơn, chỉ biết mong được gọi anh là ân nhân của tôi và của cả gia đình tôi nữa. Một điều tuyệt vời của cuộc đời ban tặng cho tôi, là lòng tốt của anh đó.

- Cô đừng nghĩ ngợi nhiều, tôi cũng sung sướng như cô, khi biết việc làm của mình thật sự ý nghĩa.

Sau cuộc "facetime" vui vẻ, Hòa nói với chồng:

- Ôi, Yang dễ thương hơn mình thấy trong hình anh nhỉ, nói chuyện rất thân thiện, hiền lành. Giá mà con mình là con gái và Yang còn độc thân, thì nhất định em phải bắt cóc Yang làm rể lắm á!

- Thôi đi cô nương, thà cứ để Yang làm ân nhân cả đời sẽ tốt đẹp biết bao, chớ làm rể, lỡ khi vợ chồng nó "cơm không lành canh không ngọt" đem nhau ra tòa... ly dị thì em mất rể mất luôn cả ân nhân nữa đó.

- Xí, anh chỉ giỏi suy diễn tào lao. Vì quý mến Yang nên em mơ điều tốt đẹp cho vui, chớ nhìn hình Yang với vợ mới cưới, họ thật đẹp đôi.

Đến nay, mối liên lạc giữa gia đình Hòa Hải và Yang đang trở nên gần gũi, thân tình. Yang nói vợ chồng Yang sẽ qua Seattle chơi vì có bạn bè ở đấy, còn Hòa Hải nhất quyết sẽ đón vợ chồng Yang về nhà khi họ đến Seattle. Và dĩ nhiên, Hòa cũng mong sức khỏe tốt hơn nữa, để có dịp bay qua Chicago thăm gia đình Yang.

Trong lần đi tái khám mới nhất, bác sĩ đã chúc mừng Hòa:

- Hiện nay trong người cô, không còn chút máu nào của cô nữa, mà hoàn toàn là máu mới, máu của Yang!

Chiều nay, khi đứng trong bếp nấu cơm, chờ chồng con về nhà, Hòa thấy mình thật sự hạnh phúc khi lại làm chủ căn bếp ấm cúng này mà có lúc trong cơn bệnh hoạn Hòa đã nhớ nhà, nhớ cả căn bếp, cái bàn ăn với những bữa cơm quây quần, chỉ sợ không còn dịp quay về và bếp sẽ vắng đi người vợ, người mẹ quạnh hiu làm sao.

Hòa ngắm mảnh vườn sau nhà với một cõi lòng tràn đầy Tri Ân.

Không phải đợi đến mùa Thanksgiving, mà gần hai năm nay, kể từ khi được thay tủy, là từng ngày từng phút từng giây Hòa dâng lên ngàn lời Tạ Ơn.

Tạ ơn Thiên chúa đã tiếp cho Hòa thêm sức mạnh, vững vàng cậy trông trong cơn nguy khốn của căn bệnh ngặt nghèo.

Tạ Ơn nước Mỹ đã cứu đời Hòa hai lần, lần đầu là đưa Hòa ra khỏi nước Việt Nam Cộng Sản, cho Hòa đời sống tự do dân chủ, và bây giờ với nền Khoa Học Y Khoa tân tiến cho Hòa được cứu chữa trong những điều kiện tốt nhất nơi bệnh viện.

Tạ ơn Hải, tình yêu của anh vẫn như lời tuyên hứa trước bàn thờ Chúa trong lễ Hôn Phối, là luôn ở bên em "khi thịnh vượng cũng như lúc gian nan, khi bệnh hoạn cũng như lúc mạnh khỏe, để yêu thương và tôn trọng em mọi ngày suốt đời anh".

Tạ ơn các con, đại gia đình hai bên, các bạn bè thân quen

luôn động viên theo dõi từng bước trong cuộc "chiến đấu" sống còn của Hòa.

Đặc biệt Tạ ơn Yang, một người không hề quen biết, nhưng được sinh ra, lớn lên và được giáo dục trong xã hội nhân bản Mỹ Quốc, đã làm điều tốt lành hiến tủy cứu người giúp Hòa vượt qua cơn bạo bệnh này.

Dẫu chỉ mới hai năm sống với tủy mới, máu mới, hành trình phía trước chưa thể nói được điều gì, nhưng Hòa vẫn lạc quan tin tưởng, sẽ sớm đến ngày bác sĩ chính thức gọi Hòa là "Cancer Survivor".

Còn bây giờ, mỗi ngày Hòa tận hưởng cuộc sống, ở nhà chăm lo cho chồng, con từng miếng ăn giấc ngủ, ngắm vườn tược sân sau nhà, nghe chim hót buổi sáng, ngắm hoàng hôn chiều buông, cả nhà cùng nhau đi dạo, "road trips", đi leo núi hòa mình với thiên nhiên, những điều đơn giản mà trước đây quay cuồng với cuộc mưu sinh Hòa chưa cảm nhận được.

Tạ Ơn cuộc đời!

Hòa trân trọng từng hơi thở từng ngày với tâm tình của Ngàn Lời Tạ Ơn.

Kim Loan
Edmonton, tháng 11/2024

Hòa và Hải khi ở trại tỵ nạn Thái Lan 1990

Yang, chàng trai
đã hiến tủy cứu Hòa

Những Ánh Mắt Trẻ Thơ

KIM LOAN

Cũng phải ba năm anh mới trở lại thành phố này, nơi anh đã từng ở và có rất nhiều kỷ niệm, hơn thế nữa, có hai đứa con anh đang sống. Cuộc sống mới bận rộn đã ràng buộc anh, với khoảng cách đường dài mười tiếng lái xe và anh nghĩ các con đã đầy đủ với số tiền cấp dưỡng hàng tháng nên chuyện thăm nom chúng không là điều bắt buộc. Dù đã dứt lòng khi ra đi nhưng khi lái xe về những con đường cũ, khu phố cũ, anh không khỏi cảm thấy man mác buồn.

Cho đến khi xe dừng trước cửa nhà thì anh lại thêm nỗi bối rối, không biết sẽ thế nào khi đối diện với người vợ cũ và hai đứa con. Người vợ mà trước kia anh đã dễ dàng buông ra những lời lạnh lùng nhất, tàn nhẫn nhất, để được chia tay, đi theo tiếng gọi của một tình yêu mới mà anh say đắm. Anh ngồi trong xe thật lâu để ngắm lại ngôi nhà, chẳng có gì thay đổi, có chăng là trong ngôi nhà này đã thay đổi, đã thiếu một người. Anh hồi hộp bấm chuông cửa, vài phút im lặng trôi qua, bây giờ là buổi chiều, anh tin là mọi người đang ở trong nhà, anh phải bấm chuông thêm hai lần thì cánh cửa mới từ từ hé mở ra, đó là thằng cu Tí, con trai lớn của anh.

Thấy ba, thằng bé vừa mừng vừa ngạc nhiên:

- Ba về hả, con nhìn qua lỗ cửa thấy ba nhưng con không tin.

Anh xoa đầu nó:

- Ba đây mà. Tại sao con lại không tin? Ba có khác đâu.

Đôi mắt thằng bé cụp xuống, vẻ vui mừng lúc nãy biến mất:

- Con nghĩ là ba không muốn về đây nữa. Ngày ba đi mẹ đã khóc nhiều lắm.

Anh hình dung ra người vợ tội nghiệp, lát nữa gặp anh, cô ta có khóc và mắng chửi anh bao nhiêu, anh cũng chấp nhận hết cho vơi bớt day dứt bấy lâu. Anh giục con:

- Mở cửa cho ba vào nhà. Hôm nay ba về thăm hai con.

Cu Tí mở rộng cánh cửa, bước vào nhà anh khựng lại nhìn thằng cu Tí, trẻ con mau lớn quá, mới ba năm, giá mà năm năm, mười năm thì chắc anh sẽ không nhận ra con của mình nữa. Anh quàng tay ôm vai con, âu yếm hỏi:

- Mẹ con đâu?

- Mẹ đi làm rồi.

Thì ra cô ấy đã đi làm dù hai con còn nhỏ không có ai bên cạnh trông nom đỡ đần. Ba năm nay người vợ cũ đã trừng phạt anh bằng cách không hề liên lạc với anh, cô đổi số điện thoại, không trả lời những thư từ anh gởi tới bằng đường bưu điện nên anh không biết gì về cuộc sống của họ, mặc dù hàng tháng tiền trả "child support" vẫn trừ trực tiếp vào lương của anh đều đặn.

Anh chợt nhớ ra:

- Thế em đâu rồi? Em Tina đâu rồi?

- Nó đang ngủ.

- Để ba vào phòng thăm nó nhé.

Thằng bé gạt đi:

- Thôi ba, nó mà thức dậy thấy người lạ nó khóc đấy.

"Người lạ", thằng cu Tí bình thản nói như một điều đương nhiên. Anh lẩm bẩm lập lại hai chữ "người lạ", chợt thấy chạnh lòng, mà cũng phải, khi anh ra đi bé Tina mới mấy tháng tuổi nó có biết gì về anh đâu.

Hai cha con ngồi đối diện nhau, cu Tí đã 12 tuổi rồi, trông chững chạc hẳn ra, không biết vì anh đã xa nó một khoảng thời gian, một khoảng cách cuộc đời hay vì nó đã lớn khôn theo hoàn cảnh? Những đứa trẻ trong gia đình ly dị bao giờ cũng trưởng thành sớm hơn những đứa trẻ trong gia đình bình thường.

Anh hỏi han con về chuyện học hành trường lớp, cu Tí trả lời đầy đủ. Khi anh hỏi con có nhớ ba không thì nó trả lời ngây thơ:

- Lúc ba mới đi thì nhớ, con khóc nhiều lần lắm và ngày nào cũng chờ mong ba về, nhưng bây giờ hết rồi.

Và nó hỏi lại:

- Thế ba có nhớ con và em Tina không?

- Ba nhớ thương các con chứ.

- Sao ba không về thăm? Ba bỏ đi lâu thế?

Anh lúng túng:

- Tại ba...bận rộn quá.

- Mẹ nói ba ở nhà khác với vợ con khác của ba!

Anh nhìn con, trong đôi mắt thằng cu Tí vẫn vô tư, nói về ba nó mà như nói về một người nào xa lạ, Cu Tí không hề làm quan tòa kết tội anh, nhưng câu nói của nó đã gieo vào lòng anh như ngàn lời oán trách.

Bỗng có tiếng điện thoại reo, chắc đã là thông lệ nên cu Tí nói:

- Mẹ gọi đấy.

Nó ra dấu cho anh im lặng để nó nói chuyện *phone*. Anh lắng nghe cuộc đối thoại giữa hai mẹ con, mà chủ yếu là từ những câu trả lời của cu Tí, nó kể với mẹ là Tina đang ngủ, mẹ nó dặn khi nào em thức dậy thì cho em uống thuốc ho rồi mới cho ăn cơm, rồi sau đó tắm cho em. Câu cuối cùng là cu Tí luôn miệng vâng dạ, con nhớ lời mẹ dặn mà, con sẽ không bao giờ mở cửa cho người lạ đâu, mẹ cứ yên tâm.

Cúp *phone* xong cu Tí mỉm cười nheo mắt nhìn anh, coi như nó vừa làm một sự chiếu cố đặc biệt cho anh, đã phá lệ, để người lạ vào khi không có mẹ ở nhà. Nó đã không coi anh như một thành viên trong ngôi nhà này nữa.

Chỉ trong vài phút ngắn ngủi trò truyện giữa hai mẹ con, anh đã hình dung ra cuộc sống hiện nay của họ. Buổi sáng cô ở nhà lo cho con và buổi chiều đi học về cu Tí phải gánh vác nốt những việc còn lại, thiếu một người cha, thằng bé đã phải làm những công việc của người lớn. Cu Tí kể:

- Ngày nào lúc *break time* ở hãng mẹ cũng gọi để xem nhà có chuyện gì không, và mẹ nhắc nhở con đủ thứ việc nhà.

Anh cảm động khen con:

- Cu Tí ngoan và giỏi quá.

Anh đi lại khắp nhà, vẫn những đồ đạc cũ khi anh còn ở đây, kể cả những đồ dùng lặt vặt, người vợ cũ vẫn tiết kiệm như trước hoặc cô không có khả năng mua sắm cái mới.

Căn nhà này vợ chồng anh khi mới cưới nhau đã mua trả góp, đã là căn nhà hạnh phúc, căn nhà ước mơ của hai vợ chồng. Sinh thằng cu Tí xong, vợ anh đi làm tiếp để mau trả nợ nhà, khi cu Tí gần 9 tuổi món nợ nhà vơi bớt, vợ mới mang bầu Tina đứa con thứ hai, cô đâu ngờ rằng thời gian này anh đang có người yêu và sắp sửa lìa bỏ gia đình.

Căn nhà anh đã sống 9 năm trời nên anh dễ dàng nhận thấy vài thay đổi hư hỏng, những vết tường loang, cái mành cửa sổ xộc xệch, vài cái nẹp cửa phòng ngủ vênh ra, vòi nước trong phòng tắm đang chảy nhỏ giọt hững hờ như đang oán trách người chủ cũ đã vắng mặt lâu ngày.

Anh ra nhà kho sau vườn lấy búa đinh vào đóng lại nẹp cửa và sửa vòi nước, điều đơn giản dễ làm ấy nhưng với mẹ con cô cũng là điều không thể làm được. Khi mang hộp đồ nghề trả lại nhà kho, anh dạo quanh khu vườn. Cây đào, cây lê ngày nào còn bé nhỏ, vợ chồng anh hí hửng mua về, đã mong cây mau lớn để có bóng mát cho các con chơi. Nay cây đã lớn, đã có bóng mát, nhưng hai đứa con anh đã bao giờ vui thích chơi đùa dưới bóng mát ấy chưa?

Anh không dám nghĩ tiếp, bước vào nhà, những hình ảnh quá khứ bỗng đổ ập vào tâm tư anh, đây là phòng ăn, nhà bếp, cô ấy đã từng đứng nấu nướng, dọn ra những bữa ăn cho chồng con, kia là phòng ngủ, đã từng có những lúc mặn nồng hạnh phúc vợ chồng. Nhưng anh đã không yêu cô nữa, có một tình yêu khác làm anh mê đắm, anh đã đi theo tiếng gọi của con tim, dù khi anh đề nghị ly dị, vợ anh đã phản đối, đã khóc hết nước mắt, xin anh nghĩ lại vì các con, đừng làm tổn thương những tâm hồn vô tội.

Bé Tina đã thức dậy, từ trong phòng ngủ đi ra, thấy anh, Tina vội túm lấy áo cu Tí tìm chỗ nương tựa chở che và nhìn anh bằng ánh mắt nghi ngờ, xa lạ. Tina đã hơn 3 tuổi, nếu gặp ngoài đường anh không nhận ra con, anh thấy mình tệ bạc quá khi bây giờ mới đến thăm con lần đầu kể từ khi ly dị.

Anh đến bên Tina giơ tay định bế nó, nhưng cu Tí nói ra vẻ hiểu biết đầy kinh nghiệm:

- Ba đụng vào người nó, nó sẽ khóc đấy.

Rồi cu Tí quay ra dỗ dành em:

- Đây là ba, ngày xưa ba cũng ở chung nhà với chúng ta mà. Cho ba bế Tina nhé?

Con bé vẫn chưa tin cậy, nó càng dựa vào người cu Tí và bám chặt lấy cu Tí hơn. Anh đành chịu thua, ngồi nhìn hai đứa con, ít nhiều ngày xưa anh đã từng bồng bế Tina, từng nâng niu nó, đó là máu thịt của anh, nhưng giờ đây chẳng khác gì người xa lạ. Khi ly dị vợ, xa con, anh không thể hình dung ra tình huống này.

Cu Tí để mặc anh ngồi thừ ra ở ghế, nó đi lo cho em, lấy chai thuốc ho như lời mẹ dặn. Anh không nỡ nhìn thằng bé loay hoay mở hộp thuốc, anh giúp nó bơm thuốc vào ống để cu Tí mang ra cho Tina uống, xong nó dắt em vào bếp lấy cơm để ra bàn cho con bé tự ăn một mình, cu Tí dịu dàng với em:

- Ăn cẩn thận, đừng làm đổ ra bàn, ăn xong anh cho ăn kẹo.

Tina ngoan ngoãn gật đầu và rón rén múc từng muỗng cơm ăn ngon lành. Tất cả diễn ra trước mắt anh như một vở bi kịch, vở bi kịch do chính anh gây ra và hai đứa con anh là nhân vật chính.

Từ lúc nào hai mắt anh cay xè mờ lệ. Cuộc sống hiện nay anh đang có bên vợ mới, con mới, chắc gì đã được như anh ước mơ, vậy mà anh đã đánh đổi bằng sự vất vả và thiếu thốn tình cảm của hai đứa bé này. Một ngày nào đó khi chúng lớn lên, chúng sẽ hiểu vì đâu.

Anh bỗng rùng mình và đau đớn, anh cứ ngồi nhìn hai con và không biết phải làm gì, nỗi đau như chôn chặt anh trong lòng ghế. Một lúc lâu cu Tí dè dặt hỏi:

- Ba đợi mẹ về không?

Anh lắc đầu, hình như nếu anh thốt ra lời thì nước mắt cũng ra theo.

- Vậy ba về đi, chút nữa con còn tắm cho Tina và học bài nữa, con bận lắm.

Anh rút ra một xấp tiền đưa cho cu Tí, nó nắm chặt lấy món tiền, chắc nó nghĩ những đồng tiền cần thiết cho mẹ và sẽ làm mẹ vui. Nhìn cử chỉ và nét mặt vui mừng của thằng bé, anh có thể đoán ra mẹ con họ đã sống trong cảnh chắt chiu từng đồng. Căn nhà anh hào phóng để lại cho vợ con nhưng cô ấy vẫn phải tiếp tục trả góp thêm vài năm nữa.

Anh ôm chặt lấy cu Tí, trong đời anh, chưa bao giờ có một cảm xúc thương yêu con dạt dào như bây giờ. Bé Tina vẫn đứng xa, nhất định không cho anh đụng tới.

- Ba đi nhé, con hãy ngoan, chăm học. Ba sẽ về thăm các con thường xuyên.

Anh đến đây, dự định sẽ gặp lại vợ cũ, sẽ nói lời xin lỗi và vui chơi cùng hai con. Bây giờ anh hiểu rằng, có nói trăm ngàn lần lời xin lỗi và dù vợ anh có tha thứ, chấp nhận hiện tại đường ai nấy đi, nhưng những cái nhìn của hai con, ánh mắt buồn vui bất chợt và dửng dưng của cu Tí, ánh mắt xa lạ và dè dặt của bé Tina, sẽ theo ám ảnh anh không biết đến bao giờ.

Cánh cửa mà cu Tí vừa khép lại sau lưng anh, lại gieo vào lòng anh cả sự lạnh lùng và oán trách. Cánh cửa đã phân chia ranh giới, như hai kẻ xa lạ mỗi người một lối đi và cuộc sống khác nhau.

Anh lái xe rời khỏi thành phố như một kẻ chạy trốn.

Kim Loan
Father's Day 2024

Tác Giả Trùng Quang phát biểu khi nhận giải VVNM, với Kiều Chinh & Nhã Ca.

Bà Ta Cháu Tây

LẠI THỊ MƠ

Tác giả Lại Thị Mơ (đứng giữa)
nhận giải Danh Dự VVNM 2023

Tác giả lần đầu dự Viết Về Nước Mỹ từ 2017 và đã nhận giải đặc biệt năm thứ mười tám và giải Danh Dự năm 2023. Bà cho biết bút hiệu là tên thật, trước là nhà giáo tại Việt Nam, định cư tại New Jersey năm 1994 theo diện HO.

Đa số người Việt khi có con cháu nhỏ, thường kiếm đồng hương gởi cho dễ bề nói chuyện. Vả lại người mình cũng tính tiền công phải chăng, chứ gọi Sì (Spanish) cũng ngại.

Nghe người Việt mới qua ở nhà gần đó, con gái bà Cửu lân la hỏi thăm, may quá đồng hương vui vẻ nhận lời trông thằng bé 3 tuổi mỗi ngày. Mọi chuyện bình thường trôi qua, không có gì phải than phiền. Cho đến một hôm, tình cờ thằng bé vớ được cái điện thoại của ba nó để trên bàn. Nó cầm hí hoáy bấm lung tung, thằng rể chạy tới giựt ra từ tay nó. Nếu dỗ dành để lấy lại thì không sao, đằng này sợ hư, giựt mạnh bạo làm thằng nhỏ nổi giận, bất ngờ miệng nó thốt ra rõ ràng:

- ĐM mày, ba.

Ối trời. Cả nhà thất kinh, trong nhà không ai chửi thề. Nó học ở đâu? Cuối cùng tìm ra sự thật. Bà vợ giữ thằng nhỏ, nhưng ông chồng làm thợ mộc ở nhà. Chữ ĐM, là tiếng đệm của ông mỗi khi nói chuyện. Bất kỳ cười giỡn hay chửi rủa, bao giờ cũng bắt đầu bằng ĐM. Ông lại thích thằng nhóc, tối ngày chọc ghẹo: *ĐM, sao mày dễ cưng gá dzậy.*

Cô chị vừa kể chuyện thằng con, thì cô bạn trong sở cũng kể chuyện con gái về nhà hỏi mẹ, rặt giọng Huế: *Mi nọi cái chi?*

Thì ra cô giữ trẻ gốc Huế, nhưng khi tiếp xúc với người không phải đồng hương, nói giọng Bắc nhuyễn nhừ.

Cô bạn cũng nhái theo, kể lại cho bạn: *Răng mà biệt họ nói tiếng Huệ ở nhà mô.*

Tá hỏa tam tinh, bà ngoại phải qua giữ thằng nhỏ. Bà ở với con trai, nhưng có thằng cháu nội 8 tuổi, bà phải ngó chừng sau giờ học.

Bây giờ dặn xe *bus* thả cháu nội xuống trước cửa nhà con gái, để bà trông luôn. Sau khi tan sở ba nó ghé qua đón về.

Vì ở với bà nội từ khi sinh ra, nên thằng nhóc 8 tuổi hiểu tiếng Việt. Bà vừa trông hai cháu, vừa nấu ăn dưới bếp. Thằng cháu nội có thằng bạn Mỹ hàng xóm qua chơi, mấy đứa nhỏ đùa giỡn bày đồ chơi ngổn ngang. Bà đang cắt râu tôm trong bếp, nghe chúng nó la hét ồn ào quá. Bà đứng ở cửa phòng khách, tay vẫn cầm cái kéo dứ dứ, miệng nói (bằng tiếng Việt):

- Không dọn dẹp, bà "cắt chim."

Thằng cháu nghe bà doạ hàng ngày, nên vẫn tỉnh bơ. Nhưng thằng bạn Mỹ thắc mắc:

- What did she say? (Bà nói gì vậy?)

Vì hiểu tiếng Việt, nên thằng cháu nội thủng thẳng dịch (nghĩa đen) ra tiếng Anh. Khốn nỗi khi vừa nghe *"cut your penis!* "thằng nhóc rú lên, oà khóc chạy về nhà mét mẹ.

Bà hàng xóm với bộ mặt thất thần, hớt hải chạy qua. Bà nội không biết tiếng Anh để phân trần, "doạ "thôi mà.

Thằng cháu cũng không biết diễn tả kiểu nói của bà, chỉ biết quơ quơ xua tay: *Not real. (Không thật vậy đâu.)*

Thằng nhỏ Mỹ vẫn mếu máo:

- She holds the scissors ✂, like that. (Bà cầm cây kéo như thế này.)

Nó giơ hai ngón tay lên, thì đúng là bà có dứ dứ cái kéo *"tình ngay lý gian"*.

Cũng may cô con gái về kịp nên mọi chuyện sáng tỏ. Cô cằn nhằn: "Mẹ ơi! Ở Mỹ không phải như ở Việt Nam. Nhiều thứ "phiền phức" lắm. Dao kéo họ coi như vũ khí (weapons), dứ dứ như vậy gọi là "đe doạ "trẻ con.

Ở Mỹ nhiều chuyện "tào lao"lắm. Nào là hút thuốc lá cho "cố ", rồi thưa hãng sản xuất. Bưng tách cà phê nóng quá, tự mình làm đổ, cũng thưa tiệm bán. Chưa sờ tới cô gái, chỉ buông lời chọc ghẹo, cớt nhả, nháy nhó...cũng bị thưa. Mà hễ có người thưa, thì tòa phải xử. Rồi cô kể thêm một lô chuyện "kỳ cục"xứ Mỹ cho mẹ nghe.

Bà Cửu chỉ nói: Vậy à.

Tiện thể cô Tâm nhắc mẹ thêm một "lô rắc rối", bà Cửu

nghe thì biết vậy thôi. Nào là mẹ nhớ đeo răng giả khi trông con nít, nhiều đứa sợ khi thấy miệng bà trống hoác. Không mặc đồ ngủ khi ra ngoài… Bên Mỹ con nít cởi trần nhưng mặc quần, ở Việt Nam con nhà nghèo mặc áo nhưng cởi truồng.

Thằng cháu theo bà về Việt Nam chơi, nó rất ngạc nhiên khi thấy có ông già trong xóm chọc ghẹo một thằng bé con đang đi chập chững. Thằng bé không mặc quần, mũi dãi lòng thòng. Ông già nhe hàm răng đen xỉn, cái còn cái mất đã làm thằng cháu của bà sợ phát khiếp. Tới khi thấy ông già "nắm chim "thằng bé, cười khà khà: Tao thẻo mang về nhắm rượu.

Thằng nhóc hoảng hồn chạy một mạch về nhà.

Ở Mỹ, bộ phận sinh dục phải che chứ không phô ra trước mắt mọi người. Các bà các cô tha hồ phô đôi gò bồng đảo chẳng ai cấm.

Nhập gia tùy tục bà ơi!

Bà già Bắc di cư vào Nam, mang theo cả những tiếng đã gắn liền với cuộc đời bà qua Mỹ. *Ối giời ơi!* Thằng dở hơi.

Thằng cháu ngoại 3 tuổi ở với bà ngoại, đã quên chữ ĐM, thì lại học được chữ "thằng *dở hơi.*" Vì bà trông toàn con trai, nên không có dịp nói "con *dở hơi.*" Ấy vậy mà trẻ con thông minh hiểu khi bà mắng (yêu). Cho đến một buổi tối ngồi thủ thỉ nói chuyện với bố mẹ, nó đã gọi thằng em là "thằng dở hơi ", làm cho bố mẹ nó tròn mắt ngạc nhiên.

Chỉ năm ngoái thôi, mẹ nó có bầu lần thứ hai, nó không hề biết bầu là gì? Chỉ biết khi bố mẹ mang em bé về nhà, nó thấy mọi người xúm xít mừng vui, ai cũng chú ý tới thằng nhóc đang nằm trong *car-seat*, quên bẵng nó. Tự dưng nócảm thấy ghen tị, hồi nào giờ chỉ có mình nó thôi mà, mãi một lúc sau nó mới hỏi:

Chừng nào em bé về với mẹ nó? Nó nhất định không chịu

khi mọi người nói mẹ và bà thằng nhóc cũng là mẹ và bà của nó.

Nó gào to: No, no, bà của Bi, bà của Bi.

Bà phải dỗ dành: Ừ, bà của Bi thôi.

Nó cứ tưởng em bé cũng là khách. Như hôm trước, vợ chồng của người bạn mang con ghé chơi. Mấy tháng sau, cảm giác ganh tị của Bi càng mãnh liệt. Nó không cho em dùng chung chăn gối cũ trước kia của nó.

Vậy mà bây giờ, hễ đi đâu nó cũng hỏi: Em bé có đi không? Nếu em ở nhà, nó sẽ không đi. Sợi dây huyết thống máu mủ thật kỳ diệu, nó không còn ganh tị, mà sẽ khóc oà, nếu "dọa " bán em cho người khác.

Bà Cửu suốt ngày nhắc mẹ nó, rủi ro của những nhà chỉ có một con. Như "cây một cành ". Những nhà "độc đinh "trong họ hàng, từ đời ông cố, ông nội tới đời cha đời con chỉ có "một mống ". Ấy là có thằng con trai, chứ ra con gái thì *thật khổ!* Họ gọi con gái là "vịt *giời* ", nuôi tốn cơm, sẽ bay đi mất.

Con gái con của người ta. Nói gì thì nói con gái vẫn trơ trơ.

Thằng thứ nhì, không phải do nó muốn, mà là "accident".

Thời buổi bây giờ, năn nỉ lắm con mới chịu lập gia đình. Tới khi chịu lấy vợ, lại không chịu có con mà nuôi chó.

Biết bao người bạn của bà Cửu chỉ có "*chó nội* "*thôi.* Cháu nội là chuyện giả tưởng.

Chuyện bà kể, lũ con cháu gọi là chuyện "cổ tích ", chúng không thèm nghe. Thằng con lớn gần 50 vẫn không chịu lấy vợ, dù từ khi đi học cho tới khi đi làm rất nhiều cô thích.

Bà Cửu thở dài "buộc tội": *Chính là do nó lười, ngại khổ, ngại khó.* Không có của, chỉ có công. Bà mẹ nào cũng dỗ dành, khi mẹ còn khoẻ trông cháu dùm cho. Mai kia mới lấy vợ, "cha già con cọc "chẳng ai giúp.

Bình thường chúng để ngoài tai, nói hoài tụi nó gào lên: Đủ thứ tiền, lo không nổi. Ngày xưa trong xóm lao động, nhà nào cũng đầy nhóc con nít. Vậy mà có ai chết đâu. *Trời sinh voi sinh cỏ.*

Mỗi tuổi mỗi khác. Khi trẻ thì tha hồ nhảy nhót, khi già chỉ lấy gia đình làm vui. Nhưng chúng nào có nghe.

Có con như một hình thức *đầu tư* (invest), đâu phải chỉ "bấm nút "là có ngay một thằng 18 tuổi. Trồng cây cũng vậy, phải vất vả thức khuya dậy sớm chăm sóc, cây mới ra hoa kết trái.

Nói thế nào chúng nó vẫn là con số zero, lại còn lý sự: *Số không nhỏ hơn số cộng, nhưng vẫn lớn hơn số trừ.*

– < 0 < +

Mẹ ơi! Con biết "số dương "ở đâu mà tìm? Biết bao ông muốn ăn cơm canh chua, cá kho tộ, về Việt Nam kiếm vợ.

Canh chua đâu chẳng thấy, trúng nhằm 'số âm. "Cô vợ cứ tưởng nhà nào cũng có một "cây tiền "(money tree) ở sân sau, tha hồ mà hái.

Thôi mẹ cho con ở vậy. Xứ Mỹ mà, *nursing home* thiếu gì. Bà Cửu không còn đả động chuyện lập gia đình, mất công chúng đổ thừa tại bị.

Ngay cả chuyện mong có cô dâu chàng rể đồng hương cũng dẹp luôn cho nhẹ đầu. Các bạn bà có dâu Tây, chép miệng: Khỏi mất công cãi nhau.

Khỏi cần giỏi tiếng Anh, chỉ cần hai (Hi!) và ba (bye!) Là đủ. Tới thăm cháu: Hai. Khi về: Ba.

Có điều các cháu được bà chăm sóc, chúng hiểu tiếng Việt rất dễ dàng, chúng dùng tiếng Việt để nói chuyện với bà (vì nó nghĩ bà không biết tiếng Anh). Nhưng khi nói chuyện với bạn bè hay anh em họ thì chúng luôn luôn dùng tiếng Anh.

Hai đứa học chung, mà cả hai đều không hề biết cùng là người Việt. Bữa kia, mẹ nó vừa lái xe đi chợ về đậu ở *driveway*, thấy thằng con có bạn đến chơi, mẹ nó nói: Con xách đồ vào. Thằng bạn nó ngạc nhiên:

- You're Vietnamese? (bạn là người Việt Nam?)

- Yes. (đúng vậy)

Thằng bạn nó khoanh tay: "Cháu chào Cô."

Bà ngoại đứng ở cửa, tấm tắc: "Con ai mà ngoan thế."

Có cô bạn nhờ bà đến nhà trông ba đứa con cùng tuổi với hai cháu của bà. Cô đi dự đám cưới độ vài giờ rồi về. Bà thấy con nít xả rác nên hỏi thằng bé con cô bạn cái chổi, nghĩ nó không biết tiếng Việt, nên bà dùng tiếng Anh. Khốn nỗi tiếng Anh của bà "giỏi" quá, đến nỗi chúng nó không biết bà muốn gì. Bà còn nhớ mãi, thằng cháu chỉ 6 tuổi, vậy mà nó biết mắc cỡ với bạn. Nó đã nói rất rõ ràng:

- Thôi bà cứ nói tiếng Việt cũng được.

Tiếng Việt của cháu bà bây giờ giỏi lắm, đi đâu với cháu bà cũng không lo.

Ra xứ người, nhưng bà vẫn mong con cháu giữ nề nếp phong tục quê nhà.

Bà mãi mãi là bà già gốc Việt, sống ở xứ người dẫu cháu còn nhỏ xíu, mặt mũi rặt Việt Nam, nhưng trong mắt bà, nó là "Tây "thực sự, từ cách ăn uống tới suy nghĩ. Còn những đứa con tuy đã lớn, nhưng chúng cũng suy nghĩ hành xử y như người bản xứ.

Bà Ta cháu Tây là điều không thể tránh.

Lại Thị Mơ

Hân Hạnh Bảo Trợ
Giải Thưởng Việt Báo
Viết Về Nước Mỹ 2024-2025

Làm "Lơ" Xe Bus

LÊ ĐỨC LUẬN

Tác giả Lê Đức Luận (đứng giữa)
nhận giải Danh Dự VVNM 2023

Tác giả tốt nghiệp Khóa 1 Trường ĐH/CTCT/ Đà Lạt, trước 1975 ông là sĩ quan, làm việc trong Ủy Ban Binh Thư - Tổng Cục/CTCT/QL VNCH – Sài Gòn. Sau năm 1975, Ông bị "tập trung cải tạo" 7 năm. Sang Mỹ năm 1986. Tác giả nhận giải Danh Dự năm 2023.

Năm nay, hoa anh đào ở vùng Thủ đô Hoa Thịnh Đốn nở sớm - thường thì đầu tháng Tư mới nở rộ - nhưng vì thời tiết ấm hơn mọi năm, nên giữa tháng Ba hoa anh đào đã nở khắp.

Dân chúng trong vùng cũng như khách du lịch nô nức đổ về Thủ đô Hoa Thịnh Đốn xem hoa, chụp ảnh - nơi có hơn bốn ngàn cây hoa anh đào được trồng khắp nơi, đặc biệt chung quanh hồ Tidal Basin, nhiều cây hoa anh đào cổ thụ ngả bóng trên mặt nước hồ phẳng lặng - trông đẹp tuyệt vời …

Ông Tư rủ hai ông bạn già cùng xóm, ra đây chụp hình. Trước đây, năm nào cũng thế, cứ đến ngày hoa đào nở rộ, người ta thấy bốn ông già "tay xách nách mang" các đồ nghề chụp ảnh: cái máy chụp hình to đùng gắn ống kính dài thoòng đeo lủng lẳng trước ngực, tay cầm chân chống (tripod) dài cả thước; trang phục cũng rất lạ mắt: đầu đội nón tai bèo màu vàng nhạt, khoác cái jacket nhiều túi - căng phồng các phụ tùng chụp ảnh như dây bấm mềm (remote), hộp pin, thẻ nhớ (SD card), loa ống kính (lens hood), kính lọc (filter) …v…v… mặc quần bốn túi, mang giày Adidas trông rất "ngầu".

Đám trẻ trong khu phố ngưỡng mộ, nói rằng: "trông thật pro!" Người lớn thì bảo: "trông rất chuyên nghiệp!" Và gán cho bốn ông cái tên rất kêu là "nhiếp ảnh gia." Năm rồi, một ông "đứt bóng"- bỏ cuộc rong chơi…

Bây giờ, còn lại ba ông, vẫn tiếp tục thú vui nhiếp ảnh. Ba ông đều biết thiên hạ gọi "nhiếp ảnh gia" là để khích lệ và an ủi tuổi già. Vì từ hồi nào đến giờ, các ông chỉ đi chụp hình đám ma là nhiều, còn các lễ lạc quan trọng như đám cưới, đám hỏi, chẳng ai nhờ. Đó là sự thật phũ phàng!

Từ ngày theo đuổi thú vui chụp ảnh, chỉ chụp hình đám ma đem lại cho các ông chút an ủi, còn cái "tâm sự buồn" ít ai hiểu thấu và các ông cũng không thổ lộ cùng ai.

Ngày ba ông được định cư ở Mỹ, tuổi đời đã quá bốn mươi. Sau bao năm trong lao tù cộng sản - sức mòn lực kiệt - nhưng phải cố gắng vươn lên để xây dựng lại cuộc sống gia đình, nuôi con ăn học. Khi các con thành đạt thì cũng đã đến tuổi về hưu. Nghe lời khuyên của các bậc cao nhân: "Người lớn tuổi nên tìm một sở thích riêng (hobby) để khuây khỏa tuổi già." Nhưng còn có một động lực thúc đẩy ba ông già hăng hái rủ nhau ghi tên học chụp hình do Hội Nhiếp Ảnh Việt Nam vùng Hoa Thịnh Đốn (Vietnamese Photographic Society) tổ chức là các bà nhà thích được chụp hình chân dung đẹp.

Sau ba năm miệt mài học tập, lấy được bằng tốt nghiệp, rồi sau đó vào Hội Viên, tiếp tục đi săn ảnh để luyện tay nghề... Vậy mà ở nhà chụp hình cho vợ thì bị "chê ỏng, chê eo..." Hỏi ra thì ông nào cũng thế! Chụp hình cho mấy bà hàng xóm, trong những dịp biểu tình, hội hè vui chơi dã ngoại thì được khen rối rít và luôn đông khách vì các bà được chụp hình không phải trả tiền. Cũng may thời đại khoa học tiên tiến, chụp hình Digital, không tốn công, tốn của bao nhiêu, các ông cứ bấm thả giàn rồi gởi (air drop) vào *cell phone* cho các bà là xong (thời trước chụp hình film rất tốn tiền và mất công).

Đó là nỗi buồn thứ nhất ít tỏ cùng ai. Nỗi buồn thứ hai là đi "săn hình". Trong mấy năm gần đây - tuổi già, sức yếu không còn nhanh nhẹn như trước. Đi cùng nhóm thì vui, nhưng gây trở ngại cho những người trẻ vì phải đợi chờ các ông - "bỏ thì thương, vương thì tội!" Biết thế, mấy ông già tạo nhóm riêng - tuy hơi tủi thân già, nhưng cũng đành chịu vậy...

Bây giờ, còn lại ba ông có một mối tương giao đặc biệt, nên thường đi chụp hình chung với nhau - không gây phiền phức cho ai. Năm nay, ba ông đi chung xe, vào DC (Thủ đô Hoa Thịnh Đốn) chụp ảnh hoa anh đào. Mặc dù ra đi thật sớm, đường vẫn kẹt xe, bãi đậu không còn chỗ, ông Tư lái xe chạy lòng vòng... May quá còn mấy chỗ trống bên đường Constitution Ave, ông Tư tấp xe vào.

Ba ông già hớn hở xuống xe, đi bộ một đoạn đường ngắn là đến hồ Tidal Basin. Một ông hí hửng bảo:

- Hôm nay, tụi mình gặp hên, tìm được chỗ đậu xe tốt quá!

Nhưng than ôi! Chụp hình xong, trở ra xe, thấy một tấm giấy phạt gắn dưới cái gạt nước - 40 đô la. Bởi vì, đoạn đường đó có bảng cấm đậu xe từ 7:00AM đến 11:00AM mà các ông không để ý. Ông Tư lấy tờ giấy phạt bỏ vào túi, không có vẻ gì khó chịu, chỉ nói: "Coi như trả tiền dạo mát xem hoa." Rồi quay sang phía hai ông bạn già, tươi cười hỏi:

- Hôm nay, chúng ta dạo mát xem hoa tốn tí tiền, nhưng tôi đố hai ông: ở đâu và làm công việc gì mà vừa dạo mát xem hoa, lại kiếm được tiền?

Suy nghĩ một hồi, một ông trả lời:

- Chỉ ở bên xứ Congo.

Ý nói đó là chuyện khôi hài - còn lâu mới có. Vì ở nước Cộng Hòa Dân Chủ Congo (Congo Kinshasa) 50 năm mới tổ chức Tết một lần, nên chuyện gì không thường xuyên xảy ra, khó có, người Việt hay hóm hỉnh bảo: "Đợi đến Tết Congo."

Ông Tư biết ý, chậm rãi nói:

- Việc có thật, chính tôi đã làm nhiều năm và ở ngay trên đất Mỹ này, chứ không đâu xa.

- Ông kể cụ thể, xem có thể tin được không nào. Một ông già yêu cầu.

Ông Tư nói:

- Anh em mình sang đây, nhiều người đi cày hai *job* - đêm chẳng thấy trăng sao, ngày chẳng thấy mặt trời… Đó là chuyện thường thấy, nói làm gì. Nhưng ở xứ Mỹ có một số công việc ít ai để ý mà lại là "*job* thơm" nên mới hỏi các ông. Nếu chưa biết, tôi sẽ kể nghe chơi.

Ông Tư lấy chai nước lọc uống vài ngụm, rồi chui vào

xe, nổ máy. Hai ông già kia cùng lên xe, chờ nghe ông Tư kể chuyện "*job* thơm."

Trên đường về, ông Tư bắt đầu câu chuyện: "Chúng ta ai cũng trải qua bước đầu bỡ ngỡ trên xứ lạ, quê người - thường thì đi làm thợ "đụng"- đụng việc gì làm việc đó một thời gian, rồi mới tìm được công việc ổn định. Tôi không ngoại lệ.

Thi sĩ Vũ Hoàng Chương đã than: "*Lũ chúng ta sinh nhầm thế kỷ...* " nên khổ nhục thì nhiều, sung sướng chẳng được bao nhiêu. Nhưng tùy theo cơ duyên đưa đẩy và số mệnh an bài mỗi người một cảnh - người việc này, kẻ việc kia - sướng khổ, giàu nghèo tuy có khác nhau, nhưng xem ra đa số đều bằng lòng với cuộc sống tự do, yên ấm trên quê hương thứ hai này.

Nhớ lại những ngày đầu tìm việc mà tủi cho thân phận. Tuy không phải đứng đường chờ người ta đến gọi đi làm như mấy anh Mễ bây giờ mà tìm việc trong các lớp học ESL. Những người đang học ESL hay mách nhau các công việc lao động phổ thông - cứ vài hôm vắng mặt một người. Hỏi ra mới biết anh nọ xin được một chân rửa chén trong nhà hàng, chị kia tìm được chỗ phụ bếp, lau nhà. Tôi chỉ mong tìm được một việc như vậy. Họ chỉ chỗ tôi đến xin việc. Nhưng than ôi! Không chỗ nào nhận - có lẽ các ông bà chủ nhìn bộ điệu của tôi sẽ không kham nổi công việc. Tôi buồn và tự nhủ: mới ngoài bốn mươi mà bị đời cho "phế thải" rồi sao?'

Nhưng số tôi "tiền hung hậu kiết." Tôi lang thang tìm việc mãi không ra, rồi một buổi chiều đi ngang qua một tiệm Dry Cleaners (ở Việt Nam bây giờ gọi là giặt khô) thấy treo bảng "Help Wanted" (cần người), tôi đánh bạo vào xin thử.

Ông chủ người Do Thái hỏi năm điều, bảy chuyện… Tôi

thành thật khai báo: "Tôi chẳng có nghề nghiệp chuyên môn nào cả, nhất là chẳng biết tí gì về nghề này, nhưng tôi có thể làm bất cứ việc gì sau khi được hướng dẫn." Ông ta gật gù đưa cho tôi tờ đơn xin việc, bảo: "điền vào, tôi nhận anh, ngày mai đến làm việc."

Ôi! Buổi chiều hôm ấy - trên đường về nhà, tôi cảm thấy lâng lâng sung sướng..."

Hai ông bạn già ngồi nghe dông dài mà chưa thấy chỗ nào "dạo mát xem hoa..." Chán quá! Một ông phát biểu:

- Vào làm tiệm Dry Cleaners nóng bỏ mẹ, tôi đã làm việc này mấy năm, đâu có chỗ nào "dạo mát, xem hoa?"

- Bình tĩnh, chưa tới - chuyện phải có đầu, có đuôi chứ.

Ông Tư kể tiếp: "Gần một năm làm cho tiệm Dry Cleaners, tôi quen việc, chỗ nào cần họ gọi, coi tôi như một người để sai vặt. Tôi không thắc mắc, vì nghĩ: "ăn cơm chúa phải múa tối ngày - xay lúa thì khỏi bồng em."

Một hôm, ông già Do Thái gọi tôi ra chỗ riêng bảo: "Mày biết không, tổ tiên người Do Thái tụi tao lưu lạc đến xứ Mỹ này, khởi đầu với ba cái nghề chính là cho vay tiền, mở tiệm cầm đồ và làm giặt ủi (Dry Cleaners). Sau thời gian cần kiệm, tích lũy đám cho vay tiền, và tiệm cầm đồ ra mở ngân hàng (nhà Bank). Chỉ còn lại cái nghề *Dry Cleans* là cha truyền con nối, nhưng khi giàu có, họ kinh doanh lãnh vực khác đỡ vất vả hơn. Họ bán tiệm và chỉ nghề cho người Đại Hàn và Philippine.

Trong vùng này chỉ còn mình tao theo nghề này, nhưng tao sẽ bán tiệm, về hưu. Tao thấy thương thân phận lưu vong của mày giống như tổ tiên tao đã từng lưu lạc sang đây. Tao muốn sang cái tiệm này cho mày và sẽ chỉ nghề để mày sinh sống. Giá thị trường bây giờ khoảng hai trăm ngàn, tao hô lên là đám Đại Hàn sẽ chớp ngay. Nhưng tao sẽ ưu tiên cho mày, nếu mày muốn."

Trước lời đề nghị bất ngờ của ông ta, tôi ú ớ. Vì hai trăm ngàn quá lớn, đào đâu ra. Tôi trả lời: "Cảm ơn lòng tốt của ông, nhưng làm gì tôi có số tiền lớn như vậy?" "Đừng quá lo, không phải trả một lúc hai trăm ngàn đâu, mà chỉ cần có hai mươi phần trăm đặt cọc (down payment), còn lại tao sẽ chỉ cách vay ngân hàng, rồi trả dần hằng tháng. Với thu nhập của tiệm, chỉ vài năm là hết nợ - sau đó mày sẽ rủng rỉnh."

Linh tính báo cho tôi biết đây là dịp may, nên tôi mạnh dạn trả lời: "Ông cho tôi vài ngày đi mượn tiền, nếu có đủ tôi sẽ mua." Ông ta đồng ý.

Về nhà tôi trình bày sự việc. Anh em, bạn bè mỗi người cho mượn một ít. Tôi đủ tiền đặt cọc. Thế là từ một thằng với hai bàn tay trắng trở thành ông chủ có gần mười công nhân làm việc. Ngẫm ra mới thấy mọi sự xảy ra trong đời đều có cơ duyên.

Đúng như ông già Do Thái nói, chỉ gần hai năm tôi trả dứt nợ và rủng rỉnh được mấy năm. Sau đó tiệm bắt đầu đi xuống vì hàng may mặc bằng vải cotton của Trung Quốc tràn ngập với giá rẻ rề và không cần *dry-clean*... lại thêm dân làm văn phòng (cổ trắng) đi làm không bắt buộc phải mặc "complet" như trước mà có thể mặc quần Jean, áo pull vào sở làm. Trước đây, mỗi tuần phải đem giặt ủi bộ "suit" một lần thì nay cả tháng họ mới đem đồ bỏ giặt. Vì hai lý do đó, tôi quyết định sang tiệm gấp dù lỗ vài chục ngàn. Lúc đó tôi qua tuổi sáu mươi.

Nhớ lại thế hệ cha ông ngày trước, bước vào tuổi sáu mươi đã cho là già và nghĩ đến chuyện vui thú điền viên. Quan niệm ấy đã ảnh hưởng đến suy nghĩ của tôi và mỗi khi nghe Hùng Cường ca bài "Sáu Mươi Năm Cuộc Đời" của Y Vân: "*Anh ơi! Có bao nhiêu sáu mươi năm cuộc đời? Hai mươi năm đầu, sung sướng không bao lâu. Hai mươi năm sau, sầu vương cao vời vợi. Hai mươi năm cuối là bao. Ơ là thế, đời sống không được bao...*" là tôi không còn muốn bon chen.

Tôi quyết định về hưu sớm lúc sáu mươi hai tuổi để vui chơi với đời. Ngồi nhẩm tính với số tiền tiết kiệm để trong ngân hàng tôi có thể sống phây phả đến tám mươi vẫn còn dư.

Nhưng cuộc sống ở Mỹ không đơn giản - thật nghèo thì có cơ quan An sinh Xã hội giúp đỡ hoặc thật giàu thì lấy của che thân - còn cái đám không giàu mà cũng chẳng nghèo thì phải tính toán lo toan.

Nạn lạm phát và giá cả hàng tiêu dùng cứ tiếp tục leo thang. Nếu nhớ không nhầm, khi tôi đến Mỹ năm 1986, giá xăng chỉ 99 cents một gallon, năm tôi về hưu 2007 lên gần 2 dollars; bao thuốc lá khoảng 60 cents, lên trên 4 dollars; một cái hamburger khoảng 1dollar, bây giờ tăng gấp đôi (đó là giá cả tôi nhớ vào năm 2007, hiện tại còn cao hơn). Nhưng cái nhức nhối là bảo hiểm sức khỏe - tăng giá hằng năm. Tôi về hưu non, nên phải mua bảo hiểm sức khỏe - mỗi tháng tám trăm dollars (cách đó mấy năm chỉ trả bốn trăm đô). Nhẩm tính số tiền có trong ngân hàng, chỉ còn đủ cho tôi sống đến bảy mươi tuổi là cùng.

Kẹt một nỗi là ở Mỹ, người ta bảo "tám mươi chưa phải là già." Ở Việt Nam đến tuổi sáu mươi cho là thọ, bảy mươi cho là hiếm (thất thập cổ lai hy). Nếu tôi sống đến tám mươi tuổi, thì phải "ăn mày" ít nhất mười năm - không ăn mày xã hội thì cũng ăn mày con cái. Thực tâm tôi không muốn điều đó xảy ra.

Một hôm gặp người bạn cũ đang làm nghề thầy giáo, tôi tâm sự nỗi lo âu. Anh ta bảo: "Vậy xin vào làm việc ở trường học để được cái bảo hiểm sức khỏe - tốt lắm!" Tôi hỏi: "làm phu trường ấy à?" Lúc đó trong đầu tôi hiện ra hình ảnh ông phu trường già, ngày ngày cầm chổi quét rác quanh sân và đóng mở cổng trường… Tôi nản quá nên mới hỏi thế.

Anh bạn tinh ý đoán biết suy nghĩ của tôi, cười và bảo: "Trường học bên Mỹ này, ngoài thầy giáo, còn có nhiều công việc phục vụ cho học sinh chứ không như ở Việt Nam mình, chỉ có một ông phu trường lo quét dọn, trông coi tổng quát và chuyên rình bắt học trò leo rào trốn học." "Vậy những công việc cụ thể như thế nào?" "Như đứng cầm bảng chỉ dẫn cho học sinh qua đường giống như cảnh sát giao thông, phục vụ bữa ăn trưa cho học sinh, làm tạp dịch như lau sàn nhà, dọn dẹp nhà vệ sinh, coi an ninh tổng quát, làm tài xế xe *bus* hay phụ tài xế giúp các học sinh khuyết tật lên xuống xe bus, làm công việc bảo trì như thay bóng đèn, sửa lại cái bàn, cái ghế không cần tay nghề cao - ai làm cũng được."

Sau khi nêu lên một số công việc, ông bạn gợi ý: "Công việc thì nhiều, nhưng xem ra chỉ có việc phụ tài xế xe bus, tiếng Anh gọi *Bus Attendant* là thích hợp với tuổi già - vừa dạo mát xem hoa, vừa kiếm tí tiền, lại có thêm cái bảo hiểm sức khỏe của nhà nước tốt số một, không có hãng bảo hiểm tư nhân nào qua mặt được.

"Thế là tôi nhờ ông bạn điền đơn xin việc trên máy *computer (*online). Hai tuần sau, tôi được gọi đến phỏng vấn, làm một số thủ tục và được huấn luyện để làm cái nghề "dạo mát xem hoa" như ông bạn tôi đã nói. Tôi đã gắn bó công việc này hơn mười hai năm mới thực sự về hưu. Tôi thường nói với người thân và bạn bè đây là cái "*job* thơm" đã để lại trong tôi rất nhiều kỷ niệm và tôi thường kể cho mọi người nghe về hai kỷ niệm không bao giờ quên:

Kỷ niệm thứ nhất là ngày đi làm đầu tiên bị thằng học trò giật kính lão.

Chuyện xảy ra thế này: Trên đường đi đón học sinh, bà tài xế bảo tôi: “Chốc nữa sẽ đón thằng Sharlie, học lớp Ba, nó mắc bệnh hiếu động nên khi lên xe ông phải *seatbelt* cho nó cẩn thận, đừng để nó chạy phá lung tung và ngồi bên cạnh trông chừng.” Khi lên xe trông nó hiền như con mèo, rất dễ thương và để cho tôi làm nhiệm vụ. Bốc nó xong, xe tiếp tục chạy trên những con đường có nhiều cây anh đào đang độ khoe hoa. Tôi mê mẩn ngắm hoa và quên nhiệm vụ. Bỗng thằng Sharlie nhanh như cắt, giật cái kính lão của tôi bẻ cái rụp. Bà tài xế nhìn kính chiếu hậu, thấy vậy chẳng chút ngạc nhiên mà tủm tỉm cười và nói: “Tôi quên nhắc ông cất cái kính vào túi, hai ông *attendants* trước đây đều bị nó bẻ kính. Nghe nói trong trường thầy cô giáo đứng gần nó mà đeo kính là nó giật bẻ nát. Không hiểu sao thằng này ghét người đeo kính đến thế. Mẹ nó đã bồi thường cho người ta hơn mười cái kính. Bà ta là luật sư, rất tốt và sòng phẳng, rồi ông sẽ có cái kính mới.”

Kỷ niệm thứ hai là bị thằng học trò hỏi “giấy phép hành nghề.”

Theo luật lệ của Fairfax County Public Schools - các tài xế lái xe cho trường học (school bus driver) và người phụ tài xế (school bus attendant) phải mang thẻ hành nghề (badge). Hôm ấy, thằng John quậy phá gây ồn ào trên xe bus, tôi đến bảo nó ngồi yên. Nó nhìn tôi với thái độ thách thức, hỏi: “Ông làm gì ở đây?” Nó hỏi thế là vì hôm đó tôi để cái “thẻ hành nghề” khuất trong túi áo jacket, chứ nó còn lạ gì tôi - nó đã đi về trên chiếc xe bus này với tôi cả ba năm nay. Tôi giận lắm, nhưng kềm chế được, móc “cái thẻ hành nghề” giơ trước mặt nó, rồi nói: “Như vậy đủ tư cách bảo mày im lặng được chưa?” Nó cúi mặt, nói: “Yes Sir!”

Tôi muốn mắng nó một trận cho hả giận, nhưng tiếng Anh của tôi thuộc loại “ba rọi” - có mắng, nó cũng chẳng hiểu gì - không khéo khiến nó cười và coi thường cái uy của người *Attendant.*

"Biết phận mình, nên tôi rất "kiệm lời" khi nói tiếng Anh. Trong hơn mười hai năm làm *attendant*, tôi chỉ nói hai tiếng thông thường: "Quiet please! (Hãy im lặng)" khi đám học trò quá ồn ào và "Sit down please! (Hãy ngồi xuống)" khi chúng nhao nhao đứng dậy chờ xuống xe khi xe chưa dừng hẳn. Ngoài ra tôi chỉ cười và ra dấu.

Ấy vậy mà được chúng nó thích và thương... Dịp Lễ Giáng Sinh, hay nghỉ hè, tôi nhận được những món quà như gói kẹo chocolate, cái gift card của tiệm cafe Starbucks...từ những bàn tay bé nhỏ với nụ cười và lời cảm ơn rất hồn nhiên ngây thơ.

Bây giờ đã về hưu, nhưng những hình ảnh thân thương nơi trường học vẫn sống mãi trong lòng tôi và mới đây một sự kiện xảy ra khơi lại một kỷ niệm, làm tôi xúc động...

Hôm ấy tôi lái xe trên con đường vắng, vừa quẹo phải, nhìn kính chiếu hậu thấy xe cảnh sát nháy đèn và hụ còi, tôi biết nó bắt xe mình, tôi tấp vào lề - chờ! Một thằng cảnh sát cao lớn đến. Tôi hạ kính xe. Hắn bảo: "*Driver's Licence please.*" Tôi móc ví đưa cho nó bằng lái xe. Hắn lấy bằng lái xe, đi về xe cảnh sát. Tôi ngồi chờ, trong lòng có chút lo âu... Hơn năm phút sau hắn trở lại, hỏi: "Ông có biết bị phạm lỗi gì không?" Tôi trả lời: "Không!" Hắn bảo: "Đoạn đường này tốc độ cho 30 miles, ông chạy đến 50 miles; thứ hai đến đèn đỏ không ngừng mà quẹo phải ngay trên đường cấm quẹo khi đèn đỏ (No Turn on Red). Ba vi phạm này, ông có thể bị rút bằng lái xe. Tôi thốt lên *"Oh my God!"*

Hắn nhìn tôi cười cười, rồi hỏi: "Ông nhớ tôi là ai không?" "Không!" Hắn hỏi tiếp: "Ông còn nhớ thằng John - học lớp Ba, trường Great Falls Elementary School không?"

Tôi bóp trán suy nghĩ, hình ảnh thằng John hiện ra, tôi trả lời: "Nhớ ra rồi! Cái thằng hay quậy phá trên xe bus, làm tôi nhức đầu với nó, nhưng tôi lại thương nó nhất, không biết lớn lên nó làm nghề gì, và đang ở đâu?"

Hắn có vẻ cảm động, nhìn tôi, nói: "Nó làm cảnh sát và đang đứng trước mặt ông đây này." Tự nhiên tôi không còn xem nó là cảnh sát đang bắt tôi - sự ngăn cách biến mất và nói đùa với nó như một người thân: "Mày đó hả John? Lúc nào mày cũng làm rối rắm đời tao - lúc nhỏ mày hỏi tao cái thẻ hành nghề, bây giờ mày hỏi tao cái *driver's license*."

Hắn cười, nắm lấy bàn tay xương xẩu của tôi bóp nhẹ, rồi trả lại bằng lái xe và đưa tờ giấy vàng cho tôi ký với lời ghi"cảnh cáo!" Nó đưa tay chào theo lối cảnh sát và nói: "*Take good care of yourself, old man*! (giữ sức khỏe ông nhé)" Rồi quay gót. Trên đường lái xe về nhà, lòng tôi rộn rã một niềm vui…

Khi còn làm việc, bạn bè thường bảo: "ông được hưởng lộc già" - đi làm như "đi dạo mát xem hoa" còn được hưởng ba tháng nghỉ hè du lịch đó đây.

Năm 2018, tôi về thăm quê nhà, bà con hỏi thăm bên Mỹ tôi làm việc gì? Tôi ú ớ! Nói làm School Bus Attendant thì họ không hiểu, tiếng Việt lại không có danh từ tương đương, tôi mô tả thì xem ra họ không hình dung được cái "Thiên đàng tuổi thơ ở nước Mỹ." Tôi suy nghĩ: công việc mình làm là giúp tài xế lái xe *School Bus*, gần giống như anh "lơ xe" giúp tài xế lái xe đò ở Việt Nam, nên tôi trả lời: Làm "lơ" xe *bus*.

Bà con, anh em và các cháu, ai cũng nhìn tôi với vẻ thương hại…

Lê Đức Luận

Qua Cơn Sóng Dữ

MINH TÂM

Minh Tâm là kỹ sư công chánh về hưu. Ông luôn ủng hộ và đã đóng góp một số bài viết cho mục Viết Về Nước Mỹ ngay từ những năm đầu tiên. Từ đó đến nay, tuy không nhiều, nhưng tác giả vẫn tiếp tục gửi bài.

Người xưa có câu "70 chưa gọi là lành", ý nói họa phước của mỗi người tới 70 tuổi vẫn chưa biết được, phải tới khi hết thở thì mới có thể nói rằng cuộc sống của một người tốt xấu, lành dữ, ra sao. Câu chuyện dưới đây là một chuyện có thật về một chuyến du lịch bị trở ngại vào phút chót và những người trong cuộc đã trải qua những thử thách rất khó khăn, giống như họ phải chèo chống một con thuyền mong manh vượt qua cơn sóng dữ...

Ông Tuấn (70 tuổi) và bà Ánh (69 tuổi) là người thích du lịch. Từ khi ổn định cuộc sống ở nơi tạm dung, hơn 20 năm qua, họ đã thăm viếng nhiều nơi trên thế giới.

Năm nay, từ 6 tháng trước, họ đã mua vé máy bay đi Madrid - Tây Ban Nha. Chương trình du lịch tự túc sẽ kéo dài 18 ngày. Lúc đầu họ bay qua Madrid. Sau đó họ sẽ đi xe lửa xuống hải cảng Malaga để lên du thuyền thăm viếng một số hải cảng của Tây Ban Nha, Bồ Đào Nha, Ý, Pháp rồi trở lại Malaga. Những ngày cuối chuyến đi, họ sẽ ghé thành phố Cordoba (Tây Ban Nha) để xem vài thắng cảnh ở đó rồi đi xe lửa trở lại thủ đô Madrid để chuẩn bị ra phi trường bay về Mỹ. Ông bà nầy du lịch Châu Âu nhiều lần nên chương trình như vậy là vừa phải và thoải mái với sức khỏe của người lớn tuổi. Ngoài ông bà Tuấn & Ánh, họ có thêm bà Ngọc (là chị ruột của bà Ánh) và chồng từ Pháp qua cùng đi du thuyền cho vui.

Trước ngày đi một tháng, ông bà đi chích ngừa cúm và sau đó một tuần lại chích ngừa Covid (mũi thứ 6).

Vài ngày sau khi chích ngừa Covid, bà Ánh có triệu chứng "chán ăn". Ăn món gì cũng có cảm giác giống nhau, không mùi vị gì. Đi bác sĩ gia đình, bác sĩ cho thuốc để uống. Thấy không công hiệu gì, nên tuần sau bác sĩ gia đình giới thiệu tới bác sĩ chuyên khoa về tiêu hóa để soi bao tử, sợ trong bao tử có bướu hay ung thư gì không. Gọi điện thoại cho văn phòng bác sĩ tiêu hóa, ông nầy đắt khách, nhiều bịnh nhân, nên bận lắm. Lấy hẹn để khám phải mất... 5 tháng sau mới được khám!

Ngày khởi hành gần tới. Ông bà Tuấn và Ánh vẫn đi đứng bình thường, mạnh khỏe nên quyết định vẫn đi với hy vọng những thức ăn trên tàu sẽ kích thích sự thèm ăn và làm mình hết bịnh chăng!

Chuyến bay từ Mỹ qua Tây Ban Nha yên ả. Chuyến xe lửa từ Madrid đến Malaga cũng tốt đẹp. Tuy nhiên khi gặp lại bà Ngọc và chồng từ Pháp qua để cùng đi du thuyền thì bà Ngọc nhận thấy có sự khác lạ ở bà Ánh. Bà Ánh nói năng hơi lắp bắp và bắt đầu bị lãng tai, ai nói gì phải lặp lại hai ba lần bà mới nghe rõ. Về ăn uống, sự chán ăn vẫn không hết. Mỗi lần ăn trưa, ăn tối ở nhà hàng tự chọn trên tàu với cả chục món ngon, thì ông Tuấn phải ép bà ăn nhiều với hy vọng ăn được thì sức khỏe sẽ khá hơn. Họ bắt đầu nghi bà Ánh bị nhiễm một loại virus gì đó nên cho uống Vitamin C, Vitamin B Complex, Zinc... nhờ vậy trong 10 ngày đi du thuyền, sức khỏe của bà Ánh chỉ hơi yếu chớ không quá nặng. Bà chỉ cảm thấy thường xuyên bị ớn lạnh.

Bà thích ngủ hơn là đi ăn hay đi coi những màn văn nghệ đặc sắc của tàu.

Hết 10 ngày đi du thuyền, tàu trở lại Malaga, ông bà Tuấn Ánh từ giã vợ chồng chị Ngọc để đi Cordoba rồi về Madrid lấy khách sạn 2 đêm để chuẩn bị bay về Mỹ. Ở Madrid, bà Ánh còn đủ sức đi thăm viếng Hoàng cung Tây Ban Nha một địa điểm du lịch nhiều người tới xem. Tối hôm đó, ông bà gọi điện thoại video qua ứng dụng Viber cho con gái và nói chuyện với cháu ngoại. Lúc đó bà hơi yếu và nói ít, không hoạt bát như mấy tháng trước. Bà hẹn ngày mốt sẽ bay về Mỹ gặp lại cháu yêu.

Tối hôm đó ông Tuấn ngủ say. Ông không ngờ sẽ có một tai biến khủng khiếp đang chờ gia đình ông.

Sáng hôm sau mới 7 giờ, ông Tuấn đã thức dậy thì thấy bà Ánh nằm im re. Gọi bà thì thấy bà mở mắt mà không có thần. Hỏi gì bà cũng không nói. Mắt bà nhìn lên trần, tay chân cứng ngắt. Ông Tuấn sợ quá tưởng bà đã chết rồi nhưng rờ mũi thấy bà có hơi thở. Ông vội vàng nhờ nhân viên của khách sạn gọi cấp cứu. Vài phút sau xe cứu thương tới với 4 người gồm 2 nam và 2 nữ. Trong số nầy có cô Sara biết nói tiếng Anh.

Nhóm cấp cứu làm việc rất nhanh. Công việc của họ rất chuyên nghiệp. Ông Tuấn không rành về y khoa nhưng thấy người thì lo đo huyết áp, người thì lo đặt những "nút" để đo điện tâm đồ. Cô Sara thì hỏi ông Tuấn về các loại thuốc mà bà Ánh uống hàng ngày, họ đã đi những đâu, sức khỏe của bà mấy ngày qua... rồi cô thông dịch cho bà Fatima ghi hồ sơ.

Thấy bịnh nhân không có phản ứng. Nhóm cấp cứu đề nghị đưa bà đi bệnh viện. Họ tháo hết nữ trang trên tay bà Ánh trao cho ông Tuấn giữ và nói ông Tuấn lấy giấy tờ như passport, thẻ bảo hiểm... để đi theo họ. Trên xe, họ làm sẵn kim để vô "nước biển". Lúc nầy đã hơn 7 giờ sáng mà trời vẫn còn tối. Ngoài trời lại mưa lâm râm nên khá lạnh. Thế nhưng cái lạnh ngoài trời chắc không lạnh bằng cái lạnh và nỗi lo sợ của ông Tuấn khi thấy người vợ thân yêu nằm thiêm thiếp như chết trên chiếc xe cấp cứu xa lạ.

Xe hụ còi chạy khoảng 20 phút mới tới phòng cấp cứu. Ở đó có người tiếp nhận và đưa bà Ánh vào phòng y tế, họ sẽ làm gì thì ông không biết. Về phần ông Tuấn, ông được đưa tới phòng hành chánh.

Ở đó cô Sara đưa cho ông biên bản y tế mà bà Fatima ghi chép, từ lúc bắt đầu ca bịnh, và từ giã ông vì nhiệm vụ cấp cứu của họ đã hết. Họ không đòi trả tiền bạc gì cả.

Ở phòng tiếp bịnh nhân, có cô nhân viên tên Paula thuộc phòng "Quốc Tế" của bệnh viện tới nói chuyện với ông Tuấn. Cô cho biết đây là một bịnh viện tư nằm ở phía bắc Madrid có tên là Hospital Universitario Fundación Jiménez Díaz (đọc tên bịnh viện thấy giống những bệnh viện dành cho sinh viên thực tập như bịnh viện UCI hay UCLA ở Cali). Cô nói người nhà bệnh nhân cần đóng ký quỹ một số tiền là 6,500 Euro cho những ngày điều trị sắp tới. Nếu có bảo hiểm trả thì bệnh viện sẽ hoàn lại sau. May là ông Tuấn có thẻ tín dụng (credit card) với khả năng chi trả khá cao để thanh toán cho phần nầy.

Xong thủ tục nhập viện. Cô nói ông Tuấn ngồi chờ ở phòng đợi. Khoảng hơn một giờ sau có bác sĩ tới hỏi thăm ông Tuấn về hoàn cảnh nhập viện của bà Ánh, dù họ đã đọc báo cáo của mấy người cấp cứu hồi sáng. Họ cho biết đã vô nước biển và chuyển bà đi làm nhiều thứ "test" như làm CT scan, đo điện não đồ, lấy máu để thử, chụp X ray,lấy nước trong tủy sống để thử...

Sau đó họ cho ông Tuấn vô gặp bà Ánh. Bà tỉnh rồi, nói được chút đỉnh nhưng giọng nói ngọng và bị khủng hoảng thần kinh. Bác sĩ nói bà bị sưng não và sưng phổi nhưng chưa biết chính xác bà bị bịnh gì và sẽ chuyển bà Ánh qua phòng săn sóc đặc biệt UCI để theo dõi và tiếp tục làm những test khác như MRI... Họ nói ông Tuấn có thể về khách sạn nghỉ một chút, chiều sẽ vô thăm vì thời gian thăm bịnh ở phòng săn sóc đặc biệt có giới hạn.

Ra khỏi bệnh viện, ông Tuấn hơi hoang mang, không biết mình đang ở đâu nhưng nhờ có khiếu coi bản đồ, ông nhanh chóng định vị và tìm xe công cộng để về khách sạn. Chiếc xe bus số 001 chạy ngang khu thị tứ của Madrid. Đông đảo du khách đang vui vẻ đi lại mua sắm hai bên đại lộ Gran Via, có ai biết một người xa lạ đang héo ruột nát gan lo cho sức khỏe của vợ mình.

Về khách sạn, có wifi. Ông Tuấn email cho bà Ngọc biết về tình hình của em Ánh. Bà Ngọc rất lo lắng và nói sẽ lấy vé máy bay để bay gấp từ Pháp qua Madrid để giúp Tuấn săn sóc em gái thân thương của mình.

Liên lạc với thân nhân bên Mỹ để hỏi, nếu cần thì phải mướn máy bay riêng có bác sĩ y tá đi theo săn sóc (gọi là air ambulance). Theo tìm hiểu trên mạng giá dịch vụ nầy thay đổi từ $50,000 tới $100,000. Vấn đề là không biết công ty nào uy tín. Họ đòi mình trả tiền trước bằng cách "wiring - chuyển thẳng" tiền từ ngân hàng của mình hay trả bằng thẻ tín dụng. Nếu gặp chỗ lường gạt thì tiền mất tật mang. Khó quá!

Mãi chiều ngày thứ nhì sau khi nhập viện thì các thử nghiệm y khoa mới có kết quả. Có một bác sĩ ở phòng săn sóc đặc biệt gặp ông Tuấn và cho biết bà Ánh bị nhiễm hai loại virus cúm A và một loại virus Covid (dù đã chích ngừa, vẫn bị sao?). Những con virus nầy rất dữ và tấn công tới óc. Hiện bà viêm não, viêm phổi, lúc tỉnh lúc mê. Bác sĩ nói có thuốc trị bịnh nầy nhưng cũng còn tùy sức khỏe và khả năng chống chỏi của bà Ánh. Do bà Ánh ăn ít cả tháng nay nên cơ thể của bà suy kiệt, khả năng miễn nhiễm cũng thấp hơn những người khác.

Bệnh viện cho thuốc vào cơ thể bà Ánh qua đường tĩnh mạch của hai cánh tay và ở cổ. Do bà chưa tỉnh lắm nên người ta phải cột bụng và hai tay bà vào giường, tránh cử động nhiều có thể làm chỗ truyền dịch bị hư. Cả đêm như vậy. Khi nào người nhà vào thăm mới được mở ra. Bạn thử suy nghĩ nếu mình ngủ mà bụng và tay không nhúc nhích được thì sẽ khó chịu tới mức nào. Khổ lắm bạn ơi!

Trong vòng một tuần sau đó, bà Ánh bị sốt cao và lạnh (cúm) hoài, ngoài ra bà còn than khó thở. Bịnh nhân phải nằm liệt trên giường, không ăn uống chỉ được chích thuốc và dung dịch dinh dưỡng. Ngay cả nước cũng không được uống. Bác sĩ nói nước cho cơ thể bịnh nhân được cung cấp qua truyền "nước biển". Trong cổ bịnh nhân, cơ quan để giúp nước uống chảy vào bao tử chưa làm việc đúng. Uống nước có thể làm nước chảy vào phổi gây nhiễm trùng thì càng rắc rối thêm. Nếu bịnh nhân nói khát nước thì dùng một tấm gạc bông gòn thấm nước rồi thoa nhẹ vào môi. Khô cổ, khô môi cũng là một điều khổ khác, khó chịu lắm!

Nhờ bác sĩ, y tá, người nhà... săn sóc tận tình, bịnh tình bà Ánh thuyên giảm dần nhưng sự tiến triển khá chậm...

Trong khi đó sức khỏe của ông Tuấn cũng có vấn đề. Có lẽ ông cũng bị nhiễm cúm nên nhiều lúc bị lạnh cóng mà hơi sốt. Ông lo sợ nếu mình cũng bịnh giống bà Ánh thì làm sao săn sóc cho vợ. Cả hai người cũng nằm liệt giường thì tai họa khó lường. Ông bị cao huyết áp, mà thuốc trị bịnh đem theo ông uống cũng gần hết, nếu hết không biết làm sao vì là thuốc chỉ bán theo toa bác sĩ. May thay có vợ chồng bà Ngọc nghe tin em bị bịnh nặng nên mua vé máy bay cấp tốc từ Pháp qua Madrid để săn sóc. Bà Ngọc là nha sĩ nên biết nhiều về thuốc. Bà có đem thuốc trị cúm và thuốc trị cao huyết áp cho ông Tuấn. Nhờ đó mấy ngày sau ông bớt bịnh và đỡ lo chuyện hai vợ chồng cùng nằm bệnh viện ở Madrid.

Trong thời gian bà Ánh chữa bịnh ở Tây Ban Nha, các bác sĩ, y tá, sinh viên, nhân viên văn phòng... đều rất tử tế, giúp đỡ tận tình. Phòng ốc bệnh viện nầy sạch sẽ khang trang. Bệnh viện có wifi miễn phí để liên lạc với người thân.

Bảy ngày sau khi nhập viện, bà Ánh mới tỉnh dần và được ăn loại đồ ăn sền sệt như bột mì hay bột khoai tây nghiền, sữa chua (yaourt), trái cây cũng nghiền nhuyễn trộn với loại bột gì cũng sền sệt như yaourt... Đồ ăn nầy thơm ngon bổ dưỡng nhưng thật ra ăn vài lần là ngán.

Đến ngày thứ 10, bà Ánh mới được đưa qua phòng hồi sức. Chắc có lẽ do bệnh nhân là người nước ngoài nên họ cho ở phòng khá tiện nghi. Phòng nầy chỉ có một giường, rộng rãi, có sofa và phòng vệ sinh riêng. Giờ thăm viếng không hạn chế. Mỗi ngày có bác sĩ y tá tới khám bệnh và chích thuốc, phát thuốc cho uống thường xuyên. Phần ăn mỗi ngày rất ngon và bổ dưỡng.

Vậy mà phải thêm một tuần nữa, sức khỏe bà Ánh mới tương đối ổn định. Bà có thể đi lại trong phòng và tự đi vệ sinh.

Trước khi xuất viện, ông Tuấn đến phòng "Quốc Tế" của bịnh viện để hỏi việc thanh toán viện phí. Nhân viên bệnh viện nói viện phí là hơn 47,000 Euro (hơn 51,000 USD). Họ đã liên lạc với hãng bảo hiểm sức khỏe của bà Ánh bên Mỹ thì bên đó nói thân nhân phải ứng tiền trả viện phí trước, sau nầy về Mỹ họ sẽ thanh toán lại sau (?).

Ông Tuấn than rằng thẻ tín dụng của ông không đủ để trả một số tiền lớn lên đến 48,000 Euro. Nhân viên bệnh viện nói: "Ông có thể trả 50%. Về Mỹ sẽ trả tiếp phần còn lại". May là thẻ tín dụng của ông Tuấn cho phép thanh toán thêm 15,000 Euro nữa nên bệnh viện đồng ý cho xuất viện. Ông không biết nếu mình không có khả năng trả một số tiền lớn như vậy thì bịnh viện sẽ tính sao đối với bịnh nhân!

Ông bà Tuấn và Ánh rời bệnh viện với lòng biết ơn, đặc biệt đối với bác sĩ trực tiếp chữa trị là Dr. Antonio. Ngoài ra, họ cũng cám ơn tất cả những nhân viên y tế của bịnh viện như y tá, y công, sinh viên, lao công... mọi người đều rất dễ thương, thân thiện.

Do các thử nghiệm cho thấy bà Ánh còn có một cục máu đông nhỏ trong tĩnh mạch ở cổ, nên trước khi bịnh nhân xuất viện về khách sạn, bác sĩ cho toa mua thuốc để bệnh nhân tự chích vào bụng mỗi 12 giờ. Y tá chỉ cho ông Tuấn cách chích, ông còn mở *youtube* để học thêm nên ông chích cho bà Ánh tương đối tốt. Bà không than đau nhiều như lúc mới bị chích.

Gần ba tuần sau tai biến, bà Ánh đã bình phục nhiều và chuẩn bị đi để về Mỹ.

Do mua gấp nên vé máy bay mắc gấp 6-7 lần so với vé đã mua sáu tháng trước. Dù sao có vé bay về là tốt rồi. Ông bà Tuấn và Ánh còn ở khách sạn thêm hai ngày cho khỏe hẳn rồi mới khởi hành. Họ dự trù chuyến du lịch dự chỉ 18 ngày đã kéo dài gần 40 ngày giống như một chuyến hải hành sắp cặp bến lại bị một trận bão tố cuồng phong làm tàu chao đảo tưởng đã sắp chìm.

May mắn tai qua nạn khỏi, không giống như trường hợp một người bạn của ông Tuấn. Ông ấy mới 65 tuổi, đi du lịch Thụy Sĩ, bị cúm nặng và qua đời ở đó. Về phần bà Ánh, trong cái rủi có cái may. Nếu bà bịnh nặng lúc còn trên du thuyền (hay trên máy bay lúc bay về) thì chắc bà đã không về được vì phương tiện y tế trên du thuyền cũng có nhưng hạn chế hơn ở thủ đô. Bà nhập viện ở Madrid là thành phố lớn có những bệnh viện tốt, bác sĩ giỏi, y tá tận tâm nên tánh mạng được giữ lại ...

Cám ơn bạn đọc đã bỏ thời giờ đọc một bài viết dài, về một câu chuyện không lấy gì làm hay ho cho lắm. Viết bài nầy tác giả chỉ muốn kể lại những kinh nghiệm của một người lớn tuổi bị bịnh nặng trên đường du lịch để mọi người chú ý khi gặp một hoàn cảnh mà không ai muốn gặp. Những kinh nghiệm nầy có thể không hoàn toàn giống nhau tùy quốc gia, dù sao cũng đáng để chúng ta biết trước mà phòng ngừa và thích ứng trong trường hợp bất khả kháng.

Kinh nghiệm khi người lớn tuổi (và người nhỏ tuổi) khi đi du lịch xa:

1. Cần chích ngừa đầy đủ nhứt là bịnh cúm và Covid.

2. Đem theo số thuốc cần toa bác sĩ nhiều hơn số lượng cần thiết 2-3 lần, nhớ đem theo cả vỏ chai thuốc để biết chính xác tên thuốc và liều lượng.

3. Mua travel insurance (để giúp mua vé máy bay khẩn cấp).

4. Đem theo thẻ bảo hiểm y tế.

5. Có ứng dụng trên điện thoại app như viber, messenger... để liên lạc gia đình khi có wifi (thường free ở khách sạn).

6. Biết cách sử dụng Google map để được chỉ đường khi cần thiết.

7. Có thẻ tín dụng có thể xài được ít nhất 10,000-20,000 USD. Thẻ nầy không phải để xài mà dự phòng khi khẩn cấp như deposit bệnh viện, khách sạn, mua vé máy bay...

Minh Tâm

Tác giả Biển Cát nhận giải Vinh Danh Tác Phẩm. 2. Tác giả Quán Quân Xuân Mỹ nhận giải 2023 VVNM Vinh Danh Tác Giả Tác Phẩm từ cựu Khôi Nguyên Nguyễn Văn Tới. 3. Tác giả Kim Loan nhận giải Vinh Danh Tác Giả. 4. Tác giả Minh Thúy Thành Nội nhận giải Vinh Danh Tác Giả. 5. Bên dưới: Phát Giải Danh Dự, từ trái: Chủ bút Việt Báo Trịnh Y Thư, tác giả Thư Trương, đại diện cho tg Thanh Mai; tác giả Tiểu Lục Thần Phong, dân biểu Tạ Đức Trí, tác giả Lê Đức Luận, cựu khôi nguyên Orchid Thanh Lê, tác giả Duy Nhân, Julie Trần từ Wells Fargo, tác giả Lại Thị Mơ và giám khảo Nguyễn Viết Tân.

Màn Sương Đêm

MINH THÚY THÀNH NỘI

TG Minh Thúy Thành Nội trong buổi lễ trao giải VVNM 2023.

Tác giả bắt đầu tham gia VVNM tháng 11, 2018, với bài "Tình người hoa nở". Cô tên thật là Nguyễn thị Minh Thúy. Qua Mỹ năm 1985, là cư dân thành phố Hayward Bắc Cali. Tác giả nhận giải Vinh danh Tác giả 2023.

Tiếng đứa con nít khóc thét làm tôi giật mình thức dậy. Bóng tối trước mắt, tôi nhìn quanh ngơ ngác, nằm yên để định tĩnh nhận biết quang cảnh chung quanh. Chiếc "sofa" tôi đang nằm, chẳng có đứa trẻ nào khóc, vò đầu lẩm bẩm "Lại là giấc mơ, lại là đứa trẻ quen thuộc".

Tôi vùng dậy bật đèn sáng bước qua chiếc bàn gần đó, chiếc bàn gần gũi bày đủ thứ giấy tờ bề bộn thân thương. Ngồi nhìn ra khung cửa kính rộng, màn đêm dày đặc, có lớp sương mù đang bao phủ. Thở dài! Khó dỗ lại giấc ngủ, nhìn đồng hồ 2 giờ sáng. Căn bệnh mấy mươi năm vẫn không thay đổi tốt đẹp hơn, vẫn hằng đêm thức giấc. Tiếp tục đùa giỡn với thơ văn, dù không dám mơ mình là nhà thơ, nhà văn vì chữ "nhà" lớn quá, nhưng ít nhất trong máu tôi có sự đam mê, thì đó cũng là cứu cánh, là lối thoát cho tôi bớt đau khổ nỗi bất hạnh trong cuộc sống để tập viết, tập làm thơ.

Đêm tối tĩnh lặng, nó là người bạn thân thiết nhất, gần gũi nhất của tôi trong lúc này. Có lúc viết thật nhiều, có lúc chỉ ngồi nhìn ra bóng đêm suy nghĩ mông lung qua cái dáng bất động. Tôi nhìn sâu ngoài khu vườn, ánh đèn sáng hắt ra vừa đủ thấy những chậu lá quỳnh xanh tươi sau mùa hoa nở, giàn lá mồng tơi dày đặc, cây phượng vàng la đà trước gió, tất cả đều được phủ một màn sương trắng mờ. Và đêm hình như đang sẵn sàng chờ đợi tôi trút bầu tâm sự.

Tôi đến Mỹ đã 30 tuổi, cái tuổi hơi muộn màng nhưng phải bắt tay gầy dựng cuộc sống thực tế trước, vợ chồng cùng hẹn hai năm sau sẽ tính chuyện con cái. Nhưng rồi sau hai năm vẫn chưa thấy gì. Chúng tôi bắt đầu nóng ruột tìm đến bác sĩ Hải Văn Phạm có phòng mạch trên San Jose. Ban đầu cũng từng bước: thử máu, khám phụ khoa, hướng dẫn những việc cần thiết tính ngày gần nhau. Hơn nửa năm chưa có kết quả, bác sĩ nghi tôi bị nghẹt ống dẫn trứng, ông mổ trên phần rốn, chuyền ống được bơm vào chất nước lỏng pha màu đỏ gọi là thông ống. Tuần sau ông hẹn gặp cho biết tình trạng một bên thông, một bên nước trào ngược lên, ông chẩn đoán lý do bị nghẹt ống và kết luận tôi khó có con. Lúc ấy chồng tôi ngồi phòng đợi, gặp tôi hỏi dồn dập. Cả hai cùng ra về, ngồi trên xe tôi kể lại, nét mặt anh ngẩn ngơ im lặng suốt quãng đường dài.

Anh chở tôi tới tiệm phở nói "ăn cái đã, lo bao tử trước." Tôi không nuốt xuống, ngồi nhìn anh ăn mà thừ người, làm sao tôi quên được cảm giác tuyệt vọng đau khổ lần đầu tiên của buổi sáng hôm đó. Lời bác sĩ như phán tên tử tội sắp bị ra xử bắn, người tôi run lên, mắt ráo hoảnh không khóc được. Nhìn anh ngồi im lặng ăn mà lòng tôi tê đắng. Tôi cũng không biết anh đang nghĩ gì, riêng tôi cảm tưởng như có khoảng cách giữa hai người.

Chúng tôi cảm thấy mệt mỏi, sống như bộ máy di động, riêng tôi hễ nghĩ tới là bị nhức đầu kinh khủng. May có ngôi chùa vừa mở gần nhà, tôi như người chết đuối cần níu tấm phao trấn tĩnh lại tinh thần. Mỗi tối thứ Sáu, tối xả trại báo hiệu cuối tuần, tôi tới tụng kinh nghe pháp, nhìn lên Đức Phật thì thầm cầu nguyện những điều đang mong ước mà ứa nước mắt tủi phận.

Một tối chị Phật tử dẫn ba đứa con trai khoảng tuổi rưỡi lên chùa. Trong lúc thầy giảng pháp, ba cháu bò quanh chánh điện, chị nhờ tôi giữ một đứa, người khác giữ một đứa, chị ôm một đứa than thở:

- Biết vậy trước kia đừng cấy con, mở mắt không ra cực quá đi. Lần sau không dám tới chùa nữa, làm phiền thầy và đạo hữu quá.

Tôi hỏi dò thì chị cho biết cấy con trên bệnh viện Stanford một đứa ra ba đứa. Tôi xin số phone ông Milki, tâm trạng hồi hộp của kẻ vừa tìm ra ánh sáng cuối đường hầm.

Dù công việc bề bộn, chủ còn yêu cầu làm *"overtime"*, nhưng lòng tôi ấm ức chẳng ham muốn, tiền bạc đối với tôi chỉ vô nghĩa lúc ấy. Tôi được biết một lần cấy con, dù đậu hay rớt phải trả mười ngàn. Bạn tôi cũng đồng bệnh nhưng không dám tính chuyện cấy con, lớp công việc vùi đầu, lớp sợ tốn tiền. Tôi thì lại suy nghĩ khác "y học ngày càng văn minh tiến bộ, phải khám tận cùng để biết lý do, phải xoay sở nếm trải dù không được thì cũng xuôi tay mãn nguyện khi nhắm mắt, còn hơn cứ ấm ức suốt đời mà không hiểu nguyên nhân."

Chúng tôi lên bệnh viện Stanford gặp bác sĩ Milki, quy luật nơi đây mỗi lần gặp bác sĩ dù chỉ nói chuyện tham khảo đều phải trả hai trăm. Cũng trở lại như bác sĩ Hải từng bước một: thử máu, lấy tinh trùng đàn ông bỏ ống kính hiển vi. Điều làm tôi nhói lòng, ray rức nhất là nhìn vào kính thấy những con tinh trùng của chồng bò ngang dọc. Nói chung là họ khám tôi nhiều hơn, theo dõi có rụng trứng, xem xét nhiều thứ khác.

Buổi hẹn khác bác sĩ đẩy tôi nằm trên băng ca, lên tầng lầu cao chuẩn bị súc ống dẫn trứng. Trong lúc chờ tới phiên, y tá đẩy tôi vào nằm chung dãy với nhiều bệnh nhân đang nằm, mỗi giường được che tấm màn kéo ngăn lại. Tôi nghe tiếng y tá chúc mừng giường cạnh "Chúc mừng bạn, bạn cấy lần này là thứ mấy? ", tiếng bệnh nhân trả lời yếu ớt "Lần thứ ba, hai lần kia hỏng ..." Tôi giật mình, thì ra không phải cấy một lần là đậu thai, mà đến lần thứ ba bà kia mới đậu thai, như vậy tốn ba mươi ngàn, tôi vừa hồi hộp chen lẫn sự lo âu.

Đến phiên tôi bác sĩ mổ như lần trước, đẩy ống bơm nhuộm đỏ vào thông đường dẫn trứng. Dù có thuốc tê nhưng tôi vô cùng đau đớn tưởng như chết mất, tôi đuối sức nửa tỉnh nửa mê. Bác sĩ sau một thời gian loay hoay rất lâu, không như ông BS trước chỉ thời gian ngắn và cũng không đau. Ông nhìn tôi lả người, ngưng công việc, các y tá phụ giúp đẩy xuống phòng khám của ông ở tầng hai, nhưng ông cám ơn và tự một mình đẩy tôi xuống mấy tầng bằng thang máy. Vẻ mặt ông nhìn tôi như chia sẻ nỗi đau, đúng là hình ảnh của một vị "lương y như từ mẫu". Ông nắm tay tôi an ủi, nét mặt đầy nhân ái luôn miệng "that's ok, that's ok!" Sau mấy tiếng nằm bớt mệt nơi phòng mạch ông, tôi về nhà nhưng cơn đau còn làm người tôi run rẩy mềm như con bún.

Hai tuần tiếp tôi có cuộc hẹn để ông cho biết kết quả, ông mở màn hình được chụp X-quang trong bụng tôi. Màn hình đen tuyền nổi lên một ống trắng như ánh đèn điện. Bác sĩ giải thích:

Trong khoang bụng có hai ống dẫn trứng thông xuống buồng tử cung, nhưng cấu tạo trong tôi chỉ có một ống, còn lại một ống bị thịt nằm bít lối, ông cố nông ra nhưng không được, đó là lý do khiến tôi bị đau quằn quại suýt chết. Ông ví dụ như sóng mũi, có nhiều người nhìn bên ngoài bình thường nhưng bên trong bị thịt lấp kín nào ai biết. Đó là trường hợp bị tật bẩm sinh, và trường hợp tôi cũng xem như bị tật nguyền bẩm sinh không được cấu tạo bình thường như mọi người. Bác sĩ cho biết có thể cho thụ tinh đặt vào giữa, nhưng trường hợp tôi không có đủ hai ống để giữ bào thai. Đứa bé sẽ không ở trong bụng mẹ chín tháng mười ngày, mà sẽ chào đời sớm khoảng năm hoặc sáu tháng. Ông đã gặp trường hợp này trong nghề nghiệp, đứa bé sẽ không được bình thường. Ông nói:

- Nếu tôi muốn kiếm nguồn lợi tức sẽ im lặng hành nghề để nhận tiền, nhưng lương tâm tôi không cho phép khi nghĩ đến những trẻ em bị bệnh "Down". Tôi nghĩ ông bà không nên cấy, cho đứa bé bệnh tật chào đời sẽ khổ cả cha mẹ lẫn con, thà xin con nuôi.

Sau buổi nói chuyện ông đưa hai tay ra dấu cản chúng tôi

"Don't pay anything today." Chúng tôi vô cùng cảm kích người bác sĩ đã đặt lương tâm lên trên quyền lợi và có tấm lòng nhân hậu biết an ủi bệnh nhân. Ông còn khiêm

nhường bảo chúng tôi có thể lên San Francisco thử nghiệm thêm biết đâu gặp bác sĩ giỏi.

Chúng tôi nghĩ bệnh viện Stanford từ lâu nổi tiếng nhất về mọi mặt, nên không cần tìm nơi khác. Về nhà tôi tìm tài liệu đọc để hiểu thêm

"Ống dẫn trứng (vòi trứng)

Ống dẫn trứng nằm ở khoang bụng, được cấu tạo bởi 2 ống dẫn dài và hẹp. Thông thường, 2 vòi trứng của nữ giới sẽ thông với buồng tử cung. Chức năng chính của nó là giúp trứng và tinh trùng gặp nhau, tạo nên quá trình thụ tinh. Nếu vòi trứng bị tắc thì khả năng hiếm muộn và vô sinh của chị em sẽ tăng lên rất cao."

Tôi đã bị kết án là tuyệt tự, lòng tức tối muốn gào thét lớn rằng ông trời bất công. Tại sao cặp vợ chồng kia đi chích để trục bào thai vì bận làm business, vì đang ngồi trên lưng cọp. Tin tức chiếu hàng ngày thiếu nữ tuổi mới lớn lỡ dại dính bầu, chưa muốn có trách nhiệm, sinh ra rồi bỏ con lại nơi bệnh viện, hoặc khổ hơn là những phụ nữ làm nghề mại dâm, sinh con rồi dụt thùng rác. Khi còn ở VN, có lần tôi đến nhà bạn, nó đi khám bác sĩ về ngồi than vắn thở dài, khóc lóc:

- Đã ba đứa rồi, thiếu ăn thiếu mặc, giờ có nữa lấy gì nuôi con đây, bị vỡ kế hoạch ngoài ý muốn."

Trong khi chúng tôi chuẩn bị sẵn sàng để đứa nhỏ chào đời. Uất ức rồi lại đâm ra trách móc các thai nhi vụng tu, không tìm nơi sáng sủa chào đón mà lại đầu thai vào những chỗ người ta muốn hất hủi. Một đứa bé chào đời là như thiên thần, biết cười, biết khóc, biết lật, biết bò, biết chập chững đi rồi chạy... Tôi khao khát muốn gởi thông điệp đến những người mẹ có con, phải biết quý như vàng ngọc, nâng niu dạy dỗ nên người.

Ngày tháng qua đi trong nỗi điên loạn tuyệt vọng, nghĩ đến chỉ tức tối nghẹn ngào. Chồng tôi vẫn tỏ ra bình thản như lần đầu tôi đi khám. Tôi tìm sự khuây khỏa chỉ muốn lái xe đến chùa, dành thêm ngày Chủ Nhật sinh hoạt. Có những buổi trưa tan lễ, nhưng tôi chẳng muốn về, ra ngồi trước tượng Phật Quan Âm lộ thiên ngoài vườn, ngồi hàng giờ nghe chim hót, nhìn trời đất, hoa cỏ mọc tươi đẹp sắc, lòng an tĩnh nguôi ngoai phần nào.

Tôi rất ngạc nhiên khi thấy đứa bé nét rất quen luôn về trong giấc mơ của tôi, giấc mơ không rõ rệt, mơ hồ có khi nó cười, có khi nó khóc, có khi nó nằm ngửa đưa ngón tay vào miệng mút say sưa. Tình cờ một hôm tôi dọn dẹp sách báo, các quyển Album, để mắt nhìn số hình xưa của chồng. Tôi thấy tấm hình đã ố vàng theo thời gian, đúng là nét đứa bé tôi thường gặp trong giấc mơ. Sực nhớ tấm hình này có lần chồng tôi khoe lúc mạ sinh được hơn một năm. Có phải tấm hình đã nằm trong tiềm thức của tôi vì nhìn kỹ nó rất giống nét mặt chồng tôi, tại sao lại luôn trở về trong giấc mơ của tôi, nó luôn ám ảnh tôi, từ đó tôi nuôi dưỡng cho nó lớn theo ngày tháng...

Khi các em gia đình Phật tử Chánh Hòa sinh hoạt trước sân chùa, tôi đứng nhìn thấy nó lớn độ năm, sáu tuổi mặc quần xanh, áo lam đang chạy theo trò chơi anh huynh trưởng hướng dẫn. Cả mấy chục em sau thời các ông bà nghe pháp tụng niệm tan hàng, thì các em được các anh chị huynh trưởng hướng dẫn vào chánh điện lễ Phật. Các em đều bỏ sách cặp ngoài sân có thứ tự theo hàng lối, mắt tôi mờ dần theo đứa bé cũng có động tác y như các bạn. Rồi chúng ra sau các lều được mấy phụ huynh lo buổi cơm chay có khi là pizza, có khi Spaghetti, có khi mì hoặc phở, và đứa bé ấy cũng ngồi ăn chay thích thú như tôi vẫn thường ăn.

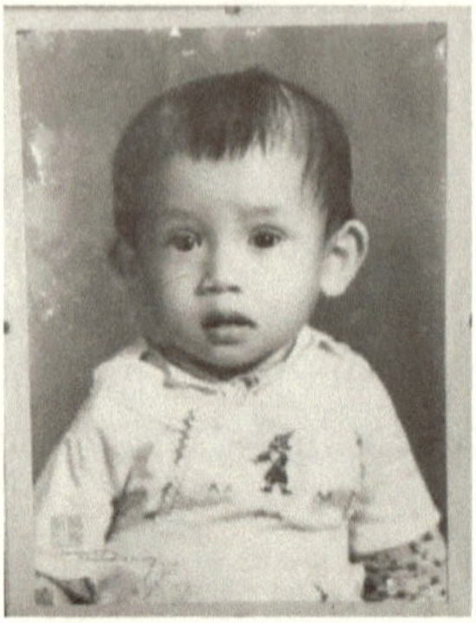

Em bé trong giấc mơ

Ngày các cháu bên chồng ra trường, tôi lại phóng đại nét mặt đứa bé thành cậu thanh niên khoác áo mũ xênh xang tốt nghiệp. Cứ vậy mà tôi tự ru tôi trong ảo giác từng sinh hoạt mình chứng kiến.

Một lần chồng tôi nói "con cái là trời cho, biết bao cặp vợ chồng sinh nhiều con rồi cũng ly dị không hạnh phúc, thôi thì mình vui vẻ sống tới già, người nào mất trước thì khỏe hơn người còn lại." Từ đó hình như không có chuyện gì để nói với nhau, cả hai cùng thi đua làm hai "Jobs". Tôi muốn vùi đầu vào công việc để quên tất cả, tránh suy nghĩ tránh nỗi buồn ấm ức.

Thời gian vẫn trôi đều lặng lẽ trong ngôi nhà của một cặp vợ chồng sống như người máy, sống gần như lạnh cảm. Thế rồi một hôm có người chỉ mách muốn xin con nuôi có dịch vụ nơi văn phòng luật sư. Chúng tôi lên văn phòng luật sư Robert Mullins International gặp anh Lê Minh Hải gắng gượng tìm cứu cánh. Anh hỏi tiêu chuẩn đứa bé chúng tôi muốn tìm là trai hay gái, độ khoảng bao nhiêu tuổi, chúng tôi điền thủ tục đón nhận cảm giác mới lạ như vườn hoa lâu ngày bị khô héo nay được tưới ít nước vào. Chờ khoảng mấy tháng, anh Hải gọi chúng tôi cho biết nguồn tin mới:

- Hiện nay chính phủ tạm thời ngưng trình trạng gia nhập con nuôi vào Hoa Kỳ vì sợ trẻ em bị lợi dụng làm những việc xấu.

Tai tôi lùng bùng chỉ biết đại khái như vậy, chút niềm an ủi vừa sáng lên thì lại vụt tắt, còn điều gì tha thiết trên cõi đời này nữa. Năm tháng dần tăng tuổi, tôi cũng bớt nghe những câu nói làm đau buốt tâm can:

- Sao gà nhà người ta gáy rồi mình chưa gáy

- Lo chạy chữa đừng để mang tiếng "cây độc không trái, gái độc không con."

Có người còn tra hỏi như luật sư:

- Lỗi của ai?

Những khi có chồng tôi nghe, thì được trả lời:

- Lỗi cả hai người.

Làm chung chị bạn ngồi cạnh bàn, chị cũng có nỗi khổ muốn điên đầu. Sáng sớm nào đến cũng có câu chuyện mới để thả rác qua tôi, để giải tỏa phần nào. Chị than:

- Chồng dẫn con trai đầu đi vượt biển, gần mười năm sau mình mới qua, tội nghiệp ông chồng đi cày vừa lo con bên này, vừa gởi tiền nuôi vợ con còn kẹt bên Việt Nam. Qua đây đoàn tụ thấy tâm tánh đứa con trai buồn quá... Nó mua Hamburger hai cái ngồi ăn, chẳng cho đứa em trai mới qua, mình giả bộ đến gần "cho mẹ xin chút xíu thử xem ha" nó vênh mặt trả lời "con ăn còn chưa đủ có đâu tới phiên mẹ". Có lần nó ngồi vặn đài tivi tình cờ đang xem chiếu chiến tranh Việt Nam, mình lại gần nói "Việt Nam mình khổ lắm con, như con còn các dì các cậu rất nghèo," nó đỏ mặt tắt tivi hét lên "Ngu ngốc, tại sao không trốn đi!" Hết tiền tiêu nó đòi, ông chưa kịp cho, nó chưởi ông, thấy nó tiêu xài dữ quá. Tết mình xin $50 gởi về cho ngoại, nó không cholạnh lùng nói "Con đâu biết mấy người đó là ai" mình chỉ biết thở dài không làm sao dạy dỗ nó được.

Bạn tôi mở *bussiness* quá bận rộn ngày đêm nơi tiệm, con đi học bị đám học trò dụ hút ma túy, bạn khổ trăm điều. Mỗi lần tôi ghé tiệm thăm, bạn than thở và nhìn tôi nói "Mi đừng có con nghe chưa, Phật đã nói "con là nợ", "tao nợ triền miên theo nó."

Sao lạ quá, người nói ngược, kẻ nói xuôi, tinh thần tôi đã bị xáo trộn không ổn định, tôi chỉ muốn nghe giáo lý nhà Phật để xoa dịu bớt cuộc sống tâm thần đang rối loạn. Công việc bận rộn giúp tôi bớt suy nghĩ về sự bất hạnh của mình.

Tin tức mỗi tối ngồi ăn cơm xem tivi nghe được: Bà người Liên Sô xin con nuôi khoảng bảy tuổi, một hôm nó nghịch phá thứ gì quan trọng lắm, mẹ nuôi giận quá chỉ đánh một cái, gặp lúc đứa bé lên cơn suyễn thở không được bị tắt hơi chết, mẹ nuôi phải vào tù. Chuyện khác: con nuôi lớn lên hư hỏng về tra khảo, đánh đập cha mẹ lấy tiền. Chuyện nọ: con nuôi giết mẹ… v..v... những chuyện xấu về con nuôi khiến tôi lo âu sợ hãi. Có chú em sinh hoạt trên chùa làm việc nơi sở xã hội diện adoption muốn giúp, nhưng tôi bị nhập tâm các tin tức xấu về con nuôi, nên mệt mỏi từ từ.

Dần dần tôi cố gắng trấn tĩnh ảnh hưởng qua giáo lý nhà Phật, "kiếp trước mình gieo ác không thích trẻ thơ, nên kiếp này trời không cho. Thôi thì kiếp này cố gắng tu tập, gieo nhiều nghiệp thiện, nếu kiếp sau được tái sinh làm người sẽ gặp nghiệp tốt." Tôi suy nghĩ những người tu đã buông bỏ hạnh phúc niềm vui của thế gian tìm vào chốn thiền môn, sống kham khổ chay tịnh, tìm chân lý tuyệt mỹ của đạo qua Tứ Diệu Đế, Bát Chánh Đạo ngày ngày truyền đạt đại chúng giúp người bớt khổ, thảnh thơi sống khỏe sống vui. Nhìn xuống thêm nữa là những người tàn tật, bại liệt, mù loà vẫn lết một kiếp người. Tôi cảm thấy thẹn vì mình đã chấp cái tôi, nghĩ đến "cái tôi" của mình tham quá và tự nhủ lòng đời là vô thường, không có thứ gì là của mình, hãy buông bỏ để rèn luyện "Khổ, Tập, Diệt, Đạo."

Từ đó tôi cảm thấy nhẹ hẫng tinh thần hơn, cố gắng un đúc những việc tốt, cố gắng giữ thân, khẩu, ý thanh tịnh. Tôi liên lạc với Sư Bà Minh Tú, chùa Đức Sơn ở Huế nuôi cô nhi, liên lạc với Sư Cô Liên Bình thân mật. May mắn bạn bè, chị em trong gia đình đã ủy nhiệm cho tôi việc gởi tiền giúp cô nhi cũng như hội người mù, nhờ Sư Cô đảm trách. Nhận những tấm hình các trẻ ngồi ăn, đi học, sinh hoạt vui chơi từ cô Liên Bình, hoặc hội người mù tập họp nhận tiền, truyền cho tôi cảm giác thật ấm áp và niềm vui vô tận.

Nhưng rồi tôi lại có bệnh mất ngủ, hễ khoảng từ 2 giờ đêm trở về sáng tôi thường hay thức giấc. Đêm là bóng tối dễ chịu nhất khi tôi ngồi đối diện khung cửa sổ nhìn ra vườn. Mùa đông bóng đêm dày đặc, mùa hè in lá cây loang loáng hoặc sáng hơn dưới ánh trăng xuyên qua cành lá, và hình như mùa nào cũng có màn sương mờ mờ bao phủ. Tôi bày thơ Đường luật ra học, tập làm các thể khó nhất như Ngũ Độ Thanh, Song Thanh, Song Điệp, Toán Thi, Sắc Thi, Tập Danh, Tung Hoành Trục Khoán, v..v... rồi gia nhập các hội thơ chơi xướng họa, hoặc viết theo nguồn rung cảm các thể thơ Song Thất Lục Bát, Trường Thiên Tứ Tuyệt.

Khoảng 4 giờ sáng tôi ngủ lại để lấy sức đi cày, riết lâu ngày thành thói quen, tôi tìm ra sự dễ chịu bù đắp cảm giác cô đơn. Rồi thì tôi lấn sang viết văn, nó là người bạn hiền giúp tôi được nói, được bày tỏ buồn vui, có phải đó là món quà của Thượng Đế dành tặng ngòi bút cho những kẻ muốn viết. Khi cái Không có sẽ cho Có, cái mất sẽ cho bù. Tha hồ khóc cười theo cảm xúc, sống với những nhân vật có thật, chuyện có thật rồi đi theo họ tới chân trời góc bể, chia buồn chung khổ. Một thế giới bao la nhiều nhân vật vây quanh, chân thành dễ chịu, an ủi như những người bạn tri âm tri kỷ tôi được gặp qua màn sương đêm ngoài khung cửa. Dù không phải là nhà văn, nhưng viết cũng là lối thoát giúp rèn luyện trí nhớ, giải tỏa nỗi niềm riêng.

Duyên Nợ

Có phải anh ơi chuyện chúng mình
Duyên hòa với nợ kết đời xinh
Đau nhòa số hẩm cài câu nghĩa
Khổ đẫm nhà đơn níu chữ tình
Lặng lẽ từng thu chờ ánh nắng
Âm thầm những hạ đợi bình minh
Tàn đêm lệ tẩm niềm mơ ước
Cố vịn dìu nhau bóng cạnh hình.

Giờ đây chiếc bóng thời gian đã vụt nhanh, chúng tôi nghỉ hưu. Hằng ngày trộm nhìn mái tóc pha sương của nhau, đón bệnh vác tủ thuốc và thi nhau uống. Chồng tôi đón bệnh Parkinson, tôi bao dàn việc nhà, cả hai cùng có dấu hiệu Alzheimer's. (nhớ nhớ quên quên). Dù người bệnh chăm sóc người bệnh, nhưng chúng tôi cố gắng vui từng ngày, tham gia những sinh hoạt cộng đồng, đi chùa, ghi lớp học Phật Pháp trên Zoom, dự tiệc cơm chay, v..v...

Dầu sao tôi vẫn cám ơn những đêm mất ngủ, thức dậy đối diện với màn sương đêm ngoài khung cửa kính, tôi được viết văn làm thơ với niềm đam mê, ví như đang cố gắng trồng những bông hoa thật đẹp cho cuộc đời, cho mình…

Minh Thúy Thành Nội

Ơn Em

MINH THÚY THÀNH NỘI

Tôi đến thăm chị Dung đang nằm bịnh. Anh Việt mở cửa đón tôi với bộ mặt hốc hác xanh xao tiều tụy. Nhìn chị nằm trên giường gần như bất động, tôi đè nén sự xúc động. Không ai ngờ vợ anh đang còn mạnh mẽ bất ngờ bị ung thư bướu trong não, chữa trị trong thời gian ngắn, nay đành bất lực.

Dầu biết luật đời gắn chặt Sinh Lão Bệnh Tử không ai tránh thoát. Nhưng có chia lìa là có đau buồn ngậm ngùi, nhất là với người phụ nữ có quá nhiều đức tánh tốt, người vợ tuyệt vời, người mẹ mà các con xem như thần tượng, người dâu được cả dòng họ nhà chồng khen ngợi, bạn bè thương mến.

Anh Việt mời tôi ra phòng khách uống nước. Ngoài trời đang mưa, bầu trời ủ ê, mây mù trắng xóa càng tăng thêm vẻ ảm đạm. Tôi thả dòng suy nghĩ theo những hạt lệ mưa đang rơi qua khung cửa sổ...

Tôi biết chị Dung từ lúc còn ở Việt Nam. Thời gian anh Việt đi "cải tạo", ngày đêm chị phơi mặt với nắng la lết trước chợ Bà Chiểu bán thuốc vấn hơn bảy năm lam lũ, rồi xoay qua xe hủ tiếu. Cơ may sau đó có bà con chuyền nghề bán mặt hàng khác khá hơn. Ngày chồng về cùng nhau phụ bán buôn, tuy nguy hiểm nhờ trời cho phất lên như diều gặp gió. Nhưng anh chị vẫn tìm đường vượt biên vì nghĩ đến tương lai con trẻ, và vì không có niềm tin nơi quê hương mình đang ở, lòng canh cánh sợ một ngày nào bị đánh tư bản mại sản, công an có thể ập vào nhà bất cứ lúc nào không hay. Anh chị luôn đề phòng khi nghĩ đến lời Tổng Thống Thiệu "Đừng tin những gì Cộng Sản nói mà hãy nhìn những gì Cộng sản làm", như đã từng nghe "các anh học tập một tuần rồi sẽ được thả về", và nhiều chuyện khác nữa.

Đi vượt biên không thành, sau đó anh chị cũng qua Mỹ theo diện HO. Hai vợ chồng bắt tay vào đời sống mới ở Mỹ. Chị học tóc, anh học *Smog Check*, làm thời gian đầu lấy kinh nghiệm rồi mở tiệm. Bước đầu anh kể thật thà: khách bản xứ tới tiệm, anh nói tiếng Mỹ "ù ù cạc cạc", họ đòi gặp *manager*, anh nói là tao, họ đòi gặp *boss*, anh nói ...cũng tao, họ cám ơn bảo sẽ trở lại, nhưng rồi... đi luôn. Vậy mà anh lại thành công hơn 30 năm trên đất Mỹ, bây giờ thuê người làm. Hai vợ chồng siêng năng cần cù nuôi sáu con ăn học đều tốt nghiệp bằng đại học và có công ăn việc làm ổn định.

Còn nhớ những ngày đầu chân ướt chân ráo đến Mỹ, nhờ người bảo trợ thuê căn nhà hai phòng dạng *apartment* trong khu chung cư. Anh chị nhờ tôi hướng dẫn đi chợ. Tôi lựa dùm mấy vỉ gà, nhưng chị để xuống bảo" gà nằm trong bịch rẻ hơn em ơi". Tôi tiếp tục bốc cà chua dùm, chị lại nói "chợ Food 4 Less gần nhà mình đang *sale* giá chỉ bằng 2/3 so ở đây, để chị đi bộ qua mua cũng được. Tôi cảm phục thầm, suy nghĩ: "Đời sống đang sung túc bên Việt Nam, vừa qua Mỹ biết chịu cực chịu khổ hà tiện, tính toán tiết kiệm lo xa, so với sự vụng về tính toán của tôi."

Gia đình anh chị sống chung quanh bà con nhà chồng,

mỗi lúc có đám giỗ mời hơn một trăm người chứa trong ngôi phòng apartment chật chội. Bụng mang bầu lớn, chị quơ tay nấu nhanh nhẹn các món mì vịt tiềm, soup, cá hấp, tôm rim ...v..v… mặt tươi vui chào đón bà con bên chồng, đến nỗi có ông cậu hơi lẫn lộn: “con giỏi dang, đảm đang biết kính nể bà con nhà chồng, rất xứng đáng là dâu họ Lê” (trong khi chị là dâu họ Nguyễn).

Dần dần anh chị mua được ngôi nhà, và việc mời mọc đám giỗ vẫn duy trì cho đến nay, chị lo liệu một mình vì dâu con đi làm cả. Lần nào dự đám giỗ ba má chồng chị, thức ăn bày ngập mấy bàn một tay chị nấu. Dâu con ở riêng đi làm về muộn, tới đứng hỏi “con làm gì bây giờ hở má?”, chị cười hiền hòa “các con chỉ việc ăn và sau đó dọn dẹp dùm má”. Giờ đây chị ở nhà giữ cháu nội, thương con chị còn lo nấu bới xách, hoặc cuối tuần nấu nồi phở, nồi bún gọi các con về ăn. Các con kể cả dâu rể rất quý chị, sinh nhật mời má ăn nhà hàng, nhưng chị không bao giờ để các con trả tiền. Mấy con trai gặp chị dù lớn vẫn ôm hôn má như đứa trẻ thơ. Nhiều khi tôi đến bắt gặp con trai đầu xay đủ thứ trái cây đem đến má uống, hỏi ra mới biết mỗi chiều đi làm về cháu đều làm công việc đó...

Anh Việt trở lại phòng khách sau khi chăm sóc chị Dung vài việc. Hai anh em cùng nhìn mưa, hình như trời mưa làm tăng thêm nỗi buồn, nỗi uẩn khúc mà lâu nay anh chưa từng nói...Giọng anh trầm xuống, anh kể như đang sống lại với quá khứ ...

Ngày xưa đời lính phiêu bạt nơi này chốn nọ, anh được thuyên chuyển đến Cần Thơ đóng quân. Những lần về thành phố thường ghé tiệm ăn ba má chị làm chủ. Gia đình chị thuộc diện giàu có, lúc đó chị ở tuổi thiếu nữ dậy thì đang đi học, anh là khách thường ghé ăn hủ tiếu lâu dần cũng quen mặt với chị Dung, rồi “phải lòng nhau”. Ba chị biết được cấm cản, ông nói “quen lính sớm trở thành góa bụa". Chị vẫn lén lút hẹn hò đi chơi với anh, ông biết được càng cấm đoán nghiêm khắc dùng những biện pháp mạnh. Chị tức tối đòi tuyệt thực, rồi một hôm mù quáng dùng liều thuốc quyên sinh nhưng số còn lớn được cứu thoát.

Cuối cùng ba má chị phải bằng lòng gả con gái. Anh lại thuyên chuyển về Sài Gòn, dẫn vợ về ở ké nhà chị ruột của anh. Thời đó chị ruột cũng nghèo, nhà không có phòng ốc, chỉ che màn làm buồng ngủ. Lúc chị Dung sinh được hai cháu, có khi về ở chung trong căn cứ quân sự, đêm ngày bị pháo kích nhảy xuống hầm núp, chị nói "sống chết có nhau".

Nhờ tài vén khéo dành dụm của chị, cuối cùng cũng tậu được căn nhà. Chị xoay sở buôn bán thêm. Đời lính rày đây mai đó, anh thuyên chuyển xuống căn cứ vùng xa nơi Long Khánh, lúc này chị không thể theo sát anh được vì bận buôn bán. Giai đoạn ấy thường có các nhóm nữ xuống căn cứ anh đóng để ủy lạo hoặc ban nhạc tâm lý chiến đến ca hát giúp vui. Anh bị vướng mắc một cô gái đẹp tên H thường xuyên xuống thăm và ở lại cùng anh. Tình cảm kéo dài được thời gian, cô đòi anh giải quyết để cô được làm vợ, anh thẳng thắn nói "ngay từ đầu anh đã cho H biết có gia đình với vợ bốn con, anh không thể bỏ vợ, chính H tự nguyện đến thì phải chấp nhận điều đó thôi". Cô H đã cuồng loạn tự tử, bạn cô tìm đến nhà cho vợ anh hay tin. Chị biết hoàn cảnh gia đình cô ở tận miền Tây chẳng có ai, nên nuốt nước mắt vào thăm nuôi cô một tuần, cô H hồi tỉnh có vẻ cảm động mến chị, và hứa từ nay sẽ trả lại hạnh phúc cho gia đình chị. Anh về chị chỉ biết khóc nói một câu nhẹ nhàng "Em bỏ danh dự gia đình, bỏ cuộc sống giàu có và hy sinh cả mạng sống vì anh mà…" câu nói đã đâm vào tim anh sự nhói buốt và ray rứt ân hận đến bây giờ.

Tháng 4 năm 1975, Việt cộng tràn vào miền Nam, ngày tang thương của đất nước. Trong lúc dầu sôi lửa bỏng, thời điểm lộn xộn căn thẳng, cô H lại về nơi căn cứ Sư Đoàn. Tình hình đang nguy hiểm náo loạn, anh thay bộ lính mặc quần áo thường dân thúc giục cô H về gấp. Không thể dùng xe Jeep, anh lái chiếc Vespa chở cô H về Sài Gòn bị ngăn chặn nhiều đoạn, cũng nhờ cô nói chuyện khéo được thoát nhiều lần. Chạy tới Quốc lộ 1(nay gọi là Cách Mạng Tháng 8), xác lính Nhảy Dù tự tử nằm chết giữa đường la liệt, ngang chợ Hòa Hưng anh thả cô H xuống và chạy về nhà. Tâm tư rối bời, tinh thần đang còn hoảng loạn thì hai hôm sau anh bị bắt đi "cải tạo". Đầu óc chấn động nhục nhã chuyện mất nước, hối hận dày vò với vợ con, hãi hùng kết quả sự bê tha tình cảm của mình, anh như một cái xác không hồn chẳng còn tha thiết sống nữa.

Anh Việt dừng lại có lẽ để ngăn chặn sự xúc động. Hồi lâu lại kể tiếp. Anh bị tù ngoài Bắc vùng Lào Cai, vì ngành An Ninh nên đã từng bị nhốt xà lim suốt tuần nhiều lần sau màn tra tấn. Còn ngôn từ nào cho đủ để diễn tả những ngày gian khổ lưu đày. Lao động việc nặng, thức ăn thiếu thốn, người suy dinh dưỡng, lúc nào cũng thấy đói khát, thấy con vật nhỏ gì cũng bắt như sâu bọ, rắn rít, bóp mạnh cho chết dúi vào túi quần, chờ lúc vào nhà xí quẹt que diêm vội vã, chẳng biết còn sống hay đã chín, bỏ vào miệng nhanh chóng vì sợ quản giáo phát hiện. Anh bị nhốt chung với tù hình sự, chúng là những thiếu niên đói quá ăn cắp củ mì, củ khoai bị bắt, nhưng được ra ngoài lao động như đi lấy củi về. Bạn bè chung trại ra đi cũng nhiều lớp vì bịnh hoạn, lớp đói rách suy dinh dưỡng yếu dần.

Lần đầu tiên chị ra thăm anh, mấy trăm người tù ngồi

nhìn sững sờ số thực phẩm thăm nuôi. Không thể ngờ tưởng được, người ba vợ luôn ghét anh không thèm nhìn mặt, nay lại đi cùng con gái ra thăm anh. Thức ăn chất mấy bao bố thuê người khiêng phụ vào, chị kể nỗi đoạn trường lết bao nhiêu chặng đường vất vả mới đến được đây. Nhìn chị khác hẳn, tóc hớt cao, mặt mày đen đủi như con trai, chứng tỏ chị lăn lết ngoài chợ đời dữ lắm. Chị cố kể chuyện trên trời dưới đất để đè nén những giọt nước mắt khi nhìn anh tiều tụy. Ba vợ bắt tay anh, ánh mắt lộ vẻ biết thương yêu đứa rể lính Việt Nam Cộng Hòa bị tù đày.

Tối đó bạn bè cũng được chia sẻ niềm vui chung. Anh dọn dẹp các thứ bới xách cho gọn thì thấy bộ áo Trây-Di, ai ngờ có mớ tiền trong túi, nhờ vậy anh thường nhờ tù hình sự đi lao động bên ngoài mua dùm thứ gì mình cần. Một lần bạn anh bị bệnh kiết lỵ, anh nhờ mua nếp, nấu lén trong lon sữa bò cho bạn ăn, không ngờ ăng-teng báo cáo cán bộ quản giáo, anh bị lôi nhốt vào xà lim một tuần, còng chân trong gian phòng tối om. Một chính sách cai quản tàn nhẫn độc ác không xem ai là con người, phải chăng họ chỉ muốn những người tù chết lần chết mòn khô xương nơi đó. Nếu không có vợ anh thăm nuôi nhiều lần có lẽ anh cũng khô máu đổ bệnh nặng, từng đêm anh đã ứa nước mắt vì thấy mình nhận cái ơn quá lớn của người vợ.

Giờ đây cuộc đời ba chìm bảy nổi đã qua, cũng giống như chị Dung khi ngồi ghế cao, lúc ngồi đòn thấp, xoay chuyển lăn lộn như trái banh. Nếu không có chị thì cuộc đời anh đã bỏ từ lâu, các con anh cũng không được như ngày hôm nay. Anh chỉ biết làm việc, chẳng để ý gì ngoài ba bữa cơm ăn, bao nhiêu tiền bạc cũng như việc sổ sách giấy tờ, cùng việc nhà chị đều quán xuyến hết. Chị động viên các con mua nhà bằng cách cho tiền "down" một số, mua thêm cơ sở khác cho thuê, sắp xếp vén khéo.

Anh không hề lái xe, đi đâu có chị làm tài xế, giờ đây anh cảm thấy hụt hẫng vô cùng. Không biết có người vợ hiền nào chăm sóc chồng như chị đối với anh?!! Mỗi trưa chị bới cơm ra tiệm, hâm nóng để trên khay, bên cạnh món trái cây và cây tăm xỉa răng chu đáo, anh có muốn nói chữ cám ơn triệu lần cũng vẫn chưa đủ và luôn hổ thẹn một thời trăng hoa bay bướm làm chị khổ, đồng thời cũng không dám biết tin tức về cô H, vì nỗi dày vò đã làm hai người đàn bà trong tình yêu dám sống chết vì mình.

Tôi không biết nói gì hơn, lắng nghe câu chuyện với nỗi xúc động vô bờ. Chị sống như thế nào mà để người chồng thương quý tôn thờ, các con yêu mẹ, người người mến phục nể trọng. Còn nhớ hồi xưa nhiều người qua Mỹ trước anh chị Việt đã kể rằng: chú thím Việt tốt bụng rộng rãi lắm, bao nhiêu gia đình HO ngoài làng vào Sài Gòn chờ đi Mỹ, chú thím đều cho tá túc trong nhà, kể cả người không quen đi theo diện con lai, biết người cùng làng cũng mở lòng.

Mấy năm trước có người anh tên Hưng, anh chị Việt không quen, chỉ nghe qua người bạn thân giới thiệu. Biết được anh bạn này cũng là lính Việt Nam Cộng Hòa và ở tù còn lâu hơn anh, nay lại góa vợ, anh chị niềm nở chào đón và đưa đi nhà hàng đãi phủ phê nhiều lần mỗi khi anh Hưng qua chơi. Đây cũng là nét đẹp theo cách nhìn về Chân Thiện Mỹ để mọi người học theo những đức tánh tốt đáng ngưỡng mộ.

Tôi muốn phá tan bầu không khí buồn bã, đùa với anh:

- Nãy giờ em ngồi lắng yên nghe anh trang trải nỗi lòng, vậy bây giờ anh trả tiền đi nhé

Anh cười gượng đứng lên vừa đi vào phòng chị vừa nói:

- Để anh vào xem chị một tí.

Tôi cũng có ý chào về nên muốn vào thăm chị lần nữa trước khi từ biệt. Chị vẫn mắt nhắm. Anh lấy khăn ướt lau nhẹ mặt chị, vừa lau vừa hát nho nhỏ giọng run run cố ru chị:

Ơn em thơ dại từ trời, theo ta xuống biển, vớt đời ta trôi.

Ơn em dáng mộng mưa vời, theo ta lên núi, về đồi yêu thương.

Tạ ơn em, tạ ơn em.

Ơn em tình như mù lòa, như con sâu nhỏ bò qua giấc vùi.

Ơn em hồn sớm ngậm ngùi, kiếp sau xin giữ lại đời cho nhau.

Tạ ơn em, tạ ơn em (*1)

Tiếng anh nghẹn dần nhưng vẫn cố hát, tôi thấy nơi khóe mắt chị có dòng nước mắt trào ra, có lẽ chị vẫn còn biết nhưng không thể nói được nữa sau lần mổ đầu, các dây thần kinh đã lấp bộ dây nói, và những bộ phận khác. Chị không bị hành hạ bởi những cơn đau đớn vật vã, chị nằm yên như ngủ...

Chào ra về. Trên đường lái xe, tôi nghĩ mông lung "một đời người sống thật xứng, thật đẹp, sống xây dựng cho gia đình, góp phần an lành cho xã hội. Một tấm gương sáng để mình soi, để người chồng hồi tâm sống đúng, sống phải và bù đắp thương yêu với cái "Ơn" quá lớn đối với người vợ lính trong thời chiến tranh, người vợ nuôi chồng bị cộng sản giam tù dài năm.

Chị yên nghỉ nay mai...rồi ai cũng sẽ lần lượt ra đi, chỉ là kẻ trước người sau...

Tôi lái xe, đầu óc miên man nhớ từng chi tiết anh Việt vừa kể, anh nhắc không biết bao nhiêu lần về cái "Ơn sâu" mà cuộc đời anh đã may mắn gặp được chị. Tôi sẽ xa rời người chị rất quý, rất thương nay mai.

Nỗi buồn bao trùm, mắt hơi cay, mưa rơi ngoài trời, mưa rơi trong lòng... Tôi nhẩm lại lời mà hồi nãy anh Việt đã hát cho chị Dung nghe:

"Ơn em ngực ngải môi trầm, cho ta cỏ mặn, trăm lần lá ngoan.

Ơn em hơi thoáng chỗ nằm, dấu quanh dấu quẩn nỗi buồn một nơi.

Tạ ơn em, tạ ơn em. ...” (*1)

Chị Dung đã trút hơi thở cuối cùng ba ngày sau ... chị xứng đáng được vinh danh là người vợ “tù cải tạo“ đáng ca tụng. Chị ngủ yên, giấc ngủ nghìn thu...nguyện cầu hương hồn chị sớm được vãng sanh tịnh độ ...

“Về đi lữ khách! đường xa lắm. Cát bụi sầu thương đã vướng nhiều. Thanh thản ngủ trong lòng Đạo cả. Cho hồn thơ ấu được nâng niu.” (*2)

Minh Thúy Thành Nội

(*1) “Ơn Em” nhạc Từ Công Phụng, thơ Du Tử Lê
(*2) Thơ Sư Ông Thích Nhất Hạnh

Tác giả Nguyễn Văn nhận giải Vinh Danh Tác Giả từ Tác Giả Quán Quân Khôi An

Muộn Màng

NGỌC DUY

Tác giả tên thật Lại Ngọc Thành, định cư tại Hoa Kỳ từ 1984, cư dân Houston, nghề nghiệp Computer Engineering nay đã về hưu. Ông đã tham gia Viết Về Nước Mỹ từ năm 2005 và nhận giải thưởng Danh Dự năm 2006 với bài viết "Nước Mắt Chảy Xuôi".

Lá thư nào viết gửi cho chị em Thu, má Thu cũng bắt đầu bằng bốn chữ "Các con thương nhớ". Tiếng là gửi chung cho ba chị em, nhưng hình như má Thu chỉ thủ thỉ tâm tình với chị Thúy, còn Thu với thằng Tuấn tuy cũng được nhắc nhở tới, nhưng là ở cuối thư, phần "dặn dò dạy bảo"! Thiệt tình mà nói thì Thu cũng không lấy làm khó chịu lắm về lối cư xử hơi thiếu công bằng này. Chẳng phải Thu đại lượng gì cho cam, nhưng tại vì Thu đã quá quen với lối đối xử khác biệt của má Thu đối với ba chị em, từ hồi còn ở quê nhà. Điều này Thu đã cảm nhận thấy từ hồi bé xíu, chẳng hạn như những lần mấy chị em giành giựt đồ chơi, bao giờ má Thu cũng bênh vực chị Thúy, dù chị là chị lớn nhứt trong ba đứa. Hay những lần được chia quà cáp bánh trái, bao giờ chị Thúy cũng được phần nhiều hơn.

Có nhiều lý do khiến má Thu tỏ ra ân cần săn sóc chị Thúy một cách đặc biệt. Có thể vì chị Thúy là con đầu lòng, mà ba má Thu lại là con lớn của cả hai bên nội ngoại, nên chị Thúy trở thành đứa cháu đầu tiên của cả hai họ, không những được ba má Thu tưng tiu mà cả ông bà nội ngoại cô cậu chú dì đều vồ vập săn đón. Không biết có phải vì được cưng chìu quá đáng hay vì luật bù trừ của tạo hóa mà chị Thúy cứ đau bệnh rề rề quanh năm suốt tháng. Một tháng ba mươi ngày thì chị Thúy đã bị nhức đầu sổ mũi hết hai mươi tám ngày, hai ngày còn lại thì chị bị đau răng hay nóng sốt. Bởi vậy mang tiếng là chị hai trong nhà mà so ra vóc dáng của ba chị em đẻ năm một, chị Thúy ốm o và còm cõi như một đứa em út sinh thiếu tháng. Cũng nhờ bệnh hoạn liên tục và triền miên như vậy, cộng thêm với sắc đẹp trời cho, chị Thúy giống hệt như những nhân vật chính trong tiểu thuyết của Quỳnh Dao, tiểu thư con nhà đài các ẻo lả và mong manh ... như một cành lan, như trong nhạc của Vũ Đức Nghiêm. Một điều buồn cười là cả Thu với thằng Tuấn đều không vì sự thiên vị của má Thu mà ganh tị hay ghét bỏ chị Thúy, trái lại cả Thu và Tuấn đều ra sức bảo vệ và che chở mỗi khi chị Thúy bị bạn bè bắt nạt.

Chị Thúy quý những lá thư má Thu gửi sang lắm. Những lá thư má viết, chữ nhỏ li ti trên giấy pelure mỏng lét để nhẹ tiền cước, loại giấy ngả màu cháu lòng vì bị nấu đi nấu lại cả chục lần, được chị Thúy vuốt lại phẳng phiu, xếp theo thứ tự ngày tháng, để trong cái hộp giấy màu hồng gối ở đầu giường. Thu nhớ hồi còn ở đảo, mỗi lần nhận được thư má, đọc xong bao giờ chị Thúy cũng đầm đìa nước mắt, mặc dù trong thư má Thu chỉ nhắc tới những kỷ niệm ngày xưa khi ba chị em còn ở quê nhà, những hôm trời mưa mấy mẹ con ướt như chuột lụt đứng ngoài đường trú mưa ở hiên nhà nơi má Thu dọn hàng bán cà phê mỗi tối, hay những lần tay xách nách mang những gạo những khoai ra tận Vĩnh Phú thăm nuôi ba Thu ... Lá thư nào cũng bắt đầu bằng những dòng thăm hỏi, xong đến phần kể lể kỷ niệm, rồi cuối thư là phần dặn dò Thu với thằng Tuấn phải ngoan ngoãn vâng lời chị Thúy. Tự trong thâm tâm, má Thu vẫn nghĩ tụi Thu vượt biên được phần lớn là nhờ công lao, hay đúng hơn, là sự hy sinh của chị Thúy.

Lùi lại vào những năm đầu mất nước, sau khi ba Thu khăn gói lên đường đi học tập cải tạo, mấy mẹ con ở nhà bán dần những đồ đạc trong nhà để xài dần trong lúc chờ đợi ba Thu ra khỏi tù. Một năm, hai năm rồi ba năm, những bàn những ghế, những tủ áo, ti-vi, máy hát, vòng vàng tư trang của má Thu cứ lần lượt đội nón mà đi mà ba Thu mãi biền biệt chưa về. So với những bà con lối xóm, có người còn phải xếp hàng ở bệnh viện bán máu lấy tiền mua gạo nuôi con thì hoàn cảnh bốn mẹ con Thu cũng còn đỡ hơn nhiều lắm. Cho tới lúc sắp sửa phải gỡ những miếng gạch bông lót trên nền nhà, hay tháo tole lợp trần để bán thì má Thu được người quen chỉ vẽ cho mở một quán cà phê vỉa hè, vốn liếng không cần nhiều, chỉ cần một ít ly tách, bàn ghế và thương lượng một căn nhà mặt tiền có khoảng sân trước tương đối rộng để mướn bán cà phê mỗi đêm.

Nhờ có quán cà phê buôn bán có đồng ra đồng vào, cuộc sống của mấy mẹ con mới dễ thở hơn một chút. Chị Thúy học xong lớp chín, thi vào lớp mười không đậu, ở nhà theo má Thu đi bán. Mỗi chiều khi trời vừa chạng vạng là má Thu và chị Thúy lo chất nào đường, cà phê, thuốc lá, trà ... lên hai chiếc xe đạp ọp ẹp, đạp ra đường Trần Quang Khải dọn hàng. Những hôm nào nắng ráo còn đỡ, gặp hôm trời chuyển mưa, má Thu phải lấy cái áo mưa nhà binh cũ phủ lên thùng hàng cho khỏi ướt. Tội nghiệp chị Thúy, hôm nào trời mưa đi bán về chị cũng bị cảm lạnh, tối nằm ôm ngực ho sù sụ. Sau này những hôm chỉ bịnh Thu phải thay chỉ ra phụ má dọn hàng. Mà mỗi lần ra phụ như vậy Thu bị má Thu la tắt bếp, nào là con gái con đứa mà tay chưn lóng ngóng vụng về, không ý tứ gì ráo, bưng cà phê cho khách mà thiếu điều muốn đổ vô mặt người ta, tính tiền thì lộn tới lộn lui, ly tách thì làm bể liên tục ... Nói gì thì nói chứ Thu là chúa ghét cái nghề buôn bán, phục vụ, lại còn cơm bưng nước rót hầu hạ khách hàng, lại còn phải dầm mưa dãi nắng. Chưa kể nếu bị tụi bạn học bắt gặp, chắc Thu độn thổ vì mắc cỡ. Nhưng riết rồi cũng quen. Có được một chỗ mua bán để đắp đổi qua ngày như vầy, theo như lời má Thu nói, là "*phước mấy mươi đời ông bà tổ tiên để lại*". Nghĩ lại cho cùng thì cũng đúng, vì so ra mẹ con Thu cũng còn may mắn hơn biết bao nhiêu người cùng hoàn cảnh phải đi kinh tế mới, thậm chí có mấy bà vợ sĩ quaan phải chắp nối với bọn cán bộ kiếm tiền nuôi con ...

Má Thu có một người quen mở một cửa hàng cà phê trong Chợ Lớn. Nhờ họ chỉ vẽ cho một vài mánh lới trong nghề để pha cà phê phin cho ngon, pha nước chanh sao cho đậm đà, lại được giới thiệu những mối hàng quen chuyên buôn trà và cà phê từ Bảo Lộc, Lâm Đồng, hay Ban Mê Thuột xuống nên không sợ mua lầm cà phê pha hột bắp ... nhờ vậy nên má Thu cũng có được một số khách quen. Ngoài cà phê phin, má Thu còn bán cả cà phê pha vợt cho những kháchc hàng bình dân hơn thuộc giới xích lô hay xe ôm, tạt vô nhâm nhi vài ngụm cà phê hay phì phà vài hơi thuốc Hoa Mai, Đà Lạt ... Với hình thức "tân cổ giao duyên" này, quầy cà phê của má con Thu cũng khá đông khách. Đám thanh niên choai choai mới lớn vừ được uống cà phê rẻ tiền, vừa được trồng cây si chị Thúy, được bọn họ gọi bóng gió là "*tiểu thư con nhà khuê các hết thời bò ra vỉa hè kiếm ăn*".

Trong đám thanh niên này, kiên nhẫn và dày dạn nhứt phải kể tới anh Hán. Mỗi chiều cứ sáu giờ má Thu dọn hàng ra thì khoảng sáu giờ rưỡi anh đã phóng xe Honda lại, kêu một ly cà phê phin sữa và một gói thuốc lá Samit, rồi bắt đầu "ngồi đồng" cho tới lúc má Thu dọn hàng mới chịu về. Một hai tuần đầu anh còn ngồi yên lặng ngắm chị Thúy pha cà phê, nhúm lửa, rồi từ từ anh cũng lân la lại làm quen. Lúc đầu má Thu cũng không mấy gì ưa anh Hán, đàn ông con trai gì mà ngày tối không thấy làm ăn gì ráo, cứ ngồi quán cà phê ngắm gái coi bộ không khá nổi. Nhưng lần lần thấy ảnh cũng có vẻ hiền lành, lại là khách sộp, nên má Thu cũng bớt có ác cảm. Mà thiệt vậy, anh Hán là người Việt gốc Hoa, con nhà khá giả vì nghe nói ba có phần hùn trong mấy nhà hàng lớn trong Chợ Lớn.

Nếu chỉ có việc ngồi trồng cây si chị Thúy năm này qua tháng nọ thì anh Hán cũng đâu có khác gì đám thanh niên choai choai đến quán hàng ngày. Đàng này một hôm anh đột ngột đến tìm má Thu tận nhà, và ngỏ ý muốn xin cưới chị Thúy để cùng anh đi vượt biên. Lúc ấy vào khoảng giữa năm 1978, cả Sài gòn đang lên cơn sốt về việc xuất cảnh người Hoa của Việt Cộng. Đi vượt biên chui nếu rủi có bị bắt thì bị đi cải tạo năm ba năm là chuyện thường, nhưng nếu đóng vàng cho nhà nước thì sẽ được tổ chức đi đứng đàng hoàng, có danh sách hẳn hoi, và được công an hộ tống xuống tàu như đi du lịch!

Trở lại chuyện anh Hán, sau khi nghe anh ngỏ lời, má Thu há hốc mồm:

- Cậu nói giỡn hay nói chơi vậy? Cậu quen biết con Thúy được bao nhiêu lâu mà dám đi hỏi cưới nó?

Anh Hán khổ sở phân bua:

- Lẽ ra thì cháu cũng phải làm quen nói chuyện với Thúy trước để dò ý của Thúy. Nhưng thời gian không cho phép nữa vì ba má cháu đang mua tàu đi bán chính thức ở Vũng Tàu. Nếu được cấp giấy phép và kêu đủ người thì một hai tháng nữa là cháu đã đi rồi. Cháu biết tới hỏi bác đột ngột như thế này là cũng đường đột lắm, nhưng mong bác hiểu là mấy tháng nay, từ hôm tạt ngang quán bác uống cà phê thấy Thúy là hôm nào cháu cũng lại xe xuống Tân định để ngồi ngó Thúy. Bác cũng biết cháu là người Hoa, không rành tiếng Việt lắm, nếu cháu nói chuyện có gì không đúng mong bác xính xái cho.

Má Thu lắc đầu:

- Chuyện cậu hỏi đột ngột quá, tôi không biết đàng nào để trả lời. Để chút nữa con Thúy về tôi gợi ý hỏi nó coi sao. Mà chiều nay cậu đừng có ra quán nữa nghen, có gì mai mốt buổi sáng cậu ghé ngang nhà rồi tôi báo cho cậu biết.

Chuyện anh Hán dám "mạo muội" hỏi cưới chị Thúy làm cả nhà Thu mất ăn mất ngủ mấy tuần liền. Ảnh đã thẳng thắn đề nghị với má Thu, nếu chị Thúy đồng ý lấy ảnh, chuyện dắt cả nhà Thu đi bán chính thức không thành vấn đề, vì ba ảnh là chủ tàu, muốn "nhét" bao nhiêu người lại không được! Lúc đó đối với má con Thu, chuyện vượt biên là cái gì đó xa vời lắm. Mở một quán cà phê vốn liếng có vài chỉ vàng mà má Thu phải chạy đi vay mượn cùng khắp, nói chi kiếm ra mười mấy cây vàng cho một đứa để được đi bán chính thức!

Mấy đêm liền mặt má con Thu người nào người nấy cứ căng ra như dây đàn sắp đứt. Đi vượt biên thì đứa nào cũng muốn, nhưng để chị Thúy phải lấy một người chồng mà chị chưa tìm hiểu, chưa có một chút cảm tình thì cũng tội cho chỉ quá! Được cái anh Hán dòm bề ngoài coi cũng tương đối "sạch sẽ", tuy là người Hoa nhưng sinh đẻ ở Sài gòn nên ảnh nói tiếng Việt nghe cũng trơn tru lắm.

Thu không biết ngày xưa nàng Kiều của Nguyễn Du bán mình chuộc cha tâm trạng rối bời ra sao, chứ từ hôm nghe anh Hán ngỏ ý, chị Thúy cứ đi ra đi vào như người mất hồn. Thu nhớ má Thu nói với chị Thúy: "Lúc nào thì má cũng muốn săn sóc đùm bọc cho các con. Ở chế độ này, với lý lịch của mấy đứa thì còn lâu mới ngóc đầu lên nổi. Chuyện lo cho mấy đứa đi vượt biên thì má không có khả năng, nhưng nếu bắt con phải hy sinh hạnh phúc cá nhân để lo cho mấy em thì má không nỡ. Má để tùy con quyết định". Cuối cùng rồi chị Thúy cũng đồng ý lấy anh Hán, đem theo Thu và thằng Tuấn cùng anh đi vượt biên. Má Thu ở lại lo thăm nuôi ba Thu, đợi ngày ổng ra tù rồi tính.

Vậy là chị Thúy đi lấy chồng! Năm đó chị mới có 18 tuổi. *Ngày mai trong đám xuân xanh ấy, có kẻ theo chồng bỏ cuộc chơi*! Chị Thúy theo chồng, dắt theo hai đứa em, xuống tàu vượt biên, tới một vùng đất xa lạ, tương lai và hạnh phúc đều mù mờ. Đám cưới chị Thúy không tổ chức ở nhà thờ, cô dâu không bận áo *soiree* trắng đội khăn voan như chị Thúy vẫn thường mơ ước. Để lối xóm và công an không để ý, má Thu nói anh Hán chỉ nên tổ chức một bữa tiệc nhỏ ở nhà hàng cho gia đình hai bên biết mặt. Ba má anh Hán biết ảnh định lấy vợ Việt, ổng bả kịch liệt phản đối. Nhưng vì anh Hán ra điều kiện nếu không cho ảnh lấy vợ thì ảnh sẽ ở lại nên cuối cùng hai ông bà phải nhượng bộ.

Bữa tiệc cưới nhỏ ảm đạm được tổ chức tại nhà hàng Soái Kình Lâm, chỉ có đãi một bàn tiệc, gồm gia đình anh Hán và bốn má con Thu. Bà má anh Hán ngồi trong bàn tiệc mà cặp mắt cứ trừng trừng nhìn chị Thúy như muốn ăn tươi nuốt sống làm má Thu không khỏi ngột ngạt và lo sợ cho cuộc sống dâu con sau này của chị Thúy. Hôm trước khi xuống tàu vượt biên, má Thu đã dặn tới dặn lui anh Hán là sau này khi định cư dù muốn dù không cũng nên dọn ra ở riêng, xây tổ ấm cho hai đứa, chứ để chung đụng sớm muộn gì cũng có xích mích mẹ chồng nàng dâu. Má Thu lo xa cũng phải, vì đâu cần qua tới Mỹ, chỉ vừa tới đảo Bidong ở Mã Lai, chị Thúy đã bị bà già chồng hạch sách đủ điều. Mỗi lần làm điều gì phật ý bả, là bả ném cho chị Thúy một cái nhìn lạnh lùng, mà miệng thì xổ một tràng tiếng Tàu, nghe líu lo cứ như là chim cú hót!

Ở đảo được vài tháng, tụi Thu được gia đình một người bà con xa của anh Hán bảo lãnh về Cali. Qua tới Mỹ chưa được bao lâu, ba anh Hán mới khám phá ra bao nhiêu tiền chuyển ngân qua trước đã bị người ta gạt sạch. Từ một ông chủ bự ở Chợ Lớn, tuy cũng còn một chút vốn liếng của cải mang theo, nhưng bao nhiêu của chìm của nổi một sớm một chiều tan tành thành mây khói, ba anh Hán tức quá đứng tim mà chết.

Anh Hán, từ một chàng công tử bột ở Sài Gòn, giữa một xã hội thời bao cấp thiên hạ chạy gạo kiếm ăn từng bữa, mà ảnh chỉ biết xách xe honda đi dạo quán xá, nay bỗng dưng trở thành rường cột của gia đình, phải đảm đương một bà mẹ già, thêm một người vợ mới cưới và hai đứa em vợ "ăn theo" là Thu và thằng Tuấn, ở một xứ sở hoàn toàn xa lạ, về cả ngôn ngữ, phong tục, trong khi ảnh không có bằng cấp gì lận lưng. Ông bà mình bảo thời thế tạo anh hùng chẳng biết đúng hay sai, nhưng anh Hán quả thật thích ứng với hoàn cảnh mới một cách nhanh chóng không ngờ. Vì tiếng Anh không rành, anh Hán phải xin vào làm việc cho các nhà hàng Tàu ở phố Tàu, làm hai ba “jobs”, vừa rửa chén, bồi bàn, khuân vác trong mấy tiệm tạp hóa.

Lúc này Thu và thằng Tuấn theo học ở một trường trung học gần nhà, đi về có xe bus nhà trường đưa rước. Má anh Hán, từ sau cái chết của ba ảnh, phần thì nhớ chồng, phần vì tiếc của, đâm ra lẩn thẩn, ngày tối cứ nhốt mình trong phòng lẩm bẩm những gì không ai hiểu. Nhiều đêm anh Hán đi làm về khuya, ảnh bới vội chén cơm rồi hâm nóng thức ăn đem từ nhà hàng về, bưng vào phòng rồi ngồi đút cho má ảnh ăn. Hai mẹ con xí xô xí xào nghe vừa buồn cười vừa tội nghiệp!

Chị Thúy thì chẳng bao giờ dám bén mảng tới gần má anh Hán, vì y như rằng hễ thấy bóng dáng chị thấp thoáng là bả gầm gừ, làm như mọi sự sa cơ thất thế trong gia đình bà, đều là do anh Hán lấy chị Thúy làm vợ mà gây nên. Mấy lần chị Thúy định bàn với anh Hán gửi bà vô trong viện dưỡng lão cho có y tá săn sóc nhưng thấy tội nghiệp quá nên thôi. Vả lại có muốn anh Hán cũng không có khả năng. Tuy đi làm hai ba "jobs", nhưng lương ba cọc ba đồng, anh Hán cũng đâu kiếm được bao nhiêu, lương lãnh về, chỉ vừa đủ trang trải tiền nhà, tiền thuốc men cho má ảnh, lại còn chi tiêu lặt vặt trong nhà. Vài ba tháng một lần, ảnh còn thu vén mua quà gửi về cho má Thu ở Sài Gòn, mặc dù chị Thúy không dám yêu cầu.

Ban ngày khi anh Hán đi làm và tụi Thu đi học, chỉ còn chị Thúy và má anh Hán ở nhà, chị Thúy phải "núp" trong phòng, giết thì giờ bằng mấy băng nhạc Việt Nam sang lại mua ở chợ, hoặc nằm bò trên giường, đọc và viết thư cho má Thu. Dạo này có lẽ vì hợp với thời tiết bên này, chị có vẻ khỏe hẳn ra, không còn bệnh rề rề như trước, tướng tá coi có da có thịt hơn hồi còn bên nhà, trông nẩy nở và quyến rũ hơn hồi còn con gái nhiều lắm. Năm sau khi Thu và thằng Tuấn cùng chuyển trường lên đại học, hai đứa phải dọn lên trường kiếm thuê phòng cho tiện việc đi lại, chị Thúy cũng ghi tên học Anh văn ở một trường đại học cộng đồng gần nhà cho qua ngày tháng. Cuộc sống cứ lặng lẽ trôi, cho tới một hôm Thu mới khám phá ra một chuyện động trời là chị Thúy có bồ!

Hôm thi cuối khóa mùa đông xong, thấy còn sớm, Thu lái xe lên trường chị Thúy định rủ chị đi *shopping* mua mấy món quà cho mùa Xmas. Vừa đậu xe xong, Thu chồm ra ghế sau định lấy cái áo khoác vào người cho đỡ lạnh thì nom thấy chị Thúy chui vào một chiếc xe còn khá mới, phóng đi. Đoán là chị quá giang xe bạn về nhà nên Thu cũng lái xe về nhà ngồi chờ. Nào ngờ đợi suốt cả buổi chiều cũng không thấy tăm hơi chỉ đâu. Bây giờ là cuối năm, mấy cái *shopping mall* đang sale đồ giáng sinh, chắc chỉ đang đi mua sắm đồ với mấy người bạn.

Lúc chị Thúy bước vô nhà, ngó thấy chị không có xách cái gì hết ngoài cái túi đi học, Thu ngạc nhiên hỏi:

- Bộ bữa nay không có cái gì rẻ hay sao mà bà đi về tay không vậy?

Chị Thúy ngó Thu:

- Mày nói cái gì rẻ? Tao mới đi học ở trường về mà, mua bán cái gì!

- Chớ không phải hồi sáng bà chun vô cái xe màu xanh đi *shopping* sao? Tui định phóng xe rượt theo mà không kịp!

Chị Thúy lắp bắp:

- Mày thấy cái gì? Bữa nay còn đi học mà mày làm cái gì ở trường tao?

Thu bưng trái "cantaloupe" lên ngồi ở bàn ăn, vừa gọt vừa trả lời:

- Hôm nay tui thi xong môn cuối, định ghé trường rủ bà đi *shopping* chơi. Ai dè tới nơi thì bà đã đi mất tiêu, biết vậy hồi sáng tui rủ con nhỏ Hạnh đi cho rồi. Bà làm cái gì mà mặt mày xanh lè xanh lét vậy? Trúng gió hả?

Chị Thúy ngồi phịch xuống ghế:

- Hồi sáng tao đi chiếc xe màu xanh thiệt, nhưng không phải đi *shopping.* Thu này, tao nói cho mày nghe chuyện này, nhưng mày khoan viết thư về kể cho má nghen. Để từ từ rồi tao tính. Chừng nào đâu vào đó xong xuôi tao sẽ nói cho má nghe sau.

Thu trợn mắt ngó chị Thúy:

- Chuyện gì ghê vậy bà? Chuyện gì mà bà rào trước đón sau dữ vậy?

Chị Thúy thở dài:

- Chắc tao với anh Hán phải ly dị quá!

Thu sửng sốt:

- Hả? Bà nói cái gì? Bấy lâu nay tui đâu có nghe bà than thở gì đâu, sao tự dưng hôm nay lại nói chuyện động trời vậy? Bà không nói chơi đó chứ?

Chị Thúy thiểu não:

- Chuyện nghiêm trọng như vậy ai lại đi nói chơi bao giờ! Tại chưa tới lúc phải nói, với lại tao cứ chần chờ vì nghĩ còn có cách cứu vãn. Thiệt ra anh Hán cũng tốt với tao lắm, nhưng giữa tao với ảnh không có tình cảm. Mày cũng biết vì sao tao lấy ảnh rồi mà ...

Thu ngắt lời:

- Nhưng hồi đó bà chấp nhận mà. Ảnh đâu có ép bà, má cũng đâu có ép bà. Ăn ở với nhau hai ba năm nay, rồi tự dưng bà muốn bỏ ảnh, ờ mà bà đã nói cho anh Hán chưa?

- Tao không biết phải mở miệng nói với ảnh làm sao nữa. Anh Phú, cái anh chạy chiếc xe màu xanh hồi sáng đó, có nói với tao là nên giải quyết càng sớm càng tốt, sẽ dễ dàng cho cả đôi bên.

Thu nhíu mày:

- Ở đâu mà lòi ra cái thằng cha Phú nào nữa đây? Chắc bà cặp với thằng cha Phú này rồi định về bỏ anh Hán chớ gì? Tui thiệt không hiểu nổi bà. Mấy năm nay ảnh lo cho bà từng chút, tui với thằng Tuấn có là gì của ảnh đâu mà ảnh cũng đối xử như em út ruột thịt của ảnh. Chưa nói ảnh còn gửi quà về Việt Nam cho má. Tụi mình qua đây được cũng là nhờ ba má ảnh tổ chức, vậy mà bây giờ bà nỡ nào!

Chị Thúy khổ sở nhăn nhó:

- Tao có phủ nhận lòng tốt của anh Hán với gia đình ảnh

đâu, nhưng chuyện tình cảm đâu có dễ dàng như mày nói. Những gì anh Hán giúp đỡ tụi mình, từ từ tao sẽ tìm cách đền bù cho ảnh. Hai năm nay mang tiếng là vợ chồng chứ tao với ảnh có tâm sự gì với nhau đâu. Tao nghĩ đối với ảnh như vậy cũng không công bằng. Thà là ảnh kiếm người khác thương ảnh, biết đâu ảnh sẽ có hạnh phúc hơn?

Thu lắc đầu:

- Tui không có tán đồng bà ly dị đâu. Nhưng bà muốn làm sao đó thì làm, tui chỉ mong bà suy nghĩ cặn kẽ để sau này khỏi hối tiếc.

Rồi chuyện gì phải tới đã tới. Chị Thúy và anh Hán làm thủ tục ly dị, không kiện tụng lôi thôi vì cả hai đều cùng chưa có tài sản hay con cái để tranh chấp. Hai người bỏ nhau chóng vánh y như hồi làm đám cưới. Chị Thúy dọn ra riêng, *share* phòng với người bạn học, còn anh Hán thì vẫn ở căn *apartment* với má ảnh. Thu không ngờ anh Hán có thể chia tay với chị Thúy một cách dễ dàng như vậy.

Hôm tới nhà ảnh để dọn đồ đạc cho chị Thúy, thấy ảnh đi ra đi vô, tay cầm ly bia mà gương mặt buồn hiu, Thu mới gợi chuyện:

- Anh Hán vẫn đi làm chỗ cũ hả?

Ảnh cười chua chát:

- Thì cũng chỗ cũ. Mà nếu có đi làm chỗ mới thì cũng chừng đó việc, cu li mà, đâu có phân biệt mới hay cũ.

Phải chi mà người ta có thể nói với nhau những câu an ủi như trong tuồng cải lương thì chắc Thu đã có nhiều điều để nói với anh Hán. Nào là những ơn nghĩa gia đình ảnh đã mang chị em Thu qua đây, nào là thời gian đầu ảnh đã bảo bọc chị em Thu trong lúc bao nhiêu sóng gió dồn dập xảy ra với ảnh... vậy mà Thu cứ ngậm câm như hến, chỉ yên lặng cắm cúi xếp những đồ dùng của chị Thúy cho vào thùng giấy. Lúc phụ anh Hán bưng cái thùng từ nhà ra bỏ vào cốp xe, Thu mới giúi vô tay anh Hán tấm giấy nhỏ, có ghi địa chỉ và số phone của mình. Thu lắp bắp:

- Anh ở lại mạnh giỏi. Có địa chỉ và số điện thoại của em ghi trong tờ giấy này nè, có gì anh liên lạc với em nghen. Dù gì thì em với thằng Tuấn cũng coi anh như anh lớn trong nhà. Mà em biết ba má cũng coi anh như con trong nhà vậy. Nhớ giữ liên lạc với em nghen.

Anh Hán nói nhỏ:

- Chừng nào ra trường nhớ báo cho anh biết, anh sẽ đi dự! Mà có lấy chồng thì cũng nhớ gửi thiệp cho anh. À quên nữa, có viết thư cho má, cho anh gửi lời hỏi thăm.

Thu nói dạ rồi chun vô xe rồ máy. Trên suốt đường về, Thu cứ lan man nghĩ không biết rồi anh Hán sẽ ra sao, vì Thu biết chắc ảnh vẫn còn thương chị Thúy lắm. Thái độ dửng dưng chấp nhận một thực tế phũ phàng của anh Hán làm Thu lo ngại.

Năm tháng trôi qua, không có gì bất trắc xảy ra giữa anh Hán và chị Thúy. Một năm sau khi ly dị, chị Thúy bước thêm bước nữa, và theo anh Phú, chồng sau của chỉ, dọn sang Texas sinh sống. Thằng Tuấn chuyển trường xuống Los, vì được nhận vào *medical school* ở UCLA. Còn Thu vẫn quanh quẩnh ở San Jose, vừa đi học vừa đi làm.

Mấy năm sau ba má Thu sang Mỹ theo diện HO, về định cư ở Texas cùng với gia đình chị Thúy. Chị đã có một đứa con gái, cuộc sống hôn nhân êm ấm như chị vẫn từng mơ ước. Thu tốt nghiệp ra trường, làm cho một hãng điện tử vùng Thung Lũng hoa vàng. Anh Hán giữ liên lạc được với Thu một thời gian rồi cũng dọn đi đâu mất tiêu, nghe nói ảnh dọn xuống Los hùn vốn mở một nhà hàng Tàu.

Vậy cũng tốt, Thu chỉ cầu mong ảnh có được một đời sống êm ả bình thường như mọi người.

Má Thu cứ mỗi lần gọi phone nói chuyện với Thu là y như rằng hỏi chừng nào Thu mới chịu lấy chồng, Thu cứ ì à nói lảng sang chuyện khác. Thiệt tình có nhiều buổi chiều đi làm về, Thu phải ghé mấy cái *shopping mall* đi lòng vòng mua sắm, thấy đời sống cũng sao mà tẻ nhạt. Dĩ nhiên Thu cũng có một vài người bạn trai, nhưng quan hệ chỉ tới mức mời nhau cuối tuần đi nhảy đầm dạ vũ là hết. Chắc rồi cũng tới lúc Thu phải đi lấy chồng, cho có với người ta. Má Thu cứ dọa: "Con đã hăm mấy rồi, đâu còn trẻ trung gì nữa, đợi tới lúc lên băm thì có ma nào nó thèm rước nữa!". Thu cười: "Lấy chồng thì cũng phải có duyên có số, chứ hổng lẽ vì sợ tuổi băm mà con cứ chạy ra đường, quơ đại một thằng đui mù sứt mẻ nào đó về làm con rể má chắc?". Má Thu đầu hàng: "Mày tuổi con cua mới đúng, ăn với nói, ngang phè!".

Cuối tuần này Thu phải bay sang DC dự một cuộc họp thường niên trong hãng. Cùng đi có vợ chồng đứa bạn làm chung. Nó rủ Thu:

- Ê Thu, họp xong thứ Sáu mày với vợ chồng tao lái xe lên Atlantic City chơi nghen mậy? Nghe nói bên đó có khách du lịch từ châu Âu sang nên lịch sự và sang trọng lắm, không có xô bồ xô bộn như ở Las Vegas hay Reno đâu!

Thu cười:

- Bài bạc tao chỉ biết chơi mỗi bài cào, lên trên đó làm gì?

Nhỏ bạn cười hăng hắc:

- Thì đi ngắm thiên hạ Tao chỉ có biết kéo máy thôi, để tao truyền nghề lại cho mày.

Thu hờ hững:

- Ừa, đi thì đi, mày có ăn tiền cò của mấy sòng bạc ở bên đó hay sao mà quảng cáo cho tụi nó dữ vậy?

- Rủ mày đi để có người tán dóc trên xe cho đỡ buồn ngủ, chứ hai vợ chồng tao đi một mình, tao ngủ trên xe sợ thằng chả cũng buồn ngủ đâm đầu vô xe khác là vỡ nợ!

- Tưởng mày tốt lành gì, ai dè cũng biết tính toán quá chớ!

Con nhỏ bạn cười ngỏn ngoẻn bỏ đi.

Hôm tới Atlantic City, lúc hai vợ chồng con nhỏ bạn bị mấy cái sòng xì phé và máy cái máy kéo hớp hồn, Thu đi bộ lòng vòng ngắm thiên hạ. Những ánh đèn sặc sỡ, những gương mặt căng thẳng, mắt nhìn không chớp những con bài chia xoèn xoẹt trên bàn, những cô chiêu đãi viên ăn bận hở hang ... tất cả tạo thành một thế giới ăn chơi làm Thu choáng ngợp. Bỗng Thu nhìn thấy một người đang đứng chia bài có cái dáng quen quen, Thu định thần nhìn kỹ, rồi buột miệng la:

- Anh Hán!

Anh Hán đang chia bài cho một bàn xì dzách, nghe kêu, ngẩng lên thấy Thu, anh hơi giật mình rồi ra hiệu cho Thu chờ anh một lát. Chừng mười lăm phút sau, anh lấy giờ nghỉ, đưa Thu ra *cafeteria* trò chuyện:

- Em đi đâu mà lạc qua tới bên đây lận?

Thu mừng quá:

- Em đi họp cho hãng ở dưới DC, sẵn có bạn rủ lên đây chơi cho biết. Anh dọn qua đây từ hồi nào, sao không nói cho em biết? Có đứa bạn nói gặp anh ở dưới Los mà.

- Anh có ở Los hùn vốn với bạn mở nhà hàng, nhưng ế ẩm quá phải sang lại cho người khác. Rồi thất nghiệp phải bay qua đây chia bài, kiếm cơm ngày hai bữa vậy mà. Đi xa để đổi không khí! Dạo này em lớn bộn rồi nha, chững chạc hẳn ra. Chồng con gì chưa? Có dẫn theo không, giới thiệu cho anh biết với?

- Có ma nó mới thèm lấy em! Anh ở đâu vậy, cho em địa chỉ, ngày mai em ghé thăm. Gặp anh ở đây em mừng quá, em về gọi điện thoại báo cho má biết, chắc má mừng lắm.

Anh Hán ngạc nhiên:

- Má qua rồi hả? Lâu chưa?

- Được hơn một năm nay rồi, nhờ đi diện HO của ba, chứ nếu chờ chị Thúy bảo lãnh chắc còn lâu. Còn chị Thúy…

Anh Hán làm ra vẻ thản nhiên:

- Thúy khỏe không? Sao đang nói em lại ngưng ngang vậy?

- Chỉ lập gia đình rồi, có một đứa con gái giống chỉ lắm. Ờ mà anh cho em địa chỉ nhà anh đi, ngày mai em sẽ ghé thăm. Mà ... anh đang ở một mình chớ?

Anh Hán đón lấy cây viết trên tay Thu, cúi xuống vừa hí hoáy viết vừa trả lời:

- Em lại chơi buổi trưa nha. Anh làm tới gần sáng mới về lận, còn phải dọn dẹp nha cửa sơ sơ để đón khách quý nữa chớ!

Hôm sau vì hai vợ chồng con nhỏ bạn còn ngủ vùi trong khách sạn sau một đêm bị mấy con bài hành hạ, Thu đón xe taxi, một mình tới khu chung cư anh Hán ở.

Lúc Thu còn lóng ngóng dò số nhà thì một người đàn bà đang bế con chơi ở một xích đu gần đó mon men lại gợi chuyện:

- Cô là người Việt phải không? Kiếm nhà ai vậy?

Thu chìa mảnh giấy anh Hán viết hôm qua:

- Thím biết nhà nào là nhà anh Hán không, làm ơn chỉ dùm?

Người đàn bà ngó Thu dò xét:

- Cô là bạn ảnh hả? Ảnh đi làm chưa về.

- Dạ không cháu là em ... bà con của ảnh, bị thất lạc địa chỉ mấy năm nay. Cháu ở bên Cali, hôm qua mới tình cờ gặp ảnh ở Casino, ảnh cho cháu địa chỉ nhà để cháu ghé lại thăm.

- Hèn gì. Tui thấy ảnh ở đây mấy năm rồi mà có thấy bà con thân thích nào đâu, ngoại trừ mấy con bồ Mỹ có, Mễ có, Tàu có. Ờ mà cô bà con với ảnh là bà con làm sao vậy? Tui thấy cô đâu có giống ảnh chút xíu nào đâu?

- Dạ bà con cô cậu, có điều hơi xa, tại má ảnh là chị họ của ba cháu ...

Người đàn bà ngồi xuống xích đu, tiếp tục tía lia:

- Hèn gì cô với ảnh dòm mỗi người một mặt. Anh Hán này bình thường cũng được lắm, ảnh làm chung chỗ chia bài với ông xã tui chớ đâu! Có điều mỗi lần ổng nhậu say là thôi, bán trời hổng mời thiên lôi đó cô!

- Hồi đó cháu nhớ là ảnh cũng đâu có bia rượu gì nhiều đâu, thỉnh thoảng cũng có uống bia, nhưng say xỉn như thím nói cháu chưa hề thấy. Bộ dạo này ảnh nhậu nhẹt dữ lắm hả thím?

Người đàn bà chép miệng:

- Nói nhậu dữ thì cũng quá, một tháng đôi ba lần thôi. Cô biết mà, đàn ông độc thân, tiền bạc nếu không nướng trong sòng bài thì cũng cho gái ăn hết. Bây giờ là ảnh tu tâm dưỡng tánh dữ lắm rồi đó, nghe đồn là hồi đó ảnh cũng có gia đình đàng hoàng, rồi đi buôn bán ma túy gì đó, vợ biết được, bỏ đi lấy chồng khác! Ảnh chán đời, mới dọn qua đây làm ăn đó chứ!

Thu trợn mắt:

- Cái gì mà có buôn bán ma túy nghe ghê vậy thím? Anh Hán ảnh hiền khô mà!

Người đàn bà thở dài:

- Thì bởi vậy! Nhưng mà nghe nói tu rồi, chỉ có đánh bài với ... gái gú thôi. Ối mà cô ơi, mấy thằng cha chia bài, mười thằng cha là hết mười một thằng ghiền, làm được bao nhiêu là đem vô cúng lại cho tụi nó hết. Như ông nhà tui kìa, hổng có tui tay hòm chìa khóa kè kè bên cạnh, thì hổng biết ở nhà có cháo ăn không nữa!

Thu hỏi lại:

- Còn vụ mua bán ma túy thì sao thím? Ai nói cho thím nghe vậy?

- Cần gì ai nói cô! Cái cộng đồng Việt Nam ở đây nhỏ như cái lỗ mũi, ai nhỏng đít lên là tui biết liền. Nói thiệt chứ muốn điều tra, tui còn có thể biết hồi đó bên Việt Nam ảnh làm nghề gì nữa kìa! Ờ mà thôi cô ngồi đây chờ ảnh nghe, tui bồng nhỏ con gái vô dỗ cho nó ngủ. Hay là cô muốn vô nhà tui uống miếng nước rồi ngồi đợi ảnh không, không biết chừng nào ảnh mới về!

Thu thối thoát:

- Dạ cám ơn thím, cháu ngồi ngoài này đợi ảnh được rồi.

Người đàn bà đứng dậy đi vô nhà. Ngó theo cái dáng đi lạch bạch, Thu lại miên man nghĩ về câu chuyện bả mới vừa kể. Cũng có thể đúng mà cũng có thể sai. Ai có quyền cấm bả thêu dệt cho câu chuyện thêm phần hấp dẫn? Nhưng có một điều Thu chắn chắn là mấy năm nay cuộc sống của anh Hán cũng không mấy êm đẹp, trôi giạt xuống Los mở nhà hàng làm ăn thất bại rồi bay sang miền đông làm nghề chia bài, cái nghề mà người Việt mình ít có ai coi trọng.

Mấy năm trước, ngày dắt ba chị em Thu xuống tàu vượt

biên, chắc chẳng bao giờ anh Hán nghĩ cuộc đời của ảnh cứ kéo dài, từ bế tắc này sang bế tắc nọ, đưa anh đến thành phố ăn chơi này, nơi mà anh kiếm sống bằng nghề đứng chia bài cho khách du lịch, rồi khi về tới nhà lại đắm chìm trong men rượu, hay những người con gái đủ mọi sắc tộc, hoặc lại đắm mình trong những sòng bài, nguồn phương tiện nuôi sống anh.

Thu biết lát nữa đây khi gặp Thu, anh Hán sẽ vẫn cười xuề xòa hỏi thăm Thu về cuộc sống, một cuộc sống khá ngăn nắp, và chẳng bao giờ than thở hay kể cho Thu nghe cuộc sống nhàm chán của anh, hay một ước mơ có một mái ấm, một người vợ, dăm ba đứa con, một công việc bình thường... Thu biết anh Hán cũng chỉ mơ ước chừng đó, vậy mà ảnh vẫn đi tìm kiếm bao nhiêu năm nay.

Thu ngồi ở ghế xích đu không biết bao lâu, nhớ lại từng kỷ niệm của anh Hán từ hồi còn ở quê nhà, từ hồi anh còn mỗi ngày phóng xe từ Chợ Lớn lên khu Đa Kao, "ngồi đồng" ở quán cà phê vỉa hè của má con Thu, những lần anh phụ chị Thúy nhúm bếp, lọ nghẹ dính đầy trên mặt ... tới lúc nghe tiếng xe của anh quẹo vào khu chung cư, Thu mới giật mình quay lại. Anh chồm mình ra khỏi cửa xe nói với Thu:

- Thu đợi anh lâu chưa? Anh ghé chợ Đại Hàn mua một ít đồ ăn về nấu đãi Thu đây. Lâu quá rồi anh mới vô bếp nấu anh đó nghen. Tối nay anh nấu đãi Thu món gà rút xương kiểu Đại Hàn, ngon hết biết ...

Thu bước lại đỡ cái bịch ni lông trên tay anh Hán. Hình như đây là lần đầu tiên Thu ngó thật kỹ vô đôi mắt anh, cái đuôi mắt nhăn nheo làm anh già trước tuổi. Ngó xuống cái quần jeans bạc thếch anh đang mặc, bỗng dưng Thu bật khóc khiến anh cuống quít:

- Đợi anh có một chút mà làm gì khóc vậy? Hồi đó anh

nhớ lúc đi bán cà phê, anh nghe má la em hoài mà có thấy em khóc bao giờ. Sao giờ lớn rồi mà lại trở nên mít ướt vậy?

Thu nói qua làn nước mắt:

- Tại xe anh quẹo vô làm bụi bay vô mắt em chớ bộ! Bây giờ mà anh còn nhắc làm chi chuyện hồi xưa ở bên nhà hả? Anh có nhớ có lần hết nước đá má sai em đi mua, anh kêu em lên xe Honda của anh để anh chở đi mua cho mau, anh chạy giỏi đến nỗi đi ngang ổ gà, em té cái bịch xuống đường nằm đo ván mà anh cũng không hề hay biết ...

Anh Hán ngắt lời:

- Nhưng mà anh có quay lại kiếm em mà, thấy em còn ngồi một đống ở chỗ ổ gà, hai đầu gối còn rướm máu. Anh nhớ sau lần đó anh có dẫn em với thằng Tuấn đi coi xi nê với ăn bò bía đền tội rồi mà. Hồi xưa sao mà dễ thương quá em há! Thôi vô nhà đi để anh trổ tài nấu cho em ăn. Sáng giờ chưa có gì vô bụng chắc em đói dữ rồi há ...

Đi theo anh Hán vào nhà, hai chân Thu cứ ríu lại. Thu bỗng bật cười khi nghĩ anh Hán quả có máu Tàu trong người, gặp nhau chưa kịp hỏi thăm sức khỏe đã hỏi: "Nị có đói bụng không? Ăn cơm chưa?". Tiếng cười của Thu làm anh Hán quay lại, ngạc nhiên:

- Con nhỏ này ngộ không! Mới thút tha thút thít khóc đó mà bây giờ đã cười. Nhớ đừng có cười hả miệng to quá, gió vô bị đau bụng anh không có dầu cù là xức đâu đó nghen.

Nói xong anh Hán cười giòn tan. Lâu lắm rồi Thu mới nghe lại giọng cười hồn nhiên không âu lo của anh. Đột nhiên thấy anh cứ ngó mình chầm chập, Thu bối rối ngó xuống đất làm bộ sửa giầy, nói bâng quơ:

- Chỗ anh ở cát bụi tùm lum. Hồi nãy bụi bay vô mắt, bây giờ lại có mấy hột cát rớt vô trong giày, đi khó chịu quá…

Anh Hán tưởng thiệt, cúi xuống định giúp Thu tháo giày để phủi cát. Thu ngó thấy mấy sợi tóc bạc lơ thơ lẫn trong mái tóc ảnh, tự dưng giật mình. Sao nãy giờ Thu cứ để ý nào đuôi mắt ảnh, vài sợi tóc bạc, hay chiếc quần jeans bạc thếch! Làm như sợ anh bắt gặp được ý nghĩ của mình, Thu lùi lại, lắp bắp nói:

- Thôi để lát nữa vô nhà tự em một mình phủi được rồi. Anh đưa bớt cái bịch ni lông cho em, anh còn phải mở cửa nữa mà.

Dù không soi gương, Thu cũng biết hai gò má của mình đang đỏ au lên vì mắc cỡ. Lâu lắm rồi Thu mới thấy mình mới có cảm giác rung động lạ thường. Có ai cắt nghĩa giùm Thu những rối ren ấy?

Anh Hán vẫn vô tư đi trước. Thu ngó theo cái dáng chịu đựng của ảnh mà thấy lòng tự dưng thanh thản và bình an vô cùng ...

Ngọc Duy

Phải: Julie Trần trao giải cho tác giả Duy Nhân. Cách đây chừng 10 năm, Julie còn là một cô bé tham vào giải Bé Viết Văn Việt của VVNM. Từ đó, cô dần dần trưởng thành, tham gia vào nhiều hoạt động trong cộng đồng. Và đến hôm nay, cô đại diện Wells Fargo, công ty bảo trợ chính cho VVNM từ hơn 10 năm qua, đến phát biểu tại VVNM. Cô gởi lời cảm ơn đến giải thưởng Bé Viết Văn Việt và VVNM đã tạo điều kiện để cô có thể học hỏi và phát triển, trưởng thành, và có cơ hội đại diện nhà bảo trợ Wells Fargo gửi lời chúc mừng đến các tác giả.
Trái: Danny Trần, từ US Bank, cũng là người đã bảo trợ cho VVNM từ nhiều năm qua. Cách đây cũng chừng chục năm, Danny không nói rành tiếng Việt, mỗi lần đại diện cho ngân hàng đến phát biểu tại VVNM anh rất run. Vậy mà lần này anh đã nói thật lưu loát, chững chạc, dùng nhiều từ ngữ Việt khó. Danny nói theo cách nói của Kim Dung, nhà văn Nhã Ca và Trần Dạ Từ đã "quá nổi tiếng trên giang hồ!" khiến cả khán phòng cười ồ. Khi nói đến sự kiện bộ sách VVNM đã được vào Thư Viện Quốc Hội, anh đã dùng hai câu tục ngữ: có công mài sắt có ngày nên kim", và "có trần ai mới rạng mặt công hầu" và một lần nữa nhận được sự tán thưởng nồng nhiệt của quan khách.

Di Dân Nga Trên Nước Mỹ

TRƯƠNG NGỌC ANH

TG Trương Ngọc Anh
trong lễ trao giải VVNM 2002.

Trương Ngọc Anh là tác giả Viết Về Nước Mỹ ngay từ năm đầu tiên. Sau vụ khủng bố tấn công làm sụp đổ tháp đôi ở New York, cô viết bài "Tiểu Hợp Chủng Quốc" kể chuyện sở làm, một công ty chủ nhân người Ả Rập Hồi Giáo, nhưng hàng trăm nhân viên đủ gốc Á Âu, Do Thái... sống với nhau hoà thuận. Bài viết được trao tặng giải thưởng Danh dự năm 2002.

Trải qua bao thời gian, những người bạn cũ rời xa, những người bạn mới xuất hiện, nhiều khuôn mặt đến, rồi đi, như nước chảy qua cầu. Vậy mà có một khuôn mặt đặc biệt, ở lại rất lâu trong góc trái tim tôi, một nhỏ bạn thật đặc biệt. Đặc biệt, là vì nó là... người Nga.

Tôi đã từng có ác cảm với dân tộc Nga, từ những ngày trước năm 1975, là năm đổi đời, đổi hướng tương lai của đa số dân tỵ nạn cộng sản. Ác cảm là vì, giống dân từ một quốc gia xa lạ và rất xa trên bản đồ trái đất, đầu tiên tạo ra chế độ Cộng sản, lại đầu độc cả thế giới qua cái chủ nghĩa Cộng sản ác nhân thất đức.

Niềm ác cảm đó còn gia tăng trọng lượng khi tôi, một nhân viên lâu năm trong nghề, lại bị chủ ra lịnh dạy nghề cho nó!

Trời đất quỉ thần ơi!

Hãng càng ngày càng sa sút, mất từ từ những khách hàng lâu năm quen thuộc, vì chính sách -toàn cầu hóa-. Chẳng những mất khách hàng, mất số lượng bán hàng quan trọng, mà thậm chí nguy là nhân viên càng ngày càng bị thu gọn lại. Nhiều người phải ra đi để hãng bớt chi phí, tiếp tục thắt lưng buộc bụng kéo dài thoi thóp, cho tới chừng nào tình thế khá hơn. Vậy là bao nhiêu là tin đồn trong hãng, người nầy sẽ ra đi, người kia sẽ mất việc.

Những nhân viên có số lương kha khá trong hãng lo lắng, trong đó có tui.

Nó là nhân viên mới. Nay ông chủ hãng biểu tui phải dạy nghề cho nó, chắc là để nay mai nó sẽ thế chân tui trong phòng kế toán, lương ít hơn, mà vẫn có thể làm việc giống như tui, "nhứt cử lưỡng tiện" cho chủ hãng.

Ngày đầu tiên bà sếp tui giới thiệu, ngó nó đã thấy phát nực rồi! Mặt nó trắng xác, đúng là giống dân bạch chủng. Mái tóc cắt cao kiểu *demi-garçon*, cái miệng không nhếch nổi một nụ cười khi được giới thiệu. Ngay lập tức ác cảm dâng lên, người đâu lạnh lùng, y chang mấy nhân vật người Nga trên phim ảnh loại gián điệp.

Nó ngó tui lạnh lùng, tui ngó nó còn lạnh hơn nước đá cục. Nó được cái bàn ngồi ngay bên cạnh tui trong phòng kế toán, bực thì thôi! Mấy ngày đầu tiên tui đì nó, bắt nó "file" hằng đống giấy tờ, chỉ cần dạy chút (chỉ chút xíu lấy lệ) xếp hồ sơ khách hàng theo mẫu tự ABC. Nó cần mẫn làm mọi chuyện tui sai bảo, nhưng ngậm câm, mặt lạnh càng khó ưa!

Được đâu một tuần lễ hai đứa nhìn nhau mà chẳng thấy nhau đó, một hôm, tự nhiên nó nói tên tui giống tên của nó. Tui ngạc nhiên, nói, tên tui là Anh, còn tên nó là Anna, làm sao giống. Nó mím miệng cười, nói phát âm hơi giống, nhưng ở nước nó không có tên Anh hay Anne, nên nó thấy gọi tui là Anna nghe dễ thương hơn. Mèn, tên tui hỏng phải cứ đổi thì đổi, hử?!

Có một buổi chiều tan sở, tui vừa ra cửa thì thấy nó chạy lại, nắm tay tui, đưa tới trước mặt một người đàn ông vóc dáng to lớn, mặc đồ lớn trang trọng đang đứng chờ, giới thiệu:

- Đây là ba tôi.

Rồi xây qua ba nó, nó nói liền:

- Ba ơi, đây là bạn con, cũng có tên giống con đó Ba.

Ông già đưa tay bắt tay tôi, cười thật hiền lành, và hơi ngạc nhiên, tui mới chợt nhớ ra là nó vừa nói tui là bạn nó, nở nụ cười đầu tiên với tui. Sao nó cười đẹp và mặt nó sáng rỡ vậy ta, đâu mất rồi nét lạnh lùng lần đầu tiên tui gặp nó.

Tui đang kể cho các bạn về một người bạn cũ, một nhỏ bạn thật bình thường, và có lẽ câu chuyện về nó cũng không có gì đặc sắc hết, ngoài việc nó là người Nga, một giống dân tôi ghét cay ghét đắng, vì nó là người Nga Cộng sản, một chế độ theo tôi rất là vô nhân bản.

Hồi còn học Trung Học, tôi biết rất sơ sài về thế giới Cộng sản, nhất là nước Nga. Dân tộc Nga, một dân tộc hiếu chiến, một chế độ tàn nhẫn không có tình người như trong cuốn sách “Bác sĩ Zhivago” mà tôi từng đọc say mê, được coi phim trên màn ảnh đại vĩ tuyến nữa. Từ sau ngày nó giới thiệu tui với ba nó, bằng lời nói thắt chặt tình bạn là hai đứa có cùng một tên giống nhau, coi như hai đứa tui đã quen nhau. Thiệt tình! giống gì mà giống!

Trước lúc chính thức "quen nhau", vào giờ ăn trưa, tui vẫn thường ngồi tại chỗ, qua bữa một mình hộp cơm đơn sơ; vừa ăn vừa vặn máy cassette nghe nho nhỏ vài bản nhạc Việt.

Hôm đó, nó rủ tui cùng ngồi bàn ăn trưa với nó. Tui cũng ừ, xách túi đồ ăn ra bàn ăn chung. Thức ăn trưa nó đem theo, không đơn giản như của tui mà kèm theo món chánh có hai, ba món phụ, ngó hấp dẫn.

Thoạt tiên nó mời tui món gỏi chua bắp cải và cà-rốt. Nó nói ở xứ nó rau cải quý lắm. Món nầy dòn dòn, chua chua, ăn rất bắt cơm, lại gần gũi món đồ chua của mình. Tình thân từ từ đi xa hơn qua những món ăn mời nhau vào mỗi buổi cơm trưa. Vậy là tui lại phải bắt đầu đem nhiều món hơn, để mời nó trả lễ, thay vì chỉ một món mặn gì đó, để dưới đáy hộp, rồi dằn cơm trắng ở trên, hâm ăn gọn gàng như nào giờ. Ngày nào nó cũng đem theo một hộp cải chua đó, nhiều đủ hai đứa ăn, dòn rụm, ngon quá. Nó nói làm dễ ợt, chỉ cần cho chút muối, trộn lên với cải bắp và cà-rốt, đậy kín, sau hai, ba ngày cải lên men chua là ăn được. Cải chua nầy ăn với đủ thứ món ăn khác. Mình cũng có món cải chua nhưng đâu có ăn mỗi ngày như nó.

Một lần, nó đem theo cho tui nguyên dĩa món lưỡi bò chiên dòn, áo qua một lớp bột. Nó dạy tui cách làm món nầy, cũng công phu. Lưỡi bò luộc chín, lột bỏ lớp da bên ngoài, rồi cắt vừa miếng, lăn qua một áo trứng, một áo bột, rồi chiên dòn lên. Ui chu choa, ngon đặc biệt.

Lần khác, nó đem cho tui ăn món trứng gà chiên mỏng

dính, rồi cuộn lại thành ống, khi cuộn rắc phô-mai lên, trứng còn nóng, phô-mai chảy ra, vừa thơm mùi trứng vừa béo béo vị phô-mai.

Hay trứng cuộn thịt dăm-bông cũng ngon. Tui hỏi nó ai làm, vì mấy món nầy vừa làm vừa cuộn mà. Nó nói nó chiên trứng, ba nó cuộn. Gia đình nó sống chung trong một căn chung cư vùng Los Angeles. Có lần nó đem cánh gà chiên mời tui ăn. Tui lọng cọng với đôi đũa, thì nó cười ha hả, nói rằng:

- Ở xứ tôi con gì có cánh là khi ăn mình phải dùng tay nắm chặt, không thôi nó bay.

Lần đó tui cũng cười ha hả với nó, và thấy sao nó đẹp quá. Khi cười, mặt nó hồng hào lên, hàm răng rất trắng và đều, đôi mắt nó to tròn, long lanh, ấm áp, mất hết vẻ lạnh lùng của lần đầu tiên gặp nó, mà tui từng ghét cay ghét đắng.

Một lần, vừa ngồi xuống ghế sửa soạn ăn trưa, bỗng nhiên nó đỏ mặt, đỏ cánh mũi, rồi bật khóc ngon lành làm tui lúng túng, không biết làm sao mà dỗ, vì nó nói tiếng Mỹ hơI khó nghe.

Phải chờ một lát cho dịu cơn xúc động, nó mới ấp úng kể cho tui nghe là hôm qua nó gây lộn với chồng nó một trận tưng bừng. Hỏi ra, tưởng gì, thì ra chồng nó khoét lỗ đeo bông tai.

Nó tức tưởi nói đàn ông mà đeo bông tai như đàn bà, giống ba tụi "du đãng". Thời trang lúc đó vừa mới ra mốt đàn ông con trai đeo bông tai đó. Tui cười, nói đâu có gì lớn chuyện mà *you* khóc dữ thần?!

Từ đó nó kể thêm nhiều chuyện nhà. Nó nói nó là con một, mà là con gái, nên nó muốn giữ lại họ của ba nó bằng cách không đổi họ khi lấy chồng.

Rồi tới khi tụi nó có con, lại cũng là con gái, nên nó muốn con gái của nó theo họ mẹ. Tui thấy mắc cười, như vậy là nó ăn hiếp chồng nó quá cỡ, còn tức tưởi mấy chuyện nhỏ nhít nầy. Con gái của nó mới 11 tuổi thôi, như vậy nó trẻ hơn tui nhiều lắm. Tui coi nó như em tui.

Qua những lời kể chuyện của nó về đời sống ở Nga, lần hồi "bức màn sắt" được kéo ra, để tui nhìn thấy rõ ràng nếp sống của người dân Nga dưới chế độ Cộng sản. Trời đất ơi, té ra từ nhỏ tới lớn, tui đã được sống thoải mái, tự do, đầy đủ hơn nó quá nhiều, dù sống ở xứ đang có chiến tranh.

Nó kể, năm nó mang bầu, nhà nó ở trong một căn phòng nhỏ xíu, tận trên lầu tám, mà chung cư nầy không có thang máy. Thử hình dung một bà bầu ngày nào cũng phải lên xuống tám tầng lầu để đi mấy hợp tác xã (HTX) mua thức ăn, cực kể gì. Chồng nó phải đi làm nên mấy chuyện nầy nó phải làm hết. Phương tiện giao thông chỉ là đi bộ, và đi xe buýt hay xe điện, có chiếc xe đạp là giàu lắm.

Tui nghe nó kể, ngó xuống hai bắp đùi thô kệch của nó, thấy thương. Khuôn mặt nó rất thanh tú dễ nhìn, so với đôi chân bự thù lu đó thiệt tình không xứng chút nào. Nó nói, không phải tới HTX là mua được đủ món đâu. Mỗi HTX chỉ bán ít món cần thiết mà thôi, như HTX nầy chỉ có bột, muốn mua thịt, cá, hay sữa thì phải tới những HTX khác.

Nó kể có lần, lúc mang bầu, nó thèm ăn cá. Trời ơi, mua được một con cá phải đi cả ngày, lội bộ lẫn trèo xe buýt, rồi còn lên tám tầng thang lầu mới về tới nhà, cực không kể xiết. Cá thì tanh rình hết tươi mà vẫn ăn vì đang cơn thèm. Còn rau cải thì mỗi năm vào khoảng tháng Tám, là tháng ấm áp nhứt, chính phủ sẽ cho dân chúng đi gặt hái, ở khoảnh vườn nào đó. Mỗi gia đình sẽ tự mình đào bới, thu thập từng củ khoai, từng củ cà-rốt, bắp cải..., rồi mang về nhà, tự lo liệu làm sao để số lương thực đó có thể để dành ăn suốt năm. Tui khó hình dung nỗi cơ cực đó khi cũng trong cùng thời gian, ở Sài Gòn chúng tôi mua thịt cá, rau cải hằng ngày ở chợ, tươi ngon quanh năm. Dĩ nhiên là gặt hái như vậy thì không phải trả tiền, nhưng nó nói chẳng thà có tiền, rồi dùng tiền mà mua thì đỡ khổ hơn nhiều lắm.

Đời sống sao mà quá đỗi cơ cực!

Mà nó kể, đời sống như vậy cũng không được yên ổn đâu. Lúc nào cũng nơm nớp lo sợ bị bọn công an bắt, sợ hàng xóm "ăng ten", rất dễ dàng bị bỏ tù cải tạo nếu ăn nói không cẩn thận... Chắc tại vậy mà người dân Nga không tỏ bày tình cảm trên nét mặt, thành thói quen lạnh lùng với người chung quanh, vì họ luôn thủ thế.

Có lần tui hỏi nó sao không để tóc dài dài, sao mấy người dân xứ nó, đàn bà con gái toàn cắt tóc tém? Nó nói tại ở nước nó, tất cả thanh niên, thiếu nữ đều phải học quân sự từ cấp trung học, phải cắt tóc như vậy, nên quen, để tóc dài lại thấy khó chịu. Nó còn nói với tui tất cả mấy người bạn gái của nó khi qua Mỹ sống đều gia nhập quân đội hết, vì lý do có việc làm liền, có tiền sống, và dễ dàng hơn vì đã được huấn luyện trước rồi.

Tui hỏi sao nó không đi lính như bạn bè, nó nói nó ghét chiến tranh lắm, đã thoát khỏi còn chui đầu vô lính làm gì, từ từ cũng kiếm được việc làm mà. Tui thấy nó thiệt hiền lành, ghét chiến tranh thì giống tui rồi.

Tánh nó mít ướt lắm, hở cái là mặt mũi đỏ ửng lên, rồi nước mắt nước mũi cứ vậy tuôn ra, cứ như là thèm khóc. Lâu lâu bị bà sếp bên phòng chủ sự rầy rà là buổi trưa nó khóc với tui liền.

Ngày nào giờ ăn trưa nó cũng kể chuyện cho tui nghe, ngay cả những chuyện trong nhà như buồn phiền chồng, con, v.v... Tui thấy nó giỏi quá, nhứt là chuyện bếp núc, gì nó cũng làm được, nhiều món ăn rất ngon. Món trứng cá muối, món rau cải trộn, nó nói nó cũng biết làm bơ, phô-mai tại nhà, phải biến chế tất cả các loại rau cải để cả nhà có đồ ăn, phải làm bánh mì, mứt cho cả nhà, bây giờ đi chợ gì cũng có sẵn, quá tiện.

Còn quần áo thì sao? Giặt tay đó, trong phòng nào cũng có cái ống dẫn sưởi thông qua, máng quần áo trên ống đó cho khô. Nó còn kể xứ nó là xứ tin đồn, ngày nào cũng có tin đồn, cứ một đồn lên thành mười, tùy theo chính phủ tung tin ra. Chẳng hạn như không có đủ trứng gà cho dân chúng ăn, thì chính phủ tung tin trong trứng có chất độc, không có thịt thì tung tin thịt nhiễm trùng, ăn vô là chết, Mỹ đầu độc, …

Nó kể, phong tục xứ nó khi con gái tới tuổi lấy chồng, mấy bà mẹ sẽ thăm viếng nhau để chấm điểm những món ăn ngon. Tài nội trợ của cô gái sẽ được lựa chọn cho con trai họ, đặc biệt là vài món súp ăn kèm bánh mì và kem chua. Sao giống người mình quá, con gái thì phải biết nấu ăn ngon mới là vợ hiền dâu thảo.

Hôm đó, vừa ngồi vô bàn ăn là nó líu lo không kịp thở:

- Trời ơi, một rừng quần áo, không thể tưởng tượng được.

- Từ từ mà nói.

Tui chận lại.

- Quần áo con nít đó, trời ơi, một rừng quần áo may sẵn...

Vừa nói nó vừa đưa hai cánh tay mở rộng.

- Tôi chưa từng nhìn thấy, quần áo con nít, đẹp lắm, may sẵn áo đầm, quần dài quần ngắn, đồ lót nón vớ đan len... Ở xứ tôi mỗi lần cần thì phải lội bộ ra HTX mua vải, hay mấy cuộn chỉ len, rồi cặm cụi cắt may, đan vá... để có được một cái áo, cái quần cho con nít.

Hỏi ra cô nàng được bạn mời sinh nhật em bé, mới có dịp đi mua và được nhìn thấy cả một rừng quần áo con nít may sẵn, mừng tới ngẩn ngơ phải khoe với cô bạn Việt Nam.

Nhìn nó hào hứng, vui quá với khám phá mới mẻ nầy của nó mà thương nó quá trời. Chuyện quần áo con nít hay người lớn may sẵn bên Việt Nam mình từ thuở xửa xưa, thời má tui, đã có rồi, mà con nhỏ người Nga nầy mới biết sau khi rời bỏ thiên đường Cộng sản. Đời sống sau "bức màn sắt" giờ thì tui đã tỏ tường, tội nghiệp dân tộc đó gì đâu. Nào có ai ngờ đàng sau cái vẻ lạnh lùng, khó gần gũi đó, chứa cả một tâm hồn ngây thơ, một tình cảm mãnh liệt, đã từng bị đè nén và che giấu vì sống trong một chế độ đàn áp con người.

Nó kể hồi vượt biên giới để trốn đi qua nước Mỹ, lúc ngồi trên xe lửa chạy vô thành phố Nữu Ước, vợ chồng con cái và ba má nó rất sợ, kéo màn cửa sổ kín mít vì sợ bị người Mỹ ném đá vào xe lửa như họ đã từng bị tuyên truyền về sự thù ghét của người Mỹ đối với người Nga, nhưng thật sự không hề xảy ra.

Nó nói cuộc sống bây giờ của gia đình nó ở Mỹ là ở thiên đàng.

Sau ngày bức tường Bá Linh bị dân Đức đập xuống, dân nước Nga được "cộng hưởng", từ từ bớt khổ. Chồng nó bỏ làm ở xí nghiệp mà ra ngoài thị trường "buôn lậu". Nó nói chỉ có cách đó cả nhà mới có thức ăn để sống, vì đời sống trước đó quá khổ. Nó gọi là "black market", tui thiệt tình cũng không hỏi rõ, chỉ nhớ đại khái nó nói là mua gì đó, rồi bán lại kiếm lời như vải vóc, thuốc lá, v.v... Nó nói thời đó không ai là không làm "black market", để khỏi đói. Nghe giống Việt Nam thời bao cấp.

Rồi một hôm, cũng giờ ăn trưa, nó bỗng nhiên òa khóc,rồi ôm tui, nói nó phải từ giã tui, vì bạn nó vừa kiếm cho nó một việc làm trong nhà băng.

Tui buồn quá, vì nó và tui chỉ mới làm việc chung thời gian quá ngắn ngủi. Tui chỉ vừa kịp dạy nó chút xíu tay nghề thôi. Coi nó như em gái, tui cũng mừng cho nó tìm được chỗ làm khác, có vẻ chắc chắn hơn chỗ làm nầy.

Từ ngày có cô bạn người Nga, tui cảm thấy cuộc sống của mình trong chế độ tự do từ lúc sống bên Việt Nam thời Cộng Hòa trước năm 1975 cho tới khoảng thời gian sống ở Mỹ, quá sung sướng, quá tự do, và quá đầy đủ.

Bạn tôi đó, không có gì nổi bật, chỉ là một phụ nữ bình thường sống cơ cực sau bức màn sắt, đã được mở cánh cửa tự do, cho tui tự nhìn thấy mình nên bỏ bớt những thành kiến về dân tộc, để cởi mở hơn, bớt xét đoán hơn; chuyện gì cũng có mặt phải, mặt trái, như đồng xu. Xứ Nga cũng đã bỏ chế độ Cộng sản lâu rồi.

Đã lâu lắm rồi tui không có liên lạc với nó, nhưng nét đặc biệt có một không hai của nó làm tui nhớ hoài, nhỏ bạn cùng tên với tui, Anna. Những ngày cuối năm trời lành lạnh, tự nhiên tui thèm món súp béo béo mà nó từng đem đãi tui. Tui nghĩ giờ chắc nó đã hết ngạc nhiên với những phồn thịnh của xứ Mỹ và đã hòa đồng cùng dân bản xứ, nội cỏ thiên đường.

Trương Ngọc Anh

Mầm Xuân Trên Đất Mới

TRIỀU PHONG

Triều Phong (thứ 2 từ phải)
nhận giải Danh Dự VVNM 2014.

Tác giả tên thật Trần Phương Ngôn, ở trại tỵ nạn PFAC Phi Luật Tân gần mười một năm, hiện là cư dân Dayton, Ohio. Tác giả từng nhận giải Danh Dự Viết Về Nước Mỹ 2014.

Vị bác sĩ gia đình còn khá trẻ, đẹp trai tiến tới trước mặt tôi trong lúc tôi đang đứng ngoài hành lang bệnh viện chờ đợi, ông chìa tay ra và thốt:

- Congratulations! You did a good job! (Xin chúc mừng! Ông đã làm thật tốt!)

Đi theo sau bác sĩ là cô y tá trẻ hơn ông, cười cười khi nghe ông nói đoạn nhìn tôi nheo mắt và đưa ngón tay cái lên như ngầm ra dấu "number one" khiến tôi mắc cỡ quá, lúc bắt tay ông bác sĩ!

Ở Việt Nam, tôi bị tù gần sáu năm trời chỉ mỗi cái tội vượt biên và hơn mười năm "chết dấp" bên trại tị nạn PFAC (The Philippine First Asylum Camp) của Phi Luật Tân vì đến đảo sau ngày đóng cửa nên chẳng có điều kiện để lập gia đình. Thành thử ra tôi độc thân tới năm bốn mươi bốn tuổi mới lấy vợ, cách đây được hơn tháng! Phần vợ tôi khi ấy cũng xấp xỉ bốn mươi, do cứ mãi ở chờ bố cô đi tù cải tạo ngoài Bắc hơn mười mấy năm trời mới về, rồi sang đây với diện H.O, thành ra cũng chẳng trẻ trung gì! Thế nên khi bác sĩ chính thức báo tin là vợ tôi đã "cấn thai" thì tôi chới với vô cùng. Bởi tôi chưa có "ready" thì bảo sao tôi không hoảng sợ cơ chứ?

Mặt khác, số là sáng hôm qua, vợ tôi bỗng nhiên la toáng lên trong nhà tắm rằng có thể nàng đã "có bầu" sau khi âm thầm đi mua que thử thai làm tôi đang ngồi xem tivi ngoài phòng khách "hết hồn!" Hôm nay hai đứa tôi quyết định tới bệnh viện dưới phố Charleston để khám nghiệm cho chắc. Và bây giờ thì không còn nghi ngờ gì nữa! Nhìn sắc mặt của tôi, người bác sĩ đoán hiểu tâm trạng bối rối và thái độ ngượng ngùng của tôi trước câu chúc mừng của ông, nên tiếp:

- Don't think I'm joking. It's true! And you know why I said that? (Đừng nghĩ là tôi đùa. Đó là sự thật! Và ông biết tại sao tôi nói vậy phải không?)

Tôi lắc đầu. Ông ta giải thích thêm:

- You know, it's very hard to get pregnant at this age so

that's why I told you that. You are so very lucky! (Như ông biết, tôi nói thế vì thật khó để có em bé vào độ tuổi của ông bà. Ông thật là may mắn!)

Lúc đó vợ tôi cũng vừa ở trong nhà vệ sinh bước tới, chúng tôi chợt hiểu ra và cám ơn ông rối rít.

Từ đấy, đời tôi đã bước sang một khúc rẻ khác vô cùng quan trọng của kẻ sắp làm cha! Hàng ngày đi làm về tôi thường ghé vô chợ Food Lions hay Harris Teeter mua đồ ngon về nấu cho vợ ăn, đi lấy thuốc dưỡng thai "Prenatal" thuốc bổ cho vợ, lo việc nhà…để vợ nghỉ ngơi!

Mỗi tháng chúng tôi đưa nhau trở lại bệnh viện cho bác sĩ theo dõi bào thai. Khi vợ tôi mang bầu hơn hai tháng, chúng tôi được bác sĩ yêu cầu đến gặp để họ tham khảo ý kiến về việc khám xem thai nhi có thể bị bệnh "down syndrome-hội chứng down" không bằng cách dùng kim chích, hút lấy "dịch ối" để thử nghiệm, vì vợ tôi đã lớn tuổi nên nguy cơ em bé mắc bệnh này rất cao. Tuy xác suất của phương pháp này không phải là chính xác 100% nhưng đó là cách tốt nhất để có thể phát hiện. Và trong trường hợp nếu thai nhi có triệu chứng bị bệnh thì họ sẽ bàn bạc với chúng tôi nên giải quyết như thế nào? Giữ hay bỏ?

Những ngày sau khi tiến hành xong quá trình ấy, hai vợ chồng tôi sống trong lo âu hồi hộp. Nỗi sợ hãi luôn ám ảnh hai đứa, chúng tôi không biết phải tính thế nào lỡ không may trong trường hợp con chúng tôi vướng phải bệnh này? Đêm đêm tôi thấy vợ tôi đứng trước bàn Phật van vái rất lâu. Riêng tôi nhiều khi đang làm việc tôi chợt dừng lại, thẫn thờ khi nhớ tới chuyện này mà không biết phải làm sao hơn là cầu nguyện ơn trên ban phước cho chúng tôi mà thôi!

May mắn thay, lần khám thai kế tiếp chúng tôi được bác sĩ cho biết là dựa theo kết quả xét nghiệm thì thai nhi của vợ tôi cho thấy em bé phát triển bình thường, không có triệu chứng này. Thở phào nhẹ nhõm như trút được gánh nặng lo âu trên vai, trên đường về chúng tôi ghé vào chợ Public mua bông trái cây về cúng tạ Trời Phật!

Đến tháng thứ năm thì tôi cảm thấy tâm hồn lâng lâng như bay bổng trong trạng thái sắp sửa có con trai, khi vợ tôi khám "ultrasound" xong! Lúc chúng tôi gặp vị bác sĩ vui tính của mình, ông hỏi ngay:

- Do you want more babies? (Ông muốn có thêm em bé nữa không?)

- Yes, doctor. I want one more baby girl! (Vâng, bác sĩ. Tôi muốn có thêm một bé gái!)

Nghe vậy, ông ta lấy vai hích nhẹ vào người tôi nói to:- Go ahead, don't hesitate! You guys don't have more time! (Hãy tiến tới, đừng ngần ngại! Ông bà không có nhiều thời gian nữa đâu!)

Nhưng vợ tôi cũng cười và trả lời liền:

- No, I don't want to anymore, doctor! (Không, tôi không muốn thêm đâu, bác sĩ!)

Chợt vị bác sĩ ngó hai chúng tôi, nghiêm mặt nói thêm:

- My wife is a doctor and she also gets pregnant, too. You know, we need more. (Vợ tôi là bác sĩ và cô ấy cũng đang có thai. Ông bà cũng biết chúng ta nên có thêm em bé.)

Thế là về nhà, chúng tôi bắt đầu sắm sửa các thứ cần thiết và cuối tuần hay đến "Babies R Us" mua áo quần bé trai cho con, kiếm một chiếc "stroller" tốt cho nó. Tôi vốn định hướng rất dở nên lúc vợ sắp sanh, tôi thường chạy tới chạy lui từ nhà đến bệnh viện vài bận cho quen đường sá, để khỏi quýnh quáng, lạc đường lúc vợ "bể bầu!"

Bữa vợ đau bụng "đẻ," tôi tất tả chở vợ vô bệnh viện, chờ bốn năm tiếng đồng hồ mà tử cung của vợ tôi vẫn không mở ra được nên phải trở về. Chiều tối hôm sau vợ tôi lại chuyển dạ, chúng tôi vội vàng đến bệnh viện lần nữa. Kỳ này, bác sĩ quyết định mổ và tôi được kêu vào ngồi cạnh giường, sát bên vợ!

Tôi nắm tay cô ấy và qua tấm màn che vợ tôi với các bác sĩ, y tá đang thực hiện việc mổ xẻ, mỗi lần thấy cô ý tá cầm chiếc khay to, đựng những cục bông gòn dài, lớn bằng bắp chân, thấm đầy máu đỏ lòm mang đi bỏ, tôi chóng mặt và thật sự sợ hãi. Có chứng kiến cảnh này mới thương vơ, thương người phụ nữ hơn. Chả trách sao mà tục ngữ Việt Nam ta có câu "Đàn bà đi biển mồ côi một mình" là vậy!

Lúc nghe tiếng em bé khóc oe oe, tôi liếc vô trong để cố xem mặt mũi con trai tôi thế nào thì thấy bà bác sĩ đang ẵm thằng nhỏ vừa kéo ra khỏi bụng vợ tôi còn đỏ hỏn, tay múa máy, chân đạp đạp vào khoảng không, máu mủ, nhớt nhao chảy lung tung xuống phía dưới và gọi tôi:

- Come here, please! (Ông tới đây!)

Tôi đứng dậy, bước tới gần. Bà giao em bé cho cô y tá bồng rồi lấy cây kéo đưa tôi, vừa hỏi vừa chỉ vào sợi dây rốn còn dính liền giữa hai mẹ con nói:

- You want to cut it? (Ông muốn cắt dây rốn cho bé không?)

Đang bần thần như đi trên mây, nhưng vẫn còn nghe được bác sĩ hỏi nên tôi gật đầu ngay. Bà bác sĩ chỉ chỗ cắt dây rốn, tôi lập tức làm theo mà chưa kịp nhận thức rằng kể từ giây phút ấy, tôi đã cho con tự sống với cuộc đời riêng của chính nó rồi!

Đoạn họ dùng cuộn vải, băng cuống rốn vừa cắt, lấy khăn lau sơ đứa nhỏ và mang nó lên cho vợ tôi nhìn con mình. Vợ tôi vô cùng xúc động và phấn khích khi được ôm đứa con đầu đời vào lòng. Cô khóc và mân mê chân tay nó xem con có lành lặn hay bị tật nguyền gì không?

Sau đó họ kêu tôi đi theo cô y tá để chụp hình, lưu lại kỷ niệm cho con khi cô tắm rửa và cân đo cho thằng nhỏ. Đôi lúc tôi lén nhìn cô làm việc mà lòng luôn thắc mắc vì sao con tôi xấu quá! Mặt mũi sưng sỉa và lỗ tai bé tí tẹo như lỗ tai chuột thế kia mà không biết rằng vì thay đổi môi trường sống từ bụng mẹ ra bên ngoài nên hài nhi chưa thích nghi và các bộ phận cơ thể chưa đổi thay kịp!

Xong xuôi cô y tá đưa con cho tôi nhìn một chút và chỉ vào đôi môi đỏ hồng, phồng phồng của nó đùa vui:

- You see! He has a sexy mouth! (Ông xem! Bé có cái miệng khêu gợi!)

Đoạn cô hỏi tôi tên họ em bé, ghi vào một sợi dây và mang vào cổ tay nó xong thì đặt em vào lồng kiếng, nơi giữ nhiệt độ giống như trong bụng người mẹ cho em bé ổn định dần. Bấy giờ tôi cứ đứng mãi bên ngoài phòng giữ các trẻ sơ sinh nhìn vào trong qua cái cửa kính thật to và thấy con mình ngọ ngoẹo với niềm vui khó tả!

Chiều hôm sau, con trai tôi được đưa về phòng má nó đang nằm để hai mẹ con đoàn tụ. Chạng vạng tối thì bác sĩ đến mang cháu sang phòng gần đó để "circumcised!" (cắt da bao quy đầu). Hai vợ chồng tôi xót xa lúc nghe nó khóc thét bên kia mà ngỡ như có ai đang dùng dao cắt vào da thịt mình vậy. Khi mang cháu trả lại cho chúng tôi, ông bác sĩ đùa vui:

- He is "a good screamer"!

Ngày kế tiếp, bố mẹ vợ tôi từ Ohio xa xôi cũng lặn lội xuống South Carolina nuôi con, thăm cháu và cùng tôi đưa hai má con về nhà. Trước khi rời khỏi bệnh viện, tôi được cô y tá tận tình hướng dẫn cách quấn khăn cho em bé sau khi tắm như thế nào để nó có cảm giác như vẫn còn trong bụng mẹ mà yên tâm ngủ, không khóc, không quấy!

Tôi không biết những bệnh viện phụ sản và y bác sĩ ở

Việt Nam lo cho bà mẹ và hài nhi mới sanh ra sao chứ bệnh viện bên đây thì vô cùng sạch sẽ, đầy đủ phương tiện, bác sĩ với y tá thì hết lòng, "lương y như từ mẫu" vậy!

Thời tiết ở miền Nam dịu mát hơn miền Bắc và miền Trung Tây của nước Mỹ vào mùa hè nhưng vô cùng "humid." (oi nồng) Mùa thu thì lá không vàng lắm và cũng không có nhiều màu sắc sặc sỡ như các miền kia nên không quyến rũ bằng! Đông tới thì mọi thứ tàn phai dù không có tuyết, nhưng cũng rất lạnh đủ để vạn vật yên ngủ chờ năm sau tái sinh. Mùa xuân thì thường mưa nhiều nên cây nhanh đâm chồi nẩy lộc, ra lá, nở hoa, trổ bông đẹp đẽ, đón mầm sống mới, thanh bình trong tiếng chim ca. Cuộc đời cứ vậy trôi đi qua bao mùa nắng hạ, sương thu êm đềm!

Sáu năm sau, tôi có việc trở lại bệnh viện và tình cờ gặp lại vị bác sĩ của mình ngày trước. Ông mừng lắm khi thấy tôi, và vội vàng chạy lại. Câu đầu tiên ông mở miệng hỏi là:

- How many? How many? (Bao nhiêu? Bao nhiêu?)

- Only one doctor! (chỉ có một thôi, thưa bác sĩ!) Tôi ngơ ngác giây lâu rồi chợt hiểu ý ông nên đáp ngay.

- Oh, you're a bad boy! (Ô, ông dở quá!)

Ông cười lớn, khoát tay chê tôi dở, đoạn giơ tay mình lên:

- I have four. Two boys, two girls! And we are done! (Tôi có bốn đứa. Hai trai hai gái! Và chúng tôi xong rồi!)

Tôi sửng sốt, rồi khen lấy khen để:

- You are very good but you know both of you are doctors so you have a good condition. In particular, I am a refugee and I am very poor so how can I have many babies like you? (Ông thật là giỏi. Nhưng ông cũng biết vì cả hai ông bà đều là bác sĩ nên có điều kiện tốt. Đặc biệt là tôi là người ty nạn và chúng tôi rất nghèo. Bởi thế làm sao tôi có thể có nhiều con như ông được?)

- I know. I am only joking now! I have four kids. That means I have four chances but you only have one chance so you have to try the best for him, right? (Tôi biết. Tôi chỉ đùa thôi. Tôi có bốn đứa con. Có nghĩa là tôi có 4 cơ hội, nhưng ông chỉ có một cơ hội thôi, bởi thế ông phải cố gắng làm những điều tốt nhất cho cậu ấy nhé.)

- Yes, doctor. I will try! Thank you very much. (Đúng vậy, thưa bác sĩ. Tôi sẽ cố gắng. Cám ơn ông rất nhiều.)

Lúc này do hoàn cảnh gia đình, chúng tôi đã dọn về ở tiểu bang Ohio và con tôi thì đã tới tuổi đến trường. Hằng ngày chở con đi học ở "kindergarten, preschool" là khoảng thời gian vô cùng hạnh phúc dù có cực khổ ít nhiều trong việc đón đưa. Bởi mỗi khi tan trường, nhìn con mừng rỡ, lẫm chẫm chạy ra ôm chầm lấy tôi lúc thấy mặt khiến bao nhiêu mệt mỏi trong tôi tiêu tan, nhọc nhằn biến mất!

Và dù không còn ở South Carolina nhưng tôi vẫn nhớ hoài lời vị bác sĩ gia đình của mình hồi xưa nên cố gắng hết sức để lo mọi thứ cho con, siêng năng chở con đi học bơi, học võ để nó tự sinh tồn, tự vệ tránh bị "bully," hay đưa con đi chơi đá banh, học piano cho nó có thêm sức khỏe, phát triển trí não qua âm nhạc mà tôi đã hấp thụ phương cách giáo dục từ mấy "frères" ở trường Lasan Taberd lúc tôi theo học hồi nhỏ!

Khi đại dịch Covid-19 bùng phát, mọi thứ thay đổi. Thời gian này con tôi phải ở nhà và học online, nên có nhiều thời gian tìm tòi mọi thứ hơn. Lúc được trở lại trường, một hôm con tôi cho biết, tốt nghiệp trung học xong nó muốn xin vào Học Viện Không Quân Hoa Kỳ (USAF-The US Air Force Academy) ở Colorado.

Vậy là bắt đầu từ hôm đó nó chuẩn bị mọi thủ tục cần

thiết từ bảng điểm GPA 4.38 đến giấy chứng nhận học sinh xuất sắc (Outstanding Academic Excellence) năm 2023 của trường do ông hiệu trưởng cấp, "Certificate of Membership of the National Honor Society", thư giới thiệu của hai Thượng Nghị Sĩ Sherrod Brown và Rob Portman, Dân Biểu Mike Turner ở tiểu bang Ohio, giấy khen làm việc thiện nguyện cộng đồng của OH cũng như "Scholar Athlete Award" của GWOC (Greater Western Ohio Conference,) thư giới thiệu của "Master" về "The To-Shin-Do", thư của cô giáo dạy "piano" là chủ tịch vùng này lúc ấy của NFMC (National Foundation of Music Club,) giấy chứng nhận hiến máu cho Community Tissue Service, Community Blood Center, thư tự giới thiệu về bản thân…để nộp. Công việc hoàn tất, thuận lợi tưởng chừng chỉ còn chờ đi học thì vào phút cuối nó bị học viện đưa qua "waiting list" vì mắt cận hơn 8 "diopters!"

Trong thời gian chờ đợi buồn bã này thì con tôi nhận được học bổng toàn phần cho mỗi năm là $35,000.00, bao gồm các khoản "tuition and fees, living expenses, program fees, books supplies and equipment, miscellaneous personal expenses, transportation" về ngành "biomedical engineering" của OSU (The Ohio State University) với thời gian hoàn tất là 4 năm, theo kế hoạch B mà nó đã dự phòng! Tận dụng dịp may ấy nó nộp đơn xin vào AFROTC (The Air Force Reserve Officer Training Corps) của trường này luôn!

Chiều ngày 04 tháng 02 năm 2023, lúc tôi đang làm việc thì nghe tivi, báo chí đưa tin và bình luận việc không quân Mỹ vừa bắn rơi khinh khí cầu dọ thám của Trung Quốc, đã làm lóe lên trong tôi một ý tưởng. Trong buổi cơm gia đình tối đó, tôi nói với con tôi rằng có thể nó sẽ được học viện gọi vì vụ này, làm vợ tôi không nín được cười và bị sặc suýt tí nữa là văng cả cơm ra ngoài trước ý nghĩ mà cô ấy cho là "suy đoán quá đáng" của tôi! Còn con tôi thì ngạc nhiên hỏi:

- Why? (Tại sao?)

- Nước Mỹ cần phải gia tăng lực lượng không quân để bảo vệ không phận, họ sẽ trang bị các thứ và đào tạo thêm nhân viên, binh lính sau sự kiện hôm nay. - Tôi giải thích mạnh mẽ.

Con trai tôi chỉ cười nửa miệng và lắc đầu chẳng nói gì nhưng trong ánh mắt của nó thì tôi biết nó không tin vào những gì tôi vừa nói. Tuy nhiên đúng như dự đoán của tôi, một tuần sau thì nó có giấy gọi; nhưng không phải là của USAF mà là của AFROTC, để đi "interview," rồi khám sức khỏe tại Columbus và cuối cùng là được nhận vào Lực Lượng Trừ Bị Không Quân Hoa Kỳ với thời hạn đào tạo là 4 năm nhưng chuyển qua chuyên ngành "Spaceforce" với học bổng 15.000 đô cho mỗi năm của Department of The Air Force Air University (AETC).

Hiện tại, nó có phần tin tưởng tôi hơn bởi dẫu tôi tuy không được học nhiều hơn nó, tiếng Anh không giỏi như nó nhưng kinh nghiệm sống thì tôi phải hơn nó vì dù muốn dù không thì tôi cũng là cha nó! "Áo mặc sao qua khỏi đầu?"

Bây giờ nó lên năm thứ hai và mỗi ngày từ thứ hai cho đến thứ năm hàng tuần nó phải dậy từ 4 giờ 30 phút sáng để tập quân sự trước khi lên lớp. Trong năm đầu tiên sinh viên sĩ quan có thể tự động "dropout" nếu cảm thấy không thích hợp hay không chịu nổi hoặc không còn muốn theo con đường binh nghiệp nữa. Trường hợp của các sinh viên có "scholarship" thì hơi khác biệt, ở năm này dù thôi học thì sinh viên vẫn không phải bồi thường phí tổn AFROTC đã chi trả. Nhưng sang năm thứ 2 thì đặc ân này không còn. Nếu sinh viên sĩ quan nào tự ý bỏ học thì phải hoàn tiền mà AFROTC đã đài thọ cho họ. Theo thống kê của

Lực Lượng Trừ Bị Không Quân Hoa Kỳ tại OSU thì mỗi năm có khoảng 30 % sinh viên sĩ quan của trường này bỏ cuộc với nhiều lý do khác nhau.

Mùa hè sang năm thì con tôi sẽ tới căn cứ không quân Hoa Kỳ Maxwell Air Force Base ở Alabama để thụ huấn khóa huấn luyện quân sự chính thức. Và sau đợt này thì AFROTC sẽ trực tiếp loại ra một số học viên yếu kém hay bị kỷ luật... Số sinh viên sĩ quan được giữ lại, xem như chính thức được nhận vào đào tạo thực thụ!

Trong kỳ nghỉ năm nay, lúc hai cho con tôi dọn lại mảnh vườn nhỏ trước sân nhà, tôi chợt thấy cây "Tử đinh hương" tưởng đã chết ở mùa đông vừa qua đâm một chồi non gần dưới gốc. Tôi chỉ nó, nói với con tôi:

- Đời của ba giống như cái cây này!

Con trai tôi đang nhổ cỏ dại gần đấy, dừng tay nhìn tôi ngạc nhiên hỏi:

- Tại sao ba như cây này?

- Nó sắp chết bởi vừa trải qua mùa đông khắc nghiệt năm trước giống như đời ba lúc nhỏ cũng vì sống với cộng sản bạo tàn, cực khổ gần chết nên bắt buộc phải trốn đi tị nạn, bị tù đày nhiều lần và bỏ hết cả tuổi thanh xuân bên trại tị nạn, tưởng sẽ chết bên đó rồi. Phút chót may được Mỹ cứu vớt đưa đến đây nhưng ba không tới trường học được để có bằng cấp cao làm được nhiều tiền hơn, có công việc tốt hơn để lo con với mẹ và trả nợ đất nước này; đất nước đã giúp ba, giúp gia đình mình, vì phải lo làm kiếm tiền giúp ông bà nội đang bệnh đau, già yếu ở VN, bây giờ đời sống tạm ổn thì sức đã cùn, lực đã kiệt!

Thằng con tôi làm thinh. Nói tới đó tôi ngừng lại, cúi xuống chỉ cái chồi non xanh mượt mà, bóng bẩy đang nhô cao tràn trề nhựa sống, rung rinh trong gió, thì thầm với nó:

- Con thì giống như cái mầm này! Con sẽ phát triển và vươn cao thành cây khác nhưng mạnh mẽ và tươi tốt hơn như tương lai sáng lạn mà hiện con đang có. Con sẽ thay ba trả nợ đất nước này, con…

Tôi mới nói đến đó là thằng con tôi đã cắt ngang:

- Không! Con không có trả nợ cho ba, ba ơi. Nợ ba thì ba phải trả! Ở đây chẳng ai bắt ba phải làm gì to lớn cả. Ba cứ làm theo khả năng của ba, ba chỉ cần làm một người công dân tốt, đi làm đàng hoàng, không tạo gánh nặng cho xã hội là OK rồi. Còn con? Đất nước này là của con, con có bổn phận lo cho đất nước con!

Trước lập luận rõ ràng và thái độ dứt khoát của nó, tôi chợt hiểu nền giáo dục của Mỹ là một nền giáo dục thực tiễn, độc lập trong nhận thức, khai phóng tư tưởng trong tư duy khám phá, không có chuyện quàng việc này vào việc kia, lấy hiện tại thay cho quá khứ như một hệ quả bắt buộc, nên tôi bảo con trai tôi một cách thẳng thắn.

- "Well", con biết Cộng sản chiếm miền Nam Việt Nam vào ngày 30 tháng 04 năm 1975 đến nay là gần 50 năm rồi và trong gia đình mình thì ba như thế hệ thứ 1 hy sinh ra đi tìm tự do vì con cháu mai sau nên bây giờ con là thế hệ thứ 2; thế hệ tiếp nối, được sống ở một cường quốc, một đất nước dân chủ tự do, vì vậy ba thấy con học hành giỏi giang ba rất mừng nhưng ba sẽ vui hơn nếu mai này có thành công thì con vẫn nhớ rằng dù con là người Mỹ nhưng gốc vẫn là Việt Nam nghe chưa?

Thằng nhỏ có vẻ không đồng ý với các điều tôi vừa nói nên gân cổ lên cãi.

- Ba ơi, người Mỹ là người gì? Tất cả những người đang sống ở đây là từ mọi nơi, mọi quốc gia đến. Mọi người sống hợp pháp ở đây, sanh ra ở đây đều là người Mỹ cả. Và ba biết hiện nay con đang ở trong "group leader" phải không? Nhưng con nói cho ba biết con là người dở nhất trong số này đó, bởi vì những người bạn kia rất giỏi, rất thông minh. Họ hay hơn con nhiều lắm! Tại ba không có gặp nhiều người nên ba cứ nghĩ người Việt Nam mình giỏi nhất thôi…

Cảm thấy nó đã trưởng thành vững chắc trong khái niệm về hành trình nhận dạng nguồn gốc của mình ở đất nước này, tôi giải thích thêm:

- Không, không, ba đâu có nói người Việt Nam mình giỏi nhất đâu. Ba chỉ nói con học giỏi và ba muốn con luôn nhớ con là người Mỹ gốc Việt vậy thôi!

- Yes, I know. I am a "Vietnamese American", ba ơi! Con biết, ba nói cái này với con nhiều lần rồi. Con sẽ không quên cái "root" của mình!

Triều Phong
Lập thu, 2024 - Ohio

Tác giả quán quân Iris Đinh trao giải cho tác giả Trần Đình Phước.

“Homeless” Ở Đại Lộ Bolsa

THẮNG CHU

Hình chụp trước cửa
văn phòng Hội Thánh Tin Lành
trên đường Bolsa.

Tác giả tên thật Chu Toàn Thắng, sinh năm 1962 hiện là cư dân Garden Grove. Công việc: Minister at Community of Agape Love Church. Bài Viết Về Nước Mỹ đầu tiên của ông là "Chỉ Cần Một Tay" đã phổ biến đầu năm 2016.

Người Việt hải-ngoại hãnh-diện về “thủ-đô ty-nạn” Little Saigon. Sau 49 năm từ 1975 Miền Nam bị mất nước đến nay đã có 5.4 triệu Việt hải ngoại, trong đó 2.4 triệu ở Mỹ gồm 1.2 triệu ở California trong đó 300.000 quanh “thủphủ" Little Saigon gồm năm thành-phố Garden Grove, Stanton, Westminster, Fountain Valley, và Midway.

Nghe Little Saigon là nghĩ ngay tới Bolsa Ave, một trong những đại lộ đông người Việt nhất Quận Cam, nhất là từ khúc đường Magnolia đến Brookhurst, và cũng lắm người Việt vô gia cư "homeless" nhất.

Chúng tôi mới treo bảng "God Is Love" cho văn phòng hội thánh Tin Lành cạnh BBQ Liên Hoa đường Bolsa ngày 22/12/2023 mà đã chứng kiến nhiều cảnh đời "homeless" éo le vui buồn lẫn lộn.

Bề mặt trước văn phòng phân nửa là cửa kiếng, phân nửa là gạch, nên đứng ngoài nhìn vào ai cũng tưởng văn phòng này chỉ tính từ cửa kiếng, gây hiểu lầm văn phòng không có quyền gì phần sân trước tường gạch. Nên lắm "homeless" tụ tập ở đây. Theo tôi, có khoảng 50-70 người "homeless" sống quanh Bolsa Ave giữa Magnolia và Brookhurst.

HƯỜNG VÀ TÂM

"Chào anh, người Việt mình có phố Bolsa cũng đỡ cho người "homeless" như tụi em lắm," người "homeless" lần đầu tiên tôi gặp khi mở cửa văn phòng mở lời gợi chuyện.

"Chào anh, tôi tên Thắng. Anh tên gì?" Tôi trả lời.

"Em tên con gái, tên Hường."

"Con trai cũng có tên đó mà," tôi đáp đỡ lời anh. "À, mà Hường nói 'phố Bolsa đỡ cho người homeless' là sao?"

"Thì tụi em không bị đuổi đi hoặc bị kỳ thị như ở các khu business khác," Hường hí hửng nói khi thấy tôi dễ chịu.

“Ngoài ra tụi em còn được cho ăn nữa đó. Có khi được tiền nữa.”

Rồi Hường tự nhiên kể về đời anh như đã quen tôi lâu lắm rồi.

Anh vượt biên qua Mỹ lúc 14 tuổi với bà dì định cư tại Iowa. Rồi 18 tuổi anh ham chơi tụ năm tụ bảy với bạn bè toàn Mỹ trắng đưa đến nghiện ngập rồi “homeless”. Anh có hai con với một thiếu nữ Trắng, rồi bị bắt vì tội nhiều lần đốt thùng giấy để sưởi ấm đêm đông lạnh.

Ra tù không nhà không cửa, không vợ không con, anh về San Jose, Cali, sống với bà dì khi ấy là chủ nhà hàng. Nhưng anh phải làm việc 14 tiếng một ngày để đổi lại ăn và ở miễn phí.

Được vài năm, anh không muốn chôn đời mãi không thấy cả mặt trời vì khi đi làm ông trời chưa thức, và khi về thì ông trời đã ngủ từ lâu, anh lại lang thang xuống Little Saigon phố Bolsa.

“Ở đây tuy “homeless” nhưng em vẫn không đói, có tiền lai rai ngày vài đồng mua đủ bao thuốc lá, chỉ có ngủ thì hơi lạnh nhưng em cũng quen rồi. Còn tắm thì cứ $25 một tháng “membership” ở “gym” 24 Fitness là êm thôi,” Hường tự tin kể lể, “Quan trọng nhất là tự do anh ạ.”

Đang dở dang câu chuyện thì một người “homeless” nữa đến.

“Anh tên gì?” Tôi mở lời.

“Tâm,” anh cộc lốc trả lời. Rồi anh móc gói thuốc lá Denim made in Germany, hút hai điếu cùng lúc.

“Anh hút thuốc lạ quá,” tôi ngạc nhiên hỏi, “anh không sợ sặc sao?”

"Hút vậy mới đã anh. Thuốc này cũng rẻ. Em mua $2 một gói, bán lại $4," Tâm huyên thuyên nói về đời anh mà không cần tôi hỏi.

"Ủa, vậy Tâm bán cho ai?"

"Cho mấy đứa bụi đời như em nè anh. Đôi khi gặp khách các quán cafê em cũng mời mua. Miễn bán một ngày 10 gói là ấm đủ tiền ăn sang rồi anh."

"Vậy sao họ không mua thẳng giá $2?"

"Nó đâu biết chỗ gốc đâu anh. Em nhờ Trời cho biết mánh chơi với đám Mỹ Đen vì nó tưởng em cũng Đen."

"Vậy Tâm sanh ở đâu?" Tôi ngạc nhiên hỏi.

"Ở Long Xuyên anh ơi. Mà em không biết má em. Nghe nói má sanh em xong đem cho bà vú nuôi, tới giờ em chẳng biết má em và ba em là ai. Chỉ biết em lai Đen rồi qua Mỹ với vú nuôi và em trai nuôi."

"Mừng cho Tâm," tôi an ủi anh, "Mà sống độc thân như Tâm cũng vui."

"Đâu có. Em có con vợ. Mỗi tháng em cho nó $50 và con nó $50 để nó dẫn em đi bác sỹ hoặc đi đâu cần giấy tờ, vì em không biết chữ, không biết ký vào đâu. Nói vợ cho oai chứ em với nó có chung nhà đâu," Tâm vừa nói hăng say vừa cười hồn nhiên.

"Vợ không ở chung là sao?" tôi tò mò.

"Nó ở viện tâm thần, một tuần được ra ngoài đi chơi với em một lần. Em đón nó bằng xe bus rồi hai đứa lang thang khu Bolsa đông người Việt cũng vui lắm anh ơi. Mười mấy năm nay tụi em sống vậy rồi đó."

Thế cũng hết một ngày vui suy gẫm chuyện đời ở Phố Bolsa với những người chân chất.

NGỌC

Trời mưa liên tục bốn hôm thì thật lạ ở Phố Bolsa. Lại thêm gió giật có khi lên đến 18 miles/giờ.

Thế mà chị Ngọc lang thang ướt nhẹp người đủ để cảm lạnh.

"Anh có khăn dư hoặc giấy chùi tay cho em xin lau người ạ," chị tạt vào văn phòng tôi lúc xế chiều khi các tiệm đóng cửa gần hết.

"Chị ngồi đây sưởi ấm đi," tôi lấy chiếc máy sưởi nhỏ đem lại để trước chị, "Chị tên gì?"

"Em tên Ngọc.

Em ở Texas, mới qua được hai tháng. Con cháu nó đem em qua đây rồi bỏ em một mình. Nó bay đi South Carolia làm nails rồi," chị huyên thuyên, "Mà cũng có cái may, nhờ vậy em mới "homeless", tháng kiếm được từ $1,000 đến $2,000."

"Thế là chị giàu hơn tôi rồi. Bệnh đã có Medical, SSI thì được thêm $1,100," tôi nói đùa.

"Không, vì em không có giấy tờ gì cả. Em mất hết tất cả giấy tờ, chỉ còn nhớ số "social security" thôi," Ngọc lại huyên thuyên, "Em lấy chồng Mỹ gốc Việt rồi qua Mỹ năm 2012. Sáu tháng sau ly dị. Em lấy chồng lần hai có một con gái năm 2014, rồi cũng bỏ nhau. Đứa con gái thì chính phủ đưa cha mẹ nuôi vì lúc ấy em bị khủng hoảng rồi bệnh tâm thần luôn. À không, chắc em bị tâm thần hồi ở Việt Nam sau cú té xe đạp đầu xuống đất. Em cũng không biết. Nhưng chắc là em bị tâm thần."

"Tôi thấy chị bình thường mà," tôi an ủi Ngọc.

"Anh có miếng giấy và cây viết thì cho em mượn," Ngọc trố mắt nhìn tôi nói như thể chị cần viết điều gì đó lắm, "Màu đen và màu đỏ càng tốt nha anh."

Tôi làm theo yêu cầu Ngọc. Ngọc cắm cúi viết tên chị, tên con gái, ngày sanh cả hai, ký tên, rồi cứ thế viết lại đầy cả hơn ba trang giấy. Lạ là tên chị mực đen, tên con gái mực đỏ.

Nước mắt Ngọc bắt đầu lăn xuống quyện lấy những giọt mưa chưa lau ráo hết. Phải chăng nước mắt Trời và nước mắt người đều giống nhau!

"Ủa sao tên em mực đen mà tên con em mực đỏ?" Tôi ngạc nhiên hỏi.

"Đời em đen quá anh ơi! Em muốn đời con em số đỏ như Pechanga tiền vô như nước," Ngọc mếu máo.

"Em hay đi sòng bài lắm à?"

"Không, nhưng em thấy xe *bus* Pechanga đỏ chét có hình mấy cô gái cười tươi lắm nên em nghĩ Pechanga hạnh phúc lắm."
Rồi Ngọc cắm cúi viết tiếp với nụ cười thỉnh thoảng trên môi như đang đùa giỡn với những kỷ niệm cùng con gái. Ngọc đứng dậy bất ngờ như khi mới đến. "Em muốn cúng tiền cho hội thánh," Ngọc vừa nói vừa nhìn quanh tìm hộp lạc hiến, "Một tháng em cúng $500 đó anh. Em cứ lang thang thấy đâu có hộp từ thiện là em dâng. Của Trời cho em chứ có phải của em đâu!"

Lạy vài lạy trước hộp lạc hiến sau khi bỏ vài đô vô hộp, rồi Ngọc chậm rãi ra đi với thùng xe kéo đầy đồ đạc lủng củng.

Trời vẫn mưa lất phất phủ choàng lên áo len Ngọc như những giọt nước mắt không tan.

TRƯỜNG VÀ LONG

"Wow, lâu lắm mới gặp lại anh Thắng," Trường reo lên khi gặp tôi, "Đã mấy năm rồi đó."

"Ừm, gặp Trường vui quá," tôi đáp, "Giờ ở đâu?"

"Em qua boarding care ở Chapman.

Đây là anh Long. Anh Thắng nhớ anh Long trước ở với em ở Lampson không?

Anh Long giờ "homeless" rồi."

"À, tôi nhớ anh Long lúc trước ở chung nhà Trường khi tôi ghé thăm. Lâu lắm rồi đó. Anh Long khoẻ không?" Tôi quay sang hỏi anh Long.

"Khỏe gì mà khoẻ. Giờ "homeless" rồi anh ơi. Tôi ở chung nhà mấy đứa đó méc sở xã hội tôi hút cần sa nên họ cắt tiền tôi rồi," anh Long nhìn tôi rầu rầu nói.

Từ đó cứ mỗi sáng anh đều ghé văn phòng tôi xin ly cà-phê hoặc trà nóng rồi ngồi trước cửa văn phòng phía tường gạch.
Nhưng không bao giờ anh uống. Chỉ ngồi dăm phút rồi lững thững ra đi để lại đống ly và giấy chùi miệng. "Anh Long uống xong nhớ vứt ly vào thùng rác nha. Đừng đổ nước đầy sàn rồi xả rác đó rồi đi. Tôi dọn mệt lắm nha," tôi nhẹ nhàng nhắc anh.

Tết là lần cuối cùng tôi hết kiên nhẫn với anh khi anh vào ngồi ghế văn phòng đúng lúc bữa ăn trưa Tết mùng Hai. "Chúc năm mới Giáp Thìn anh Long tìm được chỗ ở nha. Anh ăn gì không?" tôi vồn vã tiếp anh.

"Yes, cho tôi chén cơm thịt kho Tàu với hai quả trứng đi," anh Long điềm tĩnh nói. Anh lúc nào cũng điềm tĩnh.

"Đây, mời anh."

Anh ngồi nhìn thức ăn phút chốc rồi bật dậy bỏ đi không nó một lời, không ăn một miếng.

Chắc anh nghĩ, "Đây là thuốc độc."

LÂN

"Anh có thể giúp tôi giúp em Lân "homeless" này cai nghiện được không?" cô Bạch gọi phone tôi hỏi.

"Được nếu người đó chịu theo chương trình Celebration Recovery," tôi trả lời liền.

Lân theo cha mẹ qua Mỹ diện H.O. năm 1992 khi em mới 2 tuổi. Lân rất gần gũi mẹ đến tận năm 12 tuổi thì mẹ mất gây cú sốc khủng hoảng cho Lân, khiến Lân trầm cảm và sa vào nghiện thuốc theo toa.

Vừa xong trung học thì Lân bắt đầu bỏ nhà đi lang thang dù không theo bè kết đám nào cả.

Lân cao 5'9, đẹp trai, trông rất giống trai Nam Hàn, lúc

nào cũng ăn mặc tươm tất. Tâm thì rất thiện, không làm phiền hoặc hại ai bao giờ. Thật không thể ngờ Lân lại thành "homeless" vì nhớ mẹ, không muốn ở nhà mà chỉ muốn lang thang.

"Chú có gì cho con ăn không?" Lân đến văn phòng tôi đêm chúng tôi họp mặt tất niên.

"Có nhiều lắm, nào cơm chiên, gà nướng, gỏi, và nhiều nữa."

"Cơm chiên đi chú," Lân vừa nói vừa run tay mở nắp hộp thuốc theo toa rồi nốc liền ba viên mà tôi không biết thuốc gì.

Sau khi no nê cả thức ăn, Lân trút đổ tâm sự.

Ba Lân là sỹ quan Việt Nam Cộng Hòa bị tù cải tạo tám năm đủ tiêu chuẩn qua Mỹ diện H.O. Lân là út trong nhà cách người anh kế đến 15 năm, nên bao nhiêu tình thương gia đình dành hết cho Lân, nhưng cũng không đủ giúp Lân thoát cuộc tìm lãng quên bằng thuốc theo toa.

BO

Anh Bo bước vào văn phòng tôi với thùng loa karaoke khổng lồ đủ loại dây nhợ và microphone.

"Mời anh ngồi. Sao anh biết đây mà đến?" Tôi hỏi anh.

"Em ngồi ăn ở Phở Lover, thấy cái bảng God Is Love nên lấy làm lạ vào hỏi thăm xem là gì," Bo ôn tồn nói.

Rồi Bo tự dưng kể về đời gian truân của anh từ tiểu bang lạnh mấy chục năm qua, lần đầu về sống ở Bolsa vì nghe nói "đất lành chim đậu" ở đây. Rồi chuyện tù tội oan đến chuyện lang thang hát vỉa hè các khu chợ Việt Bolsa.

"Để em thử hát cho anh nghe nha," Bo vừa nói vừa cắm điện máy karaoke.

Giọng anh hay và khỏe lắm, có lẽ nhờ anh lai Đen. Phải công nhận thế giới phải biết ơn người da Đen về đóng góp thể thao và âm nhạc của họ.

Một người, rồi hai người, rồi nhiều người thập thò trước văn phòng tôi nghe anh hát.

"Em kiếm được vài chục đô-la một ngày đó anh. Có người cho $100 luôn đó," Bo ôn tồn nói.

Bo có điểm đặc biệt đó: rất ôn tồn.

Cứ vài ngày là Bo ghé thăm tôi. Có khi chỉ xin gói mì, hoặc ly coffee.

Tình cờ hôm đó ông Michael ghé văn phòng tôi để vận động tranh cử Supervisor OC và gặp Bo.

"Xin giới thiệu anh Michael đây là Bo có giọng hát như ca sỹ pro. Anh có cần ca sỹ hát giúp vui ngày mai trong cuộc vận động tranh cử của anh không?" Tôi chụp lấy cơ hội để giới thiệu Bo.

Thế là ông Michael và Bo sáp lại sôi nổi lên chương trình văn nghệ.

Ba tuần sau, Bo ghé lại gặp tôi để nói tạm chia tay về Việt Nam lấy vợ.

"Ồ, chúc mừng Bo," tôi ngạc nhiên, "Sao quen hay thế! Bo đi bao lâu?"

"Dạ, năm tháng," Bo hớn hở nói, "Tất cả là ơn Chúa. Thank you mục sư giúp em những ngày qua."

Thật không gì là vô ích khi người Việt dành thì giờ giúp đỡ nhau. Đạo Phật gọi là "duyên." Đạo Chúa gọi là "tình."

TÍ

Ít người "homeless" như anh Tí được diễm phúc ngủ trên xe như là "phòng" riêng. Tí được thiện cảm với mọi chủ tiệm khu này, có lẽ nhờ anh hoạt bát, lanh lẹ, và dễ kết bạn.

"Anh đừng sợ gì nha, có em lo cho," Tí thì thầm với tôi khi tôi đứng trước văn phòng mới mở này.

"Anh xem clip này nè, đứa nào lạ mặt lảng vảng đây cách khả nghi là em đuổi nó liền," Tí vừa nói vừa cho tôi xem video clip trên điện thoại Samsung của anh.

Mà quả thật vậy, hôm đó tôi đến văn phòng để cầu nguyện 3:30 sáng. Trời lạnh 430 F. Một ông cao, to, râu ria, nên không chắc chắn không phải người Việt, trùm kín chăn, đẩy xe shopping đi vòng vòng bãi đậu xe.

Có người theo sau ông khoảng cách năm mét, cũng trùm kín từ đầu đến chân, nhỏ con hơn nhiều nên tôi tưởng là cô nào đó đi theo như đôi bạn.

Bất ngờ "cô" đó đổi hướng, tiến về tôi vẫn đang ngồi trên xe đã tắt máy. Tôi hơi run. Rút sẵn chai xịt "pepper spray" để tự vệ. Tôi định nổ máy chạy đi nhưng cố xem "cô" đó muốn gì. Tôi kéo kiếng xe xuống vì hình như "cô" muốn nói gì. Hai bên cách nhau năm mét thì tôi nhận ra "cô" chín là anh Tí với con dao nhọn dài một feet trong tay.

"Có phải Tí không?" Tôi la lớn, "Làm gì cầm dao ghê thế?"

"Thằng này nó ở đâu đến rất khả nghi," Tí đáp lớn, "Nó cứ đi lòng vòng nãy giờ. Anh ra phụ với em một tay đi." Tôi bước xuống xe, đứng tại chỗ. Tí tiếp tục theo sau gã khổng lồ đó.

"Get out of here! Get out of here! (Ra khỏi đây!)" Tiếng Tí vang lớn trong đêm khuya lạnh giá nghe càng lạnh thêm.

Gã khổng lồ chậm rãi đổi hướng khi Tí vẫn theo sau lập lại mấy câu đó cho đến khi gã khổng lồ khuất bóng. À, tất cả sự vật đều có ích lợi theo công dụng của nó mà ta không bao giờ hiểu hết.

ALEX

Alex không bao giờ nhìn tôi, cũng không bao giờ nói chuyện với tôi, dù Alex đến ngồi trước cửa căn phòng tôi nhiều lần.

"Good morning. Anh tên gì?" Tôi niềm nở hỏi anh.

"Alex," anh trả lời vẫn không nhìn mặt tôi.

Anh đến tôi không biết. Anh đi tôi không hay. Nhưng anh luôn để lại trên đất mấy tờ truyền đạo đơn mà tôi treo trước cửa văn phòng.

Và tôi khám phá, Alex lấy truyền đạo đơn để lót đít ngồi. Ít nhất ba lần như vậy.

"Alex có ngồi đây thì đừng lấy truyền đạo đơn này lót đít nha," tôi ôn tồn nói lần thứ tư gặp anh, "Công trình tôi viết rồi in ấn tốn tiền nha anh. Thank you."

Sáng hôm nay Alex đến hồi nào tôi không biết, đang ngồi trên chiếc ghế giống y ghế văn phòng tôi đặt gần cửa ra vào.
Để chắc ăn mình không lầm, tôi quay vào văn phòng để so sánh cục cao su lót chân ghế Alex và ghế văn phòng. Giống y chang.

"Good morning Alex. Có phải anh lấy ghế văn phòng tôi không? It's OK nhưng anh nói tôi một tiếng nha."

Tôi vừa dứt lời, Alex bật dậy khỏi ghế, rút dao bấm cầm trong tay với thế cầm dao xả xuống, xông vào tôi.

"Đ. M. muốn kiếm chuyện nữa hả!" Alex hét lên.

Tôi lùi lại nhiều bước thủ thế tự vệ. Alex dừng tay, bỏ đi.

Lúc ấy tôi mới kịp lấy điện thoại quay, thì Alex quay lại và xông vào tôi lần nữa tuy không rút dao.

"Đ. M. mày muốn tao lấy *phone* mày không," nó hét to.

Tôi vẫn không nói, chỉ vừa tiếp tục quay vừa lùi thủ thế tự vệ.

Nó bỏ đi lần nữa.

Tôi gọi cảnh sát đến lập biên bản.

"Anh muốn bỏ tù nó không?" Cảnh sát viên hỏi.

"Không, lần đầu tôi tha nó."

"Nếu điều tra viên Quận Cam thấy nghiêm trọng thì anh phải ra toà buộc tội nó đấy."

"O.K.," tôi trả lời.

Thật là một ngày nắng đẹp mà lòng u ám quá!

HẢO

Thật khó đoán tuổi chị vì nước da ngâm đen sương gió lẫn những nét đẹp lạ lùng. Chắc chị tuổi 40.

"Anh cho em xin vài đồng," cô gái ngồi bệt dưới đất trước cửa văn phòng tôi cất cao giọng.

"Tôi không cho tiền. Nhưng nếu chị muốn ăn thì tôi mua cho. Đây sẵn có BBQ Liên Hoa, chị muốn ăn gì không?"

Tôi trả lời.

"Anh mua gì cũng được,"

"À, mà chị ngồi xích vô chứ không xe đụng chết."

"Không sao. Em ngồi vậy người ta mới chú ý."

"À, chị tên gì?"

Vừa lúc đó người "homeless" khác tên Trung, thỉnh thoảng đến đây, bất ngờ đến.

"Nó tên Hảo. Lúc trước nó đẹp lắm, làm đĩ nổi tiếng ở đây," Trung to tiếng.

"Ấy chết. Anh đừng nói vậy trước mặt người ta," tôi giật mình kêu lên.

Hảo vẫn ngồi yên như nhận lấy tất cả những chua chát cuộc đời.

"Hảo qua Mỹ năm nào?" Tôi vừa đưa khay gà hấp muối mời Hảo vừa hỏi.

"Em vượt biên theo mẹ năm 1985 đến Mỹ lúc em tám tuổi," Hảo nói nhỏ, giọng nghèn nghẹn, "Được vài năm thì mẹ em chết. Chính phủ đưa em cho bà dì nuôi, nhưng em không thích nhà dì nên được vài năm em đi bụi luôn." Hảo không ăn nhưng gói khay gà với bánh hỏi lại bỏ vào bao.
"Giờ em đi xe bus thăm con em. Đồ ăn này em đem cho nó," Hảo nói mà không nhìn ai cả.

Con của Hảo ở với ai? Tên gì? Việt hay lai? Tôi không dám hỏi.

"Chắc Hảo được thăm con mỗi tuần vài tiếng ở Family Center là chỗ dành cho cha mẹ ruột thăm con ở với cha mẹ foster," tôi quay sang hỏi Trung.

"Nó có nhiều con lắm, em không biết nó thăm đứa nào," Trung thản nhiên nói.

MICHAEL

Có lẽ Michael đặc biệt nhất phố Bolsa vì đàn ông mà lúc nào cũng kẹp nách con búp-bê nhỏ bằng một rưỡi gang tay người lớn.

"Cho xin ly nước trà nha," Michael hỏi nhưng không cần câu trả lời.

"Tôi gặp anh mấy lần rồi, lúc nào cũng thấy anh ôm con búp-bê. Anh có gì kỷ niệm à?" tôi hỏi.

"She's my older sister. I love her. (Nó là chị tôi. Tôi thương nó). Cho đỡ buồn,"

Michael lanh lẹ nói. Cách nói chuyện tiếng Việt của anh là vậy, không chủ từ, nhanh, gọn, cộc lốc nhưng giọng rất vui vẻ. Hình như Michael qua đây từ nhỏ vì nói tiếng Việt lơ lớ trộn lẫn tiếng Mỹ.

Một tuần sau tôi mới gặp lại Michael cùng một bà đến văn phòng tôi.

"Mặt Michael sao bị trầy sướt ghê thế?" Tôi ngạc nhiên hỏi.

"My sister té. Phải nhảy vào cứu nên đập mặt xuống đất,"

Michael vừa đáp vừa lục tìm gói trà.

"Kể tôi nghe về chị của Michael đi."

"Ôi, nó thương chị nó lắm ông ơi," bà lão cướp lời Michael,

"Hồi ở Việt Nam ba nó chết trận vì bị trúng pháo kích của Việt Cộng. Cảnh mẹ góa con côi, tôi phải đi buôn bán ở Vũng Tàu. Chị nó thay tôi nuôi nó nên nó thương chị nó lắm ông ơi. Tôi gom hết tiền rồi bán thêm căn nhà nữa để mua vàng cho chị em nó vượt biên. Chị nó bị hải tặc bắt, nó thì tám tuổi lúc đó bị chấn động tâm lý đến giờ luôn. May là nó bảo lãnh tôi qua được rồi lâm bệnh nặng tới giờ. Tôi phải chăm nó mệt quá vì nó cứ bỏ nhà đi làm "homeless", nói rằng đi tìm chị nó. Có khi nó đi cả tuần."

"Chị đây nè," Michael vừa nhìn bà nói vừa chìa búp-bê ra.

Hai hàng lệ long lanh trên mắt bà.

Và cũng trên mắt tôi.

oOo

Phố Bolsa là biểu tượng của tự do cho người Việt ly hương tỵ nạn cộng sản khắp năm châu bốn bể. Nơi đây người Việt hãnh diện về những người cha mẹ đi làm cực khổ nuôi ăn học thành những bác sỹ, kỹ sư, khoa học gia, và những nhân tài cho Hiệp-Chủng-Quốc Hoa-Kỳ.

Nhưng cũng lắm cảnh đời bất hạnh vì những cú sốc quá nặng vì tội ác chiến tranh do cộng sản Bắc Việt gây ra, vì cơn hãi hùng vượt biên liều chết tìm tự do, vì nước mất nhà tan, vì gia đình ly tán.

Chính phủ Mỹ đã tốn $17 tỷ đô-la từ 2018-2023 cho quỹ "homeless" nhưng tình hình tệ hơn. Riêng California tốn hàng tỷ đô-la nhưng vẫn bất lực và vẫn là tiểu bang nhiều dân "homeless" nhất nước.

Phải chăng những cuộc đời vô gia cư này cần nhiều tình người hơn mới giải quyết được.

Dù gì, những cuộc đời bất hạnh "homeless" này cũng được an ủi phần nào nhờ tình đồng hương như lời anh Hường ở đầu bài nói với tôi, "Chào anh, người Việt mình có phố Bolsa cũng đỡ cho người "homeless" như tụi em lắm."

Thắng Chu
Bolsa những ngày đầu xuân

Thử Làm Điều Mới Lạ

NHỊ ĐỘ HOÀNG MAI

Tác giả lần đầu tham dự VVNM từ tháng 1-2024 với bài "Một Ngày Thăm Trường Võ Bị West Point". Bà hiện định cư ở Texas và làm việc trong ngành giáo dục.

Hồi tôi còn đi học đại học ở Mỹ, một vị giáo sư giao cho đám sinh viên chúng tôi bài tập với chủ đề " Bước ra khỏi vùng an toàn". Bài tập này yêu cầu sinh viên phải làm một điều gì đó mà họ không cảm thấy thoải mái hoặc làm điều họ chưa bao giờ làm. Mục đích của bài tập này nhằm để giúp cho sinh viên sau này dễ dàng hợp tác với đồng nghiệp hoặc khách hàng đến từ nhiều nền văn hóa khác nhau.

Là một Phật tử, vì thế, tôi đã chọn đi đến một nhà thờ Công giáo để dự Thánh Lễ và tôi phải viết một bài luận kể lại những trải nghiệm của tôi khi đến dự Thánh Lễ ở nhà thờ Công Giáo ấy. Vì tôi là kẻ ngoại đạo nên lần dự Thánh Lễ đầu tiên, tôi lo lắng và hồi hộp vì tôi cảm thấy lẻ loi trong buổi lễ ấy. Khi mọi người bắt đầu cầu nguyện, tôi không biết cầu nguyện nên tôi ngồi im re như thóc. Sau khi dự lễ ở nhà thờ, tôi về nhà viết bài luận, kể lại những gì tôi đã nghe và thấy. Khi ngồi vào bàn để viết về buổi Thánh lễ, tôi không nhớ được hết trình tự buổi lễ. Vì thế, tôi phải quay lại nhà thờ lần thứ hai để ghi lại những gì tôi quan sát được. Cuối cùng, với nhiều cố gắng, tôi đã hoàn thành bài luận của môn học đó.

Trong cuộc đời tôi, có đôi lần tôi thử làm những việc tôi chưa bao giờ làm. Trong suốt thời gian đại dịch Covid, trường học đóng cửa. Ru rú trong nhà và có nhiều thời gian rãnh rỗi, tôi mày mò tự học làm bánh kem, tự học bắt bông kem tươi, làm các loại bánh của Pháp như bánh sừng bò và bánh Quiche Loraine. Tôi tập luôn cách làm bánh trung thu nướng và bánh dẻo, bánh phục linh, bánh mochi của người Nhật. Tôi đã làm hư không biết bao nhiêu trứng và bột nhưng sau cùng, tôi đã làm thành công các loại bánh kể trên, về độ ngon hay dở còn tuỳ vào người thưởng thức.

Tôi còn có ý định chinh phục dòng bánh Wagashi, một loại bánh nghệ thuật đẹp mắt được làm từ bột nếp kết hợp với các loại đậu như đậu trắng và đậu đỏ. Tuy nhiên tôi chưa bao giờ bắt tay vào làm loại bánh cao cấp này vì sau vài tháng đóng cửa, trường học cho phép một số em học sinh được đi học trở lại trong khi phần đông các em vẫn ở nhà học online. Tôi bắt đầu giã từ "sự nghiệp làm bánh" từ đó. Người Việt có câu "Thời thế tạo anh hùng", thế nhưng trong trường hợp của tôi, đại dịch Covid đã tạo ra một thợ làm bánh tại gia. Có thể nói đó là thành công nho nhỏ của tôi trong việc nữ công gia chánh.

Gần đây tôi tự học đan len. Vào thời đại internet này, muốn học gì tôi đều vào các trang web để tự học. Sau nhiều cố gắng đan móc rồi tháo ra vì đan sai, đến bây giờ tôi đã có thể tự tay đan những chiếc mũ len và những chiếc khăn choàng cổ xinh xắn cho tôi và cho bạn bè của tôi để giữ ấm cho chúng tôi vào mùa đông rét mướt của nước Mỹ. Trên Facebook có rất nhiều thầy cô dạy vẽ, là một người vẽ không đẹp nhưng các thầy cô dạy vẽ đã hướng dẫn tôi vẽ từng đường nét cơ bản nên tôi đã có thể vẽ được những con thú, những đóa hoa xinh xinh. Trước kia tôi chưa bao giờ vẽ một đóa hoa nào cho ra hồn và chưa bao giờ vẽ được một con vật nào. Tôi phát hiện ra tôi có thêm hai sở thích khác là vẽ và đan móc. Hai sở thích này mang lại cho tôi không ít những niềm vui nho nhỏ khi tôi hoàn thành xong các tác phẩm của mình.

Có thể nói, tôi, một lần nữa, đã làm một việc tôi chưa từng làm khi tôi tham gia cuộc thi Viết Về Nước Mỹ do Việt Báo tổ chức. Hồi nhỏ tôi học văn không giỏi và chưa bao giờ tham gia vào bất cứ cuộc thi viết nào. Tham gia cuộc thi Viết Về Nước Mỹ đem lại cho tôi niềm vui và hạnh phúc khi được viết lên những kỷ niệm và viết về những trải nghiệm của cá nhân tôi ở quê hương thứ hai này. Khi tham gia vào cuộc thi của Việt Báo, tôi bắt đầu chập chững tập viết truyện ngắn và bút ký. Vạn sự khởi đầu nan, tôi đã gặp khó khăn trong việc chuyển tải tâm tư tình cảm của mình vào con chữ. Dần dà, việc viết lách trở nên dễ dàng và thú vị hơn. Có những lúc tôi vừa viết vừa tủm tỉm cười khi nhớ những kỷ niệm vui. Tôi vui và hạnh phúc khi những đứa con tinh thần của mình được Việt Báo chọn đăng. Nhân tiện đây, tôi xin cám ơn Ban Biên Tập Việt Báo đã tạo cơ hội cho tôi được trải lòng qua những câu chuyện về đời mình, về quãng thời gian tôi sống ở quê hương thứ hai này.

Mùa đông năm nay, một lần nữa, tôi đã làm một việc mà tôi không cảm thấy thoải mái lắm, đó là việc tôi cố gắng nói tiếng Pháp với các cô bán hàng tại phiên chợ mùa đông ở thành phố Dallas. Tôi tự học tiếng Pháp đã nhiều năm nhưng tôi chưa bao giờ có cơ hội nói tiếng Pháp vì vùng tôi ở có rất ít người nói tiếng Pháp.

Hồi còn đi học đại học ở Mỹ, chương trình học bắt buộc tôi phải lấy 9 tín chỉ ngoại ngữ. Tôi có thể chọn tiếng Tây Ba Nha, tiếng Pháp, tiếng Đức, tiếng Ý v..v. Vì thích nghe nhạc Pháp nên tôi chọn học tiếng Pháp để hiểu nhạc Pháp nhiều hơn. Tôi nghe hoài không chán những bản tình ca Pháp tôi yêu thích như Tombe la Neige, Je ne t'aime plus, L'amour C'est pour rien v..v… Tôi nhớ lúc tôi còn nhỏ, tôi đã yêu thích những bản tình ca này dù tôi không hiểu tiếng Pháp. Ban đầu tôi học tiếng Pháp theo yêu cầu của chương trình đại học, dần dà tôi đâm ra phải lòng ngôn ngữ này. Tiếng Pháp là một ngôn ngữ khó học, khó ngay cả đối với người Pháp. May mắn thay, tôi đã học xong hết 3 lớp tiếng Pháp theo yêu cầu của trường. Thừa thế xông lên, tôi lấy thêm hai lớp tiếng Pháp nâng cao. Khi vừa học xong hai lớp tiếng Pháp nâng cao cũng đúng lúc tôi hoàn tất các tín chỉ của chương trình đại học và ra trường. Vì thế tôi không còn cơ hội học thêm tiếng Pháp ở trường đại học ở Mỹ.

Những năm gần đây, lúc rảnh rỗi, tôi lại tự học tiếng Pháp để khỏi quên thứ ngôn ngữ khó nhưng rất quyến rũ này. Tôi tự nhận trình độ tiếng Pháp của tôi thuộc dạng "thường thường bậc trung". Người Việt có câu "Không thầy, đố mày làm nên" quả rất đúng trong trường hợp của tôi. Tôi tự học nên đôi lúc tôi giậm chân tại chỗ, mãi vẫn không thấy tiến bộ. Tôi có thể đọc và hiểu kha khá tiếng Pháp nhưng tôi không nói được tiếng Pháp vì ở nơi tôi ở, tìm người nói tiếng pháp còn khó hơn mò kim dưới đáy biển.

Vào ngày 8 tháng 12 năm nay, tôi đến phiên chợ mùa đông (marché d'hiver) ở thành phố Dallas để xem có gì hay ho không. Tôi thích đi các hội chợ Giáng sinh Châu Âu mỗi khi Giáng Sinh về. Phiên chợ mùa đông ở Dallas này là phiên bản của chợ Giáng Sinh Strasbourg nổi tiếng của Pháp, do trường tư thục Dallas International School và tổ chức Pháp Ngữ Alliance Français de Dallas hợp tác tổ chức. Hàng năm chợ họp vào một ngày duy nhất, thường họp vào một ngày đầu tháng 12 với mục đích đẩy mạnh sự giao lưu văn hóa và nghệ thuật trong không khí của mùa Giáng Sinh…

Tôi vẫn biết phiên chợ mùa đông này là phiên bản của chợ Giáng Sinh Strabourg nhưng tôi không hề biết nhiều người bán hàng ở chợ này là người Mỹ gốc Pháp. Lẽ ra tôi phải đoán được điều này ngay từ đầu. Tuy ở Mỹ đã lâu năm, tôi vẫn không biết có một cộng đồng kha khá người Pháp ở khu Dallas-Richardson, bang Texas. Tôi liên tưởng đến chợ Tết của người Mỹ gốc Việt. Dĩ nhiên trong khu chợ Tết của người Việt, hầu hết người bán hàng và người đi chợ sẽ là người Mỹ gốc Việt.

Quầy hàng đầu tiên tôi ghé lại, cô bán hàng đứng tuổi chào tôi: Bonjour!

May quá, tôi hiểu được tiếng Pháp. Tôi chào lại: "Bonjour, Madame! Vous parlez Français?" (Chào bà, bà nói tiếng Pháp?)

Cô bán hàng bèn xổ một tràng tiếng Pháp. Tôi hết hồn vì tôi không hiểu được hết nên tôi vội nói tôi chỉ nói được chút ít tiếng Pháp. Tôi đoán cô mời tôi mua hàng. Tôi quan sát thấy cô bán giỏ xách, quà lưu niệm, những cuốn truyện tranh song ngữ của trẻ em và nhiều món hàng khác, có vài món hàng tôi không biết người mua sẽ làm gì sau khi mua chúng về, chẳng hạn như những miếng vải có vẽ hình thù kì lạ.

Tôi như người leo lên lưng cọp vì tôi trót khoe tôi nói được tiếng Pháp chút ít, cố gắng lấy lại bình tĩnh, tôi hỏi cô bán hàng:

- Madame, Il y a beaucoup de Français ici? (Thưa bà, ở đây có nhiều người Mỹ gốc Pháp không?"

Cô bán hàng tiếp tục líu lo như chim hót. Tôi không hiểu hết nhưng tôi đoán cô ấy nói có một cộng đồng người Pháp kha khá đang sinh sống tại khu vực này. Cô ấy hỏi tôi một câu mà tôi không hiểu nên tôi không biết phải trả lời ra sao. May thay, lúc ấy có một vài khách hàng đến xem hàng hóa của cô nên tôi vội vàng chào tạm biệt cô và lỉnh sang quầy hàng khác.

Tôi đi lòng vòng trong chợ và chỉ xem hàng hóa chứ không dám chào các cô bán hàng nữa. Chợ phiên kiểu Pháp năm nay, giống như mọi năm, bán những món hàng trang trí cho cây thông Noel, hàng gốm sứ nghệ thuật, mặt hàng thủ công mỹ nghệ, các loại bánh pháp như bánh sừng bò croissant và một số loại bánh khác như Chocolate muffin, bánh cookies, các loại kẹo Giáng sinh, bánh xăng uýt và nước ngọt. Một vài quầy hàng bán thiệp Giáng sinh rất đẹp. Một quầy hàng bán cả thức ăn cho thú cưng (dog treats) và bán nữ trang giả, kẹp nơ, túi xách, …

Thực sự tôi rất thích tiếng Pháp dù tôi không nói được nhiều. Tôi yêu tiếng Pháp vì mỗi khi nghe người Pháp nói, âm thanh nghe rất đẹp và hay dù tôi không hiểu hết. Vì vậy, tôi muốn tận dụng cơ hội này để nói vài câu bập bẹ với các cô bán hàng. Tôi đến bên quầy một phụ nữ nhỏ nhắn và đứa con gái nhỏ của cô ấy. Họ bán những vật dụng trang trí cho cây thông Noel. Tôi chào cô ấy và hỏi cô ấy có nói tiếng Pháp được không. Cô bán hàng nói cô ấy là người Paris. Cô hỏi tôi quê quán ở đâu. Tôi nói tôi là người Việt Nam.

Cô ấy nói Việt Nam và Pháp là hai nước có mối dây thân tình với nhau vì lịch sử của hai nước có liên quan với nhau. Tôi vừa nghe cô ấy nói vừa đoán. Dĩ nhiên tôi nói rất ít, nghe nhiều hơn. Tôi hỏi cô ấy có bao giờ coi cuốn phim L'indochine (Đông Dương) chưa vì tôi rất thích cuốn phim ấy. Như bắt được cùng tần số, cô ấy nói huyên thuyên về cuốn phim Đông Dương nhưng tôi chỉ hiểu được sơ sơ. Vì vốn tiếng pháp của tôi hạn chế nên tôi không thể diễn tả được vì sao tôi thích cuốn phim ấy. Thay vì tiếp tục nói về cuốn phim, tôi chen vào một câu lãng xẹt, không ăn nhập gì với mạch câu chuyện, có lẽ chắc tại câu này tôi thuộc lòng một cách máy móc.

- Je m'apprends le Français depuis longtemps. (Tôi tự học tiếng Pháp đã nhiều năm rồi).

Cô ấy ngớ người ra nhìn tôi. Lúc này tôi ước gì đất ở dưới chân tôi nứt ra để tôi độn thổ cho lẹ. May sao lúc ấy có một cặp vợ chồng bước tới quầy của cô ấy. Tôi mừng rỡ tạm biệt cô ấy và lẻn sang hàng khác. Tôi thở phào, như thoát được một kiếp nạn.

Tôi tiếp tục lang thang trong chợ. Đến bên một quầy bán đồng phục cũ của học sinh sát bên quầy hàng bán thiệp Giáng Sinh, tôi tò mò đứng lại xem, tự hỏi những bộ đồng phục áo trắng quần xanh có liên quan gì tới chợ Giáng Sinh kiểu Pháp. Thấy tôi tò mò đứng lại xem, cô bán hàng tiến lại gần tôi. Người Việt có câu thành ngữ "Quá Tam Ba Bận"để khuyên can một người nên dừng làm một điều gì sau ba lần thất bại. Tôi mới thất bại hai lần, tôi cho mình thêm một cơ hội nữa.

Sau khi tôi chào cô bán hàng, tôi hỏi cô ấy có nói được tiếng Pháp không. Giống như hai cô bán hàng kia, cô thứ ba bắn tiếng Pháp còn nhanh hơn gió. Người Pháp nổi tiếng nói nhanh. Tôi khớp quá, vốn tiếng Pháp trong đầu tôi bỗng dưng "cuốn theo chiều gió", bay đi đâu mất tiêu. Tôi phạm một lỗi cơ bản nhưng trầm trọng: Thay vì dùng ngôi "Vous" cho lịch sự, tôi dùng ngôi Tu để xưng hô với cô ấy. Vì căng thẳng nên tôi chả nhớ được tôi đã hỏi cô ấy câu gì vì sau khi hỏi xong, tôi vã mồ hôi hột vì tôi biết tôi đã phạm một sai lầm chết người. Tôi vội vã xin lỗi cô ấy và tôi chuyển sang nói tiếng Anh cho bớt sai sót.

Cô bán hàng cho tôi biết cô ấy bán đồng phục học sinh để gây quỹ cho trường Dallas International School. Đây là một trường tư thục có chương trình giảng dạy song ngữ: tiếng Pháp-tiếng Anh và tiếng Pháp-tiếng Tây Ban Nha.

Cô ấy nói trước nạn dịch Covid, có rất nhiều người bán hàng đem hàng hóa tới phiên chợ này để giao lưu buôn bán. Năm nay chỉ có khoảng 40 gian hàng buôn bán ở chợ này. Cô ấy là một giáo viên của ngôi trường Dallas International School. Cô ấy cho tôi địa chỉ email nếu tôi muốn viết thư cho cô ấy bằng tiếng Pháp để tôi khỏi quên tiếng Pháp. Tôi trở thành bạn viết thư của Nicole kể từ hôm ấy.

Tôi có chút thất vọng vì chợ này trang trí không đẹp bằng các phiên chợ phong cách Châu Âu khác ở Mỹ và hàng hóa không nhiều và không đa dạng. Tuy nhiên, điểm son của phiên chợ này là trẻ em được chụp hình miễn phí với ông già Noel.

Mặc dù tôi chưa giao tiếp tốt bằng tiếng Pháp, tôi đã cố gắng vượt lên chính mình để làm một việc mà ngày thường tôi không có cơ hội để làm. Tôi nghĩ đôi khi chúng ta nên thử phiên lưu, mạo hiểm chút đỉnh và làm những điều gì mình chưa bao giờ làm, biết đâu chúng ta sẽ đạt những thành công nho nhỏ trong cuộc sống hoặc ít ra chúng ta sẽ có thêm một vài người bạn mới.

Có rất nhiều điều mới lạ để chúng ta thử làm, chẳng hạn như tập vẽ, tập cắm hoa, học làm bánh, tập đan móc, tập viết truyện ngắn, viết bài gửi báo, … Thích làm gì thì làm miễn sao sở thích của mình không gây hại đến người khác và nằm trong khả năng của mình, tôi bảo đảm chúng ta sẽ cảm thấy cuộc sống vui hơn và có ý nghĩa hơn.

Mùa đông năm tới, tôi có hẹn với Nicole ở chợ Giáng Sinh Dallas. Và tôi hy vọng sẽ được nói tiếng Pháp vào lúc đó.

Nhị Độ Hoàng Mai
Tháng 12, 2024

Tôi Là Một "Door Dasher"

VÕ PHÚ

Võ Phú tham dự VVNM từ 2004. Anh sinh năm 1978 tại Nha Trang-Việt Nam; định cư tại Virginia-Hoa Kỳ. 1994; tốt nghiệp cử nhân Hóa, hiện làm việc và học tại Medical College of Virginia. Tác giả đã nhận giải Danh Dự Viết về nước Mỹ từ 2019.

Trời mùa đông, sương mù phủ mờ những con đường. Tôi ngồi trong chiếc Camry đã vượt qua hơn trăm ngàn dặm, lắng nghe tiếng quạt gió từ hệ thống sưởi ấm phả đều lên khuôn mặt tê lạnh. Buổi sáng âm 4 độ C, khi điện thoại trên giá đỡ bất ngờ sáng lên, tôi thấy: *"Pick up from Wawa, $5.50."* Không chút đắn đo, tôi nhấn "*chấp nhận.*"

Cây xăng Wawa chỉ cách nhà vài con đường. Khi xe vừa dừng lại, tôi mở cửa bước vào cửa hàng tiện lợi. Dù là sáng thứ Bảy, nơi này vẫn nhộn nhịp như mọi ngày. Các trạm bơm xăng chật kín xe cộ. Xe tải chở hàng, xe con, và những chiếc SUV đông đúc trẻ em trên ghế sau nối đuôi nhau chờ đến lượt. Tài xế nhanh tay cầm vòi bơm, mắt liếc qua màn hình hiển thị giá xăng, một vài người thở dài khi thấy con số tăng lên nhanh chóng.

Bên trong cửa hàng, quầy cà phê là điểm đông đúc nhất. Khách hàng nhanh chóng chọn cốc, thêm đường, sữa, rồi đến quầy tính tiền. Nhân viên đứng sau quầy làm việc không ngừng nghỉ: quét mã, gói hàng, trả lại tiền thừa, tất cả với tốc độ như một cỗ máy đã quá quen thuộc. Chuông cửa không ngừng reo khi từng lượt người bước vào rồi đi.

Ở quầy đồ ăn nóng, nhân viên tất bật chuẩn bị những túi bánh sandwich, bánh mì kẹp, và hộp bữa sáng, xếp ngay ngắn trên kệ. Vài Door Dasher, giống như tôi, đứng chờ lấy đơn hàng, ánh mắt dán chặt vào điện thoại để kiểm tra tuyến đường tiếp theo.

Không khí tràn ngập âm thanh: tiếng ù ù của máy pha cà phê, tiếng lách cách từ quầy tính tiền, tiếng trò chuyện của khách hàng, và tiếng động cơ xe rền vang bên ngoài. Tôi đứng xếp hàng, chờ cô nhân viên gọi tên khách hàng đã đặt món qua ứng dụng *DoorDash*: một ly cà phê *latte* và một chiếc bánh *sandwich.*

Khi nhận được đơn hàng, tôi chụp lại biên lai để xác nhận, rồi bước nhanh ra xe. Lúc này, đầu óc tôi đã bắt đầu hình dung về địa chỉ cần giao và con đường nhanh nhất để đến đó. Một ngày bận rộn của tôi vừa bắt đầu.

Tôi đến với công việc *Door Dasher* một cách hoàn toàn tình cờ. Thứ Bảy tuần trước, hai đứa con của chúng tôi sang nhà bạn chơi, và sau khi đưa chúng đến nơi, vợ tôi ghé tiệm làm tóc để tự thưởng cho mình một buổi thư giãn. Ở nhà một mình, tôi thấy buồn chán và không biết làm gì để giết thời gian. Có lẽ do một phút ngẫu hứng, tôi quyết định xin việc bán thời gian làm *Door Dasher*-một công việc giao hàng mà trước đây tôi chưa từng nghĩ sẽ thử.

Hôm nay đã là tuần thứ hai tôi bước vào thế giới của những chuyến giao hàng. Ban đầu, tôi chỉ coi đây là việc làm tạm thời, nhưng càng làm, tôi càng nhận ra rằng *Door Dasher* không chỉ đơn giản là công việc. Mỗi chuyến đi, mỗi đơn hàng đều mở ra những câu chuyện tăng thêm hương vị sống của riêng mình, những trải nghiệm mà tôi không ngờ tới, khiến công việc này dần trở thành một phần quen thuộc trong cuộc sống của tôi.

Nhận đơn hàng từ cây xăng Wawa, tôi lái xe đến Maple Street, chỉ cách đó khoảng 5 phút. Bật bản đồ lên, tôi khởi động xe, bánh xe lăn chầm chậm qua những dãy nhà yên ắng. Sáng nay, con phố vắng vẻ, không gian tĩnh lặng đến mức có thể nghe rõ tiếng động cơ nhẹ nhàng của chiếc xe.

Khi đến nơi, trước mặt tôi là một ngôi nhà nhỏ với ánh sáng vàng dịu từ cửa sổ hắt ra sân, tạo nên cảm giác ấm áp giữa trời đông giá rét. Tôi bước lên bậc thềm, nhẹ nhàng đặt ly cà phê và gói bánh sandwich xuống, chụp một tấm hình theo yêu cầu của chủ nhà rồi lặng lẽ rời đi.

Từ sau đại dịch COVID-19, lối sống cách ly dường như đã ăn sâu vào thói quen của nhiều người. Việc hạn chế tiếp xúc trực tiếp, từng là biện pháp cần thiết để bảo vệ sức khỏe cộng đồng, giờ đây trở thành một lối sống phổ biến, ngay cả khi mọi thứ đã dần trở lại bình thường. Con người thích nghi với việc mua sắm trực tuyến, làm việc từ xa, và sử dụng dịch vụ giao hàng như một phần không thể thiếu của cuộc sống. Nhưng đằng sau sự tiện lợi ấy, những hệ lụy xã hội và tâm lý dần bộc lộ rõ ràng hơn.

Trước đây, đi chợ, ghé quán ăn hay đơn giản là tản bộ qua khu phố đã từng là cơ hội để trò chuyện và gặp gỡ với mọi người xung quanh. Giờ đây, những cuộc trò chuyện ngẫu nhiên với người bán hàng hay hàng xóm trở nên thưa thớt, nhường chỗ cho những cái nhấn nút đặt hàng nhanh gọn trên màn hình điện thoại. Sự dễ dàng ấy không chỉ khiến con người trở nên phụ thuộc vào công nghệ mà còn khiến mối quan hệ cộng đồng ngày càng mờ nhạt.

Hệ quả tâm lý của lối sống cách ly cũng không hề nhỏ. Nhiều người, đặc biệt là người lớn tuổi và những ai sống một mình, phải đối mặt với cảm giác cô đơn kéo dài. Thiếu vắng sự tương tác trực tiếp, họ dễ rơi vào trạng thái trầm cảm, lo âu, hoặc cảm giác bị xã hội bỏ rơi. Với giới trẻ, việc giao tiếp qua mạng xã hội và các ứng dụng trò chuyện dường như thay thế hoàn toàn những buổi gặp gỡ mặt đối mặt, khiến kỹ năng giao tiếp thực tế dần mai một.

Một khía cạnh khác là sức khỏe thể chất. Lối sống tiện nghi, ít vận động đi kèm với việc ở nhà quá nhiều đã khiến nhiều người gặp vấn đề về cân nặng, bệnh tim mạch, và các bệnh liên quan đến lối sống thụ động. Thay vì đi bộ đến cửa hàng hoặc tự nấu bữa ăn, con người ngày càng quen thuộc với việc ngồi chờ đồ ăn được giao tận nơi, dẫn đến sự suy giảm về chất lượng cuộc sống.

Việc giao hàng hay mua sắm trực tuyến không hẳn là xấu, nhưng nếu chúng ta biến nó thành giải pháp duy nhất cho cuộc sống, thì một ngày nào đó, chúng ta sẽ nhận ra rằng mình đã tự cách ly khỏi những giá trị thực sự quan trọng-những khoảnh khắc đời thường mà kết nối trực tiếp mang lại. Những bữa ăn tối bên gia đình, những câu chuyện với hàng xóm hay chỉ đơn giản là cái bắt tay thân thiện đều là liều thuốc giải cho căn bệnh "cô đơn trong tiện nghi" mà xã hội hiện đại đang đối mặt.

Sau khi hoàn thành đơn hàng ở tiệm xăng Wawa, điện thoại của tôi không ngừng rung lên báo hiệu các đơn mới. Cả buổi sáng, tôi liên tục di chuyển: từ tiệm thức ăn nhanh, quầy tạp hóa, đến cả những cửa hàng phụ tùng sửa xe. Mỗi điểm dừng đều là một nhiệm vụ cần hoàn thành gấp gáp. Đến khoảng 11 giờ trưa, nhịp độ bỗng nhiên tăng tốc. Đây chính là "giờ vàng" của các đơn hàng cơm trưa-thời điểm các văn phòng bận rộn, các gia đình tìm đến đồ ăn nhanh, và tôi, một *Door Dasher*, trở thành mạch nối giữa chiếc *smartphone* và những bữa ăn nóng hổi.

Buổi trưa hôm đó, đơn hàng đưa tôi đến một tiệm Poke Bowl nhỏ nép mình trong khu phố đông đúc. Tiệm không lớn, nhưng cái mùi đặc trưng của giấm gạo và hương cá ngừ tươi lan tỏa khắp không gian, khiến người ta dễ dàng tưởng tượng ra những món ăn ngon miệng. Đơn hàng hôm nay đặc biệt: một tô sushi Nhật Bản, tô súp miso thơm lừng, và vài món bánh tráng miệng được gói gọn gàng trong hộp giấy họa tiết Nhật Bản.

Nhân viên tiệm, với chiếc tạp dề sạch sẽ và nụ cười chuyên nghiệp, nhanh chóng mang các món ra cho tôi. Trước khi rời đi, tôi kiểm tra kỹ từng món: những lát cá hồi tươi rói nằm ngay ngắn trên lớp cơm mềm, bơ và rong biển được xếp gọn gàng như một bức tranh nghệ thuật. Tô súp miso nóng hổi được đặt trong hộp giữ nhiệt, sẵn sàng giữ ấm đến tận lúc giao. Bánh tráng miệng là những viên mochi dẻo dai và bánh matcha mềm mịn, nhìn thôi cũng khiến tôi muốn thử ngay lập tức.

Giữa trưa, con phố như một mê cung với dòng xe cộ chen chúc. Tôi mở bản đồ, lái xe xuyên qua từng con hẻm nhỏ, tìm đường đến khu chung cư cao tầng đông đúc. Địa chỉ giao hàng nằm trong một tòa nhà lạ lẫm, và tôi phải loay hoay một lúc mới tìm được đúng căn hộ. Dù là những chuyến giao hàng quen thuộc, nhưng mỗi lần tôi đến, vẫn luôn có cảm giác như một cuộc hành trình nhỏ của riêng mình. Đặt gói hàng xuống sàn nhà, chụp lại ảnh qua điện thoại như yêu cầu rồi lặng lẽ rời đi.

Công việc của tôi không phải lúc nào cũng suôn sẻ. Có những đơn hàng thử thách sự kiên nhẫn và khả năng xử lý tình huống của tôi. Một lần, hệ thống dẫn tôi đi lạc đến một con phố xa lạ, và tôi đành phải gọi điện cho khách để hỏi đường. Giọng nói bực bội bên kia đầu dây khiến tôi không khỏi cảm thấy áp lực, nhưng khi tôi cuối cùng cũng giao được đồ ăn đến nơi, cô ấy buông một câu khiến tôi vừa ngạc nhiên vừa bật cười: *"Where are you? Are you dead? I'm hungry now..." (Anh ở đâu vậy? Bộ anh chết rồi hả? Tôi đang đói quá...* "

Mặt trời đã dần khuất sau các tòa nhà, và công việc không giảm bớt sự vội vã. Buổi chiều, các đơn hàng từ nhà hàng sang trọng bắt đầu xuất hiện, kéo theo sự yêu cầu khắt khe hơn. Một đơn hàng tôi sẽ không bao giờ quên: ba phần bít tết từ một nhà hàng Ý nổi tiếng. Nhân viên dặn dò tôi cẩn thận, nói rằng khách hàng này rất khó tính. Gói đồ được bọc kỹ lưỡng, và tôi không khỏi lo lắng khi nghĩ đến sự hoàn hảo mà khách hàng kỳ vọng.

Khi màn đêm buông xuống, công việc giao hàng lại có một sắc thái khác. Những đơn hàng đêm thường đến từ các nhóm bạn tụ tập, hay những người làm việc muộn. Một lần, tôi giao *pizza* cho một nhóm sinh viên đại học đang tổ chức tiệc. Khi tôi đến, họ vui vẻ reo lên: "Đồ ăn tới rồi, cứu tinh đây!" Câu đùa ấy khiến tôi mỉm cười, cảm thấy mọi mệt mỏi trong ngày như tan biến đi.

Cuối ngày, khi tôi ngồi trong xe, nhìn vào số tiền hiện lên trên màn hình, một cảm giác hài lòng lan tỏa. Dù con số không lớn, nhưng những "tips" bất ngờ và sự thoải mái trong lòng khiến tôi cảm thấy công sức mình bỏ ra là xứng đáng. Tôi kiểm tra lại số xăng đã tiêu, ghi nhanh những suy nghĩ về một ngày làm việc, rồi mỉm cười.

Công việc Door Dasher, dù vất vả, mang lại cho tôi rất nhiều bài học quý giá. Tôi học cách kiên nhẫn trong những lúc chờ đợi, cách đối phó với những tình huống không lường trước, và quan trọng hơn hết, tôi nhận ra niềm vui giản dị khi biết rằng mình góp phần mang lại sự tiện lợi cho người khác. Mỗi chuyến đi, dù nhỏ hay lớn, đều chứa đựng những câu chuyện đầy ý nghĩa. Và dù chỉ là một người giao hàng, tôi vẫn cảm thấy tự hào vì đã trở thành một phần của dòng chảy cuộc sống vội vã này.

Võ Phú

Bạn Bè Thân Ở Mỹ

PHƯỚC AN THY

Tác giả qua Mỹ trong một gia đình H.O. từ tháng Sáu năm 1994, vừa làm vừa học và tốt nghiệp kỹ sư điện tử. Là cư dân Garden Grove, California, lần đầu dự Viết Về Nước Mỹ từ 2018, ông đã nhận giải Đặc biệt về Huế Tết Mậu Thân và giải Đặc biệt năm 2023.

Hồi mới qua Mỹ, tôi phải vừa đi làm vừa đi học để tự trang trải cuộc sống. Tôi được một công ty sửa chữa hàng điện tử, mướn vào làm ca đêm, vì ca ngày đã đầy. Ban đêm đi làm, ban ngày đi học cũng khá phù hợp với lịch trình của tôi lúc ấy. Tôi thuê một phòng trọ nhỏ, chỉ về nhà ngủ vài tiếng mỗi ngày trước khi tiếp tục công việc.

Tôi làm việc không kể nặng nhọc hay khó khăn vì so với việc làm hồi còn ở Việt Nam thì sá gì với mấy công việc nhẹ nhàng này. Tôi vào hãng với tinh thần thoải mái vì tôi được làm việc trong một môi trường vui vẻ và tôi yêu thích công việc này. Ngược lại, việc học ở trường thì tôi vật lộn với nó như bò kéo xe lên dốc.

Trong công ty, tôi quen Fabien, một người Mỹ đồng trang lứa, cũng là giám đốc ca đêm của tôi. Fabien có bạn gái ở Pháp và thường bay qua thăm cô ấy. Điều khiến tôi ngạc nhiên là Fabien hay nói chuyện với tôi hơn những đồng nghiệp khác, dù tiếng Anh của tôi lúc đó còn rất hạn chế.

Lần đầu tôi gặp Fabien là khi tôi đang nói chuyện với sếp nhỏ của tôi. Thấy tôi miệng nói tiếng Anh, kèm theo chân tay khua múa nhiệt tình để diễn tả cho sếp hiểu. Fabien đi ngang qua, nhìn rồi cười nắc nẻ. Thấy tướng sếp Mỹ to cao, oằn người, ôm bụng cười chảy cả nước mắt như vậy, tôi cũng há miệng ra cười. Cười xong, anh ta lau nước mắt, bảo tôi:

- Xin lỗi, tôi không có ý gì đâu, nhưng không nhịn cười được.

Tôi đáp:

- Không sao, tôi quen rồi.

Từ đó, Fabien và tôi dần trở nên thân thiết qua những lần trò chuyện và đùa giỡn hài hước trong công việc. Người Mỹ thích nói chuyện giao tiếp và thường nói đùa hài hước kiểu vô thưởng vô phạt và lành mạnh với nhau như vậy. Mới qua Mỹ, thấy các đồng nghiệp hay nói đùa với nhau, nên tôi cũng bắt chước, thật ra tôi không có khiếu hài hước lắm, vì vậy có lần thành công nhưng cũng có lần thất bại ê chề.

Tôi không thích vài bạn đồng nghiệp không ý nhị, hay đùa dung tục hoặc lôi những khuyết điểm của người khác ra để trêu chọc. Họ thích thú, tưởng đó là hài hước, nhưng không phải thế, họ đã làm tổn thương và hạ thấp nhân cách của người khác.

Biết tiếng Anh của tôi hạn chế, khiến tôi gặp nhiều khó khăn trong giao tiếp, nên Fabien luôn tận tình giúp đỡ. Một hôm tôi đang kéo hàng, Fabien cầm một miếng giấy tiến tới chặn tôi lại, anh ta dán miếng giấy vào xe kéo hàng của tôi. Nhìn vào giấy, tôi thấy có năm chữ tiếng Anh dài. Fabien giải thích đủ kiểu, cũng dùng tay múa máy để tôi hiểu ý nghĩa của những chữ tiếng Anh đó. Anh ta hỏi:

- Bạn hiểu không?

Tôi gật đầu:

- Yes. Tôi hiểu.

Anh ta nói tiếp:

- Bạn vừa làm vừa học. Trước khi về, vào gặp tôi, nói năm câu có năm chữ này, okay?

Tôi nói:

- Okay. Cám ơn anh.

Fabien có cách dạy từ vựng tiếng Anh rất lạ. Hôm sau cũng thế, anh ta lại dán năm chữ khác vào xe kéo hàng. Anh ta chỉ ngón tay vào tờ giấy, nói với vẻ hăm dọa:

- Bạn lo học cái này đi.

Tôi cười nói:

- Chắc anh phải bỏ việc ở hãng này đi.

Fabien ngạc nhiên hỏi:

- Tại sao?

- Tôi thấy anh nên vào trường dạy học, nhiều học trò, lương cao hơn, chứ ở đây có mỗi học trò là tôi. À, mà anh đừng có mong là tôi trả tiền học đó.

Đây là một trong những lần tôi đùa tạm gọi là thành công. Nhờ sự hài hước mà tôi và Fabien gần nhau hơn. Fabien cười ha hả và nói:

- Khi nào bạn lên chức thế chỗ tôi thì trả cũng được mà.

Anh ta vừa cười vừa bỏ đi vào văn phòng của anh ta. Cứ thế mà vốn từ ngữ tiếng Anh của tôi được nhiều thêm. Làm ca đêm ít người nên không khí, khung cảnh vắng lặng chứ không như ca ngày. Thỉnh thoảng, thấy tôi cặm cụi lau chùi máy móc, Fabien muốn tôi được thư giãn nên đi ngang kêu lớn:

- "Eight"!

Số Tám tiếng Anh phát âm giống như "Ê", tưởng anh ta chào, tôi ngước mặt nhìn định chào lại thì anh ta cười và quay mặt đếm:

- "Nine, ten, eleven… I got you".

Nhiều lần biết Fabien kêu "Ê" để trêu tôi, nhưng tôi cũng giả bộ ngước mắt nhìn để anh ta có dịp được cười ha hả. Đôi lúc thấy anh ta đang dán mắt vào computer, tôi cũng "Ê" anh ta một tiếng. Thấy anh ta rời mắt khỏi màn hình, tôi đếm, "nine, ten, eleven...", và cũng cười ha ha, rồi ngoảnh mặt bỏ đi.

Khi không có nhiều việc, Fabien gọi tôi vào văn phòng nói đủ thứ chuyện trên đời và tâm sự về tình yêu của anh ta. Tuy không hiểu hết, nhưng tôi chăm chú nghe và cũng kể chuyện của tôi ở Việt Nam cho anh ta nghe.

Một lần bạn gái của anh ta từ Pháp sang thăm. Fabien muốn khoe bạn gái của anh ta, nên mời tôi ra "bar" uống rượu. Nói chuyện một lúc, uống vài ly, muốn để hai người ở lại với nhau, nên tôi làm mặt nghiêm trang nói:

- Tôi phải đi họp.

Anh ta nhướng lông mày hỏi:

- Cái gì?

- Tôi có hẹn với Tổng thống Bush. (Khi ấy George W. Bush đang là Tổng thống nước Mỹ).

Tôi cười và chào hai người ra về.

Có một hôm vào hãng, mặt Fabien buồn thiu. Anh ta gọi tôi lên văn phòng:

- Bạn có thể ngồi nói chuyện với tôi một lúc không?

Tôi nói:

- Tôi còn việc chưa làm xong.

- Để đó đi, chút nữa tôi ra làm phụ bạn.

Rồi anh ta than:

- Con tôi bị bệnh!

Tôi trợn mắt hỏi:

- Anh có con rồi sao? Bệnh gì, có đưa đi bác sĩ chưa?

Anh ta gật đầu:

- Đưa đi rồi, nhưng bác sĩ nói không chữa được. Nó chết tối hôm qua!

Tôi nói:

- Chia buồn với anh.

Anh ta rướm nước mắt, nói:

- Nó nằm chết dưới gầm bàn lúc nào tôi không hay bạn à.

Tôi hỏi:

- Sao con anh bệnh không nằm trên giường mà nằm dưới gầm bàn.

Anh ta đáp:

- Nó thường ngủ dưới gầm bàn mà. Bây giờ không còn thấy nó quẩy đuôi mừng rỡ, không còn nghe tiếng sủa mỗi khi đi làm về, tôi buồn quá!

Thì ra con chó của anh ta chết. Vậy mà làm tôi lo lắng hỏi han, chia buồn nãy giờ. Thấy anh ta buồn, tôi nói đùa để anh ta vui:

- Chỉ là một con chó thôi mà, kiếm một con khác là được.

Fabien trợn mắt nhìn tôi vài giây rồi đi ra khỏi phòng. Tôi biết mình đã sai khi đùa không đúng lúc, khi tâm trạng Fabien đang buồn thật sự. Fabien giận, không nói chuyện với tôi mấy ngày. Tôi phải xin lỗi, giải thích với anh ta mỏi cả tay. Mấy ngày sau Fabien mới chịu nói chuyện lại với tôi. Đó là lần đùa thất bại ê chề của tôi, chỉ vì sơ ý một chút, mà tôi xém đánh mất tình bạn với anh ta. Vậy mới thấy, đùa hài hước và đùa vô duyên là rất gần nhau. Lần đó, tôi học được bài học quý giá, đùa giỡn không đúng lúc, đúng mức sẽ làm tổn thương người khác.

Một ngày kia đi làm về, tôi thấy căn nhà tôi thuê trọ cháy đen, sụp đổ tan nát vì bị chạm điện. Tất cả vật dụng của tôi cháy hết, chỉ còn mỗi bộ đồng phục của công ty mặc trên người. Vào làm việc, tôi kể chuyện cháy nhà với Fabien. Hôm sau, Fabien mang vào một túi áo quần đưa cho tôi. Anh ta nói:

- Bạn lấy về mặc.

Tôi chỉ lấy hai cái áo và một cái quần vì quần của anh ta quá rộng so với tôi. Thấy tôi mặc chiếc quần của anh ta, anh ta cười:

- Bạn có biết Sác-lô nổi tiếng nhờ mặc cái quần rộng không?

Không chỉ vậy, Fabien còn ký một tấm "check" 100 đô la đưa cho tôi. Tôi từ chối vì biết anh ta không có nhiều tiền. Tôi đùa:

- Tiền trong nhà băng của tôi có nhiều hơn của anh đấy. Để tiền mà đi thăm người yêu của anh đi.

Tình bạn của tôi và Fabien được mấy năm thì xảy ra vụ khủng bố ngày 11 tháng 9 năm 2001. Sự kiện này đã làm suy thoái nền kinh tế Mỹ cũng như toàn cầu. Ông chủ công ty cầm cự không nổi, đành đóng cửa. Vậy là tất cả chúng tôi đều bị thất nghiệp.

Dù không để cảm xúc của mình lộ ra ngoài, nhưng trong lòng chúng tôi ai cũng bùi ngùi, luyến tiếc khi phải chia tay nhau. Tôi và Fabien nói vài lời chúc may mắn cho nhau và chào tạm biệt.

Trong đời mình, có nhiều người bạn đến và đi, nhưng tôi luôn nhớ Fabien vì anh ta là một người bạn thân thiện và là một người sếp tốt bụng. Fabien và nơi làm việc này đã để lại một ấn tượng tốt đẹp trong tâm trí tôi về đất nước Hoa Kỳ.

Đôi khi tôi tự nhận mình là người nhiều chuyện và gió chiều nào xoay theo chiều ấy, từ quan điểm "ba phải" đó, tôi mạnh dạn kể tiếp chuyện hai người bạn của tôi. Chuyện này chỉ mang tính "kỵ sĩ trảm phong", chứ không có ý đả kích ai hay điều gì.

Ngồi với bạn Ây, bạn có tính cách rất đặc biệt là khách sáo. Ây kể:

- Nếu cậu là tớ, cậu sẽ làm gì? Hôm nọ, tớ đến nhà thằng Bi chơi. Lúc đó vợ chồng nó đang ăn cơm. Nó mời, "Sẵn bữa ăn cơm luôn". Tớ lịch sự từ chối, "Mình mới dùng rồi". Tệ thay, nó không thèm nài nỉ, mời thêm lần nào nữa, chỉ bảo tớ ngồi chơi chờ nó ăn xong. Vấn đề ở chỗ là vợ nó cũng không mời lấy một câu. Bạn thân lắm đấy, đến nhà nó nhiều lần, nhưng chẳng bao giờ được bữa cơm!

Nghe vậy, tôi đành tìm cách nói khéo. Nói chuyện với bạn khách sáo nên tôi cũng khách sáo vì thực sự mà nói, không được ăn một bữa cơm cũng không giận bằng ăn phải một mớ câu nói thật, nói thẳng gây cảm xúc khó chịu. Tôi nói:

- Ừ, bạn bè mà cũng không hiểu được. Bi ngay thẳng, nhưng kiểu nó là kiểu thật thà, bạn nói ăn rồi thì nó tin luôn, không nghĩ phải mời thêm nữa. Tuy vợ chồng nó dễ thương, nhưng không hợp với tính cách của bạn cho lắm. Cái cách phù hợp với bạn hơn là trong trường hợp đó, Bi phải nghĩ rằng ăn rồi nhưng chưa no lắm. Tuy nhiên, nếu Bi mời tới mời lui thêm nhiều lần nữa thì lại gây khó chịu cho bạn. Nói thẳng ra, có lẽ Bi sẽ bị bất ngờ vì mày mới ăn rồi mà còn ăn nữa. Thành ra, trong trường hợp này, cứ nói thật lòng thì có khi lại ăn được bữa cơm nhà nó rồi.

Ấy nghe xong, "hừ" một tiếng:

- Cậu nói vòng vo cái quái gì khó hiểu thế, để tớ kể tiếp nào. Hôm nhà tớ mừng tân gia, vợ chồng Bi đến dự. Là chủ nhà khi có tiệc thì khá bận bịu, thế mà vợ chồng nó đến quá sớm trước giờ mời, làm vợ chồng tớ mất thời gian tiếp đón vợ chồng nó. Nhà tớ thì nhỏ mà nó chọn mang đến một món quà to đùng, nặng chình chịch.

Vừa mới gặp tớ ngoài cổng, nó liền dí luôn thùng quà vào tay tớ như trút đi một gánh nặng ấy. Tệ là nó không gắng thêm vài bước nữa, vào nhà rồi hãy trao quà. Để tỏ vẻ lịch sự, tớ nói với vợ chồng nó, "Ôi bạn bè đến chơi là vui rồi, quà cáp làm gì. Vẽ chuyện cho thêm tốn kém". Tớ nói xã giao, thế mà từ đấy vợ chồng nó đến nhà tớ, không bao giờ mang gì tới nữa. Chẳng nhẽ khi nhận quà tớ lại nói, tặng nữa đi, mình thích quà cáp lắm lắm à?

Biết nói gì cho phù hợp dạng khiêm tốn quá này, nên tôi lại phải nói kiểu bôi trơn:

- Mặc dầu tình cảm mới quan trọng, quà cáp chỉ là phụ, nhưng nếu được tặng quà thì dù ít dù nhiều cũng vui. Bạn bè tặng quà cho nhau là chuyện bình thường, khi nhận quà nếu nói mình thích quà cáp lắm thì hèn kém nên phải nói ngược lại cho sang trọng, vậy mà bạn bè mình chẳng hiểu giùm, tưởng đó là lời nói thật và không tặng quà nữa thành ra hơi buồn.

Mấy ngày sau gặp bạn Bi, bản tính Bi thật thà, nghĩ gì nói nấy, ai bảo gì thì nghĩ đúng là vậy rồi. Bi ấm ức kể với tôi:

- Hôm tiệc tân gia nhà thằng Ấy, đã mất công mua quà khệ nệ mang tới, nó lại nói mua làm gì, vẽ chuyện. Vậy có điên không? Tôi nói với nó, "Hôm nay tôi không có hứng thú nên về sớm". Tớ không còn hứng thú gì mà ăn uống nên nói thật, vậy mà nó tỏ vẻ khó chịu ra mặt.

Với bạn thật thà, tôi không cần phải vòng vo, tôi thẳng thắn khuyên:

- Lần sau, cậu không có hứng thú thì nói tôi bệnh rồi về, không cần nói thật lòng mình.

Bi vẫn chưa nguôi:

- Tớ mời ăn, nó từ chối, vậy mà đi nói, lần nào tới nhà tớ cũng đều mang bụng đói ra về. Có điên không? Tính tớ đến nhà ai cũng mang quà tới, mà nó cứ nằng nặc đòi trả tiền lại. Rồi cứ đùn qua đẩy lại, tưởng nó không muốn thật nên tớ mang về. Rồi tớ bị mang tiếng, tới chơi toàn là tay không.

Tôi cười trấn an:

- Bạn bè mà, cứ thoải mái lên. Nó nói gì thì nói, cậu cứ mang quà tới, sợ gì.

Chơi với hai bạn có tính chất khách sáo và thật thà nên khi giao tiếp tôi phải luôn để ý, cư xử sao để không làm cho cả hai khó chịu.

Một lần ngồi trong quán nhậu với mấy ông bạn "Tướng nổ", uống mới vài ly, các "Tướng nổ" liền nổ đủ thứ chuyện, thời sự thế giới, cuộc chiến giữa Ukraine và Nga, chiến tranh Israel với Hamas, nạn đói ở Châu Phi, bầu cử Hoa kỳ 2024... vụ nổ càng lúc càng hăng, áp suất muốn banh trời. Mấy tướng nổ cứ tưởng mình là nhà chính trị gia, nhà nghiên cứu, bác học, phóng viên, vân vân và mây mây, rồi *đập bàn, vỗ ngực nghĩ mình là vĩ nhân tương lai, đem hoà bình, ấm no cho toàn thế giới.*

Như cá gặp nước, tôi cũng nổ sập nóc nhà luôn (Đã nói ba phải mà, ngồi mâm nào theo mâm đó). Tôi không muốn thua kém chúng bạn. Khi thấy mấy "Tướng nổ" nổ to hơn tôi, bởi vì cái tôi nó lớn lắm và đối với tôi, bạn bè thì không cần khách sáo nên tôi nói:

- Hôm nay vui quá, tôi đề nghị tụi mình ra biển nhậu và tiếp tục vái nhau, tha hồ gào lên, tụi mình thông minh quá, tài giỏi quá cho sướng cái mồm, chứ gào ở đây làm đau tai người nghe.

Tôi vừa dứt lời, nguyên đám "Tướng nổ" liền nhìn tôi với "Những đôi mắt mang hình viên đạn". Tôi hơi bối rối, không hiểu vì sao mà bạn bè lại có ấn tượng không tốt như vậy. Hóa ra, cái tôi lớn quá đôi khi lại làm mất lòng bạn bè. Đã có vài lần, khi bạn bè đang ăn uống vui vẻ, nói chuyện rôm rả, tôi nhảy vào phán một câu tán gẫu kiểu đùa như trên thì mọi người liền cụt hứng, "tắt đài" và giận không thèm nói chuyện tiếp nữa.

Những hiểu lầm nhỏ nhặt có thể làm rạn nứt tình bạn. Càng lớn tuổi tôi càng nhận ra, tình bạn vô cùng đặc biệt và không muốn mất đi bạn bè vì việc gây dựng tình bạn không còn dễ dàng như lúc trẻ nữa.

Phước An Thy

An Cư Lạc Nghiệp

TIỂU LỤC THẦN PHONG

TG Tiểu Lục Thần Phong (thứ 3 từ trái) nhận giải Danh Dự VVNM 2023.

> *Tác giả tên thật Nguyễn Thanh Hiền, Nickname: Steven N, Bút danh: Tiểu Lục Thần Phong, sinh sống ở Atlanta trên 20 năm. Tác giả nhận giải Danh Dự năm 2023.*

Tại buổi lễ trao kỷ niệm chương và tri ơn mười lăm năm, đại diện của ông chủ hãng từ California bay qua. Hắn phát biểu vài lời ngắn gọn:

- Công ty ghi nhận sự đóng góp của ông Steven, cảm ơn ông đã làm việc cần cù chăm chỉ. Chúng tôi tuyên dương ông trước toàn thể nhân viên của công ty…

Mọi người trong hội trường vỗ ta rào rào như sấm động mùa hè, kẻ bắt tay người ôm hôn vỗ lưng bồm bộp. Thằng Robert cà khịa:

- Mầy ở hãng này mười lăm năm, làm một việc mà không thấy chán ư?

- Việc nào cũng là việc, việc để mưu sinh, không việc mới chán.

- Sao mầy không thử tìm việc khác, đổi việc mới để xem mình có hứng thú hơn không?

- Tại sao tao phải nhảy việc trong khi việc này ổn định, lương đủ sống, phúc lợi xã hội đầy đủ, quan hệ với mọi người tốt đẹp?

- Xứ này là xứ Mỹ mà, mầy sống ở đây đã một phần tư thế kỷ rồi mà không hiểu sao?

- Tao biết, nhưng đó là phong cách Mỹ, cái kiểu Mỹ. Mỹ tụi bay cứ như dân du mục, nay ở chỗ này mai đi xứ khác, công việc cũng xoành xoạch thay đổi. Tụi Việt tao thì ngược lại, sống an cư lạc nghiệp. Nhà ở đâu việc ở đó, có ở yên thì mới an tâm làm việc, chỉ khi nào hoàn cảnh bức bách lắm mới nhảy! Cái khái niệm an cư lạc nghiệp ăn sâu vào tiềm thức người Việt chúng tao.

Người Việt là những cư dân xuất thân từ nền văn minh nông nghiệp lúa nước, đời sống quây quần trong thôn ấp xóm làng. Cái nhà rất quan trọng, sống cái nhà thác cái mồ. Bởi vậy mà khi người Việt tụi tao qua Mỹ, cụ thể hơn nữa là ngay tại thành Ất Lăng này, chỉ trong vòng vài năm là mua nhà ngay, ít có ai thích ở chung cư hay thuê mướn nhà. Một phần cũng may mắn là ở thành Ất Lăng nhà cửa đất đai giá cả rẻ hơn nhiều so với những tiểu bang khác như Cali hay New York, Washington DC…

Đã mua được nhà thì công việc cũng ôm lấy chứ không bỏ, nếu bỏ việc đi nơi khác tìm việc khá hơn thì cái nhà kia đâu mang theo được. Vì thế mà người Việt của tao quan niệm: Nhà ở đâu việc ở đó. Người Mỹ tụi bay thì ngược lại: việc ở đâu nhà ở đó. Tụi bay có thể di chuyển khắp các tiểu bang, việc đến đâu đi đến đấy, không quan trọng chuyện cái nhà. Tụi bay sẵn sàng ở chung cư, nhà thuê, share phòng….

Thằng Robert là một điển hình vậy. Nó sinh và lớn lên ở Virgina, chuyển qua học ở Chicago, rồi gia đình dời về Alabama. Nó từng làm việc ở New York, Colorado… và trong vòng ba năm nay thì đang sống tại thành Ất Lăng vì công ty mở chi nhánh ở đây. Nó nói nó làm một thời gian nữa rồi sẽ về lại Chicago. Nó thích Chicago, quả thật Chicago là nơi đáng để sống, thành phố có kiến trúc và cảnh quan đẹp, đời sống sôi động, cuộc sống nhiều màu sắc, nhiều điều thú vị… dĩ nhiên là nhà cửa và vật giá mắc hơn thành Ất Lăng này nhiều.

Thằng Robert và Steven ngày nào cũng đùa giỡn, chơi khăm, nói xàm, cà khịa suốt ngày. Thằng Joel nói với Steven:

- Mầy với thằng Robert cứ như là Scoobydoo và Shaggy.

Thằng Jay thì nói:

- Hai đứa nó giống Tom and Jerry hơn.

Cả đám cười rần rật, thằng nào cũng tranh nói, thêm chút mắn, chút muối cho việc trêu chọc càng thêm hào hứng và tô đậm tính cách cà khịa lẫn nhau của cả Steven và Robert. Chợt thấy bóng thằng manager loáng thoáng rảo quanh và ngó nghiêng dòm liếc, cả bọn im bặt ngay lập tức. Thằng manager quay lưng đi thì cái chợ trời lập tức nhóm họp trở lại.

Bà Maria người Salvador cười hô hố:

- Tụi bay như là dân ở cái chợ Flea Market.

Thằng Eddie nhìn bả từ đầu đến chân như lượng định đánh giá, miệng dẩu cái môi:

- Bà thì sao? Cái miệng bà cũng quá trời chứ thua ai!

Bà Maria cười nắc nẻ:

- Tao cũng là người của Flea Markert mà!

Thằng Eddie quay sang hỏi Steven:

- Mầy và vợ mầy lấy nhau mấy năm rồi?

- Gần ba mươi năm.

- Trời, dữ dữ thần vậy hả? Làm đách gì còn cảm hứng mà sống với nhau lâu vậy? Bộ hổng chán hả?

- Nhiều lúc cũng cãi cọ, cũng chiến tranh nóng chiến tranh lạnh, cũng chán thấy mẹ luôn muốn đi tìm cảm giác mới. Nhưng rồi lại bỏ qua để mà tiếp tục sống. Người Việt tao không chỉ sống bằng tình, không quá nặng về cảm giác dục tính mà sống bằng cái nghĩa, nhờ cái nghĩa mới sống dài lâu và bền vững. Tụi Mỹ bay thì sống thiên về coi trọng tự do cá nhân, cảm xúc tính dục, hết cảm giác thì dễ dàng bỏ nhau.

- Nghĩa là cái quái gì vậy?

- Nghĩa là đạo đức căn bản của con người, là sự biết điều phải quấy, là sự cân bằng giữa cảm xúc cá nhân và tinh thần trách nhiệm chung, là sừ bù trừ qua lại giữa hai bên…

- Tụi bay rắc rối, nhì nhằng khó hiểu quá! Cứ sòng phẳng, ngang ngay sổ thẳng như kiểu Mỹ có phải tự do và sung sướng hơn không?

- Ừ thì có tự do hơn đấy nhưng chưa chắc là sướng hơn, phong cách nào cũng có cái hay và cái dở cả. Tụi tao đặt nền tảng trên sự hạnh phúc gia đình, trách nhiệm chung với con cái còn tụi bay đặt nền tảng trên sự tự do cá nhân, hưởng thụ cá nhân.

Thằng Mauricio tưng tửng xía vô:

- Mầy với vợ mầy ở nhau gần ba mươi năm mà không kéo nhau ra tòa thì hay thật đấy! Nếu ai cũng như mầy thì tụi luật sư và bọn quan tòa lấy gì bỏ vô miệng?

Quả thật đúng là cái chợ trời như bà Maria nói, cả bọn cười sặc sụa, cười thắt cả ruột. Steven cũng cười sái cả quai hàm:

- Mầy khéo lo bò trắng răng, cũng vì tụi bay hay kéo nhau ra tòa, việc gì cũng thưa kiện lôi nhau ra tòa, nhờ vậy mà bọn luật sư ăn ngập bản họng, làm việc túi bụi không bao giờ lo thất nghiệp.

Luật sư xứ này sống mạnh, sống khỏe, sống sung túc. Dân Mỹ nổi tiếng đầu bò đầu bứu, thích kiếm chuyện, hễ hở ra một tí là thưa kiện kéo nhau ra tòa, việc nhỏ như cái móng tay cho đến việc lớn như cái nhà hễ không vừa ý là thưa kiện ngay lập tức, rồi thì nào là cãi cọ bất đồng, đánh nhau, con gà con chó quấy rối, vợ chồng ghen tuông, anh em cự cãi, bạn bè hơn thua… việc gì cũng thưa kiện hết ráo, bởi vậy mà luật sư và quan tòa làm không hết việc.

Tục ngữ người Việt có câu: "quan thấy kiện như kiến thấy mỡ" hoặc là câu ngạn ngữ tân thời: "Nhất đáo thương gia nhì sa tòa án"… Ở xứ này thì không đến nỗi như xứ mình, mọi việc đều có luật, quan tòa buộc tội, luật sư gỡ tội, hai bên dùng trí, dùng luật để đấu nhau chứ không có cái kiểu dùng quyền lực mà chụp mũ.

Thằng Mauricio hỏi Steven:

- Gia đình mầy còn ai ở Việt Nam?

- Còn thân nhân gia đình.

- Vậy bao lâu mầy mới về thăm một lần?

- Cũng tùy vào túi tiền và hoàn cảnh, tao nhớ quê tao nhưng không phải muốn đi là đi. Mùa hè này tao sẽ đi Việt Nam.

Thằng Kieth nghe vậy căn vặn:

- Khi nào quay lại Mỹ mầy nhớ mua quà đấy nhé! Không cần gì nhiều, mầy mua cho tao vài cái shot (ly uống rượu) thôi!

Thằng Kieth nghiện rượu hạng nặng, mỗi cuối tuần đều uống say quắc cần câu và thường vào thứ Hai đầu tuần là nó nghỉ hoặc vào trễ vì dậy không nổi. Nó thích sưu tầm mấy cái shot (ly rượu) như thế, đi đâu cũng mua những cái shot có in tên địa danh hay hình ảnh của vùng đất đó. Thằng Eddie, thằng Mauricio, thằng Gred nhún vai tỏ ý không biết chọn quà gì.

Thời gian ba tuần ở Việt Nam Steven vẫn Facetime với tụi nó, khoe tụi nó:

- Ở Việt Nam tao sáng uống cà phê, chiều hát karaoke, tối nhậu tới bến. Ngày nào cũng là ngày cuối tuần. Dân Việt Nam tao hưởng thụ dữ lắm, hưởng mát trời ông địa luôn.

Mấy lúc ngồi quán cà phê và quán nhậu, Steven Facetime với tụi nó làm cho tụi nó tròn mồn trố mắt tỏ vẻ ngạc nhiên và thích thú. Thằng Mauricio hỏi:

- Tiền đâu ra mà ngày nào cũng cà phê cà pháo và ăn nhậu?

- Tao không biết.

Steven cho nó nhìn thấy mấy con bạn sống độc thân và ghẹo:

- Mầy muốn em nào? Bạn tao đấy, còn gin cả! Nếu thích tao mai mối cho.

Cả đám bạn Việt Nam cười giòn, thằng Mauricio tưởng thật, nó thật thà:

- Không, tao không thích! Phụ nữ tụi bay lép quá, mông ngực mỏng, lấy dao phạt trước phạt sau hổng rớt miếng nào.

Dĩ nhiên là thằng Mauricio nói tiếng Anh và tụi bạn của ở Việt Nam của Steven không hiểu, nếu hiểu hổng biết có quạu không nữa? Thằng Mauricio nói thật lòng chứ không phải kỳ thị hay phân biệt gì. Người Việt nhỏ con và thân hình mảnh khảnh. Còn phụ nữ da màu thì đồ sộ, phốp pháp, mông và ngực đều vun cao như núi đồi. Nhiều người phụ nữ mông cứ như hai cái thúng úp lại còn diêu ra. Chuyện đàn bà, chuyện ngực và mông cũng là chuyện thiên thu của đàn ông. Cái nhóm chợ trời trong hãng cũng vậy, ngày nào cũng ngắm nghía, bàn tán khen em này mông to, em kia dáng đẹp, con nhỏ nọ sếch xy… Em nào mà có mông bubble butt đi ngang qua là cả đám nhao nhao, xôn xao, xuýt xoa. Thằng Mauricio không thích phụ nữ Việt nói riêng, phụ nữ châu Á nói chung là vì vậy chứ không phải kỳ thị. Với nó thì càng to càng tốt, càng bự càng thích.

Ba tuần về thăm quê trôi qua nhanh như nước chảy qua cầu, ngày quay trở lại làm, cả bọn mừng vui bá vai, bá cổ, ôm nhau vỗ lưng bùm bụp. Thằng Mauricio quang quác cái miệng:

- Tao tưởng mầy ở lại Việt Nam luôn rồi, mà sao mầy hổng ở bển để ăn chơi nhậu nhẹt cho sướng? Mầy nói ở quê mầy ngày nào cũng là ngày cuối tuần kia mà! Ngày nào cũng sáng cà phê chiều nhậu, tối nào cũng đổ ra đường rong chơi, ngày nào cũng có show ca nhạc, vũ trường, quán bar thì hoạt động không ngừng nghỉ kia mà!

- Đúng vậy! Hoàn toàn chính xác! Nhưng tao không sống nổi ở đấy!

- Tại sao?

- Chuyện xứ tao dài dòng và rắc rối lắm, chuyện chính trị vô cùng mệt, tụi bay không thể thể hiểu nổi đâu!

- Vậy mầy thích sống ở đâu?

- Quả thật khó nói, tao giờ như con cá nước xà hai, ở đây thì nhớ nơi kia, ở nơi kia thì nhớ chốn này. Ở bển thì không xong mà ở đây thì nhớ bển.

- Chuyện thường tình, ai cũng nhớ hometown của mình!

Steven với thằng Mauricio chơi thân hơn với mấy thằng kia. Steven dạy cho nó một số câu tiếng Việt và cả tiếng lóng, vì thế mà nhiều khi bị "gậy ông đập lưng ông". Thằng Mauricio cũng như phần lớn dân mình vốn sống hời hợt không quan tâm chuyện chính trị và những vấn đề thế sự. Vì thế mà chuyện thể chế độc tài, chuyện vi phạm nhân quyền, chuyện tự do dân chủ… rất xa lạ với nó. Điều nó quan tâm nhất là tuần này sẽ chơi kiểu tóc gì, đi ăn nhà hàng nào, mang đôi giày hiệu gì? Mặc vộ đồ nào cho ngầu?... Gần như mỗi cuối tuần là nó đi làm tóc, cạo râu, tết tóc, mỗi tuần một kiểu. Nó phải đi cả hair braid và barber shop. Steven thì đơn giản, không quan tâm mấy chuyện đó và cứ gộp chung cả hai loại tiệm làm một. Bởi vậy có lần chửi Steven bằng tiếng Việt lơ lớ:

- Mầy ngu thấy mẹ!

Sau đó nói bằng tiếng Anh:

- Tao nói mầy đã bao nhiêu lần rồi, hai tiệm ấy khác nhau, Barber shop chỉ cắt tóc, tỉa râu còn hair braid mới thắt bím, tết tóc, nối tóc, tạo kiểu tóc…

Thằng Mauricio còn biết chửi nhiều tiếng lóng khác. Steven dạy nó nói tiếng lóng "tao đeo tè" nghĩa là I don't care, nó tra Google và dịch ra là: Tao không có đái! Tụi nó cười nghiêng ngã vì tiếng lóng Việt Nam. Steven phải giải thích là Google không dịch được tiếng lóng.

Thằng Mauricio thuộc loại tiêu biểu cho cái lối sống Mỹ, không quan tâm chuyện chính trị hay chuyện thế sự. Những vấn đề lớn như Nga xâm lược Ukraine, Israel tàn sát dân Palestine… nó không hề biết. Nó chỉ thích xem bóng cà na, lên mạng tìm những nhà hàng được bầu chọn năm sao, những quán có view đẹp, có thức ăn ngon, những tiệm nào có hàng hiệu giảm giá... để tìm đến thưởng thức hay mua sắm. Hoàn cảnh đất nước và xã hội Mỹ đã tạo ra con người như thế. Nếu Steven sanh ra ở đây thì chắc cũng giống như thằng Mauirico hay cả đám bạn này thôi. Hơi đâu quan tâm chi chuyện chính trị, chuyện xã hội, chuyện dân tình quốc sự...cho nặng bụng, đau mình.

Nhiều lúc Steven cũng muốn sống tự do tuyệt đối, sống hưởng thụ cho chính bản thân mình thôi, sống như thằng Mauricio và cái đám chợ trời Flea Martket này nhưng không làm được! Cái phong cách, lối sống, cái nghiệp của mình nó đã định hình như thế rồi. Hoàn cảnh của riêng mình không cho phép mình sống như tụi nó được, may ra thì kiếp tái sanh khác vậy.

Suốt quãng thời gian làm chung với tụi nó, hở ra là đùa giỡn và chơi khăm (prank) nhưng Steven vẫn tranh thủ thời gian để viết linh tinh, viết đủ thứ chuyện trên đời, chuyện chính trị xã hội, chuyện đạo, chuyện đời, chuyện tình duyên và cả viết về nước Mỹ nữa. Không viết cảm thấy khó chịu sao ấy, những ý nghĩ, những lời thoại, những hình ảnh… cứ ngọe nguậy trong đầu chờ chực tuôn ra. Công việc mưu sinh là để nuôi thân, nuôi gia đình, duy trì cuộc sống. Còn viết cũng là một cách "sống", "sống ảo" ngay giữa đời thật, không viết thì tự nhiên thấy mình như cái bị thịt dư thừa, một cái bị thịt quay vòng trong ăn - ngủ – cày.

Không ít lần thằng Eddie, thằng Mauricio khịa:

- Mầy viết cái quái gì mà ngày nào cũng thấy viết?

- Tao viết đủ thứ chuyện trên đời, viết những gì tao thấy, nghe và nghĩ ra.

- Viết vậy có được trả tiền không?

- Không có nhuận bút chi cả, viết chơi vậy thôi!

- Vậy thì dẹp quách đi cho khỏe, viết chi cho mệt?

- Viết là đam mê mà cũng là nghiệp của tao.

- Nghiệp quái gì lạ vậy? Mầy cứ dẹp bỏ là coi như hết nghiệp.

- Nói thì dễ làm thì khó, nghiệp là karma là kết quả từ những việc đã làm, đã nói, đã nghĩ từ quá khứ. Nếu tụi bay muốn hiểu thêm thì search Google hay Wikipedia.

Thằng Mauricio chửi bằng tiếng lóng Việt:

- Mầy ngu như bò,

Sau đó lại nói bằng tiếng Anh:

- Mầy cứ suy nghĩ linh tinh, ngừng suy nghĩ, hãy sống thoải mái, làm những gì mình thích, cứ vô tư như tụi tao vậy!

Thằng Mauricio nói có lý, nó và cả lũ bạn vẫn vô tư lự, chẳng có vấn đề gì làm chúng nó bận tâm. Ngày thường đi làm, cuối tuần đi bar uống rượu, hứng lên thì đi coi gái nhảy truồng múa cột, thỉnh thoảng lại lái xe đi chơi xuyên bang, áo quần tóc tai luôn theo thời thượng… Tụi nó sống hưởng thụ hết mình. Nhiều lần thằng Mauricio rủ Steven đi bar chơi nhưng chẳng mấy khi Steven đi. Nó chửi:

- Mầy cứ như tu sĩ vậy!

Steven cười với nó:

- Mầy nói cũng có lý, thật sự tao sống như thầy tu, thậm chí còn đơn giản hơn cả thầy tu, ít sở hữu vật chất hơn thầy tu. Thầy tu còn có credit, có nợ nần nọ kia, tao thì hòan toàn không có.

- Trời! Mầy sống ở Mỹ mà không có nợ nần thì hay thật đấy!

- Tao không thích nợ, không muốn nợ, sợ nợ, bởi vậy mà nhà, xe đều mua đứt bán đoạn, chẳng phải trả góp. Tao cũng chẳng mở tín dụng, chẳng bao giờ có hay sử dụng thẻ nợ xài trước trả sau... Duy có món nợ ân tình, nợ ơn nghĩa thì còn mang nặng và không bao giờ trả hết.

Thằng Mauricio giơ hai tay lên trời, nhún vai:

- Nghe mầy nói mệt quá, mầy rắc rối thấy mẹ luôn!

Nói xong nó quay qua tám với với mấy thằng kia về chuyện đội banh Eagle đêm qua hai lần touch down trước đội Bravo bỏ mặc Steven đang hý hoáy viết linh tinh cái sự đời. Cũng may là Steven chưa dạy nó câu tiếng lóng "hiểu chết liền, biết chết liền", nếu nó mà biết câu này thì chắc suốt cả ngày sẽ chửi Steven:

- Hiểu chết liền!

Tiểu Lục Thần Phong
Ất Lăng thành, 010324

Phần trao giải đặc biệt VVNM 2023.

Mẹ Nhí

SỎI NGỌC

Tác giả lần đầu tham dự VVNM với bài Cay Nghiệt, làm cố vấn đầu tư tài chính cho một ngân hàng tại Montreal, Canada. Cô cho biết đã về hưu và làm những việc mình từng đam mê như viết lách, đi du lịch, ca hát.

Một cô bé Mỹ lai Việt, khoảng 12-13 tuổi với mái tóc dài ngang vai quăn tự nhiên, ôm lấy khuôn mặt bầu bĩnh, đôi mắt nâu tròn to, vai đeo một ba lô khá nặng so với thân hình mảnh khảnh của mình, hai tay ôm một em bé còn rất nhỏ chừng hai, ba tháng tuổi, cô bé đứng trong đuôi người nối dài xếp hàng ở trước cửa ngân hàng Bank of America, trên đường Harbor, Garden Grove, California chờ đến lượt mình.

Những người đứng chờ phía trước thấy cô bé có con nhỏ bèn nhường chỗ để cô bé được tiếp sớm hơn, ai cũng tò mò nghiêng người nhìn vào bên trong lớp vải quấn đứa trẻ xem thử đứa bé ấy là con gái hay con trai, lớn nhỏ ra sao, có bà người Mỹ đứng sát bên lên tiếng:

- Chắc cháu bé mới hơn hai tháng phải không? Còn nhỏ quá bế ra đây làm gì?

- Sao không để nhà cho mẹ cháu giữ nó?

Khuôn mặt của cô bé một chút ngỡ ngàng, lo lắng nhìn

xung quanh không biết phải trả lời ra sao, chỉ yên lặng cúi nhìn đứa trẻ đang say giấc trong tấm khăn hồng êm ấm.

Đứng chờ khoảng mười phút, cô bé được một người *teller* tiếp chuyện:

- Em mới có 12 tuổi rưỡi thôi?... Không đủ quyền pháp lý để ký vào hợp đồng ngân hàng một cách độc lập đâu, em không thể tự mình mở tài khoản, ngay cả cho con mình, nếu không có người giám hộ hợp pháp, ví dụ cha mẹ, ông bà… Em đi một mình với *baby* thôi hả?

-Dạ vâng, cháu… em…

Cả hàng người phía sau đang chờ xôn xao hẳn lên, ai cũng có vẻ tò mò chuyện cô bé, muốn biết quan hệ của cô bé với đứa trẻ nằm gọn trong chiếc khăn kia, người thì bảo "đó là em của nó", kẻ thì đoán "là con gái của nó"; hàng xếp đang thẳng tắp từng người một, bỗng trở thành một đám đông tụ họp đứng vòng quanh cô bé trước counter để xem có thể giúp ích được điều gì cho cô bé, có người còn hỏi thẳng:

- Vậy em có biết cha nó là ai không?

- Em thực sự chỉ mới…12 tuổi thôi sao?

Với những câu hỏi phũ phàng, tới tấp của những kẻ không quen biết, cùng với sự từ chối thẳng thừng của nhân viên ngân hàng, tất cả đã làm tăng thêm sự lo sợ, hoang mang, cảm thấy tủi thân và cô đơn, hai hàng nước mắt chảy dài ướt mặt, cô bé nói trong nước mắt:

- Con phải làm sao đây? ... cho con gặp… giám đốc của ngân hàng ạ?

Tôi mời Ann vào văn phòng riêng, đưa em một hộp Kleenex, một chai nước lọc, đẩy đến trước mặt em một hộp kẹo lúc nào cũng sẵn có trên bàn làm việc.

Trước khi ngồi xuống, Ann đặt con xuống chiếc ghế bên

cạnh như đặt con búp bê, mở chiếc ba lô lấy ra một lô giấy tờ đưa tôi đọc, tâm sự:

- Thưa cô giám đốc, mẹ con qua Mỹ theo diện con lai, qua đây từ những năm 1994-95, bà đi làm, thay đổi công việc rất nhiều hãng… Bà bắt đầu nghiện ngập từ ba năm nay, từ khi con ra đời đã không biết cha mình là ai… Mẹ buồn khổ vì những mối tình không trọn vẹn và công việc không theo ý muốn, mẹ tiếp xúc với những tên vô lại trên đường phố vô gia cư, bắt chước chúng uống rượu, hút thuốc, có bao nhiêu tiền bà đều mua rượu, say xỉn, rồi không đủ tiền bà đã… bán … con!

Nói đến đây cô bé Ann tủi thân, khuôn mặt gục xuống đất, hai tay xoắn lấy chéo áo, thút thít:

- Lúc đầu con chưa hiểu tại sao người ta lại đến dẫn con đi chơi, cho mẹ một số tiền để mua rượu và thuốc, mua quần áo đẹp cho con mặc, mua đồ ăn kẹo bánh mà con thích; con đã theo ông ta vào *hotel* mà ông nói là ở đó rất nhiều đồ chơi và đồ ăn ngon. Khi đến nơi con chỉ thấy một chiếc giường và hai người đàn ông lạ mặt người gốc Á đang chờ ở đó, họ tiến lại vuốt ve, nói lời ngọt ngào mà con chả hiểu được gì, cho con uống thứ nước ngọt mà khi uống xong rất buồn ngủ; trong cơn mơ màng, con thấy họ đã nằm lên con, vuốt ve hôn hít, nhưng con không thể nào có sức chống cự cũng không thể nào la hét… Con cảm thấy rất đau đớn, cái đau về thể xác thì ít mà đau về tinh thần rất nhiều, con oán hận mẹ đã lừa dối con, oán hận cái xã hội đã làm nên những con người sống ích kỷ, giả tạo vô đạo đức! Con cũng oán trách ông Trời, con có làm nên tội tình gì mà đã trừng phạt con nặng nề thế.

Tôi nghe Ann vừa khóc, vừa kể; cô bé còn vén quần lên cho tôi xem một vết cắn khá sâu, hằn những vết răng của những con quỷ đội lốt người trên đùi của em, dấu vết của những tên vô lại đã dằn vặt thể xác em khi lên cơn…Tất cả những tệ nạn xã hội trên đất Mỹ, trong những khu ổ chuột ở Cali này tôi đều đọc báo, xem tv thấy nói rất nhiều, nhưng chưa bao giờ nghe chính miệng của một nạn nhân bé nhỏ, chưa đủ tuổi trưởng thành, nhỏ hơn cả các con tôi kể ra một cách uất ức như thế, tôi cũng phải chảy nước mắt với Ann, tôi nắm lấy hai bàn tay em như truyền thêm sức mạnh và san sẻ nỗi đau ấy, muốn giúp em trừng trị lũ "súc sinh" kia đã làm cho cô bé ra nông nỗi này.

Tôi cũng là người tỵ nạn sống kiếp lưu vong như mẹ của em, nhưng may mắn hơn thôi; gặp những người đồng hương bị hiếp đáp, cuộc sống gian nan, tôi muốn giúp đỡ và bênh vực họ trong khả năng của mình, để dân tộc Việt trong mắt người ngoại quốc không đến nỗi thấp hèn, chung tay giúp đỡ để cùng nhau tiến lên, xây dựng một cộng đồng Việt vững mạnh trên đất Mỹ.

Ann khẩn khoản cầu xin tôi một cách tội nghiệp:

- Cô giúp con với, mở cho con một tài khoản riêng, con muốn được chính phủ giúp cho tiền sữa để nuôi em bé, con muốn làm một người mẹ tốt, không muốn sống như mẹ đâu! Con cũng hiểu vì quá nghèo khổ, lại bị thiếu thuốc vật vã, mẹ đã bán cái thân xác của con cho những người tham thú vui, nhưng con biết mẹ cũng không vui đâu, mẹ càng uống nhiều rượu thêm nữa để quên đi cái điều mẹ làm không đúng với con, mẹ càng lấn sâu hơn vào con ma rượu mỗi khi chiều tối.

Con cũng đã từng ngồi bên mẹ, tâm sự với mẹ, giúp mẹ trải qua cơn khó khăn cai rượu, nhưng không thể được, mẹ đã đánh con thiếu sống thiếu chết để chạy vụt ra khỏi nhà đi mượn tiền mua rượu, mượn tiền đến nỗi không trả được phải … bán chính con gái ruột của mình! Con còn nhỏ thể xác nhưng đã lớn khôn trong suy nghĩ; từ lúc sanh con bé này, con không muốn cuộc đời mình sẽ giống như bà ngoại nó!

Con tha thứ cho mẹ, nhưng không muốn mẹ sẽ dùng tiền sữa của con bé đi uống rượu!

Tôi giảng giải:

- Trước mắt nếu con không muốn mẹ là người giám hộ hợp pháp vì sợ bà lấy tiền của cháu bé đi uống rượu hay làm hại đến tương lai con, thì cô bắt buộc phải làm giấy tờ lên một dịch vụ bảo vệ trẻ em CPS, họ sẽ đưa hai mẹ con vào cơ sở tạm cư đặc biệt dành cho mẹ tuổi vị thành niên, chính phủ sẽ bổ nhiệm một người giám hộ hợp pháp tạm thời cho con, mọi quyền tài chính sẽ được người giám hộ này lo hết, như mở tài khoản ngân hàng, nhận trợ cấp chính phủ, riêng con cũng được đi học lại theo trình độ của con, họ sẽ cho hai mẹ con một chỗ ở an toàn nữa. Con có thể thuyết phục mẹ vào trung tâm cai nghiện rượu, sau đó họ sắp xếp cho một công việc phù hợp với mình, nhưng phải ráng làm việc, kiên nhẫn và chịu khó mới được.

- Vâng, con hứa sẽ ráng làm người mẹ tốt để làm gương cho con gái, con sẽ để lại giấy tờ của con và con bé ở đây, nhờ cô làm tất cả giúp con nhé.

- Cô chỉ muốn giữ một bản sao thôi, còn bản chính con hãy giữ bên người, để lỡ có chuyện gì thì phải trình ra…

- Dạ!

- Chiều hôm nay ở nhà đã có đồ ăn chiều chưa? Có đủ sữa cho cháu bé bú hôm nay không?

- Con cho con bú… còn cơm chiều thì….

Thấy Ann ngập ngừng, tôi đoán chắc cháu không có tiền mua đồ ăn, tôi đưa $50.00 tiền riêng của mình, căn dặn:

- Cô cho riêng con số tiền nhỏ này, mua cơm ăn chiều nay, cô sẽ làm giấy tờ gởi lên nơi có trách nhiệm để con được một chỗ ở an toàn cho hai mẹ con và được chính phủ chu cấp. Vì con không có điện thoại liên lạc nên ba hôm nữa hãy đến đây gặp cô vào giờ này nhe.

Ba ngày sau…

Cả ngày làm việc tôi thấp thỏm, rất mong gặp lại Ann để báo tin vui cho biết là dịch vụ bảo vệ trẻ vị thành niên đã chấp nhận đơn xin của em, em sẽ có được chỗ ở tạm thời ngay lập tức, tránh xa bà mẹ nghiện ngập cứ muốn bán con gái mình để lấy tiền hút thuốc uống rượu; tôi vui khi nghĩ đến em ấy sẽ được đi học lại, có tương lai tươi sáng, và đứa bé sẽ được gởi ở nhà trẻ gần đó.

Tôi đã phải bỏ thì giờ đến tận nơi để xin cho Ann. Tôi không muốn nhìn cảnh một đứa trẻ vị thành niên, chưa đủ khả năng và kinh nghiệm để lo cho chính bản thân mình, thì làm sao nuôi thêm một đứa bé mới lọt lòng! Nhưng chờ mãi cả ngày, đến khi ngân hàng đóng cửa vẫn không thấy tăm hơi của cô bé.

Hai tuần trôi qua, vẫn không có tin tức của Ann, tôi vô cùng lo lắng, sợ cô bé lại bị mẹ bán cho một môi giới nào đó, ở một tiểu bang xa xôi mà chính em ấy cũng không biết nơi chốn thì sẽ ra sao; tôi rùng mình nghĩ đến những phim tài liệu nói về những cô bé vị thành niên bị bắt cóc, giam cầm dưới lòng đất cho đến mấy chục năm sau, làm nạn nhân tình dục cho những kẻ đồi bại bệnh hoạn, tôi đành phải điện thoại đến đường dây khẩn cấp 911 để báo cảnh sát truy lùng những kẻ sống ngoài vòng pháp luật.

Từ hôm đó, hình ảnh của bà mẹ nhí 13 tuổi, tay bồng đứa bé mới sanh được đưa lên khắp các đài truyền thông và mặt báo. Đến ngày thứ hai mươi, khi tôi đang dùng cơm phía sau nhà băng, cô *teller* đã mừng vui chạy vào tìm tôi:

- Helen ơi, ra xem có ai tìm cô này!

Tôi bỏ bữa cơm dở dang, theo cô nhân viên ra bên ngoài, bắt gặp khuôn mặt tội nghiệp của Ann gầy nhỏ, đôi mắt buồn trũng sâu, mất đi vẻ ngây thơ, tay vẫn bồng theo đứa bé nhỏ ngoan ngoãn nằm yên trong tấm khăn.

Thấy cô bé còn nguyên vẹn hình hài đứng trước mắt tôi, không như trí tưởng tượng của tôi trong mấy ngày qua, mừng quá tôi chạy vội ra ôm cô bé vào lòng như chính đứa con thân yêu xa nhà bấy lâu, dắt cô bé vào bên trong:

- Cháu có khỏe không? Sao mấy hôm nay cháu không đến đây như đã hẹn vậy? Có ai đã làm hại gì cháu không?

Cô bé nhìn tôi với ánh mắt của một người đã trưởng thành, già dặn, nghẹn ngào:

- Mẹ con đã… qua đời!... Bà uống nhiều rượu quá, và cả thứ thuốc trắng mà tụi nó cho mẹ thử khi mẹ lên cơn. Mẹ ra đi mà không hề biết có con và đứa cháu ngoại bên cạnh, con đã cố gào thét tên mẹ, giựt tóc mai như bà bên cạnh nhà chỉ, gọi xe cấp cứu nhưng họ đã tới quá trễ! Sau đó con xin nhà quàn làm lễ nhỏ cho mẹ trước khi thiêu. May quá, tất cả không tốn đồng nào cả vì họ nói con nghèo quá, không có họ hàng nữa, họ làm thí cho con. Họ có đưa cho con cái hộp gỗ đựng tro cốt của mẹ, con đã tự đi rải tro ở bờ sông trong một công viên gần nhà, mỗi năm con sẽ đến đó nhớ về mẹ!

- Ô vậy à! Cô xin lỗi và xin chia buồn cùng con nhé! Con còn nhỏ mà trải qua bao sóng gió cuộc đời…

- Con cũng còn chút may mắn được những người bạn của mẹ quen biết chỉ cách con phải làm gì cho mẹ sau khi mẹ mất, còn cho con mượn tiền mua thức ăn và sữa cho bé vì con … không còn sữa nữa!

Tôi xót xa cảm động khi nghe Ann kể bị tắt sữa, con bé còn quá bé nhỏ phải chịu đựng sự đau đớn khổ sở, cái tuổi mà những đứa bé khác chỉ biết ăn biết chơi.

Tôi cắt ngang nét rầu rĩ của con bé:

- Thôi bây giờ để chuyện buồn sang một bên đi, cô muốn báo tin mừng cho cháu là cháu đã được trung tâm hỗ trợ trẻ em nhận đơn, cháu đã có chỗ ở rồi đấy, cháu có thể đến ở ngay hôm nay….

Cô bé giương cặp mắt to tròn lên nhìn tôi với vẻ nghi ngờ:

- Hôm nay sao? Hôm nay cháu có chỗ ngủ chính thức cho hai mẹ con sao? Có phải là sự thật không, cháu không nghe lầm chứ?

Những giọt nước mắt cảm động lẫn mừng vui bắt đầu lả chả rơi xuống khuôn mặt hốc hác xanh xao:

- Cháu cám ơn cô rất nhiều đã giúp đỡ cháu nhé, cháu mang ơn cô suốt đời…

Không hiểu sao, tôi có một tình cảm thật đậm đà với cô bé này, dù chỉ mới quen em vài ngày thôi, câu chuyện của em đã làm lòng tôi xao xuyến, thương tâm. Tôi để hai mẹ con em ấy ngồi dưới bếp, dùng chút sữa với bánh trái cho đỡ đói, điện thoại ngay xuống trung tâm nhờ người đến đón hai mẹ con cháu Ann, nhưng họ nhờ ngược lại tôi chở cháu xuống đó vì không có đủ nhân viên đi đón người mới.

Một tháng sau, tôi lấy vài ngày hè, người đầu tiên tôi nghĩ là đến thăm bé Ann, tôi muốn biết cuộc sống của hai mẹ con bây giờ ra sao, nhân tiện muốn đem một số quần áo còn mới của những đứa bé nhà giàu chỉ mặc qua một lần đã bỏ, vài thùng sữa bột và tã cho cháu bé. Tôi miên man nghĩ về em trên suốt quãng đường đến trung tâm cách nhà tôi khoảng 45 phút, cũng ở trong quận Cam, tưởng tượng đến khuôn mặt bầu bĩnh, đôi mắt ngây thơ non dại của người mẹ nhí này…

Trước khi vào thăm ngôi nhà chung của Ann, tôi gặp cô Nhàn, giám hộ người Việt Nam tạm thời cho Ann, kể cho tôi nghe:

- Ann rất chăm chỉ học hành, còn nhỏ mà rất có trách nhiệm với đứa con, đến nhà trẻ thăm con vào mỗi giờ nghỉ giữa ngày của buổi học, lo cho con bú điều độ và đúng giờ; ngày cuối tuần em cũng giành hết thì giờ cho con nhỏ, khi em bé ngủ thì Ann ngồi vào bàn học ngay, rất ít đi chơi. Nhìn cô bé chăm chỉ mà mình rơi nước mắt vì chưa thấy có ai giống vậy. Ann là một ngoại lệ, em đã trưởng thành trước tuổi, những cô bác sống xung quanh đều muốn giúp em một tay nuôi bé nhưng em luôn từ chối để tự mình trông con.

Tôi gặp Ann với đứa bé ở hàng hiên phía sân sau ngôi nhà, Ann đang lúi húi làm bài tập ở trường, con bé con nằm sát một bên, ngoan ngoãn như con búp bê; Ann ngẩng đầu lên, bất chợt thấy tôi, bé mừng rỡ, vứt ngay cây bút xuống bàn, chạy ra ôm chầm lấy tôi:

- Cô Helen! Cô Helen có khỏe không? Con nhớ cô rất nhiều, con mong cô đến chơi lắm!

- Cô mang cho cháu một chút quần áo, sữa và tã cho em bé, với lại xem cháu có thích nghi với cuộc sống mới này không? Có vui không hay lúc nào cũng ... nhớ về quá khứ?

- Cháu rất ok, cháu bận quá nên không có thì giờ nghĩ đến việc đã qua nữa... Với lại đã qua rồi thì ... buồn cũng không làm gì được!

- Cháu thật ngoan và can đảm lắm, cô rất khâm phục đó!

Tôi bế đứa bé lên hôn lên đôi má hồng đào của nó, hỏi Ann:

- Con đặt tên cho búp bê này là gì vậy?

- Dạ là Dove, con mong cuộc đời nó phẳng lặng và an lành như con chim bồ câu đem sự thiện lành đến cho những người mà nó gặp trong cuộc sống của nó.

-Thật dễ thương và ý nghĩa quá! Sao cháu có thể nghĩ ra

tên này vậy? có ai chỉ cho cháu không?

- Cháu rất thích ngắm chim bay, những con chim bồ câu trắng hay đến đầy sân nhà cháu khi mẹ còn sống, lúc đó con còn rất nhỏ, mẹ hay nói là bồ câu trắng đem lại sự hòa bình, yên vui cho mọi người, nên từ đó hình ảnh con bồ câu trắng mãi trong trí óc của con.

Tôi ôm Ann vào lòng, thấy thương con bé sớm côi cút, rất hiểu chuyện. Tôi đề nghị:

- Cô chỉ có một mình ở nơi đất khách quê người mà thôi, cô có một con trai lớn, nó đã có gia đình riêng rồi, cháu có muốn… làm con gái út của cô không? Mình có rau ăn rau, có cháo ăn cháo, hai cô cháu mình sống nương tựa với nhau cho tới khi cô trăm tuổi có được không?

Ann mừng rỡ ôm chặt lấy tôi như sợ tôi biến đi mất; tôi cảm nhận được trái tim cô bé đập thật nhanh với tất cả sự biết ơn và hạnh phúc:

- Con…con xin cám ơn cô, sẽ mang ơn này suốt đời… Con vui quá, từ đây con sẽ có cô là người thân duy nhất trên cuộc đời này rồi… Con xin hứa sẽ là một người tốt để không phụ lòng cô!

Thời gian vun vút trôi, tôi đã về hưu sau khi cống hiến trên 30 năm cho ngân hàng Bank of America. Con trai tôi đã theo công sở rời nhà qua Minnesota, rất hiếm khi về thăm mẹ, nhưng nó rất yên tâm vì thấy cách cư xử của Ann đối với tôi thật trọn tình trọn nghĩa. Ann đã lập gia đình với

một người Mỹ làm cùng hãng, sống cách nhà tôi một con đường, chiều nào hai vợ chồng cũng đi bộ đến nhà để cùng ăn cơm tối với tôi. Cả hai đã có thêm một đứa con trai Jimmy 11 tuổi, cháu bé trai này đã được tôi nuôi ẵm bồng từ lúc mới lọt lòng nên quấn quít bà ngoại lắm. Cháu nói chuyện với gia đình bằng tiếng Mỹ, nhưng khi qua nhà bà thì đổi sang tiếng Việt không dấu, chút ngọng nghịu thật dễ thương làm sao.

Còn bé Dove đã thành cô gái 21 tuổi, duyên dáng, đang theo học bác sĩ, cô bé có trái tim nhân ái, yêu thương giúp đỡ mọi người như cái tên Dove của cháu vậy.

Từ khi đặt chân đến nước Mỹ, quê hương thứ hai, đất nước của tự do, của những giấc mơ, hoài bão về tương lai, tôi đã nguyện với lòng trước nhất phải thành thân, kế đó giúp đỡ cộng đồng người Việt lớn mạnh, tự lực, không là những kẻ ăn bám xã hội, nay tôi đã toại nguyện, đã thực hiện được giấc mơ ấy!

Cơn gió nhẹ thoáng qua, những mảnh nắng vỡ nhảy múa lung linh trước thềm, tiếng chân thằng bé Jimmy chạy từ nhà sau lên, ôm lấy ngang hông tôi:

- Thưa bà con mới đi học về, cám ơn bà đã "giặt" cái xe đạp cho con hết bụi nhé!

Một đời rời bến sang sông,
Cali nắng gắt mà lòng vẫn xuân.
Tay không gầy dựng muôn phần,
Nay con cháu vững, thành nhân, rạng ngời.
Phố Bolsa, chợ tiếng cười,
Hồn quê chan chứa giữa trời Tây phương.
Cuối đời nhìn lại chặng đường,
Lệ rơi vì đã trọn thương phận mình.

Sỏi Ngọc
Montreal, May 7-25

Quan khách tham dự lễ phát giải VVNM 2023.

Giấc Mơ Mỹ

VIỆT AN

Việt An về thăm Intel
ở Oregon-nơi làm việc đầu tiên
của tác giả sau khi ra trường.

Tác giả Việt An sinh năm 1976, qua Mỹ năm 1993, định cư ở Austin, Texas. Cô từng là kỹ sư điện tử ở Intel, nay là nhân viên của bộ Ngân khố, đồng thời là thông dịch viên tự do. Đây là bài viết đầu tiên tham dự VVNM vào đầu năm 2025 của cô.

Hè năm 2024 rồi, vừa trở về Mỹ sau khi đi với con trai, Việt Khôi, qua 6 nước Âu châu trong chuyến lưu diễn violon của cháu, tôi được tin nhắn của ông bạn chí cốt, ông nhắn thế này:

- Sao, đi du lịch Âu châu vui không bạn hiền? Ở Mỹ sướng hén! Ở Việt Nam giờ đi vuốt ngoe thanh long thấy moạ rồi!

Câu nói nửa đùa, nửa thật của ông bạn chí cốt làm tôi cứ tủm tỉm cười cả ngày. Tôi có chút tức ổng và thầm nghĩ:

- Giỡn chơi hoài ông, nếu còn, tui tệ lắm cũng sắm được xế hộp như ông ấy chớ! Hoặc sau này cũng có thể lấy chồng đi nước ngoài chớ tưởng bở!

Nhưng ông bạn tôi cũng có lý phần nào! Việc tôi "vuốt ngoe thanh long thấy mẹ" cũng rất khả dĩ nếu còn ở lại Việt Nam.

Đọc! Đọc đọc để hiểu về quá khứ! Viết! Viết để lưu lại cho tương lai! Viết để làm nhịp cầu nối và gói trọn quê hương Việt Nam qua từng trang giấy, có hình ảnh trâu bò nhai cỏ hay tiếng gà gáy ó o của buổi sớm tinh sương để lại cho thế hệ mai sau. Viết làm thành gia sản tinh thần và hành trang vào đời để lại cho con. Viết để không quên tiếng mẹ đẻ, tiếng Việt truyền thống. Viết để lưu lại cho hậu thế nước mắt và nụ cười qua những trang sử gia đình. Viết vì đời này có biết bao điều muốn kể. Vậy nên, ta hãy viết để thuật lại cuộc đời ta.

Hành trình tìm kiếm giấc mơ Mỹ

Xa quê hương thời niên thiếu ở tuổi 17, cái tuổi cặp kê nhưng chưa biết yêu, tôi cùng gia đình rời Việt Nam đi tỵ nạn ở Hoa Kỳ theo diện H.O.17. Ngày chúng tôi rời quê hương, Nội tôi bắt một cái ghế bố nhựa sọc xanh lá đan xen với màu trắng ngó ra bờ sông, có gió thổi hiu hiu, chắc hẳn lòng bà buồn vời vợi vì sắp xa con cháu. Bà im thin thít. Ai hỏi gì cũng nhứt định không nói. Im lặng có chút hờn dỗi, im lặng trong không khí sanh ly tử biệt, một cảm giác xa rời vĩnh viễn!

Mẹ mèo cùng ba mèo mướp con cũng cảm nhận được không khí biệt ly! Chúng thật quấn quít nhưng có lúc lại cáu kỉnh ngầu nhau, rất vô chừng. Bái từ Ngoại, bái biệt Nội, Ba mẹ và chị em tôi khăn gói lên Sài Gòn ở nhà người bà cô chờ ngày lên máy bay. Thân bằng quyến thuộc quyến luyến, ai ai cũng gởi gắm đầy tình thương và hy vọng vào chuyến đi đổi đời này.

Với hành trang chỉ vài bộ quần áo cho mỗi người và một ít quà tượng trưng cho người bảo trợ, cùng vỏn vẹn $400, vậy là gia đình chúng tôi rời đất mẹ tới xứ người! Giấc mơ Mỹ chào đón chúng tôi ở Los Angeles (L.A.) nhộn nhịp, xe cộ chạy nhanh vùn vụt trên cầu. "Cầu xa lộ nào cũng giống nhau, làm sao người ta có thể biết quẹo ở đâu?" Tôi tự hỏi!

Rời L.A., chúng tôi bay qua Texas (TX). Ấn tượng đầu tiên của tôi trước khi máy bay chuẩn bị đáp xuống là TX bạt ngàn một màu xanh ngát với đất đai thênh thang, cây cối rậm rạp hơn so với Cali. Thời chúng tôi mới qua (tháng 5 năm 1993), Texas còn rất nhiều những khu rừng rậm rạp bao quanh khu dân cư, đến nỗi ba mẹ tôi đi xe bus trên đường S.H.-249 góc Antoine, từ downtown về không dám đi bộ về nhà vì đường vắng tanh. (Những chỗ này ngày nay, rất nhiều khu dân cư hay thương mại sầm uất đã mọc lên).

Gia đình bác Năm Bang đón chào chúng tôi và đưa về nhà Bác thuộc khu giáo dân La Vang. Cộng đồng công giáo đón tiếp và cưu mang rất nồng hậu với nào là chỗ ở cho dân H.O., nào là quần áo và vật dụng các thứ. Gia đình tôi rất biết ơn hai bác Năm Bang cùng các anh chị đã lo ăn ở, cưu mang chúng tôi tháng đầu tiên, chở chúng tôi đi đây đó cả suốt thời gian dài sau đó, thật ấm áp tình người nơi đất khách. Tôi cũng rất biết ơn chánh phủ Mỹ đã cho mượn tiền vé máy bay cùng với những trợ cấp xã hội sáu tháng đầu. Chúng tôi liền tự lực cánh sinh trước khi dứt trợ cấp xã hội.

Bác T. là giáo dân, qua Mỹ năm 1975, có nhiều *trailer (nhà di động)* cho mướn và cũng giúp đỡ những người H.O. mới nhập cư. Sau khi rời nhà bác Năm Bang, gia đình tôi mướn một *trailer* của bác T. với giá rẻ. Chúng tôi cũng biết ơn bác T. nhưng thật sự cũng cố gắng chịu đựng vì *trailer* cũng cũ nên lâu lâu có chuột, gián, và thường không đủ ấm vào mùa đông. Có một ngày Tết năm kia, trời mưa ngập khu trailer, vừa bước ra khỏi cửa tới trạm đón xe bus đi học, tôi "bắt một con ếch" thật to, lấm lem cả quần áo.

Với số tiền ít ỏi mang theo, ba mẹ tôi mua được chiếc xe Honda Accord giá $300 của chú M. Cuộc sống và giấc mơ Mỹ bắt đầu kể từ lúc Ba tôi có xe. Ông đi làm thợ xây dựng, sau đó được chú B. dẫn vô làm hãng tiện Mẹ tôi thì đạp xe trên *highway* S.H.-249, đi giữ em bé một thời gian, có hôm nhờ bác C. đưa đón khi Ba còn kẹt làm. Sau đó thì em bé được đưa tới *trailer*, mẹ coi bé tại nhà, chúng tôi thì đi học. Lên lớp 11, tôi bắt đầu đi làm cuối tuần ở hiệu thuốc Eckerds Drugs để đỡ đần ba mẹ.

Hai năm sau, gia đình nhận được cú điện thoại bất ngờ của Dì Tư và chị họ tên Lan bên nội: Bà nội tôi mất! Bà bị nhồi máu cơ tim. Lúc sanh thời, tôi vẫn nhớ Bà thường trăn trối với các cô "tao già khỏe lắm, tụi bây khỏi nuôi ngày nào", hay "khi nào tao già, bây đừng cho anh Ba mày hay liền. Chôn cất xong xuôi hết hãy cho hay!" Các cô tôi theo y di nguyện của Nội mà làm. Tôi chết điếng người khi hay tin! Quá bất ngờ! Ba không về để tang Nội vì nhà không có tiền! Chúng tôi cũng không thể nào mượn tiền mua vé từ ai cả! Vậy là vĩnh biệt Nội, vĩnh biệt ngàn thu! Vĩnh viễn xa Nội từ khi xa xứ đi tìm giấc mơ Mỹ!

Tôi đã khóc hết nước mắt một thời gian dài và nhiều năm sau vẫn còn chảy nước mắt trong giấc ngủ trước khi mở mắt vì mơ thấy Nội! Tôi là cháu nội đầu, hay hủ hỉ và an ủi tinh thần cho Nội lúc Ba đi tù cải tạo. Nội vừa coi tôi, vừa làm bánh, vừa nấu rượu (lén lúc vì lúc đó rượu bị nhà nước cấm) bán để lo cho 5 miệng ăn. Theo lời Bà kể lại, có lần tôi bắt một con sâu bạc hà xanh lè xanh lét, lớn gần bằng ngón cái, se se trên những ngón tay nhỏ xíu còn chưa điều khiển được của mình, sém bỏ vô miệng, bị bà phát giác. Lần khác, bà phác giác tôi bò ra sân sau lượm ổi bỏ vô miệng. Cũng may mà bà bắt gặp, không thôi tôi đã nuốt chửng trái ổi. Cô Út thuật lại, Nội nói "lỡ mà nó có mắc cổ hay rủi có mệnh hệ gì không biết tao sẽ ăn nói làm sao với chị Ba mày."

Ngày nhập học ở trường trung học tại Mỹ, có chị Vân con bác Đ. dẫn vô trường và làm thông dịch giùm. Cô giáo cho làm bài kiểm tra về khả năng Anh ngữ, tôi nhớ rõ mồn một là cô đưa một tờ giấy có hình sự vật rồi hỏi tôi tiếng Anh là gì? Tôi không biết ba trong số nhiều chữ là astronaut (phi hành gia), to kneel (quỳ gối), rabbit (con thỏ). Thế là phải ở lại lớp để học tiếng Anh. Ở Việt Nam tôi bắt đầu học tiếng Anh vào lớp 10, ấy là sau khi mẹ tôi khởi xướng và cùng một số phụ huynh khác kháng nghị để được học tiếng Anh, còn không thì sẽ học tiếng Nga. Tôi luôn biết ơn cô Trọng cho tôi dự thính tiếng Anh lớp 9 của các bạn học từ lớp 6 rồi dạy thêm, nhưng đa số ai mới qua Mỹ cũng mất một thời gian hội nhập về ngôn ngữ, huống chi là tôi tới cấp 3 mới học tiếng Anh (là chỉ hơn 1 năm). Rồi cũng xong, tôi cũng tốt nghiệp trung học với diện danh dự (Honors).

Lúc mới qua, cứ mỗi mùa Noel tôi lại rất tủi thân, sao nhà người ta đông đúc, ấm cúng mà nhà tôi vừa ít người vừa thiếu thốn, trống vắng thế kia? Nhưng rồi thời gian qua đi, chúng tôi cũng quen dần vì mãi quay cuồng với cuộc sống!

Chuyến đi học xa, lên đại học

College Station cách Houston 1.5 tiếng đồng hồ. Texas A&M University-College of Engineering, phân khoa Điện Tử-Electrical Engineering là ngành tôi ghi danh học. Thời những năm của thập niên 90, đầu những năm 2000, các gia đình H.O. qua rất đông, mấy anh chị đa số đều xong đại học bên Việt Nam nên sang đây học rất giỏi, điểm cao, ra trường có việc liền tay, với mức lương rất hậu hĩnh. Bốn chị em bạn gái chúng tôi cùng nhau mướn một căn trong cư xá trên đường Nagle. Cô bạn tên Ái rất dễ thương, tốt bụng, có chiếc xe sports trắng hay chở tụi tôi đi chợ hay đi chơi. (Cả nhà Ái bây giờ là bịnh nhân của chồng tôi). Trước mặt và bên kia đường là hai khu cũng có rất đông các anh Việt Nam ở trọ. Các anh chị coi nhau như trong gia đình và coi tôi như một đứa em, có đồ ăn ngon hay chia cho và khuya đưa tôi về nhà. Mỗi bữa ăn tối xong, chúng tôi kéo nhau vô giảng đường trống, học nhóm tới khuya, tận 2, 3 giờ sáng. Vui nhứt là mỗi khi có ai đó ra trường là chúng tôi ăn tiệc thâu đêm, có khi bị hàng xóm than phiền gọi cảnh sát, đám đông mới giải tán.

Ngay sau khi trở thành kỹ sư tập sự cho Texas Instruments (công ty làm chip-bọ điện tử) và máy tính, tôi làm liền tay hai việc: thứ nhứt là đặt cọc mua căn nhà đầu tiên cho Ba Mẹ cùng em trai và thứ hai là mua vé cho Mẹ cùng hai chị em tôi về thăm Ngoại.

Nhận nhiệm sở đầu tiên

Trong những khó khăn về vật chất, là con cả, tôi thấy có trách nhiệm với gia đình để lo cho em nên chỉ muốn học gì không quá lâu, vì vậy tôi đã không chọn ngành y tế là bác sĩ. Tôi ra trường kỹ sư và nhận công việc đầu đời: Intel Oregon, làm về ethernet controller. Tôi rất hãnh diện về mình. Intel: thế giới của nam giới! Đi vô mỗi phiên họp đều có đồng nghiệp nam giới chiếm tới hơn 80%. Mỗi lần vô trễ, tôi sợ bị trêu chọc lắm đa! Tôi được may mắn làm chung và học hỏi từ những kỹ sư giỏi nhứt hành tinh, người Do Thái và Nhựt Bổn. Sự nghiệp vàng son đã bỏ lại sau lưng nhưng những bài học để đời là vô giá.

Những chuyến công tác tại Á Châu

Đôi chân này đã có dịp rảo bước tới Á Châu công tác. Đây là lần đầu tiên tôi tới những thành phố lớn như Đông Kinh, Kyoto, Thượng Hải, Thẩm Quyến, Đài Bắc hay Singapore, Mã Lai Á, Hong Kong. Hay thật, xứ và người Nhựt Bổn có nền văn minh tiến bộ nhứt Á Châu! Lần đầu tiên tôi được sử dụng toilet không xài giấy mà chỉ xịt nước! Nước âm ấm, sảng khoái lắm đó đa! Ở Nhựt Bổn, khi đi trên xe điện, mọi người đều im thin thít không làm phiền ai cả! Người Nhựt Bổn văn minh thật! Người Việt Nam nói riêng và thế giới nói chung cần học hỏi rất nhiều ở họ. Đảo Penang, Mã Lai Á là nơi có nhà máy sản xuất của Intel; xa xa ở phía cuối chân trời, nhìn mút tầm mắt kia là Việt Nam, quê hương, đất mẹ của tôi.

Lập nghiệp từ hai bàn tay trắng

Giã từ Oregon! Chúng tôi quay về với gia đình ở Texas. Chồng muốn mở văn phòng nha nên kêu tôi nghỉ việc ở Intel. Tôi nộp đơn xin nghỉ việc. Ai cũng tiếc. Có nhìn lại mới thấy: nếu tôi cứ khư khư giữ việc cho mình thì chưa chắc chồng đã có sự nghiệp như bây giờ. Một việc của tôi đổi lấy không biết bao nhiêu việc cho bao nhiêu người, bấy nhiêu năm nay từ trong nhà đến người bản xứ. Tôi đã chọn nghĩ cho tha nhân.

Chúng tôi khởi nghiệp từ hai bàn tay trắng và sống nhờ tiền thất nghiệp từ Intel của tôi thời gian đầu. Sau đó tôi ra văn phòng phụ việc và đảm trách đa số tất cả mọi việc ở văn phòng từ quản lý tới kỹ thuật, điện toán tới quảng cáo, tiếp tân hay trả lời điện thoại. Có thể nói tôi đã đổ không ít mồ hôi và vô vàn nước mắt vô cái văn phòng đầu tiên ấy! Hôm nay, chúng tôi đã thật sự làm chủ hai văn phòng nha khoa, không còn phải mướn mặt bằng nữa.

Hành trình trở về với tuổi thơ

Nội ơi, Ngoại ơi, con đã trở về! Con về đây sau khi đã có một chút đỉnh lương thực tập cho mẹ về thăm Ngoại. Đau, nhớ và thương tiếc lắm! Nội không còn nữa! Bờ sông xưa nơi Nội ngồi lúc từ biệt đã lở vô tận trong sân sau gần cả chục mét. Cảnh cũ đâu? Người xưa đâu? Một cảm giác thật bơ vơ, trống vắng lạ thường. Thôi thì lần tìm về và nghe lại những âm thanh của tuổi thơ. Tiếng thằn lằn tặc lưỡi buồn não nuột. Tiếng chuột chạy trên la phông rần rần làm giựt cả mình vẫn y như xưa.

Tiếng gà gáy tinh sương sớm quá, chỉ làm tôi muốn ngủ nướng thêm. Trước nhà là con đường tới chợ xóm, bà con chào hỏi nhau, "chị Phúc, mèn ơi lâu ngày quá hỏng gặp, chị khoẻ hả?" "Ờ, khoẻ, mầy khoẻ hả Oanh? dì Ba Nết khoẻ hông mậy?" Rồi tiếng kèn Honda bíp bíp. Tiếng xe đạp lạch cạch của những người nghèo cả đời không mua nổi Honda. Văng vẳng phía bên kia bờ sông Đức Tân, huyện Tân Trụ là tiếng gọi đò ơi ới, "đò ơi đò". Tiếng ông Tư Dậy hay em ổng đi câu ca sáu câu vọng cổ vang dội xuống sông nước nghe mùi mẫn làm sao! Thời gian, hay còn gì khác, đã làm phai nhạt những âm thanh của tuổi thơ, của tiềm thức?

Thời may, mấy lần sau về được gặp Ngoại trước khi Bà mất hai năm qua. Đó là vuông nhà Ngoại! Đằng trước nhà là cây rơm tôi thường cùng ông Ngoại rút cho trâu bò ăn.

Kế cây rơm là khoảng đất trống Ngoại hay ngồi rốc tầu dừa phơi khô bó lại để dành nhóm lửa.

Cọng dừa Ngoại chặt ra được chất vô kho làm củi. Xeo xéo bên hông nhà là chuồng trâu bò, mỗi lần tôi về Ngoại chơi ngồi coi bò nhai cỏ. Nhìn chúng hai đi nhai lại, đuôi quất quất bù mắt trong cơn mưa cám nhẹ mà lòng tôi buồn não nuột vì nhớ mẹ.

Sân tráng xi măng trước nhà là nơi tôi hay coi ông Ngoại dẫn con trâu đạp lúa thay vì đập trong bồ. Lúa chín cắt xong đem về xếp tròn chung quanh rồi cho trâu bò leo lên đi tới đi lui cho hột lúa bời rời rồi rớt ra. Mỗi khi trâu bò vểnh đuôi lên là tôi cầm cái ky chạy lẹ tới đưa ông Ngoại. Ị xong, trâu tiếp tục nhiệm vụ mà chủ nhân giao phó…

Quanh vườn, cây vú sữa ngọt lịm, sai oằn trái mà mỗi lần hái phải vài thúng đâu rồi? Còn cây sa-bô-chê là sà sát đất nay ở đâu? Kia là cái giường hộc (giường có thể nằm ngủ nhưng bên dưới là cái hộc thật lớn để chứa đồ đạc khá quý giá). Thủa nhỏ, tôi đã nhiều phen u đầu vì nó! Đó là hồ nước, nơi mà đám con nít năm bảy đứa tụi tôi hay leo lên chơi ô quan, đánh đũa, vv…vv… Không hiểu sao tụi tôi trên dưới 10 tuổi mà leo được lên nóc hồ nước cao quá đầu người! À! Nhớ rồi! Chúng tôi bắt một cái ghế đẩu lên trên đống đá xanh ông Ngoại xây nhà còn dư. Chẳng trách gì bà Cố cứ la mắng chị Chi là đứa bày đầu hay "mụ bà nặn lộn"!

Phụng sự Hoa Kỳ và trở về với cội nguồn

Khi văn phòng Nha khoa đã khá ổn định và sau khi sanh cháu gái Việt Khuê, với ước nguyện phục vụ nước Mỹ, tôi nộp đơn vô làm cho Bộ Ngân Khố rồi tiếp tục làm đến bây giờ. Cơ duyên kỳ lạ tới bất ngờ cũng đến là một công ty thông dịch quốc tế tìm và mướn tôi. Tôi có dịp trở về gần hơn với cội nguồn và thông ngôn trở thành "nghề tay trái".

Niềm hãnh diện vô biên của đời làm mẹ

Happy 14th Birthday Việt Khôi! Happy Mother's Day 2022!

Một Thoáng Tự Hào Trí Tuệ Việt- Đội Việt Khôi thắng giải Nhì Bán Kết Giải Vô Địch Robotics Thế Giới 2022!

(Quy tụ về Dallas hôm nay là 33 ngàn học sinh và 2,900 đội Robotics trên khắp năm châu. 800 đội là ở tuổi trung học.)

Nhật Ký Gửi Con Trai

Gởi con thương yêu những dòng tâm sự của người mẹ này.

Gởi con làm hành trang vào đời.

Gởi con sau này mẹ đi xa không còn bên con nữa!

Những lời nhắn nhủ, dặn dò, gởi gắm, những dòng tâm sự của Mẹ sẽ ở mãi bên con, ngay cả ngày Mẹ trở thành cát bụi! Con hãy đọc cho các cháu của Mẹ nghe!

Không phải đời người, vào tuổi lớp 8, ai cũng may mắn có được những thời khắc tầm cỡ này!

Không phải người mẹ nào cũng may mắn như mẹ được trải qua những giây phút kiêu hãnh tuyệt vời, nhớ đời như mẹ nên Mẹ phải lưu lại cho đời sau!

Việt Khôi, con trai yêu dấu, con trai đầu lòng của Mẹ,

Vào những giờ này của 14 năm trước, mẹ đang ở nhà thương. St. Vincent's hospital ở Portand, Oregon. Bác sỹ Hoffman chích thuốc giục cho con ra. Nội và Ba con đưa mẹ vô nhà thương và chờ đợi. Chờ đợi trong những cơn chuyển dạ của hơn 30 tiếng đồng hồ con vẫn chưa ra, những cơn đau bụng râm ran nhưng dễ chịu hơn so với chuyển dạ thật rất nhiều!

Đúng 14 năm sau, con đã mang cho mẹ niềm hãnh diện vô biên của một người mẹ nhân ngày lễ Mẹ, một niềm kiêu hãnh cao chót vót trên chín tầng mây xanh. Con thật biết trả hiếu! Niềm tự hào này không phải ai làm mẹ cũng may mắn có được.

Wow, con trai! Đây là lần thứ 2 con được dự thi *Robotics* giải vô địch thế giới. Lần đầu là vào năm lớp 6 nhưng vì Covid, cuộc thi bị hủy. Hai lần trong 3 năm của *middle school*, đội của con được đi World's. Hai lần này, ở lứa tuổi của con, trong sự kiện này, coi như Con đã lọt vào giới trí thức tinh hoa của Mỹ. Điều này từng là mơ ước của Mẹ. Có lẽ ba mẹ cũng được một phần nho nhỏ, nhưng vươn không cao và đi không xa bằng con.

Giấc mơ Mỹ; Ba đời. Mẹ hy vọng còn nhiều đời sau nữa. Từ đời Ông Bà (ÔB) Ngoại con tới đời Mẹ, Cậu rồi đời con, giấc mơ Mỹ ngày càng được thực hiện tròn trịa hơn và tươi đẹp hơn.

Để Mẹ giải nghĩa của tên con cho cháu Mẹ (sau này) biết luôn: Việt: vượt qua; Khôi: nở nang, cao lớn, đứng đầu, còn có nghĩa là một loại đá quý, thường chỉ người con trai tuấn tú, thông minh và khôi ngô. Tên ba anh em con có chữ lót Việt. Ngoài nghĩa của chữ "Việt", ngoài hy vọng các con có chút gì ưu việt, siêu việt, Mẹ còn muốn ghép chữ Việt của Việt Nam vào tên con. Mẹ hy vọng thổi hồn Việt vào người các con. Đây cũng là một sự gán ghép, gởi gắm! Ba Mẹ hy vọng gởi gắm hồn Việt và tất cả tinh tú Việt mà Ba Mẹ biết vào trong mấy anh em con.

Con hãy mang trí tuệ Việt đi tung hoành khắp năm châu bốn bể. Tương lai rộng mở đang đón chờ con.

Mẹ nhớ mãi những giây phút ôm ấp con trong lòng, hay nửa đêm chắt chiu từng giọt sữa cho con. Ai cũng nói mẹ "mát sữa". Suốt gần 2 năm ròng rã, con lớn lên ngày qua ngày, hoàn toàn chỉ bằng những giọt sữa của mẹ, dòng sữa Việt Nam mà không tốn một giọt sữa hộp nào. Thủa nhỏ con rất đeo Mẹ. Có lúc con cứ đeo dính trên tay mẹ không thả xuống được luôn. Mẹ vẫn còn nhớ như in ngày thôi sữa con. Một tuổi rưỡi, con kiếm mẹ quanh quất, chạy khắp nhà kêu "MẸ..." thất thanh rất tội nghiệp còn Mẹ thì ra nhà để xe để trốn. Mới đó hà!

Rồi con vụt lớn hồi nào Mẹ cũng không hay. Ba Mẹ chỉ biết đánh bại thời gian từng giờ, từng phút mà sắp xếp để chở tụi con đi học thứ này thứ kia. Chính con mới là người lái con tàu tương lai của mình và tự ghi danh học này học kia. Chính con biết vươn lên xa hơn những gì Ba Mẹ tưởng tượng! Đó chính là may mắn của Ba Mẹ. Với con, ba mẹ thật may mắn, chỉ cần khuyến khích thêm để con đi xa hơn mà không làm gì nhiều, cũng không cần đốc thúc hay nhắc nhở. Con có một kỷ luật thật nghiêm minh và đáng nể của một cậu bé 14 tuổi.

Đừng bao giờ quên rằng con là người Việt Nam, cùng với dòng máu Việt luân chảy trong con, với khối óc Việt và trí tuệ Việt. Hãy phân biệt rạch ròi. Người Việt không phải là người Tàu. Người Việt là một dân tộc đáng thương nhưng cũng rất đáng kiêu hãnh, tự hào. (Lớn lên, con nên dành thời giờ tìm hiểu thêm về lịch sử và văn hoá Việt Nam.)

Quê hương thứ nhứt của con là Hoa Kỳ. Quê hương thứ hai của con (và thứ nhứt của Ba Mẹ) là Việt Nam. Nơi đó vẫn còn mồ mả Ông Bà và họ hàng hai bên Nội Ngoại và nhứt là bên Ngoại. Bà Cố, mẹ ông Ngoại đã nuôi Mẹ lớn những ngày thơ ấu, những năm Ông Ngoại vắng nhà. Tới giờ Mẹ vẫn chưa được gặp lại ngày Mẹ từ giã Bà đi tìm giấc mơ Mỹ khoảng lớn hơn con vài tuổi.

Trong một vài thoáng huy hoàng của vinh dự, Mẹ tự hỏi có phải chăng 2, 3 lần có thành quả đáng kể này, con đã mang về không ít hãnh diện cho gia đình? Không dám nghĩ gì cao siêu cả, nhưng Mẹ chắc chắn một điều: con đã làm cho Ba Mẹ và gia đình có thể ngẩng cao đầu tự hào mình là người Việt Nam. Có rất nhiều người Việt hải ngoại gọi chúng ta là người Mỹ gốc Việt mà không phải là "Việt kiều", chính xác hơn là người Việt quốc gia (mà con là thế hệ thứ ba!)

Mẹ nghĩ ba mẹ đã ươm hạt giống tâm hồn rất tốt trong con. Con cũng rất thương người. Hãy tiếp tục chia sẻ tình thương cho những người kém may mắn hơn ở chung quanh con. Ba mẹ cũng hay chia sẻ tình thương về Việt Nam với rất nhiều mảnh đời bất hạnh. Sống đừng quá quan trọng về vật chất. Thay vào đó, hãy tu dưỡng tâm hồn và năng đọc sách như hồi nhỏ mẹ hay đọc rồi rón rén ra khỏi phòng khi tưởng con đã ngủ, khi thức dậy con đòi đọc tiếp không cho mẹ ngưng. Càng tu dưỡng thì con người càng hoàn thiện hơn!

Ba Mẹ không quên cảm ơn gia đình hai bên nhứt là hai bà Nội & Ngoại luôn phụ ba mẹ chăm chút từng miếng ăn cho các con. Thương lắm! Yêu nhứt là Ba con rất chịu khó cùng Mẹ chăm lo cho các con. Mẹ cũng thầm tri ơn các vị đã khuất, Ông Bà nhiều đời của Ba con và cả của Mẹ. Họ đều sống rất hiền lương, độ lượng, đầy nhơn nghĩa và cũng hay làm phước. Họ cũng đã góp phần tạo nên phước đức cho ngày hôm nay đó con! Các vị ấy cũng đang nhìn xuống mỉm cười trên thiên đàng.

Con là đứa con hiền nhứt và mẹ hy vọng con sẽ không bị thiệt thòi khi ra đời. Thấp thoáng ở trong con, mẹ thấy có những tánh cách và phẩm chất rất ư quen thuộc: đạo mạo, điềm đạm, từ tốn, ôn hoà. Từ nhỏ tới lớn, con chưa bao giờ lớn tiếng với mẹ. Mẹ dặn điều này để con luôn ghi nhớ: *Always set your ground rules-Luôn tạo cho mình những nguyên tắc căn bản!* (Một ông *boss* ở Intel đã từng chỉ Mẹ). Mẹ cũng biết con trai Mẹ sẽ "thắng không kiêu, bại không nản"!

Con là một đầu tàu vững chãi cho hai em noi theo. Hãy luôn luôn như vậy nghe con, cả về sau này khi Ba Mẹ không còn nữa!

Con là một món quà rất trân quý mà Thượng Đế đã ban cho Ba Mẹ!

Bất chợt có một rồi nhiều giọt nước mắt tự dưng rớt uống trên má mẹ. Đây đích thực là những giọt nước mắt của hạnh phúc, của một niềm hãnh diện vô biên! Thật tuyệt vời, ngày lễ Mẹ 2022!

Thương tặng con một câu của một nhà văn tên Cung Giũ Nguyên: "Hãy luôn nhìn về tương lai. Hãy luôn làm việc hết mình và không ngừng học hỏi. Hãy nuôi hy vọng".

Hôn con một ngàn cái!

Hãy cười nhiều lên nghe con! Cười khi nhớ tới Mẹ! Cười thật tươi như Mẹ luôn cười! Cười dù con ở trong bất cứ hoàn cảnh nào!

Mẹ sẽ luôn ở bên cạnh con, con trai đầu lòng của Mẹ. Mãi mãi! Ngày nay và cả ngày sau!

Đúng hai năm sau khi tham dự World's Robotics, con trai đầu, Việt Khôi lại đưa tôi đi lưu diễn violon ở Âu châu cùng với cháu qua 6 nước: Anh, Pháp, Thuỵ Sĩ, Áo, Liechtenstein và Đức. Có mấy ai sau khi đạt được giấc mơ Mỹ mà được những may mắn hy hữu này? Ba anh em Việt Khôi, Việt Khải, Việt Khuê luôn cố gắng vươn lên, tiếp tục thực hiện giấc mơ Mỹ cho đời chúng; đời ông bà và đời ba mẹ là những người tỵ nạn. Chúng đã nhiều lần làm

Ba Mẹ hãnh diện vô biên khi cái họ Nguyễn ấy đứng ngang hàng hoặc bên trên những tên Ấn Độ và Tàu.

Việt Khôi dự thi Mathcounts cấp tiểu bang-Texas.

Cả nhà vợ chồng con cái chúng tôi, cùng với cả nhà Nội, Ông Bà Nội và các cô của mấy cháu còn có cơ duyên phục vụ trong một hội từ thiện tại Mỹ gây quỹ nuôi trẻ mồ côi ở Việt Nam. Chồng và con gái tôi, bé Việt Khuê có được dịp góp tiếng hát (bằng tiếng Việt), san sẻ tình thương cho các bạn đồng trang lứa tại quê nhà, nơi mà cháu chưa hề đặt chân đến! Các cháu chỉ biết nơi ấy xa lắm, xa bằng một đại dương nhưng chưa mường tượng được cái xa ấy là cỡ nào.

Có lẽ tôi cũng giống Mẹ tôi, là rất hào sảng với người khác nhưng lại tằn tiện với chính mình. Tình cảnh luôn thiếu hụt đã dạy tôi biết tiết kiệm, biết thông cảm và san sẻ tình thương với nhiều người. Thiếu thốn một thời gian dài gần như cả tuổi thơ cho tới khi làm ra tiền cũng đã dạy tôi tánh chịu khó. Làm con cả đã tôi luyện tôi thành người có trách nhiệm, biết lo. Bần cùng và túng thiếu cũng đã dạy tôi lòng kiên trì và ý chí cầu tiến.

Ngẫm lại cuộc đời này, qua Mỹ và lập nghiệp từ hai bàn tay trắng, tôi đã vươn lên từ túng thiếu tới đủ ăn, đủ xài, có một chút thành tựu cho mình, cho gia đình, và san sẻ với người. Bà Nội, Ông Bà Ngoại chắc hẳn cũng mỉm cười nơi chín suối vì cậu em tôi cũng có nghề dược sĩ để nuôi thân, rồi thế hệ con cũng có chút thành tựu. Ngó lên, tôi không bằng ai, nhưng ngó xuống thì không mấy người bằng mình. Vật chất có chút đỉnh cho vui, nhưng gia tài để lại cho con tại Hoa Kỳ này phần nhiều là những giá trị tinh thần. Cuộc đời này tôi cũng có thể gọi là khá thành công nhưng tôi chưa hề tự sắm cho mình một cái túi xách hay đôi giày trên $100. Tôi có đúng duy nhứt một cặp bóp hiệu, một Gucci và một L.V, đó cũng là quà mà chồng và em trai tặng. Phải chăng tôi tin vào những giá trị thực bên trong một con người là tri thức, lý tưởng, và những đức tánh tốt cần có như chân tình, thật thà, tử tế, tín cẩn, ôn hòa, cần cù, nhẫn nại, kiên trì và luôn cố gắng hết mình, vươn lên trong mọi hoàn cảnh thì không hàng hiệu nào có thể đánh đổi được?

Cảm ơn giấc mơ Mỹ với 400 đô của gia đình tôi. Tôi thật sự hy vọng giấc mơ Mỹ của nhà tôi ngày càng tươi đẹp hơn và tròn trịa hơn cho những thế hệ sau. Cảm ơn tất cả những cơ hội mà chúng tôi có được. Cảm ơn những bước chân dĩ vãng đã tôi luyện tôi thành tôi của ngày hôm nay. Cảm ơn những chuyến đi ngược xuôi của dòng đời đưa tôi về những địa điểm của địa cầu dù là du lịch, tham quan thế giới để mở mang tầm mắt hay để tôi luyện con người. Cảm ơn ba mẹ đã sanh thành, dưỡng dục và nuôi dưỡng những đức tánh của con. Cảm ơn cuộc đời đã cho tôi làm những việc muốn làm.

Việt An

Bóng Ma Trong Sòng Bài

NGUYỄN MỘNG GIANG

Nguyễn Mộng Giang tham gia chương trình VVNM với bài "Đời bỗng quạnh hiu" vào tháng 5-2024. Tác giả cho biết sở thích của bà là làm thơ, viết văn, phổ nhạc. Bà đã có được vài tuyển tập truyện ngắn.

Sau những lần ốm đau bịnh hoạn rề rề mà không rõ lý do vào những tháng cuối hồi năm ngoái, Trang bỗng dưng trở nên chậm chạp và nhút nhát hẳn đi. Đầu óc cũng ù lì kém tinh nhanh, làm trước quên sau. Ai dặn cái gì cũng chẳng nhớ. Phải chăng đó là triệu chứng của bịnh… "đã toan về già"?

Cách chữa đúng nhất là phải có một người bạn đời để nâng đỡ và chăm sóc nhau trong những lúc trái gió trở trời như thế. Nhưng nếu rủi người bạn đời của mình sức khoẻ không thành vấn đề mà lại bị bịnh (nói theo phim bộ của

Tàu) là "si khờ người già" trước mình thì chỉ có nước cùng nhau nắm tay trực chỉ… viện dưỡng lão cho rồi chứ con cái làm sao có thì giờ mà chăm sóc cho nổi. Ôi! Viễn ảnh cuối đời người sao mà thê thảm.

Để đề phòng mình đừng bị rơi vào tình trạng thê thảm như vậy, cách duy nhất là phải siêng tập thể dục và năng vận dụng đầu óc, học hỏi không ngừng. Trí óc có làm việc thì mới tránh được bịnh si khờ người già. Trang nghe nói đến chữ học là sợ muốn chết. Có một lần, cách đây gần mười năm rồi, lúc đó Hiền, ông xã Trang còn đang dạy học thêm buổi tối ở trường Điện Tử Bác Ái. Sẵn Hiền đi dạy, Trang đi theo Hiền ghi tên học "Technician" ở đó luôn cho tiện. Thời gian đầu Trang siêng năng hăm hở lắm! Đi học về là mở ra ôn lại liền, một chốc sau Trang hoa mắt, chóng mặt buồn nôn. Kết quả bịnh hết mấy ngày mới lấy lại được quân bình. Trang định trốn học, Hiền la quá chừng, Chàng nói Trang lười biếng, không chịu cho đầu óc làm việc về già sẽ dễ bị bịnh lẫn thẫn. Nhưng rồi Trang cũng học được hết khóa, lấy được cái bằng đem về treo trước cổng nhà cho ông đi qua bà đi lại ngó chơi chứ Trang đâu có "được" đi làm. Hiền muốn Trang ở nhà lo việc nhà cửa và chăm sóc con cái.

Để không bị chồng la, Trang bắt đầu viết truyện, làm thơ trở lại. Trang lấy cái cớ đó nói với Hiền:

- Em viết văn cũng phải vận dụng đầu óc, để tưởng tượng và hư cấu thành một câu truyện chứ bộ khơi khơi là viết được sao.

Hiền la còn bạo hơn nữa:

- Cứ tưởng tượng vớ vẩn, viết láo viết lếu mua vui cho thiên hạ rồi nó vận vào người cho em xem. Để thì giờ đó mà đọc những sách có giá trị, như kinh Phật chẳng hạn. Anh lúc nào cũng thích học hỏi, cái gì càng khó anh càng thích học. Anh mà không như vậy thì giờ này anh "tiêu" lâu đời rồi cho em hay.

Ý Hiển muốn nói là tạo dựng cho vợ con một cuộc sống tuy chẳng bằng ai nhưng cũng còn hơn chán vạn người trên đất Mỹ này. Mà Trang cũng phục chồng thật, cứ mỗi một lần đổi sở làm là một lần phải học chết bỏ. Vậy mà chàng chỉ cần vài tháng là "nắm" được hết, lại còn đem chuông đi đánh xứ người nữa chớ, đi "overseas" lia lịa, không có lần nào là không thành công. Trang vừa kính phục vừa thương Hiển đi làm cực khổ để kiếm tiền lo cho vợ con được đầy đủ, nhưng nếu bảo Trang học một cái gì đó thì Trang sợ lắm! Cứ tìm cách tảng lờ. Khuyên bảo Trang hoài không được riết rồi Hiển cũng thôi để mặc Trang muốn làm cái gì thì làm.

Tháng vừa qua vợ chồng Trang phải đi viếng đám tang một người thân quen bên phía nhà Hiển. Bình thường đi viếng đám tang nào, sau khi lễ bàn thờ xong Trang cũng đều đến trước quan tài để "chiêm ngưỡng" và cầu cho người quá cố được siêu thoát. Nhưng không hiểu sao lần này Trang bỗng sợ, nàng ghé vào tai Hiển thì thầm:

- Em chỉ lễ bàn thờ thôi chứ không đến gần quan tài đâu nhé! Em sợ…

Hiển gật đầu nói:

- Em lạy xong rồi ra ngoài chờ anh không cần phải đứng đây.

Sau khi làm xong nghi thức lễ lạy, Trang bước ra khỏi phòng đứng quan sát. Nhà quàn "Oak Hill" này chẳng xa lạ gì đối với Trang mà còn mang nhiều kỷ niệm đau thương khó phai mờ. Biết bao lần thăm viếng người quen, và đã hai lần an nghỉ cho bố mẹ. Sao hôm nay nhìn xung quanh nhà quàn Trang bỗng thấy ghê ghê thế nào ấy, Hiển chắc còn đang tíu tít vì tang gia là người thân quen, lâu lắm mới có dịp gặp đông đủ như vầy, và lát nữa còn phải dự khóa lễ cầu siêu cho nên chắc còn lâu lắm mới ra. Nghĩ thế nên Trang đẩy cửa bước ra khỏi căn nhà quàn để đi xuống những thảm cỏ xanh ngoài kia.

Nghĩa trang buổi chiều bao giờ cũng buồn hiu hắt, tuy trời mùa hè phải đến 8, 9 giờ mới tối hẳn. Nhưng mặt trời đã không còn nắng tạo cho nghĩa trang một màu âm u, lạnh lẽo. Kỳ lạ, ở trong nhà quàn thì Trang cảm thấy sợ, nhưng ra đến phía ngoài, đi giữa hai hàng mộ bia Trang lại không thấy sợ một chút nào hết. Có lẽ đây là nơi cuối cùng của một đời người, ai cũng phải đến. Cát bụi rồi lại trở về với cát bụi, rồi mình cũng phải "dọn" đến đây mà thôi! Trang bước từng bước chầm chậm, mắt tò mò chăm chú đọc những dòng chữ trên những tấm mộ bia đặt chìm trên mặt đất. Trang chợt phát hiện hình như cái tên này quen quá: "Lâm Ngọc Phùng". Trang lật đật đưa mắt liếc nhanh lên tấm hình bên trên rồi buột miệng kêu lên:

- Hả! Thì ra "thầy" nằm ở đây?

Dạo ấy hình như Trang vừa tròn đôi chín. Lâm Ngọc Phùng không biết bao nhiêu tuổi, chỉ biết là lớn hơn Trang, đang học Văn khoa, sắp sửa lấy cử nhân Anh văn. Trang có một ông bác tu ở một ngôi chùa gần nhà, mẹ hay dắt Trang lên chùa lễ Phật và luôn tiện thăm bác. Nghe Trang nói muốn học thêm Anh văn, ông bác đã nắm tay Trang lôi ra phía sau chái chùa, chỗ đặt bàn bóng bàn cho mấy "thầy" chơi thể thao. Bác chỉ vào một ông thầy tu rất lạ đời (không mặc áo nâu, chỉ mặc áo màu lam và không cạo đầu) nói:

- Này cháu! Vào đây bác giới thiệu cho một người, nó đang học cử nhân Anh văn đấy! Cháu có muốn học thì nhờ nó đỡ tốn tiền đi trường. Tên nó là Ngọc Phùng.

Trang lí nhí:

- Cháu không quen tiếp xúc với thầy tu.

Ông bác phá ra cười:

- "Nó" không phải là sư, nó không có đi tu. Nó mồ côi cha mẹ, các thầy nuôi làm phước lâu rồi. Nó mặc áo lam để dễ xin được hoãn dịch học cho xong ấy mà.

Nghe ông bác nói một hơi về "nó". Trang mắc cười quá nhìn Phùng tủm tỉm quan sát, tên gì mà như con gái, lại còn mắc cỡ đỏ mặt sượng sùng nhìn Trang luống cuống đánh rơi cả vợt bóng bàn khiến Trang nổi máu lí lắc ghẹo:

- "Thầy" Ngọc Phụng có hai cái má lúm đồng tiền "ngộ" quá hé!

Phùng càng đỏ mặt lúng túng:

- Tui tên Phùng chứ không phải Phụng. Tui không phải nhà tu hành, đừng gọi tui bằng "thầy".

Trang vẫn không tha, có ông bác Trang đứng đây mà Trang sợ gì:

- Uả vậy hả? Tại thấy thầy... ủa quên anh... cười có hai má lúm giống con gái quá nên tưởng anh tên là Ngọc Phụng chớ.

Rồi chỉ vì tiếng khen hai má lúm đồng tiền "ngộ" quá mà từ đó Ngọc Phùng đâm ra "mết" Trang. Lâu lâu "thầy" chạy Honda đến nhà Trang nhấn chuông. Trang ra mở cửa, "thầy" nhăn răng cười, "móc" trong bụng ra khi thì một nải chuối, khi thì vài trái cam hay trái bưởi đưa cho Trang nói:

- Cho Trang nè!

Rồi chạy mất tiêu, Trang không kịp phản ứng gì hết đành phải nhận món quà nóng hổi "hơi người" thấy mà ghê đó! Bỏ thì tội, mà ăn thì Trang gớm. Những lần như vậy, Trang cứ để trên bàn rồi thì ai ăn thì ăn, Trang không đụng đến.

Thế là từ đó, hể rảnh giờ nào là “nó” lại chạy đến nhà Trang đòi dạy Trang học Anh văn. Mặc dù Phùng không phải là nhà sư, không phải cạo đầu, nhưng vì ở trong chùa, lại mặc áo lam nên Trang thấy kỳ kỳ không chịu học. Thế là Phùng đành phải ngồi đấu khẩu bằng sinh ngữ với thằng em trai của Trang lúc đó đang học Anh văn ở hội Việt Mỹ, và đây là cái dịp để nó thực tập đàm thoại Anh văn. Có một lần Trang nghe nó hỏi “thầy” Ngọc Phùng rằng:

- Tại sao anh thích chị Trang? Đó có phải là tình yêu không? Và anh có thể định nghĩa được thế nào là yêu không?

Cái thằng đúng là ranh mãnh hỏi cắc cớ, Ngọc Phùng đã trả lời như thế này:

- Đừng hỏi tôi tại sao thích, chỉ biết thích là thích thế thôi! Bảo tôi định nghĩa về tình yêu thì tôi không dám vì tôi chưa từng yêu ai bao giờ. Đây là lần đầu tiên tôi biết thích một người con gái. Định nghĩa thì tôi không biết, nhưng tôi hiểu khi mà mình yêu thích một người nào đó thì lúc nào mình cũng muốn gặp mặt người đó.

Phùng kín đáo liếc qua Trang nói tiếp: “Vắng “người đó” mình nhớ lắm! Dù là gặp mặt chẳng biết để nói cái gì nhưng chỉ cần nhìn thấy mặt thôi cũng đủ thoả lòng mong nhớ rồi.”

Thằng em của Trang vẫn không buông tha:

- Như vậy là yêu rồi còn gì?

Ngọc Phùng gật gù ngó sang Trang “tỏ tình” kín đáo:

- Có lẽ vậy, nhưng đó là về phía tôi, không biết phía “bên kia” như thế nào?

Thằng em Trang vỗ tay khen hay. Những câu đối thoại trên dĩ nhiên là bằng tiếng Anh rồi. Lúc đó Trang đâu có hiểu mô tê gì, chỉ hiểu lõm bõm và biết là hai người đang nói về mình. Đã mấy lần Trang ngắt ngang đòi dịch nghĩa mà hai người cứ phớt lờ, Trang phải nổi cáu lên thằng em mới chịu dịch lại cho Trang nghe. Nghe xong Trang "phang" một câu liền:

- Dễ ợt! Tình yêu là những… nải chuối, những trái cam, những trái bưởi ướp… hơi người thấy mà ghê!

"Thầy" Ngọc Phùng đỏ mặt tía tai sượng trân. Sao lúc đó Trang đanh đá thế nhỉ? Có lẽ tại tức hai người cứ xổ Anh văn không cho Trang nghe. Vậy chứ mà Trang vẫn đâu có bị mất điểm, dưới mắt "thầy" Ngọc Phùng lúc nào Trang cũng là "number one". Ông bác Trang kể lại thầy tâm sự rằng:

- Con vì không muốn đi lính mới nhờ các thầy che chở. Mai sau quá tuổi lính rồi, học xong con sẽ xin đi dạy học và nhờ bác xin cưới Thiên Trang cho con. Con sẽ đưa Trang về quê nhà con ở Quảng Trị, nơi đó có bà dì ruột của con vẫn còn giữ cho con ngôi nhà ngói ba gian rất đẹp của cha mẹ con để lại với đầy đủ tiện nghi, đất rộng bao quanh và ruộng vườn cò bay thẳng cánh. Nếu Trang không thích ở đó, con sẽ bán hết ruộng vườn đưa Trang trở lại Sài Gòn lập nghiệp.

Đúng là "thầy tu", ngây thơ thế thì thôi! Hắn cứ tưởng hắn yêu là được. Rồi thời gian cứ trôi, nước mất nhà tan, tu cũng chẳng được yên. Đa số các thầy tu trẻ giải tán, lớp ra đời lấy vợ, lớp vì dính vào "Nha Tuyên Uý Phật Giáo" đóng lon sĩ quan nên bị đi "học tập" mút chỉ cà tha. Chùa chỉ còn ông bác Trang và các thầy lớn tuổi. Thầy Ngọc Phùng cũng về quê "làm ruộng" và từ đó mất liên lạc luôn. Thời gian sau thì mạnh ai nấy lo thân chẳng còn ai liên lạc với ai nữa cả. Ông bác Trang bỗng đâm nghi ngờ lẩm cẩm:

- Không khéo cái thằng nó là "Việt cộng" cũng nên. Tại sao sau khi mất nước nó "tếch" về Quảng Trị mà lại sống yên thân được? May mà cháu không ưng nó, chứ nếu ưng mà nó là Việt cộng thì thật bỏ mẹ.

Nhưng bác đã lầm. Khi Trang đã có chồng con đùm đề và định cư ở San Jose rồi. Bác viết thư sang kể, Ngọc Phùng cũng định cư ở Mỹ và làm cho một sòng bài nào đó. Ngọc Phùng vừa mới liên lạc lại được với các thầy ở quê nhà, trong đó có ông bác của Trang. Từ đó thỉnh thoảng Ngọc Phùng gởi tiền về trợ cấp cho bác. Trang nghe bác kể vậy thì biết vậy chứ không hỏi thêm gì nữa.

Thấm thoát thế mà đã hai, ba chục năm. Câu chuyện tưởng trôi vào quên lãng, nào ngờ hai năm trước vợ chồng Trang cùng bạn bè đi Las Vegas chơi. Sau khi nhận phòng xong, mạnh ai nấy đi chơi. Trang cũng ham vui, xông xáo một lát là thua sạch bách. Kiếm hoài không thấy Hiển đâu hết, Trang lại không giữ chìa khóa phòng và cũng không đem cell phone, không biết đám bạn chơi ở chỗ nào. Trang đành phải lên phòng gõ cửa đại, may ra có ai về ngủ sớm mở cửa cho Trang vô… mượn tiền. Bởi có bao nhiêu tiền Trang giao cho Hiển giữ hết, Trang không thích giữ tiền, trang chỉ thích xài tiền mà thôi!

Gõ hoài mà chẳng có ai ra mở cửa, đi trở xuống mà tìm chồng và đám bạn trong đám người đông như kiến vậy Trang bắt chóng mặt, trong túi lại không có tiền thì chơi cái gì? Thôi thì ngồi đại xuống hành lang này mà nghỉ mệt coi bộ còn khoẻ hơn. Nghĩ thế Trang ngồi bó gối xuống thảm trước cửa phòng mình, lưng và đầu ngửa dựa vào tường nhắm mắt nghĩ ngợi lung tung. Đang lim dim như vậy, Trang bỗng “feeling” như có ai đang nhìn mình, Trang mở choàng mắt dậy bẻn lẻn đứng lên khi thấy xế xế cửa phòng đối diện có một người đàn ông, ăn mặc rất là lịch sự, Nguyên bộ đồ “vét” đen và áo sơ mi trắng, đang nhìn Trang mỉm cười và gật nhẹ đầu chào Trang rồi đi khuất sau cua quẹo của hành lang khi thấy Trang mở mắt ra nhìn. Đầu óc Trang đánh dấu hỏi dữ dội, nụ cười này quen lắm đây. Trang đứng lên chạy theo cua quẹo thì đụng phải Hiển đi lên, Trang mừng quá níu lấy Hiển xoè tay:

- Em hết tiền rồi, đi lên phòng chẳng có ai ở trong phòng ra mở cửa cả, chìa khóa anh giữ em đành phải ngồi ngoài hành lang chờ.

Hiển nhăn mặt trách:

- Ai bảo không chịu mang điện thoại. Em thật lạ đời có *phone* mà không chịu xài thì mở làm gì?

Trang có cái tật hay quên, đi đâu mà xách theo lỉnh kỉnh đủ thứ đồ phụ tùng trong bóp, móc ra móc vô một hồi thế nào Trang cũng làm mất cho nên Trang cứ vờ "quên" như thế cho nó khoẻ tấm thân. Sợ Hiển giảng "moral" Trang đánh trống lãng:

- Cho em tiền em xuống chơi tiếp. Anh lên ngủ hả?

Hiển gật đầu móc trong túi ra một nắm tiền đưa cho Trang nói:

- Đừng có chơi khuya quá hại sức khoẻ. Liệu mà chơi giải trí thôi chứ đừng có đam mê sát phạt đỏ đen anh không có thích đâu đấy!

Trang cầm nắm tiền "dạ" một tiếng rồi chạy đến thang máy bấm nút, nói là một nắm tiền cho oai chứ thực ra chỉ là giấy năm, mười đồng và giấy một đồng là nhiều nhất, hoặc cao lắm là giấy hai chục đồng trở lại mà thôi. Vợ chồng Trang không có máu mê cờ bạc, lần đi chơi nào cũng thủ sẵn chỉ vài trăm, chơi hết bao nhiêu đó là thôi chứ không có cố đấm ăn xôi để gỡ. Mỗi lần đi mấy chỗ giải trí này, Trang thích nhất là cái máy kéo 5 xu, chỉ tốn có 5 xu một lần mà kéo hoài không hết. Có lần Trang trúng "đắp bô" được vài lần lên đến một trăm mấy đồng "đã" ơi là đã. Không phải Trang hà tiện, tại dốt chẳng biết đánh bài, và cũng tại cái máy này nghe vui tai và dễ trúng. Mỗi lần máy ra lệnh cho Trang phải "dí" vào cái con vật gì đó đang bay qua bay lại thật nhanh trên màn hình là Trang khoái nhất. Phải thật lẹ tay, mỗi lần Trang "dí" trúng nó một cái là nghe "chéo, chéo" bên tai và đồng thời máy đếm tiền cũng hoạt động nghe rào rào thấy "thương" gì đâu.

Đang say sưa "dí, dí" như vậy. Một người đàn ông ngồi xuống bên cạnh cái máy trống kế bên Trang, bỏ tiền vào làm một hơi "chéo, chéo" đinh cả tai, nhức cả mắt khiến Trang phải ngừng chơi, tò mò đưa mắt theo dõi. Phải công nhận hắn nhanh tay thật. Trang hoa cả mắt, mà tay hắn thì cứ như phù thủy dí qua dí lại như làm "magic", miệng thì kêu "chít chít! Chít chít!" theo tiếng máy đếm tiền nghe mà bắt ham. "Game over", hắn kéo cái biên nhận ra hai trăm mấy chục đồng Trang phục quá trời! Hắn cười nói với Trang (vẫn nụ cười quen thuộc khi nãy mà Trang chưa nghĩ ra):

- Chơi cò con như thế này chỉ được bây nhiêu thôi! Muốn ăn lớn thì phải vô sòng bài. Thiên Trang có muốn thử không?

Thấy hắn kêu tên mình ngon ơ, Trang ngạc nhiên ngó thẳng vào mặt hắn, lần này hắn cười "hết cỡ", hai cái má lúm đồng tiền hằn sâu hai bên má khiến Trang buột miệng kêu lên:

- Thầy… Ngọc Phụng…

Hắn xụ mặt:

- Bao năm rồi sao Trang vẫn không thay đổi? Tôi là Phùng và tôi không phải là "thầy".

Trang cười xin lỗi:

- Sorry! Tại quen miệng làm anh buồn, xin lỗi anh.

Hắn hình như ít nói đi, chỉ có Trang là tía lia. Trang hỏi câu nào hắn trả lời câu nấy không thêm không bớt. Được biết trước kia hắn có làm cho sòng bài ở đây (Las Vegas) nhưng bây giờ thì không còn nữa, hôm nay là hắn trở lại đây để chơi. Hắn còn nói hắn đã dọn về San Jose lâu rồi và ở rất gần Trang. Trang chỉ gật gù nghe thôi chứ cũng không hỏi địa chỉ và xin số phôn làm gì. Hắn nhắc lại chuyện đánh bài, Trang nói Trang không biết đánh bài, không nhớ được lá nào là ách, cơ, chuồng, bồi, đầm, già gì hết nhưng lại cứ thích chơi cái gì mà "cù lũ, cù lũ" đó! Hắn cười nói:

- Binh xập xám.

Trang cũng cười theo:

- Phải rồi, binh xập xám. Nhưng mà chơi cái đó dễ bị "cụt vốn" lắm đó! Chỉ thua vài lần là hết chơi, Trang chỉ có bao nhiêu đây thôi!

Trang xoè "nắm" tiền ra cho hắn coi, Ngọc Phùng cười kéo Trang đi theo hắn và nói:

- Bao nhiêu đó đủ rồi. Tin tôi đi, tôi sẽ giúp Trang có một kỷ niệm nhớ đời. Đi lên đây mà không thắng được một chút tiền đem về thì buồn lắm!

Hắn lôi Trang đến khu "baigow", chọn một cái bàn trống nhất đẩy Trang ngồi xuống, rồi kéo ghế ngồi cạnh Trang và dặn Trang cứ yên lặng đừng nói gì hết, để một mình hắn nói thôi. Trang nghe theo sự sắp xếp của hắn. Một lát sau Trang chẳng hiểu mô tê gì nữa, chỉ nghe bên tai mình tiếng "rét rét, rẹt rẹt" thật nhanh. Và đôi tay hắn "múa" trên những lá bài của Trang thật lẹ mà sao người chia bài hình như chẳng thấy gì. Kết quả hôm đó Trang... "thắng" được hai ngàn rưỡi đô la. Lần đầu tiên trong đời Trang đi chơi mà còn được tiền đem về. Những lần trước ăn được chút xíu, chơi lại là thua sạch bách, chưa lần nào được tiền mang về, dù là một hai đồng chứ đừng nói chi đến hai ngàn rưỡi. Trang mừng quá cám ơn hắn rối rít và "good night" hắn để đi ngủ, hắn không say "good night" lại với Trang mà lại nói:

- Vĩnh biệt Trang.

Trang nhăn mặt thắc mắc:

- Tại sao lại vĩnh biệt?

Hắn cười:

- Không phải là Trang chẳng bao giờ muốn gặp lại tôi hay sao?

Thấy hắn nói trúng tim đen của mình, Trang tảng lờ:

- Nói bậy không hà! Trang còn ở đây đến ngày mốt mới về. Rồi Trang nói nhanh trước khi chạy ù đi: Ngày mai gặp.

Nhưng ngày mai và mãi mãi chẳng bao giờ Trang gặp được hắn nữa. Khi Trang điện thoại về Việt Nam kể cho bác nghe cuộc gặp gỡ với hắn tại sòng bài. Bác Trang yên lặng một hồi rồi chậm rãi:

- Cháu phải thật là bình tỉnh đừng có "xỉu" khi nghe bác nói. Thằng Phùng nó chết cách đây đã năm năm rồi cháu ạ! Cái thằng thật là có tình có nghĩa, tuy mất đi nhưng vẫn gởi lại danh sách các thầy cho một người khác lo dùm. Bác vẫn nhận được trợ cấp đều hằng năm, vẫn với danh nghĩa cái tên "Ngọc Phùng".

Nghe bác nói mà Trang hãi hùng. Suốt một buổi tối đi chơi với "ma" mà không biết. Sao Trang không nhận thấy gì khác lạ nơi Phùng ngoài cặp mắt hơi buồn buồn, và đôi tay giá lạnh khi hắn kéo Trang đi. Ở nơi đó máy lạnh chạy suốt ngày ai mà không lạnh nên Trang đâu có để ý làm chi. Cho đến hôm nay, Trời xui đất khiến sao Trang lại được "gặp" Phùng ở đây! Thì ra Phùng nói đã dọn về San Jose và "ở" rất gần Trang, tức là ở nghĩa trang "Oak Hill".

Trang chắp hai tay cúi đầu khấn xin cho Phùng được siêu thoát và cũng không quên thì thầm:

- Trước không biết thì thôi, bây giờ đã biết anh không còn trên thế gian này nữa. Trang rất là nhát gan, anh sống khôn thác thiêng thì xin âm thầm mà phò hộ cho Trang chứ đừng bao giờ "hiện" ra lần nữa Trang sẽ chết mất. Mỗi tối Trang hứa đọc kinh một tháng để cầu nguyện cho anh được siêu thoát.

Một cơn gió nhẹ lướt qua làm cây lá rung xào xạc, Trang ngước mặt nhìn lên bầu trời trong xanh mà có cảm tưởng như hồn của Phùng đã nương theo gió mà bay bổng lên tít tận chín tầng mây xanh biếc đó rồi. Trang tin tưởng như vậy khi chợt nhớ lại câu "vĩnh biệt Trang" của Phùng hôm ở sòng bài. Thì ra đó là hôm cuối cùng Phùng muốn gặp Trang để rồi vĩnh biệt thật. Trước khi bước trở lại nhà quàn, Trang đưa mắt nhìn vào tấm hình của Phùng đưa tay vẫy và thì thầm:

- Vĩnh biệt Phùng. Chúc anh an giấc ngàn thu…

Nguyễn Mộng Giang

SBTN phỏng vấn Quyên Trần – Việt Báo

Đông Du Ký

(Bốn thành viên Việt Bút du ngoạn Arizona)

ĐÀO NGỌC PHONG

Tác giả sinh năm 1941, dạy học từ năm 1964 đến 1975. Định cư tại Mỹ 1991, nay đã về hưu và sống tại Orange County, California. Tác giả vừa lãnh giải Đặc Biệt 2023.

Nhìn từ thủ đô Hoa Thịnh Đốn về Thái Bình Dương, thì Arizona là một trong mười ba tiểu bang thuộc miền tây Hoa Kỳ, nhưng cư dân California đi thăm Arizona phải lái xe trên xa lộ 10 East, nên cuộc hành trình của bốn thành viên Việt Bút tạm gọi là cuộc Đông Du. Bài viết ngắn sau đây lại mang một nhan đề "*dao to búa lớn*" là "*Đông Du Ký*", thật ra chỉ ghi lại năm ngày du ngoạn ba địa điểm du lịch trong số rất nhiều thắng cảnh độc đáo nổi tiếng của tiểu bang "*Nhiều Nắng*".

Chuyến Đông Du này không thể thành hình nếu không có thành viên Việt Bút Nguyễn Văn Tới gởi ra lời mời và sẵn sàng vừa làm tài xế vừa làm hướng dẫn viên du lịch. Tới là cư dân Arizona mười mấy năm rồi, gia đình sống trong thị trấn VAIL, cách thủ phủ Phoenix khoảng ba giờ xe, cách Tucson hai mươi bốn dặm cùng trên tuyến 10 East. Hẹn hò cùng các cô Pamela Phạm Thịnh Hương, Annie Phung, Iris Nữ Đinh từ hai năm trước; vậy mà tính mãi không thành, cô này bận thì cô kia bệnh; cô này thích lên máy bay, vèo một cái đến Phoenix, cô kia thích ngồi xe đò Hoàng ngắm cảnh hai bên đường, thảnh thơi không bận tâm qua khâu an ninh hành lý TSA mặc dù ngồi ê mông năm tiếng.

Riêng Phong thì vốn là tỉ phú thời gian, thân thể mỏng lét chả bệnh tật nào thèm viếng, hai bàn tọa chẳng có tí mỡ, ngồi cả chục tiếng không mỏi, nên thich tà-tà ngồi xe đò. Mặt khác, mình lại mắc cái tâm bịnh "*nhớ quá khứ nhiều hơn hiện tại*", ngồi xe đò Hoàng trên xa lộ Mỹ mà cứ nhớ những chuyến xe đò Sài Gòn Biên Hòa, Sài Gòn Bình Dương, Sài Gòn Mỹ Tho....có những anh lơ xe chẳng bao giờ ngồi ghế, chỉ đứng bám đuôi xe, nhảy lên nhảy xuống giỡ hàng đón khách; nhớ những lần nghỉ tại ngã ba Trung Lương, vào quán ăn tô hủ tíu, uống ly nước mía, đi tiểu tiện thoải mái trong bụi cây. Làm gì có những *Rest Area* . Ừ, thì cứ nói là "*quê*" đi, nhưng cái quê thân thương làm sao.

Cuối cùng năm cái duyên cũng hòa hợp được, quyết định khởi hành thứ Năm 18 tháng 4 bằng xe đò Hoàng từ chợ ABC trên đường Bolsa đến trạm Lee Sandwitches thành phố Chandler, nơi Tới sẽ đón về VAIL cách hai tiếng lái xe.

Lịch xe đò Hoàng đi Arizona hàng tuần là đi thứ Năm về thứ Hai, thật là vừa đủ cho chuyến Đông Du năm ngày bốn đêm.

Nhà Phong Kim Anh trên đường Bolsa, cách chợ ABC khoảng hai dặm, nhưng đi bộ không được mà gọi xe chuyên chở người Việt thì bị từ chối vì cuốc xe ngắn quá không bỏ công; bây giờ mới cám ơn những nhà phát minh sáng chế, những đầu óc kinh doanh trác tuyệt tạo ra dịch vụ Uber. Chỉ mười phút gọi là có ngay xe đến đón, giá cả phải chăng.

Hai cô Thịnh Hương, Đinh Nữ cũng bắt Uber từ Santa Ana, đến đúng hẹn 7:30. E rằng khách đông đến trễ phải ngồi phía sau, nhưng anh tài xế nói chuyến đi hôm nay chỉ có hơn hai mươi khách. Mình nghĩ làm ăn sau thời Covid thật là vất-vả, xe năm mươi chỗ mà chỉ có phân nửa khách làm sao đủ sở hụi? Nghĩ mà ái ngại cho công ty; cũng may hãng còn có dịch vụ gởi đồ.

Nhớ lại mươi năm trước, mỗi khách lên xe được chọn lựa hoặc một ổ bánh mì hoặc một gói xôi kèm một chai nước và một tờ báo. Bây giờ hãng cố gắng chỉ tặng mỗi khách một chai nước. Thời đó hầu như khách toàn là người Việt, đông nhất là đi tuyến Westminster-San Jose,San Francisco Oakland, Sacramento; trên đường đi tài xế cho khách xem những băng Thúy Nga Paris cũng đỡ ghiền; nhưng càng ngày càng có thêm khách Mỹ, Tàu, Đại Hàn,… nên băng Thúy Nga không hợp thời, hợp cảnh nữa; khách đành tự giải trí bằng *Youtube Cell Phone* với nút nghe riêng. Tuy vậy, dùng nút nghe riêng cũng có cái lợi, là ngăn được tiếng nói chuyện tầm phào của hành khách.

Dù không có thêm khách, nhưng đúng tám giờ xe khởi hành theo nếp văn hóa Mỹ; không như ở Việt Nam khi xưa tài xế rồ máy như sắp chạy nhưng cứ nán chờ cho khách đông thêm. Bác tài vui vẻ lên tiếng : "*Xin chào buổi sáng quí khách, xe bắt đầu chạy, chúc quí khách ngủ ngon vì sáng dậy sớm*". Có vị khách nói: "*Ngủ thì làm sao ngắm cảnh hai bên đường? "Có cảnh đâu mà ngắm bác ơi, bác sẽ chỉ thấy núi trọc và sa mạc thôi*".

Quả thật, từ quận Cam với độ cao bảy mươi mét so với mực nước biển, xe sẽ lên dốc dần dần cao, nhiệt độ cũng tăng dần; hiện giờ ở Cali 70F thì ở Phoenix đã gần 90 mặc dù cao độ đã lên tới hơn ba trăm mét. Trong một năm 365 ngày thì Phoenix có đến 300 ngày nắng, vi vậy mới có biệt danh "*Thung Lũng Mặt Trời*".

Có truyền thuyết từ cổ Ai Cập, chim phượng hoàng già khi sắp chết bỗng biến thành ngọn lửa tự thiêu thành đống tro tàn, và một chim phượng hoàng non sinh ra từ đó, biểu tượng sức sống bùng lên từ những tuyệt vọng tan rã, cũng là loài chim thiêng liêng gắn liền với sự tôn thờ thần Mặt Trời.

Thung lũng Phoenix từ cả mấy ngàn năm đã được canh tác bởi nhiều thế hệ bộ lạc thổ dân mà du khách vẫn còn thấy danh xưng trên những bảng hiệu quanh các đường phố: Hohokam, Akimel O'odham, Tohono O'odham, Maricopa, Apache …

Sau khi cuộc chiến tranh Mỹ-Mễ chấm dứt vào năm 1848, các bộ lạc đã rời bỏ thung lũng này, và người tây phương đến làm chủ. Một cựu chiến binh Mỹ sau nội chiến Nam Bắc 1861-1865 tên là Jack Swilling được sử sách coi là người sáng lập ra thành phố kiểu mới; còn danh xưng Phoenix là do một nhà quí tộc Anh tên Lord Darell Dupa đặt với ý nghĩa thành phố mới sinh ra từ đống tro tàn của quá khứ.

Trước 1945, nền kinh tế Phoenix được mệnh danh là "*Nền Kinh Tế Năm C*".

Năm chữ C: Cattle, Cotton, Citrus, Coper, Climate. Bốn chữ C trên thì dễ hiểu: Gia súc, Bông, Cam Chanh, đồng là những sản phẩm nuôi sống dân Phoenix; nhưng yếu tố Climate, Khí Hậu, thì giúp gì cho nền kinh tế? 300 ngày nắng trong một năm, tức là lượng nước cho đời sống cư dân vô cùng thiếu thốn. Vì thế từ ngàn xưa, thổ dân đã phải đào kênh dẫn thủy nhập điền từ nhiều con sông, nhưng nạn hạn hán từng xảy ra vào thế kỷ 14 đã khiến thổ dân phải bỏ vùng đất khô này. Với kỹ thuật tân tiến của người phương Tây từ thế kỷ 19 trở đi, vấn đề nước đã được cải tiến, nhưng dĩ nhiên sự tiết kiệm nước vẫn là một thói quen tốt của cư dân tiểu bang. Nhưng chính khi hậu khô khan này lại là yếu tố thuận lợi cho sự phát triển nhiều bộ môn thể thao.

Sau thế chiến thứ hai, chữ HT được thêm vào Năm C, đó là High Technology, nhiều công ty điện tử đã hoạt động thu hút nhiều nhân công

Ba giờ chiều, xe đã đến trạm dừng đầu tiên: Lam's Supermarket trong thành phố, một số hành khách xuống, còn phái đoàn Little Saigon tiếp tục đi đến thành phố Chandler bốn mươi phút nữa, nơi mà "tour guide" Nguyễn Văn Tới sẽ đón về thị trấn VAIL cách hai tiếng. Nghĩ mà "*thương*" cho chủ nhân quá, vì sáng nay mới từ Austin bay về, lái hai tiếng đồng hồ từ Vail lên, rồi lại chạy hai tiếng nữa trở lại Vail.

Trong tuần lễ ở Austin, hai vợ chồng Tới-Chiêu Hòa đã cùng bạn hữu đi săn được con nai mang về chiêu đãi khách. Cám ơn Tới-Chiêu Hòa đã tận tụy ân cần tiếp đón khách phương xa.

Vừa xuống xe tại trạm cuối cùng Lee's Sandwiches thì Tới xuất hiện; ôi chao mừng quá. Vẫn anh chàng da ngăm ngăm, dáng vẻ "*phong trần mấy độ*", người thanh niên từng trải qua thời niên thiếu trong chủng viện Kontum, qua khám Chí Hòa dưới thời cộng sản, chung phòng giam với nhiều nhân vật tiếng tăm như tu sĩ Trí Siêu, nhà văn Công Tử Hà Đông Hoàng Hải Thủy..., qua trại cải tạo Tống Lê Chân, vượt biên năm 1989 làm thông dịch viên Anh ngữ trên đảo Palawan, trại tị nạn Transit Bataan thuộc Phi Luật Tân, qua những chiến trường Afghanistan, Iraq đầy gian nguy mà Tới từng kể lại trong những bài viết trong mục VIẾT VỀ NƯỚC MỸ do Việt Báo chủ trương

Phái đoàn Việt Bút đã đến Arizona

từ năm 2000. Những bài viết về những kinh nghiêm sống thực đó đã mang lại cho Tới giải thưởng khôi nguyên năm 2021.

Giữa bốn lão gia trên bảy bó, thì Tới 66 tuổi vẫn là thanh niên cường tráng đầy phong độ, anh hùng xa lộ vững vàng đưa hành khách về tới nhà an toàn.

Trên đường về VAIL, phải qua thành phố Tucson cách Phoenix khoảng 100 dặm. Tài xế kiêm hướng dẫn viên du lịch vừa lái vừa giới thiệu vùng đất mới. Đoạn đường này Tới đã quen đi lại nhiều lần, nên kể chuyện du lịch lan man mà không cần nhìn đường đất, tuồng như một kiếm sĩ lão luyện vừa ngâm thơ vừa vung kiếm tấn công địch thủ.

Xe sẽ đi qua ba địa danh chính: thị trấn Casa Grande, công viên núi Picacho Peak, thị trấn Marana trước khi vào thành phố Tucson. Hành khách không thể nhận ra là mình đang từ từ leo dốc, từ cao độ ba trăm mét của Phoenix đến cao độ một ngàn mét của Tucson, nghĩa là thời tiết mát dần.

Giữa khung trời xanh bao la, càng đến gần Casa Grande, ngọn núi Picacho Peak càng nổi rõ với hình dáng tùy theo óc tưởng tượng của mỗi du khách. Phong thì thấy hai cái tai nhọn hoắt vểnh lên cao của một cái đầu cọp khổng lồ, đỉnh núi ở độ cao ngàn mét. Ngộ nghĩnh là danh từ PICACHO theo tiếng Spanish cũng có nghĩa là ĐỈNH NÚI giống như danh từ PEAK. Chung quanh núi là một công viên quốc gia mà du khách có thể cắm trại, đi hiking, leo núi. Về mặt lịch sử, vùng núi này đã từng là một chiến trường năm 1862 trong cuộc nội chiến Nam Bắc.

Tới nói : "*Nhân dịp qua núi này, chúng ta nên vào chụp hình kỷ niệm vì chưa biết bao giờ chúng ta trở lại.*" Vậy là phái đoàn có được mấy kiểu hình nơi chân núi. Đậu xe ngay chỗ cấm đậu vì có hậu cảnh đẹp, phái đoàn chụp vội vàng rồi lên xe dông ngay; thấp thoáng lối vào thấy xe cảnh sát hiện ra.

Khi xe qua thị trấn Marana thì coi như sắp vào thành phố Tucson , mình thấy một bảng tên đường lạ *Miracle Mile;* Tới giải thích đó là một con phố xưa dài hơn một dặm là nơi buôn bán sầm uất, đặc biệt có nhiều " *bướm đêm* " dập-dìu.

Tucson từng là thủ phủ của tiểu bang Arizona trong mười năm 1867-1877, thứ hai sau Prescott trước khi Phoenix trở thành thủ phủ hiện nay. Đại học Arizona nằm trong địa phận Tucson, một thành phố đã được Liên Hiệp Quốc vinh danh là *Gastronomy of the World (nghệ thuật bếp núc, ẩm thực), là Optics Valley (Thung Lũng Quang Học)* vì là chỗ có nhiều công ty quang học, kỹ thuật Nano, sản xuất viễn vọng kính, cũng là vì có nhiều đài thiên văn trên núi cao dễ quan sát tinh tú trong bầu trời quang đãng.

Thành phố này còn nổi tiếng với Saguaro National Park (Công Viên Xương Rồng khổng lồ Quốc Gia), cách thành

Nhóm Việt Bút cùng xương rồng Arizona

phố mười lăm phút xe. Saguaro được coi như biểu tượng độc đáo của cả tiểu bang, là một loại xương rồng khổng lồ có thể cao tới 46 feet (16 mét), thọ có thể đến 200 năm, mặc dù cần tới 10 năm để lên được một inch. Đoàn du khách háo-hức được viếng thăm công viên hấp dẫn này.

Tucson có nhiều lễ hội văn hóa hàng năm về ẩm thực, về sách báo, hội họa, âm nhạc...Giá sinh hoạt khá cao, người ta tính trung bình muốn sống tại đây thoải mái thì lợi tức hàng năm cần tới 80,000 đô la cho một người độc thân, còn với gia đình bốn người thì cần hơn hai trăm ngàn.

Tới nói mình không đủ thời gian để thăm viếng Cathedral of Saint Augustine, một thắng cảnh nổi tiếng xây dựng từ năm 1776; trời gần tối rồi, phải về Vail ăn cơm chiều , vì món thịt nai của bà chủ Chiêu Hòa đang chờ được du khách thưởng thức.

Nhưng quả thực mình mong trời tối để được đi trên "*Tỉnh Lộ Không Đèn*" dài hơn hai mươi dặm từ Tucson về Vail. Vail cao hơn Tucson nên xe đang leo dốc đấy, vì "*Làng Vail*" ở gần sát chân núi. Đâu dễ gì kiếm được cảm giác vừa lâng lâng nhẹ nhàng vừa sờ-sợ run-run khi chiếc xe đơn độc xuyên qua đường hẹp không đèn giữa vùng núi non bao la tĩnh mịch. Giả dụ có gì xảy ra thì chỉ một mình kiếm sĩ Tới đương đầu, còn Tam Bà Bà chỉ biêt chắp tay cầu nguyện và Lão Ngoan Đồng Chu Bá Phong chỉ còn nước thi triển Lăng Ba Vi Bộ .

Tên Vail của thị trấn xuất phát từ hai anh em ông Walter Vail và Edward Vail, chủ nông trại của vùng đất này từ năm 1870. Họ vừa nuôi gia súc vừa khai thác mỏ bạc; họ đã hiến tặng chỗ này cho công ty xe lửa Thái Bình Dương làm một trạm dừng, nên tên VAIL được dùng để chỉ tên trạm. Dần dần do sự khai thác mỏ bạc, mỏ đồng phát triển đã thu hút nhân công đến nhiều. Tuy nhiên khi mỏ cạn kiệt thì dân cũng bỏ đi. Mãi cho đến năm 1980 khi hãng điện tử IBM đến lập cơ xưởng thì dân số lại tăng lên mạnh. Năm 1990, hãng IBM xây dựng Đại Học về khoa học và kỹ thuật để huấn luyện sinh viên trở thành chuyên viên làm việc cho hãng thì dân cư càng đông hơn. Đến năm 1925 Căn Cứ Không Quân Mỹ Davis-Monthan được thành lập cách Tucson 5 dặm với số nhân viên phục vụ tới cả chục ngàn thì vùng đât hoang vắng này trở thành đông đúc có sinh khí.

Hiện nay dân số thị trấn VAIL đã lên tới hơn mười lăm ngàn với mấy ngàn căn hộ, mà phần lớn là người da trắng. Gia đình của Tới-Chiêu Hòa là dân gốc Á châu chỉ chiếm vài phần trăm. Tới làm việc trong căn cứ mười mấy năm, "JOB" quyêt định chỗ ở. Ngày xưa các cụ nói "*an cư lạc nghiệp*", nhưng nay có thể nói ngược lại : "*lạc nghiệp an cư*". Như người ta thường nói, Little Sài gòn ở thì vui, nhưng nghiệp thì cực lắm vì cạnh tranh xít-xao, tối tăm mặt mũi vì sinh kế.

Còn sinh hoạt ở VAIL thì lặng-lẽ, nhưng nhờ vậy hầu bao của Tới – Chiêu Hòa càng ngày càng phồng to, làm chủ mấy căn nhà, đi du lịch khắp nước Mỹ như đi dạo trong làng. Hơn nữa, nhờ không gian yên lặng gần như tuyệt đối mà chàng tĩnh tâm sáng tác mạnh.

Tuy nói "*an cư lạc nghiệp*", nhưng nếu nhà đẹp nghề giỏi mà sống trong một chế độ độc đảng chuyên chế quan quyền quấy nhiễu ngày đêm thì ai cũng nhấp-nhổm đem tiền đem tài ra xây dựng nước người, mặc kệ mấy anh bất tài vô đức phá hoại nước mình.

Đang nghĩ ngợi lan man thì tài xế loan báo: "Đến rồi, nhưng hãy đi một vòng trong xóm, đố quí khách tìm ra nhà của Tới bên ngoài có một dấu hiệu quê ta".

Trong xóm này có vài trăm hộ, kiến trúc đẹp gọn đường xá sạch sẽ, nhà nào trông cũng khang trang, đi một vòng mà chưa du khách nào tìm thấy một dấu hiệu quê Việt ở bên ngoài. Cuối cùng, đến một căn, Tới chỉ cái giếng nước: "*Đó quí vị thấy, mấy trăm căn có căn nào có giếng nước như vầy không?Nhà tôi đó*". Hóa ra đó là một giếng nước giả, chỉ để trang trí.

Nhà bốn phòng đầy đủ tiện nghi, vườn ngoài thì chủ nhân xây hòn non bộ, sân thì trải toàn bằng đá vụn, đá và đá, xứ của đá mà. Tới xây thêm một chòi bát giác để tụ tập ăn uống với lò nướng thịt, lại có một hố rộng để chất củi đốt lửa trại, một thùng lớn đựng nước mưa tích trữ. Dưới chân núi này không có một giòng suối nào.

Sau bữa chiều, Tới phác họa chương trinh thăm viếng trong ba ngày. Mặc dù Thịnh Hương đã từng viếng thăm Sedona nhiều lần khi chưa về hưu, nhưng cô vẫn muốn trở

Căn nhà của TG Nguyễn Văn Tới ở Arizona

lại, dường như Sedona có một hấp lực kỳ bí. Vì thế, địa điểm du lịch này là ưu tiên một; như người ta nói, đến Arizona mà không thăm Sedona thì coi như chưa đi Arizona. Vậy ngày thứ Sáu sẽ dành trọn cho Sedona vì lộ trình Vail-Sedona mất bốn tiếng đồng hồ.

Trưởng đoàn ban lệnh thứ Sáu thức dậy 5 giờ sáng làm vệ sinh, chuẩn bị bữa điểm tâm dọc đường, xe sẽ lăn bánh lúc 6 giờ, dự trù đến Sedona là 10 giờ, viếng một hay hai trong số hàng chục thắng cảnh, ăn trưa tại chỗ và trở về lúc 2 giờ chiều, về đến nhà lúc 6 giờ chiều ăn cơm nhà.

Đúng là một lệnh hành quân, ai dậy trễ thì khỏi đi. Riêng Phong vốn bị cái bệnh thức giấc nhiều lần trong đêm, nên ăn xong, vận động một lát là lên giường dỗ giấc ngủ lúc 8 giờ, để cell phone báo thức 4 am. Chỉ ái ngại cho Tới, vì thứ Năm đã phải dậy từ ba giờ sáng ra máy bay từ Austin về Vail, lái xe khứ hồi bốn tiếng đón khách, hẳn là mệt lắm rồi. Nhưng hầu như trưởng đoàn "*đại úy*" Tới là một người được "*trui rèn trong nhiều nghịch cảnh*", chẳng tỏ ra mệt mỏi chút nào.

Xe chạy hai tiếng trên Fw10 West xuống dốc hướng về Phoenix, lấy Fw17 North , rồi xa lộ tiểu bang 179 lên dốc hướng về Sedona vì thành phố sa mạc này ở độ cao hơn bốn ngàn feet.

Sedona cách Phoenix 117 dặm, cách bờ phía Nam Grand Canyon 113 dặm. Người xưa nói "*trường đồ tri mã lực*", tay lái của "đại úy" vừa chắc, vừa bền, vừa lẹ, vửa ngọt; cứ nhớ vào năm 1990 chàng mới vào xứ Mỹ, mua được cái xe cũ, lái đi mua xăng mà lớ-ngớ chẳng biết nắp bình xăng nằm ở đâu !

Thành phố Sedona được lập vào năm 1902, nổi tiếng là một vùng đá đỏ hàm chứa những vòng xoáy năng lượng thiên nhiên kỳ diệu có khả năng chữa lành tâm bệnh và thân bệnh. Có năm chòm núi đỏ chứa đựng năng lượng kỳ diệu đó, được gọi là SEDONA VORTEXES mà du khách nên trải nghiệm : Bell Rock Vortex, Cathedral Rock Vortex, Airport Mesa Vortex, Boyton Canyon Vortex, Chapel of Holy Cross Vortex.

Có một công viên do Phật Giáo Tây Tạng quản lý mà du khách được vào cửa miễn phí, nhưng tùy hỷ cúng dường, đó là Amitabha Stupa and Peace Park rộng 14 mẫu, có một Tháp Phật A Di Đà, một tượng Phật Thich Ca, và những địa điểm ngồi thiền...

Phái đoàn dừng xe vào thăm Village Of Oak Creek, cách Sedona Uptown năm dặm về phia Bắc trên xa lộ 179.

Mình nhớ vừa xuống xe đã thấy những hòn núi đá đỏ, cảm giác bất ngờ vừa lạ -lùng vừa phấn khích; không biết đó có phải là hiệu ứng do vòng xoáy năng lượng thiên nhiên toát ra từ núi không. Biết đâu, nếu sống tại đây vài tháng mình có thể trẻ lại vài tuổi.

Lưu niệm cùng ngọn núi đá đỏ

Sau khi chụp nhiều tấm hình với hậu cảnh là những ngọn núi đá đỏ chung quanh khu vực đậu xe, phái đoàn đi thăm khu chợ bán đồ lưu niệm thì mặt trời lên cao, mọi người đói bụng, bèn tìm một tiệm ăn Mễ trang trí rất đẹp. Cô Đinh Nữ "*hoan hỉ*" làm chủ xị, "*order*" bốn cái taco to như bắp chuối; dù đói bụng, nhưng du khách đành phải "*to go*" một nửa về nhà ăn tiếp.

Ăn uống no nê xong lên xe lướt qua khu Sedona Uptown Mall Plaza sang trọng với những khách sạn đắt tiền, những gian hàng nghệ thuật, những salon xoa bóp hạng sang...

Vòng xuống khu ngoại ô với nhiều tiệm ăn, tiệm cà phê, tiệm móng tay, hớt tóc giá rẻ hơn. Gần một giờ trưa, trưởng đoàn báo sẽ đến viếng một khu Vortex độc đáo rồi về. Đó là Chapel Of Holy Cross, cách tám dặm về phia nam. Trưởng đòan giải thích, xe sẽ lấy xa lộ 179 South trên một quãng đường mà cảnh quan hai bên vô cùng hấp dẫn được mệnh danh là RED ROCK SCENIC BYWAY, sau đó rẽ vào Chapel Road, Thánh Đường (Nhà Nguyện) bên trong núi đá đỏ ở cuối đường.

Từ xa, cô Thịnh Hương chỉ ba hình tượng lạ trên đỉnh núi: hai hình trông giống như hai người ngồi thiền, và một hình trông giống mẹ bồng con; còn trên đỉnh núi bên cạnh là một THẬP TỰ GIÁ cao cỡ hai mươi mét ở giữa một cột núi trống, nhọn vươn cao như một mũi tên, đó chính là CHAPEL OF HOLY CROSS đặt dưới quyền quản lý của St. John Vianney Catholic Church .

Một nữ điêu khắc gia vốn là trại chủ trong vùng Sedona tên Marguerite Brunswig Staude được gợi hứng từ tòa nhà Empire State Building trong thành phố New York cao 102 tầng hơn 400 mét, xây từ năm 1930-31, hình dáng kiến trúc như một hóa tiễn chỉa thẳng lên trời cao. Năm 1956, sau mười tám tháng khởi công, Chapel này được đưa vào danh sách địa điểm du lịch vùng Sedona, thu hút hàng triệu du khách khắp thế giới.

Chỗ đậu xe chỉ chứa được 45 xe dưới chân núi; may là vào ngày thường buổi trưa vắng nên Tới tìm chỗ dễ dàng. Có những xe nhỏ loại dùng trong sân golf do những tình nguyện viên lái đưa khách lên tầng trên nếu ai không muốn leo dốc, tiền tip tùy hỉ; tất nhiên đám thanh niên leo dốc nhanh như chớp, còn mấy lão ông lão bà ngồi xe cho "phẻ".

Diện tich Thánh Đường rất nhỏ, gần như những nhà

nguyện trong các bệnh viện, chứa khoảng ba chục người, có hai tầng; tầng trên là phòng cầu nguyện có tượng Đức Chúa Jesus Christ trên Thập Tự Gía; tầng dưới là phòng bán đồ lưu niệm.

Kim Anh thấy những tượng Đức Mẹ Maria loại Mini trông thánh thiện quá nên mua tặng cho Tới, Thịnh Hương, Đinh Nữ như một kỷ niệm chuyến Đông Du hiếm có.

Tiếc là thời gian thăm viếng ngắn ngủi; vì ngồi trong nhà

nguyện ít nhất một tiếng đồng hồ, tức là ngồi giữa lòng núi đá đỏ thì may ra mới hưởng được vòng xoáy năng lượng chữa lành kỳ diệu, trong khi tĩnh tâm chiêm nghiệm khổ hình cứu chuộc của Chúa Jesus.

Trên đường về, phái đoàn bàn bạc chương trình thăm viếng ngày mai thứ Bảy 20 tháng Tư. Nhớ vùng Sedona còn được mệnh danh là Little Hollywood vì nhiều phim Viễn Tây (Western Film) đã được quay ở đây với sự lui tới của bao nhiêu tài tử gạo cội. Phong chợt nhớ đến phim chiếu vào năm 1958-1960 ở Sài Gòn GUNFIGHT AT O.K. CORRAL từng làm thanh niên say mê, kể về cuộc đấu súng giữa nhân viên công lực và nhóm cao-bồi Viễn Tây tại thị trấn Tombstone, tiểu bang Arizona vào năm 1881, với những đại tài tử Burst Lancaster, Kirk Douglas….Hồi xa xưa ấy mình thường cúp cua vào rạp xi-nê thường trực Lê Lợi, góc đường Lê Thánh Tôn& Nguyễn Trung Trực coi đi coi lại phim này mấy lần, tốn có 5 đồng mà ngồi lì xem mấy xuất. Nhất là nhạc phim thì không bao giờ quên được "*OK Corral,*" Phong bèn đề nghị phái đoàn nên viếng thị trấn nổi tiếng này. Trưởng đoàn đồng ý hẹn sáng mai sẽ khởi hành trễ, đêm nay tha hồ ngủ bù vì từ Vail đến Tombstone chỉ mất một tiếng đồng hồ.

Chủ nhân dành cho khách một ngạc nhiên thích thú sau bữa chiều; chàng đã sắp sẵn củi lửa cho buổi văn nghệ lửa trại tối nay trong vườn. Mùi khói thơm ngào ngạt từ gỗ của loài cây *mesquite* trong ánh lửa bập bùng làm tăng thêm phần lãng mạn của buổi văn nghệ dã chiến. Giữa không gian yên-ắng của vùng sơn dã, tiếng ca hát từ nhà Tới có lẽ đã vang vọng khắp vách núi cô liêu chung quanh.

Theo em xuống phố trưa nay đang còn chất ngất cơn say

Theo em bước xuống cơn đau, bên ngoài nắng đã lên mau

... Yêu nhau giữa đám rong rêu, theo giòng nước cuốn lêu bêu

... Ta sống trong vũng lầy

Một ngày vùi dần, còn vùi sâu, còn vùi sâu ...

(Vũng Lầy Của Chúng Ta—Lê Uyên Phương)

Khác với giọng nói thường ngày, giọng hát cúa Tới hình như ở một âm độ cao hơn, như trong một buổi hát của ca đoàn trong nhà thờ. Lời ca và nhạc điệu đưa mình về một thời khói lửa xa xưa khi dân mình chìm vào hầm hố của bạo lực hận thù, không có chỗ cho tình yêu nở hoa. Trong cõi u minh mờ-mịt đó, con người chỉ còn mơ những giấc mơ mong manh :

... Ngày thần tiên em bước lên ngôi

Đã nghe son vàng tả-tơi

Trầm mình trong hương đốt hơi bay

Mong tìm ra phút sum vầy

Có biết đâu niềm vui đã nằm trong thiên tai

Những cánh giơi lẻ loi

Mù trong bóng đêm dài ...

(Tình Khúc Thứ Nhất—thơ Nguyễn Đình Toàn—nhạc Vũ Thành An)

Đinh Nữ nói:“ Thôi thay đổi không khí, hát bài vui nhộn đi.”

Thịnh Hương: “ Bài Sài Gòn Đẹp Lắm” của Văn Phụng.”

Ban đồng ca bèn hát vang :

Dừng chân trên bến khi chiều nắng chưa phai

Từ xa thấp thoáng muôn tà áo tung bay

Nếp sống vui tươi nối chân nhau đến nơi này

Sài Gòn đẹp lắm, Sài gòn ơi, Sài Gòn ơi

Ngựa xe như nước trên đường vẫn qua mau

Người ta thăm bến câu chào nói lao xao

Phố xá thênh thang đón chân tôi đến chung vui

Sài Gòn đẹp lắm, Sài Gòn ơi, Sài gòn ơi ...

Đến giờ ngủ nghỉ để sớm mai chuẩn bị đi xem phim Cao bồi, đúng hơn là một *show* với diễn viên thực trên mảnh đất thực của thành phố cổ bảo tồn di tích một thế kỷ trước, nơi đã xảy ra cuộc đấu súng thực, với ba người chết có tên còn đề trên mộ bia trong nghĩa trang Boot Hill của thành phố Tombstone trên xa lộ 80.

Chuyện kể, cũng như năm 1848 có cuộc đổ xô đi tìm vàng tại California, thì năm `1879 có cuộc di dân ào-ạt tới lập nghiệp tại Tombstone khai thác mỏ bạc, một vùng đất hẻo lánh ở đông nam Phoenix, cách biên giới Mễ ba mươi dặm. Từ dân số 100 lúc đầu, hai năm sau đã tăng lên 7000 với đầy đủ những cơ sở vật chất cho sinh hoạt dân chúng; từ những nhà băng, quán rượu, quán ăn, tiệm chụp hình, quán trọ, nhà kho, khu nuôi ngựa (corral), hai tòa báo, đồn cảnh sát, nhà thờ, tòa án, sòng bài, ngay cả nhà "*khâm thiên" (brothel).*

Cuộc Nội Chiến Nam Bắc đã qua mười lăm năm rồi, nhưng vết thương hậu chiến chưa thể lành. Mặc dù đã có quyền lực Liên Bang, tiểu bang, quận, thành phố .. nhưng thiếu nhân viên công lực so với những thành phần bất hảo lộng hành ở biên giới hẻo lánh. Trớ trêu thay, những thành phần này lại được một số quan chức bảo kê, vì có chia chác lợi lộc. Đó là những băng đảng buôn lậu qua biên giới, ăn cắp gia súc từ các nông trại, đánh cướp nhà băng, phục kích những xe ngựa chở vàng bạc. Vào thời đó, thành phần bất hảo này bị dân chúng gọi là những "*Cowboys",* phân biệt với những C*owmen* là những ngươi chăn bò lương thiện.

Vào năm 1880-81 ở Tombstone có hai nhóm đối địch nhau rõ rệt; một bên là gia đình cảnh sát trưởng Virgil Earp với hai em trai Wyatt Earp và Morgan Earp đều làm cảnh sát trong tỉnh; một bên là anh em nhà Ike Clanton và Billy Clanton, cùng anh em nhà Tom McLaury, Frank McLaury đều thuộc thành phần bât hảo. Hai bên đã có những hiềm khich từ lâu.

Để tránh những bất ổn trong thành phố, ngày 19 tháng 4 năm 1881, chính quyền ra luật cấm đem vũ khí vào thành phố; nếu có vũ khí, phải gởi tại một nơi chỉ định trươc khi vào. Sáng ngày 26 tháng 10 năm 1881, cảnh sát trưởng Vỉrgil Earp được thông báo nhóm anh em Clanton và McLaury mang súng vào thành phố với ý định tìm anh em Earp thanh toán cùng một tay súng thiện nghệ khác tên Doc Holliday. Đến ba giờ chiều, nhóm Clanton đã luẩn quẩn bên nhà trọ Fly's Bỏarding House kiêm tiệm chụp hình, nơi Doc Holliday đang thuê phòng.

Virgil mời Doc gia nhập đoàn cảnh sát cùng đi tới phố Fremont nơi phía sau của O.K. Corral, trong một không gian rất nhỏ chỉ khoảng 4 mét—6 mét. Hai bên dàn trận, đối diện nhau chỉ khoảng 3 mét. Không biết bên nào khai hỏa trước, nhưng trong 30 giây đồng hồ có 30 phát đạn được bắn ra; bên Cowboys có ba người chết là Billy Clanton, và hai anh em Tom & Frank McLaury ; bên cảnh sát có ba bị thương là Virgil, Morgan Earp và Doc Holliday.

Cuộc đấu súng xảy ra chớp nhoáng nhưng vang dội khắp nước. Lạ một điều, đám tang của ba nạn nhân được 300 dân thành phố đi đưa và cả ngàn người đứng hai bên đường chào tiễn.

Sự kiện đã được viết thành truyện, dựng thành phim *Gunfight At O.K. Corral năm 1957* nổi tiếng khắp thế giới. Tuy nhiên, cuộc đấu không diễn ra trong chuồng nuôi ngựa mà ở phía sau.

Vé coi *show* chỉ giá $10,00 nhưng mỗi xuất có đến 300 khán giả. Những diễn viên rất thành thạo trong vai diễn, nhất là nhân vật Ike Clanton say rượu và Doc Holliday ho lao nhưng là tay thiện xạ. Ngồi trên khán đài xem *show* trong cảnh hiện thực, mình nhớ lại sáu mươi năm trước ngồi trong rạp xi-nê Lê Lợi coi ảo ảnh trên màn bạc; không bao giờ ngờ được có ngày đến tận nơi hiện trường.

Những tranh luận, nghiên cứu trong thời đó và sau này đi đến kết luận rằng phe Cowboys vi phạm pháp luật, và phe cảnh sát không phạm tội giết người. Luật pháp quốc gia không kết án cảnh sát, nhưng phe Cowboys trả thù theo luật giang hồ bằng cách phục kích bắn lén giết chết Morgan Earp và làm cho Virgil tàn phế.

Nghiên cứu sâu hơn cho thấy, gia đình Earp thuộc phe Union miền Bắc, phe Clanton & Mc Laury thuôc phe Confederate miền Nam trong cuộc nội chiến Nam Bắc 1861-1865. Về mặt lý, dân miền Nam phải chấp nhận phán quyết của tòa, nhưng về mặt tình, thì hình như nghiêng về phe Cowboys khi cả ngàn người đi đưa tang ba nạn nhân, như một cách chống đối ngầm kẻ thắng cuộc.

Sau khi coi *show,* trưởng đoàn dẫn du khách ghé thăm tòa báo THE TOMBSTONE EPITHAPH với một dàn máy in cổ. Thế mới biết, vào những năm 1880, ở một thị trấn hẻo lánh người Mỹ đã ra báo bằng máy in, trong khi ở Việt Nam trình độ khoa học kỹ thuật còn quá lạc hậu. Tờ báo này có khuynh hương thiên về miền Bắc bênh vực nhà Earp; còn một tòa báo khác là THE DAILY NUGGET thiên về miền Nam bênh vực nhóm Cowboys.

Hiện nay dân số Tombstone chỉ còn hơn một ngàn, vì sự khai thác mỏ bạc đã chấm dứt, thành phố chỉ còn là một di tích lịch sử.

Trưa rồi, mọi người đói bụng, bèn theo Google tìm được một tiệm phở Việt tại thành phố Sierra Vísta cách Tombstone mười phút. Chính Tới là thổ công ở Arizona mà cũng không ngờ trong một thành phố không có người Việt sinh sống lại có một tiệm ăn Việt đã mở từ mười hai năm nay. Hóa ra khách phần lớn là Mỹ và Mễ, nên phở cũng chẳng còn chút hương vị Việt .

Trên đường về, du khách đều tỏ ra mãn nguyện, vì hai ngày qua, đã thăm hai thắng cảnh chủ chốt của tiểu bang Arizona. Đối với Phong thế là quá đủ cho chuyến Đông Du. Cám ơn *tour guide* đầy nhiệt tình.

Tối nay, ăn xong, du khách theo chủ nhân đi bộ quanh làng. Trong bóng đêm, nhìn dãy núi bao vòng như một hàng rào tre vây quanh; nhà nào cũng đóng cửa kín, không thấy ai dẫn chó đi dạo, mặc dù nghe tiếng sủa đâu đây. Có lẽ phần lớn dân cư làm việc trong căn cứ; đi làm về là quây quần quanh bếp lửa gia đình; đâu có quán rượu, phòng trà ca nhạc ở gần; đúng là một không gian thích hợp cho sự tĩnh tâm.

Nói vậy, chứ bên ngoài yên tĩnh mà bên trong những Ipad thì ồn náo ngày đêm, dù ở góc núi cũng biết hết chuyện thiên hạ. Vậy mới phục tác giả TAM QUỐC CHÍ, nói phét, bịa ra chuyện Khổng Minh ngồi trong lều cỏ xó rừng mà khi đến triều đình Tôn Quyền tranh luận hạ gục từng viên quan văn võ, vì biết rõ lý lịch từng người. Hồi đó làm gì có những ống thông tin YouTube đi vào mọi ngõ ngách đời sống.

Chủ nhân báo sáng mai Chủ Nhật sẽ viếng thăm thắng cảnh cuối cùng là MADERA CANYON, cách Tucson nửa tiếng lái xe về phía Đông Nam trong Green Valley trên xa lộ I19, cách biên giới Mễ 30 dặm, ngang với thị trấn Tombstone.

Khe núi Madera thuộc về rặng núi Santa Rita, là một vùng thiên nhiên hoang dã, thiên đường của hàng trăm loài chim hiếm, hàng trăm loài thảo mộc, là kho tàng nghiên cứu của Đại Học Arizona, một thứ phòng thí nghiệm thiên tạo quí giá cho khoa học.

Tiếc là buổi sáng Chủ Nhật Kim Anh mệt không đi chơi núi; thật ra xe pick-up của Tới giúp du khách nhẹ nhàng lên sườn núi, từ đó nhiều người đi hiking leo lên đỉnh cao của ngọn Mt Wrightson. Ngọn núi này là đỉnh cao nhất của rặng Santa Rita, hơn 9000 feet, từ đó có thể nhìn toàn cảnh miền Nam Arizona và biên giới Mexico. Xét về mặt quân sự thì đỉnh núi này là một đài quan sát tuyệt hảo.

Phái đoàn chỉ dám leo một đoạn ngắn rồi ra về, cũng đủ để cảm nghiệm năng lượng thiên nhiên làm tâm hồn thơ-thới, gột sạch bụi trần.

Mới 11 giờ sáng, xe ghé qua hội chợ Pima County dập-dìu phụ nữ với y phục đủ màu sắc từ những nông trại về vui chơi; với những màn múa hát của các em học sinh các trường trong quận. Đối với dân chúng miền sơn dã, thì những lễ hội này là những dịp vui chơi quí giá.

Thế là hết bốn ngày du ngoạn tuyệt cú mèo, nhờ có tài xế kiêm hướng dẫn viên du lịch "*Excellent*" Nguyễn Văn Tới.

Trong bữa chiều tạm biệt, Tới cho biết đầu tháng Năm sẽ cùng Chiêu Hòa du lịch một tháng vùng Á Châu; sau đó sẽ chuẩn bị dọn nhà về Mesa gần Phoenix, giã từ VAIL, vui hưởng tuổi về hưu nơi thị tứ nhộn nhịp, gần chợ búa, cơ sở y tế... Bằng hữu cũng dễ dàng thăm viếng.

Thứ Hai, 22 tháng 4 phái đoàn khởi hành từ 5 giờ sáng, giã từ VAIL. Tới lại mất công lái xe đi về bốn tiếng chở phái đoàn đến trạm Lee's Sandwitches đón xe đò Hoàng về Cali.

Anh Phong và các chị Annie, Thịnh Hương, Iris Đinh không biết nói gì hơn là cảm ơn lòng hiếu khách ân cần của Tới, Chiêu Hòa, cháu Thiên Chương trong mấy ngày du ngoạn tiểu bang Arizona.

Đào Ngọc Phong
California ngày 9 tháng 5 năm 2024

Ngày Ra Trường

NGỌC HẠNH

Tác giả đã nhận giải Danh Dự Viết Về Nước Mỹ 2019. Bà tên thật Nguyễn thị Ngọc Hạnh, trước 1975 đã là giáo sư trung học đệ nhị cấp tại Saigon. Cùng gia đình tới Mỹ từ 1979, bà hiện hưu trí tại miền Đông và vẫn tiếp tục viết.

Hằng năm vào khoảng cuối tháng năm khi trăm hoa đua nở, khí hậu ôn hòa vừa nắng ấm vừa mát mẻ, thì khắp nơi xứ cờ Hoa, học trò các cấp lớp được nghỉ hè, rời mái trường thân yêu một thời gian. Khi ấy các cô cậu có thể đi du ngoạn với gia đình, tìm việc làm ngắn hạn trong mùa hè, hay chỉ nghỉ ngơi thỏa thích bù thời gian vất vả thức khuya dậy sớm suốt niên học.

Cô cậu nào hoàn tất 4 năm Đại Học thì bận bịu rộn ràng cho lễ tốt nghiệp và chuẩn bị hành lý trở về nhà sau ngày lãnh bằng, chia tay với trường lớp, quý vị giáo sư và các đồng môn. Tốt nghiệp Đại học, mỗi người sẽ đi một nơi. Bạn cùng trường có khi còn gặp lại nhưng các thầy cô mấy khi có cơ hội? Thật là buồn vui lẫn lộn. Các Tân Cử Nhân sẽ tìm được việc làm tốt hay tiếp tục đến trường học Hậu Đại học.

Không những các cô cậu Cử Nhân vui khi ra trường mà gia đình, bạn hữu, quý vị giáo sư cũng mừng và tự hào khi học trò, con em mình hoàn tất việc học, bỏ công đèn sách, thức khuya dậy sớm nay có kết quả tốt đẹp.

Vì thế những gia đình, họ hàng các cô cậu Cử có người ở tiểu bang khác xa xôi cũng bay đến dự lễ Tốt Nghiệp để chúc mừng con cháu mình dù tốn kém và mất thì giờ. Cuối tháng 5 hay đầu tháng 6 mới có lễ ra trường, nhưng ai muốn dự lễ tốt nghiệp phải giữ phòng khách sạn trước từ đầu năm.

Lễ tốt nghiệp thường là vào ngày thứ Bảy hay Chủ Nhật nhưng giữ phòng khách sạn ít nhất là 3 ngày và giá đắt gấp đôi gấp 3 ngày thường. Năm nay tôi may mắn có hai cháu tốt nghiệp, một cháu gái tốt nghiệp Cử Nhân trường Đại học UVA. Đặc biệt, một người cháu trai gọi tôi bằng Cô vừa tốt nghiệp Thạc sĩ ở Đại học Harward, Boston. Cậu tốt nghiệp ở Harward mới …65 tuổi thôi, mới khỏi bệnh ung thư yết hầu (throat) và vẫn còn tiếp tục uống thuốc! Một cô bạn văn nghệ tôi kể mà phục lăn! “Anh ấy tuổi không còn trẻ mà tốt nghiệp được Thạc Sĩ ở trường đại học danh tiếng Hoa Kỳ Harvard trong lúc đang chữa bệnh hiểm nghèo thì quả là đáng ngưỡng mộ, khen ngợi! Phải chi chị phỏng vấn anh và viết một bài chia sẻ cho độc giả thì quý biết bao!” Bạn nói.

Cậu cháu này của tôi là người vô cùng có chí, tôi cũng đồng ý với cô bạn, cháu rất đáng được khen ngợi vì đã làm gương cho con cháu và giới trẻ trong cộng đồng Việt nơi hải ngoại. Bất kể tình trạng sức khỏe thế nào, bất kể chương trình học ở Harward khó khăn ra sao, cháu vẫn cố gắng vượt qua để mang được tấm bằng rất giá trị về nhà. Tính cháu rất khiêm nhường, dù tôi cũng có một số hình tốt nghiệp Harward nhưng vì cháu ngại ngùng nên tôi cũng không dám chia sẻ.

Tiện đây, tôi xin ghi lại những điều nghe thấy về các trường đại học để quý vị ở xa có chút khái niệm dù không đầy đủ hầu khuyến khích em, cháu mình cố gắng học hành. Trước kia nơi quê nhà người trung lưu Việt Nam không có khả năng và cơ hội gởi con em đi du học các nước văn minh vì quá tốn kém. Ngày nay Hoa kỳ có nhiều chương trinh như học bổng, trợ cấp, cho vay… để sinh viên nghèo có thể tiếp tục học Đại Học .

ĐẠI CƯƠNG Đại học UVA (University of Virginia):

UVA là Đại học công, đẹp, thành lập năm 1819 ở Charlottesville, VA cách thủ đô Hoa Thịnh Đốn 3 tiếng rưỡi lái xe. Trường rộng khoáng 135 mẫu Anh gồm 8 phân khoa và 3 trường chuyên nghiệp: Luật, Y khoa, Kinh Doanh (School of Business). Sinh viên đến từ 148 quốc gia thế giới và 50 tiểu bang Hoa Kỳ. Trường có sinh viên nam và nữ. Theo báo USNews & World Report năm 1922, UVA được xếp hạng 25 trong các Đại học Hoa Kỳ và thứ 3 trong các Đại học công lập. Năm 2023 UVA có khoảng 40,815 đơn xin nhập học nhưng được nhận khoảng 24%. Trường có độ 16,655 sinh viên học 4 năm và 7,705 sinh viên hậu Đại học. Các sinh viên năm thứ I được nội trú, cư ngụ trong ký túc xá nhà trường.

BUỔI LỄ TỐT NGHIỆP

Địa điểm, ngày tháng cho buổi lễ tốt nghiệp được thông báo từ đầu năm 2024. Mỗi sinh viên tốt nghiệp được 4 vé mời. Khi vào nơi hành lễ chỉ được mang ví nhỏ và trong suốt có thể thấy vật dụng bên trong. Có an ninh kiểm soát khi qua cổng. Buổi lễ được tổ chức ngoài trời trong phạm vi nhà trường. Hôm ấy trời mưa nên sinh viên và gia đình phải che dù hay mang áo mưa. Có vài lều có nóc che nhưng số người tham dự đông quá không chứa hết…

Gần đến giờ khai mạc, các Tân Cử Nhân lần lượt và thứ tự với áo mũ xênh xang vào chỗ ngồi của mình trước khán đài. Kế đến các vị giáo sư, khoa trưởng lần lượt lên khán đài. Tất cả mọi người đứng nghiêm chào quốc kỳ, quốc ca Hoa Kỳ theo lời người hướng dẫn chương trình điều khiển. Thật ra tôi chỉ nhìn thấy sinh hoạt buổi lễ trên màn ảnh lớn gắn xung quanh hội trường, nhưng cũng rất rõ ràng. Bầu không khí thật trang nghiêm, trịnh trọng, và cảm động vô cùng.

Khoa trưởng và vài vị Giáo Sư khác lên ban huấn từ. Tiếng vỗ tay vang dội khắp nơi mỗi khi vị giáo sư dứt lời, những sinh viên ai nấy đều mặt mày rạng rỡ, tràn ngập nét vui mừng. Bên ngoài trời vẫn mưa rỉ rả suốt buổi lễ, như để tắm mát và chúc mừng các Tân Cử nhân sau những năm sách đèn vất vả suốt sáng thâu đêm…

Buổi chiều các Tân Cử Nhân vào lãnh bằng trong hội trường theo phân khoa của minh, ấm áp không sợ gió mưa ướt át. Số sinh viên và quan khách không quá đông như buổi sáng. Ngoài hành lang trước khi vào hội trường có nhiều quầy nhỏ bán hoa tươi, thiệp mừng, quà tặng như búp bê, gấu nhồi bông, và nước giải khát… Cũng có nhiều người mua và cô bán hàng bận tíu tít.

Trong phòng nhiều hàng ghế ghi chỗ ngồi dành cho sinh viên và quan khách. Hội trường nhỏ, ấm cúng. Trên những hàng ghế dành cho quan khách để sẵn quyển chương trình buổi lễ, danh sách các vị giáo sư và các tân Cử Nhân. Phân khoa của cháu gần 200 cô cậu Cử Nhân nhưng chỉ có 3 người Việt Nam mà thôi. Có nhiều cô cậu giống như người Việt Nam nhưng họ là người Trung Hoa, Đại Hàn, hay Nhật. Quan khách ngồi chật hội trường… Nhiếp ảnh viên chụp ảnh mỗi khi giáo sư trao bằng cho các tân Cử Nhân.

Chiều hôm ấy (5/18/24) sau khi xong lễ tốt nghiệp, chúng tôi kéo nhau ra dạo phố. Ngoài phố thật đông đảo người qua lại, do gia đình các sinh viên về tham dự buổi lễ. Các nhà hàng đầy kín thực khách, thường là dành chỗ trước cả mấy tháng trước. Thức ăn ngon hơn và đắt hơn một chút vì đặc biệt dành cho ngày RA TRƯỜNG theo lời ghi trên thực đơn.

Ăn uống xong chúng tôi trở về nhà sau khi viếng thăm vài thắng cảnh Charlottesville như vườn nho, vườn táo, thưởng thức rượu nho, thăm Shenandoah National Park…

LỄ RA TRƯỜNG ĐẠI HỌC HARVARD-BOSTON

Người cháu trai 65 tuổi của tôi ở California đã học xong Cử Nhân từ khi chưa có vợ. Nay ba người con trai của cháu cũng đã tốt nghiệp Đại Học mấy năm.

Cuối tháng 5 năm nay cháu bay từ Cali qua Virginia, ghé thăm người viết và sau đó hai vợ chồng đi Boston. Cháu nói "Tụi con ghé thăm Cô và tụi con sẽ đi Boston dự lễ tốt nghiệp." Hỏi ai tốt nghiệp thì cháu bảo "Con". Tưởng như cháu nói đùa vì cháu đã lớn tuổi lại bị ung thư phải nghỉ việc để chữa trị. Như thế cháu vừa chữa bệnh vừa học. Nay cháu đi lãnh bằng Master! Tôi thật ngạc nhiên vô cùng, vừa thương vừa cảm phục cháu!

Hỏi cháu Cali có nhiều trường tốt sao phải học tận Boston xa xôi và học phí mắc mỏ. Cháu cho biết theo Fortune Magazine và Business Week trường Đại Học Harvard nổi tiếng về Tài chánh & Kinh doanh như Đại Học Berkeley, Cali nổi tiếng về Khoa học… Tiện lợi là, Harvard có dạy online nên cháu ghi tên học. Lúc trẻ học xong 4 năm là lo đi làm vì mới định cư, gia đình Ba Má tiền bạc cũng eo hẹp. Nay các con lớn nên cháu muốn học xong ngành và ngôi trường Harvard cháu thích. Vợ cháu cũng đồng ý, khuyến khích chồng nhưng bạn bè và gia đình không mấy người biết. Có thể cháu ngại họ sẽ cho ý kiến không thuận lợi như học phí mắc, đã đến tuổi hưu nghỉ ngơi cho khỏe, học làm gì, ai thuê… Thật là mỗi người mỗi ý.

Vợ chồng cháu dạy con rất tốt. Các con của cháu đều ra đời ở Hoa Kỳ nhưng nói và viết thạo tiếng Việt. Lúc các con còn ở Tiểu học dù bận rộn hay mưa nắng, vợ chồng cũng dành thì giờ đưa con các đến trường học Việt ngữ vào cuối tuần. Thật tuyệt vời, nay người con út đến trường Việt Ngữ dạy tiếng Việt cho trẻ em Việt Nam ở Cali mỗi thứ Bảy. Trong khi mấy người cháu họ và con mấy người quen của tôi ra đời ở Hoa Kỳ phần lớn nói tiếng Việt không rành và không biết viết tiếng Việt. Tôi bảo cháu tôi là một gia đình mẫu mực về bảo tồn Việt Ngữ và Văn Hóa nước Việt Nam. Trên đường đi lãnh bằng tốt nghiệp cháu còn ghé vùng Hoa Thinh Đốn thăm người Cô 91 tuổi dù hai vợ chồng có thể bay thẳng từ Cali đến Boston đỡ mệt và tốn kém. Nghĩ mà thương cháu…

Khi dự lễ trở về hai vợ chồng rất vui tuy lái xe đường xa, 9 tiếng. Hai cháu giữ phòng khách sạn ở Boston từ đầu năm nhưng hết khách sạn gần trường nên phải đi taxi đến nơi hành lễ. Hỏi về lễ phục cho ngày ra trường thì cháu cho biết có nơi cho thuê. Cháu đặt trước, chỉ đến lấy mà thôi. Vả lại cháu đến sớm nên thì giờ rộng rãi. Hỏi cháu dâu có định "ăn khao cho bỏ công đèn sách không". Cháu dâu trả lời: "Nhà con không muốn". Còn cô cháu gái thì bố mẹ mở tiệc mừng cháu Tốt Nghiệp và cho đi nghỉ hè 1 tuần. Thật là cha mẹ lúc nào cũng mong cho con vui và hạnh phúc.

ĐẠI CƯƠNG ĐẠI HỌC HARVARD, BOSTON

Hỏi hai cháu cho biết tổng quát về trường Harvard vì trong gia đình, bằng hữu tôi chưa ai có con cháu học ngôi trường xa xôi và đắt đỏ đó. Theo cháu Harvard là Đại Học tư thục gần 400 tuổi, xây cất từ năm 1636 với diện tích ban đầu 85 mẫu (ha). Sau này trường nới rộng thêm cả 100 mẫu, xây phòng thí nghiệm, sân vận đông, ký túc xá cho sinh viên năm thứ I. Trường Harvard được xếp hạng tốt thứ 2 ở Hoa Kỳ, thứ 4 trên thế giới. Tuy học phí mắc, khó được nhận vào nhưng học Harvard là niềm mơ ước của các sinh viên không những ở Hoa Kỳ mà nhiều quốc gia trên thế giới .

Có 8 vị Tổng Thống và Phó Thống Hoa kỳ xuất thân từ trường Harvard như Tổng Thống Obama, George Bush, Phó Tổng Thống Al Gore…Có nhiều tỷ phú (188 người), nhiều người được giải thưởng Nobel: 191 người từ năm 1914 đến năm 2019. Ông nhà giàu Bill Gate và chủ nhân Facebook Mark Zuckerberg cũng từng là sinh viên Đại Học Harvard.

Trước đây có lần tôi theo đoàn du lịch ghé thăm trường Harvard, đến nhà ăn sinh viên, phòng đọc sách, nhà nguyện của trường. Tôi bị thu hút bởi sự quy mô rộng lớn của ngôi trường nổi tiếng này cho đến tận bây giờ.

Hai vợ chồng cháu tôi cho biết rất thích Đại Học Harvard, nơi có nhiều phương tiện tốt cho sinh viên học hành, nhiều giáo sư giỏi. Cháu mong ước thế hệ trẻ Việt Nam được học các ngôi trường danh tiếng ở các nước văn minh hải ngoại để làm rạng danh con cháu Lạc Hồng.

Tôi đồng ý với cháu, cầu mong thế hệ trẻ Việt Nam trong và ngoài nước, ai cũng có cơ hội học hành nơi trường tốt hầu giúp người và giúp mình hữu hiệu hơn. Cầu mong cho các cô cậu học sinh, sinh viên và gia đình, mọi người Việt Nam được bình an khỏe mạnh, sống trong yêu thương, vui tươi, ấm no và hạnh phúc.

Khi tôi kết thúc bài này, bên ngoài chim hót líu lo, ánh nắng bình minh phủ lên vạn vật, hoa rực rỡ, cỏ xanh tươi, phong cảnh đẹp xinh, như niềm vui của gia đình và các sinh viên vừa tốt nghiệp...

Ngọc Hạnh
Virginia, Mùa Ra Trường 2024

Con Tôi Học Làm Thầy Thuốc

NGUYỄN KHÁNH VŨ

Tác giả đã tham dự Viết Về Nước Mỹ ngay từ năm đầu tiên. Là con một gia đình H.O., đến Mỹ năm 1995, khi đã 27 tuổi. Nguyễn Khánh Vũ hiện là kỹ sư điện toán cho một công ty tại Arizona và đã góp nhiều bài viết xúc động.

Tác giả Nguyễn Khánh Vũ cùng con gái

Tôi luôn sống trong tâm tình tạ ơn Thiên Chúa khi đón nhận những món quà mà Ngài gửi đến trong cuộc đời tôi. Từ ngày có tụi nhỏ, những dự định cho cá nhân, từ việc học thêm các ngôn ngữ mà tôi yêu thích, trau dồi thêm kiến thức trong nghề nghiệp, tìm kiếm những cơ hội thăng tiến, đều dần có độ ưu tiên ngày càng thấp, ngày càng xa hơn, và lùi dần theo tỷ lệ thuận với số tuổi của các con. Tụi nhỏ càng lớn, tất cả thời gian và kế hoạch của tôi càng xoay quanh các con nhiều hơn.

Vốn dĩ là một sinh viên khoa điện toán của trường Bách Khoa Saigon rồi tiếp tục theo đuổi đam mê, làm công việc của một kỹ sư trong ngành này trong nhiều năm, tôi lại không bao giờ đặt kỳ vọng cô con gái lớn, Christine, sẽ nối bước. Nhưng rồi mọi chuyện thay đổi từ khi con bé bước vào tuổi 14, 15.

Như rất nhiều những đứa trẻ cùng trang lứa, Christine cũng đã bị các khối xếp hình kỳ ảo Lego cuốn hút. Trong phòng ngủ của con, hàng chục bộ Lego lớn nhỏ được sắp xếp ngay ngắn, gọn gàng trên các khung gỗ, từ những bộ đơn giản như những chiếc xe hơi, những chiếc tàu nhỏ, đến những bộ đắt tiền bao gồm hàng ngàn khối nho nhỏ, đòi hỏi hàng chục giờ kiên nhẫn, sự khéo tay, tỉ mỉ để hoàn thành như Hogwarts™ Castle and Grounds,

Ngoài niềm đam mê dành cho Lego, Christine còn giành sự yêu thích đặc biệt cho Asimo, chú người máy thông minh, dí dỏm được hãng Honda phát triển, sau một lần xem buổi biểu diễn của Asimo trong Disneyland. Hai thú vui đơn giản này theo một cách nào đó, thật thú vị, đã hòa quyện vào nhau để dẫn Christine đến một niềm đam mê khác, hết sức tự nhiên, say mê thảo chương điện toán để điều khiển tự động các khối Lego. Christine đã tham gia vào một nhóm sinh viên của trường dự các kỳ đua tranh giữa các trường trung học trong vùng, được tổ chức vào những mùa hè, dưới sự tài trợ mạnh mẽ từ các công ty tên tuổi như Dell, General Motors hay Machina Labs.

Hai cha con đã cùng nhau lên kế hoạch và chuẩn bị kỹ lưỡng cho việc Christine sẽ ứng thí vào trường đại học danh tiếng về kỹ thuật Massachusetts Institute of

Technology (MIT), giúp con bé hoàn thành ước mơ trở thành một kỹ sư trong ngành Robotics.

Nhưng ở đời mọi chuyện đều có những bất ngờ, không thể nào lường trước.

"Ba, ba cho con nói chuyện với ba được không?", con bé hạ giọng với một vẻ mặt đầy căng thẳng.

"Có chuyện gì mà ba thấy con lo lắng quá vậy?", tôi cười trấn an con mà trong bụng cũng đánh lô-tô.

"Con sẽ nói, nhưng ba hứa đừng giận con", con bé rào trước đón sau.

"Ừ, ba hứa", con bé làm tôi càng sốt ruột hơn.

"Ba có buồn không nếu con muốn đổi ngành học?", con bé nói lí nhí trong miệng.

"Ừ ba sẽ buồn", tôi nói, rồi cười lớn, khi trút được nỗi lo.

"Ba, con nói nghiêm túc đó", con bé nghiêm giọng.

"Ba đã lo cho con nhiều quá rồi, dạy con cho về lập trình nữa. Tốn nhiều thời gian chuẩn bị cho con vô MIT. Con cũng muốn sống tiếp ước mơ của ba", con bé nói một mạch như sợ tôi cắt ngang dòng suy nghĩ của nó.

"Con còn nhớ, ba đã từng nó với con, con cần sống cho ước mơ của con, sống cho cuộc đời của con, không phải cho ba. Ba sẽ luôn ở đây, quan tâm và giúp đỡ con hết

khả năng của ba. Còn nhớ không?", tôi ngắt lời con bé.

"Giờ thì kể cho ba nghe chuyện gì đã xảy ra trong ba tuần vừa qua", tôi ngồi xuống, ngã nhẹ người ra đằng sau, cười mỉm và khoanh tay chờ đợi.

Nói chuyện với con luôn là niềm vui của tôi. Các concàng lớn, tôi càng giành thời gian trò chuyện với chúng nhiều hơn và giữa cha con, tôi không đặt ra bất kỳ giới hạn nào hay nghiêm cấm bất kỳ đề tài gì, kể cả những đề tài tế tế nhị nhất, khó khăn nhất.

Trong cuộc sống, hình như mọi chuyện xảy ra đều có nguyên nhân của nó. Vào đầu năm lớp 12, Christine nằm trong số một nhóm học sinh được chọn và cho phép tham dự ba tuần tìm hiểu về ngành y khoa do trường đại học University of Irvine tổ chức. Hàng trăm học sinh trung học đến từ các trường trung học trong vùng đã về dự trong dịp này.

Trong ba tuần lễ liên tiếp, sống xa gia đình, các học sinh được giới thiệu về chương trình học y khoa, các nghề liên quan đến lãnh vực y khoa, từ y tá, nhân viên y tế phục vụ cộng đồng, nhân viên trong các phòng thí nghiệm, chuyên gia về dinh dưỡng, bác sĩ, phụ tá bác sĩ, …, được làm quen với các thuật ngữ y khoa, các dụng cụ y khoa, đến thăm các bệnh viên cũng như quan sát cách thức các y tá, bác sĩ tiếp xúc, chăm sóc bệnh nhân.

“Ba, cô bác sĩ hướng dẫn con, cô Emily, khen con khéo tay, con may vết thương thẳng và đẹp đó ba.”, con bé háo hức khoe như thể muốn đưa ra bằng chứng thuyết phục về việc tại sao con bé thay đổi ngành học.

“Con may vết thương?”, tôi thắc mắc.

“Dạ, nhưng mà may trên một miếng da con heo thôi ba. Cô Emily hiền và giỏi lắm ba. Cô cũng đẹp nữa. Con thích cô lắm”, con bé tiếp tục huyên thuyên, chia sẻ về cái thế giới mới lạ, thú vị và đầy những thử thách đó.

“Những bệnh nhân tội nghiệp lắm ba, nhiều người đau đớn lắm”, giọng con bé trầm hẳn lại.

“Con có chắc chắn về việc thay đổi này không?”, tôi hỏi lại con.

“Dạ chắc”, con trả lời ngắn gọn, chắc nịch và rồi ngồi trầm tư trong suy nghĩ của riêng mình.

Và rồi thời gian lại thấm thoát như thoi đưa, như vó câu qua cửa, như tiền nhân đã dạy.

Vào một ngày Chủ Nhật, trời thật đẹp như niềm hân hoan trong lòng tôi, tôi và gia đình đã được làm chứng nhân, tham dự ngày Christine cùng những tân sinh viên Y Khoa vinh dự lần đầu khoác lên mình chiếc áo trắng, chính thức được nhận vào trường đại học Touro University, thuộc tiểu bang Nevada.

Trong khoảng 5 năm trở lại đây, trường đại học này đã trở thành là một ngôi sao đang lên trong hệ thống các trường đào tạo sinh viên Y Khoa trên toàn quốc. Ngôi trường này tọa lạc trong thành phố Henderson xinh đẹp, nơi mà các trường đại học luôn nhận được những sự ưu ái đặc biệt từ chính quyền thành phố. Những sinh viên tốt nghiệp sẽ nhận được rất nhiều quyền lợi như mua nhà, mua xe không cần chứng minh điểm tín dụng cao, không cần tiền đặt cọc, được mua các loại bảo hiểm như sức khỏe, nhà cửa, xe cộ, với giá cả ưu đãi, nếu nhận ở lại làm việc trong thành phố. Nhân tài quả thật là báu vật của quốc gia vậy.

Buổi lễ được bắt đầu bằng việc tất cả các vị giáo sư, các quan khách cùng đứng vỗ tay chào đón các tân sinh viên. Kế đến là việc vị hiệu trưởng đọc lời chào mừng mà trong bài diễn văn ngắn gọn của ông trong vòng vài phút tôi có thể đếm được 8 lần ông nhắc đến Thượng Đế (God). Các tân sinh viên sau đó được một vị giáo sĩ Do Thái Giáo dâng lời cầu nguyện, vì vị sáng lập ngôi trường này là một người Do Thái. Kế đến các vị trưởng khoa lần lượt lên bục nói vài lời với tân sinh viên mà trong đó tôi nhớ nhất bài diễn văn của giáo sư Robert Askey khi ông muốn các sinh viên phải cố gắng thực tập cho cái đầu (Head) để nâng cao kiến thức, cho đôi tay (Hands) để thành thục trong các kỹ thuật Y Khoa và cho trái tim (Heart) để thông cảm, yêu thương bệnh nhân. Thật là một lời nhắn nhủ không chỉ cho các tân sinh viên mà còn cho tất cả chúng ta khi biết sống hiểu biết, và yêu thương tha nhân.

Để có thể được bước trên quãng đường dài chỉ vài chục mét đó trong đại Hí Viện sang trọng Performing Arts Smith Center, bước lên bục nhận lãnh chiếc áo trắng ước mơ đó, Christine đã phải đi qua một quãng đường dài hơn rất nhiều.

Christine đã phải hoàn tất bốn năm theo học ngành "Bio-Chem" tại trường đại học UCI, kế tiếp là gần ba năm làm việc trong các phòng thí nghiệm tại các trường đại học, thực tập phụ tá cho các bác sĩ tại các bệnh viện, đi làm EMT (Emergency Medical Technician) bán thời gian với giờ giấc khắc nghiệt. Công việc thường xuyên đòi hỏi Christine về đến nhà khi đồng hồ đã quá nửa đêm.

"Bé Trúc (tên Việt của Christine) về chưa con?", Má tôi gọi điện thoại hỏi thăm khi đồng hồ chỉ rõ đã hơn 12 giờ khuya.

"Dạ chưa, Má. Con cũng không biết khi nào nữa Má. Giờ giấc công việc này thất thường lắm. Má đừng quá lo", tôi trấn án Má tôi trong lúc lòng tôi cũng đầy những lo lắng.

Và những cuộc gọi điện thoại như vậy đã xảy ra trong nhiều tuần lễ.

"Christine, con giải thích với Nội đi để Nội yên tâm", tôi kéo hai bà cháu ngồi xuống trong một dịp cả nhà quây quần mừng lễ Tạ Ơn.

"Nội, con biết Nội lo nhưng nếu không Christine này thì cũng sẽ có một Christine khác làm công việc này mà Nội. Bệnh nhân cần có người chăm sóc nha Nội", con bé trấn an Nội của nó.

Công việc này cũng đòi hỏi Christine phải lái xe đưa đón bệnh nhân trong những trường hợp khẩn cấp, tập tính kiên nhẫn, lòng yêu thương, kể cả các kỹ thuật khi phải đối phó với nhiều trường hợp bệnh nhân khó tính, có thể miệt thị hay ngay cả hành hung nhân viên y tế.

"Hôm nay con trông mệt quá vậy", tôi đón con khi nghe chuông nhà reo lên.

Con bé chẳng nói chẳng rằng, bỏ cái túi xách đựng những dụng cụ y tế xuống, rồi ngồi bệt xuống đất khóc ngon lành.

"Con mới bị cái ông "homeless" nhổ nước miếng lên đầu con. Con giúp đưa ông ta vào bệnh viện thôi mà", con bé tiếp tục trút những nỗi buồn, những bực dọc đang đè nén trong lòng.

"Có ai giúp đỡ tụi con không?", tôi lo lắng hỏi con.

"Dạ, có cảnh sát đi theo tụi con", Christine đáp lời ngay để tránh cho tôi phải lo lắng thêm.

Và tôi đã ngồi im lặng nhìn con mà lòng xót xa, chẳng dám khóc, để con có một người bạn lắng nghe con trong lúc gặp phải những chuyện không vui.

"Con cám ơn ba. Con đi tắm cho sạch sẽ rồi đi ngủ. Con OK, Ba", con bé cười trấn an tôi với đôi mắt đỏ hoe.

"Không, Christine. Ba cám ơn con", tôi thầm nghĩ mà chẳng dám nói thành lời.

Tất cả những công khó nhọc này cộng lại là để chuẩn bị cho việc đua tranh vào các trường đại học Y Khoa. Các ứng viên sau khi nộp đơn sẽ phải trải qua các vòng sơ tuyển qua việc phỏng vấn và xét duyệt bởi một nhóm các giáo sư. Để lọt vào danh sách 80 sinh viên cuối cùng được cho phép tham dự buổi lễ này, Christine trước phải lọt vào nhóm 200 sinh viên được chọn lọc qua các kỳ phỏng vấn, sau đó phải vượt qua các bài thi sau 2 tháng học căng thẳng.

Ngoài những cố gắng vượt bậc của bản thân, theo thiển ý của tôi, Christine vẫn cần đến sự ủng hộ, chăm sóc từ gia đình, và nhất là cần đến sự quan phòng và tình yêu thương từ Thiên Chúa, để Christine có được sự khởi đầu tốt đẹp như vậy.

"Ba muốn Christine phải luôn nhớ rằng con đường mà con đang đi đến thành công trong tương lai đã được lót bằng những viên gạch của những năm tháng tù đày trong ngục tù Cộng sản của ông Nội con, của những năm tháng bà Nội con còm lưng trên chiếc máy may, của những cố gắng từ tất cả mọi thành viên trong gia đình, của tình yêu thương, và những lời cầu nguyện cho con. Ba muốn Christine phải vững vàng trước mọi thử thách và luôn có một niềm tin sắt đá vào sự quan phòng của Thiên Chúa.

Và ba sẽ luôn ở đây theo dõi, ủng hộ từng bước con đi."

Nguyễn Khánh Vũ
Ngày 4 tháng 10 năm 2024

Gia Hạn Bằng Lái Xe Cho Người Trên 70 Tuổi

PHẠM THỊ KIM DUNG

TG Phạm Thị Kim Dung nhận giải
Đặc Biệt VVNM 2018.

Tác giả lần đầu dự VVNM năm 2017. Bà sinh năm 1951 tại miền Bắc VN, di cư vào Nam 1954, là thư ký hành chánh sở Mỹ Defense Attaché Office (DAO) cho tới ngày 29 tháng Tư 1975. Vượt biển và định cư tại Mỹ năm 1980, làm thư ký văn phòng chính ngạch tại City of San Jose từ 1988-2006. Tác giả nhận giải Đặc Biệt Viết Về Nước Mỹ năm 2018 và 2021.

Luật mới của Tiểu Bang California, những người trên 70 tuổi khi xin gia hạn bằng lái xe thì đều phải thi lại bài thi viết. Nghe nói có nhiều người thi rớt lên, rớt xuống vài lần mới thi đậu được bài thi viết. Tôi thì cũng trong hoàn cảnh đó, nên rất lo sợ, không biết mình có thể lấy lại bằng lái xe được không?

Xin đừng lo lắng! DMV đã có một chương trình thi online giúp cho người trên 70 tuổi thi lại bằng viết để xin gia hạn bằng lái xe "Bảo đảm đậu".

- Việc trước tiên đến DMV để lấy quyển sổ tay California Driver's Handbook (có loại tiếng Anh và tiếng Việt) để xem vài lần cho nhớ mà làm bài.

- Vào trang mạng chọn California DMV.

- Mở account (create an account).

- Đóng tiền.

- DMV sẽ gởi cái link vào email cho mình.

- Mở email và bấm vào cái link đó, vào lại account của mình để làm bài.

* Nơi trung tâm cho bài thi online eLearning course làm việc 24 giờ một ngày, 7 ngày một tuần.

* Nếu quý vị không thể hoàn tất làm bài thi trong một ngày, quý vị có thể mở lại account để làm bài thi tiếp tục vào lúc khác.

* Nếu quý vị không hoàn thành bài thi trong vòng mười hai tháng, thì đơn xin thi sẽ bị hủy bỏ, và quý vị sẽ phải xin thi lại từ đầu.

Khi vào eLearning mở account rồi mà đóng tiền không được, trong trang mạng hiện lên là bạn không được phép thi online, thì đừng có sợ. Quý vị hãy nhờ con cháu vào lại account của quý vị giúp đóng tiền lệ phí $45. Khi đã đóng được tiền rồi, thì quý vị nhớ lựa chọn thi eLearning.

Sau khi đã chọn thi eLearning, họ sẽ gởi một cái link eLearning test vào email của quý vị. Sau đó, quý vị bấm vào cái link eLearning đó để bắt đầu làm bài thi. Họ sẽ cho quý vị bấm lựa chọn câu nào mà cảm thấy đúng nhất. Nếu bị sai, thì chọn lại câu khác. Không hạn chế thời gian và chọn câu sai hay đúng bao nhiêu lần.

Thường thường tâm lý của những người lớn tuổi khi phải thi bằng viết lại thì rất lo sợ, nhất là lâu ngày có thể quên những luật lệ đi đường. Vì không có chuẩn bị nên bị rớt và phải thi lại vài ba lần mới đậu.

Trong suốt bốn mươi ba năm lái xe ở Mỹ, tôi luôn được Nha Lộ Vận DMV gởi thư cho tự động được gia hạn bằng lái xe mới, chưa lần nào phải thi lại.

Nhưng năm nay thì không được hưởng quy chế tự động nữa. DMV đã gởi thư thông báo cho biết, tôi phải thi lại bằng viết để được tiếp tục lái xe. Theo luật hiện hành, những người từ 70 tuổi trở lên, đều phải thi lại bằng viết, kiểm tra lại thị lực, chụp hình và lấy dấu lăn tay.

Thông thường thì mọi người dân đến DMV để thi, nhưng hiện nay DMV cho phép những người trên 70 tuổi được quyền thi lại bằng viết online tại nhà, mà không phải đến DMV để thi.

Bằng lái xe của tôi sẽ hết hạn vào cuối tháng Bảy năm nay, nên tôi đã nhận được thư từ DMV báo trước hai tháng là phải thi lại để Renew bằng lái xe mới. Tôi cứ tuân theo những điều yêu cầu trong thư của DMV mà làm.

Đây là quá trình tôi phải làm để xin thi lại bằng viết. Trước tiên, tôi dùng cái IPad lớn của tôi để nhìn vào màn ảnh có chữ lớn cho rõ ràng, và vào trang mạng của DMV làm bài thi cho dễ, chọn Tiểu Bang California để Renew Driver License, rồi cứ theo sự chỉ dẫn của DMV trong trang mạng, mở account điền thông tin cá nhân và trả tiền lệ phí để Renew bằng lái xe mới.

Sau khi đã trả tiền lệ phí $45 USD, DMV mới gởi cho tôi cái link eLearning cho phép thi online (muốn thi online hay đến DMV để thi, đó là sự lựa chọn của mình). Tôi luôn luôn giữ cái IPhone của tôi bên cạnh, từ lúc mới bắt đầu vào trang mạng DMV để mở account, bởi vì có đôi lúc DMV đã gởi những số code kiểm chứng và confirmation vào IPhone của tôi.

Khi nhận được cái link eLearning, tôi đã mở ra và làm hoàn tất bài thi viết eLearning course online xong rồi.

Ngay sau khi vừa thi eLearning xong, tôi đã xin cái hẹn đến DMV để kiểm tra về thị lực (vision test), chụp hình và lấy dấu lăn tay.

Tôi đã dự thi, làm bài eLearning course online và đã xin được cái hẹn đến DMV để chụp hình và lấy dấu lăn tay cùng ngày 08 tháng 05, năm 2024.

Ngày 21 tháng 05, năm 2024 là ngày hẹn. Tôi đã đến DMV khoảng gần hai giờ đồng hồ trước giờ hẹn để đợi tìm chỗ đậu xe, rồi vào bên trong tòa nhà xếp hàng, gặp bà nhân viên ở bàn đầu tiên kiểm lại thì không thấy tên của tôi và cái hẹn trong hệ thống computer của DMV, nên bà đã tự động cho tôi cái số thứ tự trong nhóm walk-in không có hẹn trước, phải đợi khoảng năm mươi mấy số trước mới đến lượt tôi.

Cũng may là sau khi xin hẹn online xong, DMV đã gởi confirmation ngày giờ hẹn vào IPhone của tôi, tôi đã cẩn thận chụp hình và viết "Appointment Number" vào tờ giấy để lưu lại. Nhờ như vậy, khi tôi xem theo dõi màn ảnh liệt kê số bàn cửa sổ của nhân viên DMV, theo thứ tự cuộc hẹn treo ở trên tường, tôi mới biết rõ mà quay trở lại gặp bà nhân viên lúc nãy để xin khiếu nại ngay, thì bà mới đổi lại cho tên tôi vào cái nhóm đã có xin hẹn trước rồi, nên tôi được gọi tên gặp nhân viên làm việc đúng giờ hẹn của tôi, chỉ phải chờ có bốn số trước tôi thôi.

Tôi đã chuẩn bị những thứ giấy tờ cần thiết đem theo, để

chứng minh như yêu cầu của DMV: Drive License cũ của tôi, bản chính bằng thi Quốc Tịch Mỹ, thẻ An Sinh Xã Hội, hóa đơn điện nước. Mặc dù chỉ cần hai thứ giấy tờ chứng minh là cư dân của California, và tôi đã làm REAL ID chung vào một thẻ với Driver License của tôi cách đây hơn bốn năm, nên DMV đã có đầy đủ dữ kiện của tôi rồi, nhưng tôi vẫn đem theo những thứ giấy tờ này để phòng hờ cho chắc ăn và an tâm.

Như đã biết trước, năm nay tôi phải thi viết lại để Renew bằng lái xe. Nhân tiện đã đến thời hạn khám mắt định kỳ, nên cách đây hai tuần, tôi đã xin hẹn gặp Bác Sĩ mắt kính, xin Bác Sĩ khám làm cái mắt kính cận thị mới cho tôi, để khi đến DMV kiểm lại thị lực (vision test) thì tôi có cái mắt kính với độ đo hiện tại. Tuy nhiên, mặc dù đã có mắt kính mới rồi, nhưng tôi vẫn đem theo mắt kính cũ của tôi để trong túi áo phòng hờ nhỡ chưa quen cái mắt kính mới quá, nó có thể làm chóng mặt, thì sẵn có cái mắt kính cũ đã quen thường dùng.

Qua kinh nghiệm vừa mới thi Renew bằng lái xe mới, tôi muốn xin chia sẻ với quý độc giả VVNM nhé! Hiển nhiên, cách thi lại bằng viết online eLearning này họ muốn giúp refresh cho mọi người dân vừa thi, vừa ôn lại bài về luật lái xe gồm có những mục nhỏ, những câu hỏi khác nhau rất hữu ích. Thời gian làm bài thi online khoảng chừng nửa giờ đồng hồ. Người dự thi nên chú tâm, lắng nghe người nói trong trang mạng và xem những câu hỏi trên màn hình cứ nhẩn nha mà làm bài, không nên lo lắng thái quá, sẽ bị ảnh hưởng đến sức khỏe. Bởi vì, có dự thi, có làm bài thì chắc chắn sẽ đậu.

Tôi có vài người thân quen kể lại cho biết rằng, họ vừa mới thi bằng viết lại tại DMV đến lần thứ hai, hoặc lần thứ ba mới đậu, nên ai cũng phải chịu khó học ôn bài cho kỹ, thì mới mong thi đậu. Tôi đã đến DMV để lấy quyển sổ tay của California Driver's Handbook, bằng tiếng Anh để xem vài lần cho thuộc, trước khi dự thi.

Lợi điểm của người cao niên từ 70 tuổi trở lên được phép thi online thì không thể rớt được, thi chắc chắn là đậu. Hiện thời bây giờ thi online, chỉ có đề thi tiếng Anh mà thôi.

Những câu hỏi trong đề thi online eLearning (hay tại DMV) đã được ghi lại in trong quyển sổ tay California Driver's Handbook. Ai mà thuộc bài, khi chọn bấm câu đầu tiên đương nhiên là sẽ đúng (trong màn hình sẽ hiện lên ngay chữ correct), còn ai hay quên, khi làm bài mà sai câu nào (trong màn hình sẽ hiện lên ngay chữ incorrect), thì mình sẽ chọn bấm câu khác kế đó để thay thế vào câu sai mà mình đã chọn, nếu mà lần chọn bấm câu thứ hai cũng sai nữa, thì buộc lòng mình phải bấm chọn tới câu thứ ba cuối cùng còn lại thì chắc chắn phải là câu đúng.

Nói tóm lại, người dự thi bằng viết online eLearning course vừa được học ôn lại bài về luật lệ lái xe, vừa được thi. Nếu mình chọn sai câu trả lời, thì computer sẽ gợi ý để mình chọn câu trả lời đúng khác, thậm chí câu trả lời kế còn sai, thì vẫn còn có cơ hội chọn câu đúng nhất.

Phạm Thị Kim Dung
San Jose, Tháng 05 Năm 2024

Những Tấm Lòng Vàng

PHAN NỮ LAN

Tác giả Phan Nữ Lan (Tháinữlan/TháiLan) sinh trưởng tại Đà Lạt, Việt Nam. Cô làm công việc giảng dạy Pháp ngữ và Anh ngữ và biên, phiên dịch ở Việt Nam cũng như khi đã định cư tại tiểu bang Texas, Hoa Kỳ. Cô còn là cộng tác viên của báo Trẻ magazine, Bút Việt, Nam Úc Tuần Báo, Á Châu Thời Báo, báo Người Việt và Việt Báo.

Trong cuộc đời của mỗi người, bất kỳ ở nơi nào trên thế giới, từ khi có trí khôn, là ta đã mang nợ và phải biết ơn nhiều người- từ Tổ Tiên Ông Bà, người làm ra hạt gạo nuôi ta, Đấng Sinh Thành, đến những Thầy Cô dẫn dắt ta, các cô chú Thương Phế Binh đã bảo vệ chúng ta bằng chính cuộc đời họ, đến bạn bè, người quản lý và giám đốc nơi ta làm việc, đồng nghiệp... người quen người lạ… tất cả mọi người chung quanh, ta đều mang ơn họ, không nhiều thì ít...

Và riêng đối với những người được định cư ở quê hương thứ hai, ta còn phải mắc nợ thêm bao nhiêu là người nữa- từ chính phủ, những vị tổng thống, từ những vị giúp những chương trình tái định cư HO, ODP… đến những vị ân nhân bảo lãnh...v.v... trái tim nhân ái của họ bao la vô cùng... Kể ra tất cả những người làm ơn cho ta sẽ không hết - ở đây tôi chỉ xin đơn cử một vài việc rất gần đối với gia đình tôi, với đất nước "*Cờ Hoa*" đầy tình người này.

Sở hữu gia tài do thế hệ cha ông để lại, hoặc tự mình vươn lên bằng đôi tay và khối óc là những điều may mắn mà không phải ai cũng gặp được. Nhưng sử dụng vốn liếng trời cho ấy cho đúng với lương tâm lại là một điều không dễ thực hiện. Bao nhiêu cạm bẫy vật chất, bao nhiêu cảnh đời trong phút chốc lại trắng tay. Nếu những người ấy biết dùng sự may mắn để tạo phước đức cho đời này và các thế hệ con cháu, vừa giúp người, vừa giúp mình có một cuộc sống hữu ích, có lẽ cuộc đời sẽ có được biết bao bông hoa tươi đẹp. Và nơi cần sự giúp đỡ ấy nhất có lẽ là những bệnh viện được những người có điều kiện và lòng thiện nguyện giúp đóng góp một bàn tay không nhỏ. Những mảnh đời không may phải mang bệnh tật, nếu không có những tấm lòng nhân ái thì sẽ ra sao? Thời gian gần đây, gia đình tôi đã được tiếp cận và mang ơn những bàn tay ấy đến muôn đời. Cầu xin Ơn Trên gia hộ cho những Tấm Lòng Vàng ấy luôn gặp phước. Xin gởi đến quý vị hai câu chuyện về gia đình của tôi.

Chuyện thứ nhất. Ở xứ Cờ Hoa, những trái tim ấy đã rải tình thương đi cùng khắp. Có những bệnh viện chữa bệnh nan y, bệnh nhân không phải trả bất kỳ một chi phí nào, mà đúng ra rất cao để trang trải bao nhiêu là điều kiện để có được những cuộc phẫu thuật, phòng ốc, nhân viên. . . Bệnh viện Nhi, nơi cháu tôi vừa mới chào đời, niềm vui chưa trọn thì qua kiểm tra được biết cháu mang căn bệnh rất hiếm ở các bé, có khối nước trên não, chỉ xảy ra 0,15% trường hợp. . .

Mới được nhìn thấy ánh sáng mặt trời chưa tới một tuần, bé đã phải trải qua phẫu thuật não. Tin như sét đánh! Tại sao? Và tại sao lại là cháu yêu thương của tôi? Bé còn nhỏ quá, sức của bé có thể chịu đựng để vượt qua không? Các bác sĩ với lương tâm nghề nghiệp thật đáng trân trọng vừa muốn cứu chữa bé, vừa muốn học hỏi thêm để đối phó với bao nhiêu căn bệnh nan y khác, hàng ngày đến phòng bệnh của cháu rất nhiều. và trước hôm phẫu thuật, khoảng 20 bác sĩ đến để kiểm tra mắt, tim, phổi... mỗi vị chuyên môn về một ngành.

Cuộc phẫu thuật kéo dài 9 giờ rưỡi thay vì 6 giờ như dự định. Từng phút giây nặng nề trôi qua. Nhưng Trời xót thương chúng tôi đã gởi đến cho gia đình chúng tôi những vị có lương tâm và tay nghề rất cao nên mọi việc đã thành công. Giờ đây bé đang hồi sức trong ít lâu, để rồi lại chịu hóa trị, xạ trị. Điều làm cho chúng tôi rất ấm lòng trong nỗi đau khôn cùng là ngoài sự giúp đỡ về viện phí của các nhà hảo tâm, còn có bao nhiêu cơ quan đoàn thể đến để giúp ba mẹ cháu làm đơn xin trợ giúp về y tế (Medicaid), trợ giúp về phương tiện đi lại (thẻ để đổ xăng…), những bữa ăn của bệnh viện cho mẹ cháu, và vô vàn những ân cần chăm sóc của những bàn tay thiện nguyện.

Nỗi đau khi nhìn thấy bao nhiêu trẻ con nô đùa, tại sao cháu mình lại không được như chúng, được vơi đi phần nào khi nhận được tình cảm từ những trái tim yêu thương như thế. Cám ơn xứ sở Tràn Đầy Tình Người. *Cám ơn những Tấm Lòng Vàng.* Xin ghi lòng tạc dạ những sự tận tâm của quý vị bác sĩ y tá, nhân viên của bệnh viện *Children's Health, Dallas, Texas.* Xin đa tạ các Mạnh thường quân.

Và ngẫm nghĩ về Đất Mẹ, nơi các đại gia xây mọi thứ bằng vàng, vung tiền không gớm tay thay vì giúp những bệnh nhân thoát khỏi phải cảnh đau thương! Mỗi bệnh nhân cho dù vào Cấp Cứu, cũng phải bì thư lớn nhỏ thì mới được chữa trị. Tình người của họ ở đâu? "*Lương Y Như Từ Mẫu* " đâu rồi? *Lời thề Hippocrate* "Tôi sẽ tránh mọi điều xấu và bất công!" đâu rồi? Chắc họ không cần biết đến lương tâm và việc để lại phước đức cho con cháu. Đau đớn thay!

Chuyện thứ hai. Lúc gia đình tôi mới được thở không khí tự do ở đất nước yêu thương này- sau nhiều chục năm sống với "*Bác và Đảng ta*". Đến đây rất trễ, so với nhiều gia đình (sau năm 2000), nhưng vẫn còn may mắn hơn những máu mủ ruột thịt còn đau thương ở Đất Mẹ. Có một mùa hè tôi qua California thăm Mẹ và các em tôi.

Một ngày thật đẹp, đi biển Newport, tôi vốn rất mê những con sóng, mê ánh trăng, hoàng hôn, bình minh trên nền trời cũng như đại dương xanh thẫm. Mùa hè nên biển rất đông người, tôi đi với gia đình hai em tôi. Đến nơi hai em bơi ra xa, còn tôi ở gần bờ hơn, tuy vậy mực nước cũng khá sâu. Nước thật trong mát, nhìn ra xa vài con thuyền hoặc ván lướt sóng của các bạn trẻ làm nước bắn tung tóe thật là đẹp mắt và cảnh vật sao thanh bình quá!

Tôi nhắm mắt tận hưởng mùi gió biển, mùi cát mặn, mùi không khí yên bình, vừa thân thương vừa lãng mạn, đất trời bao là đẹp quá... và ước gì ngay bây giờ có một người rất gần gũi đang ở đây, ngay bên tôi, vẫy nước tóe vào nhau như chúng tôi vẫn thích nô đùa như trẻ con mỗi khi ra biển, mơ màng trong niềm vui hư ảo.

Bỗng dưng có con sóng thật mạnh, xoáy vào bên dưới lòng nước, cuốn tôi xuống thật nhanh. Tôi không kịp phản ứng, không còn biết mình phải quẫy chân lên hay la cầu cứu, tôi ú ớ không biết làm thế nào vì kêu không ra tiếng. Trong phút giây ấy, hình ảnh bao nhiêu người thân hiện lên trong trí, Cha Mẹ anh chị em, con cháu... ôi chắc tôi không kịp nói lời giã từ. May sao có một chị người "Mễ" bơi gần đó chạy lên gọi người canh gác bãi biển (safeguard). Người ấy chạy đến ngay và mang tôi lên bờ, làm hô hấp cấp cứu cho tôi.

Tôi thiếp đi. Khi tỉnh dậy thấy mình nằm trên giường bệnh viện cấp cứu, lúc đó người em kế tôi đang đứng bên cạnh giường, và kể lại mọi việc. "*...Chỉ một giây nữa thôi, nếu chị người "Mễ" ấy không nhìn thấy, thì giờ này chị đang nằm trong một hộp sắt của ngăn phòng lạnh, im hơi, cùng với bao nhiêu người khác, được kéo ra kéo vô để em và mọi người nhìn thăm chị, chị ơi...!*" Vài ngày sau đó, tôi được về nhà, rồi về lại xứ Cao Bồi Texas của tôi.

Nhiều ngày sau, là giấy đòi nợ (bills) khoảng 7,000 đô la! Trời ơi! Gia đình tôi qua đây rất trễ. Hai con trai lớn trên 21tuổi đã phải du học bên nước Úc, chỉ có hai gái út còn học trung học. Bố chúng cũng phải đi cày, phần tôi đi dạy tiếng Pháp và làm thêm 4 "jobs" bán thời gian. Thì ngoài những hóa đơn hàng tháng cho mọi sinh hoạt, làm sao có được một vài trăm mỗi tháng để trả góp cho khoản nợ kếch xù này đây?

Trời đất quay cuồng. Thêm nữa, bên Cali mọi thứ đều đắt đỏ hơn nhiều so với bên tôi ở. Tôi lo canh cánh trong lòng suốt nhiều ngày. Vì mới qua nên không biết rằng ở đây ai cũng phải mắc nợ, từ cô cậu sinh viên cho tới những người có cơ sở làm ăn tiểu thương hoặc đại thương gia. Khi nghe người thân và bạn bè cho biết điều ấy, tôi cũng đỡ lo, nhưng cũng phải nghĩ đến việc trả dần món nợ. Thế là mỗi tháng gởi tạm bên bệnh viện Newport vài chục, một trăm đồng thời làm đơn để được chứng minh là thu nhập thấp, mong họ bớt phần nào món nợ ấy.

Vài tháng trôi qua, tôi đã gởi những giấy tờ cần thiết qua Cali, mà vẫn trả nợ vài phần trăm của số tiền ấy. Đến một ngày, thật là một ngày đẹp trời mùa Xuân, theo như người bản địa các đồng nghiệp thường nói khi họ có một việc rất vui mừng: "*You made my day*!" Ngày hôm nay tôi thật sự vui mừng quá. Đó là ngày nhận được thư của bệnh viện bên Cali, ghi rằng tôi không còn nợ họ đồng xu cắc bạc nào nữa cả, và lại còn được hoàn trả lại toàn bộ số tiền mà tôi đã chắt chiu hàng tháng để trả nợ khoảng vài trăm đồng! Thật sự là Lạy Trời! Thật không ngờ một đất nước quá sức Giàu lòng Nhân Ái, thấu hiểu nhưng nỗi khổ của người "lao động cật lực" Tình người bao la, thế nên đất nước họ giàu mạnh là phải, vì được Trời thương!

Những mẩu chuyện trên đây, có lẽ và chắc chắn đối với những người định cư nơi này rất lâu, hoặc đối với người dân bản xứ là điều bình thường, nhưng đối với gia đình tôi, mới được vớt lên từ hố sâu thẳm của khổ ải với thực tế quá phũ phàng của bên gọi là thắng cuộc, với bao nhiêu là đắng cay tủi nhục mà bất kỳ nỗi đau nào cũng cần phải có "bao thơ", thì những sự việc cỏn con này là niềm hạnh phúc vô biên.

Một lần nữa, xin cảm ơn Nước Mỹ, cảm ơn dân Mỹ và chính quyền Mỹ nói chung, và xin cảm ơn những vị ân nhân- Cầu xin Ơn trên luôn ban Bình An đến gia đình họ. Xin TẠ ƠN TRỜI.

Mùa Tạ Ơn 2024, xứ Cao Bồi Texas

Phannữlan

Chia Sẻ Một Kinh Nghiệm

PHI NGUYỄN

Tác giả Phi Nguyễn lần đầu tham dự VVNM với bài "Trái mít" năm 2020. Bà sinh sống và làm việc tại thành phố Brunswick, Georgia.

Tháng Tư vừa rồi sau gần 3 tuần lễ đi chơi xa, đã đến lúc trở về nhà! Sau hơn 8 tiếng bay từ phi trường San Francisco, California, máy bay đáp xuống phi trường Jacksonville, Florida lúc 10 giờ 35 tối.

Sau khi lấy xong hành lý, chúng tôi đến bãi đậu xe lúc đó khoảng chừng 11 giờ đêm. Vừa tới nơi ông chồng tôi tiến tới thùng xe bấm tay vào nắp thùng để mở mà cho hành lý vào! Ơ kìa, lạ quá không nghe thấy động tĩnh gì! Không thấy đèn sáng và cánh cửa thùng xe tự động mở lên như mọi lần trước đây! Thấy bấm tay không hoạt động ông rút chìa khóa từ trong túi quần ra bấm nút thùng xe để mở, vẫn không được! Bấm đi bấm lại lại nhiều lần vẫn vậy! Tiến đến hai bên xe bấm nút mở cửa xe: hoàn toàn im lìm, lặng lẽ! Chiếc xe như một khối sắt lạnh lùng!

Chúng tôi nhìn nhau, chuyện gì đây? Tự nhiên sao chiếc xe dở chứng? Thiệt là lạ kỳ, bình điện xe hết? Chìa khóa xe hết pin? Tôi nghĩ không đâu, chiếc Toyota RAV 4 này mua hôm tháng 11/2019, tính đến hôm nay chưa tới 3 năm rưỡi, bình điện xe không thể hết được! Còn pin chìa khóa hết ư, cũng khó có thể xảy ra. Còn nhớ lúc trước chiếc Toyota Camry tôi lái đi làm ngày 2 buổi mà đến 8 năm sau chìa khoá xe mới phải thay pin! Toyota là giòng xe có độ bền cao nhất trong tất cả các loại xe, hiếm khi hư lặt vặt cho dù là đã cũ 9, 10 năm. Vậy thì hà cớ gì mới hơn 3 năm đã ăn vạ, mà lại ăn vạ trong một tình huống "ác liệt" như thế này, nửa đêm nửa hôm giữa một bãi đậu xe mênh mông cả nghìn chiếc, không một bóng người!

Sau một hồi "vật lộn" với chiếc chìa khóa xe, bấm đi bấm lại nhiều lần không xong, ông chồng tôi chán nản nói thôi gọi bảo hiểm để cho nó cẩu xe về cho rồi! Gọi đi gọi lại mấy lần chỉ là máy trả lời, bảo bấm qua số này, số kia... lòng vòng lòng vòng…sốt cả ruột! Cũng phải thôi, nửa đêm nửa hôm ai ngồi đó mà trả lời!

Tôi đề nghị là gọi 911 (gọi Cảnh Sát) để xem họ có giúp được gì không? Ông chồng tôi ngần ngừ. Tôi biết tính ông, ông thường nói 911 là số gọi khẩn cấp khi cần, đặc biệt là gặp nguy hiểm. Mỗi ngày biết bao trường hợp khẩn cấp xảy ra hãy để đường dây trống cho người ta làm việc, đặc biệt là lúc này sở Cảnh Sát đang thiếu người. Hãy cố gắng tự mình giải quyết nếu có thể, không phải cứ xe xẹp lốp, con chó đi lạc…. cũng gọi 911! Tôi phải thuyết phục:

- Bây giờ cũng khuya quá rồi, không chỗ nào còn mở cửa cho mình gọi. Thôi thì hãy gọi Cảnh Sát may ra họ có giúp được gì.

Thế là gọi 911, đầu dây có tiếng người hỏi sự việc, ông chồng tôi kể việc xảy ra! Đường dây được chuyển qua người khác, lại hỏi sự việc, lại kể lại! Đường dây được chuyển qua người khác, lại hỏi, lại kể lại. Lần này thì dừng ở đây, có lẽ họ muốn tìm được đúng người chuyên môn để giúp đỡ nên mới phải chuyển mấy lần, tôi đoán vậy!

Tiếng viên Cảnh Sát:

- Trước hết cần lấy cái chìa khóa khẩn cấp bên trong cái key fob ra.

Tôi tròn mắt lắng nghe!! Tôi chưa hề biết cũng như nghe về điều này!

Tiếng ông chồng tôi cũng đầy ngạc nhiên:

- Có một cái chìa khoá khẩn cấp trong key fob? Vậy lấy nó ra bằng cách nào?

Tiếng viên Cảnh Sát hướng dẫn:

- Phía trên đầu của key fob có một thanh ngang nhỏ.

- Dùng tay trái kéo nó về phía trái, giữ lại đó.

- Phía tay phải trên đầu của key fob có một vòng tròn sắt nhỏ.

- Kéo cái vòng đó lên thì sẽ thấy một thanh sắt nhỏ, đó chính là chiếc chìa khóa khẩn cấp!

Nào, bây giờ hãy dùng chiếc chìa khóa này để mở cửa xe ra. Hãy đến phía cửa xe của tài xế, ở chỗ cuối tay cầm có một cái lỗ, tra chìa khóa này vào đó sẽ mở được cửa!

Ông chồng tôi làm theo lời hướng dẫn của viên Cảnh Sát, cửa xe được mở ra tức thì! Tôi nghe nhẹ cả người, trước mắt có thể chun vào được trong xe là quá tốt. Nếu trường hợp xấu không về được nhà tối nay thì ít ra cũng có chỗ ngã lưng, còn hơn đứng chịu trận giữa bãi xe mênh mông và lạnh lẽo suốt đêm!

Chồng tôi vô ngồi trong xe, viên Cảnh Sát bảo hãy "đề"

xe xem sao. Không có âm vang gì, không "đề" được! Viên Cảnh sát trên điện thoại cũng thật kiên nhẫn cùng với chồng tôi thử tới thử lui rất nhiều lần, xe vẫn không nổ máy! Rốt cuộc người Cảnh Sát kết luận:

- Như vậy là cái chìa khoá đã hoàn toàn hết pin rồi! Giờ này cũng không còn tiệm nào mở cửa. Ông hãy kêu Taxi về nhà rồi sáng mai ra tiệm Auto Zone hoặc Wal Mart hay Target mua pin thay vào thôi!

Ông chồng tôi buông chiếc điện thoại xuống ngồi thừ người ra! Tôi bảo vậy thôi để tôi gọi Uber về nhà cho rồi, mai tính tiếp!

Tôi tiến về phía trụ đèn gần đó để thêm ánh sáng mà gọi Uber. Nói gọi chứ trong lòng thiệt là rầu vì giờ này đã quá nửa đêm rồi, không còn chuyến bay nào về tới nên xe Uber đâu có quanh quẩn ở phi trường làm gì! Chắc chắn là phải đợi rất lâu mới có xe gửi tới, rồi cái nỗi "đoạn trường" ngày mai phải lên trở lại phi trường để đem xe về! Nghĩ mà thật là rầu! Đang loay hoay định vị mình đang ở chỗ nào để mà gọi xe thì nghe tiếng la to vui mừng của ông chồng tôi:

- Xe "đề" được rồi, xe "đề" được rồi!

Tôi phóng vụt tới bên xe, quả là xe đã nổ máy, đèn trước đèn sau sáng choang! Tôi vui mừng hỏi:

- Mình đã làm gì mà xe "đề" được?

Ông chồng nghiêm trang nói:

- Chút nữa tôi sẽ nói cho mình nghe, còn bây giờ hãy đọc kinh tạ ơn Chúa trước đã!

Chúng tôi làm dấu thánh giá, chồng tôi đọc lời nguyện cảm tạ rồi cả hai vội vã chất hành lý lên xe. Ngoài một va li lớn, 2 va li nhỏ còn có một chiếc thùng giấy to 50 pounds mà ông chồng tôi đặt tên là "Vietnamese box" đầy đồ ăn

Việt Nam: rau muống, bạc hà, bí, mướp đắng, sầu riêng... Quên kể trên đường về nhà chúng tôi ghé Cali mấy ngày nên mua được bao nhiêu là thứ mang về! Chỗ tôi ở xa khu vực người Việt nên ít khi có cơ hội ăn được thức ăn Việt Nam nên mỗi khi đến nơi nào có chợ Việt Nam là tranh thủ hốt! Cái thùng nặng chình chịch thế mà lúc này mừng quá phụ với chồng khiêng nó bỏ vào xe không thấy nặng chút nào!

Lên xe câu hỏi đầu tiên cho ông chồng tôi là đã làm gì mà chiếc xe nổ máy được?

Ông bảo:

- Tôi cũng làm những động tác y như đã làm với viên Cảnh sát, nghĩa là cũng để chìa khóa gần sát bên nút bấm start xe, từ từ đưa lên đưa xuống, đưa qua đưa lại, lúc chậm lúc nhanh, lúc gần lúc xa. Nhưng lúc này song song với việc làm đó, tôi cầu nguyện: Xin Chúa cho xe nổ máy để chúng con được về tới nhà tối nay, và rồi... xe nổ máy!

Chồng tôi nói tiếp tục:

- Nếu cắt nghĩa theo khoa học thì có thể còn một chút xíu pin sót lại trong chìa khóa, và trong một lúc đưa chìa khóa qua lại trước cái nút "đề" xe, thì nó chụp được tín hiệu từ trong chìa khóa nên đã làm cho xe nổ máy! Còn nếu cắt nghĩa theo người có tín ngưỡng, có niềm tin thì Chúa, thì Phật, thì Thượng Đế đã làm việc đó! Với tôi, tôi tin rằng có bàn tay của Thiên Chúa trong việc này!

Đúng vậy, tôi nghĩ mỗi một việc xảy ra tùy theo sự suy nghĩ, tùy theo góc cạnh nhìn của mỗi người mà kết luận!

Chưa bao giờ tôi ngồi lên xe mà lòng hồi hộp, căng thẳng suốt cả quãng đường 75 miles như tối hôm đó! Xe nổ máy chạy được rồi mà trên màn ảnh xe cứ hiện ra dòng chữ màu đỏ choét "key not detected" (không thấy chìa khóa) làm tôi hoảng cả vía! Mặc dù ông chồng tôi đã bảo không sao, chỉ là vì chìa khoá hết pin, trong xe không bắt được tín hiệu nên báo thế thôi!

Nghe thì nghe vậy chứ trong lòng vẫn cứ lo! Lo nên tôi tưởng tượng nhiều chuyện lung tung. Cứ nghĩ nhiều khi sau một hồi xe không tìm thấy chìa khóa nó tự động tắt máy ngừng lại giữa đường vì nghi là xe bị trộm thì sao! Thời buổi khoa học kỹ thuật cao, trong xe có cài những phần mềm phòng ngừa trộm như vậy, ai mà biết được! Trời thì khuya lơ khuya lắc, xa lộ hun hút, dọc hai bên đường tối thui, tôi cứ sợ xe tắt máy nửa chừng! Lòng cứ nơm nớp như thế cho đến khi xe về đến nhà, lúc đó mới thấy nhẹ nhõm trong người! Đồng hồ trên tường điểm 2 giờ sáng!

Buổi sáng hôm đó thức dậy công việc đầu tiên của ông chồng tôi làm là đi ngay ra tiệm Auto Zone mua 2 cục pin đem về, một thay pin mới cho chiếc chìa khóa, một bỏ vào trong xe để phòng khi chìa khóa hết pin thì có mà thay ngay! Vừa làm ổng vừa lẩm bẩm: “Từ rày sấp lên mày đừng hòng làm khó tao nữa”!

Trên đây là kinh nghiệm của cái chìa khóa điều khiển từ xa của xe Toyota RAV4 2019. Tôi muốn chia xẻ để anh chị em biết và chuẩn bị trong trường hợp chiếc chìa khóa xe “dở chứng” hết pin thì mình giải quyết được mau lẹ và không phải lo lắng gì.

Hy vọng là những đời xe Toyota trước đó (2018, 2017, 2016…) và tất cả các dòng xe của Nhật như NISSAN, HONDA, SUZUKI hoặc các loại xe Mỹ như BUICK, CHEVROLET, FORD… đều có cùng thiết kế cho chiếc chìa khóa điều khiển từ xa!

Phi Nguyễn
Mùa Hè 2023

Bệnh viện Harborview, Seattle USA

PHƯƠNG LÂM

TG Phương Lâm (bên trái)
nhận giải Đặc Biệt VVNM 2023.

Tác giả tên thật là Phương Nguyễn. Sinh năm 1957 tại Phủ Cam, Huế, là cựu học sinh trường Jeanne D'Arc. Bà hiện ở tại thành phố Seattle, tiểu bang Washington. Tác giả vừa nhận giải Đặc Biệt năm 2023.

Hơn bảy giờ sáng ngày thứ Bảy, nhạc chuông điện thoại reo, tôi ít khi trả lời những cuộc gọi số phone lạ. Sáng hôm nay tự nhiên chuông vừa reo tôi bắt máy liền, vì tôi đang chờ người con trai thứ hai của tôi sáng nay đi làm về trễ, trước đây gia đình tôi ở thành phố gần nơi Cậu ấy làm việc, hai năm nay chúng tôi dọn nhà về vùng N, cách thành phố nơi Cậu ấy làm việc hơn một giờ chạy Freeway 5.

Đường đi và về luôn bị kẹt xe nhiều đoạn, lên ca chiều 6 giờ chiều mà phải đi 4 giờ chiều mới kịp giờ làm, xuống ca lúc 4 giờ sáng, về tới nhà lúc nào cũng 6 giờ sáng. Có nhiều ngày trễ hơn, vì đường quá xa, lòng tôi lúc nào cũng thấp thỏm không yên khi cháu chưa về tới nhà. Đó là nỗi lòng của tất cả các người Mẹ. Cậu con trai nhà tôi đã 45 tuổi cứ vui vẻ không chịu cưới vợ. Chiều nào ra xe đi làm tôi đều nhắc:

- Lái xe cẩn thận nghe con.

Thời gian sau này mỗi khi tôi nhắc thì Cậu hát "Khi Chúa thương gọi con về, hồn con hân hoan như trong một giấc mơ rứa thôi có chi mà lo Mạ hè…

Tôi bắt máy - "A lô". Bên kia giọng lơ lớ tiếng Việt của một cô gái, những người thế hệ thứ hai hay thứ ba sinh ra lớn lên trên đất nước này. Tôi rất hồi hộp khi nghe cô ấy nói.

- Xin lỗi! Số máy này có phải là máy của mẹ anh T.L. không?

Tôi trả lời:

- Phải! Có gì không con?

Cô gái trả lời:

- Dạ! Anh T.L vào bệnh viện rồi Mom ơi.

Tôi hỏi:

- Bị gì mà vào bệnh viện hả con?

Cô gái trả lời:

- Dạ! Con không rõ lắm.

Tôi hỏi:

- Bệnh viện nào hả con?

Cô gái trả lời:

- Dạ! Con không biết, bạn anh ấy nhờ con báo tin cho Mom như vậy, Mom đợi một lát để con hỏi lại đã.

Tôi run quá, tay cầm không vững cái phone, vào phòng báo cho ông xã.

- T.L đã vào bệnh viện.

Tôi nói tiếp:

- Cô gái báo tin không đầu, không đuôi, chỉ báo vào bệnh viện ngoài ra không biết chi hết, bệnh viện nào cũng không biết, cô ấy nói đợi cô hỏi lại đã. Mình chuẩn bị, cô ấy báo bệnh viện nào thì đi ngay.

Tôi báo cho S.L. con trai kế biết, S.L. phone vào nơi làm việc xin nghỉ để cùng đi bệnh viện. Sau hơn 30 phút chờ đợi, cô ấy gọi lại báo:

- Phòng cấp cứu Bệnh viện Harborview Seattle. Mom đến đó có gì tin cho con biết với.

Tôi trả lời:

- Cám ơn con, mom sẽ tin cho con biết sau.

S.L. gọi phòng cấp cứu bệnh viện Harborview hỏi thăm tình hình sức khỏe của T.L. Sau khi báo tên bệnh nhân, được y tá phòng cấp cứu trả lời:

- Tình hình bệnh nhân rất xấu, gia đình đến gấp.

Gần bốn mươi phút xe chạy, ba người chúng tôi đến bệnh viện Harborview. Rất ngạc nhiên không hiểu tại sao cửa vào bệnh viện nhân viên an ninh xét rất kỹ, không khác chi qua cửa an ninh vào sân bay.

Sau khi được phòng cấp cứu xác nhận tên bệnh nhân, bộ phận an ninh đưa cho mỗi người một ticket dán lên ngực áo rồi đi vào theo hướng dẫn, đến hành lang chúng tôi được một cô nhân viên đón, đưa vào phòng đợi, cô này cho biết:

- Phòng cấp cứu thân nhân không thể vào được, phải ở đây đợi bệnh nhân chuyển tới phòng chăm sóc đặc biệt mới được vào thăm.

Cô nói tiếp:

- Ở đây có trà, cà phê và nước, mời mọi người tự nhiên dùng, chúng tôi cám ơn, trước khi rời phòng cô ấy nói đợi cô trở lại.

Tiếp theo một cô khác vào gặp chúng tôi, cô ta giới thiệu cô là Mục sư, sau khi nói chuyện một lúc, cô muốn cầu nguyện cho bệnh nhân, chúng tôi đứng lên hiệp ý cầu nguyện, sau cùng cô Mục sư hỏi gia đình cần gì cô sẽ giúp. Chúng tôi đề nghị:

- Nếu được hôm nay xin Mục sư mời giúp cho một vị Linh mục.

Cô Mục sư hứa sẽ liên lạc giúp. Tôi thắc mắc:

- Tại sao vào bệnh viện mà xét kỹ như vậy.

Cô Mục sư trả lời:

-Vì vừa qua bệnh viện đã bị bọn người xấu tấn công, hành hung, cướp bóc, họ muốn chiếm bệnh viện, cho nên bệnh viện phải kiểm soát kỹ để tránh tình trạng xấu.

Rồi cô ta tạm biệt. Gần 11giờ, cô nhân viên khi nãy trở lại báo, bệnh nhân đã được chuyển về phòng chăm sóc đặc biệt, cô ta dặn một vài chi tiết, yêu cầu mọi người bình tĩnh khi gặp bệnh nhân.

Đến trước cửa phòng T.L nằm, không thể vào được, vì bên trong quá nhiều Y, Bác Sĩ đang làm việc, chúng tôi được một cô y tá đưa tới phòng đợi khác, cô nói:

- Bác Sĩ điều trị đang làm việc, gia đình ngồi đợi đây, lúc nào Bác Sĩ làm việc xong sẽ cho gia đình biết để vào thăm.

1giờ chiều. Cô y tá cho biết vào thăm được rồi. Chúng tôi vào phòng, từ đầu đến chân toàn là dây và máy, T.L nằm bất động, quá đau lòng khi thấy tình trạng con như vậy, ai cũng khóc, T.L hai hàng nước mắt chảy ròng, chúng tôi gục đầu khóc bên giường bệnh. Đến 5 giờ chiều, Bác Sĩ điều trị muốn gặp gia đình tại phòng đợi khi nãy. Bác Sĩ cho biết tình hình bệnh nhân. Bác sĩ nói:

- Bệnh nhân được xe cấp cứu của phòng Cứu Hỏa đưa vào lúc 5 giờ rưỡi sáng trong tình trạng hôn mê sâu. Chúng tôi đã kích 8 lần để đánh thức tim, mỗi lần bệnh nhân chỉ tỉnh lại một vài giây rồi lịm, qua lần kích thứ 9, bệnh nhân không tỉnh lại nữa. Trước tình trạng này chúng tôi rất lo não bộ của bệnh nhân, vì tim không hoạt động máu không lên não, rất nguy hiểm cho não. Chúng tôi đã cài máy kích thích não cho anh ấy và áp dụng phương pháp điều trị mới cho bệnh nhân, cả nhà an tâm đợi kết quả.

Sau khi Bác sĩ đi ra ngoài, thì Cha Trần Hữu Lân giáo xứ các Thánh Tử Vì Đạo Seattle đến, Ngài xức dầu và ban Bí Tích cuối cùng cho T.L. Đến 7 giờ tối, y tá hỏi gia đình ai ở lại, hai vợ chồng tôi ở lại. Cô y tá chỉ cho 2 ghế vừa ngồi, vừa nằm, trang bị cho chúng tôi, gối, ra trải, tấm đắp, áo choàng ngoài chống lạnh, một khay giấy xách tay, có mấy bao bánh, một bình cà phê, một hộp đường, một hộp sữa, kem, và mấy chai nước uống. Cô nói khi nào dùng hết cho cô biết.

Đêm tới, bên giường bệnh, hai cô y tá thức suốt đêm, một cô chuyên chăm về thuốc chích và bình thuốc truyền, theo dõi thân nhiệt, cô kia lo các máy, vì hết máy này tới máy khác thay nhau kêu "tít, tít".

Chúng tôi dán mắt vào T.L. để tìm một chuyển biến trên mặt. Gia đình anh trai đầu của T.L. từ CA lên chuyến bay đêm, đang chuẩn bị sáng mai đến thăm sớm.

Sáng Chúa Nhật, Bác sĩ vào làm việc chúng tôi về phòng chờ nằm nghỉ. Vừa chợp mắt thì tôi thấy T.L. mở cửa đi vào, đưa cho tôi cái giỏ giấy, rồi cười đi ra. Cả hai chúng tôi đều ngồi bật dậy, ông xã tôi nói:

- Ba mới thấy T.L. đưa cái giỏ xách rồi đi ra, mình tới coi thử.

Chúng tôi chạy nhanh tới phòng. Các bác sĩ vây quanh giường đang làm việc. Như vậy cả hai vợ chồng đều thấy một chiêm bao.

Suốt ngày đêm Chủ Nhật, cơ thể T.L. lúc lạnh như nước đá, lúc hâm hâm nóng, hệ thống trợ thở vẫn không ngừng hoạt động.

Trưa ngày thứ Hai, mấy người bạn làm chung với T.L. vào thăm, một người bạn cho biết tình hình ban đầu của T.L. cậu ta nói:

- Thường mỗi khi chúng cháu xuống ca đều tới câu lạc bộ ăn sáng, uống cà phê xong mới về. Sáng hôm qua chúng cháu mới gọi xong thức ăn, anh T.L nói - Anh nhức đầu, chóng mặt quá, anh ra xe nghỉ một lát, em lấy cà phê mang ra xe cho anh với.

Chúng cháu ăn uống xong lấy ly cà phê cho anh T.L., ra tới xe thấy anh T.L. gục nghiêng trên tay lái, cháu lay gọi anh ấy nhưng anh ấy không cử động, mấy anh em sợ quá, quýnh quáng không biết làm sao, sau cùng phụ bế anh ấy qua xe cháu, rồi chạy ra phòng Cứu Hỏa trước cửa nơi làm việc của chúng cháu, chúng cháu biết trong đơn vị cứu hỏa lúc nào cũng có bộ phận y tế họ sẽ cấp cứu, đưa anh T.L. vào đó họ cấp cứu nhiều kiểu, cuối cùng họ đưa đi bệnh viện, lúc đó cũng khoảng hơn 5 giờ sáng.

Phone của anh T.L. chúng cháu không mở khóa được nên không biết làm sao báo cho Mom, cháu gọi cả chục người bạn không ai biết, cuối cùng có cô em này biết số phone Mom.

Tôi nói lời cảm ơn mấy cô cậu, nếu họ không báo thì gia đình biết đâu mà lần.

Đến chiều, bác sĩ phụ trách mời gia đình họp. Bác sĩ nói:

- Vì tim ngừng làm việc quá lâu, máu không bơm lên nuôi não nên não bị phù. Các bộ phận nội tạng cũng bị tổn thương nặng vì tình trạng trên, ngày mai có hai bộ phận chuyên về não sẽ đến kiểm tra, nếu cả hai bộ phận này sau khi kiểm tra cho cùng một kết quả, lúc đó bệnh viện sẽ tuyên bố tình trạng bệnh nhân.

Ông xã tôi hỏi:

- Cần thay một bộ phận nào có thể cứu sống con tôi không, tôi sẵn sàng.

Bác Sĩ lắc đầu, nói cám ơn. Sáng thứ Ba, sau khi đoàn Bác sĩ khám bệnh xong, thì T.L được đưa đến phòng kiểm tra não, sau mấy giờ làm việc, họ đưa T.L. về lại, bộ phận khác tới kiểm tra tại chỗ, cuối cùng họ lắc đầu. Chiều hôm đó Bác sĩ phụ trách mời họp gia đình lại. Bác sĩ nói:

- Bệnh viện xin chia buồn cùng gia đình, hai nhóm kiểm tra não, cho kết quả não bộ của bệnh nhân đã chết, giờ này bệnh viện xin tuyên bố bệnh nhân đã tử vong. Giờ rút ống trợ thở tùy gia đình.

Sau khi Bác sĩ điều trị nói xong, nhóm bác sĩ khác vào. Họ trình bày:

- Lúc bệnh nhân còn sống đã có nhã ý, sau khi qua đời sẽ hiến nội tạng.

Họ copy và phóng to ID của T.L có dấu hiến nội tạng, họ xin phép gia đình để T.L ở nhà xác thêm hai ngày, rồi họ chuyển về nhà quàn, họ xin số phone và địa chỉ nhà quàn để bệnh viện liên lạc.

Gia đình họp, quyết định ngày thứ Tư, buông xuôi T.L cho họ. Hai giờ chiều ngày thứ Tư, gia đình từ biệt người con thân yêu lần cuối. Bệnh viện chuẩn bị nhận T.L đưa về nhà xác, ngoài cửa phòng bệnh của T.L, hai hàng Y, Bác Sĩ, trang nghiêm đứng, để tiễn T.L. đến nhà xác, một vị BS. lớn tuổi nói với gia đình:

- Tôi là Bác Sĩ trưởng đại diện bệnh viện Harborview xin chia buồn với gia đình vì sự ra đi của người con thân yêu của quý vị, và cám ơn gia đình đã đồng hành với ý nguyện của anh T.L. Chúc gia đình sớm vượt qua sự mất mát đau thương này.

Ông xã tôi đáp lời:

- Tôi là cha của bệnh nhân, qua bốn ngày đêm ở lại đây, tôi rất biết ơn sự chăm sóc tận tình của Y, Bác Sĩ bệnh viện Harborview. Sự ra đi của con tôi ngoài ý muốn của quý vị, cũng như gia đình chúng tôi. Tôi nghĩ rằng khi Thượng Đế đã an bài thì con người không thể cãi lại được.

Tôi cũng nhớ ơn bệnh viện đã chăm sóc chu đáo cho chúng tôi người nhà của bệnh nhân ở lại đây, được quý vị lo đầy đủ mọi thứ cần thiết, kể cả thực phẩm.

Sau cùng tôi hy vọng nội tạng của con tôi sẽ giúp cho người nhận vượt thắng cơn bệnh mà cơ thể họ cần.

Xin ơn trên ban cho quý vị nhiều sức khỏe để tiếp tục công việc cao cả mà bệnh nhân cần.

Mấy tuần sau ngày lễ tang của T.L., gia đình chúng tôi lần lượt nhận được ba lá thư của Life Center Northwest chuyển tiếp, trong mỗi thư là lời cảm ơn. Họ viết dài kể về tình trạng bệnh của họ, nay may mắn vượt qua nhờ được thay thế. Các thư đều được Life Center chuyển địch.

Có một thư ngắn viết như sau:

"Gia đình người hiến tặng thân mến,

Tôi mong quý vị biết rằng có nhiều người muốn chia sẻ cùng quý vị tại thời điểm khó khăn này. Tôi hy vọng quý vị sẽ cảm thấy yên tâm khi biết rằng người thân yêu của quý vị đã đem lại sự sống cho nhiều người đang cần.

Trân trọng,

Rabah - người được hiến tặng"

Một khối đau biết lúc nào vơi …

Phương Lâm

Khánh Ly và Ban Hợp Ca mở đầu chương trình với bài Hội Trùng Dương

Tôi Bị Ung Thư Gan và Việc Chữa Trị

TRẦN ĐÌNH PHƯỚC

Tác giả tên thật Trần Đình Phước, Sanh năm 1947, Cựu Trung Úy Không Quân VNCH. Đến Mỹ 10-1992. Danh sách HO-13. Tác giả nhận giải Đặc Biệt năm 2023 Hiện đang sống tại San Jose.

Sinh, Lão, Bệnh và Tử là lẽ thường tình của con người. Giàu, nghèo, sang, hèn, vua chúa, quyền cao chức trọng đến đâu, tất cả mọi người đều không thoát khỏi định luật này. Nói về bệnh hoạn thì bất cứ ai cũng đều phải gặp. Có nhiều loại bệnh. Nhưng bệnh ung thư có lẽ người ta sợ nhất. Vì đây là một căn bệnh hiểm nghèo, việc chữa trị tốn kém, khó khăn, mất rất nhiều thời gian và bệnh nhân ung thư chiếm tỷ lệ tử vong khá cao.

Xin được viết vài hàng kể về việc chẩn đoán và chữa trị ung thư gan của tôi.

Vào tháng Sáu, năm 2014, bỗng nhiên, tôi bị xuống cân gần 20 pounds. Không thể ăn uống và rất khó ngủ. Khi đi làm xét nghiệm thì kết quả cho biết tôi bị viêm gan B, trong nước tiểu có ít máu và phân màu đen.

Vợ con tôi cố gắng đưa tôi đi tham dự trại họp bạn Hướng Đạo Việt Nam Thắng Tiến 10 toàn thế giới tổ chức ở Houston từ 28 Tháng 06, 2014 đến 03 Tháng 07, năm 2014. Sau đó, vợ tôi và tôi về Việt Nam hai tuần để thăm gia đình, vì sợ tôi không còn có cơ hội nào để về lại.

Nghe đồn Viện Y Học Dân Tộc chữa trị được nhiều bệnh nan y, trong đó có bệnh về gan theo phương pháp Đông Y Gia Truyền rất hay, nên tôi tìm đến để xin được chữa trị.

Sau khi làm một số thủ tục và lập sổ khám bệnh. Tôi được gặp một Bác Sĩ giỏi nhất ở đây về Đông Y. Bác Sĩ này có đi tu nghiệp ở ngoại quốc. Khi tôi đưa các phiếu xét nghiệm và các thứ thuốc mà tôi đang uống (Viread 300mg) cho Bác Sĩ xem. Sau khi xem xong, Bác Sĩ này khuyên tôi hãy về Mỹ để chữa trị, vì nền y khoa của Hoa Kỳ được xếp vào loại tối ưu trên thế giới, mà tôi may mắn đang được hưởng.

Theo ông, bà con ở Việt Nam bị bệnh rất ngại đi đến bệnh viện khám và hoàn cảnh kinh tế cũng gặp nhiều khó khăn, nên thường uống đại ba thứ lá, ba thứ rễ cây, nghe thiên hạ truyền miệng các cách chữa trị thế này, thế nọ và cứ thế mà nhắm mắt làm theo, chỉ trông vào sự may rủi "Phước Chủ May Thầy" Thường là kết quả xấu. Cuối cùng, bệnh càng ngày, càng trầm trọng, đưa đến trường hợp tử vong. Đông Y chỉ châm cứu, bấm huyệt, chỉ chữa trị được những bệnh thông thường, tứ thời cảm mạo… Nếu ông mà bệnh như trường hợp tôi thì ông cũng mong có cơ hội chữa trị giống tôi.

Trở lại Mỹ, tôi tiếp tục điều trị. May mắn, nhờ khám phá kịp thời, gặp bác sĩ giỏi, uống đúng thuốc, nên sức khoẻ của tôi đã tạm ổn. Tôi phải uống thuốc mỗi ngày, dù xét nghiệm coi như không còn nguy hiểm. Nhưng, vi trùng vẫn còn nằm trong cơ thể. Khi có dịp nó sẽ xuất hiện trở lại thì lúc đó sẽ rất khó chữa.

Lúc này, tôi được nằm trong chương trình thử nghiệm của một công ty sản xuất thuốc (Vemlidy 300mg). Họ cần làm thí nghiệm trên 1000 người giống trường hợp bệnh của tôi, trong thời gian hai năm. Cứ 3 tháng thử máu một lần. Sau 3 lần thử 3 tháng, thì tới lần thử 6 tháng.

Dù thế nào, tôi cũng lạc quan và chấp nhận tất cả những gì xảy ra. Nghĩ lại, nếu có xảy ra chuyện gì xấu nhất thì tôi cũng mãn nguyện vì trong cuộc sống tôi không làm gì để phải hổ thẹn. Được trưởng thành trong phong trào Hướng Đạo. Luôn luôn trong danh dự, giúp đỡ mọi người bất cứ lúc nào, đôi khi có thể ảnh hưởng đến sinh mạng và vui tươi trước mọi sự khó khăn. Có lẽ nhờ thế mà tôi đã vượt qua nhiều thử thách, gian nan trong cuộc sống.

Tôi tin là con người có số. Vé xe đò một chiều ai cũng cầm sẵn trên tay, chỉ chờ lơ xe, khi thấy còn chỗ trống mời lên. Nếu hết chỗ thì đợi chuyến sau.

Chuẩn Bị Chữa Trị Ung Thư

Bác Sĩ theo dõi bệnh gan của tôi là Bác sĩ Trịnh Ngọc Huy ở San José.

Tôi được làm Ultrasound (Siêu Âm), Blood Test (thử máu), chụp MRI (Magnetic Resonance Imaging), khám định kỳ và uống thuốc Vemlidy mỗi ngày. Thuốc được Bascom Pharmacy gửi đến tận nhà mỗi tháng. Căn bệnh viêm gan B của tôi vẫn bình thường, không thấy triệu chứng gì lạ xuất hiện.

Ngày 26 tháng 07, năm 2023, Tôi đi làm siêu âm gan thì được biết có một đốm nhỏ bằng đầu ngón tay xuất hiện ở gan.

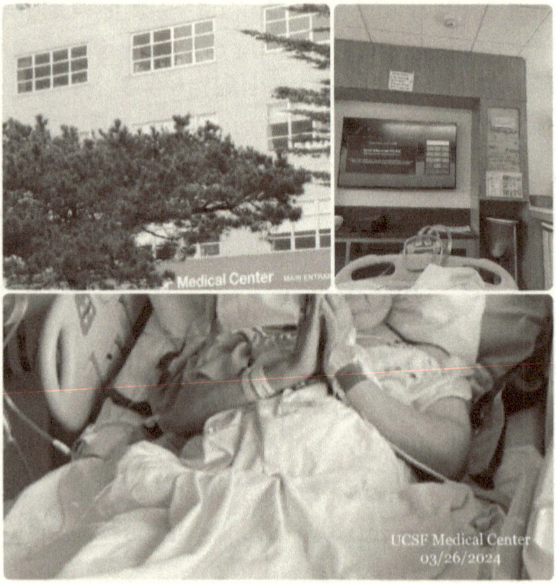

TG Trần Đình Phước trong những ngày điều trị tại bệnh viện

Ngày 26 tháng 10, năm 2023 thử máu vẫn thấy bình thường, nhưng khi đi chụp MRI thì phát hiện ra một khối u đang phát triển ở gan. Bác sĩ Huy và các bác sĩ trong nhóm của ông họp lại và cùng chẩn đoán là ung thư gan.

Tiếp theo đó, ngày 14 tháng 12, năm 2023, vợ tôi, con trai tôi và tôi được gặp bác sĩ Robert Gish là trưởng nhóm của bác sĩ Huy trên *video* để được nghe ông giải thích. Ông cho xem hình khối u đang phát triển từ từ, nên cần phải phẫu thuật càng sớm, càng tốt. Nếu để chậm trễ sẽ rất nguy hiểm. Sau đó, ông cho biết trường hợp của tôi sẽ được chuyển đến UCSF (University of California San Francisco) để nơi đây tiến hành phẫu thuật.

Ngày 17 tháng 01, năm 2024, tại UCSF, gia đình tôi được gặp Bác Sĩ Ajax V. Maker là Bác sĩ trưởng khoa Ung Thư Phẫu Thuật. Ông cũng là chuyên gia về phẫu thuật điều trị các bệnh phức tạp về đường tiêu hóa và gan tụy (những bệnh ảnh hưởng đến gan, tuyến tụy, túi mật và ống mật), cũng như các khối u ác tính và *Sarcoma* để ông giải thích về trường hợp ung thư gan của tôi với vợ tôi, con trai và tôi.

Ông vẽ sơ đồ về phần gan bị ung thư sẽ được ông giải phẫu. Ông trình bày ba phương án chữa trị: Giải Phẫu (Surgery) Hoá Trị (Chémotherapy) và Xạ Trị (Radiation). Cách nào cũng có ưu và khuyết điểm. Theo ông, giải phẫu là phương án tốt nhất, với điều kiện khối u không lớn quá, siêu âm, chụp hình tim tốt và sức khỏe trong điều kiện cho phép mới có thể tiến hành giải phẫu được.

Ngày 22 Tháng 01, năm 2024, chụp hình CT (Computed Tomography) và thử máu tại UCSF.

Ngày 26 Tháng 01, năm 2024, làm siêu âm tim tại phòng mạch bác sĩ John Hậu Liên ở San José.

Ngày 30 Tháng 01, năm 2024, chụp hình tim tại phòng mạch bác sĩ John Hậu Liên.

Ngày 06 Tháng 03, năm 2024, khám viêm gan B tại phòng mạch bác sĩ Trịnh Ngọc Huy.

Ngày 15 và 19 Tháng 03, năm 2024, nhân viên của UCSF điện thoại hướng dẫn các điều cần thiết về cách dùng những loại thuốc mà tôi đang uống, cũng như các loại thực phẩm không nên dùng trước khi giải phẫu. Nếu không giữ đúng các hướng dẫn thì cuộc giải phẫu sẽ phải dời qua ngày khác, mà thời gian chờ đợi có thể rất lâu.

Sau khi tất cả được kiểm tra theo yêu cầu, thuận lợi mọi mặt và sức khoẻ của tôi được đánh giá tốt, nên việc giải phẫu ung thư gan của tôi được tiến hành không gặp bất cứ trở ngại nào.

Giải Phẫu Ung Thư Gan tại UCSF.

Thứ Ba 26 Tháng 03, năm 2024, con trai tôi, vợ tôi và tôi rời nhà sớm có mặt ở UCSF theo lịch hẹn lúc 5:30 sáng để chuẩn bị phẫu thuật.

Tôi hoàn toàn tin tưởng vào:

- Nền y khoa hiện đại và tối tân của Hoa Kỳ, được xếp thuộc loại bậc nhất thế giới, với nhiều bác sĩ và chuyên gia giỏi.

- Phát hiện căn bệnh ung thư gan sớm nhờ đi xét nghiệm, siêu âm, chụp MRI thường xuyên,

- Được Ơn Trên che chở, những lời khấn nguyện của gia đình, anh chị em, con cháu, bạn bè thân thiết xa gần, sự lạc quan và những việc làm tốt của tôi trong cuộc sống hàng ngày sẽ đem lại bình an, kết quả tốt đẹp cho tôi.

Lúc 7:30 sáng tại UCSF, tôi được làm gây mê. Sau đó, bác sĩ Ajay V. Maker và các cộng sự của ông đã thực hiện ca phẫu thuật cho tôi kéo dài hơn 5 tiếng đồng hồ. Trước đó, ông cho biết sẽ giải phẫu diện tích gan bị ung thư khoảng 60%. Nhưng cuối cùng chỉ cắt bỏ đi túi mật và 40% phần gan bị ung thư.

May mắn, ca phẫu thuật ung thư gan của tôi suông sẻ và thành công mỹ mãn. Tôi được chuyển ra phòng hồi sức và chỉ nằm ở đây 4 đêm và 5 ngày. Nơi đây, được các bác sĩ, các y tá và nhân viên y tế của UCSF theo dõi ngày đêm. Bên cạnh giường bệnh lúc nào cũng có mặt vợ con săn sóc.

Ngày 30 Tháng 03, năm 2024, lúc 4 giờ chiều, sau khi kiểm tra đầy đủ về tình trạng sức khoẻ, bác sĩ cho tôi xuất viện để tiếp tục trị liệu tại nhà, áp dụng việc ăn uống, vệ sinh đúng cách và có nhân viên đến nhà tập vật lý trị liệu.

Ngày Thứ Tư 10 Tháng 04, năm 2024, gặp lại bác sĩ Ajay V. Maker để tái khám. Ông xem lại vết mổ và sau đó cắt chỉ khâu vết mổ. May mắn, vết mổ lành, không bị nhiễm trùng và không có biến chứng gì khác. Ông coi lại tất cả hồ sơ trong quá trình giải phẫu. Sau đó, ông báo tin mừng với vợ con tôi và tôi. Hãy an tâm. Coi như hoàn tất, mọi sự đều diễn ra rất tốt đẹp.

Trước đó, tôi nghe vài người bạn đã từng giải phẫu ung thư cho biết. Sau khi giải phẫu, tôi sẽ được đưa qua phòng ICU (Intensive Care unit - Phòng Săn Sóc Đặc Biệt), rồi Rehab Center (Trung Tâm Phục Hồi Chức Năng) và tiếp tục phải làm hóa trị hay xạ trị thêm một thời gian nữa!

Bác sĩ Maker cho biết, ông sẽ chuyển hồ sơ bệnh lý của tôi lại cho bác sĩ Robert Gish và bác sĩ Trịnh Ngọc Huy ở San José để tiếp tục theo dõi, tiếp tục làm xét nghiệm, siêu âm và chụp MRI theo định kỳ 3 và 6 tháng.

Trước khi ra về, ông bắt tay tôi, chúc tôi mau bình phục và cám ơn tôi đã hoàn toàn tin tưởng nơi ông. Gia đình tôi cũng cảm ơn ông và các cộng sự của ông đã giải phẫu cho tôi thành công tốt đẹp.

Xin chắp tay, cúi đầu cảm tạ sự độ trì của Đấng Quyền Năng cho tôi phát hiện sớm căn bệnh ung thư, được gặp bác sĩ giỏi, những lời cầu nguyện của thân nhân, học trò cũ, và bạn hữu khắp nơi đã giúp cho tôi được tai qua, nạn khỏi. Đặc biệt, vợ con tôi lúc nào cũng ở bên cạnh. Đây là động lực chính làm tôi vững tâm trong việc chữa trị.

Tôi cho đó là May Mắn và Hạnh Phúc, mà tôi được Thượng Đế ban cho. Dù, tôi có tiền muôn bạc biển cũng không thể nào mua được.

Theo tôi, chúng ta nên đi khám sức khoẻ đúng hẹn, làm các xét nghiệm cần thiết. Nếu phát hiện sớm thì hy vọng việc chữa trị sẽ dễ dàng và có kết quả tốt.

Đừng để quá trễ! Tế bào ung thư lây lan qua (di căn) các bộ phận khác của cơ thể. Lúc đó, việc chữa trị sẽ gặp khó khăn và có thể nguy hiểm đến tính mạng.

Trần Đình Phước
(San José, California)
26 Tháng 03, năm 2025

Không Món Quà Nào Hơn

NGUYỄN DIỆU ANH TRINH

Tác giả sinh năm 1959 tại Đà Nẵng đến Mỹ năm 1994 diện HO cùng ba và các em, định cư tại tiểu bang Georgia. Bà đã góp bài từ 2015, kể chuyện về người bố "Hát Ô" và nhận giải Đặc Biệt VVNM 2017.

Khu phố cô ở có chừng một trăm căn nhà, dãy bên phía nhà cô nhà nào cũng nằm trên một con dốc thoai thoải, không cao lắm, còn phía bên kia thì bằng phẳng hơn, với những sân cỏ xanh mướt. Đặc biệt căn nhà đối diện nhà cô, chủ nhân là đôi vợ chồng già, màu da hơi sậm. Sân cỏ trước nhà ông bà này rất đẹp, xanh mướt như nhung và không hề có một gốc cỏ dại. Chiều chiều, ông bà hay ra ngồi xổm xuống để nhặt lá vàng và nhổ những cọng cỏ dại mới nhú, hình ảnh rất quen thuộc với đám trẻ con hàng ngày lên xuống xe bus đưa đón học sinh ở góc phố cạnh đó.

Khu phố nhỏ thỉnh thoảng có người dọn đi, có kẻ dọn đến... nhưng ông bà lão này chẳng hề quan tâm đến những thay đổi ấy.

Một cảnh quen thuộc, cứ chiều chiều là có người thanh niên râu tóc đậm đen, hay dắt chú chó đi qua đoạn đường trước mặt nhà cô. Anh chủ thì mặt lầm lì còn con chó thì cao to và có phần năng động. Có hôm cô bắt gặp quả tang con chó ị trên sân cỏ phạm vi nhà cô nhưng anh chủ không dùng bao nylon để "thanh toán" như quy luật mà làm ngơ, dắt chó đi luôn. Cô hơi bực mình. Vài lần khác, con chó ị ngay ở khoảng sân đẹp nhà đối diện. Ông bà lão kia dường như không biết, cô cảm thấy ái ngại giùm - nếu lỡ ông bà ngồi xuống nhổ cỏ mà chẳng may vớ phải "của quý" thì ôi thôi! Năm lần, ba lượt… cô quyết định bắt chuyện với bà lão:

- Bà có biết là phân chó trên sân cỏ nhà bà không?

Bà lão nhìn cô, đôi mắt nheo nheo…

Cô lặp lại, bà trả lời bằng một nụ cười. Nghĩ rằng bà lẩm cẩm, cô lên tiếng:

- Người chủ con chó đó nhà ở góc kia, bà có muốn phàn nàn về chuyện dẫn chó đi dạo mà không giữ vệ sinh chung một cách vô ý thức vậy không?

Bà lão bình thản:

- Không cần đâu, nếu con chó của ông ta ị bậy, tôi có thể dọn được mà!

Cô tròn mắt:

- Phải nói cho ông ta biết để giữ vệ sinh chung ở đây chứ!

Bà nhẹ nhàng:

- Yên tâm cô bé, tôi có thể làm việc đó mà.

- Bà không bực bội sao?

- Chuyện rất nhỏ, không nên làm cho nó lớn ra, cô à!

Cô đang ngạc nhiên trước vẻ bình thản tự tại của bà thì bà tiếp:

- Chúa dạy ta, "Nếu ai vả má bên phải của con, thì hãy đưa má bên kia cho nó nữa. Đừng xét đoán, thì các con sẽ khỏi bị xét đoán; đừng kết án, thì các con khỏi bị kết án. Hãy tha thứ, thì các con sẽ được tha thứ …"

Cô nhìn bà lão bằng ánh mắt lạ lùng vì thấy bà lão lẩm bẩm giống một người đãng trí đang nói chuyện với chính mình, hay giống như một Bà Cố đang giảng đạo trong Nhà Thờ. Nhưng không phải, bà cười cười lắc lắc tay cô:

- Tôi và chồng tôi có thể làm việc ấy, không sao đâu cô bạn nhỏ.

Buổi tối, trong bữa ăn cô định kể lại câu chuyện cho chồng nghe thì thật bất ngờ anh cũng có chuyện để kể: "Em biết không, hai cụ già trước nhà mình là người rất siêng năng đi Nhà Thờ, hôm nọ cụ ông nhờ anh qua thay giùm cái bóng đèn vì chân cụ yếu không leo lên thang được. Thấy trong nhà đồ đạc không có gì anh nghĩ hai cụ chắc sắp dọn nhà đi nơi khác nên hỏi:

- Ông bà sẽ dọn đến đâu ạ?

- Chúng tôi không dọn đi đâu cả…

Nhìn nét mặt ngơ ngác của anh, cụ nói:

- Tất cả đồ đạc trong nhà, chỉ trừ những thứ cần phải để dùng hàng ngày, còn lại… tôi đã cho hết… nhiều người đang cần hơn chúng tôi.

Ôi trời, quả thật trong gian bếp rộng và rất khang trang chỉ còn sơ sài đôi cái chén, ly, không bàn ghế, không tủ. Cụ ông còn đưa tay chỉ vào cái sofa nhỏ bảo:

- Cái này của người bạn tôi, ông ta đến đây muốn ngồi xem TV mà không có ghế nên ông ta mang đến, chừng nào chúng tôi ra đi… thì ông ấy bưng về lại…

- Thế các con của ông bà đâu?

- Các con của chúng tôi đều có công ăn việc làm, nhà cửa hẳn hoi. Chúng chẳng quan tâm đến những thứ này. Tất cả đồ dùng trong nhà chúng tôi đã cho hết những người cùng đi Nhà Thờ. Rất nhẹ nhàng khi ra đi mà mình không còn gì hết cậu à…"

Chồng cô kể xong thì tiếp lời:

- Mà thiệt đó em, cái nhà bên ngoài coi bộ nguy nga hơn nhà mình, sân cỏ trước sau đẹp hơn nhà mình… vậy mà trong nhà hổng có gì ráo, ngoài hai cái mạng già!

Nghe mẩu chuyện anh kể, cô cảm thấy xấu hổ trong lòng, nhưng cô cũng kể nốt chuyện con chó hàng xóm và câu chuyện nói với cụ bà ban chiều.

Hai vợ chồng bỗng dưng không ai bảo ai, ngồi trầm ngâm. Hai câu chuyện mà vợ chồng cô nghe được từ ông bà cụ hàng xóm thật là bài học, là tấm gương rất đáng trân trọng, rút ra được ý niệm: của cải vật chất thật ra chẳng là gì cả, mọi thứ đều phù du…Cuộc sống có an nhiên tự tại được hay không là do chúng ta tự buông xả, mọi chuyện nặng nhẹ hay không cũng là do chính suy nghĩ của mình. Khi còn tại thế, mình muốn giúp ai, làm gì thì hãy cứ làm, đừng nên ngần ngừ… Con người ta cuối đời, khi về với cát bụi hư không là hai bàn tay trống và một cõi lòng.

Đôi vợ chồng trẻ từ ngày nghe câu chuyện mang ý nghĩa "buông xả" của đôi vợ chồng già hàng xóm gốc da màu thì vô cùng ngưỡng mộ. Không biết từ đâu, trong tiềm thức cô cũng như nhiều người bạn cô luôn nhìn về những người da màu với một cái nhìn ít thiện cảm. Mặc dù chính bản thân mình cũng thuộc nhóm người di dân gốc da vàng.

Bẵng đi mấy hôm, từ trong nhà, chồng cô nghe tiếng xe cấp cứu hú còi. Nhìn sang căn nhà hàng xóm đối diện thì thấy nhân viên cấp cứu đang đưa cụ ông lên băng ca, xe chạy đi còn thấy cụ bà ngơ ngác đứng trước cửa. Hai vợ chồng bước sang hỏi thăm, được biết cụ ông tự nhiên bị ngã bất tỉnh nên bà bấm 911 gọi cấp cứu. Thế là từ ngày ấy, chỉ còn lại một mình bà cụ trong căn nhà mênh mông. Thỉnh thoảng khi chạy bộ mỗi sáng, nhìn thấy bà cụ dọ dẫm từng bước trước sân nhà, cô hỏi thăm thì được biết cụ ông vẫn còn điều trị trong bệnh viện. Cô luôn luôn nhắc chừng, "Bà cẩn thận nhé, cần giúp gì cứ bấm chuông nhà chúng tôi, vợ chồng tôi luôn sẵn lòng". Cụ Bà cười móm mém, ánh mắt nhìn cô như reo vui.

Một hôm, hai vợ chồng cô đang chăm sóc mấy bụi cây trước sân nhà, cụ bà tay cầm một chìa khóa, từ từ bước qua sân nhà cô. Rất ngạc nhiên, chồng cô ngừng tay hỏi:

- Bà cần giúp gì ạ?

- Cậu có thể nào giúp tôi đưa chiếc xe từ trong "ga ra" ra ngoài này không?

- Bà định làm gì thế?

- À, tôi muốn lái xe đến bệnh viện thăm ông ấy…

- Vậy sao, tôi chưa từng thấy bà lái xe bao giờ kể từ ngày chúng tôi dọn về đây.

Bà cụ chậm rãi:

- Tôi lái được chứ, có điều… cách đây nhiều năm, sau một tai nạn xe dù không nặng lắm, nhưng… ông ấy không cho tôi lái xe nữa, đi đâu thì ông ấy đưa tôi cùng đi.

Ngưng chút xíu, bà tiếp:

- Lâu thật không lái xe nên bây giờ tự đưa chiếc xe từ trong "ga ra" ra ngoài, tôi… không được tự tin lắm. Nhờ cậu giúp.

Chồng cô ngừng tay, đón chiếc chìa khóa trên tay bà cụ. Anh bước qua nhà ông bà cụ hàng xóm, cẩn thận nổ máy xe, đưa chiếc xe ra khỏi "ga ra". Trong khi chờ đợi, cô bắt chuyện:

- Ông ra sao rồi thưa Bà, ổn chứ?

- Ông không thể đứng dậy đi được nữa, chắc trí nhớ cũng kém rồi…

Cô ái ngại:

- Thế…ông… ăn uống ra sao bà?

- Cũng không tệ lắm, ông cứ sợ tôi lái xe đi nguy hiểm…

Cô nhìn bà đầy thương cảm:

- Tôi có thể giúp bà, hôm nay tôi rảnh.

Bà cụ cười:

- Cám ơn cô, tôi nghĩ tôi một mình lái xe đến thăm thì ông ấy rất vui đó.

- Bà chắc bà Okay chứ?

Bà cụ lại cầm tay cô lắc lắc:

- Cô yên tâm, Chúa nhìn thấy những gì tôi làm mà, không sao đâu.

Chồng cô đã đưa xe ra ngoài, Bà cụ chầm chậm leo vào, xe đang nổ máy. Bà bình thản thắt dây an toàn, nụ cười móm mém, nhắc lại một câu:

- Đã lâu lắm tôi không lái xe. Ông ấy hứa sẽ chở tôi đi bất cứ nơi nào tôi muốn. Bây giờ ông ấy đã nằm một chỗ, không đi lại được. Tôi cần phải vì ông ấy mà cố gắng, chắc chắn ông vui lắm đây! Rất cám ơn hai bạn.

Cả hai vợ chồng cô đều dặn bà:

- Bà cẩn thận nhé!

Đôi vợ chồng trẻ nhìn nhau… rồi nhìn theo chiếc xe chầm chậm rời khu phố. Cả hai cùng buông tiếng thở dài, cõi lòng mênh mang buồn. Cầu cho bà cụ còn đủ sức khỏe và minh mẫn để một mình lái xe đi thăm ông. Nếp sống của đôi vợ chồng trẻ từ ngày quen biết ông bà cụ hàng xóm đã thay đổi khá nhiều. Bài học về lòng vị tha, tư tưởng không coi nặng vật chất, chuyện lớn hóa nhỏ, chuyện nhỏ hóa không. Rất an nhiên tự tại, đời sống có phần nhẹ nhàng hơn.

Mùa Đông đang đến sau vài cơn mưa nhỏ, những hàng cây vàng lá hai bên đường bắt đầu trơ trụi. Thảm cỏ xanh nhà hàng xóm đã không còn xanh tươi, lác đác có những chiếc lá vàng cuối cùng từ cây phong trồng phía trước bay bay theo gió rồi nhẹ nhàng đáp xuống sân nhà.

Bà cụ hàng xóm dạo này thường tự lái xe ra mà không cần đôi bạn trẻ trợ giúp. Cô thầm nghĩ: Có lẽ hạnh phúc khi mang lại niềm vui cho người bạn đời đã khiến Bà cụ trông có phần tự tin.

Hôm nay, thật lạ, bà cụ lần bước qua khoảng sân nhà cô. Từ trong nhà cô đã nhìn thấy chiếc xe bà cụ đã nổ máy và đậu ở ngoài lề đường. Vừa bước ra ngoài cô suy đoán, có lẽ xe bà bị gì đang cần giúp đây.

- Chào Bà! Hôm nay đi thăm người yêu đó à?

Ánh mắt bà cụ long lanh. Cô dò chừng:

- Sắp đến Giáng Sinh rồi, bà làm món gì cho ông, nào?

Cụ Bà cười rất tươi:

- Năm nay tôi được Chúa thương…

- Bà sẽ vào bệnh viện mừng Lễ với ông chứ?

- Tôi có món quà lớn lắm, muốn chia sẻ với vợ chồng cô.

Người phụ nữ trẻ nhìn quanh, vẫn không hiểu ý bà cụ hàng xóm. Cô lại hỏi tiếp:

- Ông nhà vẫn ok chứ bà?

- Vâng, năm nay Chúa thưởng tôi. Lát nữa xe bệnh viện sẽ đưa ông ấy về nhà. Hằng ngày sẽ có nhân viên y tế đến chăm nom vì ông vẫn phải chuyền oxy và ông hầu như chẳng còn biết tôi là ai. Nhưng tôi còn biết ông ấy. Là chồng tôi mà! Đây chính là món quà Giáng Sinh vô giá mà tôi mong mỏi từ bấy lâu đấy cô gái ạ.

Ôi Trời, người phụ nữ trẻ vừa mừng vừa cảm động. Món quà vô giá dành cho người vợ chỉ đơn giản là được thấy chồng mình trở về nhà, cho dù ông đã hoàn toàn mất tri giác. Những suy nghĩ rất bao dung cho đến những việc ông bà hàng xóm đã làm khiến cô cảm thấy mình sao quá nhỏ nhoi, ích kỷ. Tại sao không buông bỏ để đời sống nhẹ nhàng? Những suy tư nhỏ nhen đã khiến tâm hồn nặng trĩu, rồi cuối đời còn gì đâu. Hãy sống như ông bà cụ. Bao nhiêu của cải ít cần dùng đem phân phát hết. Không ước ao gì hơn. Mùa Giáng Sinh đang đến, chỉ một hình hài chằng chịt dây nhợ của chồng trở về bên cạnh mà cụ bà đã xem đó là một Ân sủng quý báu, mang lại cho bà nụ cười hạnh phúc, khiến khuôn mặt già rạng rỡ như ánh nắng mai.

Cô thật ngưỡng mộ tấm lòng người hàng xóm già nua có trái tim rất ấm.

Nước mắt tràn trên đôi mắt người phụ nữ trẻ tuổi. Cô run run choàng tay ôm lấy bà cụ.

Một mái tóc bạc bên cạnh mái đầu xanh.

Mùa Đông đang đến thật chậm bên thềm.

Nguyễn Diệu Anh Trinh

Những Người Đón Bão

Y CHÂU

Tác giả Y Châu là cư dân Miami, Florida, đã góp nhiều bài viết tuy ngắn nhưng tinh tế, và đã nhận Giải Đặc Biệt Viết Về Nước Mỹ năm 2015.

Cuối hè, thu về trước ngõ nhưng khí hậu vẫn còn nóng oi bức, gần 100 độ F vào giữa trưa, nhờ có gió biển từ Đại Tây Dương thổi vào làm mọi người cảm thấy dễ chịu.

Năm đó cũng vào mùa nầy, có người bạn rủ tôi qua Florida để tìm lại hương xưa, từ khí hậu nắng mưa, có vườn cây ăn trái không khác gì quê hương mình. Trong khi đó cũng có người nói rằng ở Nam Florida lắm mưa nhiều bão, như Andrew năm 1992, tàn phá tàn phá khủng khiếp miền Nam Florida, nó san bằng cả đến những cây cổ thụ trên 100 tuổi, làm sập nhà cửa, FEMA (cơ quan cứu trợ khẩn cấp Liên bang) phải đến từng nhà bị sập để cứu người. Cuối cùng tôi quyết định cùng vài người bạn đến Florida thử thời vận, khi sống ở Nam Florida tôi chứng kiến nhiều cơn bão đi qua như: Katrina, Wilma, Irma... và những người bạn đi chung với tôi đã bỏ đi.

Hằng năm chính quyền tiểu bang đều nhắc nhở người dân, bắt đầu từ đầu tháng 6 đến cuối tháng 10 là mùa bão, mọi người phải cẩn trọng dự trử như yếu phẩm... Riêng người chủ nhà ngoài bảo hiểm nhà, ở những nơi thấp trũng phải thêm bão hiểm nước ngập (Flood Insurance).

Mùa nầy trường học bắt đầu khai giảng năm học mới, mấy đứa con thường gọi để kể chuyện trường lớp của mấy đứa cháu: nào thầy cô, bạn học, cũng như phụ huynh của các bạn mới... làm tôi liên tưởng đến trường xưa bạn cũ. Bỗng nhiên có người bạn ở Homestead gọi, có một người bạn học chung quân trường Nha Trang, hiện sống tại Bắc Florida đến viếng thăm, đúng là "tâm linh tương thông", tôi trả lời:

- Mời bạn đến.

Hơn 50 năm chúng tôi gặp lại nhau mừng mừng tủi tủi, chuyện xưa tràn về như "Hurricane Florida". Sau đó các bạn không muốn chờ đợi lâu, mời thêm nhiều sư huynh đệ khắp nơi, tề tựu về Homestead lần đầu tiên trong năm nay. Sau khi thư đi thư đến, chúng tôi hẹn gặp nhau vào tháng 10 ở Homestead, cuối mùa Hurricane.

Người xưa có câu: "Năm Thìn bão lụt". Tôi nhớ không lầm thì năm 1964 (Giáp Thìn), lúc đó tôi còn nhỏ, ở Tân Châu, trên bờ sông Tiền Giang, đến mùa mưa lũ nước từ thượng nguồn biển Hồ (Cambodia) đổ xuống tràn ngập cả đường phố, muốn đi đâu mọi người phải lội nước hay đi xuồng; người lớn thì lo lắng riêng bọn trẻ như tôi rất thích: tha hồ bơi lội, con cá con tôm... theo con nước có khắp nơi sinh sản, khi nước rút cá tôm đầy đồng, đầy sông rạch...

Mỗi năm bọn trẻ chúng tôi chờ đón bão!

Thời gian chầm chậm trôi qua, gần đến ngày họp mặt thì tin tức khí tượng dự báo bão Helene (2024, Giáp Thìn) từ Đại Tây Dương qua đảo quốc Cuba, tiến vào vịnh Mexico, vận tốc gió tăng dần lên cấp 4: qua Tampa, Tallahassee, FL, GA, North Carolina, South Carolina, ...

Tính đến ngày 03/10/2024 số người chết gần 227, có thể tăng lên vì trên năm trăm người ở North Carolina không thể liên lạc được. Theo thống kê thì bão Helene làm chết người đứng thứ nhì, chỉ sau bão Katrina, cấp 5, năm 2005 là 1,350 người, và thiệt hại trên 160 tỷ MK.

Sau khi bão đi qua, những người thân quen gọi, nhắn tin hỏi thăm về trận bão..., riêng các chiến hữu không yên... phải hội ngộ sau hơn 50 năm xa cách.

Trời cao nhìn thấy xót thương, "hurricane" Helene đi qua Homestead, Nam Florida không bị thiệt hại nhiều: chỉ có mưa giông vận tốc gió chừng 30 MPH đến 40 MPH và sẵn sàng đón tiếp những chiến hữu.

Tôi chuẩn bị đến nơi hẹn, trong lòng rất hồi hộp, tuy không thể so sánh với buổi lễ ở vũ đình trường năm nào, khi Chuẩn tướng Võ văn Cảnh tuyên bố:

- Các sinh viên sĩ quan quì xuống, các tân Chuẩn úy đứng lên, bên huy hiệu "Mặt Trời và Thanh Kiếm Bạc"

50 năm gặp lại người xưa
Các cụ mần răng chi rứa
Tay ngang tầm mắt, chào tiễn đưa
Nha Trang ơi, biển xanh phủ bóng dừa.

Florida, người viếng chưa?
Vườn cây, bóng mát, gió đu đưa
Đón chào chiến hữu, trải gió mưa
Vũ Đình Trường, nhịp bước nhặt thưa

Homestead, giày dép sẵn sàng chưa?
"Marathon", bắt đầu đua
Thử tài, thử sức: giải thưởng "trái dừa"
Quà tặng, mừng chiến hữu năm xưa.

Chúc mừng chiến hữu vượt qua bão lũ
Cùng nhau nhắc lại chuyện ngày xưa...

Ngoài trời còn lác đác những hạt mưa thu, tôi đến nơi nhưng không tìm ra nhà, gọi anh để chỉ đường, khu nầy giờ được sửa sang quá đẹp, nên tôi không nhận ra nhà anh.

Vừa bước vô cửa: đây rồi các huynh đệ của tôi hơn 50 năm mới được hội ngộ, cám ơn ơn trên! Tôi vui mừng bắt tay ôm mừng từng người một, giữ chặt không muốn bất cứ ai chia cắt huynh đệ chúng tôi nữa!

Chuyện xưa tràn về như mùa "Hurricane Florida". Từ chuyện vui buồn khi ở quân trường, chuyện đi chiến dịch "CTCT", chuyện đời chiến binh, chuyện học tập "cải tạo", chuyện định cư ở Hoa Kỳ.

Khi đang học quân sự thì huynh đệ chúng tôi được lệnh phải lên đường đi chiến dịch "CTCT", nhờ vậy mà chúng tôi có dịp tiếp cận với người dân quê hiền lành, chất phác; những người lính nơi rừng sâu núi thẳm, cái sống cái chết như "chỉ mành treo chuông"!

Sau khi ra trường về đơn vị, trong thời gian học tập cải tạo, chúng tôi học hỏi rất nhiều về tình chiến hữu, hoạn nạn có nhau. Nhớ lại những tháng ngày ở núi Cấm: mỗi ngày phải đi "lao động", nhưng cơm không đủ ăn... Sư huynh Văn Tưởng, dáng người cao lớn, nên bữa ăn hằng ngày không thấm vào đâu, huynh nhìn thấy đàn chuột nhắt chạy tung tăng trên trần nhà, huynh làm bẫy bắt chúng rồi đem đi nướng trui thơm ngon, làm mọi người thèm chảy nước miếng.

Khi ở Bắc Hòa, kinh Cá Tôm, Đồng Tháp, tôi đặt lưới dưới kinh bắt được con rắn vi cá, đem vô nấu cháo xé phay, chúng tôi có một bữa no nê, còn những chú rùa ở dưới kinh nữa...

Khi đang kể chuyện thì một huynh hỏi tôi:

- Miami có nhiều đặc sản như quê hương mình, mà các huynh từng nhìn thấy qua hình ảnh mà tôi gởi cho, có thật không? Tôi còn ăn cháo rắn?

- Ở đây có nhiều đặc sản từ cây trái, đến những động vật hoang dã như Iguana (kỳ nhông xanh), rắn, rùa... món ăn khoái khẩu của người Nam Mỹ. Tôi không còn ăn, vì khi nhìn thấy nó gợi nhớ đến thời gian lao lý, cầm lòng không đậu.

Cá sấu ở Everglades National Park, một nơi du lịch nổi tiếng, trong nhà hàng có món đặc sản "alligator nugget" giống như "chicken nugget" ở cửa hàng thức ăn nhanh McDonald, Burger King, để nhát ma những người yếu bóng vía.

Đời người "thất thập cổ lai hy"
Người ở lại, người đi hết rồi
Trăm năm dâu bể, cuộc đời
Quê hương xứ lạ, đâu người năm xưa.

Nha Trang dãi nắng dầm mưa
Trèo đèo vượt suối, đu đưa giữa trời
Trây-di, áo lính một đời
Sư huynh sư đệ, lệ rơi nhạt nhòa.

Trong vòng tay lưu luyến, hẹn ngày gặp lại, cám ơn quí vị phu nhân đã từng "đồng cam cộng khổ với những người lính", hôm nay lại cùng quí sư huynh đệ từ xa đến đây, "đón bão". Sau Helene, Milton, Leslie... chuẩn bị viếng thăm Nam Florida trong tuần tới.

Y Châu

** Xin chia sẻ cùng anh chị Noi, anh Quan, những người bảo trợ buổi họp bạn.*

Cựu Quán Quân Nguyễn Văn Tới trao giải cho
tác giả Vĩnh Chánh Lễ Phát Giải VVNM 2021

Đôi Mắt

Ý NHI

Tác giả tên thật là Nguyễn Thị Dung tham dự VVNM từ năm 2024. Trước năm 1975, cô tốt nghiệp Học Viện Quốc Gia Hành Chánh và làm việc tại Bộ Tài Chánh VNCH. Cô Nguyễn Thị Dung đã vượt biển và định cư tại tiểu bang Virginia, Hoa Kỳ từ năm 1984 cho đến nay. Cô làm việc cho Bưu điện USPS và đã về hưu. Cô còn là hội viên hội Văn Bút VN Hải Ngoại từ năm 2023.

Người ta thường nói "Đôi mắt là cửa sổ của tâm hồn "hay "Hồn lỡ sa vào đôi mắt em" …mà nếu đôi mắt đó che bằng một cặp kính dày thì làm sao mà "thấy" được cái tâm hồn đầy thơ mộng và lãng mạn để…sa vào đôi mắt đây? …nên tôi nhất định không đeo kính cận khi đi học hay đi chơi để mong có cơ hội chớp được anh chàng nào đó lỡ dại sa vào đôi mắt mơ huyền của tôi.

Tôi bắt đầu nhận ra mình bị cận thị khi học trung học vì không thấy rõ được chữ thầy cô viết trên bảng, ngay cả khi ngồi trên ghế bàn đầu trong lớp. Nhà nghèo, không có tiền đi bác sĩ để lấy toa và mua kính nên tôi thường mượn sách của bạn xem lại những thiếu sót. Và cứ như thế tôi học xong trung học, đỗ Tú tài và vào học đại học.

Cho tới bây giờ, tôi cũng không nhớ là mình có kính cận từ khi nào? Chỉ nhớ có một lần khi tôi đi dạy toán tại một trường trung học tư, vì một lý do nào đó mà trường đóng cửa và viết thông báo trên bảng để ngay sau cổng trường. Tôi đang đứng trước cổng trường, cố gắng nhíu mắt tập trung để đọc thông cáo trên bảng qua khoảng trống trên cánh cổng thì thấy có một cậu học trò đến gần bên tôi và cũng đang nhìn vào bảng. Tôi nhìn lại và nhận ra cậu bé là học trò lớp toán của mình.

- Em đọc thông cáo trên bảng cho cô nghe.

Cậu học trò nhìn tôi, thoáng chút ngạc nhiên nhưng nghe lời cô giáo và đọc bản thông cáo một cách rõ ràng

- Cám ơn em.

Cậu bé cúi đầu chào tôi rồi đi qua đường, tôi cảm thấy buồn cười khi nhớ lại đôi mắt mở lớn nhìn lại tôi, tự nhiên tôi nghĩ ngay đến chuyện cần phải mua kính cận, và có thể tôi có cặp kính cận sau sự việc xảy ra ngày hôm đó.

Khi tôi ra trường và trở thành công chức thì lúc nào cũng có cặp kính cận để…trong ví xách tay, chỉ sử dụng trong lúc làm việc vì cần phải đọc nhiều. Còn khi đi làm hay đi bát phố thì vẫn ung dung với đôi mắt tự nhiên như thiên hạ vậy. Mỗi khi thấy ai đi gần thoáng như đang cười hay đưa tay chào thì tôi lập tức nở một nụ cười tươi chào lại ngay cho chắc ăn, dù thật tình chưa nhận được người đó là ai, lý do vì tôi đã từng bị tiếng oan là kiêu căng…mình chào mà mặt "cô nàng" cứ tỉnh bơ như không quen biết.!!! Tội không?

Thế rồi thì cũng có một chàng lạng quạng sa vào đôi mắt của tôi… đến lúc ngộ ra thì đã rơi quá sâu vào đôi mắt "mơ huyền" ấy mất rồi !!! Anh yêu tôi tha thiết và bằng lòng với tất cả những gì tôi có. Mỗi khi đưa đón hẹn hò thì chàng luôn dặn cẩn thận là đứng chờ đúng chỗ để chàng đến đón, vì ngoài đôi mắt mơ huyền, tôi còn là một " thiên tài lạc lối " (biệt danh mà chàng tặng cho tôi) vì chỉ trong vài khu đường phố quen thuộc mà tôi vẫn bị lạc, không nhớ ra đường nào là đúng…có khi đi loanh quanh mãi mới tìm ra điểm hẹn…" Chàng hay than thở: "Anh không hiểu sao đọc gì em cũng nhớ được ngay mà chỉ có vài góc phố quen thuộc em đi hoài không tới?" Thấy mặt tôi ỉu xìu chàng lại thương nên dỗ dành "Anh chạy xe lòng vòng tìm em mãi, đi qua chỗ hẹn cả chục lần mới thấy người đẹp của anh, thiên tài lạc lối ơi, lên xe đi, mình đi ăn kem cho đỡ khát nhé."

Cuộc tình của chúng tôi vẫn tiếp tục và tình càng nồng thì độ cận cũng tăng theo. Đã nhiều lúc tôi phải đeo kính khi đi đường hoặc khi vào thương xá mua đồ vì thị lực quá kém. Rồi đến khi mất nước…lo buồn sợ hãi cho tương lai cũng ảnh hưởng đến đôi mắt của tôi. Mỗi lần phải đi xuống tỉnh miền Tây để dự định vượt biên, tôi không dám đeo kính vì sợ bị nghi ngờ là ...người trí thức tìm đường trốn. Cũng may là hầu như lần đi nào cũng có chàng đi cùng, tôi thường lấy dáng quen của anh làm chuẩn và biết là có người luôn để tâm đến mình nên ... cứ như là nhắm mắt đưa chân.

Nhờ trời, sau chín năm theo đuổi việc vượt biên, chúng tôi đã đến xứ Mỹ an toàn và bắt đầu cuộc sống mới. Để dễ dàng cho việc đi học và đi làm, anh đã có bằng lái và mua được một chiếc xe cũ cho tiện việc di chuyển và dạy tôi …lái xe!!! Công việc mới đầu thì có vẻ dễ vì tôi chỉ lo ôm tay lái và đi theo sự chỉ dẫn của anh, nhưng đến khi tập tự nhìn kính xe để sang lane thì tròng kính cận quá dày lẫn với gọng kính làm khó tôi, cùng lúc với mùa đông đến và chuẩn bị đón con đầu lòng nên chúng tôi đồng ý tạm ngưng.

Thấm thoát thế mà đã ba năm từ ngày chúng tôi định cư ở Mỹ, chúng tôi đã có một cháu gái đầu lòng và cả hai đều đi làm cho hai công ty nhỏ, tiếp tục thi tuyển vào Bưu Điện để mong có công việc làm ổn định và lương cao hơn. Khi được gọi đi làm, anh chọn nghề sửa máy sort thư và làm đêm. Còn tôi thì không có nhiều lựa chọn vì lúc bấy giờ, chỉ có việc làm ở window là không cần có bằng lái xe, tôi trở thành window clerk và làm ban ngày. Chúng tôi mua nhà chỉ cách sở làm của tôi hơn 5 phút đi bằng xe và khoảng 30 phút đi bộ. Mỗi sáng, tôi đưa con ra đón xe đi học, ngay sau đó thì anh đi làm về và đưa tôi đến sở rồi về nhà ngủ, chiều đón con rồi đón tôi về nhà lo nấu ăn cho gia đình và đến 10 giờ tối anh mới phải đi làm. Mọi việc tạm ổn định nên anh không nghĩ đến việc tiếp tục dạy tôi lái xe và mua xe cho tôi tự lái đi làm nữa.

Việc bán tem, nhận và phát bưu phẩm cũng không đến nỗi quá khó ngoài việc phải đứng và nhìn nhiều vào computer. Đứng thì quá dễ vì tôi còn trẻ nhưng tận dụng mắt nhiều làm độ cận của mắt tôi tăng nhanh. Sau một thời gian dài, tròng kính cận của tôi dày khoảng một centimeter, quá nặng dù đã được ép cho mỏng và mài chung quanh cho thấy đỡ dày, tôi phải tập đeo contact lens. Điều làm tôi buồn là bác sĩ mắt cho biết độ cao nhất của contact lens là -10 độ, mà độ cận của tôi lúc đó là khoảng -16 độ, nên dù có dùng contact lens, tôi vẫn phải đeo thêm kính để nhìn được rõ. Tôi đồng ý vì không thể nào chỉ đeo contact lens rồi dí mắt sát gần màn ảnh của computer.!!!

Cũng tưởng như thế là tạm yên vì tôi đã trải qua một thời gian khá vất vả với việc thay contact lens, nhưng chỉ mấy năm sau thì độ nhìn càng yếu dần. Bác sĩ nói không còn độ kính mắt để tôi nhìn rõ được nữa, vì mắt bị cườm và thực sự thị lực của mắt gần tương đương với người mù. Tuy nhiên trong cái rủi có may, độ dày của cườm mắt đủ để tôi có thể giải phẫu để thay thủy tinh thể của mắt (cataracts), nhưng… lại nhưng… vì độ cận quá cao, có thể có vài kết quả không tốt.

Tôi còn quá trẻ để trở thành một bà mù và về hưu sớm, tôi cần đôi mắt để chăm sóc gia đình tôi. Tội nghiệp các con tôi, đi đâu tụi nó cũng phải để ý đến tôi… mommy, đi đường này …Ngày tụi nó còn nhỏ, mỗi khi ra đường tôi luôn nắm tay chúng cho chắc ăn và hầu như các con tôi không bị té ngã khi còn bé. Anh và hai con khuyên tôi nên đi giải phẫu mắt, tôi nghe lời vì thực sự không có sự lựa chọn nào khác.

Tôi có một người cháu rể là bác sĩ mắt nên đến hỏi những thắc mắc về việc giải phẫu mắt và nhờ giới thiệu bác sĩ tin cậy để yên tâm trong công việc quan trọng này. Thật là may, bạn thân của cháu là bác sĩ giải phẫu mắt cườm nổi tiếng và cháu đích thân đưa tôi đến gặp người bạn này để nhờ chăm sóc cho tôi. Theo lời đề nghị của bác sĩ, tôi chọn cặp tròng giả để thay thủy tinh thể của tôi có nhiều chức năng… có thể nhìn gần và nhìn xa, mặc dù loại tròng kính đặc biệt này bảo hiểm y tế không trả tiền và tôi phải tự mua bằng tiền của tôi, họ chỉ trả cho loại tròng kính căn bản thôi.

Vì cả hai mắt tôi đều bị cườm nên bác sĩ cho hẹn để giải phẫu cho cả hai mắt và hai lần mổ cách nhau khoảng một tháng. Sau khi làm đủ mọi thủ tục để chuẩn bị giải phẫu lần đầu cho con mắt phải của tôi, anh và Annie, con gái út đưa tôi đến nhà thương. Khi mới được gây mê, tôi vẫn hơi tỉnh nên còn nghe bác sĩ và y tá nói chuyện lao xao rồi thiếp đi. Lúc tỉnh dậy, cảm thấy mình đang nằm trong phòng và lờ mờ thấy anh ngồi bên cạnh bằng một con mắt mơ huyền còn lại. Thấy tôi tỉnh lại, anh nắm tay tôi và cho biết bác sĩ bảo cuộc giải phẫu đã thành công tốt đẹp, còn đang ở trong phòng phục hồi, chờ y tá khám lần chót rồi về nhà và ngày hôm sau đến phòng mạch của bác sĩ để mở băng che mắt. Tôi nhẹ gật đầu và nắm tay anh như để cám ơn rồi nhắm mắt lại vì cảm thấy ảnh hưởng của thuốc mê còn vương vất trong tôi.

Trưa ngày hôm sau, Annie đưa tôi đến phòng mạch của bác sĩ. Sau khi khám cẩn thận, bác sĩ nói mọi việc đều tốt rồi mở băng che con mắt phải mới được thay thủy tinh thể. Miếng băng vừa được mở ra là tôi đã thấy rõ ràng cái góc vuông bàn giấy của bác sĩ, tôi reo lên đầy vui mừng:

- Tôi nhìn thấy rồi, thưa bác sĩ, tôi đã nhìn thấy rõ cái góc bàn giấy của bác sĩ.

Người bác sĩ cười hiền hòa, trên mặt thoáng chút vui như muốn chia sẻ niềm vui và hạnh phúc của tôi. Sau khi nhỏ thuốc vào mắt và khám lại cẩn thận. Ông nói với giọng thật vui

- Tôi đã khám lại cẩn thận, cuộc giải phẫu thay thủy tinh thể mắt của bà đã thành công mỹ mãn, tôi chỉ sợ có thể có vấn đề sau võng mô vì mắt của bà bị cận nặng quá, nhưng thật may vì không có vấn đề gì cả. Bà chỉ cần nghỉ làm việc một ngày, nhỏ thuốc vào mắt đúng giờ, cần nhất là phải tránh bụi và đeo kính mát thường xuyên cho đến một tháng sau thì lấy hẹn khám mắt lại.

Tôi cám ơn bác sĩ rồi theo con ra khỏi phòng mạch. Mọi sự vật trong toà nhà như sáng hẳn lên và rõ ràng, khi ra ngoài, tôi nắm lấy tay con gái, reo lên

- Mẹ đã thấy được chiếc lá cây rung rinh trong gió… từng chiếc lá, không phải như một khối xanh lay động như trước nữa.

Annie nhìn tôi, ánh mắt long lanh với nụ cười vui

- Mommy nhìn rõ được sự vật con mừng lắm. Ba nói sẽ đưa mommy và tụi con đi ăn mừng ở nhà hàng mommy à.

Tôi nhìn con gái và bây giờ mới thấy rõ hàng mi dài cong và đôi mắt trong suốt của con bé, lòng dậy lên mối cảm hoài…Ông trời đã cho mẹ lại ánh sáng, mẹ hứa sẽ chăm sóc cho ba và các con chu đáo.

Ngày đầu tôi nghỉ ở nhà, mấy cha con không cho tôi nấu ăn và dọn dẹp vì sợ hơi nóng của thức ăn khi nấu và bụi vào mắt …" cho nó chắc ăn", anh nheo mắt nhìn và cười trêu tôi vì nhớ tôi hay dùng những từ đó khi anh hỏi sao mà cẩn thận quá vậy…tôi như chìm trong hạnh phúc của ánh sáng và sự yêu thương của gia đình.

Đến khi mắt bên trái của tôi được giải phẫu thì mọi sự dễ dàng hơn, sau đó tôi có thể đọc sách và nhìn xa không cần kính nữa. Tuy nhiên bác sĩ cũng cho biết là độ nhìn của tôi không đạt được 100 phần trăm như người có độ nhìn tốt và muốn được như thế, tôi phải đeo kính với độ nhẹ. Tôi không muốn đeo kính nữa, tôi đã đeo kính gần hết cuộc đời của tôi rồi, và độ nhìn của tôi bây giờ đã quá đủ.

Đây là món quà quý báu nhất mà Thượng Đế đã ban cho tôi, tôi luôn luôn biết ơn mỗi khi mở mắt nhìn thấy sự sống quanh tôi và vẻ đẹp của thiên nhiên.

Ý Nhi

Tác giả Khôi An nhận giải Việt Bút Trung Quang từ nhà văn Đỗ Khiêm tại Lễ Trao Giải VVNM 2015.

Giúp Thế Hệ Sau Đọc Sách Báo Tiếng Việt

TRẦN ĐỨC HÂN

Trần Đức Hân sinh năm 1942 tại miền Bắc, di cư vào Nam. Từ những năm 60 học Văn khoa, dạy học, khóa 20 Thủ Đức, khóa 15 Kỵ Binh Thiết Giáp, bị thương, giải ngũ năm 1968, tốt nghiệp cử nhân Văn Khoa, tiếp tục dạy học. Năm 1980, vượt biển, định cư tại Cộng Hòa Liên Bang Đức. Từ 2000, di dân sang Mỹ. Tác giả hiện là cư dân thành phố Westminster. Ông tham dự Viết Về Nước Mỹ từ năm 2016.

Sách và Báo Chữ-Việt xuất bản ở nước ngoài rất nhiều. Riêng ở Mỹ, có vài trăm tác giả viết sách. Báo ngày có Việt Báo, Viễn Đông, và Người Việt. Báo tuần, báo tháng có trên chục tờ. Thêm vào còn có các Tạp San của Tôn giáo và hội đoàn. Rất nhiều nữa nhưng xin độc giả thông cảm cho sự ngắn gọn này.

TĐH đã vào Internet nêu câu hỏi: "Nguồn gốc Anh-ngữ ngoài những từ vựng của riêng mình, còn lấy thêm nguồn gốc từ các ngôn ngữ nào khác?" Câu trả lời là một 'list" khá dài. Tác giả xin trích một số ngôn ngữ: Latin, French, German, Yiddish(?), Portugese, Italian, Spanish, Arabic,

Russian, Swedish, Native American languages, Chinese, Korean, Japanese, ... Vietnamese. Từ mỗi ngôn ngữ, họ cho vài thí dụ. Ngôn ngữ viết Alphabet- scripts thường giữ nguyên hoặc đổi khác chút ít; ngôn ngữ viết kiểu khác thì ghi âm lại bằng Alphabet-script của English. (Ví dụ tea của Chinese, tycoon của Japanese).

Do các dữ kiện vị trí và lịch sử của nước Nam (Vietnam) chắc quý độc giả đồng ý với thực tế "*Chữ Việt* và *Tiếng Việt Còn* thì *Nước Việt Còn*."

Dữ Kiện Vị Trí: Nước Việt-Nam nằm ở vị trí huyết mạch tuyến đường thương mại cũng như chiến lược vùng Đông Nam Á.

Vài thí dụ về tuyến đường thương mại: Việt sử cho ta biết, khởi đầu từ năm 1533, các tàu buôn Portuguese, do Antonio Da Faria chỉ huy, có những lần đến Đà-Nẵng (Tourane) hay Hội-An (Faifo) ở trong Nam. Từ 1540 đến 1800, các thương thuyền của Portuguese, Spanish, Britain, France, và Nertherlands trên đường đi Macao nước China và Nazaki nước Japan, thường ghé vào Đà-Nẵng trong Nam hay Phố-Hiến (Hải-Phòng) ngoài Bắc.

Vài thí dụ về tuyến đường chiến lược: Điển hình là vị trí chiến lược Cam-Ranh Đà-Nẵng. (a) Trong chiến tranh Russo-Japanese ở thập niên 1900s, trong một trận hải chiến, khi hạm đội Nga yếu thế, họ vào bố trí ở Cam-Ranh Đà-Nẵng nên hạm đội Nhật không thắng được trận đó. (b) Khi Pháp chiếm VN, họ cũng khởi đầu 1858 từ eo biển này. (c) Trong Thế Chiến II, sau khi quân phiệt Nhật đã chiếm Korea và nhiều tỉnh miền đông China năm 1937; vài năm sau, họ tràn vào Việt Nam làm vị thế bàn đạp đánh chiếm các nước phía nam như Philippines, Singapore, Burma (Myanmar), vân vân. (4) Sau này, trong chiến tranh Việt Nam, đơn vị Thủy Quân Lục Chiến Mỹ đầu tiên đến Nam-Việt Nam năm 1965 cũng đổ bộ lên bãi biển này.

Dữ Kiện Lịch Sử: Trong quá khứ, nước Bắc (China) đã xâm chiếm nước Nam (Việt Nam) mấy lần.

(1) Từ 111 BC – AD 939 (1,049 năm; nếu trừ bớt 3 năm nhờ Hai Bà Trưng giành được chủ quyền năm AD 40 – 43 thì còn 1,046 năm.) Thời gian hơn một nghìn năm này, kẻ xâm lăng cai trị dân Việt rất khắc nghiệt như nô lệ và vơ vét những gì qúy giá chở về nước Bắc. Đặc biệt Mã-Viện (Phục-Ba) của nước Bắc đã gom gần hết các trống đồng của nước Nam, nấu chảy đúc thành Cột Đồng Trụ, khắc chữ Hán đe dọa: "Cột đồng chiết; Giao Chỉ diệt." (chiết = đổ gãy). Năm AD 939, Ngô Quyền thắng quân Nam-Hán và tuyên bố độc lập.

(2) Vua Đinh Tiên Hoàng và con trai bị cận vệ Đỗ-Thích ám sát năm 979. Nhà Tống (Song) nước Bắc sửa soạn chiếm nước Nam; năm 981 đem quân tới biên giới. Nhưng nước Nam biết trước nên tướng Lê-Hoàn chặn đánh tan quân Bắc ở biên giới. Sau đó, Lê-Hoàn khởi đầu nhà Tiền-Lê với tước hiệu Lê-Đại-Hành.

(3) Những ai chú ý chút ít Việt-Sử đều biết nhà Trần đã ba lần chiến thắng quân xâm lăng Mông-Cổ (Yuan) các năm 1258, 1285, và 1287. (Yuan, dòng họ Ganghis-Khan Mongolia cai trị nước Bắc (China) thời kỳ đó.) Nước Trung Hoa trước đó gồm 10 nước khác nhau: (Zhou, Jin, Xi-Xia, Liao, Nanzhao, Qidan, Northern Song (Bắc-Tống), Southern Song (Nam-Tống), Sui, Tang). Tuy họ đang phát triển chữ Ideograph (tượng hình), nhưng mỗi nước phát âm khác nhau, nói chuyện không hiểu nhau nên phải "bút đàm". Trớ trêu thay, người Mongols đã thống nhất 10 nước China, rồi chọn tiếng vùng Peking làm tiếng Quan-Thoại. (Ngay cả ngày nay, cùng là người Chinese mà ở hai vùng khác nhau, hoặc là cùng biết tiếng Quan-Thoại, hay là phải học tiếng của nhau mới nói chuyện được với nhau.)

(4) Hồ Quý Ly là quan của nhà Trần. Sau khi thủ tiêu nhiều con cháu can đảm nhà Trần, chỉ còn mấy người nhát gan mời hắn lên làm vua năm 1400. Một quan tên Nguyễn-Khang giả là cháu họ Trần sang China làm việc dại dột xin quân nhà Minh sang giúp. Nhà Minh cai trị dân Việt rất độc ác như thời Mã-Viện. Nhờ có Lê-Lợi đánh quân Minh 10 năm mới giành được độc lập. Lê–Lợi lập nhà Hậu-Lê tước hiệu Lê-Thái-Tổ.

(5) Hậu-Lê cai trị nước Nam đến năm 1527 thì Mạc-Đăng-Dung làm phản tương tự như Hồ-Quý-Ly chiếm ngôi nhà Trần. Nhà Minh lại sửa soạn định chiếm nước Nam. Mạc-Đăng-Dung biết chắc sẽ thua nên dâng châu báu và cắt một phần nhỏ nước Nam cho nước Bắc rồi sang nước Bắc nộp mạng.

(6) Khi Mạc-Đăng-Dung chiếm ngôi, mấy hoàng tử chạy trốn ở mấy vùng khác nhau. Mỗi người lập quân đội riêng. Họ đánh nhau giành ngôi. Nguyễn-Kim và hai con trai Nguyễn-Uông, Nguyễn-Hoàng, con rể Trịnh-Kiểm phò một hoàng tử. Nguyễn-Kim chết, trao quyền cho con rể. Kiểm thắng trận, lập nhà Lê-Trung-Hưng; Kiểm lấn quyền; vua chỉ là bù nhìn. Kiểm giết Uông; nên Hoàng dẫn một phần quân đội chạy vào miền nam lập giang sơn riêng (Sau này là nhà Nguyễn-Phước).

Năm 1771, nước Nam lại có 3 phe đánh nhau. Vua Lê và quan Trịnh ở bắc, Nguyễn-Huệ ở trung, Nguyễn-Hoàng ở nam.

Miền Bắc vua Lê-Chiêu-Thống bị lấn quyền chạy sang nước Bắc cầu xin nhà Thanh (Qing); do đó quân Thanh lại đem quân chiếm nước Nam năm 1789. Tình huống đó, Nguyễn-Huệ xưng là vua Quang-Trung, đuổi được quân Thanh.

Tóm lại, trong thời gian quá khứ, rất nhiều lần nước Bắc đã chiếm nước Nam; nhưng quân dân Nam đã đánh đuổi được. Ngày nay, cờ nước China có 1 sao lớn và 4 sao nhỏ. Theo Internet thì sao lớn tượng trưng dân tộc Hán; 4 sao nhỏ tượng trưng cho 4 dân tộc Mãn, Mông, Hồi, Tạng. Có ý nghĩa gì khi một sao lớn hơn mấy sao khác? Trên Facebook, vài lần đưa tin khi Viet Nam tiếp một nhân vật chính phủ Trung Quốc, trên đài TV, cờ Trung Quốc gắn thêm một sao nhỏ nữa!? Mong rằng đây chỉ là "tin vịt" hình "giả dối".

Không nước nào có chung biên giới với nước Bắc (China) làm những việc sai lầm to lớn và lâu dài gần 20 thế kỷ về chữ viết và văn học như nước Nam (Việt Nam). Thí dụ Korea: thế kỷ thứ 15, triều đại Yi, vua thứ IV (1419 – 1450) nước Korea đã ra sắc lệnh dùng chữ Hangul, khác hoàn toàn với chữ Chinese, cho tiếng nói Korean của họ. Do đó các văn nhân thi sĩ đã dùng chữ này để viết truyện làm thơ tả nhân vật và cảnh đẹp của nước họ. Nước Nam (VN) thì cứ mù quáng dùng chữ Chinese, phát âm chữ Nho mà dân không hiểu, phải giải thích mãi mới hiểu.

Nước Nam (VN), ngay sau những lần đuổi được quân xâm lăng về nước Bắc, vẫn trọng vọng tất cả những gì của nước Bắc: đam mê văn học, say đắm nhân vật, ca ngợi cảnh vật. Lỗi lầm to lớn kéo dài 20 thế kỷ là khinh chê ngôn ngữ của chính dân tộc mình, dùng tiếng ngoại lai, chữ nước China (mà đại đa số 95% dân không hiểu), để tuyển lựa người cai trị nước; dùng chữ ngoại lai trong tất các công văn, hộ tịch, vân vân. Thật xấu hổ, khi vua Việt loan kêu gọi việc gì trực tiếp với dân, lại nói tiếng Chữ-Nho để tỏ ra là thông thái (sic), rồi một quan dịch ra tiếng Việt cho dân Việt.

Tuy tiếng Chữ-Nho không là tiếng Quan-Thoại, nhưng nó tương đương như một tỉnh nước Bắc: (cùng một thứ chữ, nhưng mỗi tỉnh phát âm khác nhau). Nếu không đuổi được quân xâm lăng, rất dễ bị đồng hóa.

Một sự thật nữa trong quá khứ là không có hệ thống trường lớp học Chữ-Nho, chỉ có một số vị giỏi Chữ-Nho không được làm quan (hoặc "từ quan") mở lớp tại nhà riêng hay đình làng. Cả nước chắc cũng tới cỡ 100 lớp. Học trò trong lớp có các trình độ thấp cao khác nhau.

Mặc dầu trong thời gian 8 thế kỷ (từ XIII đến XX) trong số 5% các vị giỏi Chữ-Nho có vị đã dày công sáng chế chữ Nôm để ghi âm tiếng Việt, tiếng của dân tộc; như vậy phải giỏi Chữ-Nho mới đọc được Chữ-Nôm nên khó quá, thêm vào đó nó không được triều đình công nhận nên không phát triển được. (Bài Văn Tế Cá Sấu đã được viết bằng Chữ-Nôm năm 1282.)

Sau 8 thế kỷ, mà chỉ có 26 tác phẩm Chữ-Nôm bằng thơ. (Nhưng rất tiếc hầu hết chúng gồm toàn các nhân vật Chinese và cảnh bên China.) Thơ gieo vận nên một người đọc các người nghe mới dễ nhớ để sau này lại kể cho những người khác. Người khác lại kể cho người khác nữa.

Ngày nay, với Việt-ngữ (Alphabet-script) ta đang dùng, chỉ trong vòng một tháng có thể có cả trăm tác phẩm, chưa kể báo tháng, báo ngày, bản nhạc, vân vân.

Lịch sử thành lập chữ (Quốc-ngữ) Việt-ngữ = Alphabet-script, hệ thống trường lớp học được xây tổ chức, mọi lứa tuổi dân Việt nô nức học, tôi đã viết sẵn bài 16 trang: (Tinh Hoa của Tiếng Việt-Nam).

Chữ-Nôm quá khó như thế nào; Việt-ngữ mở rộng chân trời cho dân và nước Việt-Nam, tôi đã viết sẵn bài 7 trang: (Chữ Viết Khác Nhau cho Tiếng Việt Qua Các Thời Đại).

Trong chương VN-2 (Nhật-Bản Mở - Việt-Nam Đóng), ta thấy bất cứ lãnh vực nào, say mê hay trông nhờ nguồn gốc một nước duy nhất là dại dột và thiển cận, nhất là Việt-Nam một nước nhỏ mà lại nằm ở vị trí chiến lược toàn cầu. Tiếng nói cũng vậy; xin đừng ngụy biện nó là truyền thống. (Việc gì tốt đẹp mới giữ; điều sai lầm phải bỏ.) Hãy theo gương Anh-ngữ đã múc nguồn từ nhiều gốc khác nhau.

Nếu để ý, quý vị sẽ thấy từ đầu thế kỷ 19, cách nay hơn một thế kỷ, tiếng Việt đã có khoảng một ngàn chữ gốc Anh-Pháp đọc trại đi (tương tự như xưa học tiếng Chinese đọc trại đi thành Chữ-Nho). Sau đây là một số ví dụ tiếng gốc Anh-Pháp:

Ô-tô (auto), lô-gích (logic), nhà ga (gare), con-vít (vis) mít-tinh (meeting), xà-bông (savon), áo-sơ mi (chemise), cà-phê (coffee), tách (tasse), bia (beer), rượu-xâm-banh (champagne), thịt bít-tết (beefsteak), bánh bích-qui (biscuit), quần-sọc (short), cao-bồi (cow boy), mũ cap (kép), áo-măng-tô (manteau), sô-cô-la (chocolate), bơ (beurre), phô-mát (fromage), cà-rốt (carrot), xà-lách (salade), hô-ten (hotel), xe buýt (bus) Cao-su, si-măng, ca-nô, xe tăng ... chất hóa học... thuốc chữa bệnh... (còn rất nhiều).

Trong các lãnh vực khác, ví dụ âm nhạc, có các chữ như piano, violin, guitar, harmonica, harmonium, . . . valse, bolero, tango, Rumba, rock, chachacha, samba, đâu cần tìm Chữ Nho gốc Chinese để đặt tên cho phức tạp khó hiểu thêm!

Hệ thống đo lường: trọng lượng (gram), chiều dài (mét), thể tích (lít), các hãng xe, loại xe Renault, peugeot ... vân vân.

Thế kỷ 21 rồi, ảnh hưởng trong nhiều lãnh vực với tính cách quốc tế mỗi ngày càng tăng. Có những sáng chế từ Âu-Mỹ, (không phải từ China) có tên quốc tế rồi như radio, tivi, computer, internet, E-mail, video, calcium, aspirin, vitamin, . . . mà lại giật lùi lại cố gắng tìm kiếm chữ Nho gốc Chinese! Ta không muốn gia nhập cộng đoàn thế giới, chỉ muốn dựa vào China hay sao? Gần cuối thế kỷ XX, khi dân chúng đang rành rẽ nhiều danh từ gốc Pháp, vài ông bà mê Chữ-Nho đặt tên lại như tây-ban-cầm (guitar), dương cầm (piano) vĩ cầm (violon) ... Dân chúng chẳng ai theo vì không muốn học những điều vô ích.

Cứ khăng khăng chỉ dùng chữ gốc Tầu mà thôi là bước đi theo cùng một lỗi lầm lớn của thời đại trước. Hãy thêm chữ gốc Âu-Mỹ giúp dân ta bớt nhìn vào nước China mà nhìn thêm ra cả toàn thế giới.

Trên thế giới, có gần 200 nước, trong thế kỷ trước, khoảng 40 nước Việt-Nam đã dùng âm Chữ-Nho (gốc chữ Chinese) để đặt tên. Các thành phố thì ít hơn. Nhưng nay thì đang được thay thế bằng âm tiếng English hay French. Ví dụ Israel, Afghanistan, Iran... Canada, Argentina, Brazil... Bangkok, Paris, San-Francisco... Vài ông bà còn nuối tiếc dùng A-Phú-Hãn, Ba-Tư, Á-Căn-Đình, Ba-Tây... Vọng-Các, Ba-Lê, Cựu-Kim-Sơn... Nhưng họ rất cô đơn.

Tôi xin đặc biệt đề cập đến công trình *Viết Về Nước Mỹ* của ngàn người viết triệu người đọc vì đạt được thành công và lợi ích vượt không gian và thời gian.

Vượt không gian vì các bài viết được đăng trong báo ngày Việt Báo và in thành sách Viết Về Nước Mỹ hàng năm hơn một phần tư thế kỷ, các bài viết còn hiện diện trên Website đạt được thành công rất lớn, hiện nay đã có nhiều triệu độc giả trên toàn thế giới ngưỡng mộ tìm đọc. Hãnh diện hơn nữa, sách được lưu trữ lâu dài trong Thư Viện Quốc Gia Hoa Kỳ.

Vượt thời gian vì (a) các bài viết sẽ tồn tại trong tương lai những chứng tích lịch sử của Chiến Tranh Việt Nam kéo dài và tàn khốc gây đau thương và tàn phá không kể xiết; (b) tiếp theo là những chính sách cai trị hà khắc và độc ác của đám người độc tài thắng trận gây nhục nhã và đói khổ đến dân bị cai trị; (c) sau đó là các đợt vượt trốn chế độ độc tài đi tìm tự do trong hoàn cảnh cực kỳ nguy hiểm khiến từ ba trăm ngàn đến nửa triệu chết, trong hoàn cảnh kinh hoàng. (Tổng số từ Cơ Quan Tỵ Nạn Liên Hiệp Quốc HCR). Một số phụ nữ trẻ bị hải tặc hay cướp "làm nhục" tập thể trong thuyền trên biển cả hay trong rừng sâu. Nam bị đánh chết, xác vất xuống biển.

Tuy rằng tất cả các vị làm thơ viết văn Việt-ngữ hiện tại đều là những người đã thông tạo tiếng Việt và chữ Việt tại quê nhà trước khi bỏ nước ra đi, vẫn là một thực tế rất đáng hân hoan. Nước nào cũng vậy tổng số văn thi sĩ chỉ khoảng vài ba phần trăm trong tổng số dân.

Từ vài chục năm nay, chúng ta đã đồng ý với sự phân chia thành ba thế hệ người Việt đang sống ở nước ngoài: (1) Thế hệ thứ nhất gồm những vị đã thông tạo tiếng Việt vả chữ Việt tại quê nhà trước khi bỏ nước ra đi. (2) Thế hệ một rưỡi gồm những người rời khỏi quê nhà trong tuổi thiếu nhi chưa rành rẽ chữ và tiếng Việt. (3) Người trẻ được sinh ra ở quê hương thứ hai. Theo nhận xét của tôi thì việc đọc sách và báo Việt không có được sự hân hoan tương đương như trên. Tôi không dám viết ra đây phần trăm ít ỏi đã lượng định, xin quý độc giả tự làm việc này.

Vậy ta phải làm gì để Giúp Thế Hệ Sau Đọc Sách Báo Việt? Ta hãy làm thế nào mà chợt có dịp may, một người thế hệ sau cầm quyển sách hay tờ báo đọc thử, nếu họ hiểu thì mới có cơ may họ sẽ tiếp tục đọc sách báo Việt. Nếu không hiểu thì họ sẽ từ giã, rất khó sẽ thử lại một lần nữa.

Việc làm này cũng giúp cho toàn dân Việt nhìn rộng ra thế giới.

Sau khi đọc các sách hàng năm Viết Về Nước Mỹ của Việt Báo tôi thấy càng ngày càng phải dùng thêm từ vựng trong các lĩnh vực chuyên môn, đặc biệt là Tây-y-khoa với phương pháp tìm bệnh, ngừa bệnh, chữa bệnh và tên các thuốc. Cụ thể cuốn năm 2023 có thêm khoảng một ngàn từ Anh-ngữ viết nguyên dạng (khác với những từ kể ở phần trên, không phiên âm sang Việt-ngữ.) Có từ được dùng lại rất nhiều lần, càc phrases (nhóm từ), sentences (trọn vẹn câu).

Ngay phần mở đầu nơi trang 4 đã có 5 dòng Anh-ngữ thông báo cần thiết xuất xứ của cuốn sách: Writing on America Volume XXIII . . . Xin quý vị tìm đọc và làm nổi bật (highlight) những từ vựng English để thấy rằng tôi viết ra sự thật.

Nhưng tôi xin liệt kê một số lãnh vực mà cuốn này dùng từ vựng English: Phương tiện truyền thông, tây-y-khoa, thành phố, địa danh, tên các nước, hội đoàn, xây cất, tên các film, địa chỉ, tên nhà thờ, bệnh viện, tên sông, biển, dụng cụ kỹ thuật, hoa, cây cỏ, tên người, thực phẩm, các hê thống đo lường của Mỹ, tên đàn, nhạc, films ciné, chim muông: tên các hãng sản xuất, tên xe, thời-tiết, bão, dịch vụ, sinh hoạt tour, tên tiền Tiền: (Dolla, Euro) tên trường học, tên chợ … Xin quý vị tìm đọc và làm nổi bật (highlight) các từ vựng English để thấy rằng tôi viết ra sự thật.

Như vậy đề nghị của tôi đi sau đường hướng Viết Về Nước Mỹ hơn hai thập niên và chỉ nằm trong một lĩnh vực, nó chỉ bằng một phần trăm mà thôi.

Đề nghị sau đây của tôi không mới mẻ đâu mà đã bắt đầu từ lâu rồi. Sau đây là đề nghị của tôi:

Nguyên tắc I: Tên các nước ta không Nho hóa mà dùng như tiếng Anh; (ta có thể phiên âm bằng tiếng Việt). Ví dụ ta đã dùng tên nước Algery, Iraq, Panama . . . tên thành phố Tokyo, Marseille, Quebec . . . được; tất nhiên các nước khác thành phố khác cũng dùng tiếng Anh được. Sau một thời gian sẽ quen dần.

Nguyên tắc II: Xin hãy giảm bớt dùng chữ Chữ-Nho (gốc Chinese); và dùng chữ ngôn ngữ Việt thay thế vào.

Nguyên tắc III: Xin hãy phát âm và ghi âm tên nơi chốn nước China và tên riêng họ như tiếng Anh. (Để nhấn mạnh hai nước khác nhau hoàn toàn. Đây cũng là hình thức ngăn ngừa bị đồng hóa.) Chắc là nó khó một thời gian, nhưng nó sẽ quen dần.

Trần Đức Hân

Tham Khảo:

Biểu Nhất Lãm Văn Học Cận Đại (GS Thanh Lãng) Nguồn Gốc Chữ Quốc Ngữ + Lịch sử Thế Giới (LM Đỗ Quang Chính) Chữ Viết của Người Việt Nam Qua Các Thời Đại. Nam Hoài Bão.

Giám Khảo Khôi An phát giải Vinh Danh Tác Giả 2021
cho tác giả á hậu Châu Hà

Bão và Mất Điện

CHÍNH VŨ

Tác giả lần đầu dự Viết Về Nước Mỹ từ tháng 9, 2018. Ông tên thật Trần Vĩnh, thầy giáo hưu trí, định cư tại Hoa Kỳ từ năm 2015, hiện là cư dân Springfield, MA.

Chuyện bão tố hay cúp điện, mất điện đối với người Việt, hay nói chính xác hơn là "người Mỹ gốc Việt" khi còn ở quê nhà thì chỉ là điều... bình thường, quen thuộc, "nói hoài, nói mãi", xưa rồi Diễm, ít quan tâm. Hay có quan tâm, thì chỉ là những cơn giông bão lớn, với số người phải chịu cảnh thiên tai này là quá lớn, cần sự quan tâm và cứu trợ của cả nước, hay thậm chí là những nước khác giúp đỡ! Riêng việc bị mất điện, cúp điện thì chẳng chết "thằng Tây" nào, và cũng có nhiều nơi, nhiều địa phương là chuyện như "cơm bữa", là chuyện "thường ngày ở huyện". Bởi cũng đã từng có nhiều người, nhiều gia đình, cả đời chưa hề... biết "xài điện" là gì, cho nên, có người vui miệng, từng xổ "tiếng Tây, tiếng u" là... "No table" hay "No star where", dịch diễn nôm na là "miễn bàn", "không sao đâu" đó thôi!

Nhưng ở xứ sở Huê Kỳ, nơi được mệnh danh là nước Mỹ hùng mạnh, "number one" của thế giới, mà thiên tai, bão tố cuồng phong, làm người dân phải mất mạng, điêu đứng, sống trong cảnh "màn trời chiếu đất" thì quả là điều... hiếm và ít xảy ra, đặc biệt là vụ mất điện hay cúp điện đem lại sự thống khổ cho nhiều người, chắc cũng là điều... khó tưởng tượng? Song sơ sơ qua vài cơn bão và lốc xoáy gần đây ở tiểu bang Texas, như vụ năm 2021, một cơn bão tuyết (trăm năm có một), đã khiến đường xá đóng băng, hơn 4,5 triệu ngôi nhà không có điện gây ra tình trạng thiếu nguồn cung cấp nước, lương thực, thực phẩm và nhiều nguồn cung cấp khác...Năm 2023, một trận lốc xoáy... nhẹ ghé vào, cũng gây ra cảnh, cây cối gãy đổ, nhà sập và mất điện vài ngày.

Mới đây nhất, là cơn bão Beryl đã đổ bộ vào khu vực phía đông nam Texas vào khuya ngày 7 tháng 7 năm 2024 mà theo USA Today miêu tả là: "Bão Beryl đã mạnh lên từ cơn bão nhiệt đới, trở lại thành một cơn bão cuồng phong với cường độ bão cấp I, đổ bộ vào bờ biển Texas..." gây cảnh bão lũ trên nhiều khu vực, nhà cửa, cây cối gãy đổ, hư hại và cuốn trôi nhiều xe cộ, tài sản của người dân. Ít nhất đã có 3 người dân thiệt mạng. Bão tố, cuồng phong là hiện tượng khắc nghiệt của thiên nhiên, là thiên tai mà con người chỉ mới có thể dự đoán để phòng chống, nhưng không thể xóa bỏ hay dẹp tắt được.

Trong phạm vi bài viết, người viết xin được đề cập đến chuyện "mất điện", "cúp điện", liên quan đến hoạt động của hầu hết mọi người trong xã hội "hiện đại" ngày nay, và gây nên những chuyện "lỡ khóc, lỡ cười" khi việc cúp điện bị kéo dài đến vài ba ngày, hoặc lên đến cả tuần lễ như trong cơn bão Beryl ở Texas vừa qua.

Mất điện, cúp điện ở Mỹ, không như ở quê nhà của người Việt, bình thường chỉ mươi, mười lăm phút là nguồn điện được giải quyết, lại có ngay, vì tất tần tật, mọi thứ liên quan đến cuộc sống và sinh hoạt của người dân Mỹ đều liên quan đến nguồn năng lượng của điện, từ nguồn gas, nguồn nước, ăn uống, sinh hoạt, tắm giặt đều gắn liền với điện. Điện là phương tiện duy nhất trong cuộc sống sinh hoạt của từng gia đình. Mất điện, có thể kéo theo cúp nước, mà ở Mỹ, 100 phần trăm người dân đều xài nước máy, mà người Việt trước đây hay gọi là nước "phông-tên", không có chuyện dùng nước ao, nước giếng hay nước sông hoặc dùng giếng khoan như ở quê nhà, vậy nên, thiếu nước một vài giờ, thậm chí một ngày, còn khả dĩ chịu đựng được, chứ vài ba ngày là coi như chỉ có... kêu trời, do đó, rút kinh nghiệm, hai nguồn điện nước, phần lớn, nhiều nơi đã tách riêng ra để dễ xử lý, phòng khi mất "một mà thành hai" như đã kể.

Hầu hết bếp núc ở Hoa Kỳ, phần lớn sử dụng bếp điện, bếp điện từ. Một số nơi còn sử dụng bếp gas, bằng khí đốt, do đó cúp điện, kéo theo là... treo nồi, niêu. Không có ai xài bếp đun củi xưa như trái đất, hay bếp dùng than như còn thấy ở Việt Nam. Kể cả bếp bằng hơi gas, thì khi bật bếp, hay cụ thể là "khởi động bếp" cũng cần có điện... giúp sức, tạo thành tia lửa, để bếp bật cháy. (Riêng chuyện này, quý ông có sáng kiến dùng hộp quẹt để mồi, còn hầu hết quý bà thì không dám, thà là... treo niêu, nhịn đói, lỡ khóc, lỡ cười là vậy!).

Bếp núc lạnh ngắt, vì anh điên... nặng, thì cái tủ lạnh kế bên cũng đã bắt đầu mè nheo, khóc... ròng. Nước chảy lênh láng, vì không có điện, ngăn lạnh, ngăn đá rỉ nước. Đồ ăn, tích trữ cho cả tuần, thậm chí cả tháng không đi chợ, bắt đầu lên nấm mốc, ôi thiu. Báo hiệu cái đói đã bắt đầu trầm trọng. Các bà vợ, nội trợ, lôi hết đồ ăn, thức uống dự trữ trong tủ lạnh ra mà than vắn thở dài, hỏi thăm anh điện chừng nào mới có và... trở về?

Qua ba ngày, với cái bụng lưng lững, óc ách vì mì gói, lương khô. Muốn oder thức ăn, cơm cháo. Thậm chí cái bánh Pizza, cũng gian nan, khó khăn, vì chợ búa, quán tiệm, cũng hạ màn, đóng cửa vì không có điện... Đúng là tức điên... nặng, trong khi "nhà đèn", các công ty điện thì cũng án binh bất động, im lặng là vàng. Dân tình bắt đầu xôn xao, ngóng tìm những nơi có ánh sáng đèn điện để di tản, lánh nạn.

Thời tiết lúc này đang là hè, hanh khô, nên nhiệt độ sau mấy ngày mưa rả rích, cũng bắt đầu tăng lên, 8, 9 mươi độ F. Ngoài trời, trong nhà, nhất là ở Texas, cái nóng hầm hập, kinh hồn, lại cần đến quạt máy, máy lạnh, mà ông điện thì vẫn còn thọ thương, loay hoay, cứu chữa, cũng đành mà cầu... kinh, niệm Chúa, Phật cho con trẻ, người già nhanh chóng bước qua kiếp nạn này, bằng những cái quạt nan, quạt giấy tự chế, luôn tay quạt suốt ngày.

Mất điện, cúp điện tất nhiên cái món Wifi, Internet cũng cúp mất tiêu trong bộ nhớ của cellphone, laptop. Kể cả điện thoại bình thường cũng chập chờn lúc có, lúc không. Thói quen chơi game của trẻ em, cũng bị cúp. Quý ông, quý bà thích lướt Web xem chuyện ta bà thế giới hay tám chuyện trên Facebook, Ticktok cũng phải ngậm ngùi mà cho qua. Ở không, hưỡn lúc này, thì chỉ có việc... đọc sách báo giấy, món ăn tinh thần, từ lâu lắm bị bỏ quên, hay đọc truyện chưởng, truyện ngôn tình mới có dịp được ghé mắt, nhâm nhi cho quên... bụng đói, thậm chí mùi hôi thân thể vì đã gần một tuần thiếu... tắm!

Cúp điện, mất điện, lẽ dĩ nhiên là nhiều hãng, xưởng cũng nhốn nháo đóng cửa. Các cơ quan hành chính của chính phủ cũng khó khăn trong việc làm việc, giải quyết bức xúc của người dân bởi điều quan trọng nhất là nguồn năng lượng để hàng loạt máy tính và mạng lưới internet hoạt động, nơi chứa hàng triệu dữ liệu cần thiết cho hoạt động của các cơ quan chính phủ. Tất nhiên, những cơ quan chính phủ, hay các tổ chức, bệnh viện đều có trang bị hệ thống máy phát điện riêng, nhưng vẫn không thể sử dụng lâu dài, với hoạt động và sự cần thiết của hàng ngàn, hàng triệu người dân đang nóng lòng, chờ giải quyết những việc liên quan đến an sinh xã hội.

Nhắc đến máy phát điện, trong cuộc sống hiện nay, nhiều nhà riêng của dân, khá giả, có điều kiện, đều có thể sắm và trang bị cho gia đình mình một máy phát điện riêng, chí ít là một máy phát điện mi-ni, cỡ nhỏ. Song máy phát điện cũng chỉ sử dụng cho một thời gian ngắn, hay những dụng cụ có công suất điện năng nhỏ. Điều tệ hại, là khí thải do máy phát điện thải ra ngoài không khí rất nguy hiểm và độc hại.

Bởi thế, mà trong suốt thời gian mất điện, thỉnh thoảng điện thoại lại reo lên inh ỏi, báo tin nhắn "khẩn cấp" của Sở cảnh sát, cảnh báo người dân không sử dụng máy phát điện để trong nhà! Phải đặt xa cửa ra vào, cửa sổ, và đặt xa nhà ít nhất là 20 feet! Người già, trẻ em, phải tránh xa, luồng khí thải của máy phát điện, vì đó là loại khí rất độc hại, có thể làm chết người như chơi. Và nếu thực tế, trong một khu dân cư, giả sử có vài chục căn nhà, nhà nào cũng "chơi" cái máy phát điện, thì chắc... nguyên "xóm" không chóng thì chày cũng "ngỏm củ tỏi" vì ô nhiễm và...điện hại!

Ai đã từng mong ngóng, chờ đợi, khi nhà bị cúp điện, mất điện mới hiểu và thông cảm cho những "nạn nhân" bất đắc dĩ của điện. Trông ngóng, mong chờ còn hơn thuở "mong mẹ đi chợ về", ra, vô, bật công tắc... đèn, rồi ngồi đặt ra hàng lô, hàng lốc câu hỏi, tại sao thế này, tại sao thế nọ. Một nước Mỹ hùng cường, giàu mạnh mà... "dở ẹt" vì cúp điện, mất điện. Tại sao còn "cổ lỗ sĩ" đi dây điện trên mặt đất, trên đường, để gió giật, cây gãy đổ làm ảnh hưởng? Tại sao không đi âm dưới lòng đất cho đỡ bị... thiên tai? Kiểu than thân, trách phận rồi oán... giận luôn mấy công ty điện lực của Huê Kỳ. Bụng dạ lầu bầu: "Qua cái đận này, dứt khoát sẽ bái bai, công ty...a, b, c này để nhảy qua công ty a, b, c... phẩy cho sướng". Rồi bấm điện thoại, hỏi thăm chỗ này, chỗ nọ, xem người thân, bạn bè đã có điện chưa mà... thèm và ao ước!

Trong khi hàng triệu người dân bị mất điện mà như ngồi trên đống... bùng nhùng của dây điện, trách cứ ông nhà đèn, thì một anh bạn làm nhân viên ở một công ty điện lực lớn của tiểu bang cũng như ngồi trên... lò lửa. Anh bạn than vãn, điện thoại anh liên tục bị... khủng bố bởi hằng hà lô lốc người quen, thân nhân, bạn bè, gọi đến "hỏi thăm" chừng nào có điện, đến nỗi anh phải tắt luôn điện thoại để khỏi bị quấy rầy! Anh còn cho biết, cả chục cái điện thoại của công ty, ngày nào cũng bị "cháy máy" vì hàng ngàn cuộc gọi của người dân gọi đến chất vấn, than vãn thậm chí... chửi rủa một cách thậm tệ, trong khi công ty đã điều hết lực lượng công nhân, xe cộ trực tiếp xuống từng khu vực mất điện để kiểm tra và sửa chữa. Chưa kể còn liên kết với các tiểu bang lân cận nhờ đưa người đến giúp sửa chữa các lưới điện.

Trên đường đi, người viết đã tận mắt chứng kiến hàng ngày, từng đoàn xe cẩu, xe nâng, xe chuyên dụng của ngành điện lực, sơn màu trắng, nối đuôi nhau chạy đến các khu vực bị mất điện, hay bị cúp điện vì giông bão. Họ tất bật từ sáng sớm đến chiều tối, sửa chữa các trạm biến thế, hệ thống dây trên cao, kể cả hệ thống dây ngầm dưới mặt đất. Vừa sửa chữa hệ thống điện, vừa dọn dẹp, cưa, chặt những hàng cây gãy đổ, cuốn theo hệ thống lưới điện, vô cùng vất vả. Mới hiểu và thông cảm với ngành điện. Họ mới chính là những người ngồi trên... chảo lửa. "Tứ bề thọ... dây điện và cả những trách móc, giận dữ" của người dân. Quả thực, càng lắm "hiện đại" càng dễ bị... "điện hại" là những lúc như thế này đây.

Có người muốn chuyển sang xài điện năng lượng mặt trời, đỡ bớt dây nhợ. Nghe đồn, tiểu bang cũng khuyến khích và hỗ trợ người dân lắp đặt hệ thống điện năng lượng mặt trời. Nhưng, bão giông, lốc xoáy, cuồng phong hay băng tuyết cũng đâu có tha những tấm pin năng lượng, hay đè sập, thổi bay mái nhà, cuốn luôn cả hệ thống kính lắp đặt? Thiên tai thì chỉ biết... "Trời kêu ai nấy dạ" thôi.

Bỗng toàn bộ căn nhà... sáng rực lên, quạt trần, máy lạnh cùng đồng loạt lên tiếng. Đám trẻ hò reo: "There's electricity!" (Có điện rồi), như khi còn ở quê nhà. Hạnh phúc bỗng vỡ òa, choáng ngợp...

Chính Vũ

Lễ trao giải VVNM 2023:
Trái: MC Nguyễn Hoàng Dũng và MC Thụy Trinh.
Phải: Trần Dạ Từ - Nhã Ca tham dự qua zoom từ Thụy Điển.

Một Làng Già Ở Mỹ

THÚY MESSEGEE

Tác giả là một cựu nữ sinh Gia Long. Thúy Messegee vượt biên khỏi Việt Nam năm 1982, sang Mỹ năm 1983, đi học lại bằng kế toán, và làm việc cho đến nay. Từng sống ở Cali nhiều năm, hiện tại sống và làm việc ở miền Đông, thuộc vùng DC, Thủ Đô Hoa Kỳ. Tác giả tham dự VVNM từ năm 2021.

Cuối năm 2021 tôi về hưu sau khi đã làm việc 31 năm ở công ty, nhận được một cái Rolex sau 25 năm, một đồng hồ Apple sau 30 năm, một đồng hồ grandfather clock treo tường, một đồng hồ để bàn bằng gỗ đỏ sang cả quí phái, một đĩa bạc "ghi công" để chưng bày khoe khoang tại phòng khách. Mọi thứ đồ đoàng có trong kho mình đều thu tóm cả. Bây giờ thì về đi thôi!

Lúc này tôi mới nghĩ đến nơi ăn chốn ở trong giai đoạn mới của cuộc đời. Ngày xưa còn miệt mài cày bừa trả nợ nhà, nợ xe, nợ "con", mình gồng mình vớt lấy một căn nhà trong khu trường tốt, vượt cả khả năng tài chính, để rồi phải nhịn ăn nhịn mặc, còng lư hơi. Nay con đã lớn, thôi thì nhườn khu này lại cho người trả tiền nhà mút chỉ hụt những cặp vợ chồng trẻ đang nhắm nhía trường xịn cho con họ.

Làng Già

Người Việt khi nghe đến hai chữ "nhà già" thường giật mình kinh hãi và ác cảm với từ này. Họ nghĩ đến những nhà "assisted living" với những căn phòng nhỏ hẹp, chung đụng với một ông hay bà cụ khác màu da khác ngôn ngữ, đôi khi mất trí cứ gào lên: "Help! Help!" giữa đêm khuya. Hay những bữa ăn nhạt nhẽo không hợp khẩu vị, người phục vụ không nói tiếng Việt, tắc trách lơ là, những ngày cuối tuần ra ngồi phòng khách mòn mỏi ngóng trông những đứa con quá bận bịu chẳng thể ghé thăm, …

Thật ra thì có nhiều lứa tuổi già và nhiều cách sinh sống tuổi già. "Già mà còn trẻ" là già đủ để về hưu, hưởng bảo hiểm sức khỏe của chính phủ và lãnh tiền an sinh xã hội, nhưng vẫn sống vui sống khỏe. Già lão, già khụ là là lứa tuổi không tự sinh sống được nữa, phải vào khu nhà già có người trợ giúp "assisted living" hay "nursing home". Người tuy già nhưng vẫn trẻ trong tâm vẫn có thể tìm được môi trường thích hợp cho mình.

Tại nhiều tiểu bang từ lâu người ta đã quy hoạch những làng cho người tuy "già nhưng vẫn trẻ" này. Tại Arizona hay Florida nắng ấm quanh năm, có những làng Sun City, The Villages, v.v. Ở Houston, Texas, thì có Làng Tre (Golden Bamboo I, II, III) nhằm phục vụ người Việt cao tuổi.

Thế Giới Nhàn Hạ (Leisure World of Maryland Corporation)

Riêng tại tiểu bang Maryland của tôi thì có Leisure World hay tạm dịch là Thế Giới Nhàn Hạ. Nơi này đã được bắt

Một Làng Già ở Mỹ (hình do TG cung cấp)

đầu xây dựng từ thập niên 1960, thoạt đầu nhắm vào giới công chức liên bang làm việc tại thủ đô W.D.C. Vì ra đời sớm nên nó giành được khu đất rộng 1,000 acres ngay trung tâm phố phường đông đúc ngày nay.

Có đủ kiểu nhà cho từng hoàn cảnh: nhà trệt có vườn sau và garage, nhà townhome 2 tầng, nhà condo nằm trong cao ốc 10 tầng, … Ngày nay Leisure World có khoảng 6,000 căn hộ cho dân số hơn 9,000 người, từ lứa tuổi 50 đến… tuổi thọ Trời cho không giới hạn! Điều kiện để vào ở là ít nhất 55 tuổi, tuy nhiên nếu ông 55 mà bà 50 thì vẫn được phép vào ở cùng nhau. Còn nếu ông 55 mà bà mới 25 chẳng hạn thì chịu khó tìm chỗ khác. Con cái còn trẻ có thể bỏ tiền mua cho bố mẹ ở, nhưng mình không được nhập cư.

Tiện Nghi

Leisure World có đủ các cơ sở sinh hoạt thường có ở những làng già khác như câu lạc bộ, nhà hàng (tôi đánh giá 4 sao), hồ bơi, rạp chiếu phim, thư viện, sân tennis, sân golf (được giải nhất của Audubon), v.v. Tuy nhiên khung cảnh tôi thích nhất là khuôn viên đầy cây cao bóng cả trồng từ nhiều chục năm nay, đủ loại hoa đua sắc thắm mùa xuân, những tàn lá xanh ngắt mùa hè, muôn mầu cam đỏ vàng nâu mùa thu, và tuyết trắng xóa mùa đông rơi từng mảnh xuống cành cây trơ trụi như cảnh tiên.

Tình Chòm Xóm

Ngoài ra, điều làm tôi thích thú hơn cả khung cảnh thiên nhiên là tình chòm xóm. Từ ngày vào Leisure World tôi làm quen được với nhiều người bạn hơn cả 15 năm ở bên ngoài. Đôi khi mình không nhớ được tên hết tất cả mọi người, nhưng ai cũng nhớ tên con cún, con miu của nhau. Thúy là mommy của Babette, Susie là mommy của Dewey, Sarah là mommy của Cricket, Kim có Toby, Joan có Micky, v.v. Khi nói chuyện về ai mà người khác không nhận ra, chỉ cần nói thêm "mommy của Daisy đó!" là người kia nhớ ngay "À à, biết rồi!"

Hàng xóm ngày xưa ai cũng bận rộn cơm áo gạo tiền, gặp nhau chỉ quơ tay chào vội vã rồi mỗi người phóng xe đến sở cho kịp giờ. Xóm xưa của tôi là xóm người Do Thái. Phần đông họ đều giàu có khá giả nên tụ tập đông đúc ở vùng Potomac sang cả, chỉ có gia đình tôi "đèo bồng" đến ở để con được học trường top trong khu vực. Ngày Chủ Nhật, ngày lễ họ sinh hoạt trong cộng đồng giáo hội khắng khít với nhau nên chẳng quan tâm mở rộng vòng tay đón chào "kẻ lạ" như gia đình tôi đột nhập vào làng của họ. Mùa lễ Giáng sinh họ không treo đèn như những gia đình Mỹ, nhà nào nhà nấy im lìm tối tăm vì họ theo đạo Do thái ăn lễ Haukkah chứ không mừng lễ Noel. Năm con gái tôi 13 tuổi nó được mời đi dự vô số các lễ bar mitzvah & bat mitzvah của bạn bè, đánh dấu ngày đưa trẻ đủ trưởng thành để chính thức được phép dự lễ tôn giáo của mình. Tôi học được rằng phong tục tặng quà bar mitzvah/bat mitzvah là cho ngân phiếu với số tiền chia đúng cho 9: $18, $27, $45, $90, v.v. Khi bà hàng xóm đối diện qua đời, tôi đi dự đám tang tại synagogue mới biết người Do thái để người chết nằm trong áo quan gỗ mộc không sơn phết gì cả. Ở đấy suốt 15 năm mà tôi chẳng có ai là bạn thân.

Tại làng già Leisure World, phần đông cư dân đều đã về hưu nên có thì giờ chào hỏi nhau thân tình. Mỗi chiều thứ tư độ chục người xách ghế đến sân đậu xe của một bà trong xóm ngồi tán dóc với nhau. Sáng thứ 6 hẹn nhau ra Panera uống trà hay cà phê. Mỗi đầu tháng họp Wednesday Wine, BYOD (Bring Your Own Drink / tự đem theo thức uống của mình). Ông hàng xóm ở đối diện là dân làm đồ mộc tài tử, mỗi tuần ông trông coi xưởng mộc một ngày. Tôi lợi dụng khi nào có món đồ gì sút tay gãy gọng thì cứ vác sang để ngoài cổng nhà ông, dán một sticky note "Please!". Vài hôm sau ông mang sang để tại garage nhà tôi, viết bên dưới note: "It's ok now!".

Hàng năm xóm tôi tổ chức BBQ tại vườn hoa trong xóm, bỏ *flyer* từng nhà mời đóng $5 tham dự, xúm xít mua *beef burger, turkey burgers, Impossible Burgers* cho hợp khẩu vị và chế độ ăn uống của từng người. Các ông khiêng bàn ghế, nướng *burgers*. Các bà bày thức ăn, rau quả, các món tráng miệng. Mùa đông lễ Valentine thì làm *potluck* trong một phòng họp tại Câu lạc bộ, mỗi nhà mang một món ăn đến chung. Mùa thu làm tiệc tại *lanai*, ngồi trên cao nhìn xuống hồ bơi, có mái che nhưng vẫn không tường, trống trải mát mẻ.

Ngoài sinh hoạt xóm (Leisure World có 21 "xóm", mỗi xóm khoảng một đến vài trăm hộ), người ta còn dự sinh hoạt chung của toàn khu: đi xem ciné miễn phí hằng tuần, chơi Scrabble, Poker, mạt chược, sáng tác, đọc sách & điểm sách, khiêu vũ, đan thêu, hội họa, nhiếp ảnh, vũ cầu, bơi lội, tập đàm thoại các thứ tiếng, đi bộ chung từ 1 mile đến 3 miles, đi du lịch bằng xe bus sang tiểu bang khác, v.v. Nếu vẫn ở tại chỗ khi về hưu thì vẫn có thể tham dự những sinh hoạt như trên, nhưng mỗi sinh hoạt ở một trung tâm khác nhau và mỗi bận phải đánh xe chạy ba quãng đồng, còn ở đây thì đi bộ thong thả 10-15 phút là đến.

Kết Bạn, Chia Sẻ

Giữa những nhóm nhỏ cũng có sinh hoạt riêng giữa các cá nhân. Tuần rồi một bà hàng xóm gửi *text* bảo "chiều thứ Ba 3g sang nhà tôi, tôi sẽ dạy mấy bà chơi mạt chược. Từ ngày tôi tập chơi môn này thấy khả năng tập trung của mình tăng vọt đấy!" Sáng nay bà đối diện trước nhà *text*: "Hôm nay tôi nhồi bột làm bánh mì cho cháu ngoại. Qua đây học làm với tôi!" Hôm đi chợ với bà ở xéo xéo nhà mình, bà thủ thỉ: "Bao giờ bà hay mẹ bà cần người đưa đi bác sĩ cứ bảo tôi nhé. Chúng mình tương trợ lẫn nhau." Bà ở đối diện sau nhà *text*: "Đang làm cơm tối đãi con trai mà nhà hết trứng. Bà còn quả nào cho mượn vài quả?" Cái tình hàng xóm tự nhiên đến độ có thể hỏi nhau muỗng đường, muỗng nước mắm thật tình hơn 40 năm sống ở Mỹ bây giờ tôi mới tìm lại được!

Đồng Bệnh Tương Lân

Trong những buổi trà dư tửu hậu mọi người hay chia sẻ hỏi han nhau về các chứng bệnh già: đau lưng, đau chân thì thoa bóp bằng gì, ban đêm làm sao ngủ được, giới thiệu cho nhau những bác sĩ giỏi về tim, thận, bệnh ngoài da, v.v. những vấn đề không thi vị hào hứng gì cho lắm nhưng rất hữu ích ở "tuổi vàng" này. Có một buổi trời ấm áp, ngồi nhìn các bà mặc quần shorts ngồi chung quanh, tôi chợt nhận thấyra rằng trong 8 bà thì đến 7 bà có một vết thẹo dài từ trên đầu gối xuống đến giữa ống chân. Chính hắn: kneecap replacement! mổ đầu gối! Tự nhủ thầm: "Tương lai của mình đây! Chị trước em sau!"

Cũng có thành phần già lão không còn tham dự sinh hoạt bên ngoài được nữa mà chỉ sống khép kín trong nhà, có người đến chăm sóc mỗi ngày. Những ngày nắng ấm mới thấy các cụ già đẩy xe chầm chậm đi ra đường, có một người trẻ đỡ, vịn một bên. Đến một lúc nào đó sức khỏe suy sụp hẳn thì con cháu lại chuyển ông hay bà vào assisted living, nhà bán sang người khác. Cũng có người đau bệnh rồi mất ngay tại trong làng. Chứng kiến trước mắt những biến chuyển không tránh được của cuộc đời cũng là một cách để mình tập hướng về "tương lai" một cách tỉnh táo.

Trồng Trọt Sản Xuất Tại Làng Già – "nghề" của dân Á châu

Ngày mới dọn vào Leisure World, mỗi lần đi bộ ngang các cao ốc tôi đều ngó vào sảnh dưới nhà đọc danh sách các cư dân trong đó. Mình để ý tìm họ Nguyễn, Trần, Lê, Lý… nhưng chỉ thấy những tên na ná như Nugent, Chan, Lee, Li, v.v. Một ngày nọ đang đi bộ ngoài đường tôi bỗng chợt nghe tiếng ca thánh thót, đại khái "…bởi đâu mà đôi ta lỡ thề…" Ồ, "phe ta" đây rồi! Thế là lập tức băng qua đường đến sân sau một nhà townhouse nhìn ra đường cái, nơi có cái cassette đang rền rĩ khóc than, để làm quen. Lần khác ra "ruộng" tôi nói với bác nông dân vườn bên cạnh: "Bao giờ chị tưới nước xong để vòi đó cho tôi dùng nhé, đừng mang trả vội" Nghe chị trả lời tiếng Anh với giọng

Việt tôi nhận ra đồng hương ngay. Từng chút một tôi, "lượm" được độ chục người Việt ở đây, so với dân số 9 nghìn người thì chẳng thấm vào đâu.

Dân Á đông sống khép kín, ít chường mặt vào các hoạt động giao tế, và nhiều người cũng không nói tiếng Anh lưu loát. Tuy nhiên, khi ra "ruộng" thì họ tung hoành ngang dọc ai cũng nể. Tại đây luôn nghe líu lo tiếng Hàn, Bắc kinh, Quảng Đông, và cả tiếng Việt. Leisure World có một khu trống chia ra làm 200 mảnh vườn cho mọi người thuê $35 một mùa từ tháng 4 đến tháng 11 hàng năm. Mọi người tự căng rào, dựng giàn, cuốc đất, bón phân, v.v. rồi gieo hạt trồng tỉa, có vòi nước tưới thoải mái.

Từ nhà tôi ra ruộng đi bộ 15 phút là tới, nên buổi sáng "má em hừng động đi cày bừa" không phải lái xe. Các khu vườn Á Đông nhìn qua là thấy sum suê bầu, bí, mướp, khổ qua, v.v. đầy giàn. Họ làm những luống cải, ớt, cà chua, cà tím rất bắt mắt. Đầu cổng có một "bàn chia sẻ" (sharing table), ai có dư dả thức gì thì bày ra đó cho ai cần thì lấy. Đầu mùa là những gói hạt giống thặng dư. Ngày nào ra đó tôi cũng lục lọi xem có gì dùng được để khỏi tốn tiền mua. Đến mùa gặt hái xem có hoa quả nào chủ vườn để lại hiến tặng tại bàn thì bỏ bị về nhà nấu ăn. Đôi khi đi vòng vòng thấy rau củ của ai tươi tốt buột miệng khen vài tiếng là chủ vườn nhanh tay cắt ngay cho một bó hay một rổ bê về. Cuối mùa người ta tổ chức một bữa potluck ăn chung, phần đông từ sản phẩm cây nhà lá vườn. Những ông bà nông dân Á đông cũng là đầu bếp xuất sắc nên họ nổi trội với những món ăn xào nấu ngon lành, ít khi thấy ai mua một hộp bánh hay phong kẹo mang vào góp phần.

Thể Dục Thể Thao

Hằng ngày tôi đi bộ theo con đường chính trong làng. Đường đi vòng chung quanh khuôn viên, hơn 3 miles lại về chốn cũ. Con đường chính này có vận tốc giới hạn 30 miles một giờ. Từ ngày vào đây tôi tôn trọng luật lái xe theo kiểu mới. Ngày xưa ở "thế giới bên ngoài", nếu giới hạn 30 miles thì mình chạy 39 miles, tránh đừng vượt lên đến 40 miles kẻo bị phạt. Bây giờ lái xe trong khuôn viên Leisure World với giới hạn 30 miles thì tôi chạy 31-32 miles. Đời sống chậm lại rồi, không phải hốt ha hốt hoảng, chạy bay chạy biến để đến sở đúng giờ như ngày xưa.

Tôi cũng tham dự Friday hiking của nhóm Baby Boomers. Họ tổ chức những cuộc đi dã ngoại chung quanh vùng mỗi sáng thứ sáu. Thật là phục họ biết được nhiều nơi gần nhà trong vòng 30 phút lái xe rất thích hợp cho người lớn tuổi: cảnh đẹp, đường bằng thẳng không dốc, đi khoảng 3 miles, mỗi tuần một thắng cảnh khác nhau tại ngay địa phương mình ở mà mình chẳng biết đến. Cuối tháng 5 hồ bơi ngoài trời hoạt động trở lại, còn gym đầy đủ dụng cụ treadmill, elliptical machine, máy tập tạ, v.v. thì mở quanh năm từ sáng sớm đến tối.

Vào làng già như Leisure World thì được gì và mất gì?

Nhiều người cho rằng đến tuổi hưu cứ ở lại nơi cũ cũng được, chẳng cần gì phải dọn vào làng già. Đó là lựa chọn của mỗi người. Tuy nhiên, ở mãi một chỗ rồi đến một lúc nào đó người lớn tuổi cũng nhận thấy cái làng xóm cũ của mình ngày càng "trẻ hóa" ra. Những cặp vợ chồng trẻ đến mua nhà chung quanh cho con cái đi học, còn bạn hàng xóm cùng lứa tuổi ngày xưa biến dần đi đâu không biết. Cha mẹ trẻ tuổi trong xóm tổ chức tiệc sinh nhật cho con không mời mình, ngày cuối tuần họ rủ nhau cùng con đạp xe đạp quanh khu vực, mình chỉ ngồi trong nhà nhìn ra. Lễ Halloween mình tắt đèn đi ngủ sớm không mua kẹo phát cho trẻ con. Tuổi cao mà chỉ ngồi nhà xem TV, đọc sách, đi chợ hay đi bác sĩ thì cũng không đầy đủ. Người già cũng cần gặp người cùng lứa tuổi để cùng nhau sinh hoạt chuyện vãn. Vào làng già mình sẽ gặp được người đồng trang lứa.

Nhiều ông bà già vào Leisure World bỗng như "hồi xuân" trở lại. Họ không còn vướng bận con cái nữa, hồn nhiên ăn chơi, đánh cờ, khiêu vũ, ăn potluck, đi dã ngoại, chơi tennis, volleyball dưới nước, v.v. với bạn lão niên cứ như là trở lại thời sinh viên trẻ trung ngày xưa ở chung nội trú với nhau. Họ đùa phá, chọc ghẹo nhau ra trò, và người nào đơn lẻ thì có thể tìm bạn tri âm mới. (Hơi khó cho phái nữ vì các ông thường rơi rụng trước các bà. Trong Leisure World cảnh "cụ ông thiếu, cụ bà thừa" theo tỷ lệ 80%-20% là một thực tế "không thuốc chữa"!)

"Cái mất" khi dọn vào làng già là không còn thấy xe buýt vàng đến đầu ngõ đón học sinh buổi sáng, giờ tan trường không nghe tiếng chúng ríu rít bước xuống xe buýt ơi ới gọi nhau. Một cách nào đó mình đã tách khỏi "thế giới thật" bên ngoài. Tại làng già ta cũng thường xuyên nghe tiếng xe cứu thương. Hơn 9 nghìn dân cư tuổi từ U60 đến U120 tập trung một chỗ thì tiếng còi í e của xe cứu thương là chuyện thường ngày ở huyện. Ai yếu bóng vía sẽ bị ám ảnh, còn phần đông thì quen dần không nghĩ đến nữa.

Đời sống sinh hoạt làng già ở đây cũng không phải lúc nào cũng hòa thuận êm ấm. Cư dân đều là người trần mắt thịt đầy đủ hỉ nộ ái ố. Không phải ai cũng hiền lành dễ chịu, cũng có những ông bà khó tính ương ngạnh không ai bằng. Lỡ làm điều gì "xúc phạm" đến họ là lãnh đủ. Khi xuất tiền quỹ HOA (Homeowners' Association) làm bữa tiệc hàng năm đãi mọi người thì có người bảo tôi không tham dự được nhưng yêu cầu bới phần của tôi mang đến giao tại nhà vì quỹ HOA có tiền của tôi trong đó. Nghe kể có một ông "hội đồng" (board member) nghịch những ông bà hội đồng khác đến độ vào buổi họp thì xoay ghế ra ngồi nhìn vào bức tường chứ nhất định không đối diện với những "bẻng mẹc" đáng ghét kia. Và khi bất đồng cao độ thì bốc *phone* gọi pú lít trong Leisure World thưa gửi nhau là chuyện thường! Người già đôi khi còn con nít hơn cả trẻ con!

Người Việt ở Mỹ đến tuổi già thì nên tính sao?

Có những người Việt cao tuổi chọn cách ở cùng với con cái, tam đại đồng đường, giúp chúng trông cháu như truyền thống tại quê nhà ngày xưa. Có người ở riêng nhưng gần nhà con cái, hằng ngày chúng mang trẻ đến gửi, tối đón về. Đến phiên mình cần đi bác sĩ, bệnh viện thì các con lại nghỉ việc giúp cho mình. Có người làm "dân du mục", vài tháng lại đến ở với một đứa con tại một nơi khác nhau.

Tuy nhiên không phải mọi việc lúc nào cũng êm xuôi. Con rể con dâu luôn có mặt trên từng cây số. Cách nuôi dạy con của chúng không làm đẹp lòng mình, và cách chăm sóc nuông chiều cháu của mình cũng không làm hài lòng chúng. Thế hệ người Việt mà tôi quen biết bây giờ phần đông cũng không muốn sống dựa vào con, nhất là những ai đã ở bên này một thời gian dài, đã từng hội nhập lăn lộn kiếm sống trong xã hội Mỹ. Họ ngại làm phiền đến con và đánh mất đi độc lập tự do của riêng mình.

Người mình lại hay có thói "tôn trọng" số mệnh và hay phó mặc cho một đấng thiêng liêng nào đó ở "cõi trên" định đoạt hộ ta. Có lẽ lòng tin "Trời sinh voi sinh cỏ", "chạy Trời không khỏi nắng", "bôn ba chẳng qua thời vận", v.v. khiến người ta cứ an nhiên sống với hiện tại, chỉ cần biết hôm nay, mọi việc tương lai có số mệnh cả. Chuyện tính toán cho tuổi già ít người lên kế hoạch chu đáo: bao giờ thì bán nhà to, thu vén lại, mua nhà nhỏ hơn, về ở với con, vào nhà già, thuê người trông nom, …

Có người đến tuổi ông U100 bà U90 mà vẫn lúng túng chưa biết quyết định cho tương lai thế nào. Ông không chịu vào ở *condo* sợ lỡ cháy nhà không chạy kịp, bà than thở ở nhà riêng bà dọn dẹp không xuể căn nhà ngày nay đã quá rộng lớn và trống vắng. Đồ đoàn tích tụ bao năm không biết tính sao dẹp bớt để *downsize* được. Con cái thời nay không thích và không chịu nhận bàn ghế, tranh ảnh, đồ mỹ nghệ cổ lổ sĩ của thế hệ trước, nhưng bỏ thì thương, vương thì tội. Một ngàn lý do để… án binh bất động!

Lại có những chuyện thương tâm lan truyền trên mạng hay trên báo chí Việt, không biết có thật không, về những bậc cha mẹ năn nỉ khóc lóc van nài con đừng bỏ mình vào nhà già nhưng vẫn bị con trẻ nhẫn tâm đẩy vào rồi biến mất chẳng hề thăm viếng. Nghe thật nao lòng! Cha mẹ đến tuổi già muốn được ở với con mà không được, đó là vì cha mẹ "không biết điều" hay là vì con bất hiếu? Vấn đề không đơn giản và không dễ giải quyết, vì nếu giải quyết được dễ dàng thì người ta đã làm rồi.

Ngày nghỉ hưu đánh dấu một cuộc đời mới khác hẳn mấy chục năm qua. Ta nên sắp xếp sao để trong giai đọan LÃO mình có thể sống vui sống khỏe khi còn có thể, và chuẩn bị sẵn vài phương án tổng quát cho giai đoạn BỆNH và TỬ. Người Mỹ có câu: "If you fail to plan, then you plan to fail!" - Nếu bạn không biết lên chương trình sẵn (cho tương lai) thì chính bạn đã đặt chương trình cho mình nhận lãnh thất bại rồi đấy! Vẫn biết người tính không bằng Trời tính, nhưng không tính gì cả thì… quá can đảm!

Thúy Messegee

Tấm Hình Dĩ Vãng

DƯƠNG THỊNH

Tác giả tên thật Dương Công Thịnh, sinh năm 1945, một H.O. còn mang thương tích vì mìn nổ trong trại tù cộng sản. Ông hiện là cư dân Westminster, vùng Little Saigon, đã góp một số bài Viết Về nước Mỹ từ năm 2007.

Sáng nay tôi dậy trễ vì hôm nay là ngày Chủ Nhật không có đi làm. Vừa ra khỏi giường thì nghe tiếng phôn reng. Bên kia đầu dây tiếng khàn khàn của thằng bạn đã vang lên:

"Ê! Mày ở đâu vậy? Hôm nay tao không đi uống cà phê được vì mắc chở bà chị đi sắm ít đồ cho ngày sinh nhật của bà già tao và cũng là ngày mừng bả thượng thọ 85 tuổi. Mày nhớ tới chơi nghe, khoảng 02 giờ không được trễ.

Tôi tính trưa nay chở mẹ và con gái tôi đi ăn cơm tại một nhà hàng mới khai trương. Thôi hẹn nó kỳ khác vậy.

Nghe nói tôi đi ăn mừng sinh nhật, Thúy (tên con gái tôi) liền chở tôi tới Costco mua hai vỉ nước yến và sâm đỏ. Nó dành trả tiền và nói:

" Mua tặng mấy cụ, ba nên mua những thứ này. Mấy cụ già yếu rồi, cần phải tẩm bổ cho khỏe."

Đúng thật, nếu không có nó tôi cũng chẳng biết mua thứ gì.

Gần 02 giờ tôi đã tới, Toản (tên anh bạn) đã đứng trước cửa dẫn tôi vào phòng khách, hắn vừa đi vừa bô bô cái miệng:

- Tớ đã pha cho cậu ly cà phê đá để trên bàn, cậu nhâm nhi trước đi, tớ có chút chuyện sẽ ra ngay.

Vừa uống tôi vừa đảo mắt nhìn chung quanh phòng khách, cảnh bài trí rất khang trang hài hòa, chứng tỏ chủ nhân có khiếu về thẩm mỹ. Bất giác mắt tôi chạm phải một tấm hình khiến tôi giật mình. Cháu gái có hai mắt to tròn như chim bồ câu, khuôn mặt xinh xắn dễ thương, mặc bộ đầm trắng trông giống hệt như con gái của tôi, chỉ khác nơi chụp và chỗ ngồi chụp có khác nhau. Tôi vội vàng lấy hình của con gái tôi trong ví ra so sánh, không sai vào đâu được. Có tiếng chân bước ra tôi vội nhét tấm hình vô túi. Đó là Toản. Tôi hỏi hắn:

- Đây có phải là hình cháu gái cậu không?

Toản gật đầu "Cháu là con gái của chị tôi, cháu đã mất tích trong cuộc di tản từ cao nguyên về Sài Gòn đã hơn 20 năm rồi."

Tôi chợt rùng mình, hỏi thêm:

- Còn ba cháu đâu?

- Đã tử trận trong lúc rút quân về hậu cứ. Hình này cháu chụp nhân ngày sinh nhật 2 tuổi. Không biết bây giờ cháu còn sống hay đã chết! Chị tôi buồn khổ biết bao nhiêu năm nay!

Tôi nín lặng không nói nên lời.

Trong bữa tiệc Toản giới thiệu tôi với mọi người trong gia đình. Khi giới thiệu tới chị của Toản tôi như muốn há hốc mồm kinh ngạc, chị giống con gái tôi hết 70 phần trăm, nếu ra đường hai người đi bên nhau ai cũng biết rõ là hai mẹ con.

Đêm về, tôi không tài nào ngủ được, cứ trằn trọc suy nghĩ miên man. Những sự việc, lời nói và tấm ảnh ở nhà Toản bắt tôi phải nghĩ ngợi, không nghĩ không đuợc dù chúng đã thuộc về dĩ vãng lâu lắm rồi.

Toản và tôi là bạn tri kỷ từ khi còn ở mái trường trung học, đại học. Sau này vì cuộc sống, vì công việc nên không còn gặp nhau. Toản theo ngành giáo dục, còn tôi theo đời binh nghiệp. Toản là một giáo sư, tôi trở thành một pháo thủ trên miền Tây nguyên. Toản đi vuơt biên. Tôi vào tù cải tạo. Sáu năm sau ra tù, tôi cũng vượt trùng dương. Trời phù hộ, chúng tôi tình cờ lại gặp nhau trên đất Mỹ, Toản giới thiệu tôi làm việc chung một chỗ với hắn.

Bây giờ, trời xui đất khiến, tôi lại phải đối diện với một tấm hình mà mình đã chụp cách nay 20 năm trong cuộc di tản đầy máu và nước mắt.

Trong lúc đang lầm lũi bước đi giữa hàng xe bị bắn cháy đen vì pháo tại đập Đồng Cam tỉnh Tuy Hòa, tôi đã vô tình thấy một cháu gái khoảng 2 tuổi, đang ngồi dưới gầm xe cuả một chiếc xe tải đã bị hư hại. Cháu mặc bộ đầm trắng, gương mặt rất xinh, hai mắt mở to, trông cháu như một thiên thần. Cháu bé ngồi một mình chơ vơ, lạc lõng không có ai bên cạnh Tôi chạnh lòng, bối rối. Tôi tới gần cháu gái đứng đưa mắt dáo dác ngó chung quanh, hy vọng xem có cha mẹ hay thân nhân của cháu đến không. Tôi chờ 15 phút rồi 20 phút vẫn không thấy bất cứ ai. Tôi không đành lòng bỏ cháu ở lại. Cuối cùng, dứt khoát, tôi bế cháu đi. Trước khi đi tôi cũng không quên chụp vài tấm hình để kỷ niệm sau này.

Qua bao nhiêu hiểm nguy khổ ải tưởng đã chết. Và rồi, chúng tôi cũng lết về được tới nhà. Mẹ tôi mừng quá, ôm tôi chảy nước mắt. Tôi tháo tấm vải cột sau lưng ra, đặt bé gái xuống đất. Mẹ tôi hết hồn trố mắt nhìn hỏi: "Ai đây?!"

Tôi đáp gọn lỏn:

- Cháu nội của mẹ.

Mẹ tôi lính quýnh chẳng biết nói sao. Tôi tiếp:

- Mẹ mang cháu đi tắm giùm con. Con cũng đi tắm đây.

Buổi tối, cả gia đình quây quần ăn cơm. Có cả gia đình bà chị, ông chồng và hai đứa con trai lớn.

Sau những lời thăm hỏi sức khỏe. tin tức và những điều linh tinh. Tôi mới bắt đầu vào vấn đề chính:

- Khi còn ở trên đó, con có sống chung với một cô gái, dù chưa làm đám cưới nhưng vẫn coi nhau như vợ chồng. Chúng con sanh được một cháu gái (Tôi chỉ bé gái đang ngồi bên cạnh) Năm nay cháu được 2 tuổi. tên Thúy Trước ngày chiến sự chưa bùng nổ, Dì của cháu có lên chơi, tiện dịp, vợ con xin phép về thăm nhà. Không ngờ chiến tranh xẩy ra, mất liên lạc. Chờ mấy ngày không thấy mẹ của cháu, con đành phải bế con rời thành phố.

Bé Thúy ngơ ngác không hiểu chuyện gì. Mẹ tôi rơm rớm nước mắt ôm cháu vào lòng, cười mếu máo:

- Thôi. Tốt rồi, không ngờ mày hiền thế mà cũng làm nên chuyện. giờ thì ta đã có cháu nội rồi (bà ngước lên, nhìn bàn thờ cha tôi) Này, Ông xuống mà xem cháu nội của ông đây.

Bé Thúy càng lớn càng xinh đẹp, hiền, ngoan, chăm chỉ. Hai bà cháu quấn quýt bên nhau suốt ngày. Bây giờ cháu là y tá làm trong bệnh viện.

Cả tháng trời sau đó. tôi làm việc như kẻ mất hồn. Toản phải la lên:

- Bộ mày thất tình cô nào hả?

Tôi không có lời giải đáp, không ai giúp tôi được cả, tôi biết làm sao đây! Chị của Toản là người thật đáng thương Tôi không thể giữ con gái bên mình mãi được, khi mà đã biết sự thật. Nếu sự thật được phơi bầy, gia đình tôi sẽ tan nát, trong khi chúng tôi đang sống hạnh phúc, êm ấm. Lúc đó bà sẽ mất cháu. cháu sẽ mất bà. Tôi sẽ mất con, con sẽ mất cha. Con tôi sẽ nhìn tôi với con mắt thế nào! Tôi sẽ trở thành đứa con bất hiếu, gian trá với mẹ tôi Mọi người trong nhà sẽ nhìn nhau với con mắt khác lạ. Tôi biết sự việc sẽ diễn tiến ra như thế, nhưng cũng phải làm theo lương tâm, tôi muốn con tôi có một người mẹ thực sự, và cũng muốn có một giải pháp tiện cả đôi bên.

Tôi gặp Toản, và nói:

- Chủ Nhật tới chúng ta đi uống cà phê, cậu nên đưa bà chị cậu đi cùng. Tôi có một vấn đề rất là quan trọng cần báo cho chị ấy biết, không có chị ấy không được.

Toản trố hai mắt nhìn tôi tính nói gì. Nhưng thấy tôi có vẻ nghiêm nghị quá nên đành thôi.

Ngày hôm đó hai chị em Toản cùng tới. Chị của Toản nhìn tôi với con mắt tò mò và nghi ngại. Sau khi tìm được chỗ ngồi ưng ý. Tôi khơi mào trước.

- Tôi cần gặp chị, để chúng ta cùng nhau thảo luận một vấn đề mà tôi sắp nói ra sau đây. Vấn đề này có liên quan và ảnh hưởng rất quan trọng đến chị cùng gia đình chị rất nhiều.

Hai chị em Toản đưa mắt nhìn nhau. Tôi chìa tấm hình trước mặt hai người. Vừa cầm tấm hình, chị nhìn vào. Tôi thấy mặt chị tái mét, toàn thân như run lên, áp tấm hình lên ngực, chị nghẹn ngào trong nước mắt:

- Con tôi!

Một lúc sau. Chị nghẩng đầu lên hỏi tôi với giọng run run:

- Xin lỗi, ở đâu anh có tấm hình này?

Tôi kể lại sơ qua trong trường hợp nào, ở đâu tôi đã cứu cháu và đưa cháu về Sài Gòn. Khi về đến nhà. Tôi đã nói dối với mẹ tôi thế nào. Lúc ăn tiệc sinh nhật ở nhà chị, tôi đã vô tình thấy tấm hình và nghe Toản trình bầy về trường hợp chị đã lạc mất cháu như thế nào. Tôi đã rối tinh đầu óc, suy nghĩ miên man cả tháng trời không tài nào ngủ được. Tôi đã tính dấu nhẹm chuyện này, nhưng lương tâm tôi không cho phép. Nếu nói ra gia đình tôi đang sống êm ả trong mấy chục năm bỗng chốc tan thành mây khói. Lúc đó bà cháu, cha con sẽ đối xử với nhau như thế nào. Còn tôi sẽ trở thành đứa con bất hiếu, không chừng mẹ tôi sẽ uất ức trở thành bệnh.

Nghe tôi kể, người chị cứ như trong cơn tỉnh cơn mê không biết nói gì hơn, hai tay chị cứ mân mê tấm hình. Toản ngó vô tấm hình, chợt hỏi:

- Anh chụp tấm hình này ở dưới gầm xe tải phải không?

Nghe Toản hỏi vậy, chị vội nói:

- Đúng. Đúng, Khi đó hai mẹ con tôi đang ngồi dưới bóng của chiếc xe tải để tránh nắng. Ngồi chung với tôi còn có đôi vợ chồng trẻ có một đứa con gái. Lúc đó đoàn người vẫn chưa di chuyển. Bỗng mọi người nhốn nháo cả lên, tay chỉ lên bầu trời có vài chiếc trực thăng đang bay lượn họ liệng những túi đựng thực phẩm xuống khu vực đoàn người di tản. Chị vợ trẻ hối anh chồng và tôi ra ngoài lượm, mấy đứa trẻ để chị trông cho. Nghĩ con mình cũng đang đói, cả ngày chưa có ăn gì nên tôi cũng theo ra ngoài. Khoảng 30 phút sau hay lâu hơn, tôi quay trở lại với ổ bánh mì trên tay, thì không biết đường về chỗ cũ, và cũng không định hướng được là mình chạy về bên trái hay bên phải, chạy đã bao lâu, chung quanh thì cả rừng người, họ bắt đầu di chuyển. Tôi hốt hoảng, gào la, than khóc, chạy tới, chạy lui, chạy xuôi, chạy ngược như một người điên. Cứ như thế, như thế và ... vô vọng, cho tới ngày hôm nay, đã mấy chục năm trời, không biết con mình ra sao!

Sự việc câu chuyện đã minh chứng rõ ràng. Điều chúng tôi cần làm bây giờ là làm sao giàn xếp công việc được ổn thỏa cho cả đôi bên.

Chị Hảo (chị của Toản) lúc đi làm cũng như lúc ở nhà cứ đứng ngồi không yên. Chị năn nỉ tôi cho gặp con chị một lần. Tôi không thể từ chối nhưng có một điều kiện là chị không được hốt hoảng, ồn ào, phải bình tĩnh và chỉ lấy mắt ngó không được tới gần. Chị gật đầu lia lịa, xin hứa. Chúng tôi hẹn nhau tại tiệm ăn và chị đã làm được những gì tôi dặn.

Vấn đề thứ nhất đã giải quyết xong Còn vấn đề thứ hai. Chúng tôi không thể nghĩ ra cách nào để cho hai mẹ con được trùng phùng mà hai bên gia đình vẫn êm đẹp.

Thấy con gái cứ rối trí như gà mắc đẻ, mẹ chị Hảo mới góp ý:

- Sao cháu (là tôi) không nói với mẹ cháu là cháu đã tìm lại được vợ sau nhiều năm mất tích. Nhưng vấn đề chính là hai đứa có chịu làm vợ chồng giả hay vợ chồng thiệt hay không. Còn con Hảo có chịu xách vali về nhà người ta không.

Thật là dễ dàng. Chỉ có mấy câu của mẹ chị Hảo đã giải quyết được vấn đề khúc mắc, nhưng lại đưa hai chúng tôi vào cảnh khó xử. Cuối cùng, suy đi, nghĩ lại chỉ có cách này mới giải quyết êm xuôi mà thôi. Và bà cũng nhắc khéo:

- Hai đứa phải ăn ở cẩn trọng, mấy bà già tinh ý lắm đấy!

Mấy hôm sau tôi đã thưa chuyện với mẹ tôi về vấn đề này:

- Mẹ. Con đã tìm lại được vợ con sau bao nhiêu năm thất lạc. Mẹ cho phép con đưa cô ấy về nhà.

Hai bà cháu mừng quá, ôm chầm lấy tôi. hối hả la lên:

- Mau, mau đưa nó về nhà. Bố. Mau mau đưa mẹ về.

- Con muốn đưa ngay về, nhưng gia đình bên đó họ không cho. Họ nói để chọn ngày lành tháng tốt thì về mới hên. Con cũng đành chịu.

Kể từ ngày đó. hai bà cháu bắt đầu dọn nhà cửa, treo đèn, kết hoa, sửa soạn bữa tiệc cho ngày 'đón dâu."

Lại một gia đình hạnh phúc được tạo dựng trong một QUÊ HƯƠNG thứ hai.

Dương Thịnh

Trộm Nghĩ

HỒ NGUYỄN

Tác giả Hồ Nguyễn với loạt bài Khởi Nghiệp Trên Đất Mỹ.
Tác giả Hoàng Chi Uyên với bài viết Bà Ngoại Khác Chủng Tộc.
Tác giả Ngọc Hạnh với bài viết Thủ Đô và Bức Tường Đá Đen.
Tác giả Võ Phú với bài viết Tôi Dạy Tiếng Việt.

Tác giả đã dự Viết Về Nước Mỹ từ hơn 10 năm trước và mới nhận giải Viết Về Nước Mỹ Đặc biêt 2018 và giải Danh dự 2019. Bài đầu tiên của ông là "Kinh 5 Dị Nhân" kể về vùng quê, nơi có hơn 1000 người - phân nửa dân làng- vượt biên mà tới hơn 400 người tử vong- Hiện ông đang là cư dân Orlando, Florida, vùng đất rất quen với bão lụt.

Có nhiều câu hỏi được một số người đặt ra. Rằng, thì, mà, là...Rất hữu lý. Chẳng hạn như:

- Tại sao tôi phải đi làm, đóng đủ mọi thứ thuế...Trong khi một số người khác hưởng trợ cấp xã hội, ăn chơi phè phỡn?

- Tại sao có người khai là nghèo khó low income...Mà họ mua được nhà? Rồi tiền đâu họ đóng thuế?

- Nghe nói nước Mỹ giàu vậy mà người vô gia cư còn vô số, sống lây lất khắp nơi?

Vân vân và mây mây...

Vâng, nước Mỹ vẫn chưa hoàn hảo, còn vô số những bất cập.

Trước hết hãy nói về người vô gia cư. Chính phủ Mỹ có đủ các chế độ an sinh giúp người nghèo: Hỗ trợ nhà giá rẻ, phiếu thực phẩm mua đồ ăn, cho trợ cấp y tế miễn phí, Wics for Kid...Thậm chí thành phố nào hầu như cũng có những trung tâm để người không nhà có thể tá túc trong ngắn hạn.

Xin được nói cho rõ về nhà *housing* của chính phủ, có nhiều chương trình ngắn, dài hạn, độc thân hay gia đình đông người trợ giúp khác nhau. Chính phủ thường tính tiền thuê nhà trên % số lợi tức. Vậy nếu ai không hoặc lợi tức thu nhập ít sẽ được miễn phí hoặc trả chút đỉnh thôi. Những người này còn có thể xin thêm trợ cấp *utilities* như: Điện, nước, gas...nữa. Nhưng những người vô gia cư họ chọn cách sống ngoài đường phố, các gầm cầu, khu công viên ...để không bị ràng buộc vào những nội quy của nơi cung cấp phương tiện.

Trừ một số trường hợp đặc biệt, chính phủ không thể can thiệp ép buộc "quyền tự do" của họ. Nếu không cả chính phủ cũng bị kiện. Kể từ hồi tôi biết đến nay, không thấy hay rất hiếm những trường hợp bị chết đói, chết rét của dân vô gia cư.

Ai đó than thở, chê trách về người vô gia cư thì hoặc không có sự hiểu biết, hoặc có mục đích tuyên truyền, bêu xấu nước Mỹ vì mục đích riêng của họ.

Những trường hợp khác thì chúng tôi trộm nghĩ:

- Nước Mỹ có hơn 300 triệu con người với nền giáo dục, truyền thống, văn hóa, cung cách sống từ khắp nơi trên thế giới hội tụ về đây. Trong khi ngạn ngữ có câu "chín người tới mười ý" kiến khác nhau lận. Làm sao có thể trả lời thoả đáng cho từng trường hợp.

- Có Luật lệ liên bang là mẫu số chung, xuống các tiểu bang và thành phố-quận hạt sẽ chi tiết hoá và có thêm những luật lệ được chính quyền các nơi ấy làm ra và áp dụng cho điạ phương mình. Nhưng trong thể chế tự do-dân chủ, những luật lệ này không đủ các chi tiết sắc bén, khiến những người khôn (lỏi) vẫn tìm cách né tránh được.

Tổng Thống Abraham Lincoln đã có một câu nói nổi tiếng: You can fool all of the people some of time; you can fool some of the people all of the time, but you can't fool all the people all the time." Tạm dịch: Bạn có thể đánh lừa tất cả mọi người một lúc nào đó; bạn có thể lừa dối một vài người nhiều lần, nhưng bạn không thể lừa dối tất cả mọi người mãi được."

Nhà Phật có thuyết nhân quả, trong Thánh Kinh Thiên Chúa nói: Điều gì con không muốn người ta làm cho mình thì đừng làm cho người ta. Đó là những ràng buộc tâm linh về lẽ công bằng. Hướng dẫn mọi người hãy cố sống cho phải đạo.

Kể nghe truyện này mà báo Mỹ một thời có đăng.

Ở một thành phố nơi chúng tôi đã từng sống qua, có vị kia sang định cư ở Mỹ diện tị nạn, xin được tiền trợ cấp vĩnh viễn vì tàn tật. Ngoài trợ cấp xã hội theo tiêu chuẩn chung về ăn tiêu, chi phí y tế, gia đình ông còn xin được nhà chính phủ. Theo giao kèo (contract) tiền thuê nhà chỉ phải trả 1/3 số lợi tức ông nhận được hàng tháng. Dĩ nhiên tiền trợ cấp cho gia đình khoảng $600.00 thì ông chỉ phải trả độ $200.00/th tiền thuê nhà mỗi tháng.

Ông rất tháo vát trong ngoại giao, mời gọi được rất nhiều người Việt đến nhà ông: Đầu tiên là ăn nhậu, sau mở sòng bài để lấy xâu, và kiếm tiền mặt bằng nhiều cách khác nhau. Giữa thập niên 90 ông bà ra mua căn nhà mới, một dãy apartments, sau đó là một tài khoản đầu tư chứng khoán trị giá vài triệu usd. Tự nhiên có của cải nhiều như vậy ai cũng nể...

Vài năm sau nghe tin cả hai ông bà bị bắt, số tài sản khoảng 3 triệu usd bị tịch thu hết. Tại sao?

Đây là những lý do:

Tổng số tiền ấy chia đều cho 10 năm từ khi ông bà xin được housing và trợ cấp xã hội, mỗi năm thu nhập khoảng 300K. Với thu nhập ấy họ:

1- Phải trả lại các khoản trợ cấp cho chính phủ, bao gồm tiền mặt hàng tháng, trợ cấp thực phẩm, y tế...+ tiền lời + tiền phạt.

2- Thuế lợi tức không đóng trong thời gian đó +tiền phạt+tiền lời.

3- 33% lợi tức mỗi năm trả cho tiền thuê nhà chính phủ + tiền phạt+tiền lời.

Ai làm trong ngành kế toán xin tính thử xem. Cũng báo đăng: Chính phủ đã lấy hết và ông bà còn nợ thêm tiền. Cả hai ông bà còn bị truy tố tội trốn thuế và rửa tiền. Ấy là cái giá phải trả cho các kiểu khôn vặt, mánh mung, không sòng phẳng với nước Mỹ.

Tôi sẽ không dòm ngó, thắc mắc, hay phàn nàn gì về những bất cập. Bởi tin rằng: Những người đang được hưởng phúc lợi công cộng đã được các nhân viên chính phủ phỏng vấn, tìm hiểu và làm đúng các thủ tục theo luật lệ, họ xứng đáng được hưởng.

Tin vậy vì chính gia đình tôi cũng đã phải điền đơn, khai báo các thông tin cá nhân và không có thu nhập lúc mới đến Mỹ để nhận được khoản trợ cấp $554.00 tiền mặt, $152.00 (food stamp) phiếu thực phẩm mỗi tháng và trợ cấp y tế cho cả gia đình trong suốt 17 tháng. Tôi luôn tri ân nước Mỹ và người Mỹ đã mở lòng giúp đỡ không chỉ gia đình tôi và hầu hết người tỵ nạn hơn 30- 40 năm trước.

Ngày xưa gia đình tôi quanh quẩn với ruộng đồng. Cha tôi thường nói với chúng tôi: Giàu vì nén, không giầu vì xén bờ. Ngụ ý rằng hãy nỗ lực làm việc, sống lương thiện, chân chính, đừng gian tham một hàng lúa ở ranh giới.

Hãy nhìn xem: Bill Gates, Mark Zuckerber, Jeff Bezos, Warren Buffet... Những công dân Mỹ, họ khởi nghiệp với số vốn nhỏ bé. Nhưng kiến thức, mạo hiểm, chăm chỉ, biết nắm bắt cơ hội và rất đường đường chính chính trong thương trường, khiến họ giàu có bậc nhất trên thế giới.

Là nông dân tôi hay nhìn loài chùm gửi và suy nghĩ: Cứ ăn bám vào các cây khác thì làm sao tươi tốt, to lớn được. Còn chúng ta thời gian đầu sang định cư ở đây như những cây non bị bứng gốc trồng lại, lúc đầu bị gió mưa làm nghiêng ngả, tổn thương, còi cọc một thời gian...Nhưng khi bén rễ hội nhập sẽ khôn lớn dần cả về trí tuệ lẫn khả năng không thua kém gì những người khác định cư lâu đời.

Trong cộng đồng người Việt Nam cũng không thiếu những tấm gương thành công, để trở thành tỉ phú, *multi-milionaires*. Và chính chúng ta, hầu hết đã đến đây với hai bàn tay trắng. Những người sẵn sàng xăn tay áo lên để bắt tay vào việc bằng cách này hay cách khác, sau khi đã hết tiêu chuẩn trợ cấp. Mặc dù lúc đầu tiền nhận được từ đồng lương thấp có thể không bằng ngồi hưởng trợ cấp. Nhưng họ học được nghề, kinh nghiệm, vươn lên dần dần... Khi có cơ hội là mở mang và phát triển. Đến hôm nay hầu hết đã có tài sản bạc triệu hoặc nhiều hơn. Còn giúp mở đường cho các thế hệ kế tiếp nữa.

Có bao nhiêu trí thức, khoa bảng đã đóng góp vào cả chính trị lẫn kinh tế, khoa học, giáo dục...giúp nước Mỹ lớn mạnh thêm từng ngày. Và tất nhiên mọi người đều hãnh diện để đón nhận những lợi tức và hân hoan đóng góp nghĩa vụ thuế của mình.

Một điều nữa: Chăm chỉ làm việc, tự đứng trên đôi chân mình sẽ là tấm gương cho con cái noi theo. Còn lười biếng rồi mánh mung, lươn lẹo, lợi dụng ... sẽ làm căn bịnh ấy trở thành di truyền mãi mãi.

Ai không một lần mắc lỗi lầm về giao thông như vượt đèn đỏ, không ngừng chỗ có bảng stop, chậm lại ở đường có đèn chớp vàng...mà không bị bắt. Nhưng nếu cứ lập đi, lập lại những lỗi này thì thế nào cũng có ngày lãnh ticket.

Tôi sẽ nhìn lên những tấm gương thành công mà nỗ lực, không nhìn vào các tiêu cực mà dè bỉu, làm cạn đi ý chí của mình.

Hồ Nguyễn

Chợ Trời Ở Mỹ

TRẦN ĐÔNG THÀNH

Tác giả Trần Đông Thành hiện sống ở Bắc California. Trước làm nghề Income Tax nay về hưu. Ông đã nhận giải Danh dự Viết Về Nước Mỹ năm 2017.

Tôi có thói quen thích đi chợ trời. Mỗi cuối tuần ấn định hai ngày thứ Bảy và Chúa Nhật, chưa kể ngày lễ, tôi rất háo hức mong trời mau sáng để đi chợ trời.

Một người bạn ở Mỹ lâu năm chê:

- Tao không biết chợ trời có gì hấp dẫn mà lôi cuốn mày đến đó u mê như một tên nghiện?

- Ậy, điều sung sướng mày sao biết được, "Flea market-Chợ trời" mua được nhiều đồ vật lạ, các đồ cổ mày không thể nào mày thấy trong cửa hàng. Không đi mày làm sao cảm hứng thú vị được như tao.

Bạn có thể coi bản đồ hoặc học lịch sử biết được màu sắc, màu cờ các dân tộc nhưng có nhiều sắc dân bạn chưa hề gặp mặt. Thì đây, khu vực Chợ Trời sẽ giúp mình quen biết nhận diện hình dáng, khuôn mặt và bạn có thể trực diện trò chuyện với dân tộc năm châu. Tứ hải giai huynh đệ.

Sáng sớm bãi đậu xe thứ tự xe đậu đầy, miễn phí. Người ở khắp nơi đến đó sắp hàng dài mua vé vô cửa. Có nơi 95 cent, nơi 1$ tùy địa phương. Khu sầm uất nơi vài mẫu, nơi vài sào đất.

Xã hội Chợ Trời đặc thù là khu thương mãi tự do. Ai đến đó bán buôn cũng được. Giá cả trên trời dưới đất. Hàng hóa tự do. Trả giá thoải mái. Vì vậy, người mua có thể mua được hàng rẻ nhưng cũng có thể mua lầm giá cao tới nóc.

Nơi đây quy tụ nhiều dân tộc thế giới như Mexico, France, India, Cambochia... Khách hàng chen chúc, người bán chỉ một cái bàn nhỏ phủ tờ nilon hay giấy báo sơ sài họ bày biện hỗn độn, đủ thứ vật dụng nào bông tai, thuốc men, kềm búa, radio, bông hoa, hộp sơn, máy sưởi ấm, computer...

Chỗ này một chị quần áo Tây phương gọn ghẽ, môi phấn đỏ tươi mặt sáng như trăng rằm, cầm tay một món hàng hỏi giá theo ngôn ngữ chợ trời, nói sao hiểu thì được. Dân tứ xứ mà!

- How much is this? Man! (Giá bao nhiêu vậy ông?)

Chủ sạp, vo môi, ca tụng hàng của minh:

- My flowers all are beautiful! Fresh! You can pay 10 dollars. Really. You cannot find them anywhere! You are lucky! (Bông hoa của tôi đẹp lắm. Rất tươi. Bà có thể trả 10 đồng. Đúng vậy. Bà không thể tìm mua chúng ở nơi khác. Bà rất may đó.)

Rồi bắt tay khách hàng lấy lòng khách.

- Cheap! Cheap! Hi… hi. (Rẻ! Rẻ lắm!)

Khách hàng hàng mặc cả:

- Two dollars. OK? (Hai đồng được không?)

Hắn quéo môi chử O méo xẹo:

- Tomorrow! (Ngày mai)

Đó là cách từ chối khéo như câu chuyện ngụ ngôn "Mai ăn khỏi trả tiền" của người Việt mình vậy.

Trải tấm nhựa láng giản dị quảng cáo hàng bán rẻ "Everything must go! Cheap! Cheap! Tomorow don't have it. Guarantee!" (Mọi thứ phải bán hết! Rẻ! Rẻ! Ngày mai không còn nữa. Bảo đảm!)

Nơi đây bố trí như một thành phố thương mại. Kiến trúc đường xá bằng những hàng dọc. Ngôn ngữ Việt, Tàu, Miên, Lào... kêu loa ầm ĩ!

Ngập người qua lại, ở xa trông như các tầng lớp sóng biển ùa tới, khi động, lúc thì vơi. Thật là một đô thị ồn ào và náo nhiệt. Thanh thiên bạch nhật. Nắng không mái che. Mưa không chỗ đục.

Cười nói rao hàng nghe điếc tai. Ông già bà cả đi xe đẩy, trẻ con cười toe toét, cô cậu lựa hàng trả giá ỏm tỏi để mua được hàng rẻ hoặc chủ buôn nói giá cao để được lợi. Đầy đủ ngôn ngữ Tàu, Phi, Miên, Anh, Pháp...Người mặc ríp (váy), kẻ quần áo Tây, áo thun quần đùi; người mình trần trùi trụi.

Các gian hàng san sát nhau. Hàng bán khác nhau, mới cũ lẫn lộn. Khu quần áo triển lãm đủ kiểu, đủ hạng, đủ giá.

Từ khi có mặt người tỵ nạn, họ ra bán trên các sạp rau cải, bày hoa quả như cà pháo, dấp cá, ổi, táo, nho, thơm, xoài, dưa hấu, mít …

Đặc biệt hàng bán nón treo lủng lẳng các dây nón thòng xuống đất, từng xâu Beret đủ màu, mũ lưỡi trai, nón phi công, nón cao bồi và đặc trưng nón lá Việt Nam từng xấp một.

Quầy sang trọng bán nữ trang trưng bày "cả rổ" toàn đồ giả, rẻ sìn. Son phấn lòe loẹt. Viết chì vẽ chân mày bay bướm. Người bày ra bàn ghế, xe máy, dao kéo, giường ván, nệm cũ có cái lốm đốm tì dấu đen đúa rất là dơ bẩn, vậy mà cũng có người mua.

Tại đây bạn có thể mua được hàng mà không thể mua trong tiệm. Cũng có món hàng bạn mua 5 hay 10 đồng mà giá ở tiệm lên đến 100, 200. May rủi!

Có hạng người buôn bán vì sinh kế. Có người rất sang trọng, giàu có, ra bán là để mua vui, giết thì giờ. Kẻ đi chợ trời như đi du lịch. Giải trí chớ không mục đich sắm đồ. Cần gì thì cứ tới đây "lục lạo" bạn sẽ được như ý muốn.

Đang đi thì có tiếng còi tu-huýt của *security* rượt theo một thanh niên chạy bán sống bán chết.

Người đi đường hỏi:

- Cướp giựt đồ!

Bạn tôi nhăn mặt bất mãn.

- Xứ Mỹ văn minh mà cũng có nạn cướp! Gớm!

Trần Đông Thành

Con Đường Tôi Đi …

TRẦN KIM BẰNG

Tác giả Trần Kim Bằng, cư dân vùng Little Saigon là một nhạc sĩ, đã phát hành tập nhạc và CD Duyên. Bài Viết Về Nước Mỹ đầu tiên của ông vào năm 2015 là một hồi ký về hành trình vượt biên đường bộ năm 1980.

Santa ana River Trail and Talbert Park in Orange County – California

Cali mùa xuân năm nay giống năm trước, cũng ảnh hưởng bão nên nhiều mưa, ngập lụt, một số vùng đồi núi cao nhà bị trợt, con đường dọc theo bờ sông Santa Ana hôm nay như chưa tươi tỉnh lại, trời nhiều mây xám và cảnh vật còn ướt át, không khí lành lạnh. Người co ro, cong lưng, rướn đạp vì gió ngược, hơi mệt, mang theo chút buồn vu vơ …

Con sông chạy dọc thành phố hiếm khi đầy nước như bữa nay, nhìn khá sạch sẽ vì rác rến hai bên bờ bị lùa trôi theo giòng mất tiêu. Bày vịt luống cuống tìm những cù lao nhỏ, chỗ gù trên mặt nước, nơi gò cao mà tụ tập, nước còn chảy khá mạnh nên chúng ngại? không tìm ăn, chắc đang ngao ngán, nghỉ ngơi, nhìn con nước trôi, chúng chờ nước rút?

Hay chờ gì? Chờ ai? Chờ thời?

"Chờ ai, chờ đến bao giờ?"

Chờ mùa hoa vàng, năm rồi nở rộ đẹp lắm, đạp xe giữa một rừng hoa trải dài hai ven đường, thật thích, chốn hoang sơ này nằm ngay trong thành phố hàng xóm Costa Mesa mà ít ai để ý. Hăm hở đi ngay sau những cơn mưa xuân, nhưng đầu tháng 3, vẫn còn quá sớm.

Lên xe đạp tiếp, đường ra biển còn dài … trail này an toàn, sạch sẽ, nghỉ được vài tuần thong dong, thảnh thơi là ngồi lên yên, con ngựa sắt với 2 bánh xe lăn đều. Mưa lại bắt đầu lất phất rơi, dọc đường hoa cúc dại lưa thưa nở sớm, chúng nhìn ảm đạm vì thiếu nắng. Tuy nhiên lượng mưa đến nhiều hứa hẹn một mùa hoa rực rỡ trong vài tuần tới, nhất là khi dừng chân nghỉ ở khu công viên hiền lành, sạch sẽ, chỗ đó như thung lũng nhỏ, nhìn lên cao, thấy cả rừng hoa cải vàng hòa reo với gió. Khu này như ít người biết, chỉ thấy lác đác vài người đi bộ. Không gian tĩnh lặng, riêng tư cũng tạo cảm giác thoải mái.

Ecology System and Bolsa Chica Trail.

Bữa nay lộ trình thay đổi, khám phá đường đi bộ và xe đạp (bike trail) bên trong hệ sinh thái gần nhà.

Vài hàng về Hệ sinh thái là khu bảo tồn tự nhiên, nên sinh, thực vật được bảo vệ, nuôi dưỡng, gìn giữ hoang sơ, nằm trên cao hơn so với mực nước biển, đứng trong này không bị giới hạn tầm nhìn ra biển. Ngăn đôi giữa bờ biển và hệ sinh thái, là đường Bờ biển Nam Thái bình dương (Pacific Coast High-Way – PCH), con đường PCH chạy dài từ nam chí bắc nước Mỹ, phía cực tây. Đạp xe trên những mô đất đắp dọc theo những con kênh thấy đất trời rộng rãi. Theo lời dân địa phương khu này còn được gọi là “Cái túi nhỏ” (Little pocket). “Túi nhỏ” tuy chỉ rộng hơn 5 cây số vuông nhưng có tới cả ngàn sinh, thực vật. Ngoài cá tôm dưới nước, hơn 2 trăm loài có cánh bay, như chim, cò, vịt trời.

Phía đầu kênh đào có hệ thống đập nhỏ, chỗ cống xả, nhằm điều tiết nước, thường có chị cò màu xám đen thật lạ, hầu như kỳ nào đi ngang cũng gặp. Chị ta khá to, già, nhìn chắc cũng đã qua … tuổi hưu, trông gầy còm, xác xơ, chị luôn đứng trầm ngâm, suy tư, gẫm chuyện thời thanh xuân hay đang nghiên cứu cách nào cho cú mổ thật chính xác, sao cho no bụng chiều nay.

Đạp xe nơi "Túi nhỏ" đôi khi cũng nhìn thấy vài chú chó sói (Coyote) bên kia hàng rào an toàn, đang lang thang tìm gì đó? chả thế mà thấy biển báo có thú dữ hoạt động. Hệ sinh thái còn hấp dẫn thêm vì có 3 con Osprey (diều hâu biển) dùng làm nơi trú ngụ theo mùa? chúng từ đâu di cư đến đây? loại chim nhìn hùng dũng, đẹp, thường đậu khá cao, chót vót trên những nhánh cây khô, những con diều hâu này săn bắt cá rất tài. Mỗi khi có tin báo Osprey hiện diện từ các đài truyền hình địa phương là thấy khá đông nhiếp ảnh gia với ống kính (lens) ngắn, dài, máy chụp hình tối tân, quy tụ về đây canh chụp những động tác vồ mồi của chúng, có người ra từ sớm, đôi khi chờ cả ngày. Ngoài máy móc lỉnh kỉnh thấy có cụ còn mang theo lunch box, nước, vừa chờ chim vừa nhâm nhi, tai mang earphone nghe nhạc, … cụ ý thiệt là tận tụy.

Anh bạn cười lải nhải mấy câu nhạc chế:

"Chờ ai như thể chờ chim

Chim bay biển bắc tui chờ biển nam", hi hi

Bèn lò dò ghé thăm, thấy không khí yên lặng nơi rình mò, tập trung, họ đóng quân từng nhóm ở những điểm phục kích thuận tiện, chuyện trò thì khe khẽ, nói nhỏ như sợ quân địch kia nghe ồn ào bay vù mất! Một chị chụp "prồ" (professional) cho biết sau khi bắt dính được con mồi, chúng thường mang con cá xấu số bay trở lại đây thưởng thức, bữa đó quả nhiên may mắn vì có 1 chú sau khi bắt được mồi, bay vòng về đậu ngay trên cành thật cao gần đó, thế nên tiếng máy chụp bấm tí tách rẹt rẹt, bấm "napal" rền vang. Mình cũng đưa I-phone "cùi bắp" lên làm vài "nháy" khiêm nhượng.

Nơi đây về kỳ hoa dị thảo thì không có gì đặc sắc ngoài ít cây xương rồng, hoa cúc vàng, những cây cổ thụ chết khô vì bị tràn nước mặn và dầu hỏa ảnh hưởng! hệ sinh thái Bolsa Chica thực ra lý tưởng cho người đi bộ với nhiều lối đi được mở rộng bên cạnh hay giữa lạch nước, ta có thể len lỏi xuyên rừng nhỏ, lên, hay xuống dốc. Vì khu vực này cao hơn mặt biển nên mỗi buổi chiều về, dù đứng từ xa, vẫn thưởng thức được toàn cảnh hoàng hôn (sunset view), một dải bầu trời thật rộng, lên màu cam, màu hồng, trời xanh mây trắng làm nền cho mặt trời lặn về phía tây, ta dõi theo quả cầu lửa từ từ chìm xuống, mất từng phần trên biển thật đẹp lung linh. Trong mênh mông yên lặng, con người cảm nhận được sự đến và đi, từ bao đời? thường suy nghĩ vẩn vơ, như dòng sống của chúng ta rồi cũng phải như thế. Đi đâu? thành một vì sao? hay lại thấy nắng bình minh, huy hoàng rực rỡ, tái sinh nguồn sống mới?

Bữa qua đi bộ rồi thì nay đi xe đạp, Bicycle trail dọc theo bờ biển khá dài, đạp 8 dặm rưỡi từ Sunset Beach (Bolsa Chica State Beach) xuống Huntington Beach Pier (HBP), dặn lòng bữa nào can đảm chạy thẳng xuống Newport Beach, thêm 7 dặm nữa, nơi ngừng chân nghỉ, để thấy con đường đạp ngược trở về khởi điểm sao dài quá mà ngao ngán, thử một lần rồi, giờ chỉ tới HBP thôi vì đường dài vô chừng mà sức người thì có hạn!

Huntington Beach Pier (HBP)

Dừng xe nghỉ chân nơi Huntington Beach Pier (cầu xây đi bộ ra biển dài khoảng nửa cây số) đôi khi được thưởng thức những sinh hoạt vui chơi, thi đua, như thi lướt ván (trợt sóng), bờ biển Huntington Beach City ngoài sạch sẽ, đẹp, còn nổi tiếng với những ngọn sóng cao vút, nên được gọi là "Thành phố lướt sóng" (Huntington Beach – The Surf City), môn thi lướt sóng mùa hè hàng năm luôn được tổ chức tại đây, điểm quy tụ những tay trọt đến từ khắp nơi trên thế giới, kéo theo khách du lịch, mang lại nguồn lợi kinh tế dồi dào. HBP có thi bóng chuyền đôi trên cát, trình diễn văn nghệ ngoài trời bởi những Local Country Band thường xuyên vào những ngày cuối tuần, thấy có bảng ghi chương trình giải trí hàng tháng luôn thay đổi?

Tụ họp nơi sân khấu bậc thềm lộ thiên có thêm hội trống tạm gọi "Hội trống hầm bà lằng" khá đông, họ mang trống đến từ khắp nơi, hội không phân tuổi tác này tập trung với đủ loại trống nhưng chủ yếu là trống "Bongo" do các tay "vỗ" chuyên nghiệp lẫn tài tử, họ hòa tấu trống, có đến cả trăm cái trống bố, trống con, trống chú, bác, to nhỏ, "cắc cắc, bum, bum" nghe rộn ràng, sinh động, không loạn nhịp, có bài bản, tuy không thấy ca sĩ, nhưng lâu lâu có tiếng hú "Yahoo" chung nghe cũng là lạ, hay hay. Nhạc trống này có lẽ của người da đỏ, xập xình, cũng "chõi" dữ lắm (pick up beat), nó kích thích, nghe phê phê, làm ta giựt giựt cả người, vài cặp đôi đứng lên lắc lư nghiêng ngả như con tàu vượt sóng trùng khơi. Luôn thấy ông già với trang phục tù trưởng da đỏ (permanent) đứng nhảy múa theo nhịp điệu. Bạn nào thuở nhỏ thích xem phim cao bồi, da trắng uýnh nhau với người thổ dân Mỹ có lẽ sẽ thấy hay hình dung, liên tưởng đến những hình ảnh xung đột, ngồi trên lưng ngựa, cung tên độ nòng súng! ở thời gian lập quốc xưa của họ.

Chợt nghĩ tìm đâu ra được "trống cái" của Việt Nam nhỉ, bạn nào cho mượn? mình sẽ liều mạng khiêng trống cái ra đó giới thiệu tí văn hóa "Cái đình làng".

Sau trống thì tới đàn, HBP có hội đàn Ukulele, với đủ mọi sắc dân, trắng, đen, vàng, đỏ … họ từ những đâu đến nơi này, khoảng 6,7 chục, chăm chỉ tận tụy với cây đàn. Đàn Ukulele chỉ 4 dây, nhỏ bé xinh xinh. Nếu dừng chân thưởng thức, bạn sẽ được nghe "Amazing Grace", "God bless Ameria" hay "Jambalaya" vang vọng trong buổi chiều ngập nắng, họ đồng ca chen tiếng gảy tưng tưng nghe hay lắm, thường có một giáo sư dẫn dắt giới thiệu trước mỗi ca khúc trình diễn.

Nhìn những bàn tay rải lên xuống đều, lòng chợt đôi chút cảm nhận về người Mỹ, đa số lớn tuổi nhưng vẫn tham gia những lớp về âm nhạc, học sử dụng 1 loại nhạc cụ đơn giản, đàn Ukulele có lẽ dễ chơi, rồi cùng hẹn nhau tụ họp nơi đây, cùng gảy, vừa vui ca, tận hưởng gió biển. Có lẽ khi không còn vất vả về sinh kế (về hưu) nên tìm chút bận rộn gì đó. Kiểu giải trí ở lãnh vực văn nghệ như nhóm gảy đàn Ukulele này, tuy có hơi thách đố vì phải học hỏi chút, nhưng âm nhạc, nghệ thuật đem lại trí thức. Vả lại có cơ hội miệng ca, tay đàn, nhìn chung, ai cũng thư giãn. Bà con tìm thử trong hình, có thấy 1 người "Mỹ gốc Việt" nổi tiếng tham gia hội Ukulele nữa đấy.

Bạn có nghĩ hội trống Bongo, đàn Ukeley biểu diễn ngoài trời là một nét đẹp văn hóa của người Mỹ.

- HBP này khi gió biển thổi vào bờ còn là mùa của hội thi thả diều (kite), nhìn cả trăm con diều với đủ hình dáng, màu sắc, lắc lư, phất phơ bay, lên xuống đủ kiểu, bay bay như đời ta giông bão!

- HBP cũng là nơi đoàn quay phim của Hollywood thường chọn đến, đôi lúc họ khoanh vùng, bên trong có tài tử ăn mặc đẹp diễn.

Tóm lại, nghỉ chân tại HBP tuy vui chơi nhưng cũng có nhiều điều mở mang, cho ta mở rộng tầm nhìn.

- HBP nhằm ngày thứ Ba hàng tuần đặc biệt có họp chợ trời, lại phải đi thăm một vòng, tuy chỉ vài lốc đường, nhưng mỗi ngã tư đều có một ban nhạc trình diễn, đủ màu sắc, Rock, Jazz, Popular music … HBP gần vùng Little Sài gòn nên người Việt ra đây cũng nhiều, thấy có anh chị đứng bán gian hàng, chợt nghĩ giá có Vietnamese band, dàn ca sĩ Thúy Nga?

Chợ trời họp trong tuần này chỉ thấy bán đồ lưu niệm và nhiều quán bar, ăn uống, như vui chơi là chính. Xứ sở thanh bình, kinh tế thịnh vượng, nên đời sống người dân nói chung hạnh phúc. Chiến tranh liên quan thì ở mãi đâu đâu.

Lang thang xem các gian hàng, coi thiên hạ mua bán, hay ngồi nhâm nhi ly beer nơi quán lấn vỉa hè, nhìn người dân bản xứ, ông đi qua bà đi lại đông đúc, chợt thoáng thấy hình ảnh chợ nhỏ ven sông năm nào hiện lên trong đầu, cũng lâu lắm rồi, khi còn tạm trú ngay trên quê hương mình, tha phương lưu lạc, tìm đường vượt biên!

Chốn xưa phố cũ, nơi ấy giờ có gì đổi khác?

Trần Kim Bằng

VIẾT VỀ NƯỚC MỸ

Viết Về Nước Mỹ 2023
TIẾP TỤC HÀNH TRÌNH LỊCH SỬ NGÀN NGƯỜI VIỆT

Lễ Phát Giải Viết & Ra Mắt Sách Về Nước Mỹ 2023: Tiếp Tục Hành Trình Lịch Sử Ngàn Người Viết

GARDEN GROVE, CA (VB) - Vào trưa ngày Chủ Nhật 26/11/2023, tại hội trường đài truyền hình SBTN, buổi lễ phát giải thưởng Viết Về Nước Mỹ (VVNM) năm thứ 23 đã diễn ra trong không khí trang trọng nhưng vẫn ấm áp tình thân truyền thống, giữa những người yêu đất nước, con người, ngôn ngữ và nền văn hóa nghệ thuật Việt Nam tại hải ngoại.

Buổi lễ có sự tham dự của khoảng 200 khách mời với toàn bộ chương trình được truyền hình LIVE trên Youtube SBTN, Việt Báo online và Facebook Việt Báo để các tác giả và độc giả VVNM khắp nơi cùng xem trực tiếp. Đến với buổi lễ có đông đảo những tác giả tham gia gởi bài, các tác giả thắng giải trong năm nay cũng như nhiều năm trước, từ khắp nơi trên đất Mỹ về hội tụ. Có người tham gia lần đầu, như tác giả Biển Cát, đến lãnh giải từ South Carolina, cũng có người đã có mặt từ những kỳ phát giải đầu tiên, như tác giả kỳ cựu ThaiNC từ San Jose xuôi nam về tham dự và "hỗ trợ tinh thần" cho giải thưởng.

Buổi lễ còn có mặt của nhiều vị dân cử đại diện cộng đồng gốc Việt tại vùng Little Saigon, những khuôn mặt luôn hỗ trợ giải thưởng từ nhiều năm qua, gồm cựu Dân Biểu Liên Bang Alan Lowenthal, Thượng Nghị Sĩ Janet Nguyễn, Thượng Nghị Sĩ Tom Umberg, Dân Biểu Tạ Đức Trí, L.S Nguyễn Quốc Lân của Học Khu Garden Grove, cựu Phó Thị Trưởng Garden Grove Thu Hà Nguyễn, cựu Dân Biểu Tyler Diệp…

Sau buổi ăn trưa ấm cúng, vui vầy, được quan khách cho là "xôm tụ nhất, đẹp nhất và nhiều món ngon lạ được chuẩn bị kỹ càng nhất", mọi người trở lại chỗ ngồi để chương trình phát giải bắt đầu "livestream". Đúng 1 giờ 30, bài Hợp Ca Hội Trùng Dương của nhạc sĩ Phạm Đình Chương với tiếng hát sô-lô của ca sĩ Khánh Ly qua phiên khúc Tiếng Sông Hồng, Bích Liên -Tiếng Sông Hương và Jimmy Nhựt Hạ - Tiếng Cửu Long cùng với ban hợp ca Cát Trắng xướng lên đã long trọng mở đầu cho chương trình VVNM năm nay, nâng cao tinh thần khán phòng, đưa người tham dự vào một bầu không khí vừa "rộn ràng như câu thơ" vừa xúc động. Mỗi người một tâm tư, một hoài niệm, về một quê hương chúng ta mãi hoài mang theo trong lòng dù đang ở bất cứ nơi nào, và đó, theo lời của MC Nguyễn Hoàng Dũng, cũng chính là chất keo của buổi họp mặt giải thưởng hôm nay, với các tác giả từ khắp mọi miền trên nước Mỹ về hội tụ, "nhưng tình thương đã nối liền" bằng ngôn ngữ, văn hóa và dòng máu Việt.

Nữ tài tử điện ảnh Kiều Chinh giữ đúng truyền thống hàng năm, là người phát biểu đầu tiên trong buổi lễ. Bà nhớ lại cách đây 23 năm, vào tháng tư năm 2000, đúng 25 năm ngày người Việt miền Nam phải bỏ xứ ra đi, bà và những người bạn cố tri là nhà văn Nhã Ca, nhà thơ Trần Dạ Từ, nhà báo Sơn Điền Nguyễn Viết Khánh, thi sĩ Nguyên Sa… cùng ngồi lại với nhau, nảy sinh một ý tưởng làm thế nào để người Việt ở Mỹ, ai ai cũng có thể kể lại câu chuyện, những câu chuyện về cuộc đời tị nạn của chính mình, lập ra một thứ "lịch sử ngàn người Viết" như nhà thơ Nguyên Sa đã từng nói. Giải thưởng Viết Về Nước Mỹ đã ra đời từ đó. Bà xúc động nhớ về hai người bạn là "cha để" của giải thưởng VVNM là nhà văn Nhã Ca, nhà thơ Trần Dạ Từ, tuy hai bạn đã về hưu, nhưng giải thưởng VVNM vẫn được tiếp tục tổ chức tốt đẹp. Đó là nhờ thế hệ kế thừa, trong đó có cô Nina Hòa Bình (CEO Việt Báo) đã đứng ra gánh vác trọng trách giải thưởng và tờ Việt Báo thay cho cha mẹ. Nghệ sĩ Kiều Chinh mong rằng VVNM tiếp tục được sự hưởng ứng nhiệt tình của người Việt khắp nơi, để những trang lịch sử sống động của người Việt tị nạn vẫn tiếp tục được viết, trở thành món quà vô giá cho những thế hệ tương lai.

Với kỹ thuật của thời đại thông tin hiện nay, ở tận xứ sở Thuỵ Điển xa xôi, nhà thơ-nhà văn Nhã Ca-Trần Dạ Từ, người sáng lập Việt Báo và Giải Thưởng Viết Về Nước Mỹ vẫn có mặt trong khán phòng qua màn ảnh sân khấu "livestream" trực tiếp để gởi lời chào đến tất cả những người tham dự VVNM năm nay. Ông bà rất tiếc vì lý do sức khỏe nên không có mặt ở Cali để có thể bắt tay, thăm hỏi từng người, nhưng vẫn bên cạnh cùng tham dự và theo dõi chương trình với mọi người. Nhà văn Nhã Ca nhắc giải thưởng VVNM bắt đầu hình thành từ tháng tư năm 2000, vẫn tiếp tục cho đến tận ngày hôm nay là nhờ có sự đóng góp của rất nhiều người, trong đó các tác giả gởi bài viết đóng vai trò quan trọng nhất. Giải thưởng đã đạt được nhiều thành tựu và sự công nhận; đặc biệt vào ngày 28/07/2010, Quốc Hội Hoa Kỳ đã chính thức tuyên dương VVNM về những đóng góp trong lĩnh vực văn hóa lịch sử cho cộng đồng người Việt tại Hoa Kỳ.

Trong những đóng góp lớn lao, phải kể đến Cựu Dân Biểu Liên Bang Alan Lowenthal là người đã có công đưa những bộ sách VVNM vào Thư Viện Quốc Hội Hoa Kỳ vào năm 2015. Cho dù năm nay đã nghỉ hưu, ông vẫn dành thời giờ để đến với buổi lễ năm nay. Ông chúc mừng Việt Báo, các tác giả thắng giải, nhấn mạnh rằng VVNM là niềm hãnh diện chung cho cả nước Mỹ chứ không riêng cộng đồng người Việt. Ông cho rằng những câu chuyện của người Việt tị nạn cũng là trải nghiệm chung của cả dân tộc Mỹ. Những bộ sách VVNM tại Thư Viện Quốc Hội là cơ hội để những câu chuyện sống động mà các tác giả viết trở thành đề tài nghiên cứu của các học giả, và có thể được chia sẻ khắp nơi trên thế giới. Vào thời điểm chuẩn bị kỷ niệm 50 năm ngày Sài Gòn thất thủ, hình thành cộng đồng người Việt tị nạn ở Mỹ, bộ sách VVNM trong Thư Viện Quốc Hội càng có vai trò quan trọng. Ông cảm tạ đại gia đình Việt Báo đã cho mình cơ hội chia sẻ những điều mà ông cho là đáng trân quý.

Hai MC Thụy Trinh- Nguyễn Hoàng Dũng sau phần tri ân các nhà bảo trợ, các thiện nguyện viên, các giám khảo, đã không quên nhắc đến "các nhân vật chính của giải thưởng" là các tác giả đến từ khắp nơi và mời tất cả các tác giả cùng đứng lên "trình diện" quan khách trước khi giới thiệu cuốn sách Viết Về Nước Mỹ 2023 "mới ra lò". Cuốn sách dày 620 trang với 49 tác giả. Thụy Trinh nhấn mạnh, Viết Về Nước Mỹ bước vào năm thứ 23 là nhờ công sức của nhiều người, nhất là những cá nhân có tấm lòng với văn hóa và ngôn ngữ Việt. Mua sách là cách hỗ trợ thiết thực nhất chúng ta có thể tiếp tay để đóng góp duy trì và phát triển giải thưởng. Sách Viết Về Nước Mỹ tính đến hôm nay đã có 23 cuốn, hơn 13,800 trang sách, thực sự là bộ sách ngàn người viết có số lượng độc giả đông nhất. Sách mới 2023 vừa được in ấn và phát hành khắp nơi trên mạng amazon.com và barnesandnorble.com.

Mỗi người đến với VVNM vì mỗi lý do khác nhau. L.S Nguyễn Quốc Lân cho biết Ông luôn trân trọng ý tưởng thành lập giải thưởng này. Ngay từ những ngày đầu sống đời tị nạn, hầu hết người Việt ở Mỹ đều muốn có dịp ghi chép, kể lại những trải nghiệm của mình cho thế hệ con cháu về sau. Theo Ông, VVNM đã đáp ứng đúng nhu cầu này của cộng đồng. Cũng vì thế, ông muốn đóng góp phần của mình để cho VVNM tiếp tục tồn tại và kéo dài.

Dân Biểu Trí Tạ, tự nhận mình là thế hệ sinh sau đẻ muộn, gởi lời cảm ơn đến các cây cổ thụ trong làng viết văn của cộng đồng hải ngoại như Trần Dạ Từ, Nhã Ca, Nguyên Sa… đã sáng lập giải thưởng VVNM, tạo cơ hội cho người Việt tị nạn chia sẻ kinh nghiệm sống của mình tại hải ngoại sau biến cố 30/4/1975. Theo Ông, VVNM đã làm được công việc tạo cơ hội cho các thế hệ sau hiểu rõ được giá trị của hai chữ Tự Do.

Thượng Nghị Sĩ Janet Nguyễn cũng có mặt để trao bằng tưởng lục của văn phòng Thượng Viện California cho VVNM và chủ khảo Trương Ngọc Bảo Xuân. Bà cảm ơn Việt Báo đã liên tục tổ chức VVNM trong suốt 23 năm qua. Theo bà, điều quan trọng của giải thưởng này là giữ gìn tiếng Việt ở hải ngoại; bởi vì tiếng Việt còn, người Việt còn. Bản thân bà lúc trẻ cũng cố gắng học và nói tiếng Việt nhờ nỗ lực của những cơ quan truyền thông tiếng Việt trong cộng đồng.

Đáp lại thịnh tình, nhận bằng tưởng lục từ văn phòng Thượng Viện California, chánh chủ khảo Trương Ngọc Bảo Xuân nói rằng đây không phải là cho cá nhân bà, mà cho toàn ban giám khảo và những người luôn đóng góp, làm việc thiện nguyện giúp giải thưởng lớn mạnh. Bà cảm ơn nhà văn Nhã Ca, nhà thơ Trần Dạ Từ đã trao lại ngọn đuốc cho thế hệ tiếp nối để giữ gìn văn hóa của người Việt. Chúng ta nói tiếng Việt, viết tiếng Việt, và chúng ta kể lại đoạn đường chúng ta đã đi qua… Bà mong các tác giả tiếp tục kể chuyện, gửi bài về cho VVNM, để giữ gìn lại gia tài cho các thế hệ mai sau.

Những người luôn tận sức tận lực làm công việc văn hóa nghệ thuật, như nhà văn Cung Tích Biền, họa sĩ Ann Phong, Ysa Lê từ Vaala, hay cô Kim Ngân từ Viện Việt

Học, và nhiều văn nghệ sĩ khác cũng có mặt trong khán phòng v.v… họ là những người đến với giải thưởng hàng năm, không lên tiếng gì, nhưng luôn bên cạnh trân trọng thay mặt ban tổ chức trao giải cho tác giả thắng giải, như một cách để biểu lộ sự hỗ trợ và khuyến khích các tác giả tiếp tục viết, tiếp tục kể chuyện.

Chương trình tiếp tục với phần phát các giải đặc biệt và giải danh dự xen kẽ với những tiết mục văn nghệ giàu tính nghệ thuật, mỗi tiết mục mang một sắc thái văn hóa, tô điểm cho ý nghĩa của buổi lễ phát giải. Khách tham dự ngồi yên lặng thích thú lắng nghe tiếng hát của Jimmy Nhựt Hạ qua bài Đi Đâu Cho Thiếp Theo Cùng và Hò Lơ của Phạm Duy, hay tiếng hát day dứt của ca sĩ Thu Vàng với bài Người Đi Qua Đời Tôi của Phạm Đình Chương – Trần Dạ Từ, tiếng hát cao vút của Bích Liên qua bài "Tình Ca" của Phạm Duy gợi lên tình yêu "tiếng nước tôi" dạt dào.

Khi được hỏi cảm tưởng khi tham dự buổi lễ, tác giả Tiểu Lục Thần Phong về từ Atlanta nói: "Thích nhất là được gặp ca sĩ "thần tượng" Khánh Ly, và "ấn tượng" nhất trong chương trình văn nghệ là tiếng hát ngọt như mía lùi của Jimmy Nhựt.

Tác giả Sỏi Ngọc xem "livestream" từ nhà gửi lời nhắn "Em đang xem livestream ngày phát giải, các anh chị thật đã bỏ nhiều công phu quá, làm rất vinh hạnh cho người lãnh giải, em thật cảm động dùm những người được giải đó".

Cô Hằng Nguyễn của Việt Báo Foundation nói: "Đó là ưu tiên hàng đầu của ban tổ chức, chúng tôi chỉ mong các tác giả đến với giải thưởng cảm nhận được sự trân trọng chúng tôi dành cho họ, và đó là lý do mà tất cả mọi tiết mục ngày hôm nay đều được chọn, tập kỹ, ở mức "thượng hạng", để buổi lễ trao giải và hội ngộ giữa tác giả và độc giả Viết Về Nước Mỹ luôn là một ngày đáng nhớ.” Và như đáp lại điều này, tác giả thắng giải đặc biệt Đào Ngọc Phong khi được hỏi về cảm nghĩ đã nói: “Tôi nhận thấy ban tổ chức đã bỏ nhiều tâm lực và thể lực thực hiện hành công buổi lễ, tạo không khí thân tình giữa tác giả và độc giả. Đối với tôi, từ những năm tham dự như một độc giả, năm nay đến đây với tư cách tác giả lãnh giải thưởng, tôi rất xúc động tiếp nhận giải thưởng do họa sĩ Ann Phong trao trong không khí thân tình nhưng đậm màu sắc văn hóa. Cảm ơn Việt Báo Foundation.”

Các giải thưởng VVNM 2023 lần lượt được trao trong hai đợt như sau:

Sáu Giải Đặc Biệt VVNM 2023 thuộc về:

1. Tác giả Nguyễn Thị Thanh Dương từ Dallas, Texas với bài viết “Số Khổ”, ghi lại các món ăn dân dã cũng như cách sống, cách suy nghĩ mang đậm chất Việt trên đất Mỹ.
2. Tác giả Phước An Thy, tham dự và thắng giả VVNM từ năm 2018 trong mục đặc biệt viết về biến cố Mậu Thân, năm nay Ông thắng giải với bài viết “Bạn Tôi” viết kể chuyện vui về văn chương chữ nghĩa Việt trong đời sống thường nhật.
3. Tác giả Đào Ngọc Phong, một tác giả cũng mới bắt đầu viết tham dự VVNM trong vài năm gần đây, với bài viết “Người Trong Hang” kể về kể về cuộc gặp gỡ của tác giả với một người cựu chiến binh Hoa Kỳ từng tham chiến ở Việt Nam.
4. Tác giả Phương Lâm về từ Seatle với bài viết “Họp Mặt Phủ Cam ở Cali”. Lần đầu tiên tham dự Lễ Phát Giải VVNM, chị nói: “Thật là một may mắn và vinh dự đến nhận giải

thưởng VVNM, quá trang trọng ngoài sức tưởng tượng của mình."

5. Tác giả Nguyễn Thị Thu Hương cũng từ Seatle, nhưng cùng "quê' với tác giả giám khảo Nguyễn Viết Tân gốc Kinh Năm, với bài viết "Cho Đi Và Nhận Lại".
6. Tác giả Trần Đình Phước, là cựu trung úy không quân VNCH, nay đã về hưu, với bài viết "Ngày Cuối Cùng Làm Crossing Guard", kể về niềm xúc động và cảm nghĩ trong ngày cuối cùng làm nhân viên hướng dẫn học sinh và bộ hành qua đường, một công việc mà ông gắn bó trong suốt 17 năm trời.

Năm giải danh dự VVNM 2023 thuộc về:

1. Giải danh dự thứ nhất được trao cho tác giả Lại Thị Mơ, đến từ New Jersey đoạt giải với bài viết "Hãy Tha Thứ Cho Con", kể về sự hối hận của đứa con đối với người cha nhân mùa Lễ Father's Day.
2. Giải danh dự thứ hai trao cho tác giả Duy Nhân, về từ Chicago, với bài viết "Joe và Những Con Chim Bồ Câu", viết từ lăng kính của một người đã về hưu sống trên đất Mỹ.
3. Giải danh dự thứ ba trao cho tác giả Lê Đức Luận, với bài viết "Chuyện Buồn Dâu Rể", kể với câu chuyện ngậm ngùi của các vị cha mẹ sống ở Mỹ không "cơm lành canh ngọt" với con cái.
4. Giải danh dự thứ tư thuộc về tác giả "nổi tiếng" Tiểu Lục Thần Phong đến từ Atlanta, với bài "Riêng Chung Chuyện Đời" viết với bút pháp, văn phong giản dị, lối kể chuyện dí dỏm, tự nhiên.

5. Giải danh dự thứ năm thuộc về tác giả Thanh Mai cư dân của Minnesota, với bài viết "Thay Tế Bào Gốc Tự Thân", kể về câu chuyện của ông xã của chính tác giả trải qua quá trình điều trị ung thư, chia sẻ những tâm tình, kinh nghiệm và thông tin hữu ích.

Và như chúng ta thường nói, *"save the best for last"*, trước khi bước vào bốn giải chung kết, Khánh Ly xuất hiện giản dị trong chiếc áo dài đen với bài Ave Maria của Trần Dạ Từ, cùng ba cô hát bè áo dài trắng, Thúy Hằng, Vành Khuyên, Phương Hà. Tiếng hát của Bà cất lên trầm lặng, có lúc nghe như tiếng nấc, nghẹn ngào và đứt quãng, cả khán phòng chìm xuống, trở về một không gian "đêm đen bóng tối" cảnh tượng của một nhà tù cộng sản vào năm 1979, với họa sĩ Chóe, tay chân bị cùm và tiếng cầu nguyện hụt hơi của Ông, khiến những người bạn tù của ông là nhà thơ Trần Dạ Từ, nhà văn Doãn Quốc Sỹ lúc bấy giờ cũng bị giam tại trại tù Gia Trung đã cùng ông thức trắng. Khánh Ly hát thêm bài Rồi Mai Tôi Sẽ Đưa Em Về Nhà của Phạm Duy và kết thúc với bài Ngẫu Nhiên của Trịnh Công Sơn trong tiếng yêu cầu "hát nữa, hát nữa" của khán thính giả.

Bốn giải chung kết được để dành đến phút hồi hộp cuối cùng. Người tham dự hướng lên màn ảnh đọc và nghe trích đoạn của bốn câu chuyện trước khi các giải được lần lượt công bố.

Giải vinh danh tác phẩm năm nay được trao cho tác giả Biển Cát, tác giả tên thật là Trần Hương Thủy, về từ South Carolina đoạt giải với bài viết "Mùa Bình An" với văn phong đẹp nhẹ nhàng mà cảm động. Bà tham gia gởi bài cho VVNM năm đầu tiên, và cũng lần đầu tiên tham dự lễ phát giải, bà cảm động cảm ơn ban tổ chức và độc giả đã cho bà cơ hội chia sẻ những câu chuyện rất riêng và cũng rất chung của người Việt sống trên đất Mỹ.

Giải vinh danh tác giả thứ nhất thuộc về tác giả Kim Loan, đến từ Canada, với bài viết "San Antonio, Tôi Đến Để Nhớ Thương" kể về ân nhân người Mỹ đã giúp đỡ những người tị nạn ổn định hòa nhập vào đời sống trên đất Mỹ. Phát biểu khi nhận giải, tác giả Kim Loan nói, "không cần phải sống trên đất Mỹ mới có thể viết về nước Mỹ, miễn là bạn có kỷ niệm, có kinh nghiệm, có câu chuyện, thì bạn có thể kể. Và tác giả cảm ơn Giải Thưởng Viết Về Nước Mỹ đã giúp bà thực hiện điều này, kể và tiếp tục kể những câu chuyện tri ân nước Mỹ, vì bà yêu đất nước Việt Nam (không cộng sản), yêu Canada, và yêu nước Mỹ.

Giải vinh danh tác giả thứ hai thuộc về tác giả Minh Thúy Thành Nội, về từ thành phố Hayward, bắc California, với hai bài viết "Ba Hiểu" và "Mẹ Mê Facebook". Bài Mẹ Mê Facebook của tác giả qua giọng đọc của Jimmy Nhựt đã thu hút sự chú ý và thích thú của người nghe trong thính phòng. Sau khi lãnh giải từ nhà văn Cung Tích Biền, tác giả đã đọc một bài thơ vui tặng giải thưởng: "Việt Báo con đường chọn lựa hay, ta liền chấp bút gửi bài ngay…viết về nước Mỹ hòa tim óc, văn hóa xứ người góp một tay."

Tiết mục cuối cùng quan trọng nhất là Giải Quán Quân Chung Kết Tác Giả Tác Phẩm VVNM 2023, lọt vào ngòi bút của tác giả Lê Xuân Mỹ qua bài viết "Giọt Lệ Biết Làm Sao Ngưng". Tác giả từng nhận Giải Đặc Biệt Viết Về Nước Mỹ 2019 và giải Vinh Danh Tác Phẩm 2021. Bài viết thắng giải năm nay là câu chuyện người thật việc thật, viết để tưởng nhớ hai người bạn Phạm Phúc-Hạnh Nguyên vừa qua đời, là nạn nhân của một vụ giết người vào tháng 6 năm nay, gây chấn động thương tâm cho cả cộng đồng người Việt Bắc Cali.

Tác giả quán quân Nguyễn Văn Tới đã lên sân khấu trao lại "vương miện" cho tác giả Xuân Mỹ trong tiếng vỗ tay của mọi người.Trong phần phát biểu của mình, ông nói "với cái chết thương tâm của hai bạn tôi, hôm nay, lời mong muốn duy nhất của tôi là, sẵn có mặt quý vị dân cử ở đây, xin quý vị hãy làm cách nào đó để bảo vệ những người công dân lương thiện của chúng ta, những người không có một tấc sắt trong tay mà chỉ có ngòi bút, làm thế nào để cái chết của những người như hai bạn Phúc-Nguyên không trở thành vô nghĩa." Ông cũng muốn dành những giây phút trang trọng này cảm ơn các tác giả, độc giả, giám khảo, ban tổ chức, và kêu gọi mọi người hãy tiếp tục gìn giữ và viết tiếp trang sử ngàn người viết của người Việt tị nạn trên quê hương này.

Lễ Phát Giải VVNM 2023 chấm dứt sau phần chụp hình lưu niệm, khán phòng vẫn còn khách tham dự lưu luyến ở lại hàn huyên, chụp hình và hẹn tái ngộ. Tác giả khôi nguyên 2021 Nguyễn Văn Tới sau chuyến công du sinh hoạt văn hóa Little Sài Gòn về đến nhà đã gởi lời chia sẻ: "Một trong những điểm nhấn của người Việt Nam ở đây là nét văn hóa gìn giữ tiếng nói và chữ viết của người mình. Việt Báo là người tiên phong, đặt nền móng cho một chương trình đã và đang nổi tiếng trong gần 25 năm qua với buổi lễ trao giải lần thứ 23, vinh danh những tác giả và tác phẩm của họ viết về những mảnh đời lành lặn lẫn những mảnh đời rách nát, tang thương, về muôn vạn nẻo đường đời mà người Việt Nam mình vẫn đang bước đi."

Ông cũng không quên gửi gắm niềm tin: "Tôi biết và tôi cảm nhận được sâu sắc rằng người Việt mình vẫn viết "trang sử ngàn người" và sẽ viết ngày càng mạnh mẽ hơn, điển hình là qua ¼ thế kỷ, chương trình VVNM của Việt Báo vẫn từng bước vững chãi đi lên, và chắc chắn sẽ còn đi tiếp nhiều năm nữa."

Việt Báo nhận được rất nhiều lời nhắn nhủ chân tình của các tác giả từ khắp nơi, xin trân trọng cảm ơn. Và xin nhắc các tác giả đừng quên chuẩn bị kỷ niệm 50 năm biến cố 30 tháng tư, xin cùng góp bài, góp sức để giải thưởng và sách VVNM 2025 đầy đủ những câu chuyện cay đắng ngọt bùi 50 năm người Việt xa xứ.

Việt Báo

Nhà văn Nhã Ca, chủ nhiệm sáng lập Việt Báo chào mừng quan khách

VIỆT BÁO

Cựu dân biểu Harley Rouda chúc mừng tác giả VVNM 2021

10561 Garden Grove Blvd., Garden Grove, CA 92843 Phone: 714-894-2500 Năm Thứ Hai Mươi Chín - Số báo 9010 - Thứ Sáu, 10-12-2021

VIẾT VỀ NƯỚC MỸ 2021 – GIẢI THƯỞNG NGÀN NGƯỜI VIẾT HỌP MẶT, RA MẮT SÁCH VÀ TRAO GIẢI THƯỞNG

Chiều Chủ Nhật, ngày 5 tháng 12 năm 2021, Lễ Trao Giải Thưởng Viết Về Nước Mỹ năm thứ 22 đã được long trọng tổ chức tại Hội Trường Đài Truyền Hình SBTN ở thành phố Garden Grove, miền Nam California, Hoa Kỳ, với sự tham dự trực tiếp của khoảng 200 người, gồm các vị dân cử Việt-Mỹ, văn nghệ sĩ, các nhà bảo trợ, các tác giả VVNM, quý thân hữu, và đại gia đình Việt Báo.

Ngoài ra, năm nay vì tình hình đại dịch Covid-19 chưa hoàn toàn chấm dứt nên Việt Báo không thể tổ chức với số người tham dự tại chỗ đông đảo như những năm trước đại dịch, và cũng đã không thể tổ chức vào tháng 8 như mọi năm. Chính trong hoàn cảnh đại dịch nên Ban Tổ Chức Lễ Trao Giải VVNM đã mở ra chương trình chiếu trực tiếp trên băng tần SBTN và SBTN Utube, cũng như được livestream trên SBTN facebook và trên trang Việt Báo Facebook để cho nhiều người ở khắp mọi nơi có thể tham dự và chung vui trong sự kiện văn học có tuổi thọ lâu dài nhất từ trước tới nay tại hải ngoại.

Hình trên/trái: Ba tác giả thắng giải chung kết VVNM 2021: 1. Tác giả Lê Xuân Mỹ, giải Vinh Danh Tác Phẩm, Tác giả Nguyễn Văn Tới, giải Vinh Danh Tác Giả-Tác Phẩm, và tác giả Châu Hà, giải Vinh Danh Tác Giả. Hình trên/phải: Tác Giả Anne Khánh Vân nhận Giải Trùng Quang từ nhà thơ Trần Dạ Từ. Hình dưới: Các tác giả, giám khảo, ban tiếp tân và ban biên tập Việt Báo trong Giải Viết Về Nước Mỹ 2021

Giải Thưởng Viết Về Nước Mỹ của Việt Báo

Giải Thưởng Viết Về Nước Mỹ đã được khởi xướng bởi Việt Báo vào ngày 30 tháng 4 năm 2000.

Trong lời công bố đề mời Viết Về Nước Mỹ, Cố Chủ Nhiệm nhà báo Sơn Điền Nguyễn Viết Khánh đã viết về mục đích của giải thưởng này như sau:

"Để câu chuyện của từng người, từng gia đình khi được viết lại, sẽ trở thành những gì quý giá nhất lưu lại trên trang giấy, một thứ di sản của những người Việt định cư ở Mỹ để lại cho những thế hệ kế tiếp."

Lễ Trao Giải Thưởng Viết Về Nước Mỹ lần đầu tiên đã được tổ chức tại Thư Viện Tổng Thống Richard Nixon, thành phố Yorba Linda, Miền Nam California, Hoa Kỳ, vào ngày 29 tháng 11 năm 2000.

Quốc Hội Hoa Kỳ trong khoá họp ngày 28 tháng 7 năm 2010 đã chính thức tuyên dương Việt Báo về giá trị văn hóa, lịch sử mà chương trình Viết Về Nước Mỹ đạt được.

Bộ sách Viết Về Nước Mỹ 18 cuốn đã chính thức được đưa vào Thư Viện Quốc Hội Liên Bang Hoa Kỳ, theo Dân Biểu Liên Bang Hoa Kỳ Alan Lowenthal cho biết trong Lễ Trao Giải Viết Về Nước Mỹ năm 2015.

Phát biểu tại Lễ Trao Giải Viết Về Nước Mỹ năm 2015, Cựu Thượng Nghị Sĩ California Lou Correa, đã ca ngợi rằng *"Viết Về Nước Mỹ là bộ sách lịch sử sống mà thế hệ cha ông người Việt để lại cho các thế hệ tương lai."*

Hằng năm, một ban tuyển chọn chung kết sẽ quyết định các giải bằng cách cho điểm dựa trên các tiêu chuẩn: Đề tài, nội dung gồm: cách viết, sức viết, và ý nghĩa thông điệp của bài viết. Ban Tuyển Chọn, gồm đại diện Việt Báo: Nhã Ca, Hòa Bình, Phạm Quyên; và các tác giả Viết Về Nước Mỹ từng nhận Giải Hoa Hậu VVNM. Các Trưởng Ban Tuyển Chọn từ trước tới nay, gồm Sơn Điền Nguyễn Viết Khánh, Nguyễn Xuân Nghĩa và Trương Ngọc Bảo Xuân.

Năm 2013 Viết Về Nước Mỹ đã có thêm Giải Việt Bút Trùng Quang là tên của bà Trùng Quang, nhũ danh Lê Thị Tuyên, sinh ngày 1 tháng 1 năm 1912 tại Việt Nam, mất ngày 6 tháng 9 năm 2012, hưởng đại thọ 101 tuổi. Sau khi bà Trùng Quang qua đời, trưởng nam của bà là ông Đỗ Doãn Quế chuyển cho Việt Báo $10,000 do bà tặng Việt Báo Viết Về Nước Mỹ. Ước muốn của bà Trùng Quang là muốn tặng số tiền cho những bài viết nói lên được *"sức mạnh của tiếng Việt, chữ Việt, văn hóa Việt trong đời sống của người Việt hải ngoại."*

Tính đến nay, năm thứ 22, sách "Viết Về Nước Mỹ" do Việt Báo ấn hành đã được 22 cuốn, hơn 14.650 trang. Ngoài các ấn bản chính thức của Việt Báo, hàng ngàn bài viết cũng liên tiếp được trích đăng lại trên các trang mạng và sách báo Việt ngữ trong ngoài nước, nhiều cuốn sách được in đi in lại. Trên 20,000 bài viết tham dự và hơn 7,000 bài viết của hàng ngàn tác giả Viết Về Nước Mỹ hiện được phổ biến trên vietbao.com. Không kể số lượng người đọc sách báo, chỉ riêng tổng số lượt đọc các bài Viết Về Nước Mỹ trên Việt Báo online hiện đã trên 800 triệu. Một số tác giả có bài viết đạt kỷ lục trên dưới 1 triệu lượt người đọc. Bạn đọc có thể vào "Danh Sách Tác Giả" gõ tên để đọc bài và xem thêm những bài khác do cùng một người viết.

Lễ Trao Giải Thưởng Viết Về Nước Mỹ năm thứ 22

Sau gần 2 năm đại dịch với biết bao mất mát và đau thương cộng với những hạn chế sinh hoạt, Lễ Trao Giải VVNM năm nay trở thành cơ hội quý giá cho sự họp mặt, thăm hỏi, hàn huyên tâm sự trong không khí vui tươi, nhộn nhịp và thân tình.

Hai khuôn mặt quen thuộc của chương trình Lễ Trao Giải VVNM trong nhiều năm qua là xướng ngôn viên Thụy Trinh và luật sư Nguyễn Hoàng Dũng vẫn là MC cho Lễ Trao Giải VVNM năm nay.

Bị ảnh hưởng bởi đại dịch cho nên chương trình Lễ Trao Giải năm nay có khác với những năm trước. Cái khác thứ nhất là thay vì tổ chức như thường lệ mọi năm vào tháng 8 thì năm nay tổ chức vào tháng 12. Cái khác thứ hai là chương trình Lễ Trao Giải VVNM năm nay được chiếu trực tiếp trên băng tần SBTN và SBTN Utube, cũng như sẽ được livestream trên SBTN facebook và trên trang Việt Báo Facebook.

12 giờ trưa, bên ngoài trời nắng nhưng bên trong phòng hội của Đài SBTN không khí giống như một buổi dạ tiệc, với bầu trời đêm ngàn sao lấp lánh cùng với ánh đèn màu trên sân khấu lộng lẫy. Mọi người vừa ăn trưa vừa gặp gỡ thăm hỏi bạn bè.

Chương trình chính thức bắt đầu lúc 1 giờ rưỡi chiều, với lời phát biểu khai mạc của nhà văn Nhã Ca, sáng lập Việt Báo và Chương Trình Viết Về Nước Mỹ. Trong lời phát biểu, nhà văn Nhã Ca nói rằng hàng năm từ trước tới nay người phát biểu khai mạc là nữ tài tử Kiều Chinh, nhưng năm nay người nữ tài tử này đã vắng mặt vì bận đi xa cho các buổi ra mắt cuốn Hồi Ký Kiều Chinh – Nghệ Sĩ Lưu Vong vừa ấn hành vào tháng 9 năm 2021. Nhà văn Nhã Ca đã nhắc lại lời nhà thơ Nguyễn Sa nói rằng Viết Về Nước Mỹ là *"bộ sách lịch sử ngàn người viết."* Vì vậy, dù đại dịch hoành hành làm cho mọi sinh hoạt đều ngưng trệ, nhưng các bài Viết Về Nước Mỹ vẫn tiếp tục. Bà đã bày tỏ lòng biết ơn đến các bậc huynh trưởng, các nhà bảo trợ, các tác giả Viết Về Nước Mỹ, và văn nghệ sĩ bằng hữu đến tham dự trong buổi lễ trao giải năm nay.

Năm nay, Dân Biểu Liên Bang Alan Lowenthal đại diện địa hạt 47 không về được để dự Lễ Trao Giải Viết Về Nước Mỹ, nhưng ông đã có gửi video phát biểu và Ban Tổ Chức đã chiếu lên cho mọi người cùng nghe lời phát biểu chúc mừng của ông. Trong lời phát biểu Dân Biểu Alan Lowenthal nói rằng ông đã có mặt với Việt Báo và chương trình Viết Về Nước Mỹ 9 năm và ông bày tỏ niềm vinh dự để hỗ trợ cho chương trình Viết Về Nước Mỹ mỗi năm mà ông cho là chương trình này đã gây cảm hứng và khích lệ cho người Việt viết về lịch sử và kinh nghiệm của người Việt ở Mỹ.

Một vị dân cử người Mỹ khác cũng đã gắn bó với Giải VVNM trong nhiều năm qua mà hiện ông đang vận động tái tranh cử dân biểu liên bang địa hạt 48 là cựu Dân Biểu Harley Rouda và phu nhân là nhà văn Kaira Rouda đã đến tham dự Lễ Trao Giải VVNM năm nay. Phát biểu tại buổi lễ, cựu DB Harley Rouda nói rằng ông vinh dự có mặt và ủng hộ Giải VVNM. Ông nhấn mạnh rằng các tác phẩm của Giải VVNM thật là giá trị vì nó giúp cộng đồng người Việt tiếp tục gìn giữ văn hóa và tiếng Việt trên đất nước này. Ông nói ông hiểu được các nỗ lực và giá trị văn chương vì ông là chồng của một nhà văn có sách bán chạy nhất.

Phát biểu trong lúc trao giải cho các tác giả thắng giải VVNM năm thứ 22, luật sư Nguyễn Quốc Lân, Chủ Tịch Hội Đồng Giáo Dục Học Khu Garden Grove nói rằng Viết Về Nước Mỹ là kỳ quan quan trọng về văn chương, lịch sử và nguồn cội của người Việt. Đây là tác phẩm giá trị hơn tác phẩm của một người viết. Ông nói ông đọc các tác phẩm VVNM để nhìn lại con người Việt Nam của mình.

Anh Danny Trần của Union Bank bày tỏ lòng biết ơn Gia Đình Việt Báo đã tạo sân chơi Viết Về Nước Mỹ cho các tác giả trổ tài để viết ra nhiều câu chuyện ý nghĩa và đa dạng.

16 Giải Thưởng Viết Về Nước Mỹ năm thứ 22

Giải Thưởng Viết Về Nước Mỹ năm thứ 22 tổng cộng 16 giải, gồm 7 Giải Đặc Biệt, 5 Giải Danh Dự, 1 Giải Trùng Quang, 3 Giải Chung Kết (gồm 1 Giải Vinh Danh Tác Phẩm, 1 Giải Vinh Danh Tác Giả và 1 Giải Vinh Danh Tác Phẩm và Tác Giả).

Bảy Giải Đặc Biệt

1- Tác giả Nguyễn Hùng Cường, với bài viết "Meals-On-Wheels," do cựu Chủ Bút Việt Báo Phan Tấn Hải trao giải;
2- Tác giả Phạm Thị Kim Dung, với bài viết "Chuyện Gia Đình Tôi và Việc Hậu Sự Ở Mỹ," do luật sư Nguyễn Quốc Lân trao giải cho chị Kim Cúc đại diện tác giả nhận giải;
3- Tác giả Kha Quạt, với bài viết "Má Chồng Tôi," do Nghị Viên Garden Grove Thu Hà Nguyễn trao giải;
4- Tác giả Nguyễn Ngọc, với bài viết "Đôi Bờ Sông Tương," do Danny Trần của Union Bank

Xem tiếp VVNM trang A3

Hình trên/trái: MC Thụy Trinh và MC Nguyễn Hoàng Dũng; Hình phải/dưới: Năm Tác Giả nhận Giải Danh Dự. Hình trên: Bảy tác giả lãnh Giải Đặc Biệt.

Chủ Tịch Học Khu Garden Grove Nguyễn Quốc Lân chúc mừng Tác Giả Thắng Giải VVNM 2021.

Danny Trần - Branch Manager Union Bank trao giải cho con gái tác giả Nguyên Ngọc.

Tiếp VVNM trang 42

trao giải;

5- Tác giả Thảo Lan, với bài viết "Về Miền Quá Khứ," do tác giả Đoàn Thị trao giải;
6- Tác giả Nguyễn Bích Thúy, với bài viết "Nao Nao Tình Người Mùa Đại Dịch," do cựu tác giả Khôi Nguyên Nguyễn Văn Hưởng trao giải;
7- Tác giả Kim Loan, với bài viết "Lời Tạ Ơn Thay Cho Một Người," do nhà văn Mỹ Kaira Rouda trao giải.

Năm Giải Danh Dự

1- Tác giả Trần Ngọc Ánh, với bài viết "Mong Ngày Qua Đi," do Giám Khảo Nguyễn Viết Tân trao giải;
2- Tác giả Võ Phú, với bài viết "Có Chi Thì Nên," do tác giả Hoa Hậu 2017 Iris Dinh trao giải cho mẹ giả Thái NC đại diện nhận giải;
3- Tác giả Đỗ Dung, với 2 bài viết "Như Áng Mây Trôi" và "Thập Tử Nhất Sinh," do tác giả Hoa Hậu 2011 Phương Dung trao giải;
4- Tác giả Phụ Lê, với bài viết "Có Những Khoảnh Khắc Không Thể Nào Quên," do tác giả Hoa Hậu 2015 Orchid Thanh Lê trao giải;
5- Tác giả Nguyệt Mỹ, với bài viết "Bà Tám Đi Mỹ," do nhà thơ Trịnh Y Thư trao giải.

Giải Trùng Quang thuộc về tác giả Anne Khánh Vân, với bài viết "Thiên Lý Nâng Tương Ngộ," do nhà thơ Trần Dạ Từ trao giải.

Phát biểu sau khi nhận giải, tác giả Anne Khánh Vân nói rằng nhận Giải Trùng Quang đối với cô có một giá trị tinh thần đặc biệt. Cô đã kể lại sự xúc động lúc đọc bài "Tôi Đi Tìm Tự Do" của tác giả Trùng Quang viết cho Viết Về Nước Mỹ vào năm 2001. Theo thể lệ, người nhận giải Việt Bút Trùng Quang sẽ trở thành giám khảo Viết Về Nước mỹ trong tương lai.

Ba Giải Chung Kết

Trước khi bắt đầu phần trao 3 Giải Chung Kết, Ban Tổ Chức đã cho nghe 3 trích đoạn các tác phẩm của 3 tác giả thắng Giải Chung Kết là Lê Xuân Mỹ, Châu Hà và Nguyễn Văn Tới.

1- **Giải Vinh Danh Tác Phẩm** thuộc về tác giả Lê Xuân Mỹ, với 2 bài viết "Tản Mạn Thời Dịch Bệnh" và "Ngày Đầu Đi Học Thời Covid," do Giám Khảo Lê Tường Vy trao giải. Phát biểu sau khi nhận giải, tác giả Lê Xuân Mỹ kêu gọi mọi người cùng với Việt Báo chia xẻ tình cảm mà chúng ta đã trải qua bằng cách tham gia Viết Về Nước Mỹ.

2- **Giải Vinh Danh Tác Giả** thuộc về tác giả Châu Hà, với bài viết "Nâng Bước Tuổi Hồng Xế," do Giám Khảo Khôi An trao giải. Tác giả Châu Hà đã kể chuyện về nghề giữ người già ở Mỹ trong lời phát biểu cảm tưởng sau khi nhận giải. Bà nói nghề này không có đối thủ, không sợ bị layoff, vì rất ít người làm nghề này.

3- **Giải Vinh Danh Tác Phẩm và Tác Giả**, hay còn gọi là **Giải Hoa Hậu VVNM** thuộc về tác giả Nguyễn Văn Tới, với 2 bài viết "Chiến Tranh, Người Lính và PTSD" và "Bà Hàng Xóm," do tác giả Khôi Nguyên 2019 Vinh Chánh trao giải. Phát biểu trong lúc nhận giải, tác giả Nguyễn Văn Tới nói rằng ông đã nghe danh nhà văn Nhã Ca và nhà thơ Trần Dạ Từ lúc còn ở Việt Nam nhưng đây là lần đầu tiên ông gặp mặt. Ông kể đã nghe nhiều người nói rằng nhà văn Nhã Ca và nhà thơ Trần Dạ Từ là hai người can đảm nhất trong các nhà tù cộng sản ở VN. Ông cho biết ông đã làm nhân viên kỹ thuật điều khiển máy bay không người lái của Mỹ tại Iraq. Ông cho rằng nhà văn Nhã Ca và nhà thơ Trần Dạ Từ lúc lập ra chương trình Viết Về Nước Mỹ là đã tạo ra khu vườn và những người tham gia VVNM là những người làm vườn chăm sóc cho khu vườn ngày càng đẹp đẽ.

Các tiết mục văn nghệ đặc sắc

Làm cho chương trình Lễ Trao Giải Thưởng Viết Về Nước Mỹ năm 2021 thêm phần thanh âm thú vị và đặc sắc là các tiết mục trình diễn văn nghệ xen kẽ trong chương trình, với giọng ca của nữ hoàng chân dất Khánh Ly, ca sĩ Thu Vàng, ca sĩ Bích Liên, ca sĩ Thương Linh và ca sĩ Mê Linh.

Người trình diễn đầu tiên trong chương trình trao giải VVNM năm nay là nữ ca sĩ Mê Linh, mà theo lời giới thiệu của MC Thụy Trinh là một giọng hát trẻ, một khuôn mặt trẻ sinh hoạt thường trong các chương trình văn hóa nghệ thuật VN. Mê Linh trình bày nhạc phẩm "Sớm Mai Của Chúng Ta" của nhạc sĩ, thi sĩ Trần Dạ Từ.

Có lẽ không phải chỉ có mình tôi mà nhiều người có mặt trong hội trường đều yêu thích giọng rền vang và có lúc thánh thót của người nữ ca sĩ trẻ Mê Linh hòa theo tiếng đàn của nhạc sĩ Hoàng Công Luận:

"Sớm Mai của chúng ta vẫn xinh tươi như ngày nào
Sớm Mai của chúng ta vẫn vang dung bao giòng hào..."

Dường như mỗi lần nghe chị hát tôi đều phát hiện một cảm nhận thích thú nào đó khác với lần nghe trước. Phải chăng vì mỗi bài hát là một thế giới riêng mà chị là người chuyên tải trọn vẹn. Đó là tiếng hát của ca sĩ Thu Vàng trong nhạc phẩm "Lệ Đá Xanh" của nhạc sĩ Cung Tiến phổ thơ của Thanh Tâm Tuyền qua tiếng vĩ cầm của Hoàng Công Luận và dương cầm của Quốc Vũ.

"Tôi biết những người sống lo lơi, hồn không người, xấu không người, đời quên yên bình cho người.
"Đời không yêu vội là đó: lệ khóc không rơi ngoài hồn, lệ khóc không rơi ngoài hồn, hồn cô đơn...
"Nghẹn ngào không nói là những đêm mưa, người ngậm trăng sao bềnh bồng, là những đêm mất lệ, là những đêm mắt đăng lệ đá xanh..."

Tôi thích nhất là câu "lệ khóc không rơi ngoài hồn." Một lối diễn ngôn độc đáo của nhà thơ Thanh Tâm Tuyền.

Ở Việt Báo tôi đã nhiều lần nghe ca sĩ Bích Liên trình bày nhiều bản nhạc với tông khá cao, nhưng lần này trên sân khấu của Đài SBTN giọng của chị dường như "rộng gấp mấy" nên càng cao vút hơn trong ca khúc "Người Ở Với Người" của nhạc sĩ, thi sĩ Trần Dạ Từ.

Người thương ơi, rồi mai đây người sẽ ở với người...
...
Lòng ta ơi, bay bay xa mãi một thời...
...
Người yêu thương trao nhau đi nước mắt nụ cười...

Thì ra tôi mới vừa phát hiện nữ hoàng chân đất Khánh Ly không phải chỉ là một danh ca lẫy lừng tên tuổi trong âm nhạc mà bà còn có duyên nói chuyện nữa. Khi mới bước lên sân khấu trong buổi trao giải VVNM năm thứ 23, ca sĩ Khánh Ly làm mọi người cười ầm lên khi bà nói bà "phải run thì mới hết run để hát." Cái duyên là ở chỗ này, bởi vì ai cũng biết bà có run đâu, bà đã từng lên sân khấu cả ngàn lần thì run sao được. Đêm nay ca sĩ Khánh Ly đã trình diễn luôn bốn bản nhạc, dù chương trình bà chỉ hát có ba, nhưng theo lời yêu cầu của mọi người bà hát bản thứ tư. Bản nhạc thứ nhất mà ca sĩ Khánh Ly hát là bản "Sài Gòn Blue" của nhạc sĩ và thi sĩ Trần Dạ Từ làm mọi người không khỏi nhớ về thành phố Sài Gòn năm xưa:

Thành phố oan trái
ngọn lửa đã cháy mãi...
...
Em yêu, em có nghe
thành phố ấy vẫn gọi
thành phố ấy vẫn thở
thành phố ấy vẫn thầm thì
những hẹn hò trong ta...

Bản nhạc thứ hai mà ca sĩ Khánh Ly trình bày là "Tôi Làm Con Gái" trong "Nhã Ca Thứ Nhất," thơ của nhà văn Nhã Ca do Trầm Tử Thiêng phổ nhạc.

Tôi làm con gái
Buồn như lá cây
Chúa hồn thơ dại
Xanh xao tháng ngày
Một lần qua đây
Rồi không trở lại
Ôi mùa xuân này

"Gia Tài Của Mẹ" (nhạc của Trịnh Công Sơn) là bản nhạc thứ ba mà ca sĩ Khánh Ly trình bày cùng Jimmy Nhựt và Nguyễn Hoàng Hà. Nhưng vì đây là một trong những bản nhạc rất nổi tiếng trong cộng đồng nên ai cũng thuộc và vì vậy mọi người trong hội trường đã hát theo. Không khí trong hội trường bỗng tưng bừng hẳn lên.

Dạy cho con tiếng nói thật thà
mẹ mong con chờ quên màu da
con chớ quên màu da, nước Việt xưa
mẹ mong con mau bước về nhà
mẹ mong con lũ con đường xa
ôi lũ con cùng cha, quên hận thù...

Một tiết mục trình diễn văn nghệ bất ngờ là sự đóng góp của ca sĩ Thương Linh trong buổi lễ trao giải VVNM năm 2021, với nhạc phẩm "Ở Lại Yêu Anh," thơ của Nhã Ca, nhạc của Trần Dạ Từ. Ca sĩ Thương Linh trình bày bản nhạc này với đầy cảm xúc và có lúc như cô đã nghẹn ngào trong tiếng hát.

Khi những nàng tiên từ bỏ trần gian
Em là nàng tiên ở lại yêu anh...

Kết thúc chương trình

Một sự thật rất thật là giải thưởng không thể tiếp tục lớn mạnh suốt 22 năm nếu không có sự bảo trợ tài chánh bền bỉ của các cá nhân và cơ sở thương mại sau đây, theo Ban Tổ Chức cho biết:

-- Anh Phạm Hùng Tuấn từ công ty Pharmatec, San Diego
-- Anh Danny Tran, branch manager of Union Bank, Brookhurst branch
-- Nhà Thơ Trịnh Y Thư, nhà xuất bản Văn Học
-- Anh Nguyễn Hoàng Linh, công ty Xe Đò Hoàng
-- Cô Diệu Phú, Jean Jewelry
-- Tommy Le, State Farm Insurance
-- Chị Quyên Trần, từ văn phòng thương nghị sĩ Tom Umberg
-- Cô Orchid Lâm Quỳnh, từ Orchid LQ Academy
-- MC Thụy Trinh, từ công ty Trẻ Khỏe Đẹp
-- Ông Bà Thân Nguyễn-Bích Liên
-- Anh Đồng Nguyễn từ Nhà Sách Tự Lực
-- Tác giả Nguyễn Văn Hưởng
-- Tác giả Phùng Annie Kim
-- Tác giả, giám khảo Trương Ngọc Bảo Xuân
-- Anh Trúc Hồ, SBTN
-- Anh Đinh Xuân Thái, Little Saigon TV.

Và nhiều, nhiều người đã thầm lặng ủng hộ cho Giải Thưởng VVNM trong nhiều năm qua.

Chương trình trao Giải Viết Về Nước Mỹ năm thứ 23 kết thúc với phần xổ số, cắt bánh chúc mừng sự thành công và trưởng thành của Giải Viết Về Nước Mỹ, và chụp hình lưu niệm./

Bài của Huỳnh Kim Quang
Hình của Thanh Huy
Việt Phạm, Mark Legend.

Hình trên/trái: Tác Giả Anne Khánh Vân nhận giải Trùng Quang từ nhà thơ Trần Dạ Từ và chủ khảo Trương Ngọc Bảo Xuân. *Hình trên/phải:* Ba tác giả thắng giải Chung Kết Lê Xuân Mỹ, Nguyễn Văn Tới và Châu Hà cùng cắt bánh VVNM 2021 với chủ khảo Trương Ngọc Bảo Xuân và Trần Dạ Từ Nhã Ca. *Hình dưới/trái:* Bích Liên hát "Người Ở Với Người" và Thương Linh hát "Ở Lại Yêu Anh". *Hình dưới giữa:* Mê Linh hát "Sớm Mai của Chúng Ta" và Thu Vàng hát "Lệ Đá Xanh". *Hình dưới/phải:* Khánh Ly hát Gia Tài của Mẹ với Jimmy Hà Nhựt và tiếng đàn của Nguyễn Hoàng Hà

Các tác giả nhận Giải Đặc Biệt và chủ bút Phan Tấn Hải phát giải: tác giả Crystal Võ, tg Lê Xuân Mỹ, tg Susan Nguyễn, tg Pha Lê, tg Nguyễn Kim Nên, tg Nguyễn Thị Thu Hương, tg Minh Thủy và tg DuyenKy.

VIẾT VỀ NƯỚC MỸ

TNS Tom Umberg chúc mừng Giải Thưởng VVNM năm thứ 20. Năm đầu tiên tham dự, ông nói: "Tôi không thể nghĩ ra có một nơi nào có ý nghĩa hơn nơi này, chiều nay." GK Khởi An đại diện DuyenKy lãnh giải

4 Giải Danh Dự:

Tác giả **Hồ Nguyễn** với loạt bài *Khởi Nghiệp Trên Đất Mỹ.*

Tác giả **Hoàng Chi Uyên** với bài viết *Bà Ngoại Khác Chủng Tộc.*

Tác giả **Ngọc Hạnh** với bài viết *Thủ Đô và Bức Tường Đá Đen.*

Tác giả **Võ Phú** với bài viết *Tôi Dạy Tiếng Việt.*

Giáo sư Bùi Tùng đến từ University of Hawaii- là người trao giải và cũng là nhà tài trợ đã gởi lời chúc mừng đến các tác giả thắng giải, và ước mong được hỗ trợ VVNM trong 20 năm nữa.

Nữ ca sĩ Khánh Ly- một thân hữu của Việt Báo, cũng là một người thường xuyên có mặt trong các buổi lễ phát giải VVNM- năm nay cũng đã góp giọng hát của mình với 2 ca khúc Trăng Bạn Chiều (Trần Dạ Từ), và Đời Đá Vàng (Vũ Thành An). Nữ ca sĩ Khánh Ly nói rằng rất mong sẽ có một ngày gần đây, cô sẽ đứng trên bục sân khấu này không phải là một ca sĩ, mà là một tác giả viết về cuộc đời của mình. Viết về những ngày cơ cực đầu tiên khi cô đến đất nước Mỹ này. Cũng như bao nhiêu người Việt tị nạn khác, cô đã chấp nhận làm những công việc cơ cực, để bắt đầu cuộc sống mới. Cô cũng mong những người còn yêu văn chương hãy tiếp tục tham gia vào danh sách người viết của VVNM.

Hình trên, lễ phát giải Danh Dự từ trái: Peter Arnade và Giáo Sư Bùi Tùng từ University of Hawaii, tác giả Võ Phú, Cao Đắc Vinh đại diện tác giả Ngọc Hạnh, Phạm Thị Kim Dung đại diện tác giả Hoàng Chi Uyên, tác giả Hồ Nguyễn, giám khảo Tân Nguyễn.

Hình dưới: 3 Tác Giả Nhận Giải Chung Kết - 1. Tác Giả Tố Nguyễn. 2. Tác giả Vinh Chánh nhận hoa từ Thầy Lê Thanh Minh Châu, cựu viện trưởng Viện Đại Học Huế trước 1975. 3. Phu nhân Tác giả Nguyễn Văn Tới thay mặt tác giả lãnh giải.

LỄ PHÁT GIẢI-RA MẮT SÁCH

Giải Trùng Quang của VVNM 2019 thuộc về tác giả **Trần Ngọc Ánh**, với 2 bài viết *Tình Muộn & Ông Đồ Già Trên Đất Mỹ*. Trong phần phát biểu của mình, tác giả Ngọc Ánh cho biết thật bất ngờ và danh dự khi nhận được giải thưởng này. Bà cám ơn Việt Báo đã tổ chức một sân chơi văn chương thú vị, để những người mê viết như bà có điều kiện tham gia. Bà cám ơn bà Trùng Quang vì hoài bão bảo tồn văn hóa Việt. Bà cũng cám ơn ông đồ già Victorville ở xứ Mỹ, nhân vật trong câu chuyện đoạt giải của bà. Đã hơn 80 tuổi, ông vẫn làm công việc của một ông đồ, dạy chữ Nôm tại Viện Việt Học vùng Little Saigon. Nỗ lực của ông thật đáng khâm phục, cũng không ngoài mục đích gìn giữ di sản văn hóa dân tộc tại hải ngoại. Bà kể lại câu chuyện về công việc thầm lặng của ông, để kêu gọi các thế hệ trẻ hãy noi gương thế hệ đi trước, tiếp nối sứ mạng văn hóa Việt của cộng đồng chúng ta.

Chương trình được xen kẽ bằng phần giới thiệu sách, xổ số, và đố vui Viết Về Nước Mỹ do chính tác giả cựu hoa hậu Phương Dung tác giả ông xã Thy Nguyễn điều hợp. Ba giải quan trọng nhất của VVNM 2019 cũng đã được công bố vào cuối chương trình, với kết quả được cho là bất ngờ đối với nhiều người đã háo hức theo dõi cuộc thi trong năm nay.

Giải Vinh Danh Tác Phẩm thuộc về tác giả **Nguyễn Văn Tới**, với bài viết *Đời Phi Công Không Người Lái*. Tác giả vì trục trặc công việc giờ chót tại Phi Luật Tân không về kịp, nên để cho phu nhân của mình bay một mình về đại diện nhận giải.

Giải Vinh Danh Tác Giả thuộc về tác giả **Tố Nguyễn**, với hai bài viết *"Chuyện Thuế và Chuyện Đời"*, và *"Mẹ Tôi Trở Thành Công Dân Mỹ"*. Chị bắt đầu góp bút vào giải thưởng trong hai năm, nhưng Tố Nguyễn là một gương mặt mới, đầy triển vọng của cuộc thi VVNM. Chị đã cám ơn ban giám khảo, ban tổ chức đã cho chị vinh dự này. Chị muốn nhắn nhủ với các bạn trẻ thích viết văn rằng: hãy tự tin rằng mình cũng sẽ viết được. Bản thân Tố Nguyễn làm việc trong lĩnh vực khoa học. Văn chương từ thời còn ở Việt Nam chỉ là niềm vui của chị. Sang đến Mỹ từ năm 2005, chị lại tiếp tục phải làm việc trong môi trường "dòng chính", sử dụng Anh ngữ là chính, cho nên ít có cơ hội viết tiếng Việt. Thế rồi một hôm, chị đọc những bài viết trên mạng của cuộc thi Viết Về Nước Mỹ. Chị cảm động đến chảy nước mắt! Những câu chuyện kể sao mà chạm đến trái tim người mạnh đến thế! Chị quyết tâm sẽ tham gia vào cuộc thi viết này. Lúc đầu, chị còn bỡ ngỡ về đề tài viết. Cuộc đời của chị vốn sung sướng, bình an, không biết viết thành chuyện có hấp dẫn không? Nhưng rồi chị cho rằng mỗi cuộc đời đều có nét độc đáo riêng của mình. Chị viết về những câu chuyện thật của mình, xảy ra chung quanh mình. Chị viết với tâm nguyện chia sẻ kinh nghiệm với những người khác. Chị tin rằng những câu chuyện của mình kể sẽ giúp ích cho nhiều người khác trong cộng đồng. Và chị đã thành công!

Giải quán quân Chung Kết Tác Giả-Tác Phẩm thuộc về tác giả **Vinh Chánh**, với bài viết *Đằng Sau Mặt Trăng*. Bài viết về câu chuyện đầy tính bi hùng, lịch sử của chính gia đình tác giả, trải dài qua 3 thế hệ, diễn ra từ Việt Nam đến tận Hoa Kỳ. Câu chuyện với không ít nỗi bất hạnh. Nhưng tác giả đã kết thúc câu chuyện trong một tinh thần đầy lạc quan, nhân ái, và tràn đầy lòng biết ơn đời, biết ơn đất nước Hoa Kỳ. Tác giả cho biết, tinh thần lạc quan nhân ái đó một phần là do truyền thống giáo dục trong gia đình, một phần là vì quan niệm sống của chính ông. Đã từng là một người lính VNCH, vào sinh ra tử trong biết bao nhiêu chiến trường Việt Nam, ông nói rằng ông luôn luôn lạc quan, tin tưởng rằng mình sẽ trở về với gia đình sau trận chiến. Không lạc quan làm sao có thể vượt qua được giai đoạn cuộc đời hiểm nguy ấy. Ông nói rằng mỗi người trong chúng ta ai cũng sẽ phải vác trên vai một cây Thập Tự Giá. Cây Thánh Giá đó nặng, hay nhẹ là do quan niệm của chính mỗi chúng ta mà thôi.

Khi lên nhận giải cao quý nhất, tác giả Vinh Chánh đã cám ơn VietBao Foundation, cám ơn hơn 800,000,000 lượt người đã đọc VVNM trên mạng, hàng triệu độc giả đã đọc những trang sách của VVNM. Ông cho biết mình viết như là để chia sẻ, tâm sự về những thăng trầm của cuộc đời. Chia sẻ được là một phương pháp rất hiệu quả, để chữa trị những căn bệnh tổn thương tâm lý cho nhiều người trong cộng đồng người Việt hôm nay. Ông khuyến khích mọi người hãy đọc và viết. Về phần thưởng, ông cho biết sẽ đóng góp phân nửa số tiền thưởng trở lại cho quỹ VVNM. Phân nửa còn lại ông sẽ dùng để giúp đỡ cho các thương phế binh VNCH, đến các tù nhân lương tâm, đến các trẻ em khuyết tật trong Dòng Mến Thánh Giá tại Huế. Ông chỉ xin trích lại một số tiền nhỏ để mua một chiếc tủ lạnh mới cho vợ ông, như là một món quà cho người luôn nhắc nhở ông rằng: "nhớ viết bài cho VVNM, anh nhé!".

Buổi lễ trao giải thưởng VVNM 2019 đã khép lại trong bầu không khí thân mật, đầm ấm, tràn đầy tình văn hóa, nhân bản. Mọi người lưu luyến chia tay hẹn gặp nhau vào tháng tám năm tới, và tiếp tục 20 năm nữa trong các ngày phát giải của VVNM.

Hình từ trên:
1. Julie Nguyễn thắng quà xổ số từ Zojirushi.
2. Anh Phát Nguyễn thắng bức tranh của họa sĩ Anh Phong. 3. Tg Pha Lê nhận giải từ Dân Biểu Tyler Diệp.
4. Bộ sách Viết Về Nước Mỹ.
5. Quan Khách tham dự giải thưởng: Lala Trương đại diện Dân Biểu Lou Correa, Christy Linh Lê, TNS Tom Umberg, Quyên Trần, Hòa Bình, Julie Trần, Diane Carey và TNS Alan Lowenthal.
6. Ra mắt sách Viết Về Nước Mỹ 2019: Tác giả Thụy Nhã; Tác Giả kiêm MC Phương Dung và tác giả Iris Đinh.

Trưởng ban tuyển chọn Trương Ngọc Bảo Xuân công bố về Giải Trúng Quang tại Lễ Phát Giả VVNM 2019 - Hình kế bên: Giám khảo Tân Nguyễn trao giải danh dự cho tác giả Hồ Nguyễn

VIỆT BÁO

Hình giữa: Tác giả khởi nguyên VVNM 2019 cắt bánh Viết Về Nước Mỹ cùng với tác giả Tô Nguyễn, tác giả phu nhân Nguyễn Văn Tôi, gk Trương Ngọc Bảo Xuân, tài tử Kiều Chinh và nhà văn Nhã Ca. Hình kế: MC Thuy Trinh và MC Nguyễn Hoàng Dũng giới thiệu sách VVNM 2019

VIẾT VỀ NƯỚC MỸ SANG NĂM THỨ XX

WESTMINSTER (VB) -- Đối với một đời người, tuổi hai mươi là một cột mốc đầy ý nghĩa. Tuổi 20 là tuổi thanh xuân, tràn đầy nhựa sống, tự tin bước vào đời.

Đối với một giải thưởng văn học Việt Nam, ý nghĩa của tuổi 20 còn có phần đặc biệt hơn. Sự trường tồn 20 năm của một cuộc thi viết tiếng Việt là một hiện tượng. Nhất là khi nó được tổ chức ở bên ngoài tổ quốc Việt Nam, nơi mà tiếng Việt chỉ là ngôn ngữ của một cộng đồng thiểu số.

Và giải thưởng Viết Về Nước Mỹ (VVNM) đã chạm đến cột mốc này, khi Việt Báo Foundation tổ chức buổi lễ phát giải thưởng năm thứ 20 vào chiều ngày Chủ Nhật 11 tháng 8 2019, tại nhà hàng Grand Garden, thành phố Westminster, Nam California.

Nữ tài tử Kiều Chinh- một bằng hữu của VVNM từ những ngày đầu- trong phần phát biểu mở màn, đã mô tả không khí đặc biệt của ngày phát giải. Bà đến đúng giờ, nhưng nhận thấy bãi đậu xe đã đầy từ lâu. Quan khách đã có mặt từ trước cả tiếng đồng hồ để hàn huyên, trò chuyện, dự đoán về những giải thưởng. Không khí không giống của một buổi "lễ phát thưởng", mà thực sự là một ngày hội hè, là nơi gặp gỡ của ban tổ chức, các tác giả đã từng tham dự cuộc thi, độc giả thân hữu. Bà cho biết suốt 20 năm qua, bà chưa lần nào vắng mặt. Bà vẫn còn nhớ lần đầu tiên tổ chức ở Yorba Linda. Bà nhớ đến những người đi tiên phong đã khuất như bà Trùng Quang, nhà báo Sơn Điền Nguyễn Viết Khánh. Nữ tài tử Kiều Chinh đã cám ơn nhà văn Nhã Ca, nhà thơ Trần Dạ Từ và Việt Báo đã duy trì VVNM trong suốt 20 năm qua. Bà cũng không quên cám ơn các tác giả, độc giả của VVNM. Bà ước mong rằng bà sẽ còn chứng kiến sự kiện văn học nghệ thuật quan trọng này trong 20 năm nữa.

Hai MC điều hợp chương trình là Thùy Trinh và Nguyễn Hoàng Dũng đã nhắc lại Viết Về Nước Mỹ đã có được 20 năm, 7240 ngày với mỗi ngày một tác giả một bài viết; có 21 bộ sách gần 13.000 trang giấy; có hơn 800 triệu lượt người xem trên mạng. Để đạt được những con số như vậy, Viết Về Nước Mỹ đã có sự ủng hộ của nhiều thành phần trong cộng đồng. Phải kể đến những vị dân cử có liên hệ mật thiết đến cộng đồng người Việt. Những vị có mặt trong buổi lễ năm nay được nhắc tên có thể vẫn chưa đầy đủ hết: Dân Biểu Liên Bang Alan Lowenthal, Thượng Nghị Sĩ Tiểu Bang Tom Umberg, đại diện của TNS Lou Correa, Dân Biểu Tiểu Bang Tyler Diệp, Giám Đốc Học Khu Garden Grove Nguyễn Quốc Lân, Thị Trưởng Westminster Trí Tạ, Ủy Viên Học Khu Huntington Beach Diana Carey, đại diện cho Dân Biểu Liên Bang Lou Correa... Và không thể kể hết rất nhiều những cơ sở thương mại tài trợ, những bạn bè thân hữu, các cơ quan truyền thông báo chí cộng đồng gốc Việt... đã sát cánh hỗ trợ VVNM trong suốt 20 năm.

Photo: Việt Phạm. Hình ảnh từ trên: 1. Dân biểu Quốc hội Alan Lowenthal chúc mừng giải thưởng và các tác giả Viết Về Nước Mỹ, ông nhắc đến bộ sách Viết Về Nước Mỹ đã và sẽ tiếp tục được đưa vào lưu trữ trong Thư Viện Quốc Hội. 2. Cựu Chánh Chủ Khảo Nguyễn Xuân Nghĩa trao giải Trùng Quang cho tác giả Ngọc Ánh. 3. Ban Tiếp Tân Viết Về Nước Mỹ 2019 và MC Thuy Trinh.

Trong phần phát biểu của mình, Dân Biểu Alan Lowenthal cho biết ông đã có vinh dự tài trợ 7 năm liên tiếp cho VVNM. Ông cám ơn Việt Báo Foundation đã tạo ra và nuôi dưỡng sự kiện văn hóa, lịch sử quan trọng, tuyệt vời này của cộng đồng Người Việt Tự Do tại Hoa Kỳ. 20 năm viết về cuộc hành trình của người Việt đi đến quê hương tự do mới Hoa Kỳ. Ông cám ơn các tác giả đã để lại một gia tài vô giá cho các thế hệ đi sau, để các em biết rõ về lịch sử tị nạn của gia đình, của cộng đồng Việt Nam.

Theo truyền thống tre già măng mọc, giải thưởng VVNM 2019 đã trao giải Bé Viết Văn Việt trước, với sự điều hợp của cô giáo Orchid Lâm Quỳnh, giáo sư từ trường đại học City Long Beach College, cô cũng điều hành trung tâm LQ Academy, và cũng là một nhà tài trợ giải thiếu nhi năm nay. Các em vinh dự nhận giải là:

Giải Bé Viết Văn Việt thứ nhất: **Nguyễn Khoa Alan** với bài viết *"Bà Ngoại Của Con"*

Giải Bé Viết Văn Việt đồng hạng thứ hai: **Nguyễn Thị Ngọc Hân**, với bài viết *"Tết Nguyên Đán"*

Giải Thơ và Chùm Ảnh: **Keira Minh Vi**, với bài thơ *Em Là Vũ Công*. Em Kiera đã đọc thật chững chạc bài thơ của mình trước sự thích thú của quý khán thính giả.

Luật sư Nguyễn Quốc Lân, người đã gắn bó với giải Bé Viết Văn Việt suốt 15 năm qua cũng là người trao huy chương cho các em trúng giải. Ông cho biết VVNM là lịch sử sống động của Người Việt Tị Nạn, lại tạo được điều kiện để thế hệ trẻ của cộng đồng có dịp viết lên những suy nghĩ hồn nhiên của mình. Thay mặt Hội Đồng Giáo Dục Học Khu Garden Grove, ông cám ơn Việt Báo đã có một giải thưởng như vậy để khuyến khích các em đọc và viết tiếng Việt, một việc làm quan trọng để bảo tồn nền văn hóa Việt Nam tại hải ngoại.

Sẽ là thiếu sót nếu không nhắc đến phần trình diễn văn nghệ vô cùng dễ thương của các bé thiếu nhi thuộc lớp nhạc của cô giáo Bee Uyên Phương. Khán giả hoàn toàn chinh phục bởi sự hồn nhiên, sống động của các ca nhạc sĩ tí hon đầy tài năng. Hai em Thuận Thiên Phan và Thục Nghi Trần đã trình diễn ca khúc nổi tiếng Hello Việt Nam bằng tiếng Việt, và làm cho ca khúc này thêm phần Việt hóa bằng tiếng đàn tranh. Đặc biệt, hai bé Benjamin Trần và Andy Phạm chỉ mới 6 tuổi tự giới thiệu bài hát bằng một giọng tiếng Việt còn ngọng nghịu, sau đó trình diễn những bài hát tiếng Việt một cách dễ thương, ngây thơ, sinh động. Khán giả tin rằng tiếng Việt sẽ tiếp tục được nuôi dưỡng trong tâm hồn trẻ thơ tại hải ngoại qua văn thơ, qua âm nhạc.

8 Giải Đặc Biệt:

Tác giả Crystal Võ với bài viết *Kêu Khóc Bằng Tiếng Việt*

Tác giả Lê Xuân Mỹ với bài viết *Mẹ Tôi Nằm Bệnh Viện*

Tác giả Susan Nguyễn với bài viết Bên Bờ Sinh Tử

Tác giả Pha Lê với bài viết *Cơn Bão Ngoài Trời, Cơn Bão Trong Lòng*

Tác giả Nguyễn Kim Nên với bài viết *Người Đấm Bóp Của Tổng Thống Mỹ*

Tác giả Nguyễn Thị Thu Hương với bài viết *Dấu Con Đường Đường*

Tác giả Minh Thủy với bài viết *Chuyện Những Bà Mẹ*

Tác giả Duyên Kỳ với bài viết *Thời Gian Ơi Xin Ngừng Lại*

Thượng Nghị Sĩ Tiểu Bang Tom Umberg bắt đầu chào khán thính giả bằng tiếng Việt rõ ràng: *"cám ơn, xin kính chào quý vị..."*. Ông cho biết đây là lần đầu tiên được tham dự chương trình VVNM với tư cách là một nhà tài trợ. Ông đã cám ơn Việt Báo đã đóng góp một di sản vô giá cho cộng đồng Người Việt Tự Do tại Hoa Kỳ và cả trên toàn thế giới, đặc biệt là cho thế hệ trẻ. VVNM đã tác động tích cực đến sinh hoạt của cộng đồng người Việt hải ngoại, bằng cách đem mọi người đến gần nhau hơn, cùng chia sẻ niềm hạnh phúc, sự trân trọng đối với giá trị tự do dân chủ mà quê hương mới Hoa Kỳ đã đem lại cho mình.

Hai vị dân cử gốc Việt phát biểu trong chương trình là Dân Biểu Tiểu Bang Tyler Diệp và Thị Trưởng Westminster Trí Tạ- những vị dân cử quen thuộc với giải thưởng VVNM- cũng đã gởi lời chúc mừng đến VVNM năm thứ 20, và trân trọng những đóng góp quan trọng mà giải thưởng này đem lại cho cư dân gốc Việt của mình. Công việc gìn giữ văn hóa Việt Nam tại hải ngoại cần sự đóng góp của nhiều người, đặc biệt là các bậc phụ huynh trong gia đình. Cả hai vị dân cử đều cám ơn đến các tác giả đã đóng góp những câu chuyện quý giá về cuộc đời di dân của cá nhân, của gia đình gốc Việt.

Hình từ trên: 1. MC Lâm Quỳnh và các em thắng giải Bé Viết Văn Việt Nguyễn Thị Ngọc Hân, Nguyễn Khoa Alan và Keira Minh Vi. 2. Benjamin Trần với bài Thương Ca Tiếng Việt. 3. Benjamin Trần và Andy Phạm với tiết mục Duet Em Là Hoa Hồng Nhỏ.

Hình dưới: 1. Ca Sĩ Khánh Ly hát Trăng Bán Chiếu và Đời Đá Vàng. 2. Hình Ban Tiếp Tân, Ban Tổ Chức, Ban Giám Khảo và các Tác Giả. 3. Nghệ Sĩ Kiều Chinh mở đầu chương trình.

THỨ SÁU 10-12-2021 VIẾT VỀ NƯỚC MỸ 2021 VIỆT BÁO VĂN HỌC NGHỆ THUẬT A3

Chủ Tịch Học Khu Garden Grove Nguyễn Quốc Lân chúc mừng Tác Giả Thắng Giải VVNM 2021.

Danny Trần - Branch Manager Union Bank trao giải cho con gái tác giả Nguyễn Ngọc.

Tiếp VVNM trang A2

trao giải;

5- Tác giả Thảo Lan, với bài viết "Về Miền Quá Khứ," do tác giả Đoàn Thị trao giải;
6- Tác giả Nguyễn Bích Thủy, với bài viết "Nao Nao Tình Người Mùa Đại Dịch," do cựu tác giả Khởi Nguyên Nguyễn Văn Hường trao giải;
7- Tác giả Kim Loan, với bài viết "Lời Tạ Ơn Thay Cho Một Người," do nhà văn Mỹ Kaira Roudn trao giải.

Năm Giải Danh Dự

1- Tác giả Trần Ngọc Anh, với bài viết "Mong Ngày Qua Đi," do Giám Khảo Nguyễn Viết Tân trao giải;
2- Tác giả Võ Phú, với bài viết "Có Chi Thì Nên," do tác giả Hoa Hậu 2017 Iris Dinh trao giải cho tác giả Thai NC đại diện nhận giải;
3- Tác giả Đỗ Dung, với 2 bài viết "Như Áng Mây Trời" và "Thập Tử Nhất Sinh," do tác giả Hoa Hậu 2011 Phương Dung trao giải;
4- Tác giả Phi Lê, với bài viết "Có Những Khoảnh Khắc Không Thể Nào Quên," do tác giả Hoa Hậu 2015 Orchid Thanh Lê trao giải;
5- Tác giả Nguyệt Mỹ, với bài viết "Bà Tám Đi Mỹ," do nhà thơ Trịnh Y Thư trao giải.

Giải Trùng Quang thuộc về tác giả Anne Khánh Vân, với bài viết "Thiện Lý Năng Tương Ngộ," do nhà thơ Trần Dạ Từ trao giải.

Phát biểu sau khi nhận giải, tác giả Anne Khánh Vân nói rằng nhận Giải Trùng Quang đối với cô có một giá trị tinh thần đặc biệt. Cô đã kể lại sự xúc động lúc đọc bài "Tôi Đi Tìm Tự Do" của tác giả Trùng Quang viết cho Viết Về Nước Mỹ vào năm 2001. Theo thể lệ, người nhận giải Việt Bút Trùng Quang sẽ trở thành giám khảo Viết Về Nước mỹ trong tương lai.

Ba Giải Chung Kết

Trước khi bắt đầu phần trao 3 Giải Chung Kết, Ban Tổ Chức đã cho nghe 3 trích đoạn các tác phẩm của 3 tác giả thắng Giải Chung Kết là Lê Xuân Mỹ, Châu Hà và Nguyễn Văn Tới.

1- **Giải Vinh Danh Tác Phẩm** thuộc về tác giả Lê Xuân Mỹ, với 2 bài viết "Tản Mạn Thời Dịch Bệnh" và "Ngày Đầu Đi Học Thời Covid," do Giám Khảo Lê Tường Vy trao giải. Phát biểu sau khi nhận giải, tác giả Lê Xuân Mỹ kêu gọi mọi người cùng với Việt Báo chia xẻ tình cảm mà chúng ta đã trải qua bằng cách tham gia Viết Về Nước Mỹ.

2- **Giải Vinh Danh Tác Giả** thuộc về tác giả Châu Hà, với bài viết "Nắng Buồn Tuổi Hồng Xế," do Giám Khảo Khôi An trao giải. Tác giả Châu Hà đã kể chuyện về nghề giữ người già ở Mỹ trong lời phát biểu cảm tưởng sau khi nhận giải. Bà nói nghề này không có đối thủ, không sợ bị layoff, vì rất ít người làm nghề này.

3- **Giải Vinh Danh Tác Phẩm và Tác Giả**, hay còn gọi là **Giải Hoa Hậu VVNM** thuộc về tác giả Nguyễn Văn Tới, với 2 bài viết "Chiến Tranh, Người Lính và PTSD" và "Bà Hàng Xóm," do tác giả Khởi Nguyên 2019 Vĩnh Chánh trao giải. Phát biểu trong lúc nhận giải, tác giả Nguyễn Văn Tới nói rằng ông đã nghe danh nhà văn Nhã Ca và nhà thơ Trần Dạ Từ lúc còn ở Việt Nam nhưng đây là lần đầu tiên ông gặp mặt. Ông kể đã nghe nhiều người nói rằng nhà văn Nhã Ca và nhà thơ Trần Dạ Từ là hai người can đảm nhất trong các nhà tù cộng sản ở VN. Ông cho biết ông đã làm nhân viên kỹ thuật điều khiển máy bay không người lái của Mỹ tại Iraq. Ông cho rằng nhà văn Nhã Ca và nhà thơ Trần Dạ Từ lúc lập ra chương trình Viết Về Nước Mỹ là đã tạo ra khu vườn và những người tham gia VVNM là những người làm vườn chăm sóc cho khu vườn ngày càng đẹp đẽ.

Các tiết mục văn nghệ đặc sắc

Làm cho chương trình Lễ Trao Giải Thưởng Viết Về Nước Mỹ năm 2021 thêm phần thanh âm thú vị và đặc sắc là các tiết mục trình diễn văn nghệ xen kẽ trong chương trình, với giọng ca của nữ hoàng chân dài Khánh Ly, ca sĩ Thu Vàng, ca sĩ Bích Liên, ca sĩ Thương Linh và ca sĩ Mê Linh.

Người trình diễn đầu tiên trong chương trình trao giải VVNM năm nay là nữ ca sĩ Mê Linh, mà theo lời giới thiệu của MC Thụy Trinh là một giọng hát trẻ, một khuôn mặt trẻ sinh hoạt thường trong các chương trình văn hóa nghệ thuật VN. Mê Linh trình bày nhạc phẩm "Sớm Mai Của Chúng Ta" của nhạc sĩ, thi sĩ Trần Dạ Từ.

Có lẽ không phải chỉ có mình tôi mà nhiều người có mặt trong hội trường đều yêu thích giọng rền vang và có lúc thánh thót của người nữ ca sĩ trẻ Mê Linh hòa theo tiếng đàn của nhạc sĩ Hoàng Công Luận.

"Sớm Mai của chúng ta vẫn xinh tươi như ngày nào
Sớm Mai của chúng ta vẫn ung dung bao giông bão..."

Dường như mỗi lần nghe chị hát tôi đều phát hiện một cảm nhận thích thú nào đó khác với lần nghe trước. Phải chăng vì mỗi bài hát là một thế giới riêng mà chị là người chuyên tải trọn vẹn. Đó là tiếng hát của ca sĩ Thu Vàng trong nhạc phẩm "Lệ Đá Xanh" của nhạc sĩ Cung Tiến phổ thơ của Thanh Tâm Tuyền qua tiếng vĩ cầm của Hoàng Công Luận và dương cầm của Quốc Vũ.

"Tôi biết những người sống lo lại, hồn không người, sầu không người, đời quên yên bình cho người.
"Đời không yên vui là đó: lệ khóc không rơi người hồn, lệ khóc không rơi người hồn, hồn có đêm...
"Nghẹn ngào không nói là những đêm mưa, người ngậm trăng sao bềnh bồng, là những đêm mắt lệ, là những đêm mắt đăng lệ đá xanh..."

Tôi thích nhất là câu "lệ khóc không rơi người hồn." Một lối diễn ngôn độc đáo của nhà thơ Thanh Tâm Tuyền.

Ở Việt Báo tôi đã nhiều lần nghe ca sĩ Bích Liên trình bày nhiều bản nhạc với tông khá cao, nhưng lần này trên sân khấu của Đài SBTN giọng của chị dường như "tăng gấp mấy" nên càng cao vút hơn trong ca khúc "Người Ở Với Người" của nhạc sĩ, thi sĩ Trần Dạ Từ.

Người thương ơi, rồi mai đây người sẽ ở với người...
...
Lòng ta ơi, bay bay xa mãi một thôn...
...
Người yêu thương trao nhau đi nước mắt nụ cười...

Thì ra tôi mới vừa phát hiện nữ hoàng chân dài Khánh Ly không phải chỉ là một danh ca lẫy lừng tên tuổi trong âm nhạc mà bà còn có duyên nói chuyện nữa. Khi mới bước lên sân khấu trong buổi trao giải VVNM năm thứ 22, ca sĩ Khánh Ly làm mọi người cười ầm lên khi bà nói bà "phải nói thì mới hết run để hát." Cái duyên là ở chỗ này, bởi vì ai cũng biết bà có run đâu, bà đã từng lên sân khấu cả ngàn lần thì run sao được. Đêm nay ca sĩ Khánh Ly đã trình diễn tuôn bốn bản nhạc, dù chương trình bà chỉ hát có ba, nhưng theo lời yêu cầu của mọi người bà hát bản thứ tư. Bản nhạc thứ nhất mà ca sĩ Khánh Ly hát là bản "Sài Gòn Blue" của nhạc sĩ và thi sĩ Trần Dạ Từ làm mọi người không khỏi nhớ về thành phố Sài Gòn năm xưa:

Thành phố oan trái
ngựa bia đi chảy mãi...
...
Em yêu, em có nghe
thành phố ấy vẫn gọi
thành phố ấy vẫn thở
thành phố ấy vẫn thầm thì
những hẹn hò trong ta...

Bản nhạc thứ hai mà ca sĩ Khánh Ly trình bày là "Tôi Làm Con Gái" trong "Nhã Ca Thứ Nhất," thơ của nhà văn Nhã Ca do Trầm Tử Thiêng phổ nhạc.

Tôi làm con gái
Buồn như lá cây
Chùi hồn thư dại
Xanh xao tháng ngày
Một lần qua đây
Rồi không trở lại
Ôi mùa xuân này

"Gia Tài Của Mẹ" (nhạc của Trịnh Công Sơn) là bản nhạc thứ ba mà ca sĩ Khánh Ly trình bày cùng Jimmy Nhựt và Nguyễn Hoàng Hà. Nhưng vì đây là một trong những bản nhạc rất nổi tiếng trong cộng đồng nên ai cũng thuộc và vì vậy mọi người trong hội trường đã hát theo. Không khí trong hội trường bỗng tưng bừng hẳn lên.

Dạy cho con tiếng mới thật thà
mẹ mong con chớ quên màu da
con chớ quên màu da, nước Việt xanh
mẹ mong con mau bước về nhà
mẹ mong con lối con đường xa
đi lối con cùng cha, quên hận thù..."

Một tiết mục trình diễn văn nghệ bất ngờ là sự đóng góp của ca sĩ Thương Linh trong buổi lễ trao giải VVNM năm 2021, với nhạc phẩm "Ở Lại Yêu Anh," thơ của Nhã Ca, nhạc của Trần Dạ Từ. Ca sĩ Thương Linh trình bày bản nhạc này với đầy cảm xúc và có lúc như cô đã nghẹn ngào trong tiếng hát.

Khi những nàng tiên từ bỏ trần gian
Em là nàng tiên ở lại yêu anh...

Kết thúc chương trình

Một sự thật rất thật là giải thưởng không thể tiếp tục lớn mạnh suốt 22 năm nếu không có sự bảo trợ tài chánh bền bỉ của các cá nhân và cơ sở thương mại sau đây, theo Ban Tổ Chức cho biết:

- Anh Phạm Hùng Tuấn từ công ty Pharmatec, San Diego
- Anh Danny Tran, branch manager of Union Bank, Brookhurst branch
- Nhà Thơ Trịnh Y Thư, nhà xuất bản Văn Học
- Anh Nguyễn Hoàng Linh, công ty Xe Đạ Hoàng
- Cô Diệu Phú, Jean Jewerly
- Tommy Le, State Farm Insurance
- Chị Quyên Trần, từ văn phòng thương nghị sĩ Tom Umberg
- Cô Orchid Lâm Quỳnh, từ Orchid LQ Academy
- MC Thụy Trinh, từ công ty Trẻ Khỏe Đẹp
- Ông Bà Thân Nguyễn-Bích Liên
- Anh Đồng Nguyễn từ Nhà Sách Tự Lực
- Tác giả Nguyễn Văn Hường
- Tác giả Phùng Annie Kim
- Tác giả, giám khảo Trương Ngọc Bảo Xuân
- Anh Trúc Hồ, SBTN
- Anh Đinh Xuân Thái, Little Saigon TV.

Và nhiều, nhiều người đã thầm lặng ủng hộ cho Giải Thưởng VVNM trong nhiều năm qua.

Chương trình trao Giải Viết Về Nước Mỹ năm thứ 22 kết thúc với phần xổ số, cắt bánh chúc mừng sự thành công và trưởng thành của Giải Viết Về Nước Mỹ, và chụp hình lưu niệm./

Bài của Huỳnh Kim Quang.
Hình của Thanh Huy,
Việt Phan, Mark Legend.

Hình trên/trái: Tác Giả Anne Khánh Vân nhận giải Trùng Quang từ nhà thơ Trần Dạ Từ và chủ khảo Trương Ngọc Bảo Xuân. *Hình trên/phải:* Ba tác giả thắng giải Chung Kết Lê Xuân Mỹ, Nguyễn Văn Tới và Châu Hà cùng cắt bánh VVNM 2021 với chủ khảo Trương Ngọc Bảo Xuân và Trần Dạ Từ Nhã Ca. *Hình dưới/trái:* Bích Liên hát "Người Ở Với Người" và Thương Linh hát "Ở Lại Yêu Anh". *Hình dưới/giữa:* Mê Linh hát "Sớm Mai của Chúng Ta" và Thu Vàng hát "Lệ Đá Xanh". *Hình dưới/phải:* Khánh Ly hát Gia Tài của Mẹ với Jimmy Hà Nhựt và tiếng đàn của Nguyễn Hoàng Hà

Dân biểu Loretta Sanchez, Quốc hội Hoa Kỳ

"Khi bà ngoại và mẹ tôi đến định cư ở Mỹ, họ rất sợ là sau này tôi lớn lên sẽ quên tiếng mẹ đẻ là tiếng Tây Ban Nha. Vì thế, tôi rất thông cảm "mối lo văn hóa" của cộng đồng Việt Nam. Tôi cổ võ việc giữ gìn văn hóa và tiếng mẹ đẻ cho thế hệ sau của Việt Báo. Đây là cuốn sách đầy ý nghĩa. Tôi chúc mừng Giải Thưởng Việt Báo."

Thượng Nghị Sĩ Jim Webb, Thượng viện Hoa Kỳ

"Trong cộng đồng, chúng tôi rất tự hào về thành quả của những nỗ lực mà các bạn đã dầy công xây dựng, những nét đẹp của tư tưởng mà các bạn đã vun trồng. Phần thưởng các bạn đang nhận không chỉ là biểu hiện của thành quả và tự hào, mà còn là niềm hãnh diện chung của cộng đồng được may mắn có các bạn đang cư ngụ."

Thượng Nghị Sĩ Lou Correa, Thượng viện California

"What a tremendous project, writing across America. What makes this country great is our democracy and freedom.

"I congratulate today Viet Bao, and of course all the writers. These essays I am certain that they will be looked back by our children, our grand children as they try to understand and remember who they really are."

Dân biểu Trần Thái Văn, Quốc hội California

"Chúng tôi đã đọc hàng ngàn bài viết về nước Mỹ, kể lại từng chặng đường gian khổ cộng đồng chúng ta đã vượt qua. Đây là một kho tàng rất quý báu về văn hóa và lịch sử.

"Viết Về Nước Mỹ" là bộ sách gối đầu giường của tôi" *"Xin một lần nữa, và sẽ còn nhiều lần nữa trong tương lai, cám ơn Việt Báo và các tác giả.*

Viết Về Nước Mỹ Năm Thứ XXIII

Garden Grove, California

Giải Vinh Danh Tác Giả Tác Phẩm 2023: Lê Xuân Mỹ: "Giọt Lệ Biết Làm Sao Ngưng". Tác giả từng nhận Giải Đặc Biệt Viết Về Nước Mỹ 2019 và giải Vinh Danh Tác Phẩm 2021. Bài viết thắng giải năm nay là câu chuyện người thật việc thật, viết để tưởng nhớ hai người bạn Phạm Phúc-Hạnh Nguyên vừa qua đời, là nạn nhân của một vụ giết người vào tháng 6 năm nay, gây chấn động thương tâm cho cả cộng đồng người Việt Bắc Cali.

Giải vinh danh tác phẩm: Biển Cát.

Giải vinh danh tác giả 1: Kim Loan

Giải vinh danh tác giả II: Minh Thúy Thành Nội.

Giải Danh Dự: Lại Thị Mơ, Duy Nhân, Lê Đức Luận, Tiểu Lục Thần Phong, Thanh Mai.

Giải Đặc Biệt: Nguyễn Thị Thanh Dương, Phước An Thy, Đào Ngọc Phong, Phương Lâm, Nguyễn Thị Thu Hương, Trần Đình Phước.

Viết Về Nước Mỹ

Năm Thứ XXI

Garden Grove, California

Giải Vinh Danh Tác Giả Tác Phẩm: Nguyễn Văn Tới: "Chiến Tranh, Người Lính và PTSD;" & "Bà Hàng Xóm.-
Giải Việt Bút Trùng Quang 2021: Tác Giả Anne Khánh Vân

Giải Vinh Danh Tác Giả / Tác Phẩm: Lê Xuân Mỹ với hai bài "Tản Mạn Thời Dịch Bệnh" và "Ngày Đầu Đi học Thời Covid."và Châu Hà *bài "Nâng Bước Tuổi Bóng Xế."*
7 Tác giả nhận Giải Đặc Biệt Viết Về Nước Mỹ 2020-2021: Nguyễn Hùng Cường, với bài "Meals-On-Wheels"; 2. Phạm Thị Kim Dung, với bài "Chuyện Gia Đình Tôi và Việc Hậu Sự ở Mỹ." *3.* Nguyễn Bích Thủy, với bài "Nao Nao Tình Người Mùa Đại Dịch."; 4. *Kim Loan, bài "Lời Tạ Ơn Thay Cho Một Người."* 5. Kho Quẹt, với bài "Má Chồng Tôi."Nguyên Ngọc, với bài "Đôi Bờ Sông Tương." 7. Thảo Lan, với bài "Về Miền Quá Khứ".
6 Tác Giả nhận Giải Danh Dự VVNM 2020-2021: Trần Ngọc Ánh, với bài "Mong Ngày Qua Đi." 2. Võ Phú, với bài "Có Chí Thì Nên"; 3. Lê Xuân Mỹ, 4. Đỗ Dung, với bài "Như Áng Mây Trôi." và bài "Thập Tử Nhất Sinh". *5. Pha Lê, bài "Có Những Khoảnh Khắc Không Thể Nào Quên." 6. Nguyệt Mị, bài "Bà Tám Đi Mỹ."*

Viết Về Nước Mỹ

Năm Thứ XX

Chủ Nhật, 11 tháng 8, 2019

Tại Grand Garden,

Westminster, CA

Giải quán quân Chung Kết Tác Giả-Tác Phẩm 2019 thuộc về tác giả Vĩnh Chánh, với bài viết Đằng Sau Mặt Trăng
Giải Trùng Quang VVNM 2019 thuộc về tác giả Trần Ngọc Ánh, với 2 bài viết Tình Muộn & & Ông Đồ Già Trên Đất Mỹ.
Giải Vinh Danh Tác Phẩm 2019 thuộc về tác giả Nguyễn Văn Tới, với bài viết Đời Phi Công Không Người Lái.
Giải Vinh Danh Tác Giả 2019 thuộc về tác giả Tố Nguyễn, với hai bài viết "Chuyện Thuế và Chuyện Đời", và "Mẹ Tôi Trở Thành Công Dân Mỹ".
8 Giải Đặc Biệt: 1. Như Ý Crystal H. Võ: "Kêu Khóc Bằng Tiếng Việt". 2.Lê Xuân Mỹ: "Mẹ Tôi Nằm Bệnh Viện Ở Mỹ". 3. Susan Nguyễn: "Bên Bờ Sinh Tử". 4.Pha Lê: "Cơn Bão Ngoài Trời, Bão Trong Lòng". 5.Nguyễn Kim Nên: "Người Đấm Bóp Của Tổng Thống Mỹ". 6.Nguyễn Thị Thu Hương: "Đứa Con Đứng Đường". 7. Minh Thúy: "Chuyện Những Bà Mẹ". 8.duyenky: "Thời Gian Ơi, Xin Dừng Lại".
Giải Danh Dự: 1.Hoàng Chi Uyên với bài "Bà Ngoại Khác Chủng Tộc". 2.Trần Ngọc Ánh: "Tình Muộn" và "Ông Đồ Già Trên Đất Mỹ". 3.Võ Phú: "Tôi Dạy Tiếng Việt". 4. Ngọc Hạnh: "Hoa Thịnh Đốn và Bức Tường Đá Đen". 5. Hồ Nguyễn: loạt bài "Khởi Nghiệp Trên Đất Mỹ".

Viết Về Nước Mỹ
Năm Thứ XIX

Chủ Nhật, 12 tháng 8, 2018

Tại The Villa,

Westminster, CA

Giải Vinh Danh Tác Giả trao cho Tác Giả Đông Trinh.
Giải Vinh Danh Tác Phẩm thuộc về Tác Giả Năng Khiếu
Giải Chung Kết Tác Giả-Tác Phẩm thuộc về Tác Giả Phan
Giải Việt Bút Trùng Quang Tác Giả Phương Hoa

Giải "50 Năm Hồi Ức Mậu Thân": Tâm Chánh, Susan Nguyễn, Phước An Thy
Giải Đặc Biệt: Hồ Nguyễn, Thảo Lan, Đức Tâm, Nguyệt Mị, Trần Như Nguyện, Hương Trần, Phạm Thị Kim Dung, Tố Nguyễn.
Giải Danh Dự: Mỹ Đức Phạm Nguyễn, Nguyễn Văn Tới, Nguyễn Thị Phi Phượng, Minh Nguyệt Graves, Trần C. Trí.

Viết Về Nước Mỹ
Năm Thứ XVIII

Chủ Nhật, 13 tháng 8, 2017

Tại Moonlight Banquet,

Westminster, CA

Giải Chung Kết Tác Giả-Tác Phẩm: Iris Đinh.
Giải Việt Bút Trùng Quang:Mỹ Đức Phạm Nguyễn

Giải Đặc Biệt: Ngô Viết Trọng; Nguyễn Thị Hương Minh; Lê Quang Sinh; Nguyễn Thị Phi Phượng; Nguyễn Đức Trọng; Khánh Doãn; Nguyễn Văn Tới; Lại Thị Mơ; Nguyễn Diệu Anh Trinh.
Giải Danh Dự: Võ Phú; Dong Trinh; Năng Khiếu; Hoàng Đình Minh Long; Đặng Hà Nội.

Giải Vinh Danh Tác Giả trao cho Tác Giả Lê Nguyễn.

Giải Vinh Danh Tác Phẩm thuộc về Tác Giả Chú Chín Cali

Viết Về Nước Mỹ
Năm Thứ XVII

Chủ Nhật, 14 tháng 8, 2016

Tại Moonlight Banquet,

Westminster, CA

Giải Chung Kết Tác Giả-Tác Phẩm": Phùng Annie Kim.
Giải Thưởng Trùng Quang trao cho tác giả Trần Chấn Trí.
Giải Chung Kết Vinh Danh Tác Phẩm: Lệ Hoa Wilson.
Giải Vinh Danh Tác Giả: Phan.
Giải Danh Dự gồm các tác giả:
Vũ Đoàn, Hoàng Nguyễn, Nguyễn Văn Ni (Chú Chín Cali), Nguyễn Anh Nguyên, Nguyễn Kỳ Yên, Hoàng Nga.
Giải Đặc Biệt gồm các tác giả: Phạm Lê, Tim Lê, Trần Năng Khiếu, Nguyễn Việt, Trần Đức Hân, Nguyễn Quang Thành.

Viết Về Nước Mỹ Năm Thứ XVI

Chủ Nhật, 16 tháng Tám, 2015
Tại Moonlight Banquet,
Westminster, CA

Giải Danh Dự gồm các tác giả:
1.Nguyễn Thị Thêm. 2.H.Tịnh. 3.Huỳnh Thanh Sơn. 4.Ngô Đình Châu. 5.Trần Thiện Phi Hùng. 6.Nguyễn Hữu Thời. 7.Phi Yên.

Các tác giả nhận Giải Đặc Biệt:
Hoà An, Trần Kim Bằng, Màu Xanh Nhỏ, Y Châu, Kim Phượng Newman, Trần Đình Đức, Lê Minh Nguyên, Vũ Ngọc Thạch, Sao Nam Trần Ngọc Bình, Bernard Nguyên Đăng.

Bà Trùng Quang (1912- 2012) là nhà giáo, nhà văn. Khi từ trần, Bà di tặng cho giải thưởng 10,000 mỹ kim, từ đó, có Giải Việt Bút Trùng Quang dành cho người viết thể hiện sức mạnh ngôn ngữ, văn hoá Việt." Hình: Khôi An với bài "40 Năm Nỗi Niềm Ba Thế Hệ" nhận giải Văn Hóa Việt Trùng Quang.

Tác giả thứ 18 nhận bàn giao từ Phương Hoa:

Orchid Thanh Lê đoạt Giải Chung Kết 2015

Với bài "Trả Lại Tên Cho Người Bị Mất Tên"

Giải Vinh Danh Tác Phẩm: Phùng Annie Kim

Với bài "Giọt Máu Rơi Của Người Lính Chết Trẻ", tác giả nhận giải do nhà thơ Du Tử Lê trao tặng.

Giải Vinh Danh Tác Giả: Philato

Với 2 bài "Nghé Đi Tìm Trâu" và "Cố Vấn Mỹ và Trâu Điên".

Viết Về Nước Mỹ Năm Thứ XV

Chủ Nhật, 17 tháng Tám, 2014
Tại Moonlight Banquet,
Westminster, CA

Giải Danh Dự gồm các tác giả: Phùng Annie Kim ; Philato; Lê Nguyễn Hằng & Nguyễn Thạch Hãn; Song Lam; Triều Phong; Võ Quách Thị Tường Vi. Trương Ngọc Anh.

Các tác giả nhận Giải Đặc Biệt: Nguyễn Đặng Bắc Ninh; Tom Tom; Phan Việt Nam; Nguyễn Thị Mão; Ngô Văn Thu; Lê Văn; Nguyễn thị Hoà Nam; Nguyễn Cao Thăng ; Nguyễn Bích Thuy; Nguyễn Thế Bài.

Bà Trùng Quang (1912- 2012) là nhà giáo, nhà văn. Khi từ trần, Bà di tặng cho giải thưởng 10,000 mỹ kim, từ đó, có Giải Việt Bút Trùng Quang dành cho người viết thể hiện sức mạnh ngôn ngữ, văn hoá Việt." Hình: Orchid Thanh Lê nhận giải năm thứ hai do Nhã Ca trao tặng. Kế bên: Du Tử Lê, Trần Dạ Từ, Nguyễn Xuân Nghĩa.

Tác giả thứ 15 nhận bàn giao từ Khôi An:

Phương Hoa Giải Chung Kết 2014

Loạt bài nhận giải: "Vietnam Museum, Bảo Tàng Của Người Lính Bị Bỏ Quên". Hình ảnh và các ấn bản Việt Báo Viết Về Nước Mỹ hiện được bầy tại viện bảo tàng này ở Marysville, thành phố cổ Bắc California.

Giải Vinh Danh Tác Phẩm: Trần Du Sinh

Với bài "Lính Mỹ Gốc Nail", tác giả một Phó Giám Đốc Hàng Hải thuộc Bộ Quốc Phòng Mỹ đã bay từ Á Châu về Little Saigon họp mặt và nhận giải do Kiều Chinh trao tặng.

Và Du Tử Lê trao tặng

Giải Vinh Danh Tác Giả Orchid Thanh Lê

Với bài "Đi Tìm Tên Một Người Vô Danh", tác giả đã nhận giải Vinh Danh tác giả do Du Tử Lê trao tặng. Đồng thời, với bài viết "Thầy Việt, Trò Mỹ" cô nhận thêm giải Việt Bút Trùng Quang. Tiến sĩ Orchid Thanh Lê hiện giảng dạy và làm việc tại Viện Nghiên Cứu Ngôn Ngữ thuộc Bộ Quốc Phòng Hoa Kỳ, ở Monterey, California.

Viết Về Nước Mỹ Năm Thứ XIV

Chủ Nhật, 11 tháng Tám, 2013
Tại Moonlight Banquet,
Westminster, CA

2013, Giải Viết Văn Trùng Quang

Bà Trùng Quang, nhũ danh Lê Thị Tuyên, sinh ngày 1 tháng Một 1912 tại Việt Nam, mất ngày 6 tháng Chín, 2012 tại Hoa Kỳ, hưởng đại thọ 101 tuổi.
Từ 2001, khi đã 90 tuổi, Bà viết bài "Tôi Đi Tìm Tự Do Dân Chủ", và kêu gọi mọi người cùng viết về nước Mỹ, bộ sách lịch sử ngàn người viết. Sau khi Bà từ trần, vị trưởng nam của Bà là Ông Đỗ Doãn Quế chuyển tới Việt Báo ngân khoản 10,000 mỹ kim do Bà để lại, di tặng cho Việt Báo Viết Về Nước Mỹ. Từ tinh thần và tặng khoản của Bà, giải thưởng Việt Báo hàng năm có thêm giải viết văn Trùng Quang, dành cho những bài viết nói lên được "sức mạnh của tiếng Việt, chữ Việt, văn hoá Việt trong đời sống của người Việt hải ngoại."
Hình: Tác giả Sáu Steve Brown, người Mỹ viết văn Việt, nhận giải Trùng Quang năm đầu tiên từ Ông Đỗ Doãn Quế. Ảnh

Khôi An nhận giải Chung Kết

Tác giả rời bố mẹ, vượt biển khi còn tuổi học trò, hiện là một kỹ sư điện tử tại San Jose. Sau 5 năm dự Viết Về Nước Mỹ, với bài "Những Đoạn Đường Cho Nhau", kể về tình bạn trong "đám con nít của Sài gòn thất thủ" năm xưa, Khôi An nhận giải Chung Kết 2013.

Mimosa Phương Vinh nhận giải Vinh Danh Tác Phẩm

Với 2 bài viết kể về những di dân tại Mỹ làm việc quên mình để tiếp viện người thân ở quê nhà, tác giả nhận giải do Nhã Ca trao tặng.

Phan nhận giải Vinh Danh Tác Phẩm từ Kiều Chinh

Tác giả là nhà báo quen biết về từ Dallas. Với bài viết "Hụt Hẫng Bài Học Mỹ", Phan nhận giải do nữ nghệ sĩ Kiều Chinh trao tặng.

Họp Mặt Năm Thứ 7

Westminster
29-8-2007

Từ trái:
- Lê Tường Vi nhận giải Việt Bút
- Anne Khánh Vân nhận từ Nguyễn Duy An giải chung kết tác giả tác phẩm Viết Về Nước Mỹ 2007.

Vinh Danh Tác Giả

Từ trái:
Quân Nguyễn, Calif.
Chi Mai, tới từ VN.
Ng.Thượng Chánh, tới từ Canada,
Trần Nguyên Đán từ Virginia.

MC Hồng Vân giới thiệu: Nghị viên Andy Quach chào mừng các tác giả nhận giải danh dự Viết Về Nước Mỹ 2007: Đỗ Thị Bích Du, cụ bà Đỗ Thị Bông, Quỳnh Nguyễn, Chu Mai Thượng Châu, Trần Thiên Thịnh và Phương Lan.

Họp Mặt Năm Thứ Năm

Westminster, 28-8-2005

Hình từ trên: MCKim Chi giới thiệu Thị trưởng Bill Dalton, nghị viên Janet Nguyễn của Garden Grove, chúc mừng các tác giả được giải danh dự: Trương Tấn Thành, Kim Trần, Trịnh Thu Hà, Lê Khánh Thọ, Minh Thuỳ, Kim N.C.

Hai giải Vinh Danh Tác Phẩm: Tác giả Đào Như nhận từ tài tử Kiều Chinh. Và Phạm Minh Đức nhận giải từ thị trưởng Westminster, bà Margie Rice.

Bên mẹ và con trai. Lê Tường Vi, tác giả bài viết "Ba Thế Hệ Một Mái Nhà", nhận giải Chung Kết Tác Giả-Tác Phẩm Viết Về Nước Mỹ 2005.

"Sau nhiều năm tự cho mình thuộc về một thế hệ bơ vơ, nhờ đến với giải thưởng Việt Báo, tôi thấy mình hết ngần ngại, nghi ngờ. Viết Về Nước Mỹ giúp tôi khôi phục niềm tin vào chính mình và thế hệ cha anh của mình." Tác giả Lê Tường Vi phát biểu khi nhận giải Chung Kết Tác Giả Tác Phẩm Viết Về Nước Mỹ 2005, trong buổi họp mặt chiều 28-8-05 tại nhà hàng Seafood World, tại Little Saigon."

Tác giả Nguyễn Trần Diệu Hương, nhận giải "Vinh Danh Tác Giả" do nhà báo Ngô Vương Toại trao tặng.

Họp Mặt
Năm Thứ Tư

Santa Ana, 30-5-2004

"Viết Về Nước Mỹ
là bộ sách
gối đầu giường
của tôi."

Luật sư TRẦN THÁI VĂN
Dân biểu California
phát biểu tại cuộc họp mặt.

Nữ nghệ sĩ Kiều Chinh chào mừng các tác giả Viết Về Nước Mỹ. Hình từ trái: MC Thụy Nhã, tác giả Sapy Nguyễn Văn Hưởng, giải chung kết, Kiến Trúc Sư Nguyễn Hiền, người vẽ kiểu xây Đài Tưởng Niệm Chiến Tranh VN tại New Jersey, và Trần Dạ Từ, Việt Báo.

Họp Mặt
Năm Thứ Ba

Little Saigon, 27-12-2002

"...Sách Viết Về Nước Mỹ
đã phá vỡ bức tường ngăn cách giữa
người viết
và người đọc"

Nhà thơ Du Tử Lê
phát biểu tại cuộc họp mặt.

Nhạc sĩ Trung Nghĩa, thay mặt bào muội là tác giả Nguyễn Hà (hình bên) nhận giải thưởng chung kết Viết Về Nước Mỹ năm thứ ba và bảng vinh danh do bà Margie Rice, thị trưởng Westminster trao tặng.

Tài tử Kiều Chinh và chuyên viên KCAL9TV trực tiếp truyền hình

Họp Mặt
Năm Thứ Hai

Little Saigon, 23-9-2001

Tác giả Kiều Miên
nhận giải từ nhà báo
Nguyễn Khắc Nhân

Tác giả Nguyễn Viết Tân
nhận giải từ nhà báo
Sơn Điền Nguyễn Viết Khánh

Họp Mặt Năm Thứ Nhất
Ra Mắt Viết Về Nước Mỹ

Thư viện Nixon, 29-11-2000

"Hơn một triệu người Việt, 25 năm định cư, biết bao đổi thay, kinh nghiệm muốn chia sẻ với nhau, biết bao tâm tình biết ơn muốn nói lên với đất nước Hoa Kỳ. Chia sẻ và biết ơn. Đó là ý nghĩa họp mặt của Giải Thưởng Viết Về Nước Mỹ." Nữ nghệ sĩ Kiều Chinh, đại diện ban tổ chức đã nói như trên khi chào mừng quan khách. Và thính đường đã vang dội tiếng vỗ tay, khi người nữ nghệ sĩ gốc Việt nói "Thank You, America!"

Chương trình sinh hoạt ra mắt sách phát giải thưởng được điều khiển bởi cô Leyna Nguyễn, người dẫn chương trình của hệ thống truyền hình KCAL9.

Hình trên, Leyna Nguyễn (phải) và nữ tài tử Kiều Chinh (trái) cùng các vị khách quí. Thượng nghị sĩ tiểu bang Joe Dunn đang phát biểu. Đứng cạnh, từ trái là quí vị: Frank Fry, Thị trưởng Westminster; Todd Spitzer, Supervisor, Orange County; Nghị viên Andy Quách; Bà Dorothy Hendrickson... Trong lời phát biểu, Thượng nghị sĩ tiểu bang Joseph Dunn đã ca ngợi những sinh hoạt văn hoá Việt.

1. HỌP MẶT VIẾT VỀ NƯỚC MỸ NĂM THỨ I – NĂM THỨ XXII

Tại Richard Nixon Library & Birthplace, Yorba Linda, California.

Phát giải thưởng và ra mắt sách Viết Về Nước Mỹ, tuyển tập I/2000.

- 1 Giải chính thức: Nguyễn Văn Luận, với bài viết "Người Tìm Tự Do và Tượng Thần Tự Do".

- 2 Giải Danh Dự: Helen Le, với hai bài viết "Đứa Con Lai" và "Cha Con Tôi ở Mỹ"; Cao Huynh, với hai bài "Cái Điếu Cầy ở Mỹ" và "Con Tôi Nói Tiếng Việt."

- 2 Giải Đặc Biệt: Nguyễn Gia Mai, với bài "Năm Nay Tôi 89 Tuổi"; Nguyễn Thanh Khiêm, với bài "Một Người Việt Thành Công ở Mỹ".

Đáp lại sự hưởng ứng đông đảo của người đọc, người viết, từ đây Viết Về Nước Mỹ được duy trì thành giải thưởng hàng năm.

2. HỌP MẶT NĂM THỨ II / 23 - 09-2001

Tại nhà hàng Seafood World, Westminster, California.

- 1 Giải Chung Kết: Trương Ngọc Bảo Xuân Abbott, bài "32 Năm Người Mỹ Và Tôi".

- 2 Giải Chính Thức: Nguyễn Viết Tân, bài "Bên Bờ Freeway"; Lê Như Đức, bài "Cây Chuối Sứ."

- 6 giải Danh Dự: Trần Phương, Nguyễn Trần Diệu Hương, Kiều Miên, Lê Thành Giai, Nguyễn Văn Hưởng, Phạm Thị Từ Ái.

- 15 giải Vinh Danh Tác Giả: Vũ Phương Nam, Minh Tường, Nguyễn Hữu Thời, Nguyễn Duy Khiêm, Xuân Nguyễn, Suzie Trần, Tôn Thất Hùng, Hải Triều Lai Thế Lãng, Phạm Hồng Ân, Thiên Hương, Ông Thuỵ Như Ngọc, Thiên Ân, Phạm Phú Huy, Thảo Trần, Trần Hạnh Duy Thanh.

3. HỌP MẶT NĂM THỨ III / 27-12-2002

Tại nhà hàng Seafood World, Westminster, California.

- 1 Giải Chung Kết: Nguyễn Hà, bài "Có phải Tàn Tật Là Tàn Đời".

- 1 Giải Vinh Danh Tác Giả: Bà Trùng Quang, bài "Tôi Đi Tìm Tự Do Dân Chủ."

- 2 giải Bán Kết: Bồ Tùng Ma, bài "Ông Ba Đau Khổ" và Thụy Nhã, bài "Cha Bố Mày, Con Vàng".

- 10 giải Danh Dự: Huỳnh Phương Lộc, Trương Lệ Chi, Orchid Nguyễn, Lê Hiền, Phong Lan, Nguyễn Bính Châu, Ngọc Anh, Xuân Phượng, Khanh Phan, Chu Tất Tiến.

- 19 giải Đặc Biệt: Hoàng Ngọc Hiền, Hồ Phi, Trần Đức Hợp, Tống Minh Châu, Faith Linh H. Ngo, Trần Quốc Sỹ, Phạm Hoài Linh, Nguyễn Thị A Tiên, Thy Vi Du, Nguyễn Ngọc Trâm, Duy Nhân, Hoàng Thư & Bảo Xuân, Bùi Xuân Đáng, Hà Kim, Minh Trang, Phan Tịnh Tâm, Phương Toàn, Hà Tuệ Việt, Trần Hạnh Duy Thanh.

4. HỌP MẶT NĂM THỨ IV-V / 30-05-2004

Nhà hàng Regent West, Santa Ana, California.

- Giải Chung Kết: Sapy Nguyễn Văn Hưởng, San Diego, với bài "Giọt Nước Mắt"

- 4 giải chính: Iris Dinh, Lê Ngọc Minh, Hồ Thị Triều Lam và Karen N. Nguyen.

- 7 giải Danh Dự: Lưu Nguyễn, Vũ Thị Thiên Thư, Tâm Hoa, Chúc Chân, Denny Le, Hiền Vi và Yên Sơn Trương Nguyên Thuận.

- 12 Đặc Biệt: Cụ bà Nguyễn Thị Duyên, DTKN, Phan Ngọc Quỳnh, Ngô Nam An, Tim Nguyen- Bùi Hoàng, Võ Thị Minh Tâm, John Trần, Hạo Nhiên Nguyễn Tấn Ích, Nguyễn Tá Hân, Phạm Hoàng Chương, Linda Lee, Thuỷ Như.

- 16 giải Vinh Danh Tác Giả Viết Về Nước Mỹ: Bồ Tùng Ma, Lê Như Đức, Nguyễn Trần Diệu Hương, Lê Hiền, Hải Triều Lại Thế Lãng, Trương Ngọc Bảo Xuân, Bùi Xuân Đáng, Duy Nhân, Hà Kim, Trần Quốc Sỹ, Nguyễn Hữu Thời, Nguyễn Viết Tân, Xuân Phượng Hoàng Ngọc Hoa, Hồ Phi, Minh Trang và Phương Toàn.

- 3 giải Writing On America dành cho các bài viết bằng Anh: Chúc Chân, Minh Tâm Võ, và Stephen Dao.

5. HỌP MẶT NĂM THỨ V-VI / 28-8-2005

Nhà hàng Regent West, Santa Ana, California.

- 1 Giải Chung Kết Tác Giả Tác Phẩm: Lê Tường Vi, với bài "Một Mình Nuôi Con, Ba Thế Hệ Một Nhà".

- 1 Giải Vinh Danh Tác Giả 2005: Nguyễn Trần Diệu Hương, với các bài "Cầu Vồng Giữa Mùa Hè", "Còn Đó Ngậm Ngùi".

- 2 Giải Tác Phẩm xuất sắc: Đào Như, tức Bác sĩ Đào Trọng Thể, bài "Tự Khúc", "Dấu Chân Người Lính"; Phạm Minh Đức, bài "Tôi Đi Army", "Tôi Đi Đánh Sadam Hussen".

- 8 giải Danh Dự: Kim Trần, Tố Tâm, Trương Tấn Thành, Trịnh Thu Hà, Mường Khâu-Mai Việt Châu, Lê Khánh Tho, Minh Thùy, Kim N.C.

- 12 Giải Đặc Biệt: Nguyễn Phục Hưng, Dân Đen, Nhật Sơn, Vành Khuyên, Nguyễn Lê, Chung Mốc, Hoàng Đức, Huỳnh Nguyễn Phương Hoa, Phượng Quỳnh, Jane Nguyễn, Mây Bạt, Võ Phú.

6. HỌP MẶT NĂM THỨ VI-VII / 27-08-2006

Tại nhà hàng Seafood World, Westminster, California

- 1 Giải Chung Kết Tác Giả Tác Phẩm: Nguyễn Duy An, với 12 bài viết trong năm, "Từ Bình Giả tới Hoa Thịnh Đốn", "Thời Sinh Viên Độc Thân", "Tình Yêu và Cây Thánh Giá"...

- 2 giải Vinh Danh Tác Giả: Nguyễn Thị Huế Xưa, với các bài "Chuyện Ông Rọm", "Cơn Bão Qua Thành Phố"; Hân Q. Bùi, với loạt bài: "Hai Ốm Vào Quân Y", "Chiều Camp Pendleton", "Đường Sang Xứ Ngàn Lẻ Một Đêm"...

- 2 Giải Vinh Danh Tác Phẩm: Thuỳ Dương, với loạt bài "Hạnh Phúc Rất Đơn Giản"; Hồ Viết Tân, với các bài viết "Thế và Tôi"; "Tử Năng Thừa Phụ Nghiệp".

- 7 Giải Danh Dự: Lê Minh, Trần Đức Anh Thư, Ngọc Duy, Trân Nguyên, Hoàng Yến, Sapy Đi Đi, Thịnh Hương.

- 12 Giải Đặc Biệt: Người Giấu Tên, An Huỳnh, Quyên Thi, Mai Phúc, Hoài Yên, Tô Văn Cấp (Philato), Lưu Trần Quỳnh Hương, Quảng Thông Phạm Duy Liêm, Long Châu, Phan Gia Thuỳ Anh, Bùi Thy Vinh, X.Y.Z. Phạm Đình Ninh.

7. Họp Mặt Năm Thứ VII-IIX / 29-8-2007

Tại nhà hàng Seafood World, Westminster, California.

7. HỌP MẶT NĂM THỨ VII-VIII

-1 giải Chung Kết Tác Giả - Tác Phẩm: Anne Khánh Vân, bài "Duyên Nợ Với Nước Mỹ" và các bài khác.

- 1 Giải Việt Bút: Lê Tường Vi, với các bài "Chủ Nhật-Chủ Nhật"; "Paul / Paula".

- 2 Giải Vinh Danh Tác Giả: Trần Nguyên Đán, với các bài viết "Trở Về Mái Nhà Xưa"; "Thu Hát Cho Người"; "Một Ngày Mùa Đông"; Nguyễn Thượng Chánh, bài "Ba Lần Vượt Biển."

- 2 Giải Vinh Danh Tác Phẩm: Quân Nguyễn, với các bài "30 Tháng Tư 1975: Tôi Ở Lại Sứ Quán Mỹ" và "Chuyện Đời Tôi Ở Mỹ"; Chi Mai, với bài "Tạ Ơn Bệnh Viện Mỹ, Nước Mỹ."

- 7 Giải Danh Dự: Phương Lan, Ai Cơ Hoàng Thịnh, Chu-Mai, Thượng Châu, Nguyên Quỳnh, Đỗ Thị Bông, Phan, Trần Thiên Thịnh.

- 12 Giải Đặc Biệt: Trần Xuân Nghĩa, Đỗ Thị Bích Du, Chung Mốc, Nguyên Phương, Duy Tâm, Lê Đình Phương,

Quang Tuyến, Trần Đông Thành, Philato, Lưu Ngọc Minh, Võ Thị Điềm Đạm, Phạm Minh Châu.

8. HỌP MẶT NĂM THỨ VII-IIX / 28-06-2008

Nhà hát Wesminster Rose Center, California.

- 1 Giải Chung Kết: Thuỵ Nhã, với bài viết "Chuyện Của Cây Vông".
- 1 Giải Việt Bút: Bồ Tùng Ma.
- 2 Giải Vinh Danh Tác Phẩm: Nguyễn Trần Phương Dung, bài "Cám ơn Em, Cám Ơn Peace Corps"; Kim Trần, với bài "Người Yêu Tôi: Một Con Nghiện."
- 2 Giải Vinh Danh Tác Giả: Nguyễn Thế Thăng, với bài "Người Việt Gốc Mỹ"; Thanh Mai, bài "Ép Con Học Hành Quá Sức"
- 7 Giải Danh Dự: Phạm Ngọc Trác, Trần Quốc Sỹ, Trần Văn Giang, Vinh Quang Ky, Anthony Hung Cao, Xuân Đỗ, Võ Tâm Huy.
- 6 Giải Đặc Biệt: Nguyễn Quang, Trần Huyền Chi, Virginia, Thuyền Nhân, Văn Văn, P.N.T., Cát Biển.

9. HỌP MẶT NĂM THỨ IX-X / 16-08-2009

Tại trụ sở Việt Báo, Westminster, California.

- 1 giải Chung Kết Tác Giả-Tác Phẩm: Phạm Hoàng Chương, Calif., với bài "Hội Đồng Hương ở Mỹ" và "Xóm Hoang".
- 1 giải Việt Bút: Trần Nguyên Đán bài "Biển Rộng Hai Vai".

- 2 Giải Vinh Danh: Bảo Trân với bài "Con Bé"; Hoàng Thy, với bài "Me, Khổ Qua và Đường Mòn Oregon".

- 4 Giải Danh Dự: Nguyễn Thị Yến, Lại Quốc Hùng, Khôi An, Võ Trang.

- 9 Giải Đặc Biệt: Nguyễn Kim Dục, Huyên Chương Quý, Lê Hoàng Bá Diệp, O.C., Tịnh Tâm, Nguyên Thi, Phương Điền Nguyễn, Hoàng Trần, Lưu Thái Dzo, Lương Nguyên Thảo.

10. HỌP MẶT NĂM THỨ X-XI / 15-08-2010

Tại Royal Banquet, Westminster, California

Ra mắt sách Viết Về Nước Mỹ, tuyển tập X và "Writing on America", ấn bản anh ngữ.

- 1 Giải Chung Kết Tác Giả - Tác Phẩm: Nguyễn Trung Tây, với hai bài "Mẹ Tôi" và "Gốc Phi Châu"

- 1 Giải Việt Bút: Nguyễn Ngọc Tân, với các bài viết liên tục suốt 10 năm.

- 2 Giải Vinh Danh: Nguyễn Thơ Sinh, với bài "Hành Trình Xuyên Nước Mỹ 2,600 dặm"; Cam Li Nguyễn Thị Mỹ Thanh, với bài "Mùa Xuân Hoa Vẫn Nở".

- 5 giải Danh Dự: Đỗ Tiến Bình Minh, Cát Biển, Nguyễn Hùng Cường, Vĩnh Hầu, Tammy Dewitt Le.

- 6 Giải Đặc Biệt: Diệp Bá Tường, Hoàng Thanh, Châu Hà và cụ bà Nguyễn Thảo.

11. HỌP MẶT NĂM THỨ XI-XII / 31-07- 2011

Tại Hội Trường thành phố Garden Grove, California

- 1 Giải Chung Kết Tác Giả-Tác Phẩm: Nguyễn Trần Phương Dung, với bài "Thế Hệ Gạch Nối".

- 1 Giải Việt Bút: Trương Ngọc Bảo Xuân, với các bài viết liên tục 11 năm.

- 2 Giải Vinh Danh Tác Giả: Đoàn Thị, tới từ Paris; Vinh Danh Tác Phẩm: Đỗ Minh Triệu và người Mẹ, bài "Tình Mẹ Bao La".

- 7 Giải Danh Dự: Minh Đạo Nguyễn Thạch Hãn, Hạ Vũ, Nguyễn Đức Thắng, Tịnh Tâm, Chu Lynh, Kim Khánh, Và Lương Nguyên Thảo.

- 6 Giải Đặc Biệt: Kông Li, Lê Hoàng Ân, Liên Ngọc, Nguyễn Cát Thịnh, Sương Nguyễn, Lệ Hoa Wilson.

12. HỌP MẶT NĂM THỨ XII-XIII / 12-08-2012

Tại Royal Banquet, Westminster, California

- 1 Giải Chung Kết: Lê Thị, tức Calvin Trần, với loạt bài về đồng tính và sức mạnh gia đình. Bài tiêu biểu: "Lựa Chọn Sinh Tử."

- 1 Giải Việt Bút: Nguyễn Duy An, Virginia, với các bài viết liên tục suốt 10 năm.

- 2 Giải Vinh Danh: Nguyễn Văn, với bài "Chuyện Của Bill" và "Tôi Không Là Ai Cả"; Paul LongMy Choate & Trương Kim Hoàng Thư, với bài "Hồi Ức Tháng Tư của Long Mỹ."

- 5 Giải Danh Dự: Lưu Thy; Nguyễn Phúc Sông Hương; Trangđài Glassey-Trầnguyễn; Phạm Hồng Ân, Nguyễn Tài Ngọc; Thai NC.

- 7 Giải Đặc Biệt: Phi Yên; Mimosa Phương Vinh; Hữu Duyên Nguyễn; Deborah Tường Vân; Nhất Chi Mai; Mr. Bond; Nguyễn Hữu Đức.

13. HỌP MẶT NĂM THỨ XIII-XIV / 11-08-2013.

Tại Moonlight Banquet, Westminster, California

- 1 giải Chung Kết: Khôi An với bài "Những Đoạn Đường Cho Nhau" và "Intel Vietnam"....

- 2 giải Vinh Danh Tác Giả: Mimosa Phương Vinh, với bài "Cũng Một Đời Người" và "Thiên Thần Đen"; Vinh Danh Tác Phẩm: Phan, với "Hụt Hẫng, Bài Học Về Nước Mỹ Của Tôi" và "Chú Mường".

- 1 Giải Trùng Quang: Sáu Steve Brown, với 3 bài "Định Mệnh"; "Hành Trình Tiếng Việt Của Một Người Mỹ"; và "Dâu Xứ Mỹ, Rể Việt Nam".

- 9 Giải Danh Dự: Cao Đắc Vinh, Vĩnh Chánh, Vũ Công Ynh, Kevin Huy Pham; Liên Hoa Nguyễn Thị Huệ, Mai Hồng Thu, Phương Hoa, Đức Nguyễn.

- 9 Giải Đặc Biệt: Nguyễn Đức Long; Trần Đức Lợi, Tôn Nữ Thu Dung, Nguyễn Công Khanh, Nguyễn Ngọc Hoa, Giang Thiên Tường, Nguyễn Hữu Tài, Hoàng Ân, Trần Thiện Phi Hùng.

14. HỌP MẶT NĂM THỨ XIV - XV / 17-08-2014.

Tại Moonlight Banquet, Westminster, California

- 1 giải Chung Kết: Phương Hoa với bài "Bảo Tàng Của Người Lính Bị Bỏ Quên và Memorial's Day 2014".

- 2 giải Vinh Danh Tác phẩm: Trần Du Sinh, với các bài "Lính Mỹ Gốc Nail"; Và Vinh Danh Tác Giả: Orchid Thanh Lê, với bài "Đi Tìm Tên Một Người Vô Danh".

- 1 Giải Trùng Quang: Orchid Thanh Lê, với bài "Thầy Việt, Trò Mỹ"

- 8 Giải Danh Dự gồm các tác giả: Phùng Annie Kim; Philato; Lê Nguyễn Hằng & Nguyễn Thạch Hãn; Song Lam; Triều Phong; Võ Quách Thị Tường Vi; Trương Ngọc Anh.

- 10 Giải Đặc Biệt: Nguyễn Đặng Bắc Ninh; Tom Tom; Phan Việt Nam; Nguyễn Thị Mão; Ngô Văn Thu; Lê Văn; Nguyễn thị Hoà Nam; Nguyễn Cao Thăng ; Nguyễn Bích Thuỷ; Nguyễn Thế Bài.

15. HỌP MẶT NĂM THỨ XV-XVI / 16-08-2015

Tại Moonlight Banquet, Westminster, California

- 1 Giải Chung Kết: Orchid Thanh Lê với bài "Trả Lại Tên Cho Người Bị Mất Tên".

- 2 giải Vinh Danh Tác Giả: Philato với bài: "Nghé Đi Tìm Trâu" và "Cố Vấn Mỹ và Trâu Điên"; và Vinh Danh Tác Phẩm: Phùng Annie Kim với bài: "Giọt Máu Rơi Của Người Lính Chết Trẻ".

- 1 Giải Trùng Quang: Khôi An với bài "40 Năm Nỗi Niềm Ba Thế Hệ".

- 7 Giải Danh Dự: Nguyễn Thị Thêm, H.Tịnh, Huỳnh Thanh Sơn, Ngô Đình Châu, Trần Thiện Phi Hùng, Nguyễn Hữu Thời, Phi Yên.

- 10 Giải Đặc Biệt: Hoà An, Trần Kim Bằng, Màu Xanh Nhỏ, Y Châu, Kim Phượng Newman, Trần Đình Đức, Lê Minh Nguyên, Vũ Ngọc Thạch, Sao Nam Trần Ngọc Bình, Bernard Nguyên Đăng.

16. HỌP MẶT NĂM THỨ XVI-XVII / 14-08-2016

Tại Moonlight Banquet, Westminster, California

- 1 Giải Chung Kết: Phùng Annie Kim: "Người Thương Binh và Bóng Tối Còn Lại" và "Người Góa Phụ và Ngọn Đồi 31".

- 2 giải Vinh Danh Tác Giả: Phan, với toàn bộ các bài viết / và Vinh Danh Tác Phẩm: Lệ Hoa Wilson: "Bốn Ngọn Đèn Cầy" và "Phật Tử Tóc Vàng".

- 1 Việt Trùng Quang: Trần C. Trí với bài "Hành Trình Văn Hóa Việt tại UC Irvine".

- 8 giải Danh Dự: Hoàng Nga, Vũ Đoàn, Hoàng Nguyễn, Chú Chín Cali, Nguyễn Anh Nguyên, Nguyễn Kỳ Yên, Kim Chi.

- 8 Giải Đặc Biệt: Lê Phạm Lê, Tim Lê, Năng Khiếu, Nguyễn Việt, Cẩm Thành Dân, Bùi Hồng Thúy Anh, Trần Đức Hân, Nguyễn Quang Thành.

17. HỌP MẶT NĂM THỨ XVI-XVII / 13-08-2017

Tại Moonlight Banquet, Westminster, California

- 1 Giải Chung Kết: Iris Đinh với bài "Chuyện Góc Bếp".

- 2 Giải Vinh Danh Tác Giả: Lê Nguyễn Hằng với 2 bài "Từ Độ Mang Ơn" và "Ba Người Đàn Bà Tuổi Dậu"; Giải Vinh Danh Tác Phẩm: Chú Chín Cali với 2 bài "Du Học Mỹ trước 1975" và "Việt Kiều Hồi Hương".

- 1 Giải Việt Bút Trùng Quang: Mỹ Đức Phạm Nguyễn với bài "Giữ Gìn Tiếng Việt Nơi Xứ Người".

- 5 Giải Danh Dự: Võ Phú; Dong Trinh; Năng Khiếu; Hoàng Đình Minh Long; Đặng Hà Nội.

- 9 Giải Đặc Biệt: Ngô Viết Trọng; Nguyễn Thị Hương Minh; Lê Quang Sinh; Nguyễn Thị Phi Phượng; Nguyễn Đức Trọng; Khánh Doãn; Nguyễn Văn Tới; Lại Thị Mơ; Nguyễn Diệu Anh Trinh.

18. HỌP MẶT NĂM THỨ XVIII-XIX / 12-08-2018

Tại The Villa, Westminster, California.

- 1 Giải Chung Kết: Tác giả Phan với bài "Thằng Tý Con là... Con Thằng Tý"

- 2 Giải Vinh Danh Tác Giả: Đông Trinh: "Đời Tôi"; Giải Vinh Danh Tác Phẩm: Năng Khiếu: "Chín Con Chăm Một Mẹ" và "Chú Rể Mỹ và Lễ Cưới Truyền Thống Việt".

- 1 Giải Việt Bút Trùng Quang: Phương Hoa

- 5 Giải Danh Dự: Mỹ Đức Phạm Nguyễn, Nguyễn Văn Tới, Nguyễn Thị Phi Phượng, Minh Nguyệt Graves, Trần C. Trí.

- 8 Giải Đặc Biệt: Hồ Nguyễn, Thảo Lan, Đức Tâm, Nguyệt Mị, Trần Như Nguyện, Hương Trần, Phạm Thị Kim Dung, Tố Nguyễn.

- 3 Giải "50 Năm Hồi Ức Mậu Thân": Tâm Chánh, Susan Nguyễn, Phước An Thy.

19. HỌP MẶT NĂM THỨ XIX-XX / 11-08-2019

Tại Grand Garden Banquet, Westminster, California.

Danh sách thắng giải đã phát hành trên báo và trên vietbao.com. Sẽ công bố giải thưởng chi tiết vào ngày phát giải, từ sơ tuyển sau:

- 1 Giải Chung Kết: Tác giả Vĩnh Chánh: "Đằng Sau Mặt Trăng"

- 2 Giải Vinh Danh Tác Giả: Tố Nguyễn: "Chuyện Thuế & Chuyện Đời" và "Mẹ Tôi Thành Công Dân Mỹ"; Giải Vinh Danh Tác Phẩm: Nguyễn Văn Tới: "Đời Phi Công... Không Người Lái" và "Philippines, Ngày Trở Lại".

- 8 Giải Đặc Biệt: 1. Như Ý Crystal H. Võ: "Kêu Khóc Bằng Tiếng Việt". 2.Lê Xuân Mỹ: "Mẹ Tôi Nằm Bệnh Viện Ở Mỹ". 3. Susan Nguyễn: "Bên Bờ Sinh Tử". 4.Pha Lê: "Cơn Bão Ngoài Trời, Bão Trong Lòng". 5.Nguyễn Kim Nên: "Người Đấm Bóp Của Tổng Thống Mỹ". 6.Nguyễn Thị Thu Hương: "Đứa Con Đứng Đường". 7. Minh Thúy: "Chuyện Những Bà Mẹ". 8.duyenky: "Thời Gian Ơi, Xin Dừng Lại".

- 6 Tác Giả vào Chung Kết: 1.Hoàng Chi Uyên với bài "Bà Ngoại Khác Chủng Tộc". 2.Trần Ngọc Ánh: "Tình Muộn" và "Ông Đồ Già Trên Đất Mỹ". 3.Võ Phú: "Tôi Dạy Tiếng Việt". 4. Ngọc Hạnh: "Hoa Thịnh Đốn và Bức Tường Đá Đen". 5. Hồ Nguyễn: loạt bài "Khởi Nghiệp Trên Đất Mỹ".

20&21. HỌP MẶT NĂM THỨ XX-XXII / 12-05-2021

Tại trụ sở Việt Báo Garden Grove

Phòng Sinh Hoạt SBTN

- Giải Chung Kết: Nguyễn Văn Tới, với hai bài "Chiến Tranh, Người Lính và PTSD;" & "Bà Hàng Xóm.-

- *Giải Vinh Danh Tác Giả / Tác Phẩm: Lê Xuân Mỹ với hai bài "Tản Mạn Thời Dịch Bệnh" và "Ngày Đầu Đi học Thời Covid."và Châu Hà bài "Nâng Bước Tuổi Bóng Xế."*

7 Tác giả nhận Giải Đặc Biệt Viết Về Nước Mỹ 2020-2021

1. Nguyễn Hùng Cường, với bài "Meals-On-Wheels"; 2. Phạm Thị Kim Dung, với bài "Chuyện Gia Đình Tôi và Việc Hậu Sự ở Mỹ." *3.* Nguyễn Bích Thủy, với bài "Nao Nao Tình Người Mùa Đại Dịch."; 4. *Kim Loan, bài "Lời Tạ Ơn Thay Cho Một Người."* 5. Kho Quẹt, với bài "Má Chồng Tôi." 6. Nguyên Ngọc, với bài "Đôi Bờ Sông Tương." 7. Thảo Lan, với bài "Về Miền Quá Khứ".

- 6 Tác Giả nhận Giải Danh Dự VVNM 2020-2021

1. Trần Ngọc Ánh, với bài "Mong Ngày Qua Đi." 2. Võ Phú, với bài "Có Chí Thì Nên"; 3. Lê Xuân Mỹ, 4. Đỗ Dung, với bài "Như Áng Mây Trôi." và bài "Thập Tử Nhất Sinh". *5. Pha Lê, bài "Có Những Khoảnh Khắc Không Thể Nào Quên." 6. Nguyệt Mị, bài "Bà Tám Đi Mỹ."*

- 1 Giải Việt Bút Trùng Quang 2021

Tác Giả Anne Khánh Vân

22 & 23. HỌP MẶT NĂM THỨ XX-XXIII / 11-26-2023

Tại trụ sở Việt Báo Garden Grove

Phòng Sinh Hoạt SBTN

16 Tác Giả Nhận Giải Viết Về Nước Mỹ Năm 2022–2023; Ngày Phát Giải, Ra Mắt Sách Mới: 26 Tháng Mười Một, 2023

* 6 Giải Đặc Biệt

1. Nguyễn Thị Thanh Dương, bài "Số Khổ"

2. Phước An Thy, bài "Bạn Tôi"

3. Đào Ngọc Phong, bài "Người Trong Hang"

4. Phương Lâm, bài "Họp Mặt Phủ Cam ở Cali

5. Nguyễn Thị Thu Hương, bài "Cho Đi và Nhận Lại".

6. Trần Đình Phước, bài "Ngày Cuối Cùng Làm Crossing Guard"

* 5 Tác Giả vào Danh Sách Chung Kết 2022-2023

1. Lại Thị Mơ, bài "Hãy Tha Thứ Cho Con" và "Đôi Đũa Lệch"

2. Duy Nhân: "Joe Và Những Con Chim Bồ Câu" và "Giữ Cháu Ngoại"

3. Lê Đức Luận: Chuyện Buồn Dâu Rể

4. Tiểu Lục Thần Phong: "Riêng Chung Chuyện Đời" và "Mười Năm Không Gặp"

5. Thanh Mai: "Thay Tế Bào Gốc Tự Thân" và "Từ Di Vật Của Má"

4 Giải Chung Kết VVNM 2023

- Giải Vinh Danh Tác Phẩm VVNM 2023: Tác giả Biển Cát.

- Giải Vinh Danh Tác Giả VVNM 2023: Tác Giả Kim Loan

- Giải Vinh Danh Tác Giả VVNM 2023: Tác Giả Minh Thúy Thành Nội

- Giải Chung Kết Vinh Danh Tác Giả-Tác Phẩm 2023: Nguyễn Xuân Mỹ

24 & 25. HỌP MẶT NĂM THỨ XX-XXIV / 11-30-2025

Tại Bowers Museum, Santa Ana

* 10 Tác Giả vào Danh Sách Chung Kết 2024-2025 + 1 Giải Phóng Sự Đặc Biệt VVNM 2025

1. Biển Cát, bài "Mùa Giáng Sinh Về" và "Ba Mươi Tết".
2. Lại Thị Mơ, bài "Bà Ta Cháu Tây" và "Vết Xe Đổ"
3. Duy Nhân: "Viết Văn Ở Mỹ" và "Xin Đừng Đẻ Nữa"
4. Kim Loan: Ngàn Lời Tạ Ơn / Từ Tháng Tư Đen Đến Mỹ Quốc
5. Lê Đức Luận: Làm Lơ Xe Bus và Chuyện Dài Di Dân Gốc Mễ .
6. Trương Ngọc Anh, bài "Di Dân Nga Trên Nước Mỹ" và "Chuyện Đời Không Bình Thường".
7. Minh Thúy Thành Nội: "Màn Sương Đêm" và "Đi Qua Miền Quá Khứ"
8. Triều Phong: "Mầm Xuân Trên Đất Mới" và "Đường Vào Học Viện Không Quân Hoa Kỳ"
9. Hoàng Đình Minh Long: "Dịch Vụ Khách Hàng" và "Cò Mồi"
10. Võ Phú: "Tôi Là Một Door-Dasher" và "Con Cái Xứ Này"

Giải Phóng Sự Đặc Biệt VVNM 2024-2025:

– Tác giả Thắng Chu với loạt bài "Homeless ở Đại Lộ Bolsa" (Thay thế giải Việt Bút năm nay)

* Việc Tuyển Chọn Giải Chung Kết hàng năm

Thể lệ tham dự Viết Về Nước Mỹ ngay từ khởi đầu, năm 2000, có ghi rõ: "Mục tiêu của giải thưởng là cổ võ việc ghi lại những kinh nghiệm hội nhập của người Việt vào dòng sống nước Mỹ, càng nhiều chi tiết sống thực càng hay. Bài tham dự có thể là truyện ký, truyện ngắn, tạp bút... Người viết có thể gửi nhiều bài tham dự, hoàn toàn tự do chọn đề tài, miễn là liên quan tới nước Mỹ."

Hàng năm, một hội đồng tuyển chọn chung kết sẽ quyết định các giải bằng cách cho điểm dựa trên tiêu chuẩn:

1) Đề tài, nội dung; 2) Cách viết, sức viết; và 3) Ý nghĩa thông điệp của bài viết.

Liên tục suốt 23 năm qua, trên các ấn bản Việt Báo và Việt Báo online, mỗi ngày, mỗi tuần đều có thêm bài mới. Tất cả hiện lưu trữ đầy đủ trên Vietbao.com, có 336 giải thưởng đã được trao tặng, trong số này có 21 giải chung kết, mỗi giải 10.000 mỹ kim.

Ban Tuyển Chọn Chung Kết Viết Về Nước Mỹ năm 2021-2023 gồm 12 thành viên:

- Một đồng nghiệp uy tín: nhà báo Bồ Đại Kỳ, nguyên chủ nhiệm báo KBC Hải Ngoại.

- Sáu tác giả Viết Về Nước Mỹ từng nhận giải thưởng: Trương Ngọc Bảo Xuân, Lê Tường Vi, Khôi An, Trần Nguyên Đán và Nguyễn Viết Tân, Anne Khánh Vân.
- Năm đại diện Việt Báo: Nhã Ca, Hoà Bình, Phạm Quyến, Trịnh Y Thư, Phan Tấn Hải

- Trưởng ban tuyển chọn từ 2017: Trương Ngọc Bảo Xuân, tác giả đã nhận giải Chung Kết năm thứ hai, 2001.
- Tư vấn: Nguyễn Xuân Nghĩa và Trần Dạ Từ.

Giải Thưởng Việt Báo Viết Về Nước Mỹ 2025
Trân trọng cám ơn sự hỗ trợ của quý vị:

Ngân Hàng Wells Fargo
Bowers Museum
VABA

Gia đình Bà Trùng Quang
Tác Giả/Giám Khảo Trương Ngọc Bảo Xuân
Tác Giả/Giám Khảo Lê Tường Vy
Tác giả Orchid Thanh Lê

Nhà xuất bản Văn Học Press – Nhà thơ Trịnh Y Thư
Tự Lực Bookstore
Ô.B. Thân Nguyễn & Bích Liên
Linh & Roman Kochan
Họa Sĩ Ann Phong

Công Ty Xe Đò Hoàng
Jean's Jewelry
Coffee Factory
Thụy Trinh – Trẻ Khỏe Đẹp
Đài Truyền Hình SBTN & SET
Little Saigon TV & Đài Phát Thanh Radio Bolsa

VIẾT VỀ NƯỚC MỸ

Tuyển Tập Năm Thứ XXIV-XXV

Liên lạc biên tập/phát hành:
Việt Báo Daily News
10561 Garden Grove Blvd.
Garden Grove, CA 92843
714 894 2500
hangnguyen@vietbao.com
vvnm@vietbao.com

Ấn hành lần thứ nhất, 2025
tại California, Hoa Kỳ
Có bán tại Barnes & Noble, Amazon
và các đại lý bán lẻ khác

ẤN PHÍ: 26 Mỹ Kim
ISBN: 979-8-8692-6006-2

www.ingramcontent.com/pod-product-compliance
Lightning Source LLC
LaVergne TN
LVHW060309051026
849517LV00004B/1038

* 9 7 9 8 8 6 9 2 6 0 0 6 2 *